உருத்திரமதேவி

உள் அட்டையில் காணும் சிற்பக் காட்சியில் பகவான் புத்தரின் அன்னை மாயாதேவி கண்ட கனவின் பலனை மன்னர் சுத்தோதனருக்கு நிமித்திகர் மூவர் விளக்குகின்றனர். அவர்களுக்குக் கீழே அமர்ந்து அந்த விளக்கத்தை எழுதுகிறார் ஓர் எழுத்தர். எழுதும் கலையைச் சித்தரிக்கும் முதல் இந்தியச் சிற்பம் இதுவாகவே இருக்கலாம்.

(நாகார்ஜூன மலைச்சிற்பம் பொ.யு. இரண்டாம் நூற்றாண்டு, பட உதவி : நேஷனல் மியூசியம், புது தில்லி)

உருத்திரமதேவி
(சரித்திர நாவல்)

தெலுங்கு மூலம்: நோரி நரசிம்ம சாஸ்திரி

தமிழாக்கம்: வேநீ. தட்சிணாமூர்த்தி

சாகித்திய அகாதெமி

Rudramadevi: Tamil translation by N. Dakshinamoorty of Nori Narasimha Sasthri's Telugu historic novel of the same name, Sahitya Akademi, New Delhi, (Reprint 2021), Rs. 570/-

உரிமை © சாகித்திய அகாதெமி

தெலுங்கு மூலம்	:	நோரி நரசிம்ம சாஸ்திரி
தமிழாக்கம்	:	வேநீ. தட்சிணாமூர்த்தி
பொருள்	:	சரித்திர நாவல்
வெளியீடு	:	சாகித்திய அகாதெமி
முதல் பதிப்பு	:	1975
இரண்டாம் பதிப்பு	:	2021
ISBN	:	978–93–5548–183–2
விலை	:	ரூ.570/–

All rights reserved. No part of this book may be reproduced or utilized in any form or by any means, electronic or mechanical including photocopying, recording or by any information storage and retrival system, without permission in writing from Sahitya Akademi.

சாகித்திய அகாதெமி

தலைமை அலுவலகம் : இரவீந்திர பவன், 35, பெரோஸ்ஷா சாலை, புது தில்லி 110 001.
secretary@sahitya-akademi.gov.in | 011-23386626/27/28.

விற்பனை அலுவலகம் 'ஸ்வாதி' மந்திர் சாலை, புது தில்லி 110 001
sales@sahitya-akademi.gov.in | 011-23745297, 23364204.

கொல்கத்தா 4, டி.எல். கான் சாலை, கொல்கத்தா 700 025
rs.rok@sahitya-akademi.gov.in | 033-24191683/24191706.

சென்னை குணா வளாகம், 443, இரண்டாம் தளம், அண்ணா சாலை,
தேனாம்பேட்டை, சென்னை 600 018.
chennaioffice@sahitya-akademi.gov.in 044-24311741 | 24354815

மும்பை 172, மும்பை மராத்தி கிரந்த சங்கிரகாலய சாலை,
தாதர், மும்பை 400 014
rs.rom@sahitya-akademi.gov.in 022-24135744 | 24131948.

பெங்களூரு மத்தியக் கல்லூரி வளாகம், புல்கலைக்கழக நூலக கட்டிடம்,
டாக்டர் அம்பேத்கர் வீதி, பெங்களூரு 560 001
rs.rob@sahitya-akademi.gov.in. 080-22245152, 22130870.

அட்டை வடிவமைப்பு : Spectrum Graphic Studio, Chennai - 17
அச்சகம்: Mani Offset, Chennai - 77
Visit our website at http://www.sahitya-akademi.gov.in

முன்னுரை

'உருத்திரமதேவி' என்னும் தெலுங்கு சரித்திர நாவலைப் பிற இந்திய மொழிகளில் வெளியிட சாகித்திய அக்காதெமி முன் வந்திருப்பது குறித்து நான் மகிழ்ச்சியடைகிறேன். நூலாசிரியர் நோரி நரசிம்ம சாஸ்திரி அவர்கள் ஒரு புகழ் பெற்ற எழுத்தாளர். நமது பழம் கலைகளில் அவருக்குள்ள பெரும் ஈடுபாட்டினை அனை வரும் அறிவர். அவர் ஒரு தீவிர தேசியவாதி. அவரது நூல்கள் அனைத்திலும் நமது கலைகளின்மீதும் நாட்டின்மீதும் ஓர் அடிப் படைப் பற்று இருப்பதைத் தெளிவாகக் காணுகிறோம்.

கி.பி. பதினொன்றும் நூற்றாண்டுக்கும் பதிமூன்றும் நூற்றாண் டுக்கும் இடைப்பட்ட காலத்து ஆந்திர நாட்டின் காட்சிகளை புதுப் பிக்கும் வகையில் இந்த ஆசிரியர் எழுதியுள்ள மூன்று நாவல்களில் 'உருத்திரமதேவி' இரண்டாவது ஆகும். அந்தக் காலப்பகுதி நமது நாட்டு வரலாற்றில் ஒரு திருப்பப் பகுதியாகும். நமது பண்டைய தருமம் வேறு நாகரிகங்களால் தாக்கப்பட்டது; பாதிக்கப்பட்டது. அது முதல் நாட்டின் சரித்திரப் போக்கில் ஒரு வேகமான திருப்பம் ஏற்பட்டுவிட்டது எனலாம்.

தெலுங்கிலே மகாபாரதத்தைக் காவியமாக வழங்கிய மூன்று மகாகவிகளின் காலத்தை ஒட்டியவை இந்த மூன்று நாவல்களும். நன்னய்ய, திக்கன்ன, எர்ராபிரக்கட என்னும் மூவருமாக ஆந்திர மகாபாரதம் என்னும் அமரகாவியத்தை வழங்கியுள்ளனர்.

'உருத்திரமதேவி' என்னும் இந்த நாவல் திக்கன்ன கவிஞரின் வாழ்நாள் காலத்தைப் பின்னணியாகக் கொண்டது. ஓரங்கலில் தலைநகர் அமைத்து ஆண்டு வந்த காகதீய வமிச ஆட்சியை விரிவாகச் சித்திரிப்பது. நிலையற்ற அரசியல், உட்பூசல், அரச குடும்பத்துச் சிக்கல்கள், இவற்றையெல்லாம் தீர்த்து நிலையான நல்லாட்சி அமைக்க ராணி உருத்திரமதேவி மேற்கொண்ட நடவடிக்கைகள் ஆகிய அனைத்தும் இந்த நாவலிலே விரிவாகக் கூறப்பட்டுள்ளன.

அண்மைக் கால வரலாற்றின் ஜான்ஸி ராணி போல உருத்திரம தேவியும் தெலுங்கு வரலாற்றின் தலைசிறந்த பெண்-ஆட்சியாளர் ஆவர். வீரமும் விவேகமும் ஒருங்கே நிறைந்த தலைசிறந்த ஆட்சியாளர் வரிசையில் விளங்கத்தக்கவர் இவர். மக்களுக்கு உணர்ச்சியூட்டப் பணிபுரிந்த இவர், தெலுங்கு மக்களின் மனத் தைக் கவர்ந்தவர். மகாகவி திக்கன்ன இந்த ராணிக்கு அறிமுக

ரனவர். அவரது கவி வாக்கிலிருந்தே மகாபாரதப் பகுதிகளைக் கேட்டுக் கேட்டுப் பயனடைந்து புதுபலம் பெற்றவள் ராணி. ஆட்சிக் கலையில் எழும் சிக்கல்களைத் தீர்ப்பது எப்படி, பலவகை மக்களுடன் பழகுவது எப்படி, எதிரிகளை நடத்துவது எப்படி என்பனவற்றையெல்லாம் காவியப்பகுதிகளிலிருந்து படிக்கக் கேட்டு அறிந்தவள் உருத்திரமதேவி. அவளது ஆட்சிக்காலத்தில் எதிர்ப்பட்ட சிக்கல்களையும் கஷ்டங்களையும் தாங்கவும் தீர்க்கவும் உதவியது இந்த அறிவு.

ஒரு மாபெரும் ஆட்சியாளரும் ஒரு மாபெரும் கவிஞரும் இந்த நாவலிலே சிறந்த சித்திரங்களாகப் படைக்கப்பட்டுள்ளனர்.

சரித்திர நாவல் என்பது ஒரு கடினமான இலக்கிய முயற்சி. அது சரித்திரச் சான்றுகளுடன் முரண்படாமலும் இருக்க வேண்டும்; ஒரு நாவலுக்குரிய அழகு இலக்கணங்களுடன் விளங்கவும் வேண்டும். சரித்திர நாவல் என்பது வரலாற்றுச் சம்பவங்களின் வருணனை அல்ல; கற்பனையான புனைகதையும் அல்ல. வரலாற்று நிகழ்ச்சியும் கற்பனையும் பொருத்தமாய் இணைந்த கலவையே அது. வேறுவகையில் கூறினால் உண்மையும் அழகும் இணைந்த சேர்க்கையாகும் அது.

நோரி நரசிம்ம சாஸ்திரி அவர்கள் ஒரு தலைசிறந்த நாவலாசிரியர். அவருக்கென ஒரு தனி நடை உண்டு. முன் தலைமுறை நாவலாசிரியர்களைப் போன்ற படாடோபமான சொற்சிலம்பம் அல்லாது, நேரிய நடை கொண்ட ஆசிரியர் இவர். தெலுங்கு அல்லாத பிறமொழி வாசகர்கள், இந்த மொழிபெயர்ப்பின் வாயிலாக, பன்னிரண்டு-பதிமூன்றும் நூற்றாண்டு ஆந்திர அரசியல்-இலக்கிய சக்திகளைப் பற்றித் தெளிவாக உணர்வார்கள் என்பது திண்ணம்.

B. கோபால ரெட்டி

தலைவர்

ஆந்திரப்பிரதேச சாகித்திய அக்காதெமி

புதுதில்லி,

15-9-1963

முகவுரை

தெலுங்கு மகாபாரத்ததின் தோற்றம் ஆந்திரர்களின் வரலாற்றில் அன்றி இந்திய வரலாற்றிலும் ஒளி மிகுந்த ஒரு நிகழ்ச்சி ஆகும். பாரதப் பண்பாட்டில் ஆர்வம், உயர்ந்த மனிதர்களிடையே ஓங்கி நின்ற போதெல்லாம் தெலுங்கிலே மகாபாரதம் தொடர்ந்து எழுதப்பட்டது.

பாரத நாட்டின் எல்லையோரங்களில் வெளிநாட்டினரின் படையெடுப்பு நிகழ்ந்த போது இந்த நாட்டு மத நம்பிக்கை உறுதிப்பட்டு, தென்னாட்டில் சோழர்கள் தெலுங்கர்கள் ஆகியோருடைய கூட்டுறவினால் புதியதோர் ஆற்றல் தோன்றி யிருந்தது. அந்தச் சமயத்தில் நன்னய பட்டர் தெலுங்கு மகா பாரதத்தை எழுதத் தொடங்கினார்.

அதன் பிறகு இருநூறு ஆண்டுகளில் அயல் நாட்டினர் வட நாட்டை யெல்லாம் கைப்பற்றிக் கொண்டு, தென்னாட்டின் மீது தமது பார்வையைச் செலுத்தத் தொடங்கினர். அவர்களை எதிர்த்து நிற்பதற்காக, காகதீய கணபதி தேவனும் ருத்ரம்மாவும் ஆந்திரப் பேரரசை வலுப்படுத்தினார்கள். அந்தக் காலத்தில் தான் திக்கன சோமயாஜி தெலுங்கு மகாபாரதத்தைத் தொடர்ந்து எழுதும் முயற்சியில் ஈடுபட்டிருந்தார்.

அடுத்த எழுபத்தைந்து ஆண்டுகளுக்குள் அயல்நாட்டுப் படை தென்னாட்டையும் கூட விழுங்கி ஏப்பம் விட்டது. கடலில் மூழ்கிய பூதேவியை ஆதிவராகமூர்த்தி காப்பாற்றியதைப் போலவே, ப்ரோலயவேமனு முதலியவர்கள் ஆந்திர நாட்டில் இந்து தர்மத்தைக் காப்பாற்ற எண்ணம் கொண்டார்கள். அதே நேரத் தில்தான் கவிஞர் எர்ரன ஆரணிய பர்வத்தின் மிகுதியையும் ஹரி வம்சத்தையும் எழுதி தெலுங்கு பாரதத்தை முற்றுவித்தார்.

அதில் முதல் கட்டத்தை விளக்கும் வகையில் 'நாராயணபட்டு' என்னும் நாவலில் நன்னயபட்டரின் கவிதையாற்றலைக் காட்டி யுள்ளேன். 'உருத்திரமதேவி'யில் இரண்டாம் கட்டத்தை வருணித்து, திக்கன சோமயாஜி பாரதம் இயற்றியதை விரிவாக எடுத்துக் கூற முயன்றுள்ளேன். மூன்றாவதாக, 'மல்லாரெட்டி' யில் கவிஞர் எர்ரனவின் ஆற்றலை விவரமாக எடுத்துக் கூற எண்ணியுள்ளேன்.

பாரதநாடு அடிமைத்தளை கழன்று விடுதலை பெற்றுள்ளது. அது மட்டுமன்றி, புராண காலத்தை விட்டால் இடைக்காலத்தில் என்றுமே கண்டறியாத நாட்டு இணைப்பு இமயமுதல் குமரிவரை ஏற்பட்டுள்ளது. இதற்குச் சரியாக, முதலில் 'நாராயண பட்டு', பின்பு 'ருத்ரமதேவி', அதற்கடுத்து 'மல்லாரெட்டி' ஆகியவற்றை எழுதும் ஆர்வம் எனக்கு ஏற்பட்டது பொருத்தமானதே. என்றும் இளமையாய், மாற்றம் காணுதுள்ள பாரத தர்மம் மீண்டும் நமது நாட்டில் உயிர்ப்புப் பெற்றுள்ளது. அதன் விளைவே எனது இந்த எழுத்துக்கள். நன்னய முதலியவர்களை எழுதுமாறு தூண்டிய அந்த நித்திய சக்தியே என்னையும் அணைத்துக் கொண்டதால்தான் இத்தகைய நிலைமைகளை வருணிக்க எனக்கு ஆர்வமுண்டாயிற்று. 'நாராயண பட்டு' வைச், சிறந்த நாவலென்று தேர்ந்து சென்னை அரசினர் பரிசளித்திருப்பது என் நம்பிக்கையை வலுப்படுத்து கிறது. அந்தப்பரிசு என்னுடையதல்ல; என்னை எழுதத் தூண்டிய பாரத சக்தியினுடையதேயாகும்.

பாரத தர்மம் எவ்வெக்காலத்தில் எவ்வெவ்வாறு விளங்கியது என்பதை வருணிப்பதே இந்த நாவல்களை எழுத முயல்வதன் முக்கிய நோக்கமாகும். ஆனால் அந்த மூன்றிலும் மூன்று வெவ் வேறு வழிகளைப் பின்பற்ற முயன்றுள்ளேன். 'நாராயணபட்டு'வில் அநேக நிகழ்ச்சிகளும் கட்டங்களும் கற்பனையாகும். ஆனால் அவையனைத்துமே ஒரே விஷயத்தை—தெலுங்கில் பாரதம் எழுதப் படுவதற்கு அடிப்படையான தர்மத்தை—மையமாகக் கொண்டிருக் கின்றன. அதில், அகப்புரட்சி முக்கியமாக அமைந்துள்ளது.

'உருத்திரமதேவி'யில் புற(வுலக)ப்புரட்சி முக்கியமாகும். அதை எதிர்க்க, உள்ளத்துள்ளே ஒன்றை யொன்று முரண்பட்டு நிற்கும் பல்வேறு ஆற்றல்கள் ஒன்று சேர்ந்து உயிராற்றலை உருவாக்கிய விதம் இந்த நாவலில் சித்திரிக்கப்பட்டுள்ளது. இதில் எத்தனை யோ பேர் வருகிறார்கள். ஆனால் அவர்களனைவருமே ஏதோ வொரு வகையில் ஆந்திரப் பேரரசின் காப்புக்குத் துணையாயிருக் கிறார்கள். மும்மூர்த்திகள் என்று சொல்லக் கூடிய விசுவேசுவர சம்பு தேசிகர், திக்கன சோமயாஜி, அன்ன மந்திரீசுவரர் என்னும் ஆன்றோர் மூன்று பேராற்றல்களாக நின்று, எல்லோரும் தருமப் பயிர் விளைவிக்க வேண்டும் என்று தூண்டுகிறார்கள். மூவரில் ஒருவர் அரசகுரு; ஒருவர் கவிஞர் பெருமான்; மூன்றுமவர் அமைச்சர் திலகம்.

ஆந்திரர்களின் முழுமையான வரலாறு இன்றுவரை தெளி வாகத் தெரியவில்லை. இருக்கும் சில வரலாற்றுசிரியர்களும் ஒருவ ரோடொருவர் ஒத்துப் போக மாட்டார்கள். இந்த நிலையில் வரலாற்று நாவல்கள் எழுத முயல்பவர்கள் அடிப்படை மூலங்களை

மிகவும் கஷ்டப்பட்டு ஆராய்வது தப்பாது. இந்த நாவலில் வருணிக்கப்பட்டுள்ள வரலாற்றுப் பகுதிகளுக்கு எனக்கு முக்கிய அடிப்படையாய் அமைந்தது டாக்டர்.மாரேமண்ட ராமாராவ் வெளியிட்ட 'காகதீயமலர்' ஆகும். அதிலும் முக்கியமாக, அவர் பதிப்பித்த 'காகதீய வரலாறு' என்னும் நூலும், எவ்வளவோ அக்கறையுடன் பிற்சேர்க்கைகளாக வெளியிட்டுள்ள நூற்பகுதிகளும், கல்வெட்டுகளும் எனக்கு மிகவும் துணைபுரிந்தன.

வரலாற்றாசிரியர்கள் அந்தக் கால வரலாற்றில் தீர்வு காண முடியாது விட்ட சில சிக்கல்களை விடுவிப்பதற்குக் கூடிய அளவு வழிகளை இந்த நாவலில் குறிப்பிட்டிருக்கிறேன். அவற்றில், ருய்யம்மாவின் திருமணம்,உருத்திரமதேவி முடிசூடுவதற்குத் துணை புரிந்த காரணம், பிரதாபருத்திரனுக்கு அரசு கிடைத்த விதம், ருத்திரமதேவி கல்வெட்டுக்களில் தன் கணவனின் பெயரைக் குறிப்பிடாததற்கு காரணம், கோப்பெருஞ்சிங்கனின் தாட்சாராமக் கல்வெட்டு-இவை முக்கியமானவையாகும்.

ஏறக்குறைய ஆறு ஆண்டுகளில் நடந்த வரலாற்றுப்பகுதிகளை ஆறு மாதங்களில் நடந்ததாகக் கற்பனை செய்து இதில் காட்டியிருக்கிறேன். வரலாறு என்பது, வெறும் திதிவார நட்சத்திரங்கள் மட்டும் அல்ல.

இந்த நாவலை எழுதும் காலத்தில் நான் 'ஒருகல்' என்று பொருள்படும் வரங்கல் நகரத்தைப் பார்க்கச் சென்றபோது என்னுடன் கூட வந்து எத்தனையோ அபூர்வச் செய்திகளை ஆர்வத்தோடு எடுத்துக் கூறிய திரு தூபாட்டி வெங்கடரமணாசாரியருக்கு நான் கடமைப்பட்டிருக்கிறேன். அவரோடு சேர்ந்து ஒரே கல்லின் மீது உட்கார்ந்து, மணிக்கணக்காகப் பேசிய நினைவுகள், இந்த நூல் எழுதும் போது அடிக்கடி இன்ப நினைவுகளாக எழுந்தன.

இந்த நாவலைத் தமது 'ஆந்திர பத்திரிகை'யின் வாரப்பதிப்பில் அச்சேற்றி, பிறகு நூலாகவும் வெளியிட்டு என்னை ஆதரித்த திரு சிவலேங்க சம்பு பிரசாத் அவர்களுக்கு என் நன்றி.

ஸ்ரீகிரி, ரேபல்லி, நோரி நரசிம்ம சாஸ்திரி
விக்ருதி, தை வளர்பிறை பத்து.

இரண்டாம் பதிப்பின் முகவுரை

இந்த நாவலை இந்திய மொழிகளில் பெயர்ப்பதென்று முடிவு செய்த சாகித்திய அக்காதெமியினர்க்கு நன்றியுடையேன்.

நோ. ந.

1

பிடியதன் உருவுமை கொளமிகு கரியது
வடிகொடு தனதடி வழிபடு மவரிடர்
கடிகண பதிவர அருளினன் மிகுகொடை
வடிவினர் பயில்வலி வலமுற இறையே.

அன்று மகாளய அமாவாசை!

வானத்தில் மேகங்கள் சூழ்ந்திருந்தன. பொழுது புலர்ந்தும் கதிரவன் தோன்றியும் தோன்றாமலிருந்தான். வீர விழாக்களுடன் பொங்கி வழியும் ஏகசிலா நகரம் பெருமழை பொழிவதற்கு முன்னர் தேவகன்னிகையைப் போன்று, நிறைகர்ப்பத்துடன் மந்தாரமிட்டிருந்தது.

தலைநகரத்தில் மங்கல ஒலியெழுப்பும் இசைக்கருவிகள் நாள்தோறும் விடியற்காலையில் ஒலித்துக்கொண்டிருக்கும். ஆனால் இந்த ஒரு திங்களாக எப்பொழுதும்போல நெடுநேரம் கேட்பதற்கு வாய்ப்பில்லாமல், தொடங்கிய சற்று நேரத்திற்கெல்லாம் முடிவுற்று, ஆலாபனை செய்யாத இசையொலி போலவும், விளக்கமில்லாத வருணனை போலவும், சுவையற்ற காவியம் போலவும், விளங்க வைக்காத வரலாறு போலவும் இன்பமளிக்காததாகி விட்டது. இனி வரவிருக்கும் சொல்லொணாத அமைதியின்மையும் அச்சமும் கேட்பவர்க்கு ஏற்படுமாறிருந்தது.

பேரரசர் மக்களனைவருக்கும் நாள்தோறும் காட்சியளிக்கும் நேரம் விடியற்காலையாகும். அந்த நேரத்துக்கு முன்பே அரண்மனை வாயிலுக்கண்மையில் அமைதியாகத் திரண்டு, தங்கள் பார்வையை அரண்மனை மாடத்தின் மீதுள்ள வாயிலை நோக்கிச் செலுத்தியவாறு அக்கறையுடன் நின்று கொண்டிருந்தனர். அம் மாடத்திலிருந்துதான் அரசர் காட்சியளிப்பார். ஆனால் இந்த ஒரு திங்களாக அந்த அரண்மனை மாடத்திலிருந்தோ வாயிலிலிருந்தோ மங்களகரமான அரசரின் காட்சி கிடைக்கவில்லை. அதற்கு மாறாக ஒரு மாடத்து வாயிலிலிருந்து அரசரின் தூதுவர் ஒருவர் தோன்றி உரத்த குரலில் இவ்வாறு அறிக்கை வெளியிட்டார்.

“ஸ்வஸ்தி! ஐம்பேரொலியாகவும் நிறைந்த மாமண்டலேச அரச பரமேச உத்தண்ட மண்டலாக்கிர பிரசண்ட நெலவீடு கண்ட சிம்ம ஏறு திருவளர் கணபதி தேவப் பேரரசர் அவர்கள்

உடல் நலங் குன்றியிருப்பதால் அவர்களின் மனமுவந்த நல் வாழ்த்துக்களை மக்களனைவருக்கும் தெரிவிக்குமாறு கட்டளை பிறப் பித்துள்ளார்கள்.''

இதைக் கேட்டு மக்கள் சோர்வடைந்து சிந்தனை நிரம்பிய உள்ளத்தினராய்த் திரும்பிச் செல்லலாயினர். நாட்கள் சில கடந்தும் அந்நேரத்தில் அருகாமையிலுள்ள மக்கள் இருப்பிடங் களிலிருந்து அவ்விடத்திற்கு வந்து சேர்ந்தமையால் நாளாக நாளாக மக்கள் கூட்டம் நிறையத் தொடங்கியது.

அவ்வாறு இன்று ஆடவரும் பிறரும் சேர்ந்த எண்ணிக்கை அளவு கடந்திருந்தது. நாளையிலிருந்து மாரிக்கால நவராத்திரி விழா தொடங்குகின்றது. நவராத்திரி விழாத் தலைவரான பேரரசரை இவ்வாண்டு கண்ணுறும் வாய்ப்பாகிலும் கிடைக்குமா, கிடைக்காதா? நவாாத்திரி விழா நடத்தாத பேரரசரின் நாட்டில் செல்வம் எவ்வாறு செழிக்கும்? கிடைக்கப் பெறும்? அங்கு சேர்ந்த மக்களின் உள்ளத்தை இந்தக் கேள்வியே உறுத்தி வருத்திக் கொண்டிருந்தது.

தொலை நாடுகளிலிருந்து சிற்றரசர்களும் குறுநில மன்னர்களும் படைத் தலைவர்களும் அரசரின் உறவினர்களும் வருவதும் போவதும் நாளுக்கு நாள் அரண்மனையில் அதிகமாகிக்கொண்டே வந்தது. தலைநகரில் மக்கள் கூட்டம் குறையவில்லை. பேரமைச் சர்களான திருவளர் கோவிந்த நாயகரும் பய்யன நாயகரும் அரசவையிலேயே தம் பெரும்பொழுதைக் கடத்தினர். ஏகசிலாபுர அரசரான மேசய்ய நாயகர் அக்கறையுடன் இரவுபகலாக அரண் மனைக்கு வரும் அனைவருக்கும் வேண்டிய தேவைகளைப் புரிந்து உதவி வந்தார்.

இந்த நாளில் கூட அரசரின் காட்சி கிடைக்கவில்லை. இன்றும் அரச தூதுவர் பேரரசரின் உடல்நலக் குறைவைப் பற்றி உரத்த குரலில் அறிவித்து பேரரசர் தம்மக்களுக்கு அனுப்பிய நல்வாழ்த் துக்களைத் தெரிவித்தார்.

இவ்வறிக்கை முடிந்தது. ஆனால் மக்கள் எப்பொழுதும்போல 'வாழ்க, வாழ்க' என்ற ஒலி செய்து கலைந்து செல்லவில்லை. உண்மையில் 'வாழ்க, வாழ்க' என்ற ஒலியும் அவர்கள் எழுப்ப வில்லை. அசைவற்று நின்றனர்.

அவர்கள் இந்த நாளில் வெறும் நல்வாழ்த்துக்களை மட்டும் தூதுவர் வாயிலாகக் கேட்க வரவில்லை. இத்தனை பேரும் நவராத்திரி விழாச் சிறப்பை அறிய வந்தனர். அரண்மனையி லேயே பண்டிகை இல்லையெனில் மக்கள் எவ்வாறு பண்டிகை நடத்த முடியும்?

உருத்திரமதேவி 3

இவ்வாறு அவர்கள் ஒரு நாழிகைப்பொழுது அசைவற்று நின்றிருந்தார்கள். ஆயினும் அரண்மனையிலிருந்து மேலும் அறிக்கை ஏதும் வரவில்லை. எனவே அப்பெருங் கூட்டம் வெறுப் படைந்து அமைதியாகக் கலைந்து சென்றது. இவ்வாறு மக்கள் கூட்டம் கலைந்து சென்றதால் ஏற்பட்ட ஒலி நிலம் அதிர்வதைப் போன்று அச்சம் அளிக்கும் பேரொலியாகிக் கோட்டைச் சுவர்கள் கிடுகிடுவென அதிர்ந்தன.

அப்பேரொலிக்கு எதிரொலியென இதற்கிடையில் அரசரின் தூதுவர் மீண்டும் அழகுமிகுந்த மாடத்தினிடையில் தோன்றி, அன்று மாலை பேரரசர் மீண்டும் ஓர் அறிக்கை வெளியிடுவார் என்று தெரிவித்தார். கலைந்து சென்ற கூட்டத்தினர் திரும்பி வந்து அக்கறையுடன் இதைக் கேட்டு மலர்ந்த முகங்களுடன் ஒருவரோ டொருவர் பேசியவாறே, 'வாழ்க வாழ்க' என்று வாழ்த்தொலி எழுப்பிச் சென்றனர்.

திரு காகதி கணபதி தேவப் பேரரசருக்கு எழுபத்தைந்தாண்டு களிருக்கும், இந்நிலைமையில் அவர் இப்பொழுது நோய்வாய்ப் பட்டுப் படுத்த படுக்கையாகக் கிடந்தார். கால்களிலும் முகத் திலும் வீக்கம் தோன்றியிருந்தது. அரசவை மருத்துவர்கள் அவரைச் சற்றும் அசையக்கூடாதென அறிவுறுத்தியிருந்தனர்.

அப்பேரரசர் இளமையில் படமுடியாத் துன்பங்களைப்பட்டவர். காகதீயர்களுக்கு அப்பொழுது அநுமகொண்டாதான் தலைநகர மாகும். தேவகிரியின் யாதவ மன்னனான ஜைதுகி படையெடுத்து வந்து, அநுமகொண்டாவை முற்றுகையிட்டு, கணபதி தேவரின் தந்தையான மகாதேவராயரைக் கொன்று, இளைஞரான கணபதி தேவரைச் சிறைப் பிடித்து தேவகிரிக்குக் கொண்டு சென்றான். கணபதியின் முன்னிளமைப் பருவம் முழுமையும் தேவகிரிச் சிறைக் கூடத்தில் கழிந்தது. தேவகிரியிலிருந்து பத்துப் பதினோராண்டு களும் அவர் பெருந்தவம் செய்து கிடந்தார். குலதெய்வமான அநுமானையும் விருப்ப தெய்வமான சிவனையும் வணங்கி வந்தார். சிறிது காலத்தில் அவர் எவ்வாறோ உள்ளத்தினூடே இருந்த பகை மைத் தீயைக் காலகண்டன் நஞ்சு விழுங்கியது போன்று மென்று விழுங்கி யாதவ அரசனின் சினத்தைத் தணித்தார். ஜைதுகியும் அவர்மீது கருணை கொண்டு சிறைவிடுவித்து அநுமகொண்டாவிற்கு அனுப்பி வைத்தான்.

இவ்வாறு அவர் மீது தமது நாட்டை நிறுவுவதற்குள் விசாலாந் திரம் முழுமையும் பெருங்குழப்பத்திலிருந்தது. அவருடைய பெரிய தந்தையாரான உருத்திரதேவர்ப் பேரரசரின் முயற்சியால் நிறுவப் பட்டிருந்த நாடு முழுமையும் சிதைந்து, சிதறிப்போயிருந்தது சிற்றரசர்களும் குறுநில மன்னர்களும் தனியாட்சி உரிமை கொள்ள,

லாயினர். அமராவதியில் கோட்டை மரபினரும், மடப்பள்ளியில் நதவாடியர்களும், சாரசிபுரத்தில் கொலனி நாயகர்களும், குடிமேட்டில் சாகி வழி வந்தவர்களும், கிருஷ்ண நதிக் கழிமுகத்தில் ஐயா மரபினரும், பொத்தபி நெல்லூர் பகுதியில் தெலுங்குச் சோழர்களும் உரிமை கொண்டாடி ஒருவரோடொருவர் கலகம் விளைவித்து வந்தனர். இதற்குத் துணையாக வடகிழக்கில் கலிங்க கங்கர்களும், தென்கிழக்கில் சோழர்களும், தெற்கில் ஹொய சாலர்களும், தென்மேற்கில் யாதவர்களும் படையெடுத்து அவரவர்களுக்குக் கிடைத்த நிலப் பகுதியைக் கவர்ந்து கொண்டிருந்தனர். இரேசர்ல உருத்திர சேனர் மட்டும் ஆகதி மன்னர் முதலான எதிரிகளை விரட்டியடித்து அநுமகொண்டாப் பகுதியைப் பகைவர்களிடம் சிக்காமல் காத்து, கணபதி தேவரவர்களிடம் ஒப்படைத்து, காகதீய அரசினைக் காத்த பெருவீரரென்ற பட்டத்தைப் பெற்றார்.

அப்பொழுது கணபதி தேவர் செயலாற்ற வேண்டியவை மிகுதியாக இருந்தன. பிரிந்து உரிமை கொண்டாடிய சிற்றரசர்களைத் தம் வசப்படுத்திக் கொள்ளவேண்டும். பகையரசர்களைக் கைப்பற்றிக்கொண்ட அரசின் பகுதிகளை மீண்டும் பெறவேண்டும். எல்லாவற்றுக்கும் மேலாகத் தமது தந்தையைத் தோற்கடித்துக் கொன்ற தேவகிரி மன்னன் மீதுள்ள தீராப்பகையைத் தீர்த்துக் கொள்ளவேண்டும்.

கணபதி தேவர் இச்செயல்களைச் செய்து முடிக்கக் கடுமையான உறுதி கொண்டார். இதற்கு ஏற்றவாறு அப்பொழுதுதான் அவருக்குத் திரு விசுவேசுவரசம்பு அவர்களின் காட்சி கிடைத்தது. விசுவேசுவரசம்பு கடுந்தவமியற்றிய திரு தருமசம்பு அவர்களின் தலைசிறந்த மாணவராவார். உலகைக் காக்கும் நூலறிவிற் சிறந்த தாமரை வண்ணத்தவர். கல்வி கலைகளில் தேர்ந்த அறிவுடைய கற்பகத் தரு போன்றவர். இளமைச் செல்வத்துடன் சிவநெறிச் செல்வமும் சேர்ந்து நிறைந்த ஒளியுடன் மிளிரும் அப்பெரு முனிவர் இம்மைக்கும் மறுமைக்கும் உரிய அரசியல் நெறிகளை முற்றுணர்ந்த கணபதி தேவரை மிகவும் கவர்ந்தார். சிறிது காலத்திலேயே அவர் அப்பெருஞ் சீலரிடம் ‘சிவதீட்சை’ பெற்றார். அதுமுதல் கணபதி தேவருக்கு வெற்றிமேல் வெற்றி கிட்டியது. சிற்றரசர்கள் ஒருவர் பின் ஒருவராக அடிபணிந்தனர். பகைவர் வசமிருந்த நிலப்பாகம் மட்டுமின்றிப் பகைவரின் நிலத்திலும் சிலபகுதி இப்பேரரசர் வசமாயின. இவ்வாறு அவர் தெலுங்கு மொழி பேசும் ஆந்திரப் பேரரசு முழுமைக்கும், சிறு நிலப்பகுதியும் பிளவுபடாமல், ஒரு பேரரசரானார். அவர் நாடு தெற்கில் காஞ்சீபுரம் வரையிலும், வடக்கில் சிம்மாசலத்திற்குமப்பால் மாளவம் வரையிலும், மேற்கில் கல்யாண கடக நாடு வரையிலும், கிழக்கில் கடல் எல்லை முழுமையும் பரவி இருந்தது. ஒவ்வொரு நாட்டைக் கைப்பற்றிய

போதும், பல சிவாலயங்களைக் கட்டி, தம் பெயரில் கணபதிபுரம் எனும் நகர்களை நிறுவினர். அவர் தோண்டிய குளங்களும், நிறுவிய கிராமங்களும், அமைத்த பெருஞ்சாலைகளும், வெட்டிய கால்வாய் களும் கணக்கிலடங்கா. தலைநகரை ஒரங்கல்லுக்கு மாற்றினர். இவ்வாறு அவர் நெடுங்காலமாகத் திறமையுடன் அரசாட்சி புரிந்து வந்தார்.

இத்தனை அரசர்களையும், இத்தனை அரசுகளையும் கணபதி தேவர் வென்றபோதிலும், வயதுமுதிர்ச்சியையோ மரணதூதனை நோயையோ வெல்லுந் திறன் இல்லாமற் போனர். வயது அதிக மாக ஆக ஆட்சியில் பொறுப்பு குறைந்து வந்தது. இதற்கேற்ப அவருக்கு ஆண் மகப்பேறும் இல்லாமற் போய் விட்டது. தமது பெண் சந்ததிக்கும் ஆண் குழந்தைப் பேறில்லை. இதனல் இந்த வயதான அரசருக்கு, பிற்காலத்தில் அரசப் பொறுப்புக்குரியவர் எவர் என்ற கேள்வி எப்பொழுதும் தீராமல் இருந்து வந்தது. அரச குடும்பத்தினரிடையில் வேறுபட்ட எண்ணங்கள் வளர்ந்து வந்தன. இவை சிற்றரசர்களுக்கும் குறுநில மன்னர்களுக்கும் சிறிதுசிறிதாக வெளிப்படலாயின. பெரு நிலப்பரப்புடைய அவருடைய பேரரசில் பிளவுகள் தோன்றலாயின. ஒருபுறம் காஞ்சிபுரச் சோழர்கள் உரிமை பெற்றவர்களாகி நெல்லூர் கணபதியின் சிற்றரசரான மனும சித்தரை அரச பதவியிலிருந்து நீக்கிவிட்டனர். மனுமசித்தரும் வஞ்சகர்களுடன் கூடிக்கொண்டு விட்டதாகச் செய்திகள் வந்து கொண்டிருந்தன. தொண்டை மண்டலத்திலிருந்து கோப்பெருஞ் சிங்கனர் வேறொரு பகுதியில் நுழைந்து தாட்சாராமம் வரையிலும் கைப்பற்ற முயன்று கொண்டிருந்தார். கலிங்க கங்கர்கள் வட கிழக்கில் குலைந்துபோன நிலப்பகுதியைக் கைப்பற்ற முயன்று கொண்டிருந்தனர். அதற்கிடையில் அக்கால யாதவ மன்னனுன மகாதேவராயன் படையெடுத்து வரப் பெருஞ்சேனையைத் திரட்டி வருகிருனெனும் செய்தி அடிக்கடி வந்து கொண்டிருந்தது.

காகதீய மக்கள் வாழ்க்கையில் மதவேற்றுமைகளால் ஒருமை மனப்பான்மையும் குறையத் தொடங்கியது. சைவ வைணவர்களி டைத்தத்தமக்குள்ளும், மற்றவர்களுக்கும் சமணர்களுக்கு•மிடையி லும், பகைமை விரைந்து வளர்ந்தது. இவற்றுக்குத் துணையாக ஒரு புறம் வீரசைவர்களும், மற்ளுெரு புறம் வீரவைணவர்களும் மக்களுக்கு மத உணர்ச்சியைத் தூண்டி வந்தனர். இவ்விரு வகை யினருக்கும் சமணருக்குமிடையில் சொற்போர்கள் பெருகி வந்தன. நாட்டின் அடித்தளமான கிராமங்களில் கணக்கர்களாகப் பெரும்பா லும் சமணர்களே இருந்தனர். நகரப் புறங்களிலும் பல அலுவலர் கள் சமணர்களாவர். அரசவைக் கருவூலத்திலிருந்தவர்களில் பலர் சமணர்கள். இதனல் அக்காலத்தில் அந்நாட்டில் சமணர் களின் செல்வாக்கு வலிமை பெற்று ஓங்கியிருந்தது. தலைநகரிலும்

பெரிய பட்டணங்களிலும் சைவம் வைணவம் எத்தனைக் கடுகிப் பரவியும் கிராமப் புறங்களில் அவ்வளவு விரைவில் பரவவில்லை.

காகதீய சிற்றரசர்களிடையிலும் சேனைத் தலைவர்களிடையிலும் எல்லா குலத்தவர்களும் உள்ளனர். அவர்களில் சிலர் அந்தணர்கள். சிலர் சாளுக்கிய க்ஷத்திரியர்கள். மற்றுஞ்சிலர் பத்ம நாயகர்கள். இன்னுஞ்சிலர் பல வமிசத்து இரெட்டிகள். ஒரு சிலர் கம்மவார்கள். வேறு சிலர் காயஸ்தர்கள். அவர்கள் எத்தனை வேறுபட்ட குலத்தவராயினும் தொடக்கத்தில் அரசரிடம் நிறைந்த பக்தியுள்ளவர்களாக இருந்தனர். இப்பொழுது வேறுபட்ட மதப்பற்றுகளினால் அவர்களனைவரிடத்தும் ஒருமைப் பாடில்லாமல் பலபாகுபாடுகளுடன் உள்ளூறப் பிளவுபட்டிருந்தனர். எதிர்கால அரசர் யாரெனும் முடிவினால் இப்பிளவுகள் மேலும் வலிமை பெறும் வாய்ப்புக்ள் உள்ளன. தொட்டதும் உடைந்து போகும் நீர்க்குமிழ் போலவும், பட்டதும் தீப்பற்றி வெடிக்கும் தீக்குண்டு போலவும் நிலைமை இருந்தது. இந்நிலைமை, அறிஞரான கணபதி தேவருக்குத் தெரியாமலில்லை. இதனாலேயே இந்த வினாவை எழவொட்டாமல் இதுவரைக்கும் எத்தனையோ ஆண்டுகள் கடத்தி விட்டார். ஆனால் இனியும் இவ்வாறு எத்தனை நாள் கடத்த முடியும் ?

இவ்வாண்டு நவராத்திரி விழாவிற்குத் தாம் அமர்ந்து செயலாற்றக் கூடத் திறனற்ற நிலைமையாகி விட்டது. ஏதாவது ஒரு முடிவு செய்ய வேண்டிய காலம் வந்து விட்டது. இனியும் தாமதிக்க வாய்ப்பில்லை.

பல சிற்றரசர்களும், படைத்தலைவர்களும் அரசரின் சுற்றத்தினரும் தலைநகருக்கு வந்திருக்கின்றனர். ஆனால் பேரரசரின் தோள் வலிமை யொத்த குறுநில மன்னர்கள் சிலர் இன்னும் வந்து சேரவில்லை. இந்துலூர் அன்னம தேவர், கொலனி உருத்திர தேவர் ஆகியோர் என்ன முயன்றும் வரவியலாமல் போயினர், கோதாவரியிலும் அதன் கிளை நதியான சபரியிலும் ஏற்பட்ட மிகுந்த வெள்ளப் பெருக்கினால் பல ஊர் மக்கள் உதவியற்று உயிருக்கு நெருக்கடியான நிலையிலிருந்தனர். அவர்களிடமிருந்து வேண்டிய உதவிகளைச் செய்யாவிடில் மக்கள் துன்பம் மேலும் பெருகும். அதனால் தாங்கள் நல்விழாச் சிறப்புக்களுக்கு வரவியலவில்லை என்று கணபதிதேவருக்குச் செய்தி அறிவித்திருந்தனர்

மேலும் ஜன்னிக தேவர், திரிபுராந்தகர், அம்பதேவர் எனும் காயஸ்த படைத்தலைவர்கள் மூவர் இருந்தனர். அவர்கள் வலிமை மிக்கவர்கள். அவர்கள் தலைநகருக்கு வரவில்லை. அவர்கள் ஏன் வரவில்லை என்பதையும் தெரியப்படுத்தவில்லை. அவர்கள் வராமையால் கணபதி தேவருக்குச் சினம் மூண்டது. இன்று வருவர்,

உருத்திரமதேவி 7

நாளை வருவர் என்று எதிர்பார்த்திருந்தார். சினம் வளர்ந்து கொண்டே வந்தது. மகாளய அமாவாசைக்குக் கூட வராமல் போனது மட்டுமின்றி அவர்கள் செய்தியும் தெரிவிக்காமையினால் கணபதிதேவர் கடுங்கோபத்துடன் மனமுடைந்து போனார். துணிவுடன் அமைதியையும் வரவழைத்துக் கொண்டு ஆறுதலடைந்தார். மீண்டும் துணிவு குறைந்தவரானார்.

கணபதி தேவருக்கு நெடுநாளாக முன் சந்ததி ஏதும் இல்லை. உருத்திரமதேவி கருவில் இருந்த பொழுது, கணியர்கள் எதிர்காலப் பேரரசர் பிறப்பாரெனக் கணியங் கூறினர். எனவே ஆண்மகவு பிறக்குமென்ற பேராவலுடன் இருந்து வந்தார். ஆனால் முடிவில் பெண் பிறந்ததென்றறிந்தார். உடனே அவர் தம் உள்ளத்தை உறுதி செய்து கொண்டு, பேரரசருக்கு மகன் பிறந்துள்ளான் என்று அறிவிக்கச் செய்தார். அம்மகவிற்கு உருத்திரதேவன் என்ற தமது பெரிய தந்தையாரின் பெயரையே வைத்து, ஆண் வேடம் தரிக்கச் செய்து வளர்த்து வந்தார். ஆனால் இப்படி அரசவை இரகசியம் எத்தனை காலத்துக்கு மறைத்து வைக்க முடியும்? உண்மைச் செய்தி ஒருவர் வாயால் மற்றொருவருக்குப் பரவி வந்தது. அம்மகவிற்குப் பத்து வயதாவதற்குள் அப்பேரரசு முழுமையும் பிறந்தது பெண்தான் என்று தெரிந்து விட்டது. அரசகட்டளைக்கு அச்சமிருப்பினும், இச்செய்தியை மக்களிடையில் மறை பொருளாக வைப்பதென்பது இயலாமற் போயிற்று. அப்பொழுதிருந்த நிலைமைகளை மறைத்துக் குழப்பம் விளைவிக்க அரசருக்கு விருப்பமும் இல்லாமற் போய் விட்டது.

இதற்கிடையில் இன்னொரு மனைவி கருவுற்றிருந்தாள். இம்முறையாகிலும் மகன் பிறக்கமாட்டானா எனும் ஆவல் தோன்றியது. மறுபடியும் பெண் மகவே பிறந்தது.

இக்காலத்தில் உருத்திரமதேவி இளமை நிறைந்தவரானார். வாட்போர், விற்போர் போன்ற கலைகளில் தேர்ந்தவரானார், அரசியல் அறிவு அவருக்கு மிக்க அதிகம். என்னதான் கற்றறிந்தவராயினும் ஒருபெண்மணி கன்னியாகவே இருக்கமுடியுமா? அவளுக்குத் திருமணம் நடைபெறுமலில்லை.

கணபதி தேவர் ஆலோசனை செய்தார். வீராங்கனையான அவருக்கு வீரனொருவனைக் கணவனாக்க அவர் முடிவு கொண்டார் அவ்வாறே அவர் அவளுக்கு கொழுநன் தேர்வு செய்விக்க முடிவு செய்து இனத்தவரான படைத்தலைவர்களுக்கும் சிற்றரசர்களுக்கும் அழைப்பிதழ்கள் அனுப்பி வைத்தார். உருத்திரமதேவியை வாட்போரிலும், விற்போரிலும் வெல்பவருக்கு அவரை மணம் புரிவிப்பதெனப் பேரரசர் தெரிவித்திருப்பதாகச் செய்தியனுப்பினார்.

இவ்வாறு வரவேற்கப்பட்ட க்ஷத்திரிய வீரர்கள் பலர் அரசராணையை மேற்கொண்டுத் தலைநகர் வந்து சேர்ந்தனர். ஆனால் அவர்களில் பலருக்கு உருத்திரமதேவியை மணம் புரிய விருப்பமில்லை. சிலருக்கு அரசிளங்குமரியிடம் அச்சமும் பக்தியுமேற்பட்டு அவளுடன் போரிடவிருப்பமில்லை. சிலர் போரில் பங்கு கொண்டு செயல் முறையில் தோல்வியை ஒப்புக்கொண்டனர். ஆண் மகனைப்போன்று செயல் புரியும் ஒரு பெண்மணியை அவர்கள் தமது மனைவியாக ஏற்றுக் கொள்ளவிருப்பமில்லாமையால் தான் அவ்வாறு தோல்வியை ஒப்புக்கொண்டனர் என்று கணபதி தேவர் உணராமலில்லை.

ஆனால் சாளுக்கிய வீரபத்திர அரசரோ? மற்ற சிற்றரசர்களைப் போன்றவரல்லர்! நாட்டை விட்டு விலகி அவர் இளமையில் பல காலம் வடதிசையில் திரிந்து கொண்டிருந்தார். அப்பொழுது அவர் அங்கு பொங்கியெழுந்து கொண்டிருந்த இஸ்லாமிய மதவெறியைக் கண்கூடாகக் கண்டார். அழியும் நிலைமையிலிருந்த பௌத்த மடங்களை விட்டு நீங்கி நாடு சுற்றும் பல பௌத்த மதத் துறவிகளைக் கலந்து அவர்களுடன் உரையாடியிருக்கின்றார். இவர்களின் அறிவுரையின் பயனாக நாடு முழுமையும் ஒருமைப் பாடில்லாமல் மாறுபடச் செய்த இயக்கமும் இனவேற்றுமையே எனும் எண்ணம் அவருக்கு உறுதியாயிற்று. இத்தகைய நிலையில் பெண் வீட்டுக்குள்ளேயே புழுங்கிக் கொண்டிருப்பது நன்மை பயப்பதாகாது எனும் எண்ணமும் வலுப்பட்டது. வேங்கி மண்டலமான இவருடைய நாட்டை இறந்து போன மூதாதையர்கள் வசமிருந்து, பேரரசர் கணபதி தேவர் அவர்களின் உதவியால் மீளவும் பெற்றுக் கொள்ளலானார்.

வீரபத்திர அரசர் சாளுக்கிய க்ஷத்திரியராவார். தொன்மையிலிருந்தே அவர்கள் சந்திர வமிசத்தவர்கள் என்று கூறி வந்தார்கள். இவர்கள் ஆட்சியுடன் காகதீயர்களின் க்ஷத்திரியர் மரபும் வளர்ந்து வந்தது. சாளுக்கியர்கள் காகதீயர்களுடன் மணவுறவு கொள்வது இழிவானதென்று கருதி திருமணத்தொடர்பு ஏதும் செய்து கொள்ளாமலிருந்தனர். ஆனால் வீரபத்திரேசருக்கோ இவ்வாறான பழைய வழக்கங்களில் நம்பிக்கையில்லை. அது மட்டுமின்றி அப்பொழுதுதான் அவர் ஒரு க்ஷத்திரியப் பெண்ணைத் திருமணம் புரிந்து கொண்டிருந்தார். தாம் இப்பொழுது உருத்திரம்மாவை மணஞ்செய்து கொண்டால் ஆந்திரப் பேரரசிற்கே ஆட்சிப்பொறுப் பேற்க முடியும். முன்னாளில் நடுநாடு முழுமையும் ஆண்ட சாளுக்கியரின் பெருமையைப் பிறகு கர்நாடகம், ஆந்திரம் முழுமையும் வளரச்செய்து சிறப்படையச் செய்யலாம் எனும் ஆவல் தோன்றியது. எனவே அவர் வாட்போரிலும் விற்போரிலும் முயன்று உருத்திரம்மா

உருத்திரமதேவி 9

வை எதிர்த்து வென்று அவளைத் திருமணம் புரிந்து கணபதிதேவ ரின் அன்புக்குரியவரானார்.

கணபதி தேவரின் இரண்டாவது மகள் கணபாம்பிகை. அவளைத் தானிய கடக அரசரான கோட்டை பேதராயருக்குக் கொடுத்துத் திருமணம் செய்வித்திருந்தார். நமக்கு ஆண் மகவு பிறக்கும் என்னும்ஆவல் நிறைவேருமற் போன பிறகு, பேரப்பிள்ளை களாவது பிறக்கும் என்று ஆவல் கொண்டார். ஆனால் பெயரன் பிறக்கும் பேறும் அவருக்கில்லாமற் போயிற்று. உருத்திராம்பிகைக்கு ஒரு பெண் மகவு பிறந்தது. கணபாம்பிகைக்கு மகப்பேறு ஏது மின்றி பேதராயன் மாண்டான். தன் கணவனின் நாட்டைக் கணபாம்பிகையே ஆண்டு வந்தாள்.

உருத்திராம்பிகையின் சக களத்திரத்துக்கு ஹரிஹரன், முராரி தேவன் எனும் இரு குமாரர்கள் இருந்தனர். அவர்களும் வீரபத்தி ரேசருடன் கணபதி தேவரை அக்கரையுடன் பெருமதிப்பளித்து வணங்கி வந்தனர். அவ்விருவரும் போர்முறையில் சிறந்த அறிஞர் கள், அரசருக்குரிய பண்பு நலன்கள் நிறைந்தவர்கள். கணபதி தேவருக்கும் அரசப் பெருமக்களுக்கும் அவர்கள் அன்புக்குரியவர் களாக இருந்தனர். அவர்களில் ஹரிஹரன் தான் கணபதி தேவ ரின் பேரரசுக்குரிய அரசனுவான் என்று அனைவரும் கருதி யிருந்தனர். கணபதி தேவரும் அவ்வாறு எண்ணி வந்தாராயினும் வெளிப்படையாக அவ்வாறு என்றும் கூறவில்லை. அவர் அளித்த மதிப்பினுல் மட்டும் அப்படிப்பட்ட கருத்து வலுவடைந்து வந்தது.

இவ்வாறிருக்கையில் நான்காண்டுகளுக்கு முன்னர் ஒரு நிகழ்ச்சி நடந்தது. உருத்திரமதேவியின் மகள் மும்முடையம்மை மகாதேவராயரைத் திருமணம் புரிந்திருந்தாள். மகாதேவராயரும் கணபதியை மிக்க மதிப்புடன் வணங்கிப் பேரரசின் கருணைக்குரிய வராக இருந்தார். அவ்விருவருக்கும் நான்காண்டுகளுக்கு முன்னர் ஒரு மகன் பிறந்தான். அவ்வாண்மகன் ஏகசிலா நகரத்தில் பிறந் தான். பேரன் பிறந்தான் என்ற செய்தியைக் கேட்டதும் உருத் திரமதேவி தமக்கே மகன் பிறந்தது போன்று மிக்க மகிழ்வெய் தினர். உடனே இச்செய்தியை கணபதி தேவருக்குத் தெரிவித் தனர். வெளிறிப் போயிருந்த பேரரசின் முகத்தில் சென்னிறக் குருதி பாய்ந்து, தாமரை மலரைப் போன்று ஒளி வீசியது. அரச வைக் கணியர்களையும் உடற்கூற்றறிஞர்களையும் நிமித்தகர்களையும் அரசவைக்கு வரவழைத்தார்கள். கணியர்கள் இம்மகன் பேரரசனு வான் என்று இராசிச் சக்கரம் கணித்து உறுதிப்படுத்தினர்கள். அக்குழந்தையின் உடற்கூறுகளைக் கண்டு உறுப்பிலக்கண வல்லு நர்கள் அதனிடம் பேரரசருக்குரிய உடலமைப்புக்கள் உள்ளன

வென்று மேலும் உறுதிப்படுத்தினர்கள். நிமித்தகர்கள் எதிர்காலப் பேரரசர் பிறந்திருக்கிறார் என்று நிலைநாட்டினர்கள்.

கணபதி தேவருடைய ஆவல் தளிர்த்து இதயத்தில் நுழைந்தது. ஆனால் அவர் அதை வெளிப்படுத்திக் கொள்ள வில்லை. இம்மரபுக் குருத்தான இக்குழந்தை வளர்ச்சியடைந்து, உரிமையுடன் நிலைபெறும் வரை இவர் உயிர் வாழ்வாரா? முன்ன தாகத் தமது எண்ணம் வெளிப்பட்டு விட்டால் சிறு குழந்தைக்கு எத்தனை அபாயம்! ஆனால் அன்பு மகளின் பெயரன் மீது அன்பு காட்டுவது வியப்பில்லை யல்லவா? அவ்வகையிலேயே அவர் அப் பச்சிளங்குழந்தையைப் பாராட்டி வந்தார்.

பெயர் சூட்டு விழா பெருந் திருவிழாவாக நடந்தேறியது. அந் நாளில் பேரவையில் உருத்திரமதேவி ஆண் உடையணிந்து கொண்டுத் தன் கைகளில் அக்குழந்தையை ஏந்தி, "இதோ என் அருமை மகன்" எனக் கூறி, கணபதி தேவரின் அடிகளில் வைத்து வணங்கினள். பேரரசர் உளம் நிறைந்த வாழ்த்துக்களைக் கூறி பிரதாபருத்திர தேவன் என்று பெயர் சூட்ட விரும்பினர். மகா தேவராயர் "பெரும்பேறு" என்று கூறி, முத்துக்கள் பதித்த தங்கத் தாம்பாளத்தில் வைரம் பதித்த எழுத்தாணியால் அவ்விளம் பிள்ளையின் திருநாமத்தை எழுதிச் சுற்றிலும் திருவெழுத்தெழுதி ஓதினர். வெற்றி முழக்கம் விண்ணிலும் மண்ணிலும் மங்கல இசை யொலியுடன் எதிரொலித்தது.

அன்று முதல் நாள் தோறும் கணபதி தேவருக்கு அக்குழந் தையின் மீது பற்றும் பாசமும் அதிகமாகிக் கொண்டு வந்தன. அச் சிறுவனும் உருத்திராம்பிகையைத் தாயாகவும் கணபதி தேவரைத் தந்தையாகவும் கருதி வளர்ந்து வந்தான். மகாதேவராயருக்குப் பெருநில மன்னர் எனும் பெரும் பட்டப் பெயர் சூட்டிப் பேரரசர் அவரைப் பெருமைப்படுத்தினர்.

இப்பொழுது கணபதி தேவர் தமது பேரரசிற்குப் பிரதாபருத்திர தேவனுக்கு இளவரசுப் பட்டம் சூட்டவேண்டும் என்று உறுதி பூண்டார். இது வரைக்கும் ஹரிஹரன் தான் அரசனுவான் என்று அனைவரும் நினைத்திருந்தனர். இப்பொழுது மக்கள் உள்ளத்தி லிருந்து ஹரிஹரனின் உருவத்தை மாற்றி அவ்விடத்தில் பிரதாப ருத்திர தேவனின் உருவத்தை நிலைநாட்டுவது எங்ஙனம்?

முதுமை மிகுந்தது. உடல் நலம் குன்றியது. அறிவின் விளக் கமும் குறைந்து மங்கியது. இவற்றுக்கெல்லாம் துணையாக நோய் வேறு வந்து சேர்ந்தது. உயிர் வாழ்வு நெடுநாள் இராதென்ற எண்ணந் தோன்றியது. இந்நிலையில் தமது மகளின் பெயரனை எவ்வாறு அரசியலில் நிலைபெறச் செய்வது?

இச்சூழ்நிலையில் நவராத்திரி விழா நடத்த வேண்டிய நிலைமை வந்திருக்கிறது. அவ்விழா யார் கரங்களால் நடத்தப்படுகிறதோ அவர்தான் எதிர்காலப் பேரரசராவார் எனப் பேரரசரால் நியமிக்கப் பட்டவராவார்!

அதற்காகவே இந்த மகாளய அமாவாசையன்று பேரரசர் கணபதி தேவர் தமது அந்தரங்கப் பேரவையைக் கூட்டினார்.

2

இப்பேரவைக்கு முதலமைச்சர், புரோகிதர், படைத்தலைவர்கள், சிற்றரசர்கள் அனைவரும் வந்தனர். அங்கு கணபதி தேவர் பின்புறம் சாயந்திருப்பதற்கேற்ப அமைக்கப்பட்ட மஞ்சத்தில் மருத்துவர்கள் சூழ அமர்ந்திருந்தார். அவருக்குத் தென்புறமாக உயர்ந்த இருக்கையொன்றில் உருத்திரமதேவி ஆண் உடை யணிந்து அமர்ந்திருந்தார். இவர்களிருவருக்குமிடையில் வைரங்கள் பதித்த இருக்கையில் நான்கு வயதுச் சிறுவனை பிரதாபருத்திரதேவனை அமரச் செய்திருந்தார். கணபதி தேவருக்கு இடப்புறமாக வீரபத்திரேசரும், அவருக்கருகில் ஹரிஹரனும், முராரிதேவனும், அவர்கட்கும் மேற்புறமாக மகாதேவராயரும், ஜாயப நாயகரும், மற்ற அவையினரும் உற்றவிடங்களை அழகுபடுத்தி அமர்ந்திருந்தனர். எவருடனும் கலவாமல் அரசகுருவான திரு விசுவேசுவர சம்பு தேசிகர் தனிப் பெரும் இருக்கையொன்றில் அமர்ந்திருந்தார்.

மக்களின் வாழ்த்துக்களும் முடிவடைந்தன. பிற அரசர்கள் தம் பணிவுடைமையைத் தெரிவித்து முடித்தார்கள். அதன் பிறகு முதலமைச்சரான கோவிந்த நாயகர் எழுந்து அரச குருவையும் பேரரசரையும் நோக்கிக் கரங் கூப்பி வணங்கி இவ்வாறு கூட்டத்தைத் தொடக்கி வைத்தார்.

"திருவளர் பேரரசரும் மன்னர் மன்னருமான திரு கணபதி தேவரவர்கள் உடல் நலமற்றிருக்கின்றார்கள். இவ்வாண்டு நவராத்திரி விழாவிற்கு அவர்களின் பிரதிநிதியாக இருக்கத் தகுந்தவரை நியமித்து, அரசாங்கப் பொறுப்பை அவரிடம் ஒப்படைத்து, ஓய்வு பெற்று எப்பொழுதும் இறை வழிபாட்டில் காலஞ் செலுத்த உறுதி கொண்டுள்ளார்கள். இளவரசுப் பட்டத்துக்குரிய ஆட்சிப் பொறுப்பையளித்துத் தேவையானவற்றை இங்கு குழுமியிருக்கும் பெருமக்கள் முன்னிலையில் இப்பேரவையின் கருத்தையுணர பேரரசரவர்கள் ஆவலுற்றிருக்கின்றார்கள்."

தொலை நாட்டிலிருந்து வந்திருந்த பெருமக்களுக்கு இவ் வறிக்கை சற்று வியப்பளித்தது. அவர்களனைவருக்கும் ஹரிஹரன் தான் இளவரசனுவான் என்று உறுதியான எண்ணம் இருந்தது. எனவே ஏன் முதலிலேயே ஹரிஹரனின் பெயரை வெளிப்படுத்த வில்லை?

அரசரின் உறவினர்களில் பலருக்கு ஹரிஹரதேவன் இளவரச ஞவதற்கு விருப்பமில்லை. அவன் கணபதி தேவருக்கு இரத்தத் தொடர்புள்ள உறவினன் அல்லன். இதனுல் அரசரின் உறவினர் களுக்கு இவ்வகை அறிக்கை விருப்பமளிக்காது.

ஒரு கண நேரம் பேரவை அமைதியாக இருந்தது. அதற்குள் சாளுக்கிய வீரபத்திரேசர் எழுந்து பேரரசரை வணங்கி இவ்வாறு விண்ணப்பஞ் செய்தார்.

"பெருமன்னரிடம் எமக்குள்ள நிறைந்த உறவின் அடிப் படையில் நாம் முதலில் விண்ணப்பஞ் செய்வதைப் பேரவை ஒப்புக் கொள்ளுமென்று எண்ணுகின்ருேம். எமது புத்திரரான ஹரிஹர தேவர் பேரரசருக்கு அறநெறிப்படிப் பெயரராவார். மகன் என்ற கருத்தில் பேரனும் மகனைப் போன்றவன். எமது குமாரர்கள் இள மையிலிருந்தே பேரரசர்களை வணங்கி அவர்களின் அன்புக்குரிய வராகிப் பலவகைக் கல்வியையும் அவர்கள் பேரில்லத்திலேயே பயின்றிருக்கிருர்கள். எல்லா வகைகளிலும் ஹரிஹரதேவரே இள வரசப் பட்டத்தினைப் பேரரசரவர்களின் அருளால் பெறுவதற்குரிய ராவார் என்று பேரவைப் பெருந்தகையோர் முன்னிலையில் தேவர் களுக்கு விண்ணப்பித்துக் கொள்கின்ருேம். இவ்வகையில் இதற்கு மாறுபட்ட எண்ணம் இராதென்று நம்புகின்ருேம்."

வீரபத்திர மன்னரின் சொற்களைக் கேட்டு அவை முழுவதும் அசைவற்று அமைதியுடன் இருந்தது. அவர் ஆற்றிய உரை அற வுரை யாகாதென்று மறுப்புரை கூற எவருக்கும் இயலவில்லை. பிர தாபருத்திரதேவன் பிறக்கும் வரையிலும் எதிர்கால பேரரசனுக ஹரிஹரதேவன் தான் ஆவான் என்று அமைச்சர், சிற்றரசர் குழு வினர் நினைத்திருந்தது உண்மையே. ஆனுல் மும்முடை குமாரன் பிறந்ததற்குப் பிறகு கணபதி தேவரின் உள்ளத்தில் ஏற்பட்டிருந்த மாற்றம் பேரவைப் பெருமக்களுக்குத் தெரியாது. ஆயினும் பேரரச ரின் உள்ளுணர்வை இம்பேரவையில் எவ்வாறு உணர்விக்க முடி யும்? இதற்கு வாய்ப்பில்லாமல் இவருக்கு முன்னதாகவே வீரபத்தி ரேசர் அற நெறிபற்றி அறிவித்துவிட்டமையால் அவருடைய முயற்சி மேலும் சிக்கலானதாகிவிட்டது. பிரதாபருத்திர தேவரின் வாரி சுரிமை அற நெறிப்படி முறையானதென்று எவ்வாறு மெய்ப்பிக்க முடியும்? பெயர்த்தியின் மகனுக்கு எங்காவது பங்குரிமை இருக்கு மா? அப்படிப்பட்டவனை அறநெறிகள் உயிர் உறவினன் என்ருகிலும்

எடுத்துக் காட்ட இயலுமா? பெருமக்கள் ஒருவர் முகத்தை ஒருவர் பார்த்துக் கொண்டனர்.

பய்யன நாயகர் முதலமைச்சரான கோவிந்த நாயகரை நோக்கி, மற்றொரு செயலாளரான தாமன நாயகரையும் பார்த்தார். தாமன நாயகர் மகாதேவராயர் பக்கம் ஆர்வத்துடன் பார்வையைச் செலுத்தினர்.

மகாதேவராயர் வெறும் வாள் வீரர்தான். செயலாற்றுந் திறனற்றவர். அவர் குரல் சற்று வலிமையுள்ளதாகவும், தெளிவாகவும் இருக்கும். இந்த வலிமைத் தன்மையிலும் சற்றுக் கவர்ச்சி இருக்கச் செய்தது. அவர் உள்ளத்திலிருந்த உள்ளுணர்ச்சி வியப்பானதோர் அச்சமின்மையை அவருக்கு உண்டாக்கியது. மகாதேவராயர் எழுந்து நின்றார். நின்றதும் முதலில் விசுவேசுவர சம்புஅவர்களுக்கு வணக்கம் செலுத்திப் பிறகு கணபதி தேவருக்கும் பேரவைக்கும் வணக்கம் கூறினர். தொடர்ந்து பெரும்பாலே ரைக் கவரும் வண்ணமாக இவ்வாறு சொற்பொழிவாற்றினர்.

"திருவளர் அரசர்க்கரசான பேரரசர் திரு கணபதிச் சக்கரவர்த்தி அவர்களுக்கு ஆருயிர் மகளான திருமதி உருத்திராம்பிகையாரிடம் எமக்குள்ள அண்மை உறவைப் பிணித்துக் கொண்டு யாம் இப் பேரவையின் கண் செய்யவிற்கும் விண்ணப்பம் ஒன்றுண்டு. போற்றற்குரிய எமது நெருங்கிய உறவினரான திரு வீரபத்திர மன்னர் அவர்கள் ஆற்றிய உரை சிறப்பிற்குரியதே. திரு ஹரிஹர தேவராயர்கள் எமக்கு மிகவும் விருப்பத்துக்குரியராவார். எமது மகனை திரு பிரதாபருத்திர தேவரவர்களை ஒருமுறை நோக்குங்கள்! அவர் உருத்திராம்பிகையின் பெயரன் எனப்படுவதேன்? பிறந்ததிலிருந்து உருத்திராம்பிகையவர்கள் தமது வளர்ப்புப்பிள்ளையாகக் கொண்டுத் தமது சொந்த மகனுகவே வளர்த்து வருகிறார்கள். தேவரவர்கள் புத்திரப் பேறற்றவரான நிலையைப் பெற்றுவிட்டார்கள். அதனுல் பிரதாபருத்திர தேவ மன்னர் மன்னரான பேரரசர்களுக்கு இரத்த உறவுள்ள பெயரராகவும் நெருங்கிய வாரிசாகவும் இருக்கின்றார். பேரரசர்க்குரிய நல்லமைப்புகளையும் நல்லியல்புகளையும் ஜோதிடர்களும் உடற்கூற்றறிஞர்களும் நிமித்தகர்களும் இவர் பிறந்தபொழுதே. பெருமக்கள் முன்னிலையில் உறுதி படுத்தியுள்ளார்கள். தேவரவர்களுக்கு வலப்பக்கமாகத் தென்புறத்தில் திருவென அமர்ந்திருக்கும் வாய்ப்பினுல் பிரதாபருத்திர தேவரே இளவரசர் பதவிக் குரியவர் என்பது மெய்ப்பிக்கப் படுகின்றது என விண்ணப்பித்துக் கொள்கின்றோம்.

இவ்வளவு சிறப்பாக அவர் பேசியது பலருக்கு வியப்பாக இருந்தது. இவை மகாதேவராயரின் பேச்சுதானு? அவர் வார்த்தைகளைக் கேட்ட அவையோரின் முகங்களில் அமைதி குறைந்துச்சற்றுக்

குழப்பந் தோன்றியது. இருக்கைகளை அமைத்த முறையில் ஹரி ஹரதேவனைத் தொலைவில் உட்காரும்படிச்செய்து பிரதாபருத்திர தேவனைப் பேரரசருக்கு அண்மையில் அமரச் செய்ததில் உட்பொரு ளிருப்பதாகத் தோன்றியது.

சாளுக்கிய வீரபத்திரேசர் பின்வருமாறு உரையாற்றினர். அவ ருடைய முகத்திலோ குரலிலோ எவ்வகையான குழப்பமும் விரை வும் தோன்றவில்லை. மிகவும் அமைதியாகக் காணப்பட்டார்.

"பெண்கள் தமது கணவனுக்கு மகப்பேறிருக்கும் போது வளர்ப்புமகனைத் தேர்ந்தெடுப்பது பற்றி யாம் எங்ஙனும் அறநெறி யாளர்களால் கூறக் கேட்டறியோம். இன்று எமது உறவினர் மகா தேவராயரவர்கள் சிறந்த அறத்தைப் பற்றி உரையாற்றினர்கள். எமது பெயரர் பிரதாபருத்திரதேவர் திரு கணபதி தேவருடைய பெயர ரென்பது எவ்வாறு? இதற்கு பேரரசரும் அறத்தை நிலை நாட்டும் பேரவையினரும் ஒப்புதல் கூறுவீர்களா?"

பேரரசர் ஏதும் பேசவில்லை. தலைமை அமைச்சர் திரு கோவிந்த நாயகர் அவையோரின் கருத்தைத் தெரிவிக்குமாறு வேண்டிக் கொண்டார்.

கோட்டை கேதராயர் வீரபத்திரேசரின் பேச்சுக்களை வலி யுறுத்திப் பேசினர். இவர் கணபதி தேவரின் உடன் பிறந்தாள் மகளின் கணவராவார். தரணி கோட்டைக்கு மன்னர். புத்த மதப்பற்றுடையவர். இவ்வாறே இரேசர்ல கணிபிரெட்டியும் சாமி ரெட்டியும் வீரபத்திரமன்னரின் வாதத்தை வலியுறுத்தினர். இவ் வாறு ரெட்டியரசர்களும் கணபதி தேவர் தேவகிரிச் சிறைக் கூடத் திலிருந்து வந்தபொழுது அநுமகொண்டா அரசைக்காத்துப் பேரரச ரிடம் ஒப்படைத்துக் காகதீயரசினைக் காத்த வீரரெனச் சிறப்புப் பெயர் பெற்ற புகழ் வாய்ந்த உருத்திர சேனன் வழிவந்தவர்கள். அவர்களுக்கு இப் பேரவையில் தனிச் சிறப்பிருந்தது.

தலைமையமைச்சர்களான பய்யன நாயகர், பேசய்ய நாயகர், திக்கசமூபதி, புரோலரௌது, சிவிரி அமைச்சர் அன்னையா, பர்வத நாயகர், ஆதிதம்மையா, வல்ல நாயகர், மற்றுஞ்சிலர் மகாதேவ ராயர் சார்பாக வாதித்தனர்.

அதற்குப் பிறகு வீரபல்லட தேசிகர் எனும் சமண அடிகளார் இவ்வாறு உரையாற்றினர்.

"இவ்விருவர் பக்கலிலும் பலர் பேசினீர்கள். ஆனால் திரு வீரபத்திரேசர் ஆற்றிய உரைகளைக் குறை கூறியவர் எவரும் இலர். திரு ஹரிஹர தேவராயரவர்கள் பேரரசரான திரு கணபதி தேவர வர்களுக்கு அறநூலின்படிப் பெயராவார். எனவே முதன்மையான உரிமையுள்ளவராவார். திரு உருத்திரமதேவி அவரைவிட

நெருங்கியவராயினும் ஆண்மையற்ற பெண் மகளுக்கு வரசாட்சிப் பொறுப்புரிமை இல்லையாதலால் அவருடைய மூதன் மகனுன திரு ஹரிஹர தேவரே இளவரசப் பட்டத்துக்குத் தகுதியுள்ளவராவார் என்பதில் எமக்கேதும் ஐயப்பாடில்லை. திரு பிரதாபருத்திர தேவ ரிடம் திரு கணபதி தேவரவர்கள் தமக்கு இரத்த உறவு என்ற முறையில் மகப் பேறில்லாமையால் அன்பு செலுத்தி வளர்ப்பது இயல்பு. ஆனுல் அரசுரிமையை வழங்கும் செயல் வெறும் உள்ளத் தாவலினுல் செய்வதாகுமே யன்றி அறமுறையின் முடிவாகச் செய்வ தாகாது. அன்புப் பிணைப்புகளை நீக்கிப் பேரரசர் அறநெறிப் பண் பினுல் கட்டுண்டவராகி இருப்பதே அரசரின் நெறி''.

இவ்வளவு தெளிவாக அச்சமண முனிவர் விளக்கியமையால் மகாதேவராயர் முகம் சினத்தால் சிவந்தது- உடல் முழுமையும் சிலிர்த்தது. ஏதோ பேசவேண்டுமென விரும்பினுராயினும் வாய்ச் சொல் வெளிப்படவில்லை.

தலைமை அமைச்சர் திரு கோவிந்த நாயகர் சமண முனிவரின் சொற்களிலுள்ள நுண்மையை உணர்ந்தார். ஆனுல் அவருடைய சொல் வேகத்தைப் பொறுக்க வியலாமற்போனுர். பய்யனநாயகர், பர்வதநாயகர், ஆதிதம்மையா, வல்லநாயகர் ஆகியோர் வெகுண்டு தம்மையறியாமலே உரைகளிலிருந்த தமது வாட்களைக் கையிலேந்தி எழுந்திருக்க நேர்ந்த பிறகுதான் தாம் அரசரின் அவையிலிருக்கின்ற நினைவு வந்து, முயன்று கரங்களைத் தாழ்த்தித் திரு கணபதி தேவரவர்கள் பக்கமும் உருத்திரமதேவி பக்கலும் நோக்கி வணங்கி நின்றனர்.

உருத்திராம்பிகைக்கு ஒருபுறம் கணவர்பாலும் மற்ருருபுறம் தமது பெயரனுக்கென வாதிக்கும் மருமகன் புறமும் எண்ணம்! ஒரு புறம் தன்மானம், இன்னெரு புறம் அன்பு. இவ்விரு எண்ணம் அவர் இதயத்தில் பெரும் போரிட்டுக் கொண்டிருந்தன. ஆயினும் அவர் உள்ளத்தெழுச்சிகளைப் பொங்கி வழிய விடாமல் இருக்கப் பயிற்சியடைந்திருந்தமையால் அமைதியாக புன்னகையுடன் கூடிய முகத்துடன் நிம்மதியாக அமர்ந்திருந்தார்.

வயதானமை, நோயுற்றமை ஆகியவற்ருல் கணபதி தேவர் மட்டும் இதயத்தில் ஏற்படும் உள்ளக் கிளர்ச்சியைக் கட்டுப்படுத்த இயலாதவராகிவிட்டார். அவர் முகத்தில் குருதி நிறைந்தோடியது அதனுல் உடல்நிலை கொள்ளாமல் தள்ளாடியது. அருகிலிருந்த மருத்துவர்கள் மருந்தொன்றைக் குடிப்பித்தார்கள். ஆயினும் அவருடைய கண்கள் சென்னிறத் தீப்பிழம்பு போன்று கனல் வீசிக் கொண்டிருந்தன.

செயலாளரான தாமனுமாத்தியர் அவையின் நிலைமையை உள்ளுணர்ந்தவாறு தெரிந்து இவ்வாறு கூறினுர்.

"திருவீர பல்லட தேசிகரவர்களும் போற்றற்குரியவர் தாம். ஆனால் இப்பேரவையில் திரு விசுவேசுவர சம்பு தேவரவர்களும் மற்றும் பல பெரியோர்களும் இருக்கையில் அவர் ஒருவர் மட்டும் அறநெறியெனக் கூறிய கடுஞ் சொற்களைப் பொறுத்துக் கொள்வது கடினமானதாகத் தோன்றுகின்றது."

இவ்வாறுரைத்த அவர் திரு அரசகுருவையும் சிறப்பு வரவேற்பினால் வருகை தந்திருந்த அறிஞர் பெருமக்களையும் பார்த்து நின்றார்.

அதன்பிறகு பேரமைச்சரான கோவிந்த நாயகர், பய்யன நாயகர், திக்கசமூபதி, மேசய்ய நாயகர் ஆகியோர் வெவ்வேறு வகையாக வீரபல்லடதேசிகரின் உரையாடலைக் கண்டித்தனர். கணபதிதேவப் பேரரசர் அமைதியாகப் பெருமூச்செறிந்தார்.

பேரமைச்சர்களும் வலிமைமிக்க மற்ற அவையோர் பலரும் உள்ளூர மகாதேவராயர் சார்புடையவர்களென வீரபத்திரேசருக்குப் புலப்பட்டது. அவருக்கு அது சினமூட்டியதால் அவர் பொறுக்கவியலாமல் இவ்வாறுரைத்தார்-

"திரு வீரபல்லட தேசிகரின் அறவழிப்பாடு நாம் அனைவரும் உணர்ந்ததாகும். அவருடைய சொற்கள் கடுமையாக உள்ளன என இத்தனை பேரும் கருதுகின்றனர். ஆனால் அவர் ஆற்றிய அறநெறி முடிவை மறுத்துரைத்தார் எவரும் இவ் அவையில் இலர். அறம் ஒவ்வோர் இடத்தில் வாளைப்போலக்கடுமையானதாகும் என்று அறமுணர்ந்தோர் அறியாததன்று. செயலாளரான திரு தாமன மாத்தியர் இவ் அவையில் அறமுணர்ந்தோர் திரு வீரபல்லட தேசிகர் ஒருவர் மட்டுமல்லர் என்று நினைவூட்டினார்கள். உண்மை! அரசகுரு திரு விசுவேசுவரசம்பு தேசிகரவர்கள் நம் கண் முன்னிலையில் இருக்கையில், அவர்களின் முடிவாகிலும் இந்த அவையினருக்கும் பேரரசரவர்களுக்கும் விருப்பமானதாக இராதா? இந்த நிலைமையில் அறத்தின் நேர்மையான தீர்ப்பு கூற இந்த அவையினர் சார்பாக திரு விசுவேசுவரசம்பு தேசிகரவர்களை வணங்கி வேண்டுகின்றோம்."

இதனால் அவை முழுதும் பேச்சற்றுப் போயிற்று. அவர் எவ்வகையான விளைவைக் கூறுவார் என்று அவையினர் அனைவரும் ஐயமும் அச்சமும் நிறைந்து கேட்கலாயினர்.

திரு விசுவேசுவரசம்பு அவர்களுக்குச் சோழ மாளவ அரசர்கள் மாணக்கர்கள் ஆவர். அப்பெருமகனார் கலசூரி அரசருக்குத் தீட்சை செய்வித்த குருவுமாவார். திரு கணபதி தேவர் அத்தேவமுனிவரை உண்மையில் ஜனகராகவே கருதித் தந்தையைப் போன்று பேணி வந்தார். அவருக்கு வெலநாட்டுப் பகுதியில் கண்டீரவாடி

ஊரை உறைவிடமாக வழங்கியிருந்தார். அவர் அங்கு தவம் புரிந்து மாணுக்கர்களுக்குக் கல்வி அறிவு புகட்டியும், பயில்பவர்களுக்கும் கவிஞர்களுக்கும் அறிஞர்களுக்கும் உணவு அளித்தும், நால் வகை இனத்தவர்க்குமட்டுமின்றி மற்ற வகுப்பினர்களுக்கும் அன்ன மளித்தும் காலத்தைக் கழித்து வந்தார். அவர் அமைதி நிறைந் தவர். பொறுமை மிகுந்தவர்; அவர் தூர்ஜடி முனிவரை எப் பொழுதும் வழிபட்டுவந்தார். மறை நூல்களைப் பெரிதும் கற்றுணர்ந் தவர்; அற நெறியிற் சிறந்தவர். இந்த நவராத்திரி விழாவை முறைப்படி நடத்துவதற்கென திரு கணபதிதேவரின் சிறப்பழைப் பிற்கிசைந்து தலைநகரத்திற்கு வருகை தந்துள்ளார்.

அவருடைய தலையில் திகழும் நரைமுடி-தலையில் அணிந்த மகுடம் போன்று ஒளி வீசிக்கொண்டிருந்தது. தாமரைபோன்ற முகத்தில் புன்னகை தவழ்ந்து கொண்டிருந்தது. முத்துமணிகள் தோள்களின் மீது படிந்தவாறு கதிரவனும் வெண்மதியும் தரும் சாயலைப் போன்று மிளிர்ந்தன. அவருடைய பரந்த மார்பில் பொன் ஞல் பிணைக்கப்பட்ட உருத்திராட்ச மாலையும் படிகமணி மாலையும் வைரமணிமாலையும் பேரொளி வீசிக்கொண்டிருந்தன. அவர் முக் காலமும் உணர்ந்தவர். உயர்ந்து பரந்துள்ள அவருடைய உடல் தாமரை மலரைப் போன்ற நிறத்துடன் விளங்கியது.

திரு வீரபத்திரேசர் அவரை அறமுரைக்கும் வண்ணம் வேண் டிக்கொண்டதும் அமைதியுடனிருந்த அப்பேரவையில் ஒருபுறம் சற்று விழிப்புணர்வு தோன்றியது. அரசகுரு உடனடியாகப் பதிலு ரை கூறவில்லை. சற்றுநேரம் அவர் உள்ளத்தினூடே ஏதோ ஆழ்ந்து சிந்தனை செய்தவாறு அமைதியாகக் காட்சியளித்தார். அதன் பிறகு அவர் வைரக்காப்புடன் அழகு மிளிரும் தமது வலக் கரத்தை உயர்த்தி வாழ்த்தினர். உடனே பேரவை மீண்டும் அமைதியாகிவிட்டது. சிறு பேச்சரவமும் அடங்கிவிட்டது. கணீ ரென்ற எடுப்பான குரலில் அவர் இவ்வாறு கூறலானர்:

''யாம் அமைதியாக இருந்து இப்பேரவையைக்கண்டு புத்திரப் பேறற்ற திரு கணபதிதேவப் பேரரசரையும் இளவரசப்பட்டத்திற் குரியவரையும் வாழ்த்திச் செல்லக் கருதியிருந்தோம். யாம் இவ் வாறென்று முடிவுசெய்ய விரும்பவில்லை, ஆனல் சிவபெருமான் கட்டளையாக, திரு வீரபத்திரமன்னர் எம் பெயரைக் கூறி முடிவு செய்யுமாறு வேண்டிக் கொண்டிருக்கிறர். எனவே யாம் இனி பேசாமலிருப்பது அறத்திற்கே இழுக்காகும்.

''இது அரசரின் உறவினர்களுக்கும், தலைமையமைச்சர்களுக் கும், சேனைத் தலைவர்களுக்கும், சிற்றரசர்களுக்கும் கருத்து வேற்று மை கொள்ள ஏற்ற நேரமன்று. காலநெறியே சிறப்பானதாகும்! அதிலும் மிகவும் நுண்மையானதுமாகும்!''

"இந்தப்புறம் வீரபத்திர அரசரும் மறுபுறம் திரு மகாதேவராயரும் திரு உருத்திரமதேவியிடமல்லவா மிக்க பற்றுள்ளவர்களாகத் தெரிவித்திருக்கின்றூர்கள்! கல்வியனைத்தும் பயின்று வீரஉருவத்துடன் நம் கண்முன்னர் சிங்க ஏறுவைப் போன்று வீறு கொண்டு அழகு செய்யும் திரு கணபதி தேவரின் வலப்புறமாக உள்ள திருமதி உருத்திரமதேவி திரு உருத்திரதேவப் பேரரசரைப் போன்ற தோற்றத்துடன் எமது கண்களுக்குப் பொலிவுற்றிருக்கிறூர். இப் பேரவையோருக்குஇது ஏன் தெரியாமற் போனதோ அறியேன்!"

வெளிறிப் போயிருந்த திரு கணபதி தேவப் பேரரசரின் முகத்திலிருந்து இமயமலையிற்றேன்றிய இளம்பிறை யொப்பப் புன்னகை மலர்ந்தது.

"அரசகுரு அவர்களின் கட்டளை சிவன் கட்டளை!"

கிழச்சிங்கத்தின் குரலொலி போன்று திரு கணபதி தேவரவர்களின் குரலொலி அவை முழுவதும் தெளிவாகக் கேட்டது.

அடுத்த கணம் கட்டியங் கூறுவோரின் ஒருமித்த குரல்களுடன், இளவரசர்கள், அமைச்சர்களின் குரல்களும் சேர்ந்து, "வெற்றி, உருத்திரதேவப் பேரரசருக்கு வெற்றி!" என்று வெற்றி முழக்கமாக முழங்கின.

திரு உருத்திரதேவப் பேரரசர் வீர உணர்ச்சியுடன் எழுந்து நின்றூர். முதலில் அரசகுருவையும் பிறகு பேரரசரையும் அடி பணிந்து வணங்க, அவர்கள் வாழ்த்துக்கள் கூறினர். பிறகு அவ் வம்மையார் வீரபத்திர அரசரின் இருக்கைக்கருகில் செல்லவும் அவர் எழுந்து நின்றூர். அவ்வம்மையார் உளமாறத் தமது கணவரின் திருவடிகளில் வீழ்ந்து வணங்கவும், அவர் கடுஞ்சினத்துடன் வாழ்த்துக் கூறினூர். பின்னர் அவ்வம்மையார் தமது அம்மானுகிய ஜாயப நாயகரின் அடிகளில் விழுந்து வணங்கவும் அவர் மிக்க பரிவுடன் வாழ்த்தினூர்.

அரசவைப் புரோகிதர் இதற்கிடையில் பொன்மணிகளான மங்கல அரிசியைப் பகிர்ந்து வைத்தார். திரு உருத்திரதேவப் பேரரசர் தலைகுனிந்து நின்றவாறு அவையோரை நோக்கி வணங்கினூர், மறையோர் வாழ்த்தொலி முழங்கினர். அரசவைப் புரோகிதர் வாழ்த்துரை கூறுகையில் அவையோர் 'அவ்வாருகுக' வெனக் கூறி மங்கலவரிசியை திரு உருத்திரதேவப் பேரரசர் மீது இறைத்தனர். ஆனூல் திரு வீரபத்திர மன்னருடைய மங்கலவரிசியும் திரு வீரபல்லட தேசிகரின் மங்கலவரிசியும் அவ்வம்மையார் மீது விழவில்லை.

தலைமைப் பேரமைச்சர் திரு கோவிந்தநாயகரும் திரு பய்யன நாயகரும் கணியரையும் அரசவைப் புரோகிதரையும் கலந்து

கொண்டு அரசகுருவிடமும் பேரரசரிடமும் சற்றுநேரம் கலந்து பேசினர். அதன் பிறகு கோவிந்த நாயகர் பேரரசரின் அறிக்கையை இவ்வாறு வெளியிட்டார்.

"நாளையிலிருந்து திரு கணபதி தேவப் பேரரசருக்குப் பதிலாக, திரு உருத்திரமதேவியாரே மாரிக்கால நவராத்திரி விழாவை நடத்தி விஜயதசமி நாளன்றுஇளவரசப்பட்டத்தைப் பெறுவார்கள். அன்று மாலை சிற்றரசர்களும், குறுநில மன்னர்களும், படைத்தலைவர்களும் இளவரசுப்பட்டஞ்சூட்டு விழாவிற்கு வருகை தந்து சிறப்பிக்க வேண்டுமெனப் பெரியோர்களால் முடிவு செய்யப்பட்டிருக்கின்றதெனப் பேரரசரவர்கள் அறிவிக்கின்றார்கள்."

"சிவன் ஆணை!" என்று அரசகுரு பரமசிவனைப் பரவினார்.

உடனே, பேரரசின் ஆணையுடன் புறவாயிலில் கூடியிருந்த மக்கள் கூட்டத்தில் இச்செய்தியை அரசவைத் தூதுவர் மிக்க மகிழ்வுடன் அறிவித்தார். அரண்மனை வாயிலில் மக்களின் வாழ்த்தொலி வானைப் பிளந்தது. வைகறையிலிருந்து தன்னை மறைத்துக் கொண்டிருந்த மேகத் திரையைக் கிழித்துக் கொண்டு வெங்கதிரோன் மிக்க ஒளியுடன் மிளிர்ந்தான்.

விரைவில் அரசரின் அறிக்கையை அறிவிப்பாளர்கள் ஏகசிலா நகரத்தின் ஒவ்வொரு வாடையிலும் தெருத் தெருவிலும் அறிவித்தனர். சிற்றரசர்கள் அனைவரும் முறைப்படி விஜயதசமிக்கு முன்னதாகவே தலைநகரத்திற்கு வந்துவிடவேண்டும் என்னும் அறிவிப்பையும் வரவேற்பிதழ்களையும் விரைவுச் செய்தியாளர்களான குதிரை வீரர்கள் பெற்றுக் கொண்டு சென்றனர்.

அவையோரனைவரும் திரு விசுவேசுவரசம்பு தேசிகரின் அறமுணர்த்திய திறத்தை ஆயிரமாயிரம் நாவால் புகழ்ந்து பேசினர். பரமசிவனின் அருள் பெற்றவர்க்கல்லாது சித்தர்களின் வாக்குக் கிடைக்குமா? எத்தனை நூல்களைப் புரட்டிப் பார்த்தும் பயன்யாது? குருபெருமான் எவ்வளவு நன்றாகச் சிக்கலைத் தீர்த்து வைத்துவிட்டார்?

இப்பெருங்களிப்பில் வீரபத்திரஅரசரும் ஹரிஹரதேவராயரும் மகாதேவராயரும் என்ன நினைத்துக் கொண்டார்களென்று கூட நோக்குவாரின்றிப் போயினர். திரு வீரபல்லட தேசிகரின் முகம் சிறுத்தது. அப்பேரவையில் அவர் வாயடைத்துப் போய் ஓவியக் காட்சியில் உள்ள சிலைபோன்று நின்றுவிட்டார்.

3

பேரவை முடிவடைந்ததும் உருத்திரமதேவி தமது அரச மகளிர் உறைவிடத்திற்குப் புறப்படலானார். வழி முழுவதும் அனை வரும், ''திரு உருத்திரதேவப் பேரரசருக்கு வெற்றி!'' என்று அவ் வம்மையாரை வெற்றி முழக்கமிட்டு வாழ்த்திக் கொண்டிருந்தனர். அவ்வம்மையார் பணிவுடன் தலைதாழ்த்தி அவர்களின் வாழ்த் துக்களை ஏற்றுக் கொண்டு, கண்களில் புன்னகை பூரிப்புத் தோன்ற வெண்ணிலவின் தண்மையைப் போன்று விளங்கினார். அம்மை யார் தமது உறைவிடத்தைச் சேர்ந்ததும் பாதுகாப்பாளர்கள் வெற்றி முழக்கமிட்டு வாழ்த்தினர். பணியாளர்களும் பணிமகளிரும் வயது மிகுந்த மூதாட்டியரும் அவ்வம்மையாரைச் சுற்றிச் சூழ்ந்துகொண்டு அன்பின் மிகுதியால் அவரைப் பலவாறு வாயாற வாழ்த்தினர். அவர் மிக்க அமைதியுடன் அனைவரின் வாழ்த்துக்களையும் அன் போடு ஏற்றுக்கொண்டிருந்தார். இவ்வோசை இருள் படரும் வரைக்கும் குறையவில்லை.

விளக்கு வைக்கும் நேரமாயிற்று. அப்போது அவ்வம்மையார் தமது தனிப்புற இருப்பிடத்திற்கு ஓய்வெடுத்துக் கொள்ளச் சென்றார். பணிப்பெண் ஒருத்தி அவ்வம்மை அணிந்திருந்த ஆண் உடைகளைக் கழற்றி பெண்மைக்குரிய மேலாடையை அணிவித்துச் சென்றாள்.

இப்பொழுது உருத்திரமதேவி உருமாறிவிட்டார் அர சவையின் வீரப் பெருமக்களிடையில் பெருவீரனைப் போன்று காட்சி யளித்தவரா இவர்? மாற்றுடையால் இயல்பும் மாறிவிடுமா? இப் பொழுது அவ்வம்மை தமது கிடக்கையில் மென்மையாகச் சாய்ந் தார். அங்கு அவருடைய தனிச் செயலாளரான உருவாம்பிகை மட்டுமே இருந்தாள்,

உருத்திரமதேவியை அன்று அனைவரும் வாழ்த்தியிருந்தனர். ஆனால் அவருடைய தனிச் செயலாளரான உருவாம்பிகை மட்டும் வாழ்த்தேதும் கூறவில்லை. அவள் பதினாறாண்டு நிறைந்த இள மங்கை. முழு இளமைப் பருவத்தினளாதலின் அவள் முகத்தில் சிறப் பானதொரு முழுமை அரும்பியிருந்தது. அவள் இளமையிலேயே தாய் இழந்தவள். அத்தாயின் தந்தையார் உருத்திரமதேவிக்கு விற்போர்க்கலை பயிற்றுவித்த ஆசிரியர். இரண்டாண்டுகளுக்கு முன்னர்தான் அப்பெண்ணுக்கு உதவியற்றநிலை ஏற்பட்டது. உருத்திரமதேவிக்கு இது தெரிய வந்ததும் தந்தையின் ஒப்புத

லுடன் அவளைத் தமது வளர்ப்பு மகளாகக் காத்து வந்தார். அன்று முதல் அவளைத் தமது மகளினும் மேலாக அன்புடன் வளர்த்து வந்தார். சில காலத்துக்கெல்லாம் அப்பெண்ணின் தந்தையும் இயற்கையெய்திவிடவே, அவர்களின் அன்புப் பிணைப்பு மேலும் வலிமையடைந்தது. அவ்வந்தணர் குலப்பெண்ணுக்கு உருத்திரமதேவியே தாயும் தந்தையுமானார். அவர்களிடையிலுள்ள தொடர்பு தாய்க்கும் மகளுக்கும் உள்ளதைப் போன்றாகும். உருவாம்பிகை நுண்ணிய அறிவுத் திறனுள்ளவளாகையால் எல்லாக் கல்வியையும் விரைவில் கற்றுணர்ந்ததுடன் உருத்திரமதேவியிடமும் அரச மகளிர் உறைவிட மக்கள் அனைவரிடத்திலும் அன்புக்குரியவளானாள்.

உருத்திரமதேவி சாய்ந்திருந்த படுக்கையின் அருகிலிருந்த இருக்கையில் அமர்ந்தவாறு உருவாம்பிகை உருத்திரமதேவியைக் கூர்ந்து நோக்கியவாறிருந்தாள். உருத்திரமதேவி கண்களை மூடியவாறிருந்தார். ஆனால் மூடியிருந்த கண்களினூடே உருவாம்பிகையின் பார்வையொளி ஊடுருவியது போன்றிருந்தது.

உருத்திரமதேவியின் உதடுகளசைந்தன. கண்கள் மட்டும் இன்னும் மூடியவாறிருந்தன.

"அம்மா, நீ ஏன் எனக்கு வெற்றி வாழ்த்துக்கள் கூறவில்லை?'

"எல்லாரும் கூறினார்களல்லவா, அம்மா?"

'"அம்மா, எனக்கு ஏனோ மகிழ்ச்சியே இல்லை!"

"உங்களுக்கு மகிழ்ச்சியில்லாத போது நான் எப்படி வெற்றி வாழ்த்துக் கூற முடியும், அம்மா?"

"என்னை ஒரு முறை அணைத்துக் கொள்!"

உருவாம்பிகை உருத்திரமதேவியின் உயர்ந்த மார்பகத்தில் தன் தலையைப் புதைத்து இரண்டு கைகளாலும் அவர் தலையை அணைத்தாள்.

"அம்மா கண்ணீர் விடாதீர்கள், நான் பொறுக்க மாட்டேன்!"

உருத்திரமதேவி மெதுவாகத் தம் கண்ணிமைகளிலுள்ள நீர் முத்துக்களைத் துடைத்து விட்டுக் கண்களைத் திறந்தார். மீண்டும் உருவாம்பிகை கேட்டாள்.

"அம்மா, உங்கள் இதயம் ஏன் இப்படி நீரலை போன்று துடித்துக் கொண்டிருக்கிறது?"

"நடந்ததெல்லாம் உனக்குத் தெரியுமல்லவா?

"அரசியாரின் அரண்மனைப் பலகணியின் வழியாகப் பேரவையில் நடந்தவற்றையெல்லாம் அக்கறையோடு பார்த்தேன்."

"காமசானி உன்பக்கத்திலிருந்தாளா?"

"இருந்தாள். விசுவேசுவர சம்பு தேசிகர் பேசும் வரைக்கும் காமசானிக்கும் எனக்கும் இதயம் துடித்துக் கொண்டிருந்தது. அவருடைய பேச்சைக் கேட்ட பிறகு தான் அந்தக் கிழவி காமசானியின் முகத்தில் மலர்ச்சி ஏற்பட்டது. அப்பொழுதுதான் அவள் இளமையில் எவ்வளவு அழகாக இருந்திருப்பாள் என்பதைச் சற்று உணர முடிந்தது."

"அம்மா, உனக்கு எப்படியிருந்தது?"

"ஏனம்மா, என் வாயால் சொல்லவேண்டும்? நீங்கள் உணர்ந்து கொள்ளவில்லையா, அம்மா?"

"இல்லை, உன் நாவால் கேட்கவேண்டுமம்மா!"

"ஆனால் சரி, விசுவேசுவர சம்பு அவர்களின் சொல்லைக் கேட்டதுமே என் இதயம் அமைதியடைந்தது. சற்று நேரம் திகைத்துப் போனேன். பிறகு அந்தணர்கள் வாழ்த்தியுரைத்த இறைவன் வழி பாட்டுடன் என் உடல் முழுமையும் புல்லரித்துப் போனது அம்மா. ஆயினும் வீரபத்திர அரசருடைய மங்கலவரிசி உங்கள் திருமுடியில் விழுந்திருந்தால் எனக்கு மகிழ்ச்சியளித்திருக்கும்!"

"அம்மா அதுவும் உன் கண்களில் பட்டதா?"

"காமசானி கண்களுக்கும் பட்டது. அவளுக்குச் சினமிகுதியால் உடல் நடுங்கியது."

"ஆனால், உனக்கு?"

"ஏனம்மா, இவ்வளவு அழுத்தமாக என் வாயால் வரவழைக்கின்றீர்கள்? எனக்கு அச்சத்தால் இதயம் நடுங்கியது."

"காமசானியை ஒரு முறை அழைக்கின்றாயா?"

உருவாம்பிகை விரைந்தோடி காமசானியை அழைத்து வந்தாள்.

காமசானி எண்பது வயதுக் கிழவி. அவள் உருத்திரமதேவியின் தாயான நாராம்பிகை, பேராம்பிகையுடன் கிருஷ்ணா நதிக் கழிமுகத்திலிருக்கும் கொய்யூரிலிருந்து பணிப்பெண்ணாக வந்தவள். நாராம்பிகை, பேராம்பிகைக்கு ஜாயப நாயகர் உடன் பிறந்தவர். அவர்களுடைய தந்தை சின்ன சோட்டி நாயகர் கொய்யூர் அரசராக இருந்தபொழுது கணபதி தேவர் நாற்றிசை வெற்றிப் புறப்பாட்டில் அவரை வென்று, இரு மகளிரையும் திருமணம் புரிந்து கொண்டு, ஜாயப நாயகருக்குத் தமது வேழப் படையின் தலைமைப் பொறுப்பைக் கொடுத்தார். பேராம்பிகையைச் சோமம்மாள் என்றும் அழைப்பர்.

காமசானிதான் உருத்திரமதேவியின் பணிமகள். அவளுடல் தோல் பழுத்துலர்ந்து வரும் மாம்பழத்தைப் போன்றுச் சுருக்கங் களுடன் இருந்தது. அவளுடைய விழிகளின் சதை உலர்ந்து போனமையால் அவற்றின் தோல் கண்களின் மீதுள்ள திரை போன்று தொங்கிக்கொண்டிருந்தது. அவள் தலை உயர்த்தும் பொழுது உள்ளே குழி விழுந்துகிடக்கும் சிறிய கண்கள் மின்மினிப் பூச்சியைப்போல் மிளிர்ந்தவாறு கவர்ச்சி தரும். அவளுடைய முதுகு வயதானமையால் வலிமை குன்றியிருப்பினும் முயற்சி செய்து வளையாமல் அவளால் நிமிர்ந்து நிற்க முடியும்.

அவள் வந்ததும் நிறைந்த அன்புடன் உருத்திரமதேவியின் கன்னங்களிரண்டையும் தனது இரு கரங்களால் தடவி அக்கரங் களைத் தன் கன்னங்களில் வைத்து நெட்டை முறித்துக் கொண் டாள். பிறகு அவள் பரிவுடன் உருத்திரமதேவியின் விலாப்புறம் ஒரு கையையும் இடையில் மறு கையையும் வைத்து அவரை எழுப்புவித்துப் படுக்கையில் அமரச் செய்தாள். உருத்திராம்பிகை தன்னைப் பார்க்கவும் விருப்பமின்றியுள்ளதை அவள் அறியாமல் பொங்கி வழியும் ஆவலுடன் தனக்குத் தோன்றியதை வழக்கமான சொற்களில் கூறினாள்.

"எனக்குப் பெருங்குறையாக இருக்கிறது இன்று! நாராம்பிகை பேராம்பிகை இவ்விழாக் கோலத்தைக் காணக் கொடுத்து வைக் காமல் போய் விட்டார்களே என்று எனக்கு வருத்தமாக இருக்கிற தம்மா! அவர்கள் இன்றைக்குத்தான் வீர சொர்க்கம் போய்ச் சேர்ந் திருப்பார்கள்.

காமசானி ஒரேயடியாக உவகை வார்த்தைகள் உரைக்கத் தொடங்கினாள். அத்துடன் உருத்திரமதேவியும் சேர்ந்து கொண்டு, தமது முகத்தைத் துடைத்துக் கொண்டார். காமசானி உருத்திரமதேவியின் கலைந்திருந்த நெற்றிப் பொட்டை அழகிய தோற்றத்துடன் திருத்தியமைத்தாள். கலைந்த கூந்தலைச்சரிப்படுத்தி னாள். உதடுகளுக்கும் கன்னங்களுக்கும் செஞ்சாந்து பூசிக் குலைந்து போன ஆரங்களைச்சரி செய்தாள். பிறகு வைரத்தாலமைத்த கண் ணாடியைக் கொண்டு வந்து உருத்திரமதேவியின் முகத்தெதிரில் வைத்துப் பார்த்துக் கொள்ளச் சொன்னாள். உருத்திராம்பிகை வேடிக்கையாகப் பார்த்து இவ்வாறு கூறினார்.

"நாள் தோறும் பார்த்துக் கொள்ளும் முகத்தில் என்ன இருக் கும் காமசானி!"

காமசானி : உருவாம்பா, உருத்திராம்பிகை எத்தனை அறியாத வர் பார்த்தாயா அம்மா? இப்பொழுது இவர் மகிஷாசுரனை வதைப் பதற்கு அவதரித்த சண்டிகா தேவியைப்போன்று இல்லையா அம்மா?

உருவாம்பிகை : நமது உருத்திரம்மாவின் உள்ளம் இன்று மகிழ்ச்சியாக இல்லை.

காமசானி : உனது மாயமருந்தை ஏதாவது ஊற்றி விட்டாயா? என்ன சேதி?

உருவாம்பிகை; வீரபத்திர அரசரின் வாழ்த்துக்குரிய மங்கலவரிசி ஏதும் அம்மாவின் மீது விழவில்லை என்று கவலையாக இருக்கிறார்.

காமசானி : கணபதி தேவராயரின் மங்கல அரிசியும் ஜாயப நாயகர் மங்கல அரிசியும் அம்மா மீது விழுந்ததல்லவா?

உருவாம்பிகை : வீரபல்லட தேசிகரின் மங்கல வரிசியும் விழவில்லை.

காமசானி : விசுவேசவர சம்பு தேசிகரின் வாழ்த்தான மங்கல அரிசி ஏராளமாக விழுந்ததால் எல்லாத் துன்பங்களுக்கும் மாற்றாகி விட்டது என்று கூறாமல் போனாயா?

உருவாம்பிகை : பெண்களுக்குக் கணவன் தானே கண்கண்ட தெய்வம், இல்லையா?

காமசானி : பைத்தியமே, உருத்திராம்பிகையையும் வெறும் பெண்களுடன் கணக்கெடுத்து விட்டாயா? அவர் கருவில் இருந்த போதே கணபதி தேவரின் அடுத்த பேரரசர் பிறக்கப் போகிறார் என்று கணியர்கள் ஒரு மனதாக உறுதிப்படுத்தினார்கள். எல்லாப் பெண்களைப்போல உருத்திராம்பிகையும் வளர்ந்தாரா?

இதுவரை உருத்திரமதேவி அமைதியாக இவர்களின் உரையாடலைக் கேட்டுக் கொண்டிருந்தார். இவர்களின் சொற்கள் அவருடைய உள்ளத்தில் எதிரொலித்துக் கொண்டிருக்க, அவருக்கு உள்ளத்தினூடே இவ்வுரையாடல் நிகழ்வது போலக் காணப் பட்டது. உருத்திரமதேவி இப்பொழுது கலந்து கொண்டார்.

“திருமணமான நாளிலிருந்து இன்று வரை நான் கணவரின் விருப்பத்துக்கு மாறாக உள்ளத்தாலும் சொல்லாலும் செயலாலும் நடந்தறியேன். இன்று அப்பேரவையில் தந்தையும் பேரரசரான தரு கணபதி தேவரின் ஆணைக்குட்பட்டு நான் அவ்வாறு நடக்க வேண்டியதாகிவிட்டது.”

காமசானி : அது மட்டுமல்ல; அது அரசகுருவின் கட்டளையா கும்! சிவனின் ஆணை! உன் கடமையை நீ நிறைவேற்றினாய்.

உருத்திரமதேவி : சாளுக்கிய அரசர் என் ஆணைமீறிய செய் கையைப் பொறுப்பாரா?

காமசானி : உருத்திரம்மா, நீ இதுவரை பேரரசி. இனி பேரரசர் உருத்திரதேவராகவிருக்கின்றாய். சாளுக்கிய வீரபத்தி ரேசர் உனது காலடி தொழுபவர் தானே!

உருத்திராம்பிகைக்கு அதிர்ச்சி ஏற்பட்டது. உருவாம்பிகை அச் சொற்களுக்கு மன்னிப்புக் கேட்டுக் கொண்டாள்.

உருத்திராம்பிகை உருவாம்பிகைக்குக் குறிப்புணர்த்தியதும் அவள் மஞ்சள் பசுமை நிறமுள்ள பட்டு மடல் ஒன்றையும் எழுது கோலையும் கொண்டு வந்தாள்.

உருத்திரமதேவி : அம்மா! திரு வீரபத்திர அரசருக்கு ஒரு திருமுகம் எழுது!

உருவாம்பிகை பட்டு மடலில் எழுது கோலால் முகவரியை ஓவியம் வரைவது போன்று அழகிய எழுத்துக்களில் எழுதிப் படித்துக் காட்டினாள்.

"திரு, திரு, திரு சாளுக்கிய மரபைக் காக்கும் திரு வீரபத்திரேசருக்கு அன்பு மகளான உருவாம்பிகை தெரிவிக்கும் விண்ணப்பம் —" "இனி மேலும் என்ன எழுதட்டும்?"

உருத்திரமதேவி : "உங்கள் சேவடி பணிபுரியும் உருத்திராம்பிகை உங்களைக் காணும் பேறுக்கென ஒவ்வொரு கணமும் காத்துக் கிடக்கின்றாள்."

இச்சொற்களைக் கேட்டதும் காமசானியின் முகம் கடுகடுத்தது. அச்சொற்களை உடனே எழுதி உருவாம்பிகை உருத்திரமதேவிக்குப் படித்துக் காட்டினாள். அதைக் கேட்ட உருத்திராம்பிகை போது மெனவும் உருவாம்பிகை கையொப்பமிட்டு முடித்து உருத்திரம தேவியின் கரங்களில் கொடுத்தாள்.

உருத்திரமதேவி பணிப் பெண்ணை அழைத்துத் தங்கத் தட்டொன்றையும் அசோகமலர் மாலையையும் வரவழைத்தார் வரவழைத்ததங்கத் தாம்பாளத்தில் உருத்திரமதேவி தமது கரங்களால் அத்திருமுகத்தை வைத்து, அதனை அசோக மலர்களால் தொழுது, திருவீரபத்திரேசரிடம் கொடுத்து வருமாறு அனுப்பினார்.

பணிப்பெண்ணை யனுப்பியவுடனே அவர் பணியாட்கள் பலரை வரவழைத்து ஓர் உயர்ந்த இருக்கை, அதற்கொரு அடிமணை, அதற்கெதிரில் முதல் இருக்கையைவிடத் தாழ்வான ஒரு இருக்கையையும் அமைக்கச் செய்தார். அதற்குத் தென்புறமாக வழிபாட்டுக்குரிய பொருள்களைச் சேர்க்கத் தொடங்கினார்.

இவ்வாறு கொழுநன் தொழுகைக்குரிய அனைத்தையும் தயாரித்த பிறகு உருத்திராம்பிகை கணவரின் வருகைக்கென மிக்க ஆர்வத்துடன் காத்துக்கிடந்தார். காமசானி முகம் சுளித்து ஏதும் பேசாமலிருந்தாள். உருவாம்பிகை இரக்கமான பார்வையுடன் உருத்திரமதேவியை நோக்கியவாறிருந்தாள்.

காமசானிக்கு வீரபத்திரேசர் வந்து உருத்திரமதேவ் செய்யும் திருவடித் தொழுகையை ஏற்றுக் கொள்வாரா என்ற அச்சம்! உருவாம்பிகைக்கு அவர் வரமாட்டார் என்ற உறுதியான எண்ணத்துடன் கூடிய ஏக்கம்!

காலடி யோசை சற்றேனும் கேட்பின் முறையுடன் உருத்திராம்பிகை எழுந்து நின்று வரவேற்கக் காத்துக் கிடந்தார். அவர் வளர்க்கும் மயில் பூங்காவிலிருந்து கூவிக் கொண்டிருந்தது. உருத்திராம்பிகை இறைவனை வாழ்த்தியவாறு ஓரிரு முறைதிடுக்கிட்டார். பைங்கிளி கூண்டிலிருந்து "சிவா! சிவா!" என்று கொச்சை மொழி பேசிற்று.

இரண்டு நாழிகைக்குள் பணிப்பெண் திரும்பி வந்தாள். ஆனால் இவ்விரு நாழிகையும் அம்மூவருக்கும் இரண்டு திங்களாகத் தோன்றின.

அவ்வாறு திரும்பி வந்த பணிப்பெண்ணின் கண்களில் சோர்வைக் கண்ட உருத்திரமதேவி பேரமைதியுடன் இருந்தார். பணிப்பெண் தொழுதவாறு தாழம்பூ விதழுடன் நிறைந்திருந்த அந்த பொன் தட்டினை உருத்திராம்பிகையின் முன்வைத்தாள்.

உருத்திராம்பிகையின் விருப்பத்திற்கிணங்க உருவாம்பிகை அதிலிருந்த திருமுக ஏட்டினை எடுத்து இவ்வாறு படித்தாள்.

"அம்மையே, விஜயதசமிக்குள் கருவூலத்திற்கு ஒப்படைக்க வேண்டிய கணக்குகள் தயாரிக்க நேர்ந்தமையால் ஓய்வின்றி இருக்கின்றேன். விஜயதசமியன்று பேரவையில் திரு உருத்திரதேவப் பேரரசர் அவர்களின் திருவடி வணங்கும் வீரபத்திரேசன் அவர்களைக் கண்டு அடியேனின் வணக்கங்களைச் செலுத்துவதாக உனது அம்மாவிடம் விண்ணப்பித்துக்கொள்!"

இக்கடிதம் கேட்டதும் உருத்திராம்பிகையின் உடல் முழுவதும் சிலிர்ப்படைந்து நிமிர்ந்து அமர்ந்தார்.

"உருவாம்பா, திரு உருத்திரதேவப் பேரரசரான என் முறையான எதிர்கால நெறிகளை, திரு வீரபத்திரேசர் எனக்கு நன்றாக உணர்த்தியிருக்கின்றார். எதிர்காலப் பேரரசின் உறுதிப்பாட்டிற்குக் குறைதோன்றலாகாது. உடனேயே யாம் தீட்டிய திரு வீரபத்திரேசரின் ஓவியத்தை அவ்வுயர்ந்த இருக்கையில் வையம்மா!"

உருவாம்பிகை தாயின் ஆணையை நிறைவேற்றினாள். பிறகு உருத்திராம்பிகை படுக்கையிலிருந்து எழுந்து தண்ணீரினால் தூய்மைப்படுத்திக் கொண்டு இருக்கைக்கெதிரில் இருக்கும்சிறுமணையில் அமர்ந்து, சேமித்து வைக்கப்பட்டிருந்த வழிபடு பொருள்களால்

அத்திரு உருவப்படத்தில் நிறைந்து ஒளிவீசும் திரு வீரபத்திரப் பெருமானைத் தொழலானார்.

இவற்றையெல்லாம் மிக்க வியப்புடன் அமைதியாகப் பார்த்துக் கொண்டிருந்த காமசானிக்கு அத்திருவுருவப் படத்தில் திரு வீரபத்திர மன்னரின் உடலமைப்புச் சிறப்புகள் ஏதும் தோன்றவில்லை. சிவ பெருமான் கட்டளையைத் தூற்றிய தக்கனின் ஆணவத்தை அழிக்கத் தோன்றிய அச்சுறும் வண்ணமான வீரபத்திரப் பெருமானின் உருவத் தோற்றமே அவளுக்குத் தோன்றியது.

உருத்திரமதேவியின் கட்டளையால் அவள் கூறிய சாளுக்கிய வீரபத்திரமன்னரின் உருவப்படத்துக்கு மாருக அவ்வம்மை வரைந்திருந்த வீரபத்திர தெய்வத்தின் தோற்றத்தைத் தீட்டப்பட்டிருந்த ஓவியத்தைக் கொண்டு வந்த உருவாம்பிகைக்கு அதில் ஏதும் புதுமை தோன்றவில்லை. உருவாம்பிகையின் உண்மை உள்ளுணர்வை அவள் அப்படத்தைக் கொண்டு வந்த பொழுதே தெரிந்துக்கொண்ட உருத்திராம்பிகைக்கு உருவாம்பிகையின் மீது அன்பு மிகுந்ததோடன்றி பெருமதிப்பும் எதிர்பாராத வகையில் வளர்ந்தோங்கியது.

4

பேரவை முடிவுற்றதும் திரு சாளுக்கிய வீரபத்திரேசர் அமைதியாகத் தமது அரண்மனையை அடைந்தார். மூத்த மகனை ஹரிஹரதேவனையோ இளைய மகனை முராரி தேவனையோ அவர் அழைத்துப் பேசவில்லை. பணியாட்களும் பணிமகளிரும் ஹரிஹர தேவனின் முடிசூட்டு விழா ஏற்பாடு பற்றிய செய்தியை இன்று கேட்டுப் பெரும் பரிசில்கள் பெறுவோமென மிக்க மகிழ்வுடன் காத்துக் கொண்டிருந்தனர். எத்தனை நாட்களாக அவர்கள் அச் செய்தியைக் கேட்போமென ஆவலுடனிருந்தனர்! இன்று அது கை கூடவிருக்கிறதென அவர்களுக்கிருந்த ஆர்வம் அளவிட முடியாமலிருந்தது.

வீரபத்திரேசர் வருவதற்கு முன்னரே பேச்சுவாக்கில் உண்மைச் செய்தி அவர்களுக்குத் தெரிதந்து. எனினும் அவர்களுடைய ஆர்வம்தாம் கேட்டது உண்மையென நம்பவிடாமற் செய்தது. விரும்பத்தகாதவர்கள் கட்டிவிட்ட தவருன செய்தியொன்று அவர்கள் திருத்தம் பேசிக் கொண்டார்கள்.

வீரபத்திரேசர் முடிவில் வந்து சேர்ந்தார். எடுப்பான முகத் தோற்றத்தில் மாறுபாட்டைக் கண்டு, தாங்கள் கேட்டது உண்மை யென உறுதி செய்து, ஆவல் குன்றிய முகங்களுடன் எதிரில் வந்த பணியாட்கள் அனைவரும் தாங்கள் விட்டு விட்டு வந்த தத்தமது பணியில் ஈடுபடாமல் இருந்தனர்.

வீரபத்திரேசர் தமது தலைமைக் கணக்காயரிடம் அரை நாழிகைப்பொழுது தனிமையில் பேசி, அதன் பிறகு அமைதியான முகப் பொலிவுடன் தமது ஓய்வுக்கூடத்திற்குச் சென்றார். முன்புறத் தோட்டத்தில் அவர் நட்டு வளர்த்த அயல் நாட்டுச் செடி வகை களைப் பார்த்தாராய்ந்து அவற்றிற்குத் தேவையான உரம் முதலிய வற்றைப் பற்றித் தோட்டக்காரனுடன் உரையாடினார். அதன் பிறகு அவர் வழக்கப்படித் தமது பாரசீக நாட்டுக் குதிரையின் மீதேறி நெடுந்தொலைவு சென்று நன்றாக இருண்ட பிறகு அரண் மனையை அடைந்தார்.

அப்பொழுதுதான் உருத்திரமதேவி அனுப்பிய திருமுகத்தைக் கொண்டு வந்த பணிப்பெண் அவர் வருகைக்காகக் காத்திருந்து வாயிலிலேயே அவரைக் கண்டாள். அவர் அணிந்திருந்த அதே உடையுடன் அத்திருமுகத்தைப் பெற்றுப் படித்து முறைப்படி பதில் திருமுகம் எழுதி மீண்டும் அத்தட்டிலே வைத்தார். அப் பொழுது அத்தட்டிலிருந்த அசோக மலர்கள் அவருடைய பார்வையை ஈர்த்தன. ஒரு கணம் அவர் எண்ணமிட்டவாறு நின்று, உடனே தமது பணிப்பெண் ஒருத்தியை வருமாறு குறிப் பாலுணர்த்தினார். முதலில் அவளிடம் அவ்வசோக மலர்களைத் தமது தனிமாளிகையில் வைக்கச் செய்து, தாழம்பூக்களைக் கொண்டு வருமாறு பணித்தார். அவள் அவ்வாறு செய்ததும் தாழை மலரிதழ்கள் பத்தினை எண்ணி அவருடைய திருமுகத்தின் மீது பரப்பி வைத்து, அத்தட்டினை உருத்திராம்பிகையிடம் அனுப்பி வைத்தார்.

அதன் பிறகு நீராடிப் பிற கடன்களைச் செய்து உணவருந்தி விட்டுத் தமது தனிப்பேரில்லத்தில் தனிமையில் அமர்ந்தவாறு எதையோ எண்ணமிடலானார். அவருக்கு அப்பொழுது மின்ன லொளி போன்று தமது முன்னாள் வரலாறு முழுமையும் நினைவுப் பாதையில் தொடர்ந்து தோன்றியது.

தமது மரபு நெடுங்காலமாகவே பெருமை மிக்கதென்று பெயர் பெற்ற சந்திர மரபாகும். தமது முன்னோர்கள் கோசல நாட்டி லிருந்து தென்னாட்டிற்கு வந்து, பல்லவ அரசர்களை வென்று முதலில் மேற்குக் கடலருகில் நடுநாட்டிலமைந்திருந்த நிலப் பகுதியை ஆண்டு வந்தனர். இவருடைய தந்தையார் இந்து சேகர நரேசுவரர் இளம் வயதிலேயே மரணமடையவும் கலிங்க

கங்க அரசனான அநியகபீமனின் படைத் தலைவனான ஜசராஜன் படையெடுத்து வந்து, பங்காளிகளுக்குத் துணையாக நின்றமையால் சங்காராமத்தை விட்டு வெளியேறி நிற்க நிழலின்றிச் சுற்றி வருகையில் புத்த மதத் துறவிகள் பலர் அவருக்கு அறிமுகமானார்கள். அவருக்குக் கலிங்க கங்கர்கள் மீது தனிப்பட்ட பகைமை இருந்தமையால் துருக்கியரின் ஆட்சியில் சில காலம் சேர்ந்து அவர்களின் படைத் தலைவர்கள் வடகலிங்கத்தின் மீது தொடுத்த படையெடுப்பில் பங்கு கொண்டார். ஆனால் அது பயனற்றுப்போனது. எனவே அவருக்குப் பல துருக்கர்கள் நட்பினராயினர். அவர்களின் போர் முறையையும் சற்றுத் தெளிவாகக் கற்றிருந்தார். அவர்களுடன் சில காலம் கலந்துறவாடித் தெரிந்த பின்னர் அவர்களின் மதப்பற்று எல்லாவகை உறவுகளையும் அறுத்தெறியும் என்றும், அவர்களில் இன்று தமது நட்பினர்களாக இருப்பவர்களும் அவர்களது தேவை தீர்ந்த பிறகு, தாம் இஸ்லாமிய மதத்தைத் தழுவாமற் போயின், தம்மையும் நீக்கி மாற்றுகைக் கருதுவர் என்றும் அறிந்து கொண்டார்.

என்றோ தமது முன்னோரான விஜயாதித்தர் என்பவர் திரிலோசன பல்லவருடன் போரிட்டு மடிந்து போகவும், அவருடைய மகன் விஷ்ணுவர்த்தனர் சாளுக்கிய மலை மீது தவமியற்றி, நந்தா பகவதியின் அருள் பெற்று அவருடைய இலச்சினையாகச் செய்து, திரிலோசன பல்லவனை வென்று அவளுடைய மகளை மணம் புரிந்து கலிங்க கங்கர்களை வசப்படுத்திக் கொண்டு நடுநாட்டைப் பிரிவினையற்ற ஒரே நாடாக ஆண்டார் என்று அவருடைய பெரியோர்கள் சொல்லக் கேட்டிருந்தார். தாமும் மீண்டும் அவ்வாறு பேரரசுக்கு வேந்தராக வேண்டுமெனக் கனவுகள் கண்டவாறு அம்முயற்சியிலீடுபட்டிருந்தார். தமது முன்னோர்கள் நந்தா தேவியின் அருளைப் பெற்றிருந்தனர். உண்மையில் அது தேவதையாக இராது. சாளுக்கிய மலையருகில் ஏதோ ஒரு காட்டு மக்களை ஆட்சி புரிந்து வந்த அரசியாக இருப்பாள். இல்லையெனில் தேவதைகள் இவ்வுலகுக்கு வந்திறங்கி, பன்றி இலச்சினையைக் கொடுக்குமா? நந்தாதேவி ஒரு காட்டரசியாக இருந்திருக்கலாம். தாம் இப்பொழுது துருக்க அரசர்களை நாடவில்லையா, அது போன்றிருக்கலாம் என முடிவு செய்தார்.

துருக்கர்களின் உதவியில் நம்பிக்கை இழந்த பிறகு அவர் இளமையிலிருந்தே எண்ணமிட்டுக் கொண்டிருக்கும் பேரரசு ஆவல் அவரை விட்டு விலகவில்லை. எனவே அவர் தேவகிரி அரசனான ஜைதுகியை நாடினார். அப்பொழுதுதான் கணபதி தேவர் விடுதலையாகித் தமது உரிமை பெற்ற நாட்டை நிலைநிறுத்திக்கொண்டு தேவகிரி அரசர்களையும் மதிக்காத நிலையிலிருந்தார். அந்த நிலையில் தொலை நாட்டரசனான தேவகிரி மன்னனைச் சார்வதைவிட

கிழக்குக் கடற்கரையோரத்தில் படை திரட்டிச் சென்று வெற்றி பெற்றுக் கொண்டிருந்த கணபதி தேவரை நாடுவது சிறந்ததென்று அவருக்குப் புலப்பட்டது. எனவே அவர் தேவகிரி யாதவ அரச வையை விட்டு நீங்கி, கணபதி தேவரை அணுகினர். கணபதி தேவரின் படைத்தலைவரான கொலனி சோமையாவின் உதவியால் தமது பங்காளிகளை விரட்டி மீண்டும் தமது நாட்டைக் கைப் பற்றினர். ஆனால் அவர் இளமையிலிருந்து கண்ட கனவுகள் இது வரைக்கும் கனவுகளாகவே இருந்து விட்டன. அவர் இப்பொழுது கணபதி தேவரின் குறுநில மன்னர்களில் ஒரு குறுநில மன்னர்! அவ்வளவுதான்!

அதற்கிடையில் திரு உருத்திரமதேவியின் மணவிழா வந்தது. அதற்கென கணபதி தேவர் அவருக்கும் அழைப்பு அனுப்பியிருந் தார். அவர் அப்பொழுது சோழ அரசர் ஒருவரின் மகளை மணம் புரிந்து மகப்பேறுடையவராகவும் இருந்தார். தமது குறுநாட்டாட்சி யுடன் தமது இளம் வயதுக் கனவுகளும் அசைவற்று நினைவிலிருந்து நீங்கத் தொடங்கின. அப்பொழுது வந்த இந்தக் கொழுநன் தேர்வு அழைப்பிதழ் அடங்கிக் கிடந்த அவருடைய நெடுங்கால ஆவலைத் தூண்டி மிளிரச் செய்தது.

இதற்கு முன்பெல்லாம் சாளுக்கிய அரச மரபினர் காகதீய அரச மரபினருடன் பெண் கொடுத்து வாங்கும் உறவு கொண்டறியார்; மறைமுகப் பேச்சாகக் காகதீயர்களைப் பூசணிக் கொடி அரச மரபினர் என்று எள்ளி நகையாடிக் கொண்டிருந்தனர். காகதீயரின் முதன் மகன் பூசணிக் கொடிக்குப் பிறந்தவன் எனும் உலகுரை இருப்பது தான் இதற்குச் சான்று.

ஆனல் வீரபத்திரேசர் பிற சாளுக்கிய அரச மரபினரைப் போன்று தீய நம்பிக்கையுள்ளவரல்லர். அவருக்குக் குல வேற்று மையிலும் நம்பிக்கையில்லை. வருண வேற்றுமைகளை வெறுக்கும் புத்த மதத்துறவிகள் பலரையும் இஸ்லாமிய மௌல்விகள் பலரையும் அவர் பார்த்திருக்கின்றார். அவர்களில் சன்மார்க்க நெறியுடையவர்களும் துறவிகளும் பேரான்மாக்களும் பலர் இருந் தனர். "இவ்வுயர்ந்த வகுப்பினரிடையில் எத்தனை கீழ்த்தரப் பண்பு களையுடையவர்கள் இல்லை! பண்பில் குறையில்லாமலிருப்பினன்றோ குலம் தலையாயதாகும்?"

அவர்களுடைய கூட்டுறவினால் சிறுகச் சிறுகத் தமது குருதி யில் கலந்திருந்த தமது குலப்பெருமை மறைந்து போயிற்று. ஆனல் அவ்வாறு அவருக்கிருந்துவந்த பேரரசு ஆவல் மட்டும் மறையவில்லை. கணபதி தேவருடைய அழைப்பைக் கண்டதும் அவருக்குண்டாகிய மகிழ்ச்சிப் பெருக்கினால் ஐந்தாண்டுகள் இளமையடைந்தவர் போலக் காணப்பட்டார். முப்பத்தைந்து வய தான அவர் முப்பதுவயதுடையவரைப் போலக் காணப்பட்டார்.

உருத்திரமதேவி 31

அப்பொழுது காகதீயத் தலைநகரான அநுமகொண்டாவிற்கு பல அரசிளங்குமரர்கள் வரன்தேர்வுக்கு வருகைதந்திருந்தனர். அவர்களில் சோழர்கள், கங்கர்கள், கதம்பர்கள், சாளுக்கியர்கள், காகதீயர்கள் என்று பலர் இருந்தனர். அவர்களில் பலருக்கு உருத்திராம்பிகையை மணம் புரிய விருப்பமில்லை. மற்ற தெதுவாயினும் ஆண் உடையணிந்து மனம் போலத்திரியும் பெண்ணைத் திருமணம் செய்து கொள்ள எந்த அரசிளங் குமரன்தான் ஒப்புக்கொள்வான்? மேலும் அவர் ஒரு பேரரசரின் மகளாவார். அப்படிப்பட்டவருக்குக் கணவனால் மருமகனை விடத் தாழ்வான நிலையில் தான் தோன்றும்.

சாளுக்கிய வீரபத்திரேசர் அவர்களுடைய உள்ளப் போக்கை விரைவிலுணர்ந்தார். கணபதி தேவரின் பேரரசு முழுமைக்கும் தாம் அரசராகப் போவதாகக் கற்பனைசெய்தார். கணபதி தேவருக்குப் பிள்ளைகளில்லை. தாம் ஆகாவிட்டாலும் தமது பிள்ளையாகிலும் தவறாமல் பேரரசராக முடியுமெனவும் சாளுக்கிய மரபின் புகழ் மீண்டுமொரு முறை பேரொளியுடன் விளங்குமெனவும் அவருக்கு உறுதியாகத் தோன்றியது. அவருடைய எண்ண அலைகள் வானைத் தொட்டன.

அதனாலேயே அவர் அந்த மணமகன் தேர்வுப் போட்டிப் போரில் முழுமுயற்சியுடன் பங்கு கொண்டார். வில்லேந்துவதிலும் வாள் வீச்சிலும் உருத்திராம்பிகை பெருந்திறனுள்ளவர். ஆயினும் வீரபத்திரேசர் சிறப்பாக நாடு சுற்றினமையாலும் பல திறமைமிக்க வீரர்களுடன் வாட்போர் செய்து வெற்றி கண்டு பல வழிகளில் பயின்றமையாலும் ஒருவகையில் அவர் உருத்திரமதேவியைவிட வாட்போரில் திறமைமிக்கவர் எனலாம்! ஆனால் அவருக்கு வயது அதிகமாகிவருவதால் அவருடைய உடலிலிருந்து சுறுசுறுப்பு சற்றுக் குறையத் தொடங்கியிருந்தது. உருத்திரமதேவியோ நிறைந்த இளமையுடன் கூடிய, உண்மையாகவே பிறரைக் கவரக் கூடிய நல்ல உடற்கட்டும் அழகும் மிகுந்தவராக இருந்தார். ஆனால் தாம் ஆண்மகன். அவரோ பெண். இளமையின் பூரிப்பால் விம்மிப்புடைத்திருந்த மார்பகம் அவருடைய போர் விளையாட்டிற்குத் தடையான பருவத்தில் இருந்தது.

அன்று அநுமகொண்டாவில் உருத்திராம்பிகைக்கும் தமக்கும் நடந்த வாட்போராடல் அவருடைய கண்ணெதிரில் தோன்றும் காட்சியாக இப்பொழுதும் அவருக்குக் காணப்பட்டது. கணபதி தேவரும் சிற்றரசர்களும் படைத்தலைவர்களும் குறுநில மன்னர்களும் அரசரின் உறவினர்களும் மிக்க ஆர்வத்துடன் அப்போர்க் களத்தைக் கண்டுகளித்தனர்.

ஒரு புறம் வீரபத்திரேசரும் மற்றொருபுறம் உருத்திராம்பிகையும் வாளேந்திய கரங்களுடன் வருகை தந்தனர். இருவரும் தமது வாட்களைப் பணிக்கப்பட்டிருந்த தேர்வாளர்களிடம் ஒப்படைத்து மீண்டும் பெற்றுக் கொண்டனர். இருவரும் கணபதி தேவருக்கும் களத்தில் குழுமியிருந்தவர்களுக்கும் வீரவணக்கம் செலுத்தினர்.

அவர்கள் ஒருவர் முகத்தை ஒருவர் பார்க்கவில்லை. ஒருவர் உடல்கட்டை ஒருவரும், ஒருவர் வாளேந்திய முறையை மற்றவரும் பார்த்துக் கொண்டனர். உருத்திரமதேவி பண்டைய ஆந்திரபண் புடையவர் சாளுக்கிய வீரபதிதிரேசர் பண்டைய பண்புடைய வராயினும் அவரிடையே ஒரு புதுமை உருத்திரமதேவிக்குத் தோன்றியது. அப்புதுமையில் உருத்திரமதேவியின் உள்ளம் ஈர்த் தது. அவருக்கு அப்புதுமை சற்று மனக்கலக்கத்தை உண்டாக்கி யது. இவருக்கு அந்த வீராங்கனையின் வலிமை மிக்க பண்டைய பண்பாடு குழப்பத்தைத் தோற்றுவித்தது.

இருவரின் வாள்களும் கலந்தன. முதல் கலப்பிலேயே வீரபத்தி ரேசர் விரைவைக் காட்டினர். உருந்திராம்பிகை திறமையுடன் வாள் வீசினர். சில முறைகள் வாட்கள் மோதிக் கொண்டன. நடுவர்கள் மூன்று முறை வாட்போரை நிறுத்தி வீரபத்திரேசரின் முறையற்ற செயலை எடுத்துக்கூறி அவரைச் சரிசெய்தனர். உருத் திராம்பிகை புன்னகையுடன் நடுவர்களின் குறிப்புகளைக் கேட்ட வாறிருந்தார்.

"இவர் ஏனிப்படி வெறியுணர்ச்சியுடன் வாட்போர் புரிகிறார்?"

"இவருடைய போர், விளையாட்டுப் போராகத் தோன்ற வில்லையே, ஏன்?"

"ஒருவர் மீது ஒருவர் வாள் தாக்காமல் இருந்தால் தீங்கேது மில்லை! வாட்போர் ஈரக்கட்டை சண்டை போல இருக்குமா என்ன?"

இவ்வாறு பார்வையாளர்கள் பற்பல விதமாக வீரபத்திரேசரின் வாட்போரைப் பற்றி உரையாடிக் கொண்டனர். ஆனால் அவருக்கு வெற்றி பெறவேண்டுமென்பதைத் தவிர வேறு நினை வில்லை.

சற்று நேரம் உருத்திராம்பிகைதான் வெற்றி கொள்வார் போன்றிருக்கும். சற்று நேரம் தாம் வெற்றி கொள்வது போன் றிருக்கும். எனவே அவ்வம்மைக்கு அது ஒரு சிறப்பான விளையாட் டாக இருந்தது. ஆனால் வீரபத்திரேசருக்கோ! அதில் தான் தமது வாழ்க்கை முழுமையும் அடங்கிக் கிடந்தது. விளையாட்டுப் போரில் தாம் வெற்றி பெறவில்லையெனில் தாம் வாழ்ந்து பயன் யாது? அன்றிரவே அவர் தமது உயிரைப் போக்கிக் கொண்டிருப்பார்.

எனவே அவர் அயர்ந்துபோன தமது உறுப்புகளுக்குத் தாம் முயற்சி செய்து உள்ளத்தினூடேயிருந்து ஒருவகை திறமையைக் கணத் திற்குக் கணம் வரவழைத்துப் பொங்கி யெழச் செய்து கொண்டிருந் தார். அவர் அயல் நாட்டில் கற்றுத் தேர்ந்த திறமை உருத்திராம் பிகையின் வாட்போர்க் கலையிடம் ஏதும் பயனில்லாமல் போயிற்று. கை நடுங்குவது போன்றிருந்தது. உருத்திராம்பிகையின் கரங் களும் உடலும் எந்த மாற்றமும் இல்லாதிருந்தன.

அப்பொழுது வீரபத்திரேசர் மீண்டும் தமது உள்ளத்தினூடே பொதிந்து கிடந்த முழு வலிமையையும் ஒருசேரத் திரட்டிக் கடுமை யுடன் வரவழைத்துக் கொண்டார். அவருடைய வாள் முனையி லிருந்து சிந்தூரம் உருத்திராம்பிகை மார்பகத்தின் நடுவில் தொட்டு அழகுபடுத்தியது.

பார்த்தவர்கள் அஃதெங்ஙனம் நடந்தது என்று அறியவிய லாமற் போயினர். அவர்கள் கண்களையே அவர்கள் நம்பவில்லை. வீரபத்திரேசர் அயர்ந்து கீழே விழுந்து விட்டார். உருத்திராம் பிகை புன்னகையுடன் நின்று கொண்டிருந்தார். ஆனால் உருத்தி ராம்பிகை தோல்வியடைந்தார், வீரபத்திரேசர் வெற்றி பெற்றார் என்று நடுவர்கள் கூறினர்.

இவ்வறிக்கையைக் கேட்டுத் தமக்கு மீண்டும் நினைவு திரும் பியது. உடலை ஒருவகையில் நிலைக்கச் செய்து கணபதி தேவரின் திருவடியருகிற் சென்று அவர் வணக்கம் புரிந்தார். உண்மையில் வெற்றி கொண்டது உருத்திரமதேவிதான் என்று பார்வையாள ருக்குத் தோன்றியது. ஆனால் விளையாட்டுப் போரில் வீரபத்தி ரேசர் வெற்றி பெற்றார் என்பதில் ஐயமேதுமில்லை.

அதன் பிறகு இரண்டு நாட்கள் விற்போர்த் தேர்வு நடை பெற்றது. அதிலும் வீரபத்திரேசரே வெற்றி பெற்றார் என்று தேர் வாளர்கள் அறிவித்தார்கள். பிறகு திரு கணபதி தேவரின் விருப் பப்படி உருத்திராம்பிகை வீரபத்திரேசரின் கழுத்தை வாகை மலர் மாலை அணிவித்து அழகுபடுத்தினார். அவருக்கு அப்பெருமைக் குரிய நிகழ்ச்சி இன்று நடைபெற்றதைப் போலவே தோன்றியது. அன்று சித்திரைத் திங்கள் முழுநிலவு நாளாகும்.தமக்கு மட்டுமின்றி அக்காட்சியைக் கண்ட அனைவருக்கும் காகதீயப் பேரரசரின் திரு மகளே அவரை மணந்ததாகத் தோன்றியது.

அரசிளங்குமரி அவருடைய கழுத்தில் மாலையிட்டு அணி செய் வித்ததில் அவர் சற்றும் உளம் மகிழவில்லை. ஆனால் அங்கு திரண் டிருந்த அரசப் பெருமக்கள் அப்பொழுது வாழ்த்திய வாழ்த் தொலிக்கு அவர் உளம் மகிழ்ந்தார்!

அன்று முதல் அவர் பெரும்பொழுதைத் தலைநகரிலேயே தங்கிக் கழித்தார். விரைவில் அவர் கணபதி தேவருக்கு வலதுகர மாக விளங்கினார். சிற்றரசர்களுக்கு அவர் மீது பொருமையுணர்ச்சி தோன்றவே, அவர்களுக்குத் தக்க பரிசில்கள் வழங்கி அவர் சரி செய்து கொண்டு நண்பர்களாக்கிக் கொண்டார்.

உருத்திராம்பிகைக்கு மும்முடையம்மை எனும் ஒரு பெண் மட்டும் பிறந்தாள். ஆண் மகவு பிறக்கும் எனும் ஆவல் குன்றலா லாயிற்று. எனவே அவர் தமது அரசாட்சிப் பொறுப்பைச் சிறிய மகன் முராரி தேவனிடம் ஒப்படைத்து மூத்தமகனை ஹரிஹர தேவனைத் தலைநகரத்திற்கு வரவழைத்துப் பேரரசர் அவையி விருக்கச் செய்தார். ஹரிஹர தேவன் உருத்திரமதேவியைத் தமது உண்மைத் தாயாகவே கருதி மதிப்புடன் நடத்தி அவருக்கும் கணபதி தேவருக்கும் மக்களுக்கும் விருப்பத்திற்குரியவனானான். ஹரிஹர தேவன்தான் கணபதி தேவருக்குப் பிறகுப் பேரரசனா வான் எனும் எண்ணம் அனைவருக்கும் உறுதியாக இருந்தது.

இவையனைத்தும் வீரபத்திரேசரின் உள்ளத் திரையில் காட்சித் தொகுதியாகத் தோன்றின. பேரரசராவோம் என்ற பேராவலால் மரபிற் சிறந்த தமது குலப் பெருமையையே இழந்து விட்டாரே! எதற்காக அவர் அத்தியாகத்தைச் செய்தாரோ அதன் பயனைப் பெறும் காலம் கிட்டியபொழுது அது மறைந்து கைகூடாமற் போய் விட்டது இன்று! அதைப் பெற நேர்ந்தபொழுது எதிர்பாராதவாறு தடையேற்பட்டு விட்டது.

இடுகாட்டிற்குக் காலை நீட்டிக்கொண்டிருக்கும் ஒரு கிழ அரசர், ஒரேயொரு துறவி, இந்நாட்டில் ஒரு பெண்ணைக் கருவியாக வைத் துக்கொண்டுத் தமது உயிருக்குயிரான வாழ்க்கையின் நோக்கத்தை இழக்கச் செய்ய விட்டு விடுவரோ? அவரே அதை நம்பமுடியாமற் போனார்.

உருத்திராம்பிகைக்கு இளவரசுப் பட்டஞ் சூட்டுதல் இப் பொழுது ஹரிஹர தேவனை நீக்கி விட்டுப் பிற்காலத்தில் பிரதாப ருத்திர தேவனைப் பேரரசனாக்குவதற்காகத்தான் என்று சற்றேனும் உணர்ந்து கொள்ளாமலிருப்பாரா?

அவருக்கு இப்பொழுது அறுபதாண்டு நிறைவு விழா நடத் திருந்தும் உடல் வலிமையாவது அறிவுத் திறமையாவது சற்றும் குறையவில்லை. பெரும் படையை இன்றும் திறமையுடன் நடத்திச் செல்வார். அரசாட்சி முறைகளை அக்கறையுடன் நடத்தக் கூடி யவர்! இனி இப்பொழுது அவருடைய செயல் யாது?

அவர் தனியரண்மனைக்கு வந்ததிலிருந்து மிக்க அமைதியுடன் செயலாற்றினும், உள்ளூற மிகக் கடுமையாகச் சிந்தனை செய்து கொண்டிருந்தார். தமது நெடு நாள் நினைவு வீண் போகாவண்ணம்

செய்வதற்கேற்ற சூழ்ச்சி யாது? தமக்கு ஐயமறத் துணைபுரியும் நண்பர்கள் யார்? தம்மை வெறுக்கும் பகைவர்கள் யார்? இந்த உரையாடலில் தடையானவர் எவர்? இவ்விரு பிரிவினரின் வலிமை வலிவின்மை எவ்வாறுள்ளன?

அவையரங்கிலேயே இவற்றில் சிலவற்றின் உண்மைகள் நன்கு புலப்பட்டன. கணபதி தேவரின் அரசு துவங்கிய காலத்தில் அவருடைய பேரரசுக்கு அடித்தூண்களாக நின்ற பில்லலமரி, இரேசர்ல ரெட்டி ஆகியோருக்கு இன்று அவர்களின் தகுதிக்குரிய சிறப்பு குறைந்தது. இப்பொழுது சில காலமாகப் பத்ம நாயகர்கள் மீதுப் பேரரசுக்குப் பற்று அதிகமாகியிருந்தது. பத்ம நாயகர்களின் நட்பு தமக்குக் கிடைக்காது. இந்தப் பில்லலமரி, இரேசர்ல ரெட்டி ஆகிய படைத் தலைவர்கள் பயன்படுவார்கள். ஆனால் அவர்களுடைய முன்னோரான உருத்திர தண்ட நாதனின் வல்லமையில்லை.

பிறகு பேரவைக்கு வாராமற்போன அமைச்சர் அன்னையாவும் கொலனி உருத்திரரும் எத்தகையவர்? அவ்வந்தணர்கள் மீது நம்பிக்கை வைக்கலாகாது. அவர்கள் என்னதான் கற்றவர்களா யினும் பழைய வழக்கங்களுக்குட்பட்டவர்கள். எத்தனை வல்லவர் களாயினும் ஆசைக்கடிமைகள்! கிழ அரசரின் உளத் தடுமாற்றத் திற்கேற்ப அவர்கள் தலையசைப்பார்கள்.

இனி, பெயர் பெற்ற காயஸ்த படைத் தலைவனான ஜன்னிக தேவரும், திரிபுராந்தகரும், அம்ப தேவரும் உள்ளனர். அவர்கள் அரசவைக்கு ஏனோ வரவில்லை. அவர்கள் வராததன் நோக்கத் தையும் தெரிவிக்கவில்லை. கிழ அரசருக்கு அவர்கள் மீது கடுஞ் சினம் கொழுந்து விட்டெரிந்தது. அவர்களும் ஏதாவது நோக்க மில்லாமல் இவ்வாறு நின்றிருக்க மாட்டார்கள். அவர்கள் ஒற்றர்கள் மூலமாகத் தலைநகர் மறைபொருள்களைத் தெரிந்துகொண்டு நேரத் திற்கேற்றவாறு நடந்து கொள்ளலாம் என்று நினைத்திருப் பார்கள். அவர்களின் ஆவல்களூடே தமது ஆவல் தடைபடாத வாறு பார்த்துக் கொள்ளவேண்டும். அது இயலாதது!

ஆனால் இப்பொழுது செய்ய வேண்டியது என்ன?

போற்றற்குரிய வீரபல்லட தேசிகர் அன்று தமக்கென அவரது மதிப்பை இழந்தார். பாவம் நியாயம் கூறிய அப்பெருமகனார்க்கு மானக்கேடா? அவரைப் பெருமதிப்புடன் தலைநகரத்துச் சமணர் களைவரும் தொழுது வந்தனர். தலைநகரத்தில் மட்டுமின்றி நாடு முழுமையும் கணக்கர்கள் முதலாவதாகச் சமணர்களாவர். பேரர சரின் சமயப் பற்று நெடுங்காலமாகவே சமணர்களுக்கு வருத் தத்தையளித்து வந்தது. ஆனால் அவர்களுடைய மனக்குறை வெளிப்படையாக உருவாவதற்கு இதுவரை வாய்ப்பில்லாம லிருந்தது. இந்த வாய்ப்பைப் பயன்படுத்திக்கொண்டு கணக்கர்

களிடம் அரசவைச் செயல்களில் பகைமையைத் தோற்றுவித்தால் படைத்தலைவர்களும் ஒன்று சேர்ந்து எதையும் செய்யவியலாமற் போகும். அதிலும் இந்தப் பத்ம நாயகர்களில் பலருக்கு வாள் ஏந்தத் தெரியுமேயன்றி எழுத்தாணியின் முனை எது அடி எது என்றேதும் தெரியாது. கணக்கர்களைத் தாம் முதலில் சரி செய்து கொள்ளுதல் முதற்செயலாக வேண்டும்.

இதுமட்டுமின்றி நாட்டின் வெளிப்புறத்தில் ஒருபுறம் சோழர்களும், மறுபுறம் கோப்பெருஞ் சிங்கனும், இன்னொருபுறம் தேவகிரியாதவர்களும், கலிங்கர்களும் இருக்கின்றனர். இவர்கள் ஒவ்வொருவரும் காகதீய அரசை விழுங்குவதற்கு எதிர்நோக்கிக் கொண்டு ஆர்வத்துடன் இருப்பவர்கள்தாம்!

திரு வீரபத்திரேசர் உறங்குவதற்கெனப் படுக்கையில்லத்திற்கு ஏகினார். சற்று நேரத்தில் அங்கு சுவரில் தொங்கிக்கொண்டிருந்த கணபதி தேவரின் உருவப் படம் ஒன்றை நகர்த்தி ஒரு திருகைச் சுழற்றினார். உடனே ஓர் உலோகக் கதவு நகர்ந்து வழி விட்டது. அவர் உள்ளே நுழைந்து மற்றோர் பிடியை அழுத்தவே அப்படத்தின் கீழ்ச்சுவர் தானாகவே மூடிக்கொண்டது.

அவர் அவ்வழியே சிறிது தொலைவு சென்று ஒரு மறைவான அறையை அடைந்தார். அவ்வறை பெரியதாக இராவிடினும் இருபத்தைந்து பேர் நன்கு உட்காருவதற்கேற்ப இருந்தது. அங்கு காற்று நன்கு வீசாவிடினும் புழுக்கமானதாக இல்லை. வெளிச்சம் மட்டும் தீவர்த்திகளால் நிறைந்திருந்தது.

அவர் செல்வதற்குள் பலர் அங்கு ஒன்று சேர்ந்து அவருக்கெனக் காத்திருந்தனர். அவர்களில் பில்லலமரி ரெட்டிகள் குறிப்பிடத்தக்கவர். இரேசர்ல காமையா, நாமையா, மல்லையா ஆகிய உடன் பிறந்தாரும், கணிபி ரெட்டி, மரி ரெட்டி எனும் உடன் பிறந்தாரும் இருந்தனர். அரசருடைய உறவினர்களில் கணபதி தேவரின் உடன் பிறந்தாள் மகளின் கணவரான தானிய கடக நாட்டவரான கோட்டை கேதராயன் ஒருவன்தான் அங்கிருந்தான் அனைகொந்தி அரசரும் இராமதேவாரயனும் அங்கிருந்தனர்.

வீரபத்திரேசர், ''பொல்லா!'' என்று அழைத்தவுடன் அரச ஏவலாளன் ஒருவன் முன் தோன்றி, ''அரசே என்ன கட்டளை?'' என்று கேட்டான்.

''வீரபல்லட தேசிகரை வருமாறு வேண்டிக் கொண்டாயா?''

''அவர்கள் இன்றிரவு சிறப்பான நோன்பு ஒன்றிருக்கிறதென்று கூறிவிட்டார்கள்.''

''நல்லது.''

எவரும் சற்றும் ஓசை செய்யாமலிருந்தனர். குழுமியிருந்த அனைவருடைய உள்ளங்களும் உணர்ச்சிப் பெருக்குற்றிருந்தன. முதலில் அவர்களனைவரும் தமது வாட்களை உறைகளிலிருந்து வெளியிலெடுத்தனர். எடுத்த வாட்களனைத்தையும் ஒருமுகமாகச் சேர்த்தனர். அவையனைத்தும் நாக்கை நீட்டிக் கொண்டிருக்கும் அரவங்களைப் போன்று மின்னி ஒன்ருகி ஒரு நாகபாசத்தைப் போன்று ஒளிவீசின. பல வெண்பாம்புகள் ஓரிடத்தில் கலந்து அன்புடன் ஒன்ரோடொன்று தழுவிக் கொண்டது போலத் தோன்றின. அனைத்தும் ஒன்று சேர்ந்து பலகோணங்களில் ஒளி வீசும் கனற் கடவுளின் சிரத்தின் கலைகளைப் போன்று அவை தீகக்கின.

அது வாயினுல் கூற வொண்ணுத பெரியதோர் உறுதிமொழியாகும்! படையேந்தியவர்களுக்குத் தம் படைதான் தெய்வம். இந்தக்கண்கண்ட தெய்வம் எவரெவருடையதோ அவரவர் அதன்முன் ஒரு முகத்துடன் உறுதி பூண்டனர். எனவே, இவ்வாறு வாட்களைக் கலந்தவர்கள் மீண்டும் திரும்பிச் செல்கையில் ஒருவரோடொருவர் உண்மை நட்புடன் இருப்பரெனக் கடும் உறுதி பூண்டனரென்று இதற்குப் பொருள்! இந்த உறுதிமொழியிலிருந்து இக்கூட்டத்தின் 'மறைபொருள்கள் வெளியிற் செல்லலாகா. அதில் எவரேனும் எதற்காகவேனும் வெளிப்படுத்த நேரினும் இந்த மறைபொருள் மறைபொருளாகவே இருந்து தீரும்.

பிறகு உரையாடல் தொடங்கியது. புதியவரான ஒரு புதுமை மனிதர் அவ்வுரையாடலைத் தொடங்கினுர். அவர் பலகாலமாக மேற்றிசையின் எல்லைப்பகுதியிலுள்ள சிற்றூர்களில் திரிந்து கொண்டிருந்தவர். அவருடைய பெயர் யாருக்கும் தெரியாது, அவர் பெரிய பக்தர், பெரியதோர் அடியார், அறநெறிகளிற் சிறந்தவர், பெருந்தவ முனிவர் என்று மக்களிடை நம்பிக்கையிருந்தது. அவருக்கு வேதநூல்கள் மட்டுமின்றி அவற்றைவிடத் தெளிவாகச் சமண பௌத்த நூல்களும் குரானும் பைபிளும் தெரியுமென்பர்.

அக்கூட்டம் இரவு மூன்றுயாமம் வரைக்கும் நடந்தது. தெலுங்குப்பேரரசின் நாற்றிசையிலிருந்து பொங்கி யெழும் நால்வகைப்படையினருக்கும் தம்மாலியன்ற உதவிபுரிவதற்கு அந்த மறைவுக் கூட்டத்தில் முடிவு செய்யப்பட்டது. அதில் அவர்கள் யார் யார் என்னென்ன செயல் புரிய வேண்டுமெனப் பகுதிகளாகப் பிரித்துக் கொண்டனர். இவ்வாறு வரும் பகைவரின் படைகளுக்கு எதிர்ப்பேதுமின்றித் தலைநகரத்தில் குழப்பம் விளைவிக்கவும் உறுதிகொண்டார்கள்.

முதலில் செயல்படத் தொடங்க ஆர்வத்துடன் வந்தவர்கள் பில்லலமரி ரெட்டிகளாவர். அவர்கள் கோப்பெருஞ்சிங்கனுக்குத் துணையாக இருக்கத் தயாராக இருந்தனர். கோட்டை கேதராயனும்

இராமதேவராயனும் சோழர் படைக்கு உதவி புரிய ஒப்புக் கொண்டனர். கலிங்கப் படையினர்க்கு முராரி தேவன் துணைபுரிய இசைந்தான். ஹரிஹர தேவன் தேவகிரிக்குச் செல்லத்தயாராஞன். வீரபத்திரேசர் மட்டும் தலைநகரில் இருந்து, புதுமை மனிதருடனும் சமண அடிகளுடனுமிருந்து உட்புறக் குழப்பம் விளைவிக்கும் பங்கினைப் பொறுப் பேற்றுக் கொண்டார்.

அக்கூட்ட முடிவில் மகாளய அமாவாசை நடுநிசியின் பொழுது அங்குக் குழுமியிருந்த வீரர்களனைவரும் காகதீயப்பேரரசு முழுவதற்கும் திருஹரிஹரதேவராயனைப் பேரரசனுக்கி அவனுடைய ஆணைகளுக்குப் பணிபவர்களாக இருப்பாரெனச் சூளுரைத்து உறுதிமொழி கூறினர்.

யார், எவர், எக்குலத்தவர், என்ன பெயருடையவர் என்றறிய வியலாத அப்புதியபெருந்தவ முனிவர் குண்டலத்திலிருந்து ஊற்றிய நீரைக்கொண்டு அவருக்கு முடிசூட்டுவிழா செய்துவைத்தார். அவர் அப்பொழுது உச்சரித்த மந்திரங்கள் அவருடைய மற்றெல்லாச்செயல்களைப் போலவே புதுமையாக இருந்தன. அப்புதுமையில் ஒரு புதுமையான சக்தி தோன்றியது. "வெற்றி ஹரிஹர தேவராயருக்கு வெற்றி!" எனும் ஓசையுடன் அந்த மறைவாக நிகழ்ந்த கூட்டம் முடிவடைந்தது!

5

:அனல் மிகு குண்டந்தன்னை அடியவர்கரங்களேந்தி
குணமிகு குன்ருேன் தன்னைக் கும்பிடும் அடியராகி
வனமிதோ என்னுமாறு வாயுற வாழ்த்தி நின்றத்
தினமிது மக்கள் கூட்டம் திரள் திரளாகி நின்று,
சினமுறும் சீயம் போலச் சீறிடும் வீரர்கூட்டம்
கனல் மிகுத் தீப் பிழம்பைக் கரங்களில் மாற்றி மாற்றி
இனவெறியுற்ருேர் போன்று இன்னருங் கூத்து பாடிப்
பணமெடுத்தாடுமிக்கப் பாம்பென உயிர்த்தெழுந்து
தனதுயர் வாளின்வீச்சுத் தாங்கொணு ஓசையாகி
உனது வாய்த்திறந்து நீயும் உள்ளிடுந் தீயுமாகிப்
பனையுமா தெங்குதன்னைப் படிவுடலுடையராகி
எனதிறை என்னைக்காக்க என்பரம்மயிலேறுவீரர்!

—கிரீடாபிராமம்,

மாரிக்கால நவராத்திரி தொடங்கியது.

பாரதநாட்டைப் பரதமன்னர்கள் ஆண்ட நாட்களில் மாரிக்கால நவராத்திரியை விட உலகைக் கவரும் பெரு விழா வேருென்

றில்லை. அவ்வொன்பது நாட்களிலும் இயற்கையன்னையே அழகிய உருவங்களில் தோற்றங் கொண்டு வழிபாட்டையும் திருப்பணியையும் ஏற்றுக் கொள்வாள். சாரதா தேவியின் உருவத்தில் அழகுச்சுவை முதன்மையானதா, வீரச்சுவை முதன்மையானதா, புதுமை முதன்மையானதா, அமைதி முதன்மையானதா? என எவர்தான் விவரிக்க முடியும்? ஒன்பான் சுவைகட்கும் தோற்றுவாயான அம் மாபெரும் மாயா தெய்வத்தை என்னவென்று விவரிப்பது? உலகோரும் பள்ளிமாணவர்கள் இளைஞர்கள் கைகளில் வில்லம்புகள் ஏந்தச் செய்து, வீரமன்மத அவதாரம் செய்தாற்போன்று, தெருத்தெருவாகச் சுற்றிவருவார்கள். தாரகனை வதை செய்வதற்காக இவ்வுருவத்திலேயே குமரன் புறப்பட்டு விட்டானா?

ஏகசிலா நகரத்தைச் சுற்றிலும் மண்கோட்டை இருந்தது. அதற்கு உட்புறமாகக் கற்கோட்டை நிறுவப்பட வேண்டுமென்றுக் கட்டிடக் கலைஞர்கள் கருதி வந்த எண்ணம் இன்னும் செயலாற்றப்படவில்லை.

நகரமனைத்தையும் விட வெளிப்புறங்களில் நவராத்திரி பெருவிழா மிக்க ஆரவாரத்துடன் தொடங்கியது. முரசுகளின் முழக்கம் பேரொலியுடன் காதைத் துளைத்தது. விரைவில் உணர்ச்சி மிகுந்து உளம் பூரித்த மயிலேறும் வீரர் பொங்கிப் பூரிப்புடன் துள்ளிக் கொண்டிருந்தனர். அவர்களுடைய வீரஉணர்ச்சியைப் பார்த்து அறியலாமேயன்றி விவரிக்க இயலாது. பக்திப் பெருக்கினோடு அவர்களுடைய குருதியில் நிறைந்திருந்த மயக்கம் அவர்களுடைய உடலுணர்வை முற்றிலும் போக்கியது. ஒருவன் தண்டேந்திய கரங்களில் தண்டினால் அடித்துக் கொண்ட பொழுது அவனுடைய உடல் தோல்கிழிந்து இரத்தத் துளிகள்வெளிப்பட்டன. ஆயினும் அவன் மகிழ்ச்சியால் துள்ளிக் குதித்துக் கொன்டிருந்தான். இன்னொருவன் இருதவடைகளிலும் இரண்டு தேங்காய்களைக் கோத்துத் தொங்கவிட்டுக் கொண்டு மெள்ளச் சாய்ந்தவாறு நடனமாடிக் கொண்டிருந்தான். மற்றொருவன் எரியும் கற்பூரக் கட்டிகளை இரு கரங்களிலும் ஏந்திக் கொண்டு அவை எரிந்தவாறிருக்க வெற்றி முழக்கம் செய்து கொண்டிருந்தான். பிறிதொருவன் எரியும் தீவர்த்திகளை வாய்க்குள் விட்டுவிழுங்கிக் கொண்டிருந்தான். சிலர் கனல் விட்டெரியும் தீக்குண்டத்தில் குதித்தெழுந்து சென்றனர். அவர்கள் செய்யும் இரைச்சலும் கைதட்டலும் மயிலேறு தெய்வத்தின் மாட்சியைக் கூறிக்கொண்டிருந்தன.

உடனே அங்கொரு காவடிக்காரனுக்கு ஆவேசம் வந்து விட்டது. அவனை, எத்தனை பேர் பிடித்தாலும் அடங்குவதாகத் தெரியவில்லை. “என்ன இது கோலம், பொல்லா?” என்று அருகிலிருப்பவர் கேட்கவே, அவ்வாறு கேட்டவரை அவன் நன்கு உதைக்க

லானுன். சிலர் கன்னத்தில் அடித்துக் கொண்டு, "அபராதம் மயிலேறு தேவா, உனக்கென்ன வேண்டும் சொல்லு, சாமி!" என்று வேண்டத் தொடங்கினுர்கள்.

இவ்வார்த்தைக்கு பொல்லன் சீக்கையடிக்கத் தொடங்கினுன். அவர்கள் அவனுக்குச் சாம்பிராணி புகை போட்டு மயிலேறு தேவனைப் பற்பலவகைகளில் தொழத் தொடங்கினுர்கள். தொழுகை செய்த சற்று நேரத்துக் கெல்லாம் ஆட்டம் அதிகமாயிற்று. இறுதியில் அவன் மீது தெய்வம் வந்து விடவே இவ்வாறு மெதுவாகச் சொல்லத் தொடங்கினுன்.

"எனக்கு தபனை-எரிக்கிறது. தபனை—பெண்—என்னைத் தொட்டுவிட்டாள்–நான் சும்மா இருக்கமாட்டேன்-பெண் வாடை-தபனை-எனக்கு ஒத்துவராது-"

"என்ன தீட்டு பட்டு விட்டதா—சுவாமிக்கு!"

"என்ன பட்டு விட்டது?"

"பெண் வாடையா, ஏது? இங்கே யாரும் பெண்கள் இல்லையே!"

பற்பல வகையாக மக்கள் பேச்சு வளர்ந்தது. முடிவில் சிலர் கேட்டார்கள்.

என்ன தவறு நேர்ந்து விட்டது சுவாமி உனக்கு? எங்கே தீட்டு வந்து விட்டது?

பொல்லன் ஆடி அசைந்து மயக்கத்துடன் சொன்னுன். "உடலெல்லாம் தபனையாக இருக்கிறது. பற்றி எரிகிறது!"

சுற்றுப் புறத்திலிருந்தவர்கள் குளத்திலிருந்து நீரைக் கொண்டு வந்து அவன் மீது ஊற்றினுர்கள். ஆனுல் அத்துடன் எரிச்சல் அடங்கினதாகத் தெரியவில்லை. அத்தீட்டு கழிந்ததாகவும் தோன்றவில்லை. பொல்லன் குரலெடுக்கத் தொடங்கினுன்.

"பெண் வாடை—நான் – தாளமாட்டேன். நான் இந்தப் பெண் மலையாளத்தில் இருக்க மாட்டேன்! பெண் மலையாளம்!"

அப்பொழுது தான் பெண் தொடர்பு கொண்ட உருவம்பற்றி அங்கிருந்தவர்களுக்குச் சற்று வேடிக்கையாகத் தெரிந்தது. சுற்றுப் புறத்திலிருந்தவர்கள் அச்சொற்களுக்கு நடுநடுங்கிப் போனுர்கள். ஒருபுறம் மயிலேறு தெய்வத்தின் அச்சம்! மற்ருெரு புறம் எதற்கும் ஏமாற்றமடையாத அரச தூதுவர்களின் அச்சம்! எல்லாவற்றுக்கும் முன்பாகவே உருத்திராம்பிகை இன்று நவராத்திரி நோன்பு தொடங்கவிருக்கிருர்களென்று நகர் முழுமையும் பறை சாற்றப்பட்டிருந்தது. அரசரின் ஆணையைப் பழித்துக் கூறுவோர்க்கு எப்படிப்பட்ட தண்டனை கிடைக்குமென அனைவரும் அறிவார்கள். நகர

முழுமையும் பேரரசரின் ஒற்றர்கள் எந்த நேரமும் சுற்றிக் கொண்டிருப்பார்கள் என்பதும் உலகறிந்ததாகும்.

இவ்வாறு சற்றுநேரம் பொல்லனின் ஆட்டம் நடைபெற்றது. அதன் பிறகு மற்ருெருபுறம் காகதிதேவதையை வணங்க மற்ருேர் கூட்டம் ஊர்வலமாகச் சென்று கொண்டிருந்தது. அக்கூட்டத்திற்குச் சென்றவர்கள் வேறுவகையில் வீரப்பாடல்களுடன் காகதிதேவதையைத் தொழுதவாறு ஊர்வலம் சென்று கொண்டிருந்தனர்.

அவ்வூர்வலத்தின் முற்பகுதியில் ஒரு மாதங்கக் கன்னிகை, தலையில் கரகத்தைச் சுமந்து கொண்டிருந்தாள். அந்தக் குடம் பசுமையான இலைகளாலும் சென்னிறப் பூக்களாலும் முழுமையும் மிக்க அழகுடன் ஒப்பனை செய்யப் பட்டிருந்தது. பாற்கடலிலிருந்து இப்பொழுதுதான் அவதரித்த வருண தேவதையோ என்று கருதும் வண்ணமிருந்தாள் அக்குடமேந்திய மாதங்கக் கன்னிகை! அக்கன்னிகை முன்னே செல்லவும் அவளுடைய அடிகளைத் தொட்டுக் கூடவே நகர்த்திச் சென்றனர். அவள் நடந்து செல்லவில்லை. அவள் ஒருவகை கூத்தாடிக் கொண்டிருந்தாள். அடிபோட்டுக் கொண்டிருந்தாள்.

அவளுக்கு புறமாக ஒரு சகடத்தின் மீது ஆட்டுக்கிடா ஒன்று வந்து கொண்டிருந்தது. உயர்ந்த கழியொன்றில் கட்டப்பட்டிருந்த அந்த ஆட்டுக் கிடா காகதி தேவதையின் கொடிக்கம்பம் போன்று காணப்பட்டது. அது மட்டுமின்றி பலிகொடுப்பதற்காகப் பல வெள்ளாடுகளையும், எருமைக் கிடாக்களையும் அக்கூட்டத்தினர் ஓட்டிச் சென்றனர். அக்கூட்டத்தினரின் கைகளில் ஏராளமான வேப்பிலைக் கொத்துக்களிருந்தன. அவர்கள் இறைத்த மஞ்சள் குங்குமம் அங்கிருந்தோர் அனைவர் மீதும், மேலும் வானம்முழுமையும் குங்குமச்சிவப்பாகச் செய்தன.

காகதி தேவதை காகதீய அரசர்களின் குலதெய்வம். எனவே அத் தேவதையின் திரு விழா மிகச் சிறப்பாக நடந்து கொண்டிருந்தது. அந்தக்கோயிலுக்கு வருவாயும் அதிகம். அக் கோயிலுக்குச் செல்லும் மக்கள் கூட்டத்தினர் மயிலேறும் பெருமான் பக்தர்களைவிட அதிக எண்ணிக்கையுள்ளவர்கள். மயிலேறும் பெருமானின் பக்தர்களின் ஓசைபேருறுமலாகக் கேட்க, காகதீய வீரர்களின் ஓசை இடியோசையெனக் கேட்டது.

காகதீய வீரர்களில் கண்டன் என்பவனுக்கு ஆவேசம் வந்துவிட்டது. ஆனால் அவனுடைய மருள் பொல்லனின் மருளைப் போன்றதன்று. இவனுடையது இன்பப்பெருக்காக இருந்தது. கண்டன் பார்த்தவர்களை யெல்லாம் வேடிக்கை புரிந்து மகிழ்ச்சியுறத் தழுவிக் கொண்டான். அவன் அவ்வாறு தழுவிக் கொண்

டபொழுது பல பெண்கள் ஓவென்று கூச்சலிட்டு அவன் நகர்ந்ததும் சிரித்துக் கொண்டே அப்பாற் சென்றனர். அவன் இன்பக் கண்ணீர் சிந்தினான். பெரியவர்களைக் கண்டதும் அவர்களின் அடிகளைப் பணிந்து தொழுதான். இடை விடாமல் வாழ்த்தொலி முழங்கிக் கொண்டிருந்தான். அவனுடன் சேர்ந்து அம்மக்கள் கூட்டத்தினர் அனைவரும் வெற்றி முழக்கம் செய்யத் தொடங்கினர்.

அந்த இரண்டு ஊர்வலங்களும் ஒரு நாற்சந்தியில் கூடத் தொடங்கின. மயிலேறும் பெருமான் அடியார்களும் காகதீய சாக்த வீரர்களும் எப்பொழுது அவ்வாறு சந்திப்பினும் குழப்பம் தோன்றாமலிராது. வீரஉணர்ச்சி தோன்றிவிடும். உயிர்க்கனல் சேர்க்கையால் பேரொலி தோன்றிவிடும்.

பொல்லன் ''பெண்போதை மயக்குகிறது'' என்று பெரும் எரிச்சலுடன் கூச்சலிடத் தொடங்கினான். அச்சொல்லைக் கூறி முடிப்பதற்குள் இதுவரை இன்ப உணர்வோடிருந்த கண்டன் ஒரேயடியாக பைரவமூர்த்தி போல் கடுஞ்சினமடைந்தான். அவன் வீரிட்டு சிவசக்தியைப் போன்று பொல்லன் மீதுதாவினான்.

''வெற்றி, வெற்றி, உருத்திரதேவப் பேரரசருக்கு வெற்றி! வெற்றி, காகதாம்பிகைக்கு வெற்றி!'' வாய்விட்டுக் கூவிக்கொண்டே ஓடிய கண்டன் பொல்லன் மார்பில் உதைத்தான்.

அவ்வுதையோடு பொல்லன் ஆவேசம் ஒரேயடியாக அடங்கிப் போய்க் கீழே விழுந்தான். மயிலேறும் தேவனுக்குக் குற்றம் விளைவித்து விட்டதாகச் சிங்கநாதத்துடன் மற்றெல்லா மயிலேறும் தேவ பக்தர்கள் கூச்சலிட்டனர். ஆனால் கண்டன் அதைக் கருதாமல் கீழே விழுந்த பொல்லன் மீதேறிக் கைகால்களை முறிக்கத் தொடங்கினான்.

இப்படி எதிர்பாராத வகையில் கண்டன் உணர்ச்சி மிகுந்தவனாகவே கணப்பொழுது அனைவரும் அயர்ந்து நின்றுவிட்டனர். பொல்லனும் செயலற்றுப் போனான்.

ஆனால் ஒருசில விநாடிகளில் நிலைமைமுற்றும் மாறிவிட்டது. கீழே விழுந்த பொல்லன் இடம் பார்த்து, மேலிருந்த கண்டனை உதறித் தள்ளிவிடக் கடுமையாக முயன்று அவனுடைய கைகால்களை நொறுக்கினான். மேலும் எட்டிய இடத்தில் அழுத்திப் பற்களால் கடித்தான்.

கண்டனை அப்புறப் படுத்த மயிலேறு பக்தர்கள் பலர் ஊடுருவவும் அவர்கள் மீது காகதிவீரர்கள் பாய்ந்து அடிக்கத் தொடங்கினர். இவ்வாறு ஒரு புறம் மயிலேறுமடியார்களுக்கும் மறுபுறம் காகதி வீரர்களுக்குமாக இருபுறத்திலும் மற்போர் தொடங்கிவிட்டது.

அடிதடிகள் வரவரக் கடுமையாகிக் கொண்டிருந்தன. சற்று நேரம் மற்போர் மட்டும் நடந்து கொண்டிருந்தது. தெய்வ வழி பாட்டிற்குப் பயன்படும் வாட்கள், கத்திகள், கட்டாரிகள், ஈட்டிகள் தண்டுகள் முதலியன அவ்வூர்வலத்தில் இருந்தன. அவற்றைக் கொண்டு தாக்குதல் இன்னும் தொடங்கவில்லை. அவ்வரச பாதை யில் இக்கைகலப்பு மிகக் கடுமையாகிப் படைக்கலப் போராக இவ் விருபகுதியினரும் தொடங்கும் நிலைமைக்குச் சூழ்நிலை உருவாகி அச்சமுறும் வண்ணமாகிவிட்டது.

அதற்கிடையில் எதிர்பாராதவாறு அரசரின் படையினர் அவ் விடம் வருவதுதோன்றியது. அங்கு வரும் அரசரின் படைகளைக் கண்டு இருகூட்டமும் சிதறிக்கலைந்தன.

ஏகசிலா நகரத்தின் காவலரான மேசய்ய நாயகர் அவர்களே குதிரையின் மீதேறி அமர்ந்தவாறு அவ்விடம் வந்து சேர்ந்தார். நாயகரைப் பார்த்ததும் தப்பி ஓடினவர்கள் போக எஞ்சி நின்ற இருகூட்டத்தவர்களில் சிலர் ஒருபுறமாக ஒதுங்கி நடுநடுங்கியவாறு ஏதும் பேச வியலாது நின்றனர்.

இவ்வளவு நடந்தும் இப்போராட்டத்திற்குரியவர்களான பொல்லனுக்கும் கண்டனுக்கும் ஏதும் தெரியாது. அருகிலிருந் தவர்கள் அகன்றுவிடவே அவர்கள் மனம் போனபடி சண்டையிட வாய்ப்புக் கிடைத்தது. இருவரும் வலிமை மிக்கவர்கள். மற் போரில் திறமையுள்ளவர்கள். ஏகசிலா நகரத்து முன்னணி மற் போர் வீரர்கள் அவ்விருவர்தாம்! இதற்கு முன்பு அவர்கள் எத்தனையோ முறைகள் மற்போர் அரங்கங்களில் தமது மற்போர்த் திறமையைப் பெருமக்களுக்குக் காட்டியிருக்கின்றார்கள். அவர் களில் பொல்லன் உடலுறுதி மிக்கவன். கண்டன் சுறுசுறுப்பு மிக்கவன். ஒவ்வொரு முறையிலும் ஒவ்வொருவன் வெற்றியடை வான். அவர்களுடைய பகைமை இன்றைய பகைமையன்று!

ஆனால் இன்று அவர்களிருவருக்குமிடையில் நடைபெறும் மற்போர் மேடையில் நடைபெறும் விளையாட்டுப் போட்டிச் சண்டை போன்றதன்று. இதற்குக் கட்டுப்பாடுகள் ஏதுமில்லை. நடுநிலை யாளர்கள் இலர். இங்கு எட்டிய இடத்தில் எட்டினமட்டும் எதிரி யைப் புடைத்தனர். இவ்விருவரும் இணையானவர்களாயினும் முதலில் கண்டனுக்குக் கிடைத்த வாய்ப்பை அவன் விடவேயில்லை. மேலிருந்துத் தன்னை அடித்தவர்கள் தொலைவிற் போய்விடவே இந்த வாய்ப்பை அவன் இழக்காமல் கெட்டியாகப் பிடித்துக் கொண்டான். அவனுடைய உடலில் புண்கள் ஏற்பட்டு இரத்தம் வழிந்து கொண்டிருந்தது. ஆனால் அதைப் பொருட்படுத்தாமல் கருநாகத்தை மூறித்துக் கவ்விய கீரியைப் போன்று, பொல்லனை மட்டும் எழுந்திருக்க வொட்டாமல் தடுத்துக் கொண்டிருந்தான்.

"கண்டா!"

இது மேசய்ய நாயகரின் குரல்! நாயகர் குதிரை மீதிருந்து இறங்கவில்லை. எந்த மாற்றமும் அவரிடம் தெரியவில்லை. அமைதியுடன் கனத்த குரலில் உரிமையோடு அதிகாரந் தோன்ற அச் சொல்லை அவர் உச்சரித்தார்.

கண்டன் அவ்வதிகாரக் குரல் காதில் விழுந்ததும் கட்டுண்டவனைப் போல நடுநடுங்கிப்போய் பொல்லனை விட்டெழுந்து நின்று, பணிவுடன் தாழ்ந்து நாயகரவர்களுக்கு வணக்கஞ் செய்தான்.

கீழே விழுந்திருந்த பொல்லனுக்கு நாயகரின் குரல் கேட்கவில்லை. அரச வீரர் வருகையே அவனுக்குத் தெரியாது. நினைக்காமலே தனக்கு இவ்விடுதலை எப்படிக் கிடைத்ததெனவும் தெரியவில்லை. ஆனால் அப்பிடிப்பு விட்டதும் வாய்ப்பெனக் கருதி சினத்துடன் எழுந்து கண்டனின் கழுத்தைப் பிடிக்கத் திரும்பினன். அப்பொழுது கண்டன் அசையாமல் எவரையோ வணங்குவதைக் கண்டுத் தலையைத் திருப்பினன். மேசய்ய நாயகரின் ஈட்டி அவன் முதுகில் பட்டுச் சுருக்கென்றது. பொல்லனுக்குச் சினம் மிகுந்து அந்த அடியடித்தவன் பக்கமாகத் திரும்பினன். உடனேயே அவ்வீட்டித் தாக்குதலையும் விடக் கடுமையான மேசய்ய நாயகரின் பார்வை அவன்மீது விழுந்தது. உடனே பொல்லன் அசைவற்று நாணிக் குனிந்து நாயகரை வணங்கினன்.

நாயகர் ஏதும் பேசவில்லை. அவர் தமது வலது கரத்திலிருந்த கைத்தடியால் பின்புறம் நின்றிருந்த வீரர்களிடம் கண்டனையும் பொல்லனையும் காட்டித் தூக்கி வருமாறு குறிப்பாலுணர்த்தினர். வீரர்கள் உடனே பொல்லனையும் கண்டனையும் கட்டிப் போட்டார்கள். மற்றவரையும் வீரர்கள் ஏதும் செய்யவில்லை. அதைக் கண்டு அச்சம் நீங்கி இருவிழாக்களிலும் குழுமியிருந்த மக்கள் ஒவ்வொருவராக அங்கு சேரத் தொடங்கினர். இருதரப்பினரும் தகராறுக்குரிய காரணங்களை மறுதரப்பினர் மீது சுமத்திக் கூற முயன்று கொண்டிருந்தனர். ஆனால் ஒருவருக்கும் நாயகரெதிரில் எடுத்துக் கூற வாய் வரவில்லை.

"குழப்பஞ் செய்யாமல் உங்களுடைய விழாக்களை நடத்திக் கொள்ளுங்கள். இது நாயகரவர்களின் கட்டளை!"

இவ்வாறு நாயகருக்குப் பின்னலிருந்த தலைமை வீரன் குறிப்பிட்டதும் இருதரப்பினரும் தாங்கள் சொல்ல வேண்டுமென்றிருந்ததைச் சொல்லும் முயற்சியைக் கைவிட்டு நாயகரவர்களைப் பணிந்து வணங்கியவாறு அமைதியாக விழா நடத்தச் சென்றனர்.

நகரத்தில் குழப்பம் எங்கு நடந்தாலும் அது மேசய்ய நாயகருடைய கண்களுக்குப் புலப்படக்கூடிய கூர்ந்த பார்வையுடையவ

ரென்று அவருக்குப் புகழ் உண்டு. இதற்கு முன் பல முறை அவருடைய தெளிவான கூரிய பார்வை இன்று மற்றுமொரு முறை தெளிவு படுத்தியது. முன்னைய நிகழ்ச்சிகளுக்கு மற்றோர் எடுத்துக்காட்டாக இன்றைய நிகழ்ச்சி சேர்ந்தது.

பொல்லனையும் கண்டனையும் சிறைக்கூடத்திற்கனுப்பிவிட்டு மேசய்ய நாயகர் மீண்டும் நகருலாச் செய்ய மகிழ்ச்சியுடன் சென்றார்.

6

பனிக்காலமும் மாரிக்காலமும் மக்களுக்கு எமவேதனை போன்றவை. இப்பருவம் தொடங்கும்பொழுதே நோய்கள் பரவலாகி விடும். எனவே நலம் நாடும் மக்கள் இவ்விரு பருவத் தொடக்கத்திலும் நவராத்திரி நோன்பும் தெய்வ வழிபாடும் செய்துத் தாம் அருள் கிடைக்கப்பெற வேண்டும். அதிலும் மாரிக்கால நவராத்திரி விழா மிகவும் சிறப்பானதாகும். இந்நெறியை பாரத நாட்டில் பேரரசர்கள் தொன்மையிருந்தே நிறைவேற்றி வந்தனர்.

மாரிக் காலம் வெற்றி கொள்வதற்கும் படை திரட்டுவதற்கும் மிகவும் உரிய காலமாகும். மாரிப் பருவம் கழிந்து, புறப்பாடுகள் தொடங்கும் காலம் வந்து விட்டதெனலாம். பலவகைச் செல்வமும் கொழிக்கப்பெற்ற அரசர்களுக்கு அக்காலம் பொற்காலமாகும். தாம் தொடங்கும் செயல்களுக்கு உறுதுணையாக அக்காலத்தில் தமது விருப்பத் தெய்வங்களை ஏற்றுவார்கள். ஆண்மைக்குத் தெய்வத்தின் அருள் கிட்டியிருந்தாலன்றோ முயற்சி வெல்லும்!

ஆயினும், இம்மாரிக்கால நவராத்திரி விழாக்கள் தெய்வ வழிபாட்டிற்காக மட்டுந்தான் என்றெண்ணலாகாது. அக்காலத்தில் முறைப்படித் தலைநகரத்தில் சிற்றரசர்களும் குறுநில மன்னர்களும் சேனைத்தலைவர்களும் அமைச்சர்களும் உயர்ந்த அரசவை அலுவலர்களும் அரசரை வணங்குவதற்கென ஒன்று சேர்வார்கள். இவ்வாறு பலவிடங்களிலிருக்கும் அரசாள்வோரும் உயர்ந்த அலுவலர்களும் பேரரசரைக் கண்டு, காணிக்கைச் செலுத்தி, தமது அரச பக்தியை வலியுறுத்திக் கொள்வார்கள். அப்பொழுதுதான் பல நாடுகளின் நிலைமை பேரரசருக்கு நன்றாகத் தெளிவுபடும். குறுநில மன்னர்கள் தாம் அரசாளும் குறுநாட்டின் கணக்கை ஒப்படைத்து அரசாட்சிச் சிறப்புகளைப் பேரரசருக்குத் தெரிவிப்

பார்கள். தமது இன்ப துன்பங்களைத் தெரிந்து கொள்வார்கள். ஓரிடத்தில் பற்றுக்குறையாக உள்ள பொருள்களை மிகுதியாக இருக்கும் பகுதிகளிலிருந்து வரவழைத்துக் கொள்ள ஏற்பாடு செய்யப்படும். அலுவலர்களிடையில் ஒரு நிலையிலிருந்து மற்றொரு நிலைக்கு மாற்றஞ் செய்தலும் பெரும்பாலும் இக்காலத்தில்தான் நடைபெறும். திறமை மிக்கவர்கட்குப் பரிசில்களும் திறமையற்ற வர்களுக்குத் தண்டனைகளும் இப்பொழுதுதான் கிடைக்கும். இவ்வாறு அரசியல் அலுவலர்களுக்கும் பல்வேறு பகுதிகளை இணைப் பதற்கும் இவ்விழாக்கள் உதவிபுரிவனவாகும்.

மேலும் இவ்விழாக்களில் ஒரு நாள் கலைமகள் தொழுகை நடைபெறும். அன்று நாட்டின் பல இடங்களிலிருக்கும் பெரும் அறிஞர்கள், கவிஞர்கள், பாடகர்கள், நடிகர்கள் பல்கலை வல்லு நர்கள் தலைநகருக்கு வந்து, தத்தமது கலையை வெளிப்படுத்திக் காட்டி, பேரரசர், சிற்றரசர், குறுநிலமன்னர்கள், படைத்தலைவர்கள் ஆகியோரின் புகழ்மாலையைப் பெறுவார்கள். இது அந்நாளில் தொடங்கி விழா முடியும் வரை நடைபெறும். இப்புதுமைகளில் நூல்களைப் பற்றிய சொற்போர்கள் முதன்மையானவை. அவ் வகையில் புதிய நூல்கள் விளக்கத்திற்கு வரும். அக்கால அரசர்கள் சிறப்பாகத் தாமே ஆற்றல் மிக்கவர்களாகவும் கற்றறிந் தவர்களாகவும் இருந்தார்கள். ஆனால் பொறுப்புக்கள் யாவும் அங்கு ஒன்று சேர்ந்த அறிஞர்களுடையதாகுமேயன்றி வலிமை மிக்க அரசருடையதாகவோ, கல்வியறிவற்ற எளிய மக்களுடைய தாகவோ இரா. அங்கு நிகழும் கலையறிவுத் தேர்வில் வெற்றி பெற்ற உயர்ந்த நூல்களுக்குப் பெருமதிப்பிருக்கும். அவ்வாறு தேர்வு பெற்ற நூல்கள் விரைவில் நாட்டின் நாற்றிசை முழுமையும் பரவலாயின. முன்னாளில் விரைவில் பரவுவதற்கான வாய்ப் புக்கள் குறைவு. ஆயினும் மிகச் சிறந்த புதுமை நூல்கள் சேது முதல் இமயம் வரையில் பரவியுள்ள நிலப்பாகம் முழுமையும் பரவி, அவற்றில் கடுந்தாக்குதலுக்குள்ளாகும் நூல்கள் சிறிது காலத் திற்குள் மறைந்து, மற்றவை நாடு முழுமையும் பெருமை பெற் றிருந்தன. அறிஞர்கள் குழாமில் தேர்வு பெற்ற நூலுக்கு மட்டுமே பெருமதிப்பிருந்தது. ஆனால் செல்வந்தர்களாலும் வலிமை மிக்கவர்கள் அல்லது அலுவலர்களை அணுகி எத்தனைப் படிவங்கள் எழுதப்பெறினும் தரமற்ற நூல்கள் நிலைக்கமாட்டா. இதனால் அறிஞர்கள் குழாம் பெருமதிப்பிற்குரியதாகும். அப்படிப்பட்ட சிறப் புக்குரிய அறிஞர் குழாம் செய்யப்பட்டதெனத் தாமேயறிந்து அப் படிப்பட்டதில் கலந்து கொண்டு சமன்பாட்டுடன் நடத்திய பண் டைய ஆந்திரக் கவிஞர் அதனை எவ்வாறு விவரித்துள்ளார் ?

'எப்பொருள் யார்யார் வாய்க்கேட்பினும் அப்பொருள்
மெய்ப்பொருள்கா ண்பதறிவு.'

'சமன் செய்து சீர்தூக்குங் கோல் போலமைந் தோர்பால்
கோடாமை சான்றோர்க் கணி.'

இது மட்டுமில்லை! மாபெரும் பாரதம் முழுமையும் சிறப்பான பேரவையென்று எடுத்துக்காட்டி அதன் பருவங்களின் வியப்பினைக் கூறி மீண்டும் மீண்டும் அக்குழாம் சிறப்புடையதென்று விளக்கி யுள்ளார்.

ஒன்பதாம் நாளுடன் நோன்பு முடியும், அன்று ஆயுத பூஜை யாகும்! வீரர்களுக்கு அவரவர்களின் படைக்கருவிகள் தாம் கண் கண்ட இறைவனாகும். அவற்றை அந்நாளில் அவர்கள் சிறப்பாக வணங்குவார்கள். கட்கிணி, சூலினி, சாபினி, பாசினி, அங்கு சினி, சக்ரினி; கதினி, சங்கிணி—இன்னபிற தெய்வங்களும் தத் தமது மந்திரங்களைப் புத்தகங்களிலில்லாமல் வீரர்களின் இதயங் களின் உட்புறத்தினூடே நிலையான இடங்களைப் பெற்றிருந்தன. ஆயுதபூஜையன்று வீரப்பெருமக்களிடையில் பலவகைக் காட்சிகள் நடைபெறும். புதிய படைக்கருவிகளையும் பழைய கருவிகளையும் கொண்டு புதிதாக படைக்கருவிகளைப் பயன்படுத்தும் செயல்கள் செய்து காட்டப் பெறும்..

வீரச்சுவை மக்களிடையில் தாண்டவமாடும் அக்காலத்தில் இவ்வாறு இறைவழிபாட்டுப்புதுமைகள் இன்னபிற செயல்களில் ஒருவரோடொருவர் பகைமையின்றி ஒருமையுடன் செயல்படுத்திக் கொண்டிருந்தனர்.

அந்த நவராத்திரிகளில் நான்காம்நாளும் இந்துலூர் அமைச்சர் அன்னையா ஏகசிலா நகரம் சேரவியலாமற் போனார். அவர் தென் கலிங்கத்தலைவராவார். வேங்கி நாட்டில் சூரவரம் அவருடைய தலைநகரமாகும். காகதீயப்பேரரசினைக் கலிங்கர்களின் தாக்குதலி லிருந்து அவர்தான் பாதுகாத்து வந்தார். மற்ற இடங்களில் சிற்றர சர்களுக்கு அரசரிடமிருந்த மதிப்பு குறைந்தமையால் கணபதி தேவர் அவரைத் தலைநகருக்கு வருமாறு அக்கரையுடன் அழைத் திருந்தார். இவ்வாறு வரப்போக இருந்தமையால் அவர் அப்பகுதி யைப்பொறுப்புடன் அரசாள வாய்ப்பு குறைந்து கொண்டிருந்தது; கலிங்கர்கள் எல்லைப்புறத்திலிருந்த சிறுவேந்தர்களை அமைதியாகத் தமக்குதவுபவர்களாக மாற்றிக் கொண்டிருந்தனர்.

இந்துலூர் வமிசம் வழிவழியாகப் பேரமைச்சர் பதவிக்குரி யதானது. கணபதி தேவர் வெலநாட்டின் மீது படையெடுத் திருந்த பொழுது அவருடைய அலுவலர்களில் ஒருவரான இந்துலூர் அமைச்சர் சோமையா கொலனிபுரம் எனப்பெயர் பெற்ற சாசிபுரத் தை முற்றுகையிட்டு அதன் அரசரான கேசவ நாயகரை வெற்றி கண்டார். இதனால் இந்துலூர்க்காரர்களுக்குக் கொலனியார் எனும் புகழ்ப் பெயர் ஏற்பட்டது.

இந்துலூர் மரபில் பிறந்த மிகப் புகழ் வாய்ந்த படைத் தலைவர்களில் தலைசிறந்தவர் இந்த அமைச்சர் அன்னையா ஆவார். அவர் வெறும் மனிதர்தான் என்று கூறிவிடமுடியாது. அவர் பிறப்புக்குக் காரணம் உண்டு!

அவருடைய தந்தை கண்ணபூபதி மேல் கொலனி சோமையாவின் இளையதம்பியாவார். தாய் கௌரியம்மை, அத்தம்பதிகளிருவருக்கும் குழந்தைப் பேறின்றி இருந்தபொழுது ஒருநாள் கௌரியம்மையின் அரண்மனைக்குப் பிச்சைக்காரன் ஒருவன் பிச்சை கேட்கவந்தான். அவ்வம்மை வழக்கப்படி வந்து அவனுக்குப் பிச்சையிடும் பொழுது அவன் அதைப் பெற்றுக் கொள்ளாமல் இவ்வாறு உரைத்தான்.

"அம்மா! சிறந்த ஒழுக்கங்களுடன் கூடிய உன்னை மற்றத் தாய்மார்களிடம் கேட்கும் வெறும் பிச்சை கேட்டுப் பெற நான் வரவில்லை. எனக்குக் கிடைத்த எதிர்காலத்தை உற்றுணரும் திறமையால் எனக்கு இன்னொரு பிறவியும் உள்ளதென்று அறிந்துக் கொண்டேன். எனக்குத் தாயாக இருக்குந்தகுதியுள்ள பெரும் பண்பு மிக்கவரைக் காண நெடுங்காலமாகக் காத்திருந்தேன். நல்வினைப் பெண்டிர்கள் பலரைக் கண்ணுற்றேன். இன்று உன்னைப் பார்த்ததும் உன் வயிற்றில் பிறக்கும் பேறு எனக்கு உண்டாக வேண்டுமென்ற ஆவல் பிறந்தது. இதுகடந்த பிறப்பின் தொடர் பாகும். எனக்குத் தாய்ப்பிச்சை கொடம்மா!"

அவ்வம்மை அதைக் கேட்டு வியப்பிலாழ்ந்து ஒப்புக் கொண்டார். அந்தத்துறவியும் தான்மகனைப் பிறக்கும் போது இருக்கப் போகும் குறிகளை ஒவ்வொன்றாக எழுதி அவ்வம்மையிடம் கொடுத்து, அன்றே மாண்பு மிக்க காளேசுவரம் கௌன்று சமாதியிலமர்ந்து உடலைவிட்டகன்றார். அந்தத்திங்களே சௌரியம்மை கருவுற்றார். அக்கரு தோன்றிய பயன்தான் அமைச்சர் அன்னையா பிறந்தது.

"யதிமுன்னற் கூறியதற்கொப்ப
உயர்ந்த சிறப்புமிகுந் தந்திரங்கள்
நைந்திடும் பசுமையான இவ்வுடலும்
உயர்ந்தோர் கண்களில் நிலைபெற்றுய்யுமாறே!"

—சிவயோக சாரம்.

அமைச்சர் அன்னையா தமது பெரிய தந்தையின் குமாரரான உருத்திரையாவைக் கொலனி அரசரவையில் அலுவலராக நியமித்தார். இந்தஅமைச்சர் உருத்திரையா அரசியல் முறைகளை அறிந்தவரோடன்றிப் பெரும்புலவருமாகவே'இலக்கியப்ப டைப்போன்' எனும் பெரும் புகழ் பெற்றார். அன்னையா உருத்திரையாவிடம் மிகுந்த அன்புடையவராக இருந்தார்.

தலைநகருக்கு நவராத்திரிப் பெருவிழாவிற்குச் சேர்ந்த அறிஞர்கள், அந்தணர் குழாம் பலரும் அமைச்சர் அன்னையா, அமைச்சர் உருத்திரையா ஆகியோரின் இல்லங்களில் குழுமினர். அவர்களுக்குத் தூய உள நிறைவளிக்கும் ஓய்வு கிடைக்கும். அதுவும் மிக்க மதிப்புடன் கிடைக்கும். அவர்களுடைய அலுவலகங்களுக்கு வந்து சேர்ந்த விருந்தினர்களும் அறிஞர்களும் தமது பெரும் பேற்ருல் அவர்களைத் தமது இல்லங்களுக்கு வருகை புரிந்த நாராயணன் தோற்றங்களென்று கருதி அவ்விரு இல்லத்தாரும் போற்றினர்.

அவ்விருவரும் தாமாகவே எத்தகைய உதவியும் செய்ய வல்லவர்கள். மேலும் அமைச்சர் உருத்திரையா அரசவையில் பரிசில்கள் பெற்ற அறிஞர்களுக்கு ஏகசிலா நகரத்தில் பெருமைக்குக் குறைவிராது. ‘இலக்கணப்படைப்போ'னின் பரிசில் ஒரு சாணைக் கல்லும் உரைகல்லும் போன்றதாகும்!

எல்லாத்தலைமையமைச்சர்களுக்கிருந்ததைப்போலவே அமைச்சர் அன்னையாவுக்கும் தலைநகரில் தனி அரண்மனை இருந்தது. அங்கு அரசியல் அலுவல்களைப் புரிவதற்கெனப் பல கணக்கர்கள் இருந்தனர். அதற்கொரு செயலகம் இருந்தது. கணக்கர்கள் என்ருல் எழுத்தர்களுமாவார். அவர்களில் பெரும்பாலோர் சமணர்களும் பொற்கொல்லர்களுமாவார். கருவிகளேந்திய கரங்களுக்கு எழுதுகோல் பிடிப்பதென்பது மிகக் கடினமாக இருந்தது.

பாரத நாட்டில் தொன்று தொட்டு மறைநூல் விதிகளைக் கற்றுணர்ந்த சிறந்த அந்தணர்கள் பாரதநாட்டரசர்களிடம் அமைச்சர்களாக இருப்பர். இவ்வழக்கம் சாளுக்கிய அரசர்களிடமும் ஓரளவுக்குக் காகதீயர்களிடமும் இருந்து வந்தது. எனவே பழைய வழக்கங்களைப் பின்பற்றி வரும் அந்தணர்களுக்கும் பெரும்பதவி பொருத்தமாகவே இருந்தது. ஆனுல் இப்படிப் பட்டவர்கள் எழுத்துப் பணியைமட்டும் அடிமைப் பணியாகக் கருதி அதைச் சற்றுக் குறைவாக மதிப்பிட்டனர். ஆனுல் மறை நூல் போன்ற அறநூல்களைப் பயிலாத ஏழை அந்தணர்கள் சிலர் அப்பொழுது சிலகாலமாகவே இப்பணியை வேறு வழியின்றி ஒப்புக்கொண்டு செய்தனர். அப்படிப்பட்டவர்கள் இப்பணியில் நெடுங்காலமாகப் பழக்கமுள்ள சமணமதக் கணக்கர்களின் திறமைக்கு ஈடாக முடியவில்லை; அவர்கள் ஒதுங்கியிருக்க வேண்டியதாயிற்று.

அமைச்சர் அன்னையாவின் செயலகத்தில் செயலாற்றிவரும் அனைவரும் சமணக் கணக்கர்களாவார். அவர் விஜய தசமிக்குள் தமது குறுநாட்டின் கணக்குகளையும் மற்ற அலுவல்களையும் பேரரசரிடம் முறைப்படி ஒப்படைக்க வேண்டியிருந்தது. நான்காம் நாள் மாலை அவர் வந்து சேர்ந்ததும் முதலில் கணபதி தேவப் பேரரசர் அவர்களைக் கண்டு, தமது வருகையைத் தெரிவித்துக் கொண்டு அவர்களுக்கு நல்வாழ்த்துகளைத் தெரிவித்துக்கொண்டார்.

பஞ்சமியன்று விடியற்காலை அமைச்சர் அன்னையாவின் பேரில் லத்திலுள்ள மணிக்கூண்டிலுள்ள மணி நான்கு முறையடித்தது. அதற்கு முன்னதாகவே அங்குவந்து சேரும் கணக்கர்கள் ஒருவரும் அன்று காணப்படவில்லை. அது எதிர்பாராதது. கற்பனைக் கெட்டாதது! அங்கு காலங்கழித்து வந்த அவர் தமதுத்தலைமைக் கணக்கரிடம் விரைவாக ஒப்படைத்துத் தயார் செய்ய வேண்டிய அலுவல்கள் எத்தனையோ வைக்கப் பட்டிருந்தன.

கணக்கர்கள் உரிய காலத்தில் வராமற்போகவே, தாம் தலைநகரில் நெடுங்காலமாக இல்லாத வாய்ப்பைப் பயன்படுத்திக் கொண்டு இவர்கள்இவ்வாறு காலங்கடத்தப் பழக்கமாகி விட்டனரா எனும் எண்ணத்துடன் அவர் உள்ளத்தில் சினம் மிகுந்தது. அதை அடக்கிக்கொள்ள வியலாமலிருந்தார். ஆனால், ஒருவருமே வரவில்லை, ஏன்? இன்று விளையாட்டு விடுமுறையோ? இல்லையா! தலைமைக் கணக்கன் நாகாச்சாரி அடக்கமும் பணிவும் உள்ளவனாயிற்றே! என்றும் காலத்தைக் கடத்திப் பொறுப்பற்று அக்கறைக் குறைவைக் காட்டி அறியமாட்டானே! பாவம், உடல்நலம் இல்லாமலிருப்பானே!

அங்கிருந்த குதிரை வீரனை அழைத்து நாகாச்சாரி இல்லத்திற்குச் சென்று விரைவில் அழைத்து வருமாறு அனுப்பினர். அவன் விரைவில் திரும்பி வந்து அக்கணக்கன் வீட்டிலிருந்து விடியற்காலையிலேயே புறப்பட்டு வந்துவிட்டான் எனும் செய்தியைக் கொண்டு வந்தான்.

அதைக் கேட்டு இப்பேரமைச்சர்கள் பேச்சற்றுப் போனர்' ஒரு கணக்கனும் வரவில்லை. பணியாட்கள் வந்து எதிரில் தோன்றுமல் சுற்றிலும் திரிந்து கொண்டிருந்தார்கள். ஒருவன் அச்சமின்றி, குளிப்பதற்கு வருமாறு அழைத்தும் நாகாச்சாரிக்கு விரைவிற் செய்யவேண்டிய பணிகளை வைத்துவிட்டுவருவதாகக் கூறி அமைச்சர் நகரவில்லை. ஆடைமாற்றிக் கொள்ளவுமில்லை.

இத்தனை உயர்ந்த பொறுப்பிலிருந்தும் அமைச்சர் அன்னையாவுக்கு இருபத்தைந்து ஆண்டுகள் இருக்கும். இளமையிலிருந்து அவர்காட்டி வந்த தனிச்சிறப்புள்ள அறிவாற்றலால் அவருக்கு இளமையிலேயே மரபு முறைப்படியான அப்பணி கிட்டியது. பொன்னிற மேனியும் உயர்ந்த எடுப்பான மூக்கும், சிறிய அரும்பு மீசையும் சிங்கத்தின் கண்களைப் போன்ற ஒளிமிக்க கண்களும் வரையப்பட்ட சிங்க உருவம் போன்று அவர் காணப்பட்டார்.

அமைச்சர் அன்னையாவுக்குச் சினம் மிகுந்து விட்டது. என்னதான் பேரறிஞராக இருப்பினும் இளமையிலிருக்கும் உணர்ச்சி குன்றிவிடுமா? பேரறிஞர்களாக இருப்பவர்களுக்கும் இளமையில் தோன்றும் சினம் மற்றவர்களின் சினத்தைவிட நூறு மடங்கு அதிகமாக

உருத்திரமதேவி 51

இருக்கும். இப்பொழுது அத்தகைய கடுஞ்சினம் அவருக்குத் தோன்றியது. அச்சினம் மிகுந்து கொண்டே வந்தது. என்ன செய்வார்! ஒரு கணக்கனும் வரவில்லை! சினமல்ல, வெகுண் டெழுந்தார். கணத்துக்குக்கணம் கோபம் கனல் விட்டுக் கொண் டிருந்தது. ஆனல் யார் மீது? தீப்பிழம்பு போன்றெரியும் சினம் அத்தனை செயல் புரியுமா? அமைச்சர் அன்னையா இப்பொழுது வெகுளியே உருவாகிக் காணப்பட்டார். அவருடைய பசுமை யான கண்களில் சென்னிறக் கீற்றுகள் தோன்றி, அங்கு ஏதோ புதுமையான 'பிரளயத் தீ' தோன்றியது போன்று,பார்ப்பவர்களுக்கு அச்சமுறுத்தும் வண்ணமிருந்தது. பணியாட்கள் எதிரில் தோன்ற இயலாமல் மூலைக்கு மூலை அடங்கிப் போயிருந்தார்கள்.

அவருடைய சினம் கனல் விட்டு நன்ருக ஒளி வீசிக் கொண் டிருந்த பொழுது, 'சோமகுண்டத் தீ' அப்பொழுது தான் மூட்டி வழிபாடுகளை முடித்து விட்டுத் திருநீறு முதலான சின்னங்களைப் பூசிக்கொண்டு ஒரு பெரியார் இரண்டு அடியார்களுடன் கைகளில் தண்டேந்தியவாறு அமைச்சர் அன்னையா எதிரில் வந்து நின்ருர்.

அந்தத் துறவி நான்கு முழ உயரமுள்ள நெடிது வளர்ந்த உடலுடையவர்; உடல்நிறம் சற்று கறுமையாகி இளம் பசுமை நிறம் திரும்பி உள்ளங்கவரும் வண்ணமிருந்தது. நெடிது வளர்ந்த உடலாகையால் அறுபதாண்டு நிறைந்த அவர் உடல் சற்று வளைந் திருந்தது. இத்தனை வயதாகியும் அவருடைய பற்களின் ஒளியோ உறுதியோ சற்றும் குறைந்ததாகத் தோன்றவில்லை. தொடர்ந்து தாளிப்பனை யோலைகளைப் பார்த்துப் படிப்பதனுலோ என்னவோ, பார்வை மட்டும் சற்றுக் குறைந்து, கண்ணிமைகள் அவ்வப்பொழுது இமைத்துக் கொண்டிருந்தன. இளமையிலிருந்து கடினமான பணி செய்து வந்தமையால், அன்றேல் வாள் முதலான படைப்பயிற்சிகள் செய்தமையால் அவருடைய முன்னங்கைகள் காழ்ப்பேறியிருந்தன. அவர் காதுகளில் அணிந்திருந்த சிறு வைரக் குண்டலங்கள் முகத் திற்குப் புத்தொளியைப் பரப்பிக் கொண்டிருந்தன.

அவர் பின்னுல் வந்த மாணுக்கர்களில் மூத்தவனுக்கு முப்பத் தைந்து ஆண்டுகளிருக்கும். அவன் நல்ல உடலுழைப்புப் புரிந் தமையால் தசைகள் முதிர்ந்து உறுதிப்பட்ட பருத்த உடலுள்ள வனுக இருந்தான். எனவே அவன் கல்வி கேள்விகளை விட மறப் போர் முதலியவற்றில் மிக்க திறமையுள்ளவனுகக் காணப்பட்டான்.

அடுத்த மாணுக்கன் மணமாகாதவன். அவனுக்குப் பதினுறு வயது கடக்கவில்லை. பொன்னிறச் சாயலுள்ளவன். முகத்தில் பால் வழிந்தது. அவனுடைய தோற்றம் அமைதியுடன் அழகுக்களை பொங்கி வழிந்தது.

பொங்கி யெழும் தென்னவன் தீப்பிழம்புகளிடையில் சென்னிறத் தணலைப்போன்று சோமயாஜியவர்கள் அமைச்சர் அன்னையாவின் கருவூலத்திற்கு வரும்பொழுது வாயிற்காப்போராகிலும் மற்ற பணி யாட்களாகிலும் அவரை வரவேற்கவோ அவர் வருகையைப்பற்றி அன்னையாவிடம் கூறவோ இல்லை. அனைவரும் அசைவற்று நின்றிருந்தனர். வில்லிற் தொடுக்கப்பட்ட கணையைப் போன்று சோமயாஜியார் ஏறத்தாழ நேராக உள்ளே வந்து அமைச்சர் அன்னையாவை நெருங்கினர்.

கோபக்கனலிலாழ்ந்திருந்த அமைச்சர் அன்னையாவுக்கு, சோம யாஜியாரின் வருகை கனவிலிருந்து விழித்தெழச் செய்தது போன்றி ருந்தது. எதிர்பாராதவாறு அவர் முகத்தில் கோபக்கனல் மறைந் தது. இனிய முகத்தவரானர். 'அக்கினி தெய்வமே' உருப்பெற்று கண்முன் தோன்றியிருக்கிருரா எனக் கருதும் வண்ணமாக அவருக்குத் தோன்றினர். காரணப் பிறவியானவர்களுக்குப் பகை மைத்தீயும் விளையாட்டேயல்லவா?

அமைச்சர் அன்னையா இருக்கையிலிருந்து எழுந்து சோம யாஜியை வணங்கித் "தமது திருப் பெயர்?" என்று வினவினர்.

"என்னைத் திக்கன சோமயாஜி என்பார்கள்!" என்று அத் துறவி சுருக்கமாகப் பதிலளித்தார்.

7

'நான்முகனுக்கும் பல்வேறுபட்ட வாகனமுடைத் தோனுக்கும்
நற்செயற் பல புரிந்தாட்கொளும் இறைமகனர்கட்குஞ்
சிறந்தோன்.
—தச குமார சரிதம்

உடனே மகிழ்ச்சிப் பெருக்குடன் அன்னையதேவர் சோம யாஜியை எதிர் கொண்டழைத்தார்.

"மன்னிக்கவும்! அழகான உங்கள் அரும்பு மீசை இல்லாமற் போகவே, காதிலுள்ள குண்டலங்களினுல் உங்கள் முகத்திற்குப் புத்தொளி மிகுந்திருந்தமையால், உடனே உங்களை அடையாளங் காண முடியாமற் போனேன்."

இவ்வாறு கூறிப் புன்முறுவலுடன் மலர்ந்த முகத்தோடு அமைச்சர் அன்னையா திக்கன சோமயாஜியையும் அவருடன் வந்த மாணாக்கர்களையும் இருக்கையில் அமரச் செய்து விருந்தோம்பத் தொடங்கினார். தன் பின்னால் வந்த மூத்தவனைக் குருநாதனென்றும் மணமாகாதவனை மாறனெனவும் சோமயாஜி அன்னையாவுக்குத் தெரிவித்தார். என்றோ நீக்கிக்கொண்ட சோமயாஜியின் மீசையை அன்னையா நினைவு படுத்தியதால் அம்மீசை மீது அவருக்கிருந்த ஆசை நினைவுக்கு வரவில்லை. எனவே அவர் அதைப்பற்றி எவ்வித பதிலும் கூறவில்லை. அன்னையா மட்டும் சற்று வேடிக்கையாகவும் மிக்க மதிப்புடனும் தமது இளவயதுத் தோற்றத்திலிருந்து எவ்வாறு இப்பொழுது சோமயாஜியாக மாறி உருப் பெற்றுள்ளாரென்பதை எண்ணி ஆராய்ந்து கொண்டிருந்தார்.

சோமயாஜி இயல்பாகவே அளவோடு பேசுபவர். இன்பதுன் பங்கள், நன்மை தீமைகள், வெற்றி தோல்விகள் ஆகியவற்றை ஒன்றாகக் கருதி, உளமாற்றம் கொள்ளாத இயல்புடையவர். கனவில் ஹரிஹரதேவப் பெருமானைப்பார்த்ததிலிருந்து அவருடைய இயல்பு உறுதி பெற்றது. மறுபிறப்பற இறைவழிபாடு தொடங்கிய கணம்முதலாக அதற்குரிய வாய்ப்பைப்பெற வேண்டுமெனும்ஆழ்ந்த முயற்சி அதிகமாகிக் கொண்டு வந்தது. மகாபாரத நூலைத் தெலுங்கு மொழியில் இயற்றிக் கொண்டிருந்தமையால் சோமயாஜி யாருக்கு இந்தச் சாதனை சிறப்பாகக் கை கூடியது.

அவ்வாறாயினும் இம்மாபெரும் மனிதரின் இயல்பு முழுவதும் அறிந்தவர்கள் இன்று அவரைப் பார்க்கின் ஏதோ ஓர் உள்ளக் கிடக்கை அவருடைய இதயத்தை அரித்துக் கொண்டிருப்பதாக உணராமற் போகமாட்டார்கள்.

அன்னைய தேவர் பதினாறு வயது வாலிபனாக இருந்தபொழுது ஒரு முறைத் தமது தந்தையைப் பார்க்க வந்த திக்கன வீரரை இந்தஏகசிலா நகரத்திலேயே பார்த்திருக்கிறார். அப்பொழுதுதிக்கன வீரரின் வலிமைத்தன்மை மக்களைக் கவர்ந்த தெவ்வாறு என்று உற்றுணர்ந்திருந்தார். இவ்வறிஞர் பேரரசரிடம் பெரும் அலுவல ராக விளங்க வேண்டியவர் சிற்றரசரைப் போன்ற மனுமசித்தரிடம் இருக்கின்றாரே ஏன்? அன்னையாவின் தந்தை இதைப்பற்றித் திக்கனரிடம் உணர்த்தியிருந்தார். ஆனால் திக்கனருக்கு மனும சித்தரிடமிருந்த அன்பினால் அவரை விட்டுப் பிரியவும், சுற்றத் தினரும் நட்பினரும் சூழ வாழ்ந்திருந்த நெல்லூர் சுற்றுப்பகுதி யையும் பெண்ணையாற்றங்கரையையும் விட்டு விட்டு வரவும் விருப்ப மில்லாதவராக இருந்தார்.

அன்று அன்னயாவுக்குத் தோன்றிய ஐயம், இன்று திக்கன சோமயாஜியாரின் உருவத்தைப் பார்க்கப் பார்க்கத் தீர்ந்தது. இவ்வுலகில் உயர்ந்த பணிகளேற்க ஆவல் கொண்டவர்களுக்கு உள நிறைவு என்றும் கைகூடாது. போதுமென்ற மனமில்லாதவர்களுக்கு மகிழ்வேது? திக்கன வீரர் நெல்லூர் அமைச்சர் பணியை விட்டுக் காகதீயப் பேரரசருடைய அவையில் பேரமைச்சராவதற்கு விரும்பவில்லை. ஆனுல் அவர் என்ன செய்தார்? நெல்லூர் அமைச்சர் பணியையும் துறந்து இன்று இச் சோமயாஜியார் பெரும் பொறுப் பேற்றுக் கொண்டிருக்கிருர்! மனுமசித்தரும் தமது பொறுப்பைத் துறந்து இன்று ஹரிஹரநாதரெனும் பெயருடைய பெருங்கவிஞராகி விட்டார்! இப்பெரியாரிடமுள்ள அன்பின் பிணைப்பால் பேரமைச்சராகும் ஆவல் எவ்வாறு உண்டாகும்?

அமைச்சர் அன்னயாவுக்கும் திக்கன சோமயாஜிக்கும் தொலையுறவு இருந்தது. ஆனுல் அவர்களுக்குள் மிகுந்த பழக்கம் இல்லை. எனவே அமைச்சர் அன்னயாவுக்குத் திக்கன சோமயாஜியின் இதயத்தில் துயரம் இருப்பதாகத் தெரிந்து கொள்ள இயலவில்லை. மேலும் இன்று அவருக்கேற்பட்ட எண்ணத்தில் பிறருடைய உள்ளத்தைத் தெரிந்து கொள்ளக் கூடிய நிலையில் இருப்பாரா? போற்றற்குரிய விருந்தினர் தமது இல்லத்திற்கு வருகை தந்தமையால் தோன்றிய அகமகிழ்ச்சியுடன் அப்போதைக்குரிய மதிப்பைக் காட்டினுரேயன்றி அமைச்சர் அன்னயா தமது இப்போதைய சிக்கலை மறக்க முடியுமா?

இன்னும் ஐந்து நாட்களில் தமது கணக்குகளையும் தம் குறு நிலத்தின் ஆட்சி முறைகளையும் தயார் செய்துப் பேரரசரிடம் ஒப்படைக்க வேண்டும். அவ்வாறு ஒப்படைப்பதில் இதற்கு முன்னர் என்றுமே காலங் கடத்தியதில்லை. அவருக்கு மனக்குழப்பம் ஏற்படுத்திக் கொள்ளச் சற்றும் விருப்பமில்லை. ஆனுல் ஒரு கணக்கனும் இன்னும் வராமைக்கு என்ன காரணம்? இப்பொழுது என்ன செய்யலாம்?

திக்கன சோமயாஜியிடம் பேசியவாறே கணக்கர்கள் வந்து விட்டனரா என்று பார்ப்பதற்கு இரண்டு மூன்று முறை அவர் வாயிற்பக்கம் திரும்பிப் பார்த்தார்.

உடனே திக்கன சோமயாஜி, இப்பெருமகனுர் ஏதோ சினம் மிகுந்து உள்ளத்தினூடே துயரமடைந்திருப்பதாக உணர்ந்து கொண்டார்.

“பெரியீர், நீங்கள் ஏதோ விரைவாகச் செயல் புரியும் பொழுது நான் வந்திருக்கின்றேன் போலிருக்கிறது. மறுமுறை பார்க்க வரலாமா?”

போற்றற்குரியவரும் வயது மிகுந்தவருமான் சோமயாஜி சிறியோனாகிய தம்மை இத்தனை மதிப்புடன் அழைப்பது அமைச்சர் அன்னையாவுக்குச் சுவைபடவில்லை.

"ஐயோ எவ்வளவு பெரிய சொல்! உங்களைப்போன்ற பெரியவர்கள் வந்திருக்கும் பொழுது வேலைக்கு என்ன அவசரம்? என்னை உங்கள் கட்டளைக்கு பணிந்தவனாகக் கருதுங்கள்!"

சோமயாஜி கண்களை விரித்துக் கேட்டார்.

"நீங்கள் யாருக்காகவோ காத்திருப்பது போல் காணப்படுகிறீர்களே?"

"இன்று ஐந்தாம் நாள் வரவு செலவுக் கணக்குகளைப் பேரரசருக்கு ஒப்படைக்க வேண்டும். எங்கள் கணக்கர்கள் அனைவரும் இன்று ஒரேயடியாக வேலைக்கு வராமல் நின்றுவிட்டிருக்கிறார்கள்! அதற்குக்காரணம் தெரியவில்லை. மானத்தைக்காப்பது எப்படியென்று சிந்தித்துக் கொண்டிருக்கிறேன். அவ்வளவு தான்!"

திக்கன : பெரியீர்;—

அமைமச்சர் அன்னையா: 'பெரியீர்' என்று என்னைத் தாங்கள் அழைக்கும் பொழுது எனக்கு மிகவும் கலக்கத்தை உண்டாக்குகிறது!

திக்கன : பெரியீர் என்னாமல் வேறு எவ்வாறென்பது?

அன்னையா : நீங்கள் சொன்னதற்காக அல்ல. எத்தனை பேர் அவ்வாறு என்னைக் கூறவில்லை? அப்படியழைக்கும் பொழுது எத்தனை முறைநான் மனமகிழ்ந்ததில்லை?—ஆனால் நீங்கள் இன்று அவ்வாறு அழைப்பதில் எனக்கு இதய அமைதி குறைகின்றது.

திக்கன : மாபெருந்தவசியான நீங்கள் இப்பிறவியில் நோக்கத்துடன் கூடிய பிறப்பெய்திப் பேரமைச்சராகியிருக்கின்றீர்கள்!

அன்னையா : என் தாயார் என்மீது பற்றின் மிகுதியால் கூறும் கதை உங்கள் செவிகளிலும் விழுந்துள்ளதா, சுவாமி? இவ்வுடல் வழியாக மோட்சமடைய விரும்பும் ஒருவர் பலவகைக் குடிமக்கள் தொடர்பை நீக்கிக் கொள்ளாமல் என்னைப் போன்று இந்தப் பேரமைச்சர் பொறுப்பை மேலே சுமத்திக் கொள்வாரா?

திக்கன : பெரியீர்! எனக்குப் பார்க்கப்போனால் பேரமைச்சர் பொறுப்பேற்பதற்கும் மோட்சத்துக்குரியவராவதற்கும் எவ்வகையான பகையுருமில்லை யென்றே தோன்றுகிறது. எளிதில் தாமாகவே பரமநிலை எய்துபவர்களுக்கும் மக்களிடையில் உயர்நிலையிலிருக்கலாம்.

அன்னையா : பெரியவர்கள் சொல்வதை மறுக்க என்னால் இயலவில்லை. ஆனால் இது என் இதய அறிவுக்கு எட்டவில்லை.

திக்கன: பேரமைச்சரே!—திரு கண்ண பெருமானை ஒரு முறை உள்ளத்தில் நினைத்துக் கொள்ளுங்கள்! அப்பரமன் தருமருக்குச் சிறந்தவரா இல்லையா?

அமைச்சர் அன்னையா ஒரு கணநேரம் சிந்தனை செய்தவாறு அமைதியாக இருந்தார். அக்கணமே அவர் உள்ளத்தில் ஏதோ மின்சக்தி போன்று மின்னிட்டு மறைந்தது போலக் காணப்பட்டது. அடுத்தகணம் புன்னகை மலர்ந்த முகத்துடன் சோமயாஜியைக் கேட்டார்.

"ஆனல் கண்ண பெருமானும் என்னைப் போன்று எப்பொழுதாவது அரசியல் பொறுப்பிலிருக்கும் பொழுது—கணக்கர்கள் உரிய காலத்திற்கு வராமல் குழப்பமடைந்திருப்பாரா?"

இச் சொற்களைக் கூறியவாறே அன்னையா பெரியவரிடம் இவ்வாறு கூறியிருக்கலாகாதென்று ஐயப்பட்டார். இச் சொற்கள் திக்கன சோமயாஜிக்கு வருத்தமுண்டாகுமோ எனும் ஐயமேற்பட்டது. ஆனல் அதற்கு மாருக திக்கன சோமயாஜியின் முகத்தில் புன்னகை பூத்ததுடன் அவர் முயற்சியின்றிச் சிரிக்கவும் செய்தார். அச் சிரிப்பில் அவருடைய தெளிவான பற்கள் வரிசை மின்னலைப் போன்று மிளிர்ந்தது. அச்சிரிப்பொலி தொலைவிலிருந்து கேட்கும் இடியோசை போன்று கணீரென ஒலித்தது.

"பேரமைச்சரே! கண்ணபிரான் இதனினும் தொல்லையடைந்தார். மாபாரதப்போர் தொடங்கிய முதலாக அது முடியும் காலம் வரைக்கும் ஒவ்வொரு கணமும் அவர் பட்ட தொல்லைகள் இருதரப்பினரில் எவரும் படவில்லை! போர்க்காலம் தொடங்கவிருக்கின்றது. பாண்டவ மூத்த மகனுர் தேரை விட்டிறங்கிக் கால்நடையாகப் பகைவர் தரப்பிற்குச் செல்லலானுரல்லவா! அப்பொழுது கண்ணபிரான் எவ்வளவு தொல்லைப்பட்டிருப்பார்? பீஷ்மரின் வாணங்கள் அவருடைய மார்பகத்தைத் துளைத்த பொழுது எவ்வளவு துயரம் மிகுந்தவராகித் தன் உருவைக் காட்டி பீஷ்மரின் மீதே திருப்பிச் செலுத்தனுர்? கர்ணன் சக்தி பார்த்தன் மீது செலுத்தப்படாமலிருக்க எவ்வளவு குழப்பமடைந்தார்? பகைவர்களின் வாணங்கள் ஒருமுறை ஒரேயடியாக வில்லவன் தேர் மீது விழவும், அப்பொழுது அவன் மறைக்கப்படவும் கண்ணன் எத்தனை துயரடைந்தார்? வியாசர் பகவானின் திருவிளையாடல்களை இவ்வாறு காட்டுவிப்பது பின் எதற்காக?

அமைச்சர் அன்னையா: பேரமைச்சருக்கு அறிவூட்டவே!

திக்கன: பேரமைச்சர்களுக்கு மட்டுமல்ல, உங்களைப்போன்று காரணப் பிறவியாளர்களுக்கும், என்னைப் போன்ற வைதிகச் செயலாற்றுபவர்களுக்கும்—அனைத்துலக மக்களுக்கும் தான்!—நன்று.

ஆனுல் மாபாரத உரையில் ஒன்றிப் போனதால் நான் சொல்ல வேண்டியதைச் சொல்லவில்லை!

அன்னயா : அதென்னவோ, உடனே கூறுங்கள்!

திக்கன : ஏதுமில்லை. கணக்காயர்கள் வரவில்லை என்பதற்காகவே துயரமடைவதாயின் நீங்கள் அவ்வாறு நினைக்க வேண்டாம். என்னுடன் வந்த மாணவர்கள் எத்தனைக் கடினமான கணக்குகளாயினும் முடிக்க வல்லவர்கள். அவர்களுக்கு இப்போது வேலையில்லை. அவர்களை நீங்கள் பயன்படுத்திக் கொள்ளலாம்.

அமைச்சர் அன்னயா சோமயாஜியுடன் வந்திருந்த இரண்டு மாணுக்கர்களையும் பார்த்துத் தமது மற்ற செயல் பொறுப்புகளை இவர்கள் செய்யற் தகுந்தவர்களென்று சோமியாஜியார் நினைக்கின்ருர் போலும்! பெரியவரிடம் இச்செயலைப் பற்றி எவ்வாறுரைப்பது? பணிவுடன் இனடயிடையில் பேச்சை நிறுத்தி அன்னய தேவர் கூறலானுர்.

"உங்கள் இனிய சொற்களுக்கு மிகவும் கடப்பாடுடையேன், ஆனுல்—இப்பொழுது—தயாரிக்க வேண்டிய கணக்குகள் ஓரிருவருடன் முடிவதல்ல, குறைந்தது—"

திக்கன : எத்தனை பேர் வேண்டும் பேரமைச்சரே?

அன்னயா : குறைந்தது—மிக்க திறமையானவர்களானுல்—குறைந்தது இருபத்தைந்து பேராவது இராமல் முடியாது. மேலும் பொறுப்பை ஏற்பவர்கள் முதலில் அக்கணக்குகளைப் புரிந்து கொள்வார்களல்லவா!

திக்கன : பேரமைச்சரே, என்னிடம் நூறு மாணவர்கள் இத்தகைய திறமையுள்ளவர்கள் உள்ளனர். அவர்களில் உங்களுக்குத் தேவையானவர்களைப் பயன்படுத்திக் கொள்ளுங்கள்!

இச் சொல்லுக்கு அமைச்சர் அன்னயா வியந்து போனுர். அவர் உள்ளத்தில் இதுவரை உருவாகியிருந்த உள்ளக் கிடக்கை ஒரேயடியாக வெளிப்பட்டது. துணிந்து சிரித்தவாறே கூறினுர்.

"நூறு மாணவர்களா, சோமயாஜியாரே? நீங்களனைவரும் ஏகசிலா நகரத்தைக் கைப்பற்ற வேண்டுமென்று படையெடுத்து வரவில்லையே! — அனைவரும் குருநாதரைப் போன்றவர்களாயின் முதலில் உங்களனைவரையும் அரசாங்க வீரர்களிடம் ஒப்படைக்க வேண்டுமோ!"

குருநாதனும் மாறனும் புன்னகை புரிந்தனர். திக்கன சோமயாஜி பெருமூச்செறிந்தார்! ஆயினும் எல்லாச் செயல்களைப் புரிவதில் அமைச்சர் அன்னயாவுக்கு மனக்குறையிருந்ததென்று சோமயாஜிக்குப் புரியவில்லை.

பிறகு சோமயாஜி ஆணையின்படி மாறன் புறப்பட்டுச் சென்று தமதிருப்பிடத்திலிருந்து இருபத்தைந்து கணக்கர்களை அழைத்து வந்தான். அவர்கள் அலுவலகத்திற்கு வரும்பொழுதே வேத மந்திரங்களுடன் நுண்மையாக வாழ்த்துக் கூறி அமைச்சர் அன்னையாவை வாழ்த்தினார்கள்.

அக்கணக்கர்களின் அன்பின் பெருக்கிற்கு அமைச்சர் அன்னையா வியப்படைந்தார். இதுவரையிலும் தாமறிந்த கணக்கர்கள் தம்மை வணங்கினார்கள். இவர்களோ எளிய மறையோதுபவர்களாக காட்சியளித்துத் தம்மைக் காப்பதற்கு வந்த நற்பணியாளர்களான அந்தணர்கள். தம் நினைவின்றியே அமைச்சர் அன்னையா அவர்கள் எதிர் சென்று வணங்கி உள்ளே அழைத்து வந்தார்.

திக்கன சோமயாஜி அங்கு வந்திருந்த கணக்கர்களுக்கு அவர்கள் அங்கு புரிய வேண்டிய பணிகளைக் கூறினார். அவர்கள் அன்னைய தேவர்பின் செயலகத்திற்குள் நுழைந்தனர். அவ்வரண்மனை மாற்றமேதுமின்றி இருந்தது. பத்திரங்களும் கணக்கேடுகளும் தெளிவாகக் காணப்படும் பெயரேடுகளுடனும் பதிவேடுகளுடனும் ஆங்காங்கு அவ்வவ்வாறே இருக்கக் காணப்பட்டன. அப்புதிய கணக்கர்கள் அமைதியாக அவ்வரண்மனைக்குள் நுழைந்தனர். நெடுநாட்கள் அங்கு செயல்புரிந்து பழக்கப்பட்டவர்களைப் போலவே அவர்கள் ஒவ்வொரிடத்திலும் போயமர்ந்து, பணியைத் தொடங்கினார்கள். இவர்களுக்குப் புதுமையேதும் தோன்றவில்லையே, ஏன்?

அமைச்சர் அன்னையாவுக்குப் போன உயிர் திரும்பியது போலாயிற்று. இவையனைத்தும் கனவோ என்று வியப்பளித்தன. ஆனால் அவர் அவ்வாறு வியந்து சிந்தனை செய்ய ஓய்வில்லை. விரைவில் செயலில் ஈடுபட்டார். அவர் தம் பணியில் ஈடுபட்டு ஒரே சிந்தனையாளராகி ஒருபெரும் முனிவரைப் போலவே ஆழ்ந்து செயலாற்றலானார்.

பகற்பொழுது நெருங்கியது. செயலகத்தில் காலங்காட்டுங் கருவி யொன்று பகற்பொழுதைக் குறிக்கும் மணியோசையடித்தது. அமைச்சர் அன்னையா அருகிலிருந்த அறையில் சோமயாஜியை விட்டுவிட்டு வந்ததையே மறந்து விட்டார். இதோ வருவார் அதோ வருவார் என்று திக்கன சோமயாஜி அவருடைய வருகைக்காக அமைதியாகக் காத்துக் கிடந்தார். குருநாதனுக்கு ஒருபுறம் சினம் பொங்கியது. மாறன் தனக்கு மிக விருப்பமான மார்க்கண்டேய புராணத்திலுள்ள சில கட்டங்களைப் பயின்றவாறே மற்ற நிகழ்ச்சியை மறந்திருந்தான்.

திக்கன சோமயாஜி அமைச்சர் அன்னையாவின் செயலார்வத்தினைக் கண்டு வியந்தார். அவர் இனிமேல் பணிமுடியாமல் வர

மாட்டாரென்று உறுதி செய்து, நடுப்பகல் செயல்களுக்குக் காலங் கடந்து கொண்டிருக்கின்றமையால் தமது இருப்பிடத்திற்குப் புறப் பட எழுந்தார். குருநாதனும் எழுந்தான். மாறன் தூங்கி விழித் தவனைப் போன்று குருநாதன் எழுப்ப விழித்தெழுந்தான். அமைச் சர் அன்னயாவிடம் சொல்லிவிட்டுப் புறப்படுவது அறமல்லவா!

"மீண்டும் உங்களைப்பார்க்க வருகிறேம் அமைச்சரே!"

இச்சொற்களை அமைச்சர் அன்னயா எதிரில் சென்று திக்கன சோமயாஜி கூறினர்; ஆனல் அச்சொற்களை அமைச்சர் கேட்ட தாகத் தெரியவில்லை. என்ன செய்வதென்று திக்கன சோமயாஜி வாயிற்கதவருகில் ஐயத்துடன் நிற்கலானுர்.

அவர் அவ்வாறு நின்றிருந்த இடம் அமைச்சர் அன்னயாவின் அந்தப்புரத்திலுள்ளவர்களுக்குத் தெரிந்தது. சோமயாஜி இச்செய லகத்திற்கு வந்ததிலிருந்து அமைச்சர் அன்னயாவின் தாய் கௌரி யம்மையும் இருமனைவியர்களான பார்வதியும் இலட்சுமியும் அவரை அக்கறையுடன் பார்த்துக் கொண்டிருந்தார்கள். எனவே அவர் களுக்குச் சோமயாஜியின் அப்போதைய நிலை உடன் விளங்கியது.

ஆறுவயது சிறுமி ஒருத்தி பணிப்பெண்ணை அழைத்துக் கொண்டு சோமயாஜியின் முன்பு தோன்றினுள். திரிபுரசுந்தரியே இந்தச் சிறுமி உருவத்தில் காட்சி தருகின்ருளோ என்று சோமயா ஜியின் நினைவில் தோன்றி யோடுவதற்குள்ளாக,

"தாத்தா, எங்கள் அம்மா—உங்களை உள்ளே அழைத்து வரும் படிச் சொன்னுர்கள்!"

இவ்வாறு கூறிய அச்சிறுமி அன்புடனும் மிக்க மதிப்புடனுஞ் சோமயாஜியின் கைகளைப் பற்றியவாறு, குருநாதனைக் கண்டு அச் சத்துடனும் மாறனிடம் வெட்கத்துடனும் பார்வையைச் செலுத்தி அவர்கள் மூவரையும் அரண்மனைக்கு அழைத்துச் சென்ருள்.

8

அவ்வாறு அன்று மறியல் செய்தவர்கள் அமைச்சர் அன்னயா வின் கணக்கர் மட்டுமல்லர். அம்மறியல் தலைநகரம் முழுமையும் நடந்தது. அரசவைச் செயலகம் தவிர்த்து மற்றெல்லா இடங்களி லும், அமைச்சரகங்களிலும், சேனைத்தலைவர்கள், சிற்றரசர்கள் ஆகியோர் செயலகங்களிலும் கணக்கர்களெவரும் பணிபுரியவர

வில்லை. நீதிமன்றங்களில் எழுத்தர்கள் வராமையால் வழக்குகள் நின்றுவிட்டன. பெரிய வர்த்தகர்களின் கடைகளிலும் கணக்கர்கள் வராமையால் வாணிகம் பெரும்பாலும் செயலற்றுப்போயிற்று.

இந்தப் புதுமையான நிகழ்ச்சி எவருக்கும் பொருள் விளங்காமலிருந்தது. ஒவ்வொருவருக்கும் தமது கணக்கர்கள் வராமைக்குரிய காரணம் ஏதாவதிருக்கு மென்று நினைத்து அவர்கள் வருகைக்காகச் சற்று நேரம் காத்திருந்தனர். நெடுநேரம் வரைக்கும் வராமற்போகவே வியப்படைந்து தமது ஏவலாட்களை அக்கணக்கர்கள் வீடுகளுக்கு அனுப்பலாயினர். எவர் சென்றும் வீட்டிலிருப்பவர்கள் அவர்கள் வீட்டிலில்லையென்று சொல்லிக் கொண்டிருந்தனர். அப்பெருநகரத்தில் அவர்கள் எங்கிருந்தனர் என்று எவ்வாறு கண்டு கொள்வது?

அதிகாரிகளுக்கும் பெருமக்களுக்கும் கடுஞ்சினம் தோன்றியது. ஆனால் என்ன செய்வர்? அவர்களில் பலர் அமைச்சர் அன்னையாவைப் போன்றவரல்லர். அவர்கள் இயல்பாகவே கணக்குகளில் காலந்தாழ்த்தப் பழக்கப்பட்டவர்கள். மேலும், "எங்கள் கரங்கள் வாளேந்திப் பழக்கப்பட்டனவேயன்றி எழுதுகோல் கொண்டு பத்திரமெழுதப்பழக்கப்படவில்லை" என்று ஆணவத்துடன் கூறிக்கொண்டு சும்மாயிருக்கலாயினர். அவர்களின் கணக்குகள் சித்திரைத் திங்கள் தசமிக்குள் செலுத்தவேண்டியிருப்பினும் ஆவணித்திங்களில் கூட முடிவடைய மாட்டா. விஜய தசமிக்குள் முடிக்கப்பட வேண்டியவை சிவராத்திரிக்கும் முடிவடையா. அத்தகையோரின் கணக்குகள் முடிவின்றி மிகவும் பிற்பட்டிருப்பதுடன் அரைகுறையாகக் கிடந்தன. எனவே அத்தகையோர் சற்றேனும் வழிவகை செய்ய நவராத்திரியின் போது மேலும் சில கணக்கர்களை அமைத்துக் கொண்டு பணிசெய்திருப்பர். எது எவ்வாறுயினும் அவர்கள் முற்றிலும் தமது கணக்கர்களை நம்பியிருந்தார்கள்.

சிலகாலமாக அந்தணர்களிடையில் மறைநூற் பயிற்சி குறைந்து வரலாயிற்று. அப்படிப்பட்டவர்களுக்கு கிராமங்களில் தொழிலும் குறையலாயிற்று. சிறந்த அந்தணர்களிடையில் அவர்கட்கிருந்த பெருமதிப்பும் குறைந்து வரவர வேறு வழியின்றிப் பெருநகரங்களுக்கும் நகரங்களுக்கும் வந்து சேரலாயினர். அவர்களுடைய இனஅறம் குறைய நேரினும் தமது குலப்பற்றேதும் குறையவில்லை. எனவே அவர்கள் வாழ்க்கை நடத்தத் தகுந்த பணிகள் சிறிதளவுக்கிருந்தன. வர்த்தகம் செய்வதும் அவர்களுக்கு இழிவாவத் தோன்றியது. என்ன செய்வார்கள்?

அவர்களில் பலர் எழுதவும் படிக்கவும் சிறுசிறுகணக்குகளைப் போடவும் கற்றவர்கள். அத்தகையோர் காலத்திற்கேற்பக் கணக்

கர்கள் வேலையில் ஈடுபடலாயினர். இப்படிப்பட்ட பணிகளில் நெடுங்காலமாக ஈடுபட்டிருந்த சமண ஊழியர்களிடம் அவர்கள் அணுக வேண்டியிருந்தது. ஆயினும் அச்சமண ஊழியர்கள் இந்த அந்தணக் கணக்கர்களை வேலைக்கமர்த்திக் கொண்டாலும் இப்பணிகளிலுள்ள உண்மைகளை வெளிப்படுத்திக் கொள்ளாமலே அவர்களைப் பயன்படுத்திக் கொண்டனர். இவர்கள் தாமெழுதிய பத்திரங்களின் படிவங்களைமட்டும் சிறப்பாக இவர்களிடம் எழுதிக் கொண்டார்கள். அவற்றிலும் இன்றியமையாதனவாயின் ஒரு பகுதியை ஒருவரிடமும் பிறிதொரு பகுதியை மற்றொருவரிடமும் எழுதிவாங்கி, அவற்றின் முழு உருவமும் இவர்களுக்குத் தெரியாத வண்ணம் செய்தனர். இவ்வாறு செயல்களைத் தெரிந்து முடிப்பதற்கு அவர்கள் எத்தனை தடைகளேற்படுத்தினும் நுண்ணறிவு மிகுந்த சிலர் மட்டும் அச்செயல்களின் திறமையைப் பிறர் அறியா வண்ணம் அமைதியாகப் பெற்றுவந்தார்கள். ஆனால் இப்படிப்பட்ட ஆவலுள்ளோர் வெகு சிலரே இருந்தனர். அவ்வாறு அவர்களிருப்பினும் மேம்பட்ட அலுவல்களிலிருக்கும் சமண அதிகாரிகளைச் சார்ந்திருக்க நேர்ந்தமையால் தமது திறனை வெளிப்படுத்த இயலாதிருந்தனர்.

நெடுங்காலமாகப் பணியாற்றிவரும் சமணக்கணக்கர்களின் முறைமைக்கு இவ்வந்தணக் கணக்கர்களின் செயலாற்றும் முறை சற்றுமாறு பட்டிருந்தது. மறை நூல்களின் சான்றுகளை ஒப்புக் கொள்ளாத தங்களைத் தவிர பிறரை இன்னாரென்று குறிப்பிட இவ்வந்தணக் கணக்கர்களுக்கு வைதிகக் கணக்கர்களென்று அவர்கள் பெயர் சூட்டினார்கள். இப்பெயர் சிலகாலத்தில் நடைமுறைப் பெயராகிவிட்டது.

இது முதலில் சமணர்கள் தோற்றுவித்த மறியல் என்று எவருக்கும் தெரியாது. வைதிகக் கணக்கர்கள் செயலகங்களுக்கு வந்து சேர்ந்தனர். ஆனால் அங்கு பெரும் கணக்கர்கள் எவரும் இல்லாது போகவே அவர்கள் ஐயத்துடன் ஏதும் பேசாதவராகித் திரும்பச் செல்லக் கருதியிருந்தனர். அத்தகையோர் அரசர்களின் கண்களில் படவும் அரசர்கள் அவர்களை அழைத்து அலுவலைப்பார்க்குமாறு கூறினார்கள். ஆயினும் அவர்கள் தமக்குத் தாமாகவே பணியாற்றும் திறமையில்லை என்றும் சொல்லும் மத்திரங்களை எழுதுவது தவிர்த்து அதிகமாகச் செய்யத் தெரியாதென்றும் கூறித் தப்பித்துக் கொண்டனர். அவர்களில் திறமைமிக்கவர்களுக்கு இது நல்ல வாய்ப்பாகும். அவர்களும் தம்மைப் பணியிலமர்த்திய சமண அதிகாரிகளுக்கு மாறுகச்செயல்புரிதல் அறமாகாதெனும் அச்சத்தினுல் சிலரும், பெயர்பெற்றவர்களுக்குச் சினமூட்டுதல் நல்லதன்று எனும் அச்சத்தினுல் சிலரும் பணியில் தாமாகச் செயல்புரியத்தயக்கமடைந்தனர்.

பேரமைச்சர்களான திரு கோவிந்தநாயகரும் பய்யனநாயகரும் சிலநாட்களாக அரசரின் அரண்மனையிலுள்ள தம் செயலகத்தி லேயே தமது செயல்களைச் செய்து வந்தனர். அங்கிருந்தகணக்கர்கள் தமது செயலகங்களுக்கு வந்தமையால் அவர்களுடைய செயல் முறைகளுக்கு எத்தகைய இடையூறும் தோன்றவில்லை. சிலநாட் களில் அவர்களுடைய இல்லங்களிலிருக்கும் அலுவலகங்களுக்குக் கணக்கர்கள் வராமல்செயல்தடை ஏற்பட்டிருப்பதாகச் செய்தி யறிந்தனர். அவர்கள் உடனே மேசய்யநாயகரை அழைப்பித்து வேவுக்காரர்களை நகரமுழுமையும் சுற்றுப் புறங்களிலும் சுற்றித் திரிந்து செய்திகளை அறிந்து தெரிவிக்குமாறு ஏற்பாடு செய்தனர். அதன்பிறகு திக்கசமூபதியை எல்லாப்படைகளுடன் எல்லாவிடங் களுலும் எதிர்நோக்கியிருக்குமாறு அறிவுறுத்தி எக்கணத்தில் செய்தி கிடைப்பினும் அக்கணமே மறுசெயலாற்றும்படி ஆணையிட் டிருந்தனர். வயதுமிகுந்து நோயினல் வலிமைகுன்றியிருக்கும் கணபதி தேவருக்கு இச்செய்தி தெரிந்தால் உணர்ச்சிமிக நேரிடும். அரசவை மருத்துவர்கள் எற்றுணை உணர்ச்சிதோன்றினும் நோய்க் கடுமைமிகுமென்று அவ்வாறு ஏற்படாதவாறு கடுமையான கண் காணிப்புடன் இருந்தனர். மகாளய அமாவாசையன்று கூடிய அன்று, பேரவையில் பேரரசருக்குத்தோன்றிய குழப்பத்தினுலுண் டான குறிகள் இன்னும் அமைதிபெறவில்லை. பேரமைச்சர்கள் இத ஞல் கணபதிதேவருக்குச் சற்றும் இந்தச் செய்தி தெரியாதவாறு கட்டுப்பாடிட்டிருந்தனர்.

உருத்திரதேவப் பேரரசர் நவராத்திரி நோன்பு நோற்றுக் கொண்டிருந்தார். அவர் திரு விசுவேசுவரசம்பு அவர்களின்ஆணை களின் படி பாட்டிமையன்று கும்பம் நிறுவி வைத்தார்; அகண்ட ஜோதி ஏற்றி வைத்தார். ஒருபுறம் சிங்கக் கொடியையும் மறுபுறம் பன்றி இலச்சினை யிட்ட கொடியையும் கொடிக்கம்பங்களில் ஏற்று வித்தார். நாள்தோறும் விடியற்காலையில் உருத்திர நீராட்டு விழாவை முறைப்படி செய்து சிவ வழிபாடியற்றினர். நாள்தோறும் இடைக்கால முறைப்படி படைக்கலத் தெய்வங்களைத் தொழுது வழிபாடுகளைச் செய்வர். குமரித் தெய்வ வழிபாடும் சுவாசினி மலர் வழிபாடும் பெரு விழாவாக நடத்தி வந்தனர். வழிபாட்டுக் காலங்களில் அவர் காட்டும் பக்திப் பெருகிடும் ஒன்றிய வழி பாட்டுக்கும் அங்கு வந்திருந்த அந்தணர் பலரும் வியப்புற்ற வண்ண மாயிருந்தனர். பகற்பொழுதில் அவர் எவ்வகை உணவும் உண்ண மாட்டார். இரவில் சிறு படையல் தான் அவர் உணவு! சிவமும் சக்தியும் ஒன்று திரண்டு உருவாகி இக்கோலத்தில் தோன்றினரா இந்த உருத்திர தேவப் பேரரசர் என்று பார்ப்பவர்களுக்குக் காணப் பட்டார். அப்படிப்பட்டவருக்கு இந்த நோன்புக் காலம் முடியும் வரைக்கும் அரசவைச் செயல்களேதும் தரலாகாது! உருவாம்பி

கைக்கும் காமசானிக்கும் மறைமுகமாகத் தெரிவித்து அவர்களின் மகளிர் உறைவிடத்தில் எப்பொழுதும் கண்காணிப்புடன் இருக்க ஏற்பாடுசெய்தார்.

இன்றுகாலை மகாதேவராயர் தமது செயலகத்தில் கணக்கர்கள் வரவில்லை என்று அறிந்துகொண்டபொழுது பத்து நாழிகைக்கு மேலாகிவிட்டது. இது தெரிந்ததும் அவருக்குக் கடுமையான சினம் தோன்றியது. உடனே பணியாட்களைக் கணக்கர்களின் இல்லங்களுக்கு அனுப்பி அவர்கள் அமைதியாகக் கூறினும் வராமற் போயினும் வலியுறுத்திக் கட்டாயமாக அழைத்து வருமாறு கட்டளையிட்டார். ஆனால் எது செய்வதற்கும் அவர்கள் காணப்பட்டால் தானே!

நாகதேவன் கருவூலத் தலைமைக் கணக்கனுவான், கோன கன்னுரெட்டி நகரத்துச் சுங்கஅலுவலராவார். அவருடைய கணக்கர்களும் வராமற்போகவே தமக்கு உலகமே தலைகீழாகிவிட்டாற் போன்று தோன்றியது. ஆனுல் என்னசெய்வார்? அதற்கு முன்னுலே காயஸ்த சேனைத்தலைவரான ஜன்னிகதேவரும், அவர்உடன் பிறந்தாரான திரிபுராந்தகரும், அம்பதேவரும் தலைநகரத்திற்கு வந்திருந்தனர். அவர்களுடைய நிலப்பகுதிகளின் எல்லைப்புறத்தில் பல்லவர்களும் பாண்டியர்களும் சோழர்களும் செய்துவந்த செயல்களால் நகர்வதற்கும் இயலாமற் போனதெனவும் அப்பொழுது வந்திருப்பதும் அரசரின் ஆணைக்குட்பட்டுக் கப்பஞ்செலுத்த வந்தனரேயன்றிக் குறுநிலத்தில் நிலைமை அச்சுறும் வண்ணமிருப்பதாகப் பேரரசரிடம் தெரிவித்துக் கொண்டார்கள். அவர்கள் மீளவும் பேரரசரின் ஆணை, தமக்குத் தமது குறுநிலப்பகுதி கடைசியிலிருந்ததால் காலங்கடந்து வந்தனரெதன்று விளக்கியும் அவர்களின் சொற்களைப் பேரரசர் கேட்டு ஒப்புக் கொள்ளவில்லை. இம்மூவரில் அம்பதேவர் பலவகைத் திறன் மிகுந்த அறிஞராவார். போர்க்கலையில் இவ்வீரர் இணையற்ற திறனுள்ளவர். அதுமட்டுமின்றி அவர் கணக்கியலில் பேரறிஞர். அவர் எங்கு அரசியலில் இருப்பினும் நிலமனைத்தையும் அளவுகோற் கொண்டு நன்கு அளவெடுத்து நன்செய்நிலங்களுக்குரிய வரிமுறையையும் புன்செய் நிலங்களுக்கு வரிகுறைப்பையும் முறைப்படி வரையறை செய்து வைப்பார். அதனுல் பெருநிலக்கிழார்கள் செலுத்தவேண்டிய வரிகளைவிட அதிகமாகக் கணக்கர்கள் பெறவும், செலுத்தவேண்டிய தீர்வையாகிலும் மற்ற மானியமாகிலும் நிலமுடையோர் செலுத்தாமற்தப்பித்துக் கொள்ளவும் அவருடைய குறுநாட்டில் வாய்ப்பில்லாமலிருந்தது. இந்த அம்பதேவரும் அன்று ஏதும் செய்ய முடியாமற் போனுர். ஜன்னிகரும் திரிபுராந்தகரும் அம்பதேவரைவிடப் பெரியவர்களாயினும் அவருடைய திறமைக்கு மதிப்புளிப்பவர்களாவார்கள். அவரே உதவியற்றவராகியிருப்பதால் இப்

பொழுது, இந்நாளில் தாமும் ஏதும் செய்யவியலாது அமைதி குன்றி ஆவலிழந்தவரானார்.

சாளுக்கிய வீரபத்திரேசரின் கணக்கர்களும் அன்று வரவில்லை. அன்றைக்கு ஐந்து நாட்களாகவே அவருடைய அலுவலகத்தில் சுறு சுறுப்பு குறைந்து விட்டது. விஜயதசமிக்குச் செயலாற்றுஞ் சுமையைப் பேரரசருக்குப் படைக்கும் எண்ணம் அவருடைய அலுவலகத்திலிருந்ததாகத் தோன்றவில்லை. இன்று கணக்கர்கள் வராதற்த கான காரணத்தையும் கேட்டறியாமல் அவர் தமது பாரசீகக் குதிரை மீது ஏறி எங்கோ போய்க் கொண்டிருந்தார்.

அவ்வாறே இரேசர்ல காமைய ரெட்டி, நாமைய ரெட்டி, மல்லைய ரெட்டி, கணிபி ரெட்டி, மரி ரெட்டி அலுவலங்களிலும் கோட்டை கேதராயன், ஆனைகொந்தி இராமதேவராயர் செயலகங்களிலும் கணக்கர்கள் வரவில்லை. அவர்கள் குழப்பமடைந்தவர்களாகத் தோன்றவில்லை அவர்கள் நகரத்துத் தெருக்களில் தமது குதிரைகளின் மீதேறிச் சுற்றுலா வரலாயினர்.

வயது முதிர்ந்த ஜாயப நாயகருக்கு இப்பொழுது அலுவல் பொறுப்பு ஏதுமில்லை. முன்னாளில் அவர் கணபதி தேவரின் யானைப் படைக்குத் தலைவராக இருந்தார். இப்பொழுது சேபுரோலுவில் தங்கி ஓய்வெடுத்துக் கொண்டிருந்து, தலைநகரில் நடைபெறும் நவராத்திரி விழாவிற்கென வந்திருந்தார். அவருக்கிருந்த சிறிதளவுச் செயல்களைப் புரியும் கணக்கன் ஒருவன் தான். அவன் இன்று வராமற் போனதால் ஜாயப நாயகருக்குச் சற்று ஓய்வு கிடைத்தது. அதனால் அவர் தாமியற்றிய "நிருத்திய இரத்தினாவளி" எனும் நூலின் பகுதிகளை மீளப்படித்துப் பார்த்துச் சிந்தனை செய்ய ஓய்வு கிடைத்ததென்று மகிழ்ந்து அவ்வேலையில் மூழ்கிக் கிடந்தார்.

அப்பொழுது பெத்தன்ன அவருடைய இல்லத்திற்கு வந்தார். அவருக்குப் பல நாட்டில் பத்து ஊர்களிருந்தன. அச்சிறு பகுதிக்கு வேலைகள் மிகக் குறைவு. அவருக்குத் தமதுமூன்று கணக்கர்கள் அன்று வராமற் போனது பள்ளி மாணவர்களுக்குப் புயற் காற்றினால் விடப்பட்ட விடுமுறை போன்றிருந்தது. உடனே அவர் இயற்றிக் கொண்டிருந்த சுமதி சதகத்திற்குரிய பாடல்களைப் பற்றி எண்ணமிட்டவாறிருந்தார். இவ்வாறு எண்ணமிட்டபடியே அவர் ஜாயப நாயகரிடம் சென்றார்.

ஜாயப நாயகருக்குப் பெத்தன்னவிடம் தனிப்பற்று இருந்தது. அவ்விளைஞரின் பணிவும் அடக்கமும் ஜாயப நாயகருக்கு மிகவும் விருப்பமூட்டின. மேலும் அவருடைய உள்ளத்தினாலோ, இயல்பாலோ வெட்கப்படும் பழக்கமுடையவராக இருந்தார். அவர் நான்கு பேரிருக்குமிடத்தில் பேச நாணுவார். ஆனால் நெருங்கியவர்களென்றறிந்த பிறகு அவர்களிடம் மனம் விட்டுப் பேசுவார்,

அப்படிப்பட்ட ஒரு மனப்பட்ட நண்பர்கள் குழுவில் ஒவ்வொருவரும் பெத்தன்னு ஒரு பெரிய வாய்ப்பேச்சுக்காரரோ என்னுமாறு பேசுவார். ஜாயப நாயகரிடம் அவர் அவ்வாறு மனம் விட்டுப் பேசுவார். தம்மிடம் இவ்வாறு அச்சமற்றுச் சற்று அதிகமாகப் பேசுவதும் நான்கு பேருடனிருக்கும் பொழுது பேசாமலமைதியாக இருப்பதும் பெத்தன்னுவின் மீதுள்ள பற்றை அதிகமாக்கியது. முதிர்ந்த வயதினரும் அரசரின் உறவினரும் பெரும்பணியேற்றிருந்து விட்ட கல்வியறிவிற் சிறந்தவரும் வேடிக்கை மிகுந்த அன்புமிக்கவருமானஜாயபநாயகரிடம் பெத்தன்னுவுக்கு மிகுந்த மதிப்பிருந்தது. அதனால் அவர் தமது மனம் விட்டுப்பேசுவதற்கு எண்ணங்கொண்டு அன்று ஜாயப நாயகரைப் பார்ப்பதற்குச் சென்று கொண்டிருந்தார்.

இவ்விருவரைப் போன்று அன்று கணக்கர்கள் வராமைக்குச் சுமை குறைந்ததாகக் கருதியவர்கள் மிகவும் சிலர் தாம். பலர் இதற்காகப் பெருந்துயரடைந்தனர். முதலில் அவர்கள் தமது கணக்கர்கள் மட்டுமே வரவில்லை எனக் கருதி அதற்கான காரணங்களையும் வேறு வழிகளையும் பற்றி நினைத்திருந்தனர். ஆனால் தலைநகர் முழுமையும் செயலகங்களுக்குக் கணக்கர்கள் அன்று வரவில்லை என்பது நன்கு நடுப்பகலுக்கு முன்னரே பரவி விட்டது. இச்செய்தி அனைவருக்கும் வியப்பிற்குரியதாகி விட்டது.

அவர்கள் இதற்குமுன்பெல்லாம் தம்குல மறியல்தான் நடத்துவார்கள். தனக்குச் சேர வேண்டிய ஊதியத்தில் குறையிருந்தால் அவ்வீட்டுக்கு அவ்வேலைக்காரன் போகமாட்டான். அப்பணிபுரியும் அக்குலத்தவர்களும் போகமாட்டார்கள். ஊர்மக்கள் அனைவரும் இச்செய்கைக்கு அவர்களுக்கு மாறுபட்டிருப்பின், ஊர்முழுமையும் அவர்கள் மறியலைச் செய்வார்கள். வண்ணார், நாவிதர், குயவர் — சிறப்பாக இக்குலத்தவர்கள் தாம் மறியல் செய்ய அறிவார்கள். குடிமக்களிடையில் அவர்களுக்கிருந்த தாழ்ந்த நிலைமையால் எப்பெரியார் மீதாகிலும் உயர்குலத்தோர்மீதாகிலும் அவர்களுக்கு மிக்க வெறுப்புண்டானால்அதை வெளிப்படுத்த முன்பின் ஆராய்ந்து மறியல் செய்வார்கள். மறியல் என்ற அளவுக்கு வந்த பிறகு அவ்வீட்டுத் தலைவனாகிலும் ஊராராகிலும் உடனே அவர்களுடைய துயரத்தைக் கேட்டறிந்து முறையாக நான்கு பெரியவர்கள் கூறியவாறு சரிசெய்து கொள்ளுவார்கள்.

ஆனால் இம்மறியலோ புதுமையானது! இது போன்றது என்றும் எவரும் எங்கும் அறியாதது! இதுகாரணமற்ற மறியல். அதுவும் ஊழியர்களுடையது! இம்மறியல் செய்தவர்களில் செயலறிவற்றவர்கள் இலர். அவர்களில் சிறுகணக்கர்களிலிருந்து சிற்றரசர்கள் குறுநிலமன்னர் பதவிபெறத் தகுந்தவர்கள் வரையிலிருந்தனர். ஏதோ கீழோர் வழியின்றிச் செய்யும் மறியல் இவர்கள் செய்வானேன்?

எதற்குச் செய்கிறார்கள்? முதலில் இவர்களுக்கு இந்த எண்ணம் எவ்வாறு தோன்றியது? யார் கூறியது?

எவருக்கும் எதுவும் தோன்றவில்லை. அனைவரும் இதைக் குறித்துப் பற்பல வகையாகக் கேட்டுக் கொண்டார்கள்! விடை யளிப்பவர் ஒருவருமிலர். புதுமையாக இருக்கிறது இக்கணக்கர் கள் எங்குமே காணப்படாதது! என்னவானார்கள்? ஒருவகையான விளங்காத அச்சம் ஏகசிலாநகர மக்களைச் சூழ்ந்து கொண்டது.

அதற்குள் இன்னொரு செய்தி ஏகசிலாநகரமுழுமையும் பரவி விட்டது. முன்னைய செய்தியைப் போலவே இச்செய்தியையும் புதுமையாகப் பேசிக்கொள்ளலாயினர். எல்லாவிடமும் மறியல்கள் நடந்தன. ஆனால் இந்துலூர் அமைச்சர் அன்னையா செயலகத்தில் மட்டும் எந்தக் குழப்பமுமில்லை. அங்கு பணி விரைவாக எப்பொழு தும் போல நடந்து கொண்டிருந்தது.

அஃதெப்படி? இச்செய்தியை நம்பாத மக்கள் செயலகத்திற்குச் சற்றுத் தொலைவிலுள்ள அரசபாதையின் முன் வந்து நின்று அமைச் சர் அன்னையாவின் அலுவலகத்தை ஒருவரோடொருவர் பார்த்துக் கொண்டு அங்கு பணி நடந்து கொண்டிருப்பதைக் கண்டு வியப் படைந்தனர்.

“இந்த அமைச்சர் அன்னையா நேற்று தானே தலைநகரத்திற்கு வந்தார்! அப்போதே தமது கணக்கர்களை எவ்வகையில் வேலைக்கு வரவழைத்துக் கொண்டார்? இவர் பெருந்திறனுள்ளவர்!

ஆனால் கொலனி உருத்திரதேவரின் செயலகத்திலோ? அவர் செயலகத்தில் கணக்கர்கள் பணிபுரியவில்லை. அவர் இவ்வளவுக் கும் தலைநகரத்திற்கே வரவில்லை!

9

வியப்புடன் பல சிற்றரசர்களும் படைத்தலைவர்களும் அமைச் சர்களும் அன்று மாலை இந்துலூர் அமைச்சர் இளைஞர் அன்னையா வைக் காணச் சென்றார்கள். இவ்வளவு சிறியவரா இவர்? இவர் இத்தொல்லையில்லாமல் எப்படித் தப்பித்துக் கொண்டார்? இதற் குரிய அடிப்படைக் காரணமென்ன? இதற்கு இவர் செய்த மாற்று வழி யாது?

அப்பொழுது தான் அமைச்சர் அரசியல் முடித்து உணவு உட் கொண்டு, சற்று ஓய்வெடுத்துக் கொண்டு அமைதியாக நண்பர்கள், உறவினர்கள், கவிஞர்கள் பாடகர்கள் நடிகர்கள் புடைசூழ

விருப்பமான கதை களியாட்டங்களில் பொழுது போக்கிக் கொண்டிருந்தார்.

முதலாவதாக அங்கு ஜாயப நாயகர் வந்தார். அன்று அவரிடத்தில் தாம் எழுதிய சுமதி சதகச் செய்யுள்களைப் படித்துக் கூறியவாறே பெத்தன்னுவும் அவர் பின்னல் சென்றுர். ஜாயப நாயகருக்கு இளைஞர்களிடம் விருப்பம் மிகவும் அதிகம். அதுவும் அமைச்சர் அன்னயா மீது அவருக்குப் பரிவும் மதிப்பும் மிகுந்திருந்தன. இவ்விளையோனின் செயலாற்றலைப் பெற்றுக் காகதீய அரசின் திருமகள் நெடுங்காலம் நிலை பெற்றிருப்பாளென்று ஜாயப நாயகர் உறுதியாகக் கூறிக் கொண்டிருந்தார். அன்னயாவின் அண்மையிலிருக்கும் போதெல்லாம் வயது மிக்கவரான ஜாயப நாயகர் இளமையுணர்வு தோன்றியவர் போல இருப்பார். தலைநகருக்கு வரும் போதெல்லாம் அவர் அன்னயாவின் செயலகத்திற்குத் தவருமல் போய் வருவார். அதிலும் இன்று மிகுந்த விருப்பத்துடன் அவர் அமைச்சர் அன்னயாவைப் பார்க்கச் சென்றுர்.

ஜாயப நாயகர் வரவே அன்னயா இல்லத்தில் அரச மரியாதைகள் நடந்தன. அவர் மிகுந்த உள மகிழ்வுடன் நன்கு அமர்ந்திருந்தார். 'நிருந்திய ரத்தினுவளி' எழுதியவராயினும் அவருடைய அசைவில் நாட்டியக் கலை எள்ளளவும் காணவில்லை. மிக்க வயதானமையால் இடை கடினமாக இருந்தது. வலிமையிழந்து விட்டமையால் அவருடைய உடல் நலிவுற்றிருப்பினும் மெலிந்திருப்பினும் உணர்ச்சி மட்டும் குறையவில்லை. இடுப்பும் பிடரியும் வளையாமல் நிமிர்ந்தவாறிருந்தார், அதனுல் இவரை இப்போழுது பார்ப்பவர்கள் "இவர் உண்மையில் நிருத்திய இரத்தினுவளியைத் தாமாகவே எழுதினுரா?" என ஐயம் கொள்வார்களேயாயினும் அவர் முகத்திலிருந்து வெளிப்பட்டு வந்த நடனம் புரியும் அவருடைய புன்னகை உற்று நோக்கியவர்களுக்கு அத்தகைய ஐயம் நீங்கிவிடும். அவருடைய சொல்லாற்றலைக் கேட்டவர்களுக்கு அவருடைய இதயத்தில் நாளும் நடம் புரியும் அழகிய மேலான சக்தி கண்கூடாகத் தெரியும். ஆயினும் உரையாடல் எழுத்துக் கெழுத்து ஒலியாக்க விரைவில்லாமல் தெளிவான யானை நடையை ஒத்திருக்கும். நெடுங்காலச் சேர்க்கையால் யானையின் இயல்பு அவருடைய இயல்புடன் கலந்து விட்டது.

வழக்கமாக நடைபெறும் நலன்களைப் பற்றிய உரையாடல் முடிந்த பிறகு ஜாயப நாயகர் இவ்வாறு தொடங்கினுர். அன்றைய கணக்கர்களின் நடத்தையைப் பற்றி எத்தகைய உரையும் நிகழ்த்தவில்லை.

"அமைச்சர் அன்னயரே" நமது பெத்தன்னு இன்று பாடிய புதிய பாடலைக் கேட்டீர்களா?"

அச் சொற்களைக் கூறும் பொழுது ஜாயபரின் முகம் புன்னகை யுடன் சற்று மலர்ந்தது. அக்கேள்வியினுள்ளிருந்த குறும்புத்தனம் குரலிலாவது முகத்திலாவது தோன்றவில்லை. அச்சொற்களைக் கேட்ட பெத்தன்னாவிடம் சற்று அமைதிக் குறைவும் தோன்றியது. ஜாயப நாயகரையே நோக்கிக் கொண்டிருந்த அமைச்சர் அன்னை யாவுக்கு இஃதேதும் தோன்றவில்லை. எனவே பேச்சளவாகக் கருதிக் கேட்டார்.

அன்னையா: என்ன? அது கேட்போமே?

பெத்தன்னா உடனடியாகப் பாடவில்லை. ஜாயபர் பெத்தன் னாவைப் பார்த்து அச்செய்யுளைப் பேரமைச்சருக்குப் பாடிக்காட் டுங்கள் என்றார். பெத்தன்னாவின் உடல் முழுமையும் செந்நிறமாகி விட்டது. நாணத்தால் முகமனைத்தும் சிவந்துவிட்டது,

ஜாயபர்: புதுமணப்பெண்ணைப்போல ஏன் வெட்கப்படு கின்றாய் பெத்தன்னா? எடு! இத்தனைபேர் சுவைக்க விருக்குமிடத்தில் பாடப்படாத உனது கவிதை மற்றெதற்கு?

இவ்வாறு கூறி அங்குக் குழுமியிருந்த கவிஞர்களையும் பாடகர் களையும் உற்று நோக்கினார். பெத்தன்னா துணிவை வரவழைத்துக் கொண்டு சரிப்படுத்திக் கொண்டார். ஆனால் வாய்ச்சொல் வெளி வரவில்லை.

ஜாயபர்: அமைச்சர் அன்னையரே, உங்களுடைய நடன மாதின் பெயரென்ன?

அமைச்சர் அன்னையா பதிலுரை கூறுமுன்னரே மேளநாயகர் குனிந்து ஜாயபருக்கு வணக்கஞ் செலுத்தி "அவள் பெயர் மதா லசை ஐயா" என்றார்.

ஜாயபர்: ஆனால் பெத்தன்னா, அவளை ஒன்பது வகைப் பெண் களையும் விவரிக்கும் பாடலொன்றை நடித்துக்காட்டுமாறு கூறட் டுமா?—ஏது, அவள் விண்ணுலகத்தில் இச்செய்யுளைப் படித்தாளா?

"படாலக்னே பத்யௌ நமயதிமுகம் ஜாதவினயா

ஹடாஸ்லேஷம் வாஞ்சத்யபஹரதிகாத்ராணி நிப்ருதம்—"

மேளநாயகர் "விருப்பம் ஐயா! அபிநயம் பிடிக்கட்டுமா?—தம்பு ராவின் இசை தொடங்கியது. இசையொலியைச் சரிபார்த்துக் கொண்டிருந்தனர்.

ஜாயபர்: இசை கூட்டி விட்டனர். நீ பாடலைப் பாடுகின் றாயா? அதை அழகாக அபிநயம் பிடிக்கத் தொடங்கச் சொல்லுட் டுமா?

அமைச்சர் அன்னையா புன்னகை புரிந்து "தாத்தா அவர்கள் உங்களை விட்டு விட மாட்டார். அதில் உங்களுக்கு ஐயமேன்? பாடு கேட்போம்!" என்றார்.

பெத்தன்னு பிறகு தொண்டையைக் கனைத்துக் கொண்டு இரண்டு மூன்று முறை முயன்று முடிவில் செய்யுளைப் பாடினார்.

“பொருகுன பகவாடுண்டின
நிரவந்தக விராதகாடே ஒலிகயையனன்
தரகாபு குண்டெமைனனு
கரணுலகு பிரதுகுலேது கதரா சுமதீ!”

அவரிடையில் பகைவனிருப்பினும்
நிறைவற்ற எழுத்தன் ஆள்பவனாயினும்
விலை காக்கும் நிலை மிகுந்திடினும்
கணக்கர்களுக்குப் பிழைப் பில்லையல்லவா நன்மதியோனே!

இப்பாடலைக்கேட்ட அமைச்சர் புன்னகை புரிந்து “பாடுவதில் மட்டும் அன்றிப் பேச்சிலும் அகப்படமாட்டாரே? என்ன முரட்டுத் தனமானவர் பெத்தன்னு!

இதிலே அறிந்து கொள்ள வேண்டிய நன்மதியோன் நான் தானா?” எனக்கேட்டார்.

ஜாயபர்: இல்லை! இல்லை! நான் தான்!

அன்னையா: உங்களிடம் என்னைப்பற்றிக் கூறியதா? நீங்களே நன்மதியோராக இருங்கள்!

அதற்குள் விரைந்து ஒருவர் பின்னொருவராகப் பல படைத் தலைவர்களும் சிற்றரசர்களும் அமைச்சர்களும் கேளிக்கை புரிய வந்து சேர்ந்தனர்.

ஜன்னிகதேவர், திரிபுராந்தகர், அம்பதேவர் ஆகியோரும் வந்து சேர்ந்தனர். ஜன்னிகதேவர் அமைச்சர் அன்னையாவைக் கேட்டார்.

‘அமைச்சரவர்களே நீங்களின்று அரசியல் அலுவல்களை எவ்வாறு செய்யலானீர்கள்?”

அமைச்சர் அன்னையா சுற்றி வளைக்காமல் இவ்வாறு பதிலுரைத்தார். “எங்கள் பெரியோர்கள் தொன்று தொட்டுத் தொழுது வந்த தீக்கனல் தெய்வங்கள் எனக்கின்று கண்முன் தோன்றி உதவி புரிந்தன.”

திரிபுராந்தகர்: உண்மையில் அவ்வாறு தான் தெரிகின்றது.

தமையர்களிருவரும் பேசினமையால் அம்பதேவர் பேசாமலிருந்து, சுற்று முற்றும் பார்த்துக் கொண்டிருந்தார். வேறெண்ணமின்றிக் காணப்படும் அமைச்சர் அன்னையாவின் அமைதியான தோற்றம் அவருக்கு வியப்புண்டாக்கியது.

அதற்கிடையில் அங்கு மகாதேவராயர் வந்து சேர்ந்தார். அவர் பருத்த உடலுடையவர். தமது கணக்கர் மீது அவ

ருக்கேற்பட்ட சினம் இன்னும் ஒரு சிறிதும் தணியவில்லை. அது முகத்தை விட்டு அகலவுமில்லை. அக் கடுமையான தோற்றத்துடன் அவர் விரைந்து உள்நுழைந்தார். அவருக்குச் செய்த மரியாதைகளையும் ஏற்றுக் கொள்ளாமல் உடனே அமைச்சர் அன்னயாவைக் கேட்டார்.

அமைச்சர் அன்னயா! உமது கணக்கர்களை நீரெப்படி அமைதிப்படுத்தினீர்கள்? என்னுடைய கணக்கர்களை வெட்டி வீழ்த்த வேண்டுமென்றிருக்கிறது.''

அன்னயா: நான் இன்னும் ஏதும் செய்யவில்லை. அவர்களை வெட்டி வீழ்த்தினால் செயல் நடத்துவ தெங்ஙனம்?

மகாதேவராயர்: பின் எவ்வாறு நடத்தினீர்கள்?

அன்னயா: எங்கள் முன்னோர்கள் ஆற்றிய வேள்விகள் இன்று என்னைக் காப்பாற்றின. அவ்வாறுரைக்கும்பொழுது கோனகன்ன ரெட்டியுடன் சேர்ந்துகொண்டு நாகதேவன் அவ்விடம் வந்தான். அவன் ஏகசிலாநகரத்தின் பாதுகாவலரான மேசய்ய நாயகரின் மருமகன். மல்லமாம்பிகையின் கணவன். அவன் மிகவும் கொதித்தெழும் முகத்துடன் அங்கு வந்திருந்தான். வந்ததும் அமைச்சர் அன்னயாவை இவ்வாறு வினவினான்.

“இன்று செயலகத்தில் பணிபுரியும் கருவூலக் கணக்கர்கள் எவரும் வரவில்லை. நீங்கள் சிக்கலைத் தீர்த்துவிட்டீர்களாம். எவ்வாறு முடிந்தது?''

அன்னயா: எங்கள் குலதெய்வங்களான அக்னி தேவர்கள் என்னைக் காப்பாற்றினார்கள்.

நாகதேவன்: ''என்ன புதுமையான பதில் ஐயா,'' என்று கூறிய பொழுது பிரசாத ஆதித்த நாயகரும் உருத்திரநாயகரும் அங்கு சேர்ந்தார்கள். இவர்கள் புகழ் பெற்ற பத்மநாயகரின் படைத்தலைவர்கள். இவர்கள் வாள்வீரர்கள். அவர்கள் என்ன செய்வதென்று வழிதெரியாத நிலையில் அங்கு வந்தார்கள். அவர்களும் அமைச்சர் அன்னயாவைப் பிறரைப் போன்றே கேட்டார்கள். அமைச்சர் அன்னயாவும் அக்னிதேவர்கள் தமக்கு உதவியதாகப் பதிலளித்தார்.

அனைவருக்கும் அவ்வாறே அவர்பதில்கூறிய பொழுது அனைவர்க்கும் உண்மை தெரிந்துகொள்ள வேண்டுமென்ற ஆர்வம் மிகுந்து வந்தது. ஜாயபநாயகர் அனைத்தையும் கேட்டு இறுதியில் கலந்து கொண்டார்.

ஜயாபர்: அவ்வக்னிதேவர்களனைவரையும் தீயகற்றி செயலகங்களிலேயே வைத்துக் கொண்டீரா என்ன? அங்குள்ள பத்திரங்களை வெப்பம் தாக்காமல் செய்தீரா?

அன்னையா: அவ்வக்னிகள் அமிழ்தாகி விட்டன.

மகாதேவராயர் கேட்டார்.

“வாள்வீச்சு தவிர்த்து உங்கள் வாய்வீச்சினால் நாங்கள் சினமடையமாட்டோம். பொருள் விளங்காத சொற்களைவிட்டு விளக்கமாகச் சொல்லுங்கள். யாரோ வைதீக அந்தணர்கள் உங்கள் செயலகத்திலுள்ள அலுவல்களை இன்று பார்த்ததாகக் கேட்டோம். உண்மையா? இல்லையா?.

அன்னையா: நீங்கள் கேட்டதில் உண்மைக்கு மாறாக ஏதுமில்லை!

ஜயாபர் கலந்து கொண்டு கேட்டார்.

ஜன்னிகர்: வைதிகக் கணக்கர்களுக்கும் அக்னிக்கும் என்ன தொடர்பு?

ஜயாபர் கேட்டார். “நீங்களனைவரும் வாள்வீரர்களல்லவா? என்றால் வாட்களுக்கும் நெருப்புக்கும் தொடர்புள்ளதா?

ஜன்னிகரும் மகாதேவராயரும் பிரசாத ஆதித்தரும் ஒரே குரலில் “இல்லை” என்றுரைத்தனர்.

ஜயாபர்: ஐயோ உங்களுடைய அறிவுத்தெளிவு இவ்வளவு தானா? இரண்டு வாட்களும் மோதுங்கால் தீ பிறக்குமா? பிறக்காதா?—இனி மூன்று வைதிக அந்தணர்கள் கலந்தபோது வேள்வித்தீயாவதில் வியப்பென்ன இருக்கிறது?

ஜாயபர் இவ்வாறுவிளக்கஞ்செய்த பொழுது இடத்திற்கேற்பப் பொருள் பொருந்திய படியால் அனைவரும் சிரித்தனர். மகாதேவராயர் விரைவுபடுத்தினார்.

“இவ்வளவு நேரமாகக்கூறாமல் எங்கள் உயிரை வாங்கிவிட்டீர்கள். அம்மூன்று அந்தணர்களையும் எங்களுக்கு உடனே காட்டுங்கள்!”

ஜன்னிகர்: இன்னும் இவ்விடத்திலேயே இருக்கின்றார்களா?

அதற்குள் ஜாயப நாயகருக்குப் புன்னகை தோன்றியது.

“பெத்தன்னா! வைதிகக் கணக்கர்கள் மீது ஏதோ பாடலைக் கூறினாயே, எது?”

பெத்தன்னா தலை குனிந்தவாறு பாடுவதற்குத் தயங்கிக்கொண்டிருந்தார்.

ஜாயபர்: பாடுவதற்கென்ன பெத்தன்னா! மீண்டும் மதாலசையை அபிநயம் பிடிக்கச் சொல்லட்டுமா?

பெத்தன்னா: வேண்டாம்! நினைவுக்கு வரவில்லை.

ஜாயபர்: அப்பாடலின் மூன்ருமடியை நினைவுபடுத்தட்டுமா?

பெத்தன்ஞு: அதிலிருந்து நினைவிருக்கிறது.

ஜாயபர்: போதுமே, அதிலிருந்து ஒப்பியுங்கள்! பெத்தென்ஞு வெட்கத்துடன் பாடினர்.

கணக்கர்கள் வைதிகராயினும்

மரண முடிவிற்கேகுமே யன்றி மாறில்லை நன்மதியோனே!

அதைக்கேட்ட அமைச்சர் அன்னையா புன்னகை பூத்தார். அங்கு சேர்ந்திருந்த அனைவரும் பற்பலவிதமாகப் பேசியவாறு பெருத்த ஒலியுடன் சிரிக்கலாயினர்.

சற்று நேரம் இவ்வாறு கழிந்தபிறகு எதிர்பாராமல் அன்னையாவின் முகத்தில் எண்ண அலைகள் சூழ்ந்தன. அவை விரைந்து அனைவருக்கும் தெற்றெனப் புலப்பட்டன.

இதற்கிடையில் அனைவரும் அவரைத்தாம் ஏதாவது புண்படுத்தி விட்டோமா? என்று பற்பல விதமாக எண்ணி இனியவுரைகளுக்கிடையில் கவலைப்படக் காரணம் என்னவெனக் கேட்கலாயினர். அவர் அதிகம் பேசாமல் அமைதியாக அவர்களிடமிருந்து விலகிக்கொள்ள முயன்ருர். அவர்கள் மீண்டும் மீண்டும் கேட்டதால் இவ்வாறுமுடிவில் கூறினுர்.

“பெத்தன்ஞுவின் உலக அனுபவம் நீங்கள் அனைவரும் அறிந்ததல்லவா?”

“அவர் கூற்று சித்தர்களின் கூற்றேயாகும்! என்ருர்.

ஜாயபர்: மற்றனைவரும் அவர் கூற்றை ஒப்புக் கொண்டனர்.

அன்னையா: இன்று என் அரசியல் அலுவல்களைச்சிக்கலின்றித் தீர்த்துக் காத்தவர்கள் வைதிக அந்தணர்கள் தாம்.ஆனுல் இந்தப் பெத்தன்ஞுவின் பாடலைக் கேட்டீர்களல்லவா?

மகாதேவராயர் ஆகியோர் இந்த.குணத்தில் பொருளறியாமல் என்னவென்று வினவினர். பிறகு அமைச்சர் அன்னையா பெத்தன்ஞுவை அப்பாடலைப் பாடச்சொன்னுர். அவர் அப்பாடலை மீண்டும் பாடினுர்.

அன்னையா: கேட்டீர்களல்லவா? மரண முடிவிற்கானசெயலாக இன்று நான் தொடங்கிய பணி இருக்கிறதென்று இப்போது அச்சம் தோன்றியிருக்கிறது. கூடியிருந்த அனைவரும் விழுந்து விழுந்து சிரித்தனர்.

“ஐயா, எங்கள் அனைவருக்கும் இம்மரண முடியிற்கான செயலைச் செய்து முடிக்க வழிகாட்டித் தாருங்கள்!”

அன்னையா: உங்கள் எல்லாருக்குமா?

மகாதேவராயர்: நீர்தானு உயிரச்சம் இல்லாத பெரியவர்?

ஜன்னிகர்: உங்களுடைய கல்வி கேள்வித் திறமைகள் எங்களுக்கில்லாமற் போனாலும் நாங்கள் சிலையாகிவிட மாட்டோம். கோழைகளல்லர்.

நாகதேவர்: உங்களோடு நாங்களும் சேர்ந்து இம்மரண முடிவுச் செயலைப் புரிவோம்.

மகாதேவராயர்: அரச உறவினர்களுக்கு நான் துணை!

பிரசாத ஆதித்தநாயகர்: பத்மநாயகர்களின் பக்கம் நான்!

கன்னுரெட்டி: ரெட்டிகளுக்கு நான் துணைவன்!

நாகதேவன்: கம்மவார்களின் பக்கம் நானிருப்பேன்.

ஜன்னிகர்: காயஸ்தர்களுக்கு நான்!

அமைச்சர் அன்னையா: இத்தனை பேரும் ஒப்புக் கொண்டீர்கள். ஆயினும் திருகணபதி தேவரின் திருவடிவணங்கும் இத்தனை பேரும் எல்லாருமாக இம்மரணமுடிவுச் செயலிலிறங்க நான் மட்டும் உடன்பட மாட்டேன்.

அம்பதேவர்: அமைச்சர் அன்னையா தப்பித்துக் கொள்ள நல்ல வழியைக் கண்டார்.

நாகதேவர்: ஒரு வழிசெய்தால்?

மகாதேவராயர்: என்ன அது?

நாகதேவர்: என்ன இருக்கிறது?—பெத்தன்னு போகட்டும். அச்செய்யுளைச் சற்றுமாற்றியமைக்கலாகாதா?

ஜன்னிகர்: எவ்வாறு?

நாகதேவர்: மரணமுடிவு எப்படி நேரும், அல்லாமல் நன்மதியோனே, என்று கூறலாகாதா?

பெத்தன்னு பேசவில்லை. அமைச்சர் அன்னையா தொடங்கினார்.

“எல்லாருமே கவிபாடுபவர்கள் தாம்? இம் மாற்றத்தால் செய்யுளுக்கு எளியபொருளாவது கிட்டுமா?” அவருடைய உரையாடலில் ஜயாப நாயகர் கலந்து கொண்டு மறுப்புரை கூறினார்.

“உங்கள் உரை கூறுவதிலும் தெளிவுரையிலும் பயனில்லை. நமது பெத்தன்னு முனிவரையொத்தவர். அவர் சொல்லுக்குமாற்றமில்லை, அவருடைய செய்யுட்களில் பொய் இருக்காது!”

இதற்கிடையில் நண்பர்களனைவரும் இவ்வேள்வித் தீயினரைக் காட்டுமாறு அமைச்சர் அன்னையாவை வலியுறுத்தினர். அன்னை

யா அவர்களுடன் சற்று நேரம் வேடிக்கை விளையாட்டுகளைப் புரிந்து, கடைசியில் தமது அரண்மனையுட்புறஞ் சென்று, தம் பின்னுக மரியாதையுடன் திக்கனசோமயாஜியையும் குருநாதரையும் மாறனையும் அழைத்துக் கொண்டு இவ்விடம் வந்து சேர்ந்தார்கள்.

10

திக்கன சோமயாஜி அவ்விடம் வந்ததுமே அங்கு வந்திருந்த அனைவரும் தம்மை அறியாமலேயே எழுந்து அவரை வணங்கினர். சோமயாஜி அவர்களனைவரையும் பரிவுடன் வாழ்த்தினர். "நீடூழி வாழ்க! நீடூழி வாழ்க! நீடூழி வாழ்க". அவருடைய நெடிதுயர்ந்த தோற்றத்தைக் கண்டவுடன் இதுவரைச் செய்து கொண்டிருந்த வேடிக்கை மிகுந்த நகைச்சுவையை நிறுத்திக் கொண்டனர். முகங்கள் பொலிவுற்றன. "திக்கன சோமயாஜி அவர்கள்!" என்று அவர்களிடையில் மென்குரல் பரவியது.

பெத்தன்ன சோமயாஜியிடம் சென்று இருதாள்களையும் தொட்டுக்கண்களில் ஒற்றிக் கொண்டார். அவர் அப்பெருங்கவிஞரை முதன் முதலாகக் கண்டமையால் இன்பக் கண்ணீர் அரும்பியது; உடல் சிலிர்த்தது. சோமயாஜியும் அவரைக் கருணை மிக்க நோக்குடன் பார்த்து வாழ்த்துரை கூறினர்.

கூட்டத்தின் நடுவில் சோமயாஜியை உயர்ந்த இருக்கையொன்றில் அமரச் செய்து, மாணக்கர்களையும் அவருக்கருகில் அமர்வதற்கு அமைச்சர் அன்னையா ஏற்பாடு செய்தார். அவர்கள் மூவரையும் பார்த்து மற்றவரிடம் இவ்வாறு கூறினர்.

"எங்கள் பெரியோர்கள் ஆற்றிய வேள்வியே உருக்கொண்டு என்னை இன்று கடுஞ்சிக்கலிலிருந்து தப்பிக்கச் செய்தனவென்று சொல்லும் போது நீங்கள் நம்ப வில்லையே?—உங்கள் முன் அவர்கள் தோன்றியிருப்பதை நீங்கள் காணுங்கள்!"

இச்சொற்களுக்கு மாறனின் முகம் நாணிச் சிவந்து மலர்ந்த மாதுளை மலரின் வண்ணத்தைப் போன்று ஒளி வீசியது. குருநாதனின் பருத்த சென்னிறமேனி மேலும் செம்மையானது போலத் தோன்றியது. திக்கன சோமயாஜியின் முகத்தில் எவ்வித மாறுபாடுமில்லை. கண்ணிமைகள் மட்டும் மூன்று நான்கு முறை மூடி மூடித்திறந்தன இவர் இன்ப துன்பங்களுக்கப்பாற்பட்டவரே! மான அவமானங்களிரண்டையும் கடந்த அறிவுடையவரே! அமைச்சர் அன்னையா தமது நண்பர்களனைவரையும் சோமயாஜிக்கு அறிமுகம் செய்வித்தார்.

அதன் பிறகு வயது மிகுந்த ஜாயப நாயகர் தாம் முதலில் திக்கனரிடம் பார்த்து உரையாடலைத் தொடங்கினர்.

"எங்கள் பெத்தன்ன சிறந்த உலக வழக்குகள் அறிந்தவர். அவர் இப்பொழுது சுமதி சதகம் இயற்றிக் கொண்டிருக்கிருர். இத்தனை வயதாகி விட்ட எங்களைப் போன்றவர்களுக்கும் தெரியாத 'உலக நீதி' இச்சிறுவருக்கு அவ்வளவு நன்கு தெரிந்திருக்கிறது".

திக்கனர்: அது முன் பிறவியிற் செய்த நல்வினைப் பயன்!

ஜாயபர்: இவருடைய கவிகளில் பொய்யிராது. அது எங்களுக்குப் பழக்கமானது. இவர் அண்மையில் ஒரு செய்யுளைப் பாடினர். உங்களெதிரில் பாடுவதற்கு அச்சமாக இருக்கிறது. பணித்தால் பாடச் செய்கிறேன்.

அங்கு ஒன்று சேர்ந்திருந்த அனைவரும் இச் சொற்களுக்கு வியந்து அமைதியாயிருந்தனர். ஜாயபப் பெரியவரே ஓர் அறிஞராவார். பெரும் பதவியினை ஏற்றிருந்தார். பேரரசரின் நெருங்கிய உறவினர்.—அவர் எது கூறினும் செல்லும். ஆயினும் சிந்தனை மிகுந்த இவர் இவ்வாறு ஏன் பேசுகிருரென்று அவர்களுக்கு ஐயம் தோன்றியது.

திக்கனர் அமைதியாகப் பதிலுரை கூறினர். "நான் இடையிடையில் அரசவைச் செயல்களைப் பார்வையிட நேரினும் எனக்கு மிகவும் விருப்பமானது கவிபாடுதலாகும். உங்களைப் போன்ற அறிஞர்களும், சுவைஞர்களும் புகழும் இவ்விளைஞரின் செய்யுளைக் கேட்க என் செவிகளுக்கினிமையாக இருக்கும். அச்சமெதற்கு?—எங்கள் மாறனும் இன்று கவிதைகள் புனைந்து கொண்டிருக்கிருன். அவனும் கேட்டு மகிழ்வான்."

ஜாயபர்: பெத்தன்ன, முன் நீ பாடிய அச் செய்யுளைச் சோமயாஜியாருக்குப் பாடிக் காட்டும். இப்படிப்பட்ட பெரியோர்களால் கேட்டுணர்ந்த பிறகே உமது கவிதைத் திறமை நிறைவடைந்ததாகும்! உம் சொல்லும் தூய்மையடையும்!

பெத்தன்ன தடுமாறிப் பணிவுடன் கூறினர். "பெரியீர், கற்றறிந்த பெருங்கவிஞர்களின் முன்னிலையிலா எனது நாட்டுப் பாடல்களைப் பாடிக் காட்டத்துணிவேன்?

திக்கனரின் பார்வை பெத்தன்னவின் மீது அமுதத்தைப் பொழிந்தது.

"ஐயனே, உனக்கு நாட்டுப் பாடல்கள் இயற்ற முடிந்தால் பெரியதோர் பேறு பெற்றவர்களாவோம். முதலில் தெலுங்கு எவருடைய மொழி? நாட்டு மக்களுடையதல்லவா! எம்மைப் போன்றவர் வடமொழிப் பண்பாட்டினை விட இயலாமலுள்ளோம். உலகில் பலவகைகளிலும் அவர்களுடன் ஒன்றிக் கலந்திருப்பதனுல்தான்

எம்மைப் போன்றவர்கட்குத் தெலுங்கு மொழியைச் சற்று விரிவாகப் பயிலும் வாய்ப்பு கிட்டியது. நன்னயபட்டர் யாது கூறினுர்? தம்மை உலகத்தாரில் ஒருவரெனக் கூறிக் கொண்டு அத்துடன் சும்மா இராமல் அகர முதல எழுத்தெல்லாம் உலகொத்ததென்று குறிப்புணர்த்தவில்லையா? தெலுங்கு மொழி நாட்டு மக்கள் மொழி!''

அவையோருக்கு அவர் பேச்சைக் கேட்டுத் திக்கனர் மீதிருந்த அச்சம் தீர்ந்தது.

ஜாயபர்: கேட்டீரா? பெத்தன்ன! இனி ஐயம் எதற்கு?

பெத்தன்னவின் உடல் முழுமையும் வியர்த்துக் கொட்டியது. வாய்ச்சொற்கள் தடுமாறின. ''செய்யுள் நினைவில்லை!'

ஜாயபர்: போகட்டும், நினைவிலிருக்கும் கடைசி இரண்டடிகளை யாவது சொல்லக் கேட்கலாமா!

இனியும் பெரியவர் விடமாட்டார். ஒப்பிக்காமல் தப்பிக்கமுடியாதென்று முடிவு செய்து தடுமாறியவாறு பெத்தன்ன அவ்விரண்டடிகளையும் சொல்லி முடித்தார்.

''கணக்கர்கள் வைதிகராயினும்,

மரணமுடிவிற் கேகுமேயன்றி மாறில்லை நன்மதியோனே!''

சோமயாஜி யாது கூறுவாரென்று கேட்ட அனைவர்க்கும் விழிப்புடன் கூடிய மகிழ்ச்சித் தளிர்விட்டது. அப்பாடலின் பகுதியைக் கேட்டு அவர் இன்புற்றதாகவே தோன்றியது.

திக்கனர்: இதன் முற்பகுதியின் பொருள் எவ்வாறுளதோ?

பெத்தன்னவுக்கு முற்பகுதியின் பொருள் நன்கு நினைவிருப்பினும், சொல்வதற்குச் சற்றும் விருப்பமின்மையால் ''என்ன முயன்றும் வாய்க்குவரவில்லை'' என்று உறுதியாகக் கூறிவிட்டார்.

திக்கனர்: இவருடைய சொற்கள் வாய்மையானவை யெனத் தோன்றுகின்றன. உலக வழக்கறிஞர் ஜாயபநாயகருடைய வாக்கிலும் பொய்யுரை வராது!

அமைச்சர் அன்னையா அதற்கிடையில் புன்னகையுடன் கூறினுர்.

''ஐயா, நீங்கள் இன்று எனக்கு வைதிகக் கணக்கர்களை அனுப்பி வைத்ததனுல் இவர் இச்செய்யுளியற்றியதாகத் தோன்றும். ஆயின், உங்கள் அருளும் மரணமுடிவுக்குதான் என்பது உங்களுடைய எண்ணமா?''

திக்கனர்: பைத்தியமே, இவ்வாறுதானு அச்செய்யுள் அமைச்சர் அன்னையாவுக்குப் பொருள்பட்டது?

அமைச்சர் அன்னையா அனைவரிடமும் இவ்வாறு உரை கூறிக் கொண்டிருந்தது சோமயாஜிக்குத் தவருகத் தோன்றவில்லை. அங்கிருந்தவர்கள் அனைவருக்கும் அமைச்சர் அன்னையாவுக்குத் தோன்றிய பொருளே தோன்றியது அவர்களும் அவ்வாறுதான் புரிந்து கொண்டனர்.

திக்கனர்: அவருடைய கவித்திறனை நாட்டுப் பாடல் என்று நண்பர்களனைவரும் குறைத்துக் கூறியவர்கள் தாமா?

அமைச்சர் அன்னையா: சோமயாஜி அவர்களின் ஆந்திர மகா பாரதத்திற் சிலகட்டங்களிலேதாகிலும் எங்களுக்குப் பொருள் கூற வியலாமற் போகலாமேயன்றி, இந்த பெத்தன்னுவின் பாடலின் பொருள் விளங்கவில்லை என்கிறீர்களா?

திக்கனர்: நீங்கள் பேரமைச்சராவீர்கள், இவர்களனைவரும் வீரம் செறிந்த படைத்தலைவர்கள்! உங்களுக்கும் நண்பர்களுக்கும் பொருள் விளங்கவில்லை என்பேனு? ஆனுல் நாட்டுப்பாடல் திறமையை நன்ருகப் புரிந்துகொள்ள எத்தனை விழிப்புத்தேவை என்று உங்களுக்கு தெளிவுப் படுத்த எனக்கு விருப்பம்!—நன்று! "மரண முடிவு ஆகும்" என்றல்லவா கவினுர் கூறினுர்?—எனில் அந்த மரண முடிவு எவருக்கு ஆகும் என்று நீங்கள் யாராகிலும் நினைத்திருப்பீர்களா?.

திரிபுராந்தகர்: எவருக்குப் பிறகு? — யாரிடமிருக்கிருர்களோ அவர்களுக்கே!

திக்கனர்: பெத்தன்னு எங்காவது அச்சொல்லைக் கூறினுரா? —பகைவர்களுக்கு மரண முடிவாகுமென்று ஏன் பொருள் கொள்ளலாகாது?

அச்சொற்களால் அனைவருடைய முகங்களும் மலர்ந்தன. சிலருக்குச்சிரிப்பு வந்தது.

ஜாயபர்: நன்று. நாட்டுப் பாடலுக்குக் கூட விளக்கம் செய்வது உங்களுக்கே உரித்தாகும். ஐயா, சோமயாஜி!

இவ்வாறு அவர்களனைவரும் அப்படியானுல் வைதிகக் கணக்கர்கள் தமக்கும் தேவை என்று வேண்டிக் கொண்டனர்.

அதன் பிறகு விருப்பப்பட்ட கலை நிகழ்ச்சிகள் சற்று நேரம் நடந்தன. முடிவில் சோமயாஜியவர்கள் குறிப்பிட்டபடி அனைவரும் ஒரு முடிவிற்கு வந்தனர்.

திக்கன சோமயாஜியிடம் கணக்குகள் நன்கறிந்த அந்தணர் நூற்றுவரிருந்தனரல்லவா! அவர்களனைவரும் இப்பொழுது இந் நான்கு நாட்களிலும் தேவையான செயல்களைப் பார்த்து முடித்து வைப்பார்கள்; இதற்கிடையில் இனிய முறையிலாகிலும் அச்ச

முறுத்தியேனும் பழைய ஊழியர்களில் சிலரையாகிலும் பணிகளில் அமர்த்தவியலாதா? எழுத்துப் பணிக்கு ஓரினத்தவரையே நம்பியிருப்பது அபாயத்துக்குரியது. ஆறுயிரம் அந்தணர்களுக்கு ஊர்க் கணக்கர்கள் பணி முதலாக உயர் அலுவல்கள் வரையில் தேவையான கணக்குகள், அளவைகள், எழுத்துப் பயிற்சி முதலான பயிற்சிகளில் தேர்ச்சி பெறச்செய்ய ஓரங்கல்லில் ஒரு கல்விக் கூடம் இந்த விஜயதசமியன்று தொடங்குவோம். அதில் இந்த நூறு அந்தணர்களும் மாலை நேரத்தில் ஆசிரியப் பணிபுரிவர். நன்குக எழுதப் படிக்கத் தெரிந்த பிறகு கூட்டல். கழித்தல், பெருக்கல், வகுத்தல் முதலானவற்றையறிந்து கொண்டிருக்கும் அந்தணர் யாவரும் இக்கல்விக் கூடத்தில் சேரலாம். ஆறுயிரம் பேர் போதுமானவரல்லர், அவர்களைத் தொடக்கத்தில் அமர்த்திக் கொண்டால் இரண்டாண்டுகளில் முப்பத்தாறுயிரம் பேர் பயின்று தயராகவிருப்பர். இதற்குப் பேரரசரின் ஒப்புதல் பெற்று, நகரில் சேர்ந்திருந்த அந்தணர்க் கூட்டத்திற்குச் செய்தி அறியுமாறு அறிக்கை விட்டு, வேண்டிய முயற்சிகள் யாவும் உடனுக்குடன் செய்ய வேண்டும்.

அங்கிருந்த அமைச்சர்கள், சிற்றரசர்கள், படைத்தலைவர்கள் அனைவரும் அதைச்செவியுற்று அடைந்த மகிழ்ச்சிக்கு எல்லையில்லை. அமைச்சர் அன்னையா அனைவர் சார்பிலும் பேசி, திக்கன சோமயாஜியைக் குருகாணிக்கை ஏற்றுக் கொள்ளுமாறு வேண்டினர். தானே பிறரும் அவ்வாறே ஏற்றுக் கொள்ள வேண்டினர்.

"இப் பேரரசிற்குத் தலையாய தூண்களாக விளங்கும் உங்களனைவருடைய மகிழ்ச்சியே எனக்குரிய ஒருகாணிக்கையாகும். ஆயினும் குருகாணிக்கை, கல்வி பயின்று முடித்ததற்குப் பிறகு அல்லாது முதலிலில்லையல்லவா?

திக்கன சோமயாஜியின் இவ்வன்பு அவர்களனைவருக்கும் தந்தையிடம் தோன்றும் மதிப்பிற்கும் நூறு மடங்கு மதிப்பேற்படுத்தியது.

அதற்குமேல் மறியல் செய்த கணக்கர்களின் பேச்சு வராமலிருக்குமா? அவ்வுரையாடலில் சோமயாஜி கலந்து கொள்ளவில்லை. பொழுது போக்குக் கெனக் கூடும் அப்படைத்தலைவர்களின் கூட்டம் சற்றுநேரத்தில் அரசியல் அலுவல்களைப் பற்றிய அவையாக மாறிவிட்டது. அங்கிருந்து அமைச்சர் அன்னையாவிடமிருந்து கவிஞர்கள் பாடகர்கள் நட்டுவனுர் மற்றும் பிறரும் விடைபெற்றுச் சென்றனர்.

அம்பதேவர்: எங்கள் உடன்பிறந்தார்களுடன் நேற்று நாங்கள் தலைநகர் வந்து சேர்ந்தோம். இதற்குரிய காரணத்தை நினைக்கவுமியலாதிருக்கின்றோம்.

அமைச்சர் அன்னையா: நானும் நேற்றுதான் வந்தேன்.

நாகதேவர்: நேற்றுமாலை வரை இந்த நிலைமையில்லை. எங்கள் அலுவலகத்தில் நிலைமைகள் ஏற்றத்தாழ்வேதுமின்றி ஒழுங்காக உள்ளன. எங்கள் கருவூலக்காரர்கள் நேற்று மாலைவரை வேலைக்கு எவ்வித ஊறும் செய்யவில்லை என்பதை இன்று சரிபார்த்துக் கொண்டேன்.

கன்னுரெட்டி: எங்கள் தலைமைச் சுங்கவரிக்கருவூலமும் நன்றாக இருக்கிறது.

திரிபுராந்தகர்: மேசய்ய நாயகர் என்ன கூறுகிறாரோ?

மேசய்ய நாயகர் நாகதேவரின் மருமகனானமையால் இக்கேள்வியை அவர் திரும்பக்கேட்டார்.

நாகதேவர்: நாயகரவர்களை இன்று பார்க்கமுடியவில்லை. நேற்று மாலைவரையில் அவருக்கு இத்தகைய ஐயமிருந்ததாகத் தெரியவில்லை.

அமைச்சர் அன்னையா: எங்கள் கணக்கர்களை நான் பார்க்காமையால் எங்களுக்கு முன்னைய நிலைமைகள் தெரியவில்லை.

மகாதேவராயர்: மகாஎயப் பேரவைச் செய்திகளை அனைவரும் அறிவீர்களா?

அம்பதேவர்: எங்களுக்கு அவற்றில் ஏதோ தெளிவின்றித் தெரிந்தன,

மகாதேவராயர் பேரவைச் செய்திகளைச் சுருக்கமாக எடுத்துரைத்தார். இடையிடையில் ஜாயபநாயகர் கலந்து பேசினார்.

அன்னையா: இந்த மறியல் தலைநகரில் தானே நடந்தது? மக்களுக்குள்ளேயும் பரவி விட்டதா?

நாகதேவர்: மக்களிடையே பரவவில்லை என்று தெரிகிறது. இன்று காலையில் அனுப்பிய அழைப்பிதழ்கள் பலவற்றை நானே மக்களிடமிருந்து நண்பகலுக்கு முன்னர்தான் பெற்றுவந்தேன்.

அம்பதேவர்: இது சற்று நல்ல செய்தி!

அன்னையா: விரைவில் இதற்கு மறுசெயல் புரியவேண்டும்.

மகாதேவராயர்:- அரசருக்குத் தொல்லைகள் செய்யக் கருதியவர்கள் தாம் இம்மறியலைத் தொடங்கியிருக்கவேண்டும்.

அனைவருடைய உள்ளத்திலும் இவ் வெண்ணமிருப்பினும் எவரும் இதனை வாய்விட்டுக் கூற முன்வரவில்லை.

ஜாயபர்: யானைகளுக்குத் தலையில் ஒரு வகை மதம் பிடிக்கும். அவ்வாறு மதம் பிடித்ததும் தலையை அப்படியிப்படி அசைப்பதை

நிறுத்திவிடும். அதற்குப் பிறகு மாற்றுச் செயல் புரியாவிட்டால் ஓரிரு நாட்களில் யானையை அடக்க வியலாமற் போகும்.

திரிபுராந்தகர்: ஜாயபர் நன்ருகக் கூறினர்.

மகாதேவராயர்: உருத்திரதேவப் பேரரசரின் இளவரசப் பட்டத்திற்கு ஊறுவிளைவிக்க நினைத்தவர்கள் செய்த சூழ்ச்சியாகும் இது.

இக்கருத்தே அனைவருக்கும் தோன்றியது. ஆனல் வீரபத்திரேசரின் பெயரைச் சொல்வதற்கு ஐயமுற்று அச்செய்தியை எடுத்துப் பேசவில்லை.

அன்னையா: இது மிகவும் ஆபத்தானது.

ஜாயபர்: மதம்பிடித்த யானையைப் போன்று பெருங்கேடு செய்தாலும் செய்யக் கூடும்.

ஜன்னிகர்: இதற்குத் தண்டனையும் கடுமையாக இருக்க வேண்டும்.

அன்னையா: உண்மை! ஆனல் யாரைத்தான் தண்டிக்கலாம்? எத்தனை பேரை?—அனைவருக்கும் தண்டனை புரியும் செயலைச் சாதிப்பதெவ்வாறு?

புன்னகையுடன் ஜாயபர் வினவினர். "அமைச்சர் அன்னையா, நீர் என்ருகிலும் வேட்டையாடி யறிவீர்களா?

அரசியல் பணிக்கென அவருடைய முன்ஞேர்கள் இத்தனைத் தலைமுறையாகப் படைக்கலங்கள் தாங்கிய வீரர்களாவர். போரிடும் போர்க்களங்கள் தவிர்த்து அக்குடும்பத்தினர் படைக்கலன்களைப் பயன்படுத்தியறிய மாட்டார்கள். விலங்கு வேட்டைப் புதுமை இந்துலூர் மரபினருக்கில்லை. எனவே அமைச்சர் அன்னையா தலை நிமிர்ந்து ஜாயபர் பக்கம் நோக்கியவாறிருந்தார்.

ஜன்னிகர்; அரசரின் பகைவர்களை வேட்டையாடுவதில் சிலகாலமாக நாங்கள் காலங்கழித்துள்ளோம். விலங்குகளை வேட்டையாடிய நாட்கள் மறந்துவருகின்றன.

ஜாயபர்: அரசியல் பணிபுரிபவர்கள் வேட்டையாடினும் வேட்டையாடாதிருப்பினும் விலங்குகளின் இயல்புகளைத் தெரிந்திருக்க வேண்டும். யானைகள் மட்டுமின்றி மற்ற உயிரினங்களும் பெரும்பாலும் கூட்டம் கூட்டமாக வாழ்ந்து திரிந்து கொண்டிருக்கும். ஒவ்வொரு கூட்டத்திற்கும் தலைமையாக ஒன்றிருக்கும். அதைப் பிடித்துவிட்டால் மற்ருெரு தலைமை கிடைக்கும் வரை அக்கூட்டம் சிதைந்துச் சிதறிப் போகும்.

அம்பதேவர்: ஜாயப நாயகர் நன்ருகக் கற்பித்தார்.

திரிபுராந்தகர்: தலைமைக் கணக்கர்களைப் பிடித்துத் தலைகளை வெட்டி வீழ்த்த உடனே கொலைஞர்களிடம் ஒப்படைக்க வேண்டும்.

அதில் கலந்த பேரலுவலர்களுக்கும் படைத்தலைவர்களுக்கும் சிற்றரசர்களுக்கும் படை வீரர்களுக்கும் தலையை வெட்டும் அதிகாரம் உண்டு. பேரரசர் தலைநகரத்திலிருப்பதால் முதலில் அவருக்குத் தெரிவிக்கவேண்டிய கடமை இருக்கிறது. பேரரசரின் ஒப்புதலைக் கேட்டால் உடனே கிடைத்து விடும். அப்படிப்பட்ட அதிகாரம் அமைச்சர் அன்னையாவுக்குமுண்டு. ஆயினும் அவர் ஒருவர் மட்டும் சற்றுத் தயங்கினார்.

''இவர்களில் சிலர் உண்மையில் நோய்வாய்ப் பட்டிருப்பதாலும் வராமலிருந்திருக்கலாம். பலர் நெடுங்காலமாக நம்பிக்கைக்குரியவர்களாக விளங்கியவர்கள். உடனே இத்தகைய கடுந்தண்டனை அளிப்பது நன்றெனத் தோன்ருது.''

மகாதேவராயர்: எவ்வளவு பெரிய பொறுப்புடைவராயினும் நீங்கள் பார்ப்பனப் பண்பை விடவில்லையே!

ஜாயபர்: மகாதேவராயரே! நீங்கள் எப்பொழுதாகிலும் வேள்விக் கூடத்திற்குச் சென்று பசுவைப் பிடிக்கப் பார்த்திருக்கிறீர்களா?

அம்பதேவர்: அவர்கள் வாளால் பசுவின் உயிரை வாங்க மாட்டார்கள். அதன் ஒன்பது உறுப்பு வாயில்களையும் அடைத்து விடுவார்கள்.

ஜாயபர்: அமைச்சர் அன்னையாவின் அறிவு அந்தணர் அறிவாகும்! மகாதேவராயர் விரைகிருர்!

அங்கிருந்தவர் அனைவரும் உரக்கச் சிரித்தனர்.

அமைச்சர் அன்னையா முடிவில் பின்வருமாறு தெளிவுபடுத்தினர்.

''இன்றிரவும் நாளையும் அனைவரையும் வரவழைக்க முயற்சிப்போம். இல்லாமற் போனல் இவர்களின் தலைமைக் கணக்கர்களுக்கு மட்டும் கடுந் தண்டனை அளித்து ஒருசிலரை மட்டும் தலையைத் துணிக்குமாறு கட்டளை தருவோம்.

அங்கிருந்த அனைவரும் அதனை ஒப்புக் கொண்டனர். உறுதியான முடிவுடன் தத்தமது அரண்மனைகளுக்கு அவர்கள் சென்றனர்.

மறுநாள் ஏகசிலா நகரத்தில் தெருக்கள் தோறும் வாடைகள் தோறும் உடனடியாக வேலையில் சேராத கணக்கர்களுக்குக் கடுந்தண்டனை கிடைக்குமென்று அவரவர்களின் முதல்வர்கள் ஒப்புதலுடன் பறைசாற்றினர். அவ்வாறு பறைசாற்றிக் கணக்கர்களை

6

வரவழைக்வும், சிறைபிடிக்கவும் எல்லாவகையான முயற்சிகளும் செய்தார்கள். நாளுக்கு நாள் நகரமுழுமையும் குழப்பம் மிகுந்து விட்டது. பல தலைமைக் கணக்கர்களும் மற்ற கணக்கர்களும் வீடு வாயிலையும் மனைவி மக்களையும் துறந்து ஓடிவிட்டனர். கிடைத்த வர்களைப் பிடிபட்ட நிலையில் வீரர்கள் கட்டிப்பிடித்து அவரவரலுவர் களிடம் ஒப்படைத்தனர்.

சப்தமியன்று காலையில் பல கணக்கர்கள் தாமாகவே செயலகங் களுக்குச் சென்று சிற்றரசர், படைத் தலைவர் ஆகியோரிடமும் அமைச்சர்களிடமும் வணக்கங் கூறி மன்னிப்புக் கோரிக் கொண்டு பணிபுரிய ஒப்புக் கொண்டனர். ஆனால் அவர்களை இனி எவ்வாறு நம்புவது?

அவர்களில் பலரை வேலைக்கமர்த்திக் கொண்டனர். தலைமைச் செயலகத்தில் திக்கன சோமயாஜியுடன் வந்த கணக்கர்களுக்குச் சிறப்பான இடங்கள் கிடைத்தன. அவர்களின் உயிர்களுக்கு ஊறு வராமலிருக்க அரசர்கள் வீரர்களை அமைத்து அவர்களை ஆயிரங் கண்களுடன் காக்கவேண்டியதாகிவிட்டது.

11

விஜயதசமி வந்து விட்டது.

நவராத்திரி விழாக்களும் முடிந்தன. திரு விசுவேசுவர சம்புதேசிகரின் முன்னிலையில் அவருடைய மாணக்கர்களில் ஒருவர் எல்லாச் செயல் முறைகளையும் தேவேந்திர விழாவாகக் குறை வின்றிச் செய்தார். நோன்புகளினாலும் விரதங்களினாலும் உருத்திர மதேவி, சற்று நலிவுற்றிருப்பினும் ஒரு புதுமையான பொலிவுடன் விளங்கினார்.

கணபதி தேவரும் முற்றிலும் உடல் நலம் அடைந்தவராகக் காணப்பட்டார். நெடுங்காலமாக உள்ளத்தை வருத்திக் கொண் டிருந்த உள்ளக் கிடக்கை நிறைவடைந்தமையால் வயது மிகுந்த பேரரசரின் முகத்தில் புத்தொளி படர்ந்தது. நலிந்து போன அவ ருடைய உடலிலும் புதிய சக்தி தளிர்த்தது. எழுந்து உட்காரவும் வலிமை பிறந்தது.

இன்று நடக்கவிருக்கும் இளவரசுப் பட்டமளிப்பு விழாவிற்குக் கூடிய மக்கள் திரளால் ஓரங்கல் நிரம்பிவிட்டது. எல்லா நாடு களிலிருந்தும் பெருநில மன்னர்களும், குறுநில மன்னர்களும், சிற்

உருத்திரமதேவி 83

றரசர்களும், அமைச்சர்களும், படைத்தலைவர்களும், தமது பரிவாரங்களுடன் அங்கு வந்து சேர்ந்து விட்டனர். சுற்றுப்புற கிராம மக்களுடன் நெடுந்தொலைவிலுள்ள இருப்பிடங்களிலிருந்தும் பெரு விழாவைச் சிறப்பிக்க மக்கள் பெருந்திரளாகக் கூடினர்.

இப்பெருவிழாவிற்கெனக் கட்டிடக் கலைஞர்கள் பரந்துயர்ந்ததோர் அழகிய மண்டபத்தை ஆயிரம் தூண்கள் அமைத்துச் சிறப்புற நிறுவினார்கள். ஏக்சிலா நகரத்தில் ஆயிரத்திற்கு மேற்பட்ட சிறந்த ஓவியர்கள் அனைவரும் பலவகை வண்ணங்களால் ஓவியங்கள் வரைந்து தூண்களின் மேலிருந்து கீழ்ப்பகுதி வரை அழகுபடுத்தினார்கள். அதில் அனைவரும் பார்ப்பதற்கேற்ற பகுதியில் உயர்ந்த நீராட்டு மேடை ஒன்றை அமைத்தார்கள்.

இதற்கு முன்னதாக நீராட்டுபவர்களை அனுப்பி நாற்கடல்களிலிருந்தும், கங்கை, கிருஷ்ணு, கோதாவரி, துங்கபத்திரை போன்ற புனித நதிகளிலிருந்தும் பொற்குடங்களில் நீர் கொண்டுவரச் செய்தனர். அவற்றை வெவ்வேறு வகையில் அழகு படுத்திய மேடைகளில் வைத்தனர்.

திருமஞ்சன விழா விடியற்காலையில் மங்கள இசை முழங்க வாழ்த்தொலிகள் வானைத் தொட்டவாறு தொடங்கலாயிற்று.

திருமஞ்சன மேடையில் உயந்ததோர் இருக்கையில் திரு விசுவேசுர சம்பு தேசிகரவர்கள் அமர்ந்திருந்தார். அவரருகில் ஓர் உயர்ந்த இருக்கையில் கணபதி தேவரவர்களும் மற்றோர் பொன்னாலான இருக்கையில் உருத்திரமதேவியும் அமர்ந்திருந்தார்கள். வேள்வி மேடைக்கருகில் சிறந்த மறை பல பயின்ற மற்றையோர் வேள்விக் கனலொப்ப அமர்ந்திருந்தனர்.

முதலில் அவ்வந்தணர்களின் குறிப்புணர்ந்து திரு விசுவேசு சம்பு தேசிகரவர்கள் திரு ஆனைமுகக் கடவுளை வழிபட்டுப் புண்ணியாவசன மண்டபாராதனைகளைச் செய்யலானார். பொற்குடங்களில் கடல் நீரையும் கங்கை நீரையும் முகந்து ஒன்பது மணிகளையும் மந்திரச் சொற்களுடன் கூறி அந்நீரிலிட்டு, நீராட்டுதற்கேற்ற நறுமண மிக்க வேர்களையும் பிறவற்றையும் அதிலிட்டுப் பேரரசின் தெய்வங்களை வழுத்தி, வரவேற்று வழிபாடுகளைச் செய்வித்தனர்.

அரச புரோகிதர் இதற்குள் வழிபாடு முதலானவற்றை முறைப்படி செய்வித்த பன்றி இலச்சினையிட்ட பொன்மணி மகுடப் பட்டமொன்றைத் திருகணபதிதேவர் பேரரசரின் திருக் கரங்களால் திரு உருத்திரமதேவியின் நெற்றியில் கட்டி, அவ்வம்மையின் திருமுடியில் மங்கள அரிசியை இட்டனர். அவ்வம்மையின் தலைக்கு மேலாகப் பொற்குடை பிடித்தனர். மறைநூல் வல்லுநர் வாழ்த்துரை கூறத் தொடங்கினர். நீராட்டுவதற்கான நீர் ஏழு கலசங்களில் வேறுவேறாக வைக்கப் பட்டிருந்தது.

அதில் முதல் கலசத்தை அரசகுரு அவர்களிடமும், இரண்டா வதைத் திரு கணபதி தேவரிடமும் அளித்தனர். மூன்றும் கலசத்தை இந்துலூர் அமைச்சர் அன்னையாவிடமும் அங்கு அப்பொழுது வந்து சேர்ந்த கொலனி உருத்திரரிடம் தருவதற்கு அவரை வரவேற்றனர். நான்காம் கலசத்தை அளிக்க வீரபல்லட தேசிகரை அழைப்பித்தனர். மற்றொன்றைத் தர வீரபத்திரேசரையும் மகா தேவராயரையும், இளம் பிரதாபருத்திரரையும் நிறுத்தினர்கள். இன்னொரு கலசத்திற்கருகில் மேசய்ய நாயகர், கோவிந்த நாயகர், பய்யன நாயகர், ஜன்னிக தேவர், கன்ன ரெட்டி, நாகதேவர் ஆகியோரை இருக்க நியமித்தனர். கடைசிக் கலசத்திற்கருகில் நிற்க அங்கிருந்த பெருமக்களில் மூத்தவர்களை வந்திருக்குமாறு அழைத்தனர்.

இவ்வாறு முன்னின்று வந்தவர்களுக்கெல்லாம் பேரரசர் இரத்தினமிழைத்த பொன்னுடைகளும், பலவகை அணிகளையும் அணிவதற்குச் சீர் செய்தனர்.

அப்போது அரச குருவின் ஒப்புதலுடன் மறைநூலறிஞர்கள் பேரரச மந்திரங்களைப் படிக்கத் தொடங்கினர். முதலில் நியமித்த அனைவரும் தம்மெதிரில் வைக்கப்பட்ட பொற்கலசங்களிலிருந்து பசுமையான இலைகளின் வழியாக திரு உருத்திரமதேவியை நீராட்டினார்கள்.

இந்நீராட்டுப் பெருவிழா இரண்டு நாழிகை நேரம் நடந்தது. சிரசிலிருந்து வழியும் அப்புனித நீர்த் தாரைகளுடன் உருத்திரமதேவி கங்காதரனாக விளங்கும் உருத்திரரைப் போலவே காட்சியளித்தார். அவ்விழா மண்டபத்தில் கலந்து கொண்ட மக்கள் கூட்டம் மகிழ்ச்சி ஆரவாரத்துடன் வெற்றியொலிகள் எழுப்பியவாறிருந்தது. அவரவர்களுக்குரிய இடத்தில் அவரவர்கள் அசையாமல அமர்ந்திருந்து வேறு பேச்சின்றி அப் பெரு விழாவைக் கண்ணாரக் கண்டு கொண்டிருந்தனர்.

இளவரசுப்பட்ட நீராட்டு விழா முடிவில் குலப் பெரு மக்களனைவருக்கும் பொன்னாலான மங்கல அரிசியைப் பகிர்ந்து வழங்கினர். வழி வழியாக முறைப்படி மரபு ஒழுக்கங்களில் தவறாமல் வருகின்றவர்கள் ஒவ்வொருவராக உருத்திராம்பிகைக் கண்மையில் வந்தனர். அவரவர்களின் அதிகாரத்திற்கேற்ப அவர்கள் அவ்வம்மையின் சிரசிலும், அடிகளிலும் மஞ்சள் அரிசியைத் தூவினர். அவ்வாறு வந்தவர்கள் அனைவருக்கும் கணபதி தேவர் பொன்னுடைகளும் நவமணி மாலைகளும் ஏராளமாக அளித்து அணிந்து கொள்ளச் செய்தார். இவ்விழா நடுப்பகல் வரை நடந்து கொண்டிருந்தது.

அப்பொழுது திரு விசுவேசுர சம்பு தேசிகர் ஏதோ கூறியிருக்கின்றார் என்று வெள்ளித் தண்டுகளேந்திய வீரர்கள் உரத்து

கூவினர். அத்திருவோலக்க மண்டபம் சற்று நேரத்தில் அமைதி யடைந்தது.

"உங்கள் அனைவர் முன்னிலையில் திரு கணபதி தேவப் பேரரசரவர்களால் இங்கு வருகை தந்திருந்த அமைச்சர், சிற்றரசர், குறுநிலமன்னர், படைத் தலைவர்கள் மற்றெல்லா மக்கள் ஒப்புதலுடன் திரு உருத்திராம்பிகைக்கு இளவரசுப் பட்டம் சூட்டும் நீராட்டு விழாவை வெற்றியுடன் நிறைவேற்றினோம். இந்தப் புனிதமான நோன்புக் காலத்தில் அரசகுரு பெயர் சூட்டு விழா நடத்தும் முறைமை நீங்களனைவரும் அறியாததன்று. இந்தக் கணத்திலிருந்து இவ்விளவரசர் திரு உருத்திர தேவப் பேரரசர் எனும் பெயர் பெறுவாராகுக! இனி இவர் உருத்திரதேவப் பேரரசர் எனும் பெயருடையவராகுக!" என்று அரச குரு அவர்கள் தாமாகவே அவ்வம்மையின் தலையில் பொன்மணிகளாலான அட்சதைகளை வைத்தார். மறை யோதும் அந்தணர்கள் பின் வாழ்த்துரைகளைக் கூறினர்.

உடனே, 'வேற்றி! வெற்றி! திருஉருத்திரதேவப் பேரரசருக்கு வெற்றி!' என்ற வெற்றி முழக்கம் மண்டபம் முழுமையும் அதிர்ந்தது. அப்பொழுது ஒருபுறம் அந்தப்புரப்பெண்கள் அமர்ந்திருந்த ஒரு மூலையிலிருந்து பனி போன்றதொரு மென்குரல் தோன்றியது. அங்கிருந்து பல இளஞ்சிறுர்களும், சிறுமிகளும் மிக்க அழகுள்ள பல வகை வேடம் புனைந்துகொண்டு வண்ணவண்ணக் கொடிகளைக் கைகளிலேந்தியவாறு திரு உருத்திரதேவப் பேரரசரின் எதிரில் தோன்றி 'வெற்றி, வெல்கநீவிர்! திசைகளெல்லாம் வெல்க!' என்று வெற்றி முழக்கம் புரிந்தனர். கணீரென்ற குரலோசையுடைய இரு சிறுவர்கள் முன் பாட மற்றவர்கள் அவர்களின் பின் பாடத் தொடங்கினுர்கள்.

பாடல்கள்:

'இருளறியச் சுடர்மணிகள் இமைக்கும் நெற்றி
இனத்துத்தி அணிபணமாயிரங்களார்ந்த
அரசவரசப் பெருஞ்சோதி அனந்தனென்றும்
அணிவிளங்கும் உயர்வெள்ளை அணையைமேவித்
திருவரங்கப் பெருநகருள் தெண்ணீர்ப்பொன்னித்
திரைக் கையாலடிவருடப் பள்ளிகொள்ளும்
கருமணியைக் கோமளத்தைக் கண்டு கொண்டேன்
கண்ணிணைகள் என்று கொலோ களிக்கும் நாளே.'

'ஜய! அபிஜயீபவ! திக்விஜயீபவ!
ஸ்ரீ ஹரி கருணு கடாக்ஷ வீக்ஷணுலங்காரா!
அர்த்தி ஜன குமுத சந்திரோதயா!
ஆஸ்ரித வித்வஜ்ஜனுதாரா!

சத்ய பாஷா ஹரிஸ்சந்திரா! சங்கீத வித்யா நாரதா!
சாஹித்ய வித்யர் சதுர்முகா! தானராதேயா!
சங்கிராமதனஞ்செயா! ஒய்யாரி கோலாஹலா!
கதன விஜய மார்த்தாண்டா! கலியுகராமா!
கலியுக பீமா! மனுஜ மந்தாரா!'

'ஜய! அபிஜயீபவ! திக்விஜயீபவ!
ஸ்ரீ கணதீசாய சிவகுமாராயா
நாக முக துண்டாய நாகபூஷாய
லோக ஜனவந்த்யாய லோலநேத்ராய
ஸ்ரீகண்ட தனயாய ஸ்ருஷ்டிகாராய–மங்களம்'
'நன்கு நீ கலைகளை நல்லுயர் வெய்த
நாலுலகந்தனை நாட்டுவித்தாய் மேலாய்!
கனகாத்ரி தீராய கண நாயகாய—மங்களம்.
கனிவுடன் வணங்குவோம் கணபதி தேவா!
ஜய! அபிஜயீபவ! திக்வ்ஜயீபவ!
சரஸ்வதீ மதிமிக எமக்கு நீ அளிப்பாய்
பரம பக்தரையெல்லாம் பாதுகாரம்மா!
வல்லகீ பிருது பாணி வரநீலவேணி,
பல்லவா ருணபாணி பரமகல்யாணி,
சகலமுமளிப்பாய் சத்குண கதம்பா
எம்மை தனமுளோரா்க்கு எம்சாரதாம்பா!
ஜய! அபிஜயீபவ! திக்விஜயீபவ!'

இவ்வாந்திர இளஞ் சிருரும் சிறுமியரும் பாடிய விஜயதசமி வெற்றி வாழ்த்துக்களுடன் அப்பேரவை முழுமையும் இன்பமெய்தியது. திரு. கணபதிதேவரவர்கள் இன்பக் கண்ணீர் சொரிந்தார். திரு உருத்திரதேவப் பேரரசர் வாழ்த்துக்களைத் தலை வணங்கி ஏற்றுக் கொண்டார். அரசரின் ஆணையால் அவர்களனை வருக்கும் பரிசில்கள் பகிர்ந்தளிக்கப்பட்டன.

அவ்வளவில் வெள்ளிக்கம்புகளேந்திய அறிவிப்பாளர்கள் இவ்வாறு அறிக்கை செய்யலாயினர்.

"நீங்களனைவரும் மிகு பசியுடன் இருக்கின்றீர்கள். திரு கணபதி தேவப் பேரரசரவர்கள் உங்களுக்கென்று அமைத்திருக்கும் உணவு இல்லங்களில் நல்லுணவருந்தி அவர்களை மகிழ்விக்குமாறு அழைப்பு விடுக்கின்றுர்கள். இப்பெரு மண்டபத்திலேயே அவர்களை மூன்றும் யாமம் அளவில் காண நீங்களனைவரும் வரவேண்டியது."

இதைக் கேட்டுக்கொண்டிருந்த மக்கள் உணவுக் கூடங்களுக்குப் போய்ச் சேர்ந்தனர். அங்கே ஆயிரக்கணக்கான பரிமாறுபவர்கள் அவர்களுடைய இடைவேளையில் உணவுக்கு வேண்டிய எல்லா ஏற்பாடுகளையும் செய்து வைத்திருந்தனர்.

தேவையானவையனைத்தும் அவரவர்கள் குலவழக்கப்படி முறையாக அமர்த்தப்பட்டிருந்தன. அவர்களனைவரும் ஐவகைப் பட்சணங்களுடன் பரமான்னத்துடன் அறுசுவை உணவருந்தி வெற்றிலைப் பாக்குடன் நறுமணத் தாம்பூலம் தரித்துச் சற்று ஓய்வெடுத்துக் கொண்டு கொலுவைப் பார்க்கப் பெருமண்டபத்திற்குப் போய்ச் சேர்ந்தனர்.

12

சரியாக மூன்று யாமத்திற்கு இன்னும் ஒரு நாழிகை இருக்கும் பொழுதே அப்பரந்த கொலு மண்டபம் நிறைந்துவிட்டது. நடுவிலுள்ள கொலு மேடையில் இரண்டு அரியாசனங்களும் பின்னால் சற்று உயர்ந்த ஆசனம் ஒன்றும் இருந்தன.

கொலு தொடங்குவதற்கு அரை நாழிகை முன்னதாக வானத்தளவு உயர்ந்திருந்த மணிக்கூண்டிலுள்ள மணியில் இருபத்திரண்டு முறை டாண் டாண் என்று மணியோசை எழுப்பினர். அம்மணியோசை பிரணவ நாதம் போன்று மண்டபமனைத்தும் பரவி ஒலித்தது. இந்த ஓசை அடங்குவதற்குள் அரண்மனையின் அந்தப் புரத்திலிருந்து மங்கள ஒலியுடன் இசைக்கருவிகள் செவிகளுக்கின்பமாய் இசைக்கக் கேட்டன. அவ்வகை மங்கள இசைக் கருவிகளில் இரட்டை நாதசுரமும் இரட்டை மேளம் கொட்டும் ஓசையும் கேட்பவர்கள் உள்ளத்தைக் கவர்ந்தவாறு நாற்றிசையும் பரவியது.

அரசரின் வருகையை முன்னறிவிப்பாளர்கள் 'எச்சரிக்கை' விடுக்குமொலி கேட்கலாயிற்று. ஏவலாளர்கள் அரசரின் வருகையைக் கூறிவந்தனர். முற்புறத்தில் தீவர்த்திகள் பல காணப்படலாயின.

திரு சாம்ப சதாசிவரைத் தொழுது கேசவப்பெருமானை வழிபட்டவாறு வெண் பொற்குடை நிழலில் திரு விசுவேசுவர சம்பு தேசிகரின் பின்னால் கணபதி தேவரும் உருத்திரதேவப் பேரரசரும் பணியாளர்கள் வெண்சாமரம் வீசியவாறு அக்கொலு மண்டபத்திற்குள் நுழைந்தனர். ஒரே குரலாக அப்பேரவை மக்களனைவரும் வெற்றி முழக்கமிட்டவாறு எழுந்து நின்று வணங்கினார்கள்.

சக்கரவர்த்தியும் இளவரசரும் திரு விசுவேசுவர சம்புவின் இருக்கைக்குப் பின்புறமுள்ள உயர்ந்த இருக்கையில் தக்கவண்கையில் அமரச் செய்து அவரை வணங்கினர். பிறகு கணபதி தேவரு

பேரவையை நோக்கிக் கரங்கூப்பி நின்ருர். உடனே அரச புரோகிதர் பேரரசரின் சிங்காதனத்தை நோக்கி வணங்கி வழி படவும், திரு கணபதிதேவர் அவ்விருக்கையை நோக்கி வணங்கி, அவையினரின் ஒப்புதலறிந்து அதிலமர்ந்தார். அவ்வாறே திரு உருத்திரதேவப் பேரரசரும் அவைப்பெருமக்களை வணங்கி அழகு படுத்தி வழிபட்ட அரியணையை வணங்கி அமர்ந்தார்.

அரசவைச் செயலரான தாமனமாத்தியர் இவ்வாறு அறிவிக்க லாஞர்:

"வாழ்க, திருவருள் துணையாய் வழிவழியாய்ச் செயல்படும் இப்பெருநிலத்தின்கண் கற்றறிந்த பெருமக்களனைவரும் வாழ்ந்து வரும் ஆந்திரப் பெருநாட்டிற் கணிகலனுய் விளங்கும் ஏகசிலா நகர வெல்லையைத் தலைநகராகக் கொண்டிருக்கும் திரு காகதிய நாட்டாண்மை நெறியினில் மக்கள் நலன் கருது முளம் படைத்த வரும், வெற்றித் திருமகள் வாசம் புரிந்திடும் திரு மகா தேவராய ரவர்களின் திருமகனும், அரசியலறிவுக் கண்களும் நற்பண்பு நிறை மக்களின் வசந்தமும் செல்வம் கொழிக்கும் நிலமனைத்தும் வென்றவரும், சரண்புகும் அரசர்களுக்குத் தஞ்சமளிப்பவரும், வரய் மையி லரிச்சந்திரனும், வைபவங்களில் மிக்கவரும், பன்றியின் இலச்சினை கொண்டவரும், அனைத்துலகும் வசம் கொண்ட திரு காகதிய வமிசப் பாரம்பரையின் நற்புத்திரருமான திரு கணபதி தேவச் சக்கரவர்த்தியவர்கள் திரு உருத்திரதேவப் பேரரசரவர் களுக் கிந்த நன்னுளில் இளவரசுப் பட்டம் அரசகுரு, தலைமை யமைச்சர் படைத்தலைவர் சிற்றரசர் மற்றேனைய மக்கள் படை சூழ்ந்த முன்னிலையில் சூட்டுவித்து இந்த நல்லோரையில் கொலு வீற்றிருக்கின்ருர்கள். அமைச்சர் சிற்றரசர் குறுநில மன்னர் படைத்தலைவர் தலையாய பிரதமர் முதலனைவர்களும் திரு உருத்திர தேவப் பேரரசரவர்கள் முன்னிலையில் தமது பணியாற்றுறுதி மொழிகளைப் பேரவையின்கண் செய்யுமாறு சக்கரவர்த்தியவர்கள் ஆணை பிறப்பிக்கின்ருர்கள்!"

அரசராணையின்படி அனைவரும் அரச பக்தியோடு உறுதிமொழி களைச் செய்து கொண்டனர். சிறப்பிற்குரியவரனைவரும் ஒருவர் பின் ஒருவராக வந்து, திரு உருத்திர தேவப் பேரரசருக்கு வணக்கம் செலுத்தி வாளைக் கையிலேந்தி அரசர்க்குத் தமது பணி புரியும் வாழ்க்கையை அர்ப்பணித்துக் கொள்வதாகக் கடுமையான உறுதிமொழி செய்தனர். சிறப்பிற்குரியவர்கள் அனைவரும் உறுதி மொழி செய்து முடித்த பிறகு மற்றெல்லாப் பெருமக்களும் பிறரும் ஒரே குரலில் அவ்வாறே உறுதிமொழி கூறினுர்கள்.

இப்பேரவைக்குத் திரு வீரபத்திரேசரோ அவர்களுடைய பிள்ளைகளோ வரவில்லை. கணபதி தேவரும் பேரமைச்சர்களும்

இதை முதலிலேயே உற்றுணர்ந்திருந்தனர். அவர்கள் மூவரையும் அங்கு வருவார்களோவென உற்று நோக்கிய வாறிருந்தனர். பட்டம் சூட்டும் விழாவிற்கே அவர்கள் வருவார்களோ என்று அவர்கள் முதலில் ஐயமுற்றனர். அவர்கள் அப்பொழுது வந்திருந்தமையால் மாலையிலும் வருவார்களென்ற எண்ணம் வலுவடைந்தது. எனவே அவர்கள் உரிய காலத்தில் வராமையால் எதிர்பாராத விளைவுகளுண்டாகித் தாமதமாகுமோவென்று சற்று நேரம் எண்ணியிருந்தார்கள்.

இதற்கிடையில் வாயிற்காப்போன் பேரரசருக்கு மூன்று பத்திரங்களைப் பணியாள் மூலமாக அனுப்பினான். அவற்றைச் செயலரான தாமனமாத்தியர் படித்துப் பார்த்துப் பேரரசரின் திருக்கரங்களில் சேர்ப்பித்தார்.

அவை வீரபத்திரேசரும் அவருடைய பிள்ளைகளும் அனுப்பிய பத்திரங்களாகும்! அவற்றில் அவர்கள் மூவரும் திரு கணபதி தேவரவர்கள் கருணையால் அவர்களுக்குக் கிடைத்த பெருமைக்குரியவற்றையும் சிறப்புப் பெயர்களையும் பணிவடக்கத்துடன் வேண்டாமெனப் பேரரசரிடம் ஒப்படைப்பதாகக் காணப்பட்டது. வீரபத்திரேசரின் பத்திரத்தில் ஒரு தனிச் சிறப்பும் காணப்பட்டது. அதனில் நாம் வெறுப்படைந்துத் துறவறங் கொள்ளுமெண்ணம் உடையவராய் இருப்பதால் கொலு மண்டபத்திற்கு வருதல் நன்றாயிராதென்றுத் தாம் வராமற் போனதாகவும் தெரிவித்திருந்தார்.

கணபதி தேவர் தாமே அப்பத்திரங்களைப் படித்து விட்டு அம் மூவரையும் உடனடியாகச் சிறையிலடைக்குமாறுத் தம் கையால் எழுதிய கட்டளையை மேசய்ய நாயகரிடம் ஒப்படைத்தார். இச் சிறப்பு விழா நடந்து கொண்டிருக்கும் பொழுதே மேசய்ய நாயகர் அச் சபையை விட்டுச் சென்றார்.

உடனே, கணபதி தேவர் அரசரவையிலிருந்த பர்வத நாயகரை அழைப்பித்தார். அவர நான்கு முழ உயரத்துக்கு மேலான நெடிய தோற்றமுடையவர். உயரத்துக்கேற்ற பருத்த உடலிருந்தும் அவர் பார்ப்பதற்கு மெலிந்தவராகவே காணப்பட்டார். முற்காலத்தில் அகத்திய முனிவரைக் காணாத விந்திய மலை இவ்வாறு தானிருந்ததோ வென்றெண்ணுமாறு அவர் தோற்றமிருந்தது. உடனேயே அவர் பேரரசர் எதிரில் வந்து குனிந்து வணங்கினார். அவர் நிற்கும் தோற்றப் பொலிவு அரசவை முழுவதையும் ஈர்த்தது.

இவரை ஏன் பேரரசர் அழைப்பித்தார்? பேரரசருக்குக் காரணமில்லாமலே கருணையும் கோபமும் தோன்றுவது அனைவருக்கும் சற்றுப் பழக்கப்பட்டதாகும். பர்வதராயரின் முகத்தில் அப்பொழுது எவ்வகையான அச்சமும் தோன்றவில்லை. ஆழ்ந்த கண்களுடன் கணபதிதேவர் அங்கு நின்று கொண்டிருந்த இவரைச் சில கணங்

கள் வரை ஒரே நோக்காகப் பார்த்தவாறிருந்தார். அப்பார்வையி லேயே அவருடைய பாதங்களிலிருந்து சிரசுவரை அவருடைய தோற்றத்தை உணர்ந்து உள்ளுணர்வுகளையெல்லாம் நோக்கிய வாறிருந்தார். அப்பார்வையின் வீச்சில் அச்சமின்றி நிற்பதென் பது எளியவர்களா லியலாததாகும். பர்வத நாயகர் அசைவற்று, பால் வழியும் பணிவடக்கத்துடன் கூடிய பொலிவை வெளிப்படுத் தும் முகச் சாயலுடன் அரசராணையை எதிர் நோக்கியிருந்தார்

''பர்வத நாயகா, இளவரசருக்கு மெய்க்காப்பாளர்களை நிய மிக்க வேண்டியுளது. உன்னை அப்பதவிக்கு அமர்த்த எண்ணியி ருக்கிறோம்!''

''பெரும் பேறடைந்தேன்!'' என்று பர்வத நாயகர் கணபதி தேவரின் எதிரில் முழந்தாளிட்டுத் திருவடிகளைத் தொட்டு வணங் கினார்.

உடனே செயலாளரான தாமனுமாத்தியர் கட்டளைப் பத்திரம் எழுதுவித்து அரச இலச்சினையைப் பொறித்துப் பேரரசரவர்களிடம் ஒப்படைத்தார். அதைத் தம் கரங்களால் பேரரசர் பர்வத நாயக ரிடம் தரவும், அவர் அதை இரு கரங்களாலும் ஏந்திக் கண்களில் ஒற்றிக் கொண்டெழுந்து திரு உருத்திர தேவப் பேரரசரவர்களை வணங்கித் தம் வாளைத் தொட்டுத் தம் பணியின் உறுதி மொழியைச் செய்தார்.

உடன் கணபதி தேவரின் ஆணையைத் தாமனுமாத்தியர் அனைவரும் கேட்கச் செய்தார். ஜன்னிக தேவர், திரிபுராந்தகர் அம்பதேவர் ஆகியோரைத் தமது வாட்களைத் திக்கசமூபதியவர் களிடம் உடனே ஒப்படைத்து விட்டுப் பேரரசரின் முன்னிலையில் வரவேண்டுமென அவ்வாணை தெரிவித்தது.

அவ்வாணை பேரவை முழுவதையும் கவர்ந்தது. இப் பெருந் தளபதிகள் மீதுப் பேரரசருக்குக் கடுங்கோபம் தோன்றி விட்டதா? காகதீயப் பேரரசின் பெருமாளிகையின் அடித்தளத் தூண்களை ஒத்தவர்களாயிற்றே இவர்கள்! இவர்களை கணபதி தேவர் என்ன செய்யக் கருதினார்? இப்படிப்பட்டவர்களுக் கித்தகைய மானக் குறைவு புரிந்தால் இவர்கள் பொறுத்துக் கொள்வார்களா? தலைமைப் பேரமைச்சர்களான திரு கோவிந்த நாயகரும் திரு பய்யன நாய கரும் கூட ஊள்ளூறக் குழப்பமடைந்தனர். அவை பேரமைதியாக இருந்தது. இவையனைத்தும் கண்ணிமைப் பொழுதில் நடந்து விட்டன.

அவ்வாறு அழைக்கப்பட்ட முப்பெரும் தலைமைப் படைவீரர் களும் இருந்த நிலையில் நின்றனர். வரிசையாக அவர்கள் திக்கச மூபதியை நெருங்கினர். முதலில் ஜன்னிக தேவர் தமது உறையிலிருந்த வைரம் பதித்துப் பொன்னணி செய்த வாளினை

எடுத்துக் கண்களில் ஒற்றிக் கொண்டுச் செயலற்றவராகத் திக்கச மூபதியிடம் ஒப்படைத்தார். அவருடைய கண்கள் சிவந்து கலங்குவதில் வியப்புண்டா? அவர்பின் திரிபுராந்தகரும் அம்பதேவரும் அவ்வாறே ஒப்படைத்தனர், அவர்கள் மூவரும் வாட்களை இழந்து சக்தியற்ற சிவத்தைப்போன்றும், செயலற்று, பார்வையற்று வாழும் குடும்பத்தவர்களைப் போன்றும் ஒளியிழந்து அப்பேரவையின்முன் காணப்பட்டனர். அப்பெரும்வீரர்களை அவ்வருத்தமான நிலையில் பார்ப்பதற்கும் அவ்வவையிலிருப்பவர்களுக்குத் துயரமாகத் தெரிந்தது.

மீண்டும் தாமனு மாத்தியர் அரசரின் அறிக்கையை வெளியிட்டார்.

“நீங்கள் மூவரும் திரு கணபதி தேவருக்கு விருப்பமிக்கப் பணிபுரியும் வீரர்களாவீர்கள். மகாளய அமாவாசையன்றைய அவைக்குத் தலைநகரத்திற்கு முறைப்படி வரவேண்டுமென உங்களுக்குக் கட்டளைகள் அனுப்பப்பட்டன. ஆயினும் நீங்கள் வரவில்லை. உங்களைப் போன்ற தலையாய பெருமக்கள் வராமையால் அப்பேரவை குறையாகவே காணப்பட்டது நீங்கள் மூவரும், இப்பேரவைக்கு மூன்று பெரும் வாட்களை ஒத்தவர்கள். நீங்கள் இல்லாத அப்பேரவை உங்களுடைய இப்பொழுதைய தோற்றத்தை ஒத்ததாக விருந்தது. நீங்கள் வராமற்போன காரணத்தையாவது முன்னதாக அறிவிக்கவில்லை. இப்பேரவையின் முன்னிலையில் அது பற்றிச் சொல்லிக்கொள்ள வேண்டியதிருப்பின் விண்ணப்பித்துக் கொள்வீர்களாக!”

ஜன்னிகதேவர் பேரவைக்கும் பேரரசருக்கும் வணங்கியவாறு பணிவுடன் இவ்வாறு முறையிடலானார்:

“எங்கள் குறுநாட்டின் தென்புற வெல்லையை மீறி வந்து ஜடாவர்ம சுந்தரபாண்டியன், கோப்பெருஞ்சிங்கன் ஆகியோரின் பெரும்படைகள் குழப்பங்களை விளைவித்து வருகின்றன. அப்படிப்பட்ட அபாய நிலைமையை எதிர்நோக்கியும் நாட்டின் தொலைவிலிருந்தமையாலும் அரசறிக்கை காலங் கடந்து என் கைக் கெட்டியது. எனவே சரியான காலத்தில் வந்து சேரவியலாமற் போனேன். புறப்பாட்டேற்பாடுட னிருந்தமையால் முன்னதாகச் செய்தியனுப்ப இயலவில்லை.”

திரிபுராந்தகர் இவ்வாறு கூறலானர்: “என் தமையனர் ஜன்னிகதேவரின் ஆணையின்படி சித்தையதேவருடன் போரிட்டு உரிய காலத்தில் வராமற் போய்விட்டேன், எனக்கும் அரசரின் அறிக்கை தாமதமாக வந்து சேர்ந்தது. அப்பொழுதே தலைநகருக்குப் புறப்பட்டுவர முன்னேற்பாடு செய்தமையால் முன்னதாகச் செய்தி அனுப்பவில்லை.”

அம்பதேவர் இவ்வாறுரைத்தார்:

“பேரரசரே எனது அண்ணுவின் ஆணைக்கேற்ப நான் அரசரின் பகைவர்கள் பலருடன் பொருது கொண்டிருந்தேன். எருவமல்லிச்சோடனை விரட்டியடித்த கேசவதேவ சோமதேவர் களையும் எதிர்க்க வேண்டியிருந்தது. அவர்களை எதிர்த்த அல்லு கங்களை, மல்லிகார்ஜுன்ன் தாமோதரன் ஆகியோர் படைகள் தாக்கின. பேரரசரின் பணியிலீடுபட்டிருந்தமையால் உரிய காலத்தில் வரவியலாமற் போனேன். மன்னித்தருள்க!”

அவர்களுடைய சொற்களால் பேரரசிற்கு எத்தகைய தொல்லைகள் தோன்றியிருந்தனவென அவையோருக்குத் தெரிய லாயிற்று. இவ்வாறு கடுமையாக அரசரின் ஏவல் புரிவோருக்கு இத்தகைய மதிப்பின்மை ஏன்?

உடனே தாமனமாத்தியர் திருகணபதி தேவரின் அறிக்கையை அறிவித்தார்.

“பெரு வீரர்களான உங்களை எவ்வகையிலும் தாழ்வடையச் செய்வது பேரரசரின் விருப்பமில்லை. பேரரசர் வயது மிகுந்தவ ராகிச் சோர்வடைந்து அரசியற் பொறுப்பினைத் திரு உருத்திரதேவப் பேரரசர் அவர்களிடம் ஒப்படைத்திருக்கிறார்கள். இயற்கையில் எப்பொழுதும் சித்தமாக இருக்கும் உங்கள் வாட்களை மீண்டும் சூடேற்ற வேண்டிய காலம் தொடங்கி விட்டது. நீங்கள் எதிர்த்து வரும் நம் அரசரின் பகைவர்களனைவரும் விரைவினில் வெல்வீர் களென திருஉருத்திரதேவப் பேரரசரவர்களிடம் உறுதிமொழி வாயிலாக விண்ணப்பித்துக் கொண்டு உங்கள் வாட்களை அனைத்துப் பெருமைகளுடன் நீங்கள் ஏற்றுக் கொள்ளலாம்.”

அவை முழுவதற்கும் பெருஞ்சுமை குறைந்தாற் போன்றி ருந்தது. இவ்வயதான அரசருக்கு எவ்வளவு அறிவுத் திறனுள்ளது!

உடனே அவ்வுடன் பிறந்த வீரர்கள் மூவரும் திரு உருத்திர தேவப் பேரரசரிடம் சென்று மீண்டும் விஜயதசமி வருவதற்கு முன்னர், பாண்டியர், பல்லவர், சோழர் ஆகிய பகைவர்களை வெல் வோமெனக் கடுமையான சூளுரைகளாற்றினர். திரு உருத்திர தேவப் பேரரசரவர்கள் அவர்களின் நெற்றியில் செந்நிறக் குங்குமப் பொட்டிட்டு அழகுபடுத்தி மூன்று தங்கத் தாம்பாளங்களில் வீரத் தாம்பூலங்களை வைத்து அவற்றில் அவர்களின் வாட்கள் மூன் றினையும் தனித்தனியாக வைத்து மூவருக்கும் வழங்கினர். அவர்கள் அவற்றைப் பெரும் பேறெனப் பெற்று மீண்டும் முன்னுரைத்த உறுதி மொழிகளைக் கூறினர். அவையினர் முழுவதுமாக வெற்றி முழக்கங்களைப் புரிந்தனர். அக் காயஸ்தப் படை வீரர்களுக்கு இது புதிய பெருமையாகக் காணப்பட்டது.

பின்னர் மற்றுமொரு அரசரின் அறிக்கையைச் செயலர் பின் வருமாறு படித்தார்:

"இந்துலூர் அமைச்சர் அன்னையாவும் கொலனி உருத்திர தேவரும் மகாளய அமாவாசையன்று பேரவைக்கு வராமைக்கான காரணங்களை இப்பேரவையில் தெரிவிப்பார்களாக!"

இதென்ன? இவர்களை வாட்களை அப்புறப்படுத்துமாறு கூற வில்லை. இதிலேதோ மறைபொருளுள்ளது! இந்துலூர் அமைச்சர் அன்னையா எழுந்திருந்து பேரவையினை வணங்கிக் கூறினர்:

"கோதாவரி நதியும் சபரி நதியும் விபரீதமான வெள்ளப் பெருக்கெடுத்து குறுநில முழுமையும் நிரம்பியது. கிராமங்கள் எத்தனையோ மூழ்கி விட்டன. ஆயிரக்கணக்கில் மக்கள் பாது காப்பற்று உயிர்க்கபாயமான நிலைமையிலிருந்தனர். அலைந்து கொண்டிருந்த மக்களின் துயரைக் கண்டு மாற்று வழிகளை நானே அருகிலிருந்து செய்தமையால் வருவதற்கு வழியில்லாமற் போனேன். கணக்கர்களுக்கும் கட்டடங்கட்டுவோர்க்கும் கூரை வேய்பவர்களுக்கும் கட்டளைகளைப் பிறப்பித்து, துயரமுற்றவர் களுக்கு உணவு உடை இருக்கவிடம் முதலான தேவைகளைச் செய் வித்துப் பேரரசர்களுக்கும் மன்னிப்புக்கோரும் பத்திரம் முன்ன தாகவே அனுப்பி வைத்திருந்தேன். இருக்கும் நிலைமைகளுக்குச் சற்று வழியேற்பட்டதும் மற்ற செயல்களை உருத்திரதேவரிடம் ஒப்படைத்து முன்னதாகவே அரசரின் திருக்காட்சிக்கென வந்து சேர்ந்தேன். கொலனி உருத்திரரின் காலந்தாழ்த்தலுக்கும் நான் தான் காரணமாவேன்."

கொலனி உருத்திரரும் அன்னையாவின் கூற்றையே உறுதிப் படுத்தினர்.

கணபதிதேவரின் கட்டளையை மீண்டும் செயலர் செவியுறுத் தினர்.

"இந்துலூர் அமைச்சர் அன்னையாவும் கொலனி உருத்திர ரவர்களும் அவர்களிடம் ஒப்படைத்த அலுவல்களை நெறியாக நிறைவேற்றினர். அமைச்சர் அன்னையா மக்களின் நலனுக்காகக் கோரும் வேண்டுகோள் ஏதேனுமிருப்பின் திரு உருத்திரதேவப் பேரரசர்வர்கள் செவிசாய்ப்பார்கள். நாம் இத்துடன் நேர்முக அறிக்கைகளை விடுவிப்பதை நிறுத்திக்கொண்டு திரு உருத்திர தேவப் பேரரசரவர்களுக்கு இம்போதைக்கே அப்பொறுப்பை ஒப்படைக்கின்றோம்!"

அத்துடன் கணபதி தேவர் உருத்திர தேவப் பேரரசரவர் களுக்கு வைரங்கள் பதித்த பொன்னாலான முத்திரை பதித்த உடைவாளை வழங்க, அதை மிகுந்த பணிவுடன் அவர் கையி

லேந்திக் கண்களில் ஒற்றிக்கொண்டு, தமதாக்கிக் கொண்டார்.

அமைச்சர் அன்னையா இவ்வாறு வேண்டிக் கொண்டார்:

"பேரரசரவர்கள் நவராத்திரி நோன்பில் ஈடுபட்டிருந்த பொழுது எல்லாருமாக எம் கணக்கர்கள் வேலைக்கு வராமல் நடைமுறைக்கு ஊறுவிளைவித்தனர். அவர்களில் பெரும்பாலோர் சமணர்கள். அவர்களுக்கு இதுகாறும் நாம் எந்தச் சிக்கலுமில்லாமல் அதிகாரத்துடன் கண்காணித்து வந்தோம். அவர்களுக்கித்தகைய எண்ணம் ஒரேயடியாக ஏன் தோன்றியதோ அறியோம். எனவே இவ்வெழுதும் பணி ஒரே இனத்தவர்களிடம் வழி வழியாக இருப்பதென்பது ஆட்சி முறைக்கு தீங்கானதென்று தெளிவுபடுத்திவிட்டது. கேட்டறிந்ததில் பல அந்தணர்கள் எழுத்துப் பணியில் தொடக்கத்திலிருந்து பயிற்சி பெற ஆர்வத்துடனிருப்பதாகவும், எமக்குத் தெரிய வந்தது. எதிர்பாராதவாறு பக்க நாட்டிலிருந்து இச்செயலின் மறை பொருளுணர்ந்த அந்தணர் நூற்றுவர் இதற்கிடையில் ஓரங்கல்லுக்கு வந்துள்ளனர். அவர்கள் தட்சர்கள். அவர்களைக் கொண்டு அந்தணர்களுக்குக் கணக்கர் பயிற்சிக் கூடம் தொடங்குவது மக்கள் நலனுக்குகந்ததென எமக்குத் தோன்றியது. திரு உருத்திர தேவப் பேரரசரவர்கள் முன்னிலையில் இந்த ஆவின் திருவடித்துகள் பட்ட புனித நல்லோரையில், இதற்கான மங்களப் பாடம் தொடங்குவதற்கு ஆணையிடுமாறு கோருவதே நான் வேண்டும் வரமாகும்!"

திரு உருத்திர தேவப் பேரரசரவர்கள் அன்புப் பார்வையை அமைச்சர் அன்னையா மீது செலுத்தினர். அன்று பகல்தான் அவருக்குக் கணக்கர்களின் குழப்பத்தைப் பற்றித் தெரிவிக்கப்பட்டிருந்தது. அதற்கு மறு வழியாகவே அமைச்சர் அன்னையா இதைத் தமக்கு அறிவுறுத்துவதாக அம்மையார் கருதினர். உடனே அவ்வம்மையார் இவ்வாறு அறிவித்தார்.

" திரு கணபதி தேவரவர்கள் ஆட்சிப் பொறுப்பை எம்மீது ஏற்றிய திப்பொழுதுதான்! எமது முதலறிக்கை எமக்கு மிகவும் மகிழ்வூட்டுவதாக இருக்கின்றது. இக்கல்விக் கூடத்தை உடனே தொடங்குமாறு கட்டளையிடுகின்றோம்."

இந்துலூர் அமைச்சர் அன்னையா அவர்களின் ஆணையின் மீது அப்பெருமண்டபத்தினுள் நூறு அந்தணர்களும் குருநாதனின் பின்னால் வந்து, அங்கு அவர்களுக்கென வமைக்கப்பட்ட இருக்கைகளில் அமரலாயினர். அக்கல்விக் கூடத்திற் பயிற்சி பெற வந்த அந்தணர்களை வருமாற கூற, ஆறுயிரம் பேர் சுரோத்ரிய அந்தணர்கள் வந்தார்கள். சில கணங்களில் குருநாதன் பேரவையின் ஒப்புதல் பெற்று விநாயகப் பெருமானைத் தொழுது உரத்த கம்பீரச் சொற்களுடன் பாடத் தொடக்கம் செய்து வைத்தான். அந்நாளில்

பொருட்குறிகள், அடிப்படை எண்கள் பயிற்சி, எளிய செயல் முறைக் கணக்குகள் முதலியவற்றை லீலாவதி கணதத்திலுள்ள முதல் பத்துச் செய்யுட்களையும் விளக்கங் கூறி முடிவு செய்தார்.

இதற்கிடையில் செயலர் திரு உருத்திர தேவப் பேரரசரின் திருக்கரங்களில் சில பத்திரங்களை வைத்தார். அதைப் பார்த்து அவ்வம்மையார் அடுத்த கணமே இவ்வாறு அறிவித்தார்.

"எமது அமைச்சர்களும் சிற்றரசர்களும் படைத்தலைவர்களும் தமது தலைமைக் கணக்கர்களின் தலைகளை வெட்டி வீழ்த்த எமது ஒப்புதல் கோரி அனுப்பிய விண்ணப்பங்களிவை! எமது பெரு மக்களின் வேண்டுகோள்கள் நெறியானவையே. ஆயினும் இம் மகிழ்ச்சிக்குரிய காலத்தில் இந்தக் கணக்கர்களனைவரையும் நாம் மன்னித்தருள்கின்றோம். எனவே இத்தவறுதலால் சிறைப்படுத்தப் பட்ட அனைவரையும் விடுதலை செய்யுமாறு இதன் மூலமாகக் கட்டளை பிறப்பிக்கின்றோம். அவர்களை மீண்டும் முன் போல வேலையிலமர்த்திக் கொள்வதோ மறுப்பதோ இப்பெருமக்களே முடிவு செய்து கொள்ள விட்டு விடுகின்றோம். ஆயினும் அவர் களனைவரையும் கருணையுடன் இவர்கள் நோக்குவரென்று நாம் நம்புகின்றோம்! எமது மக்களனைவரிடத்திலும் எமக்கு எத்தகைய இணையான பற்றுள்ளதென ஏனைய மக்கள் அறிந்து கொள்வார் களாக!"

இவ்வாணையைக் கேட்ட அப்பேரவைப் பெருமக்கள் மகிழ் வுரை கூறலாயினர்,

அப்பொழுது மேசய்ய நாயகர் அவ்விடம் வந்து சேர்ந்தார். அவர் தாம் செய்து முடித்த செயலைப்பற்றித் திரு கணபதி தேவர வர்களிடம் தெரிவிக்கச் சென்றார். கணபதி தேவரவர்கள் அதைக் கேட்கவில்லை. அரசர் அரசியற் பொறுப்பைத் திரு உருத்திர தேவப் பேரரசரவர்களிடம் ஒப்படைத்து விட்டார் எனச் செயலர் கூறவே, அவர் அதையுணர்ந்து திரு உருத்திரதேவப் பேரரசரை வணங்கி மக்கள் முன்னிலையில் இவ்வாறு விவரித்தார்.

"திரு சாளுக்கிய வீரபத்திரேசரையும் ஹரிஹர தேவரையும் முராரி தேவரையும் பேரரசரின் ஆணையின்படிச் சிறை செய்யச் சென்றேன். அவர்கள் கிடைக்கவில்லை. ஆனல் அவர்களைக் கண்டு பிடிக்கக் குதிரை வீரர்களனைவரும் எல்லாத் திசைகளிலும் தேடுகின்றார்கள். சிறைச்சாலையிலிருந்து சில குற்றவாளிகள் தப்பிச் சென்று விட்டதாகவும் தெரிய வந்தது."

இவ்வாறு கூறி விட்டு அவர் அங்கிருந்து சென்றார்.

மங்கள இசைக் கருவிகள் அனைத்தும் முழங்கின. அந்தணர் கள் வாழ்த்துரை கூறத் தொடங்கினார்கள். அவையினர் வெற்றி

முழக்கஞ் செய்தனர். பொன் தண்டேந்துபவர்கள் முன்னறிவிப்புச் செய்தவாறு வழி நடந்தார்கள். முன்னதாகத் தீவர்த்திகள் சென்றன. வழிபாடுபவர்கள் முன்னறிவித்தவாறு சென்றனர். திரு உருத்திரதேவப் பேரரசரவர்கள் வெற்றிப் பயண விழாவிற்குப் புறப்படலானார். அவர் பின்னால் அமைச்சர் அன்னையா முதலானோர் செல்லலாயினர்.

அப்பேரவை மண்டபத்திற்கருகிலேயே ஒரு பரந்த விடத்தில் வன்னிமரம் ஒன்றிருந்தது. அதன் மேல் பல்வேறு பகைவர்களின் பெயர் பொறித்த உருவப் படங்கள் தொங்கவிடப்பட்டிருந்தன. பர்வத நாயகர் திரு உருத்திர தேவப் பேரரசரிடம் வில்லம்பினைக் கொடுத்தார். அவர் அதனில் பிறைமதியம்பினைக் கோத்து அங்கு தொங்கிக் கொண்டிருந்த உருவப்படங்களில் முதன்மையாகக் காணப்படுவதைக் கிளையோடு அறுபட்டு விழுமாறு எய்தார். வெற்றி முழக்கம் முழங்கியது.

அமைச்சர் அன்னையா போன்றவர்களனைவரும் தங்கள் வாட்களை உருவி அம்மரத்தின் மீதிருந்த உருவப்படங்களைக் கிளைகளுடன் வெட்டி வீழ்த்தினர். அவர்களின் வீரத்திறன் ஒவ்வொருவருடையதும் ஒவ்வொரு வகையில் காணப்பட்டது. அவர்கள் அவ்வாறு அறுபடச்செய்த படங்களை அரச வீரர்கள் திரு உருத்திர தேவப் பேரரசரிடம் ஒப்படைக்கவும் அவர் அவற்றைத் துணித்த வீரர்களிடம் பரிசிலாக வழங்கினார்.

ஜன்னிக தேவருக்களிக்கப்பட்ட பத்திரத்தில் ஜடாவர்ம சுந்தர பாண்டியன், கோப்பெருஞ்சிங்கன் முதலியோர் பெயர்களிருந்தன. திரிபுராந்தகருக்குச் சித்தைய தேவ சோடனின் பெயர்ப்பத்திரம் கிடைத்தது. அம்பதேவருக்கும் பல பத்திரங்கள் கிடைத்தன— எருவமல்லிச் சோடன் கேசவதேவன், சோமதேவன், அல்லுகங்கன், மல்லிகார்ஜுனன், தாமோதரன் ஆகியோர் பெயர்கள் பொறித்த ஏடுகளிருந்தன.

இவ்வாறு புனிதமான வன்னியேடுகள் கண்கூடாக, ஆந்திர வீரச் சிற்றரசர்கள் காகதிய அரசரின் பகைவர்களைப் போரிட்டு வெல்வோமென வாளேந்திய கரங்களுடன் உறுதி கூறினர்.

இந்நூலார் அமைச்சர் அன்னையாவிற்கும், கொல்னி உருத்திருக்கும் கிடைத்த ஏடுகள் யாருடையவை? திரு உருத்திரதேவப் பேரரசர் துணித்த முதன்மையான ஏடு எவருடையது?

அதற்கிடையில் கைத்தீவர்த்திகளால் அப்பரவலான நிலப் பகுதியில் சூழ்ந்திருந்த இருள் அகன்றது.

பார்வேட்டை ஒத்திகைக் காட்சி கண் கொள்ளாக் காட்சியாக நடந்தது. திரள் திரளாக வந்த பகைவரின் படைகள் செம்

மறியாடுகளைப் போன்று இருக்குமிடம் தெரியாமல் சிதறின. பல வகை வேடம் அணிந்தவர்கள் கைகளில் வளையல்களை அணிந்து வந்து பேரரசரை வணங்கினர்.

புலவர்களுக்கும் கவிஞர்களுக்கும் பாடகர்களுக்கும் நடிகர் களுக்கும் களியாட்டக்காரர்களுக்கும் மல்லர்களுக்கும் பல் வேறு பட்ட கலைஞர்களுக்கும் தக்கமதிப்புடன் தகுந்த பரிசில்களை அவரவர் களுக்கேற்றவாறு திரு உருத்திரதேவப் பேரரசர் அன்றிரவு நெடுநேரம் வரையிலும் அன்பளிப்புகளாகக் கொடுத்தவாறிருந் தார்.

13

ஐப்பசித் திங்கள் பாட்டிமையன்று வீதியில் போராடியதற் கென மேசய்ய நாயகர் சிறை செய்த பொல்லனும் கண்டனும் அனுப்பப்பட்ட சிறைச்சாலை ஓரங்கல் கோட்டையின் வடபகுதி யிலிருந்தது. அச் சிறைக் கூடம் நிலத்தின் மீது கட்டப்பட்ட தெனவோ நிலத்தின் அடிப்புறத்திற் கட்டப்பட்டதெனவோ அறிய முடியாமலிருந்தது.

அவர்களிருவரையும் ஒருவர்க்கொருவர் அண்மையிலிருக்கு மாறு இரண்டு வெவ்வேறு சிறைக்குள் வைத்தனர். அன்று மாலை யே மேசய்ய நாயகரும் அவருடைய தகராறுக்குரிய காரணத்தைச் சிறைச்சாலையில் கேட்டறிந்தார். நடந்த சண்டையைக் குறித்து இருவரும் ஒரே வகையாக அனைத்தையும் கூறினர். எனவே வேறு சான்றுகள் தேவைப்படாமற் போயின.

நகராள்வோர் இருவகையினராவர். அவர்களில் வீரர்களைச் சேர்ந்தவன் கண்டன். வீரமுஷ்டியைச் சேர்ந்தவன் பொல்லன். இருவரும் கடுமையான போர்த்திறமையில் புகழ் வாய்ந்தவர்கள், நகராள்வோரே இவ்வாறு போரிட்டுக் கலகம் விளைவித்தால் ஆளுவதெங்ஙனம்—?

பொல்லன் ஆவேசம் வந்து அவ்வாறு தன் நினைவில்லாமல் அரற்றினதாகக் கூறினன். ஆனல் நாயகர் இவ்வுரையை நம்ப வில்லை. அதனல் இதனைக் குறித்து அவர் எத்தனையோ வகையில் பொல்லனை வினவினர். ஆயின் பயனில்லாமற் போயிற்று. அந்த தெய்வாவேசத்தில்தான் என்ன பேசினனென்பது கூடத் தெரியா தென்று பொல்லன் பதிலுரைத்தான். மீண்டும் மீண்டும் கேட்டுப் பார்த்தும் அவன் எவ்வகையிலும் அசைந்து கொடுக்கவில்லை.

தெய்வம் வந்தவனுக்கு அவனுடைய பேச்சுக்கள் பிறகு நினைவிருக்குமா?

பொல்லன் "பெண்வாடையைப் பொறுக்க முடியவில்லை என்று அரற்றிய கூச்சலைக் கேட்டதும் தன்னிதயத்தில் எரிச்சல் தோன்றினதாகவும், சினம் தாங்காமல் பொல்லனை அரசவீதியில் தான் உதைத்ததாகவும், நாயகர் வராமலிருந்திருப்பின் அந்த அரசத்துரோகியைக் கொன்றிருப்பானெனவும், பிழையிருப்பின் மன்னித்தருளுமாறும் கண்டன் வேண்டிக் கொண்டான்.

உடனே மேசய்ய நாயகர் கண்டனைச் சிறையினின்று விடுவித்து, நூறு வீரர்களுக்குத் தலைவனுக்கிக் கட்டளை ஏட்டினை அளித்தார். பின்னர் நாயகர் பொல்லனைப் பலவகைகளில் வினவிப் பயனின்றி மீளவும் சிறையிலடைத்துக் கடுந்தண்டனை அளிக்க ஆணையிட்டார். அவ்வாறு ஆவேசம் வந்தவனைப் போன்று நடிக்க அவனுக்கு யார் முன்வழி மொழிந்தனரெனத் தெளிவாகத் தெரிந்து கொள்ளும் வாய்ப்பு மேசய்ய நாயகருக்கில்லாமற் போயிற்று.

"நாயகரே, அவனுடைய பேச்சைக் கேட்டு எனக்கு நேர்மையில்லாமற் செய்ய வேண்டாம். நான் தொழுகையின் போது ஆவேசமுற்றிருந்த என்னை அவன் வேண்டுமென்றே உதைத்தான். முன்னதாக அவன் என்னை மார்பின் மீது உதைத்தானென ஒப்புக் கொண்டானல்லவா! என்னை உதைத்தது மட்டுமன்று. மயிலேறும் பெருமானுக்கும் அவன் இழுக்கு செய்து விட்டான்! அவனை விடுவித்து என்னைத் தண்டிப்பது நெறியாகுமா? நான் அரச துரோகியா?"

இவ்வாறு கூறிய பொல்லன் சிறைக்குள் வீரர்கள் பின்னால் செல்லலானான். கண்டன் நாயகருக்கு வணக்கங்கூறிப் புதிய அலுவலை ஏற்கத் தலைமைச் செயலகத்திற்குச் சென்றான்!

பொல்லன் அச்சிறையிலேயே அடைபட்டுக் கிடந்தான். அவ்வறைக்குள் நடுப்பகலில்தவிர்த்து வெளிச்ச மிராது. எனவே அதன் பெரும் பகுதி இருள் சூழ்ந்திருந்தது. குடிப்பதற்குத் தேவையான நீரும் நாளுக்கொரு பொழுது உணவு மட்டும் அவனுக்குக் கொடுத்தார்கள். விரைவில் வலிமையான அவனுடல் மெலிவடையத் தொடங்கியது. மூன்று பொழுதும் உணவருந்திப் பழகிய பெருவீரன் ஒருபொழுதுண்டிருக்க முடியுமா? நடுப்பகலானாலன்றி உணவு தரப்பட மாட்டாது. அவ்வுணவு மாலை மூன்று மணிக்கெல்லாம் செரித்து விடும். இரவு வயிற்றுப்பசி எரிக்கத் தொடங்கி விடும். பசியினால் இரவு உறக்கம் வராது. மீண்டும் மீண்டும் நீரைக் குடித்து வயிற்றை நிரப்பிக் கொள்வான். பொழுது விடியும். உடல்களைத்துச் சோர்வுறும். மிகவும் அயர்ந்திருப்பான். கணம் கணமாகச் சோற்றுக்கெனக் காத்திருப்பான். ஒவ்வொரு

கணமும் ஓர்யுகமாகத் தோன்றும். முடிவில் நடுப்பகலானதும் ஒரு பிரம்மகல்பமே முடிந்ததாகத் தோன்றும். இவ்வாறு எத்தனை நாள் பொறுத்திருப்பான்.

ஆறு நாட்கள் இவ்வாறிருந்த பிறகு அவனுடைய உள்ளத்தில் வருத்தமிகலாயிற்று. மேசய்ய நாயகரிடம் வீரபத்திரேசரின் தனிப் பட்ட மறைவுச் செய்தியைச் சொல்லிவிட்டால்?—அவ்வெண்ணம் உள்ளத்தில் தோன்றியதும் அவன் நாக்கைக் கடித்துக் கொண்டான். அக்கூட்டதின் மறைபொருளை மறைத்து வைப்ப தாக அவன் எத்தகைய உறுதி மொழி செய்தான்? இந்தப் பசி நோய் இவ்வுலகில் மட்டுமே இருக்கும். உறுதி மொழியை மீறி நடந்தவன் எத்தனை காலமாக ரௌரவாதி நரகத்தில் இதைவிட எத்தனை மடங்குத் துயரையடை வேண்டுமோ? நரகத்தைப்பற்றித் தான் கேட்ட விவரங்கள் நினைவுக்குவந்தன.

இந்த உணர்வுடன் அந்த நாள் எவ்வாறோ கழிந்து விட்டது. மறுநாளும் இந்தப்பிடிவாதம் தளரவில்லை. ஆனால் முடிவில் பெரும் ஒன்பதாம் நாளன்று எதிர்பாராதவாறு மீண்டும் அவ் வெண்ணம் உறுதியாகி அவன் உள்ளத்தில் நுழைந்தது. ஒரு முறை நுழைந்து விட்ட கோழைத்தன்மை உள்ளத்தை முற்றிலும் விழுங்காமல் விடாது.

இந்தப்பண்டிகையன்று என் மனைவி எத்தனை ஆரவாரத்தி லிருப்பாள்? இளம் பெண் என்னைக் காணுமலிருக்க மாட்டாள்! பாவம், அவள் எத்தனைத் திகிலுடன் இருக்கின்ருளோ! உருத்திர மாதேவி எனக்குச் செய்த தீங்கு யாது? வீரபத்திரேசர் எனக்குக் கொடுத்ததென்ன? எதைக் கோரி நான் இந்தச் சிக்கலிலகப்பட்டுக் கொண்டேன்?— அரசவை வீரர்கள் என் மனைவி மக்களையும் எத்தனைத் துன்பத்திற்குள்ளாக்குகின்றனரோ!— அந்தக் கண்ட னுக்குப் பெரிய பதவி கிடைத்து விட்டது. அவன் முதலில் சும்மாயிருப்பானு?—.

ஒரேயடியாகக் கண்டன் மீது அலைபோன்று மிக்க வெறி யுணர்ச்சியுடன் உள்ளத்திற் சினம் பொங்கி எழுந்தது. பொல்லனின் மனைவி மங்கை ஒருநாள் தனது வீட்டுக்குச் சென்ற பொழுது கண்டனுடன் பேசிக் கொண்டிருந்தாள். அப்பேச்சில் மறைவேது மில்லை. அவ்வாறு பேசியதால் தவறேதுமில்லை. ஆனால் மங்கை யின் முகத்தில் ஒரு வகையான கவர்ச்சியுள்ள புன்னகையும் கண்டனின் குரலில் ஒருவகை உரிமையும் கண்டு, அன்று அவனுக்குச் சினம் உண்டானது. அன்று மாலை உணவு சமைக்கக் காலந் தாழ்ந்து விட்டதெனும் வங்கையுடன் மங்கையை அவன் நன்கு புடைத்து விட்டான். இப்பொழுது மீண்டும் அவன் உள்ளத்தில் மங்கையின் முகத்தில் புன்னகையும் கண்டனின் உரி

மையும் கண்முன்னிலையில் தெரிவது போலவும் செவியிற்படுவது போலவும் தோன்றின. இதுவரை பசியினுல் எரிந்து கொண்டிருந்த அவனுடைய வயிற்றைக் கலக்கியது போலாயிற்று. அன்று உணவு வந்ததும் அவன் அதை உண்பவனுக இல்லை.

உடனே அவனுக்குத் தன் மகளின் சின்னஞ்சிறு முகம் நினைவுக்கு வந்தது. ஒரு முகூர்த்த காலமாக அவ்வுருவத்தை எண்ணியவாறு அமைதியாயிருந்தான். அவர்களினத்தில் அந்தச் சாயல் அரிதாகும். தானும் கரிய நிறத்தவன். மங்கையும் கறுப்பானவள். மகள் 'பாட்டிமை' மட்டும் சென்னிறத்தோற்றத்தவள். கண்டனும் சென்னிறமுடையவன்தான். இதுவரை என்றுமே அவனுக்கு இத்தகைய நினைவு செல்லவில்லை. சிறைச்சாலையில் இத்தனை நாட்களைக் கடத்திய பிறகு மேசய்ய நாயகருக்கு வீரபத்திரேசரின் மறைமுக எண்ணங்களைச் சொல்ல வேண்டுமென்ற நினைவு தோன்றிய பொழுது இவ்வகையான சிந்தனை தோன்றியது. இறைவனை நிந்தனை செய்பவர்கட்கு விண்ணுலகில் கிடைக்கும் காலனுடைய எமவேதனை, காலனின் கடுந்தண்டனை அவனுக்கு இப்பொழுதே தொடங்கி விட்டது!

அவ்வாறு எண்ணமிட்டுக் கொண்டிருந்த பொழுது உணவு வந்து சேர்ந்தது. அதனை வீரனெருவன் ஒருபுறம் வைத்து விட்டுச் சென்ருன். பொல்லனுக்கு நாள் தோறும் உணவு வந்ததுமே அதைத் தின்று தீர்ப்பதன்றி மற்ருேர் எண்ணமிராது. இன்ருே? அதைத்தின்னும் எண்ணம் உண்டாகவில்லை. மூன்றுயாமம் கழிந்தது. அவனுடைய உடல் மிகக் களைத்துப் போயிருந்தது. அப்பொழுது அவன் மிகவும் முயன்று எவ்வாருே அச்சோற்றைத் தின்று நீரைப் பருகினுன். அதன் பிறகு ஆழ்ந்த தூக்கம் வந்து விட்டது. கனவில்லாத தூக்கம். கனவு கண்டிருந்தால் கண்டன் மங்கையோடு பேசுவது போலவே கண்டிருப்பான்.

மறுநாள் விடிந்து ஒரு யாமம் வரைக்கும் அவ்வாறே தூங்கிக் கொண்டிருந்தான். அந்த இருட்டறைக்குச் சற்று மங்கலொளி வந்து கொண்டிருந்தமையால் ஒரு யாமமாகியிருக்குமென்று அவனுக்குத் தோன்றியது. அன்று முன்னுள் மங்கை மீதுண்டான தெளிவாக அறியாத கற்பனையெல்லாம் உடைந்து போயின, இந்தப் பண்டிகையன்று மனைவியையும் மக்களையும் பார்க்க வேண்டுமென்பதுதான் அவனுடைய கோரிக்கை! வேறு கோரிக்கையில்லை.

இடை இடையில் சுற்றி வரும் வீரர்களிடம் பலமுறை பேச்சுக் கொடுத்துப் பார்த்தான். அவர்கள் பேசவில்லை. உணவு கொண்டு வருபவனிடம் பேசிப் பார்த்தான். அவனும் பேசவில்லை. இன்று மேசய்ய நாயகரைத்தான் பார்க்க விரும்பிக் கட்டளையை வேண்டிக்

கொண்டதாகச் சிறை அலுவலருக்குப் பொல்லன் அவன் மூலமாகச் செய்தி அனுப்பினான். அலுவலர் ஒருவர் வந்து அதற்குக் காரணம் கேட்டார். பெரிய மறை பொருள் ஒன்றுண்டெனவும் அவரைத் தவிர்த்துப் பிறருக்குக் கூறவியலாதெனவும் அவன் பதிலளித்தான். இப்படிப்பட்டது இயல்பாக நடைபெறும். நாயகருக்குத் தெரிவிப்பது கடமையாகும். ஆனால் பட்டஞ்சூட்டு விழாவில் இன்று தலைநகர் முழுமையும் ஆழ்ந்திருந்தது. இன்று மேசய்ய நாயகருக்கு ஓய்விருக்குமா? அவருடைய செயலகத்திற்கு மட்டும் இச்செய்தியறிவிக்கும் ஓலை யெழுதி அனுப்பினான்.

அத்தருணத்தில் உருத்திர தேவப் பேரரசரவர்கள் முடிசூட்டு விழா மண்டபத்தில் அமைச்சர் படைத்தலைவராகியோர் பணியாற்றுறுதி மொழி பெறச் சென்று கொண்டிருந்தனர். நகர் முழுமையும் திருவிழாக் கோலமாக விளங்கிக் கொண்டிருந்தது. அரசவைப் பெருமக்களுக்கு ஓய்வில்லை. மிகவும் தேவையான பணியாட்கள் தவிர்த்து ஏனையோர் அனைவரும் பட்டஞ்சூட்டும் சடங்கிலும் விருந்தினரை ஓம்தலிலும் ஈடுபட்டிருந்தனர்.

அதற்கிடையில் பல அரசவை வீரர்கள் சிறைக்கூட அலுவலரிடம் வந்தனர். அவர்களில் முதன்மையானவன் ஒரு ஏட்டினை நீட்டினான். அதில் இவ்வாறிருந்தது.

"உடனே பொல்லனை இவ்வீரர்களுடன் அனுப்பவும்! மேசய்ய நாயகர்."

இவ்வாணையைக் கண்டு சிறைச்சாலை அலுவலர் வியப்படைந்தார். தாம் செய்தியனுப்பி நெடுநேரமாகவில்லை. ஆயினும் இத்தகைய ஆணைகள் அவருக்கு வருவது அரிதாகும். ஐயத்துடன் அவர் அவ்வேட்டினை மீண்டும் பார்வையிட்டார். மேசய்ய நாயகரின் முத்திரை அதில் தெளிவாகக் காணப்பட்டது. நாயகரின் ஆணை ஒவ்வொரு எழுத்தாக அழகுடன் காணப்படும். ஆயினும், ஏகசிலாபுரத்தின் காப்பாளரான அவருடைய ஆணையை மறுப்பளிக்க எவருக்குத் துணிவிருக்கும்? அதனால் அதற்குப் பணியாமலியலாது. உடனே அங்கு வந்திருந்த வீரர்களுடன் பொல்லனை அனுப்பி ஆயினும் ஐயம் தீராமல் ஒரு குதிரை வீரனிடம் அச்செய்தியை மேசய்ய நாயகருக்குத் தெரிவித்தார்.

அச்செய்தியாளன் அவை மண்டபத்திற்குள் செல்லும்பொழுது மேசய்ய நாயகர் அங்கில்லை. அவர் வீரபத்திரேசர் ஆகியோரைக் கொண்டு வரச் சென்றிருந்தார். நாயகர் வீண் அலைச்சலுடன் திரும்பி வரும்பொழுது அவரிடம் செய்தியாளன் பொல்லனை அனுப்பி வைத்த செய்தியை தெரிவித்தான். நாயகர் அதைக் கேட்டு அந்தப் பொல்லனையும் அவனைக் கொண்டுபோன வீரர்களையும் உடனே தேடிப் பிடித்து வருமாறு சிறையலுவலருக்கு

ஆணையனுப்பி மீண்டும் பேர்வை மண்டபத்திற்குப் போய்ச் சேர்ந்தார்.

பொல்லனுக்கென வந்த வீரர்கள் அவனைக் கடுமையாக விரட்டிக் கொண்டு சிறைச்சாலையிலிருந்து வெளியேறினர். சிறைச் சாலையிலிருந்து தொலைவிற் சென்றனர். குதிரை வீரனும் தொலை விற் சென்றனர். உடனே அவனை அவர்கள் கொலுமண்டபத் திற்குக் கொண்டு செல்வதற்கு மாறாகச் சுரங்க வழியில் அழைத்துச் சென்றனர். பொல்லனுக்கு உடலில் உயிரில்லை மனைவியும் மகளும் நினைவில் வந்தனர். ஒரு கணத்தில் அவனை நெருங்கிவந்த வீரர் களின் கடுமையான செயல் போக்கு மாறிவிட்டது. அடுத்த கணமே அவர்கள் அவனுடைய தளைகளை அறுத்தெறிந்து தூய புத்தாடைகளை உடுத்திக் கொள்ள ஈந்தனர். அவனுடைய அச்சம் வியப்பாகவும் மகிழ்வளிப்பதாகவும் மாறிவிட்டது. கனவில் நடப்ப தாகவே அவர்கள் சொன்னபடியெல்லாம் செய்தான். அவர்கள் அவனுக்கென முன்னதாகவே அங்கே தயாராக இருந்த குதிரை யையும் கருவிகளையும் கொடுத்து அநுமகொண்டா வழியிலுள்ள ஏரிக்கு மேற்கிலிருந்து கட்டளையைப் பெற்றுக் கொள்ளுமாறு, அவ் வீரர்களும் தமது புனையுடையை மாற்றிக் கொண்டு, தம்மாடை களையும் பொல்லனின் ஆடைகளையும் அண்மையிலிருந்த கிணற்றி லெறிந்து விட்டு வெவ்வேறு வழியிற் பிரிந்து சென்றனர்.

குதிரையேறியதும் அவனுக்கொரு துணிவு வந்தது. கையி லிருந்த வாளும் அருகிலிருந்த வேலும் மேலும் அவனுக்குத் துணி வுண்டாக்கின. பெருவிழாவிற்குச் சென்று வரும் மக்கள் கூட் டத்தில் அவன் கலந்து விட்டான். தன்னை யார் பார்க்கப் போகின் றூர்கள்? ஆயினும் அவனை அறிந்தவர்கள் பலருள்ளனர். இடை யிடையில் அச்சமேஞேக்கி வந்தது. சிறைக்கூடத்தின் துன்பத்தி லிருந்து அப்பொழுதுதான் மீண்டு வந்த அவனுக்கு மீண்டும் அங்கே செல்வதென்பது உயிரை விடுவதைவிட மிகவும் அச்ச முடையதாகத் தோன்றியது. மனைவியையும் மகளையும் காண வேண்டுமென ஆவல் மிகவும் இவனுக்குத் தோன்றியது. மிக்க முயன்று அதையடக்கிக் கொண்டு உயிரைக் காக்கும் தாழ்வான தொரு செயலுக்குப் பல்வகை ஆவலை விட்டு விட்டு நகர் வாயிலை நெருங்கினுன். அங்கு அவன் மிகவும் நடுங்கினுன். ஆனுல் அப் பெருவிழாவினுல் அன்று எப்பொழுதும் போன்ற கட்டுக் காவல் ஏதுமில்லை. புறவாயிலைத் தாண்டி அநும கொண்டா வழியைத் தொடர்ந்து சென்று அங்கிருந்த ஏரியின் மேற்குக் கரை போய்ச் சேர்ந்தான்.

அங்கு அவனுக்கு முன் எவரும் காணப்படவில்லை. அவன் என்ன செய்வதென்றறியாமல் அங்குமிங்கும் பார்த்துக் கொண்டிருந் தான். அவ்வழியில் தொலைவிலிருந்து அரச வீரர்கள் வருவதைப்

உருத்திரமதேவி 103

போன்று தோன்றியது. உள்ளத்திலுள்ள அச்சத்தினுல் உடன் அவன் குதிரையை விட்டிறங்கி நீரருகில் சென்று ஏரியில் நீர் வேட்கை தீர்த்துக்கொள்வதைப் போன்று நடித்தான். கடைக் கண் பார்வையால் அவ்வழிவருவோரையும் அரசவை வீரர்களையும் நோக்கிக்கொண்டிருந்தான். அவ்வீரர்கள் தம் விழா மகிழ்ச்சி யால் சென்றமையால் அவன் மீது ஐயமேதும் அடையவில்லை.

அவர்கள் தொலைவிற் சென்றதும் அவனும் நீரருகிலிருந்து எழுந்து, நனைந்த கைகளையும் முகத்தையும் மேலாடையில் அழுத்திக்கொண்டு என்னசெய்வதென்று எண்ணமிடலானுள். நீரி னுள்ளிருந்து யாரோ எவரையோ அழைப்பது போன்ற ஒலி கேட்டது.

பொல்லன் அச்சமிகுந்து நடுங்கிப்போய் அந்த ஒலி வந்த பக்க மாக நோக்கினுன். அவன் தனது செயலுக்குக் குறிப்புணர்ந்து பவர்க்காகக் காத்திருந்து அந்த ஒலியைக் கேட்கவே அதிர்ச்சி அடைந்ததில் வியப்பென்ன உள்ளது!

அப்பக்கலில் ஒரு தாமரைக் கொடி படர்ந்திருந்தது. ஒரு தாமரை மலர் தன்னருகில் நகர்ந்து நகர்ந்து வருவதை உற்று நோக்கித் திகைப்படைந்தான். தாமரைப் பூ அவ்வாறு வருவ தெப்படி? அப்போது அம்மலரே பேசியது போன்ற ஓசை கேட்டது. அவ்வொலி காற்று மூச்சு விட்டதைப் போன்று கேட்டது.

“பொல்லா”.

பொல்லனின் உடல் தலையிலிருந்து கால்வரை சிலிர்த்தது. உடலிலுள்ள மயிர்க்கால்களெல்லாம் நிமிர்ந்து நின்றன. கண் களில் விழிகள் பிதுங்கி நின்றன.

இதற்குள் தாமரையிலிருந்து மெல்லிய சிரிப்பொலி கேட்டது. அச்சிரிப்பும் இரு காற்றசைவும் ஒன்ரூடொன்று மோதி யொலித் ததுபோலவேயிருந்தது. அவ்வாறு சிரித்தது அத்தாமரை மலர் தான். சிரிப்பவனின் இதயப் பகுதி மேலெழும்பிக் குதிப்பது போன்றே இருந்த தாமரை மலரும் மேலெழும்பி விழுந்தது. இதனுல் பொல்லனின் இதயம் அதிர்ந்தது. ஓடிப்போகவேண்டு மென்று தோன்றியும் கால்கள் நிலத்தில் தோய்ந்து போனவை போன்று அசைவற்று இருந்தன. அவ்வேரியிலிருந்து அவ்வப் பொழுது இவ்வாறு புதுமையான ஒலிகள் வந்து கொண்டிருக்கு மென்று மக்கள் கூறுவதுண்டு. ஒவ்வொரு முறை இனிய பாட லொலி கேட்குமாம்! ஒவ்வொரு முறை உலகியலுக்கேற்ற போர் முழக்கம் கேட்குமாம்! அப்பெரிய ஏரியில் யாரோ வானவர்கள் இருக்கை கொண்டுள்ளார்களாம். அவர்கள் இரவில் செய்யுஞ் செயல் களிற் சில மிரட்டல்களுடனும், பிற செயல்கள் மிகக் கருணையுடன் கூடியவை எனவும் நிகழ்ச்சிகளை மக்கள் கதைகளாக்கிக் கூறிக்

கொண்டார்கள். இரவுப் பொழுதுகளில் தனியாக எளிய மக்கள் எவரும் அவ்வேரிக் கரைக்குச் செல்ல முயற்சிக்கமாட்டார்கள்.

பொல்லனுக்குழுடிவிடலாமெனும் ஆவல் மிகுதியாகி விட்டது. கால்கள் நினைப்புக்கேற்றவாறு நகரவில்லை. ஆயினும் தான் இப்பொழுது எங்கு செல்ல வியலும்? வீரர்கள் கண்டு கொண்டால் தனக்கு இந்த முறை மரண தண்டனைதான் இடுவார்கள். அதனிலும் மேசய்ய நாயகரின் வீரர்கள் எங்கு இருக்கமாட்டார்கள் எனக் கருதவியலும்!

அதற்கிடையில் அக்கமலமலர் பொல்லனை நெருங்கி அமைதி யாகி விட்டது. பொல்லன் நடுங்கியவாறு அதனை நோக்கவும் அதனிடையில் ஓர் இலையின் மீது ஓரேடும் பல பொற்காசுகளும் இருந்தன.

அப்பொற்காசுகள் அவனை மிகவும் கவர்ந்தன. ஆனால் அவற் றைக் கையால் தொடவும் அவன் நடுங்கினான் இதற்குள் தொலை விலிருந்து இசையொலிக்கத் தொடங்கியது. அது சற்று இன்னிசை போலவுமிருந்தது.

"அஞ்சாதே! அதையெடுத்துக்கொண்டு கொண்டூர் செல் லவும், உனக்கு எங்கள் பாதுகாப்புள்ளது. இன்னும் இருநாழி கைக்குள் ஓரங்கல் எல்லையைத் தாண்டிச் செல்லாவிடில் உன் உயிர் மீது ஆவலிராது!"

இச்சொற்களால் அவனுக்கு அச்சம்தீர்ந்தது. அவ் வேட் டினையும் பொற் காசுகளையும் அவன் கையிலெடுத்துக் கொண்டு வியர்வை வழியும் உடலுடன் குதிரையேறி விரைவாகச் செல் லலானான்.

தொலைவில் நகர் கோபுர வாயிலிலிருந்து குதிரை வீரர்கள் பலர் நின்று நின்று மீண்டும் மீண்டும் விரைந்து வருவதைக் கண்டான்! அவர்கள் தம்மைப் பிடிக்க வரும் வீரர்களென்று அவனுக்கு விழிப்புண்டாகியது.

விழாக்காலமாக விருந்தமையால் அன்று தேர் குதிரை சகடங் களாகியவற்றின் இயக்கம் பரவலாக மிகுந்திருந்தது. ஆயினும் தனது குதிரையின் குளம்புக் குறிகள் பல குதிரையின் அடிச் சுவட் டடையாளங்களில் கலந்து உணர்ந்துகொள்ள வியலாதவாறு செய்து அவன் நிம்மதியாக ஒரு பக்கத்துச்சாலையை நோக்கிச் செல்லலானான்.

14

நீராட்டு மண்டபத்தில் கொலு மிகவும் சிறப்பாக நடந்து கொண்டிருந்தது. கதிரவன் உதித்ததிலிருந்து அப்பெருவிழாவைப் பார்த்துப் பார்த்துக் களைத்து ஓய்வெடுக்கச் செல்கின்றானோ வென்னுமாறு மேற்றிசையில் மறையத் தொடங்கினான்! விண்ணில் திரள் திரளான செம்மேகங்கள் திரிந்து அந்திக்கால அழகுடன் திகழ்ந்து, கதிரவனொளியை ஏந்திப்பிறகு இருள் தவழலாயிற்று. அதனை இன்பச் செயலென்றோ கோபச் செயலென்றோ ஊகிக்க வியலுமா?

அத்தருணத்தில் ஓரங்கல் கிழக்கு வாயிலுக்கு முன்னுள்ள பெருவெளியில் ஒரு மக்கள் கூட்டம் வந்துநின்றது. அதில் பல சகடங்களிருந்தன. அவற்றில் சரக்குகளைக் கீழ்க்கடலோரத்தி லிருந்து கொண்டு வந்திருந்தனர். அப்பகுதியிலிருந்து விற்பனையா ளர்கள் வந்து இரண்டுமூன்று திங்கள் கடந்து விட்டன. கிழக்குக் கடல் பகுதி அமைதியற்றிருந்தது. சில விடங்களில் ஜடாவர்ம சுந்தரபாண்டியனின் படைகளும் மற்ற இடங்களில் கோப் பெருஞ் சிங்கனின் பல்லவப் படையும், இன்னுஞ் சில விடங்களில் சோழர் கள் படையும் நுழைந்து மக்களுக்குத் தொல்லை விளைவித்து வந்தன. நிலையங்களிலிருந்த படை வீரர்களும் குதிரை வீரர்களும் அக்குழப்பங்களை ஒழுங்குபடுத்த வியலாதிருந்தனர். வழிப் பறிக்காரர்கள் மிகுந்து விட்டனர். இப்படிப் பட்டவர்களுக்கெல்லாம் கொண்டூர் மண்டலத் தலைவனான நாகதேவராயர் துணையாக இருந்து அவர்களை விரட்டியடித்துக் கொண்டிருந்தார்.

இந்நிலையில் வேளாளர்கள் தமது நிலபுலன்களை உழுவதற்கும் அவற்றில் பிற வேளாண் தொழில்களைத் தொடங்குவதற்கும் தயங்கிக் கொண்டிருந்தனர். கிராமத்திலிருந்த சத்திரத்தில் ஒரு நாள் ஒரு படைக்குழு வந்தது. அவர்களின் தலைவன் ஒரு கட் டளைப் பத்திரத்தை ஊர்த் தலைவனிடம் காட்டினான். இரெட்டித் தலைவனும் கணக்கனும் அதைப் பார்த்து ஏது செய்வதென்று எண்ணமிடலாயினர். அக்கட்டளையேட்டில் இவ்வளவு கம்பு, இவ்வளவு சோளம், இவ்வளவு சாமை—என்றிவ்வாறு பல பண் டங்களை அனுப்புமாறு இருந்தது. அவற்றின் விலை என்ன என்று வீரர்களிடம் தெரிவித்தனுப்ப வில்லை. இந்த விலைக்கு அனுப்ப வேண்டுமென்றும் அதில் இல்லை. அவற்றை எவ்வாறு அனுப்புவ தென்றும் அவர்களுக்குத் தெரியவில்லை. அவ்வூர் அலுவலர்கள் தமது ஊரின் வயல்வெளிகளுக்கென அவ்வாண்டு செலுத்த

வேண்டிய 'விளைவுத் திறை'யை அதற்கு முன்னரே தமது நிலைய அலுவலர்களிடம் அனுப்பிவைத்திருந்தார்கள். பிறகு இவற்றை எவ்வாறு அனுப்புவது? அந்த ஏட்டினை யார் அனுப்பி வைத்தது?

இவ்வாறு ஊர்த்தலைவர்கள் எண்ணிக் கொண்டிருந்த பொழுது வந்திருந்த நாயகன் விரைந்தான். என்ன செய் வதென்றறியாமல், அவர்கள் தலையாரிகளை ஊர்ப்பெருமக்களிடம் அனுப்பி, எவ்வாறோ இன்னலுற்று அவர்கள் கோரிய தானியங்களைச் சேர்த்து ஒப் படைத்தார்கள். அந்த நாயகனும் மகிழ்வுற்று இவ்வளவு பொருள் களைத் தான்பெற்றுக் கொண்டதாக ஏட்டில் எழுதி அவ்வூர்த் தலைவர்களிடம் தரவும், அவ்வூரார் சற்று நேரம் மகிழ் வடைந்தனர். ஆயின் இஃதேன் இவ்வாறு நடந்தது என்று ஊர்த்தலைவர்களும் ஊரிலுள்ள பெரியோர்களும் குழப்ப முற்றிருந்தனர்.

அவ்வையப்பாடு தெளிவதற்கு முன்னரே அன்று மாலை இருள் வதற்குச் சற்று முன்னர் தீவர்த்திகள் ஏற்றிக் கொண்டு, மற்று மொரு படையினர் அவ்வூருக்குள் நுழைந்தனர். இதன் தலைவன் தான் விரும்பிய இடத்தில் அமர்ந்து கொண்டு தன்னிடமே ஊர்த் தலைவர்களை அழைத்து வருமாறு செய்து, எந்தக் கட்டளைப் பத்தி ரத்தையும் காட்டாமல் கம்பு, சோளம், சாமை மட்டுமின்றி மூங்கி லரிசி முதலானதும் தருமாறு உத்திரவிட்டான். கிராம அலுவலர் களுக்கு இப்பொழுது நினைத்துப் பார்க்கவும் நேரமில்லை. ஏதாவது கூறலாமென்றால் அத்தலைவன் அடிக்க வருபவனைப்போல் இரைந்து பேசினான். முடிவில் எவ்வாறோ ஒருவகைத் துணிவுடன் ஊர் அலுவலர்கள் அவ்வீரனுக்குத் தலை குனிந்து வணங்கி, அன்று நடுப்பகலில்தான் அவர்கள் வீரர்களிடம் அளித்துப் பெற்ற பொருள் பத்திரத்தைக் காட்டினர். இவ்வீரன் அதைப் படித்தானோ இல்லையோ அந்த ஏட்டினைப் பார்த்ததும் மின்னலைப் போன் றெழுந்து, எரிந்து, விழுந்து, எதிர்பாராத வகையில் அன்று பகல் வந்த வீரனை வைது, அவ்வூர்த் தலைவர்களையும் வசைமொழி கூறிக் கையில் கொடுத்த ஏட்டினைக் கிழித்தெறிந்தான். முடிவில் உணவுப் பொருள்களைத் தயாரிக்க ஊர்த்தலைவர்கள் முயன்று எளிய குடிமக்களின் வீடுகளில் மறைத்து வைத்திருந்த தானியங் களையும் வர்த்தகர்களிடமும் ஊராட்சியலுவலகத்திலும் எஞ்சி யிருந்த தினைவகைகளையும் அவர்களிடம் ஒப்படைத்தனர். இத் தலைமை வீரன் அவற்றைப் பெற்றுக்கொண்டு ஊர்மக்களைப் பத்து முறை வசைந்து, அவன் பெற்றுக் கொண்ட பொருளுக்கு ஏடெழுதித் தராமலே வந்த வழியே படையுடன் சென்றான்.

அன்றிரவே ஒற்றர்களைக் கொண்டு இச்செய்தியை நிலைய அலுவலர்களிடம் தெரிவித்துக் கொண்டனர். இவ்வாறு மற்ற ஊர்களிலிருந்தும் நடந்த செய்திகள் அவ்வப்பொழுது அந்தந்த

நிலைய அலுவலர்களுக்குச் சென்றன. நிலைய அலுவலர்கள் தமக்குக் கிடைத்த கலவரச் செய்தியைக் குதிரை வீரர்கள் வழியாக வட்ட அலுவலர்களுக்கும், வட்ட அலுவலர்கள் மாவட்டத் தலைமை அலுவலர்களுக்கும், அவர்கள் குறுநில மன்னர்களுக்கும் தெரிவித்தனர். அவற்றின் மீது வழக்குத் தொடங்குவதற்கு வாய்ப்புக் கிடைப்பதற்குள், மற்றும் பல ஊர்களிலும் நிலையங்களிலும் வட்டத் தலைமையூர்களிலும் மட்டுமின்றி, மீண்டும் முதல் கிராமத்திலும் இத்தகைய செயல்கள் நிகழ்ந்தன. ஒவ்வோரிடத்தில் ஊர்மக்கள் துணிவுடன் சேர்ந்துகொண்டு அங்கு வந்த படைவீரர்களைத் துரத்தியடித்தனர். ஒவ்வோரிடத்தில் இரவில் படைக்கருவிகளுடன் வீரர்கள் ஊர்களில் நுழைந்து, குடியிருப்புகளைத் தீயிட்டுக் கொளுத்திப் பெண்களையும் சிறுவர்களையும் வயதானவர்களையும் பலவகை இன்னல்களுக்காளாக்கிக் கடுஞ் செயல் புரியலாயினர். அதனால் பல ரெட்டிகளும் கணக்கர்களும் கைகால்களிழந்தும் நாக்கறுபட்டும் உயிரிழந்தார்கள். பலர் ஓடிப் போய் விட்டனர். சிலர் இக்குழப்பக்காரர்களுடன் சேர்ந்து கொண்டு, சூறையாடிப் பயன் பெறலாயினர். கிராமங்களில் தொடங்கிய இந்தக் குழப்பங்கள் ஏறத்தாழ தலைமைக் கிராமங்களிலும் வட்டங்களிலும் மாவட்டத் தலைமை நகரங்களிலும் பரவின. கொண்டூர் மண்டலத் தலைவன்தான் இவற்றுக்கெல்லாம் காரணம் எனும் செய்தியும் மெதுவாகப் பரவலாயிற்று. இத்துடன் அச்சமும் மிகலாயிற்று.

இந்நிலைமையில் பொதுமக்களின் தொல்லைகளை எவ்வாறு விவரிப்பது? அவர்கள் தமது வீடுவாசல்களையும் ஆடுமாடுகளையும் விட்டுச் செல்லவியலாது. விட்டாலும் எங்கு செல்வார்கள்? எப்படிப் போவார்கள்? போய் என்ன செய்வது? எவ்வாறு வாழ்வார்கள்? அவ்வாண்டு பிழைப்புக்கென மிகுதி வைத்திருந்த தானியங்கள் இவ்வாறு அரசருக்கெனவோ கள்ளர்களுக்கெனவோ தீர்ந்து விட்டன. விதைகளுக்கெனப் பொறுக்கி வைத்திருந்தவையும் சற்று, மனைவிமக்களின் பசிக்கொடுமையைத் தணிக்கச் செலவாகி விட்டன. துயரக் காலங்களில் தேவைப்படுமென்று நிலத்தில் புதைத்து வைத்திருந்த பொருளை வெளியெடுத்தும் அவற்றைக் கொண்டு தானியம் எங்கிருந்து பெறுவது? இவ்வாறு ஒருபுறம் வயிற்றெரிச்சலுடனிருப்பினும் பழக்கமாகிவிடவே, தமது நிலம் முழுமையும் இல்லாவிடினும் ஒருவன் ஒரு காட்டு நிலத்தையும், மற்றொருவன் புழுதி நிலத்தையும் பிறிதொருவன் கட்டாந்தரையையும் உழுது விதை விதைத்துப் பயிர் செய்யலானார்கள். எரிக்கும் பசியை அப்பொழுது மிகுதியாகக் கிடைத்து வந்த பசும் பாலைக் குடித்தும் எருமைப்பால் அருந்தியும் சற்றுத் தீர்த்துக் கொண்டனர். ஆட்டிறைச்சி உண்ணும் பழக்கமுள்ளவர்கள்

இன்னும் ஆந்திர நாட்டில் நிலேயாகக் குடியேறவில்லே. கிராமங் களிலெல்லாவிடத்தும் புல்வெளிகள் மிகுந்திருந்தன. மழையிருக்கும் வரை அவற்றுக்குப் பஞ்சம் இல்லே. மாட்டுச் செல்வம் இன்னும் குறைய வில்லே. அரசராவது கள்வராவது வைக்கோல் தின்ன மாட்டார்களல்லவா? அவர்கள் பின்வரும் குதிரைகளுங் யானேகளும் ஒட்டகங்களும் ஒன்ருகச் சேர்ந்து எத்தனே நாள் மேய்ந்தாலும் கிராமங்களிலுள்ள தீவனத்துக்குப் பஞ்சம் வராது.

ஆனல் இத்தகைய பசுக்கள் செல்வம் இருப்பினும் மாடுகள் படைத்தவர்களுக்கும் அப்பாலேயேனும் நிறைய அருந்துவதற்கு நிலேயில்லே. ஒருவனுக்கு மாட்டு மந்தையிலிருந்து குடங்களில் பால் வரும். மற்றெருவனுக்கு எருமைப்பால் வரும். இன்னெரு எளியவனுக்கு ஆட்டுப்பாலோ செம்மறியாட்டுப்பாலோ வீட்டுக்கு வந்திருக்கும். வீட்டிலுள்ள பெண்கள் அப்பாலேக் காய்ச்சிப் புரை ஊற்றி வவப்பார்கள். மற்றுஞ் சிலர் மேலும் நன்கு காய்ச்சிக் கொண்டிருப்பார்கள். இன்னேரிடத்தில் அதைக் காய்ச்சும் முயற் சியில் இருப்பர். மற்ருேரிடத்தில் பால்குடங்கள் வாயிலில் வைக்கப்பட்டிருக்கும். பிறயிடங்களில் பால் வாங்கியவாறிருப் பார்கள்.

உடனே ஒரு படைக் கூட்டம் அந்த ஊருக்குள் வரும். அவர் களின் கட்டளேப்படி புரையூற்றிய பாலேயும், காய்ச்சிய பாலேயும், காய்ந்து கொண்டிருக்கும் பாலேயும், காய்ச்சவிருக்கும் பாலேயும், வாயிலிலிருக்கும் பாலேயூம் கொண்டு வரும் பாலேயும், கறந்து கொண்டிருக்ம் பாலேயும் ஒன்ருக ஊற்றி அங்கு வந்த படைவீரர் களின் பாலாகிவிடும்! இந்தப் பாலுடன் அவ்வூரிலுள்ள சில ஆடுகளும் அவர்கள் பால் சேர்ந்து விடும்.

இவ்வாறு இன்னலடைந்து வரும் கீழைக் கடற்கரைப் பகுதி களில் இருளில் ஒளி போன்று, கண்ணிழந்தவனுக்குக் கண் பார்வை போன்று, அந்தணர்கள் வாழ் பகுதிகளில் மட்டும் பழிச் சொல்லேதும் இல்லாமல் அமைதி நிலவி வந்தது. வேதியர்களின் பொருள்களென்ருல், அவற்றைக் கவர மக்களனேவருக்கும் மிகுந்த அச்சமாகும். அந்தணர்களும் பெரும்பாலும் தம் நெறி வழுவா திருந்தனர். மறைநூல் ஓதுவதை அம்மக்கள் இன்னமும் சிறப் பாகச் செய்து வந்தனர். அவர்களுக்கு எத்தகைய அச்சமுமில்லே. கற்றறிந்தவர்களுக்கு வாழ்க்கை எவ்வாறு நடத்துவோமென்ற கவலேயில்லே. அந்தணர் வாழிடங்களில் வினேபொருள்கள் மிகுந் திருந்தன. அவை அவரவர்க்குரிய பகுதிக்கேற்ப அவர்கள் முறைப்படி பெற்று வந்தனர். செல்வம் மிகுந்த அறிஞர்கள் பிறரைச் செல்வத்துக்கெனக் கையேந்தியறியார்கள்.ஏற்பதுஇகழ்ச்சி யாயிருந்தது. கற்றறிந்தவர் ஏழ்மை மிகுந்திடின் தமக்கு வள்ள

லாக விளங்கும் செல்வந்தரிவரென்று உறுதிப்படுத்திக்கொண்டு அவரிடம் சென்று தமது தேவையைத் தெரிவிப்பார். அச்செல்வந்தரும் அவருடைய தேவையைப் பூர்த்தி செய்வதால் தமது செல்வம் நற்பேறடையுமெனும் உவகை மிக்க உள்ளத்துடன் அவருக்குத் தேவையானதைவிட மிகுதியாகவே அளிப்பார். அவ்வறிஞரும் அவற்றில் தமக்குத் தேவையானதற்குமேல் ஒரு சிறுமணியும் மிகுதியாக எடுத்துக்கொள்ள மாட்டார். இந்த நிலைமையில் அந்தணர் வாழ் பகுதியில் உணவுப் பொருள்களுக்குக் குறைபாடு எவ்வாறிருக்கும்?

மேலும் அவ்வந்தணர்கள் ஊரில் ஆண்களும் பெண்களும் வெறும் வயிறு வளர்ப்பவர்களல்லர். விருந்தினர், வறியோர், வழிப் போக்கர், எளியோர், வழியற்றவர், திக்கற்றவர்—எவர் வரினும் அவ்வூர் மக்கள் பொருட்படுத்தாமலிருக்கமாட்டார்கள். வந்தவர்களுக்கெல்லாம் சமைத்துப் போடவும் தயங்கமாட்டார்கள்.

> ''சமைப்ப தொழியாது எத்தனைபேர் வரினும்
> அன்ன பூரணியைப் போன்றமைவாள வளில்லாள்.''

என்று விவரித்தற்கேற்றவரின் இல்லக் கிழத்திக்கொப்பானவர்கள் அக்காலத்தைய இல்லத்தலைவிகள். அவ்வந்தணர் ஊர்களில் தானியமணிகள் இருக்கும் வரையிலும் வந்தவர்கள் அங்கிருந்து பசிப்பிணி தீராமல் திரும்பிச் செல்லமாட்டார்கள். காலந்தவறி வந்துவிடும் கொள்ளைக்காரர்களுக்குக்கூட அவ்வந்தணர் வாழிடங்களில் சோறிடப் பின்வாங்கமாட்டார்கள். முனிவர்கள் வாழ் குடிசைகளில் இயல்பான பகையினமான கொடும்புலிகளும் பல வகைக் கொடுமைப் பண்புகளில்லாமல் அவ்விடங்களில் சுற்றித் திரிந்தனவென்று நாம் புராணங்களில் படித்த சொற்களுக்கேற்ப அந்நாட்களில் மனித உருவிலிருந்த கொடும்புலிகளையொத்த விலங்குகள் இன்னும் அவ்வந்தணர் வாழ் பகுதிகளில் வந்து சேரும். அவ்வழிப்பறிக்காரர்கள் பொழுது விடியுமுன் அவ்வூரை விட்டு அகன்று விடுவார்கள். அவ்வாறு அகன்று செல்கையில் அவர்களில் ஒரு சிலர் அங்குள்ள ஆட்டையோ மாட்டையோ ஓட்டிச் சென்று விடுவார்கள். பொழுது விடிந்த பிறகு அக்கூட்டத்தி லுள்ள பிறர் அதைக் கண்டால் உடனே அத்திருடர்களைத் தண்டனைக்குள்ளாக்கி, அப்பசுவையோ ஆட்டையோ மீளவும் அந்தணர்களிடம் ஒப்படைத்து விட்டுச் செல்வார்கள்.

ஒவ்வொரு சமயம் துணிவுள்ள படைத்தலைவன் ஒருவன் வீரர்களுடன் மெதுவாக ஊருக்குள் நுழைந்து வேதியரை அணுகி வணங்குவான். அவ்வந்தணர் மீண்டும் அவனுக்கு வணக்கமும் கூறமாட்டார்; உட்கார் எனவும் கூறமாட்டார். அதனால் அத் தலைவன் சற்று அச்சத்துடன் துணைவர்களைப் பார்ப்பான். அவர்

கள் மற்ருெரு புறம் பார்ப்பார்கள். சற்றுப் பொறுத்து அவர்கள் சேர்ந்து பேசுவார்கள். மீண்டும் துணிவுடன் அத்தலைவன் இவ்வளவு பொருள் தேவையென்று அந்தணரைக் கேட்பான். அவ்வந்தணர் அமைதியாக உள்ளே சென்று பாதுகாத்து வைத்திருந்த செப்புத் தகட்டுச் சாசனத்தை வெளியிற் கொண்டு வந்து, இதனை எல்லாவற்றுக்கும் காப்பாக இன்ன பேரரசர் தங்கள் பெரியோர்களுக் களித்துள்ளார் என்று கூறி, அதன் மீதுள்ள அரச முத்திரையைக் காட்டுவார். அத்துடன் அத்தலைவன் தனது படை வீரர்களுடன் திரும்பிச் செல்வது வழக்கம். அல்லாமல் எவனோ ஒருவன் எந்த அரசன் கொடுத்தாலென்ன என்றும் கேட்பான். அவ்வாறு கேட்டால், அவ்வந்தணர் இவ்வாறுரைப்பார்.

"எந்த அரசராஞல் உனக்கென்ன? இதைக் கேட்கின்ருயா?

'இதோ . . .

'ஸ்வதத்தாம் பாதத்தாம் வாயோ ஹரேத வஸுந்தராம்,
ஷஷ்டிர்வர்ஷ சஹஸ்ராணி விஷ்டாயாம் ஜாயதே க்ரிமி:.

"சேற்றில் புழுக்களிருப்பதை எப்பொழுதாவது கண்டிருக்கிருயல்லவா? அறுபதினுயிரம் ஆண்டுகள் அதை விடக் கேவலமான புழுவாகப் பிறக்க நீ விரும்பினுல், நாங்களெல்லாம் எங்கள் 'யாகப் பொருள்களை மட்டும் எடுத்துச் செல்கிருேம். நீங்களே இந்த அக்ராஹாரத்தை அனுபவித்துக் கொள்ளுங்கள், வேண்டுமென்ருல், திருட்டுப் படைகளே!''

இந்த வார்த்தைகளைக் கூறிக் கொண்டிருக்கும் பொழுதே அந்த மறையவரின் முகத்தில் சினம் மிகுந்து தீக்கனல் வீசும். இவ்வாறு கூறுவதற்கு உயிரையும் மானத்தையும் இழக்க வேண்டிய நாள் வந்து விட்டதாயினும், அப்படி இன்னும் நடக்கவில்லை. அங்கு வந்திருந்த வீரர்களுக்கும் அவர்களுடைய தலைவனுக்கும் மிகுந்த அச்சம் உண்டாகிவிடும். அவர்கள் குனிந்து அவ்வந்தணரை வணங்கித் தொழுது விட்டு, அந்தச் சாசனத் தகட்டினைக் கண்களில் ஒற்றிக் கொண்டு மன்னிப்புக் கோரியவாறு அப்படியிப்படியென்னுமல் அவ்வூரை விட்டகன்று, பிழைந்தோம் என்று கூறிக் கொண்டு செல்வார்கள்.

ஒவ்வொரு முறை அத்தலைவர்கள் அவ்வூர்களுக்கு வந்து அங்கு நடைபெறும் நன்னெறிக் கதைகளுடன் நல்லுரைகளைக் கேட்டுணர்ந்து, அந்தணர் வாழ் பகுதிகளுக்குத் தாம் வழிமறி செய்து கொண்டு வந்த பொருள்களில் ஒரு பகுதியை ஈவதற்குச் செல்வார்கள். அந்தணர் தலைவரோ புன்னகை புரிந்து அவற்றைப் பெற்றுக் கொள்ள மறுப்பார். தலைவன் வற்புறுத்திஞல் முடிவில் அதைப் பெற்றுக் கொண்டு, அவ்வந்தணர் வழிபறிக்கார்களிடம் பொருளிழந்து அவ்வந்தணர் ஊரில் தஞ்சம் புகுந்திருந்தவர்களுக்

களிப்பார். அவ்வாறு தாமிழந்த பொருள்களே மீளவும் தமக்குக் கிடைத்ததுமுண்டு!

எங்கோ சிலவிடங்களில் அக்கிரகாரங்கள் திருட்டுக்களால் பாதிக்கப்பட்டனவும் இல்லாமற் போகவில்லே. அப்படிப்பட்ட செயல்புரிந்தவர்களுக்கு விரைவில் பல இன்னல்கள் நேரும். தாம் செய்த தவறிஞல்தான் இவ்வின்னல்கள் நேர்ந்தனவென்று அவர்கள் முடிவு செய்வார்கள். இந்நிலைமை தமக்கும் வருமென்று பிறரும் அஞ்சுவார்கள். இவ்வாறு அச்சத்தாலும் பக்தியாலும் அந்தணர் ஊர்கள் குழப்பங்கள் நேராமல் தப்பித்து வந்தன. இத்தகைய சிறப்புப் பெருமை மிக்க இடங்களான அந்தணர்களின் ஊர்கள் தவிர்த்து அக்காலத்தில் அவ்வப்பொழுது கிளர்ந்தெழுந்த அரசியல் குழப்பங்களால் கிழக்குக் கடற்கரையோர நிலப்பகுதி முழுமையும் மக்கள் வாழாத இடமாகி விட்டது.

இங்கிருந்த மக்கள் இத்தகைய குழப்பங்கள் நிகழ்ந்த இடமான கீழைக் கடற்கரையோரத்திலிருந்து ஓரங்கல் போய்ச்சேரலாயினர். முதலில் மோசலபுரத்திலிருந்து ஒரு கூட்டமும் மேட்டுப்பள்ளியிலிருந்து ஒரு கூட்டமும் புறப்பட்டுத் துணையாறுகள் சேர்வதால் பரந்து தோன்றும் கங்கை யமுனையாறுகள் இணைவன போன்று வரவரப் பரந்ததாகி அக்கூட்டமிரண்டும் விஜயவாடாவில் ஒன்று சேர்ந்து ஒரே நதி போன்ற உருவத்தைப் பெற்றிருந்தது.

அவ்வாறு மேட்டுப்பள்ளியிலிருந்து புறப்பட்ட கூட்டம் தனது புரோலு எனும் ஊர் போய்ச் சேர்வதற்குள் அங்கு கோப்பெருஞ் சிங்கனின் படைகள் தெற்கிலிருந்து புறப்பட்டு விரைவில் வந்து சேரவிருக்கின்றதென்ற அச்சமிருந்தது. அப்பொழுதுதான் திரு மல்லிகார்ஜுனர், பண்டிதாராத்தியர்களின் படையெழுச்சிக் குள்ளாகி அந்த தனதுபுரோலு தனது சிறப்பான செல்வங்களே யிழந்தும் களையிழந்தும் காணப்பட்டது. அழகிய இல்லங்கள் பாழ் பட்டுக் கிடந்தன. பெரிய அரண்மனேகளில் காட்டுப் புறுக்களும் ஒளவால்களும் வாசம் புரியலாயின. உயர்ந்த மண்டபங்கள் புலவர் குழாங்களுக்கு மாருக வெறுங் கற்றூண்களாகக் காணப் பட்டன. தெருக்களில் மக்கள் மட்டும் திரள்திரளாகக் கூடியிருந் தனர். இடிந்து பாழான கோட்டை எவ்வளவு திருத்தமுறக் கட்டியும் வலிமையற்றிருந்தது. அங்கிருந்த சோட அரசருக்குக் கோப்பெருஞ்சிங்கனே எதிர்க்கும் வலிமையும் நோக்கமும் இல்லே. அவர் அப்பல்லவ அரசரின் படைகள் நெருங்கியதும் அவரிடம் சரண் புகுந்துப் பல்லவ அரசருக்குத் துணைபுரியத் தொடங்குவா ரென்னும் மக்கள் கூற்று பரவலாயிற்று. செல்வந்தர்கள் தமது பொருளும் தானியங்களும் என்னவாகுமோ வென்ற அச்சத்துடன் இயன்ற அளவுக்கு அவற்றில் தானியத்தைத் தொலேவிடங்களிலும்

பொருள்களை நிலத்திற்கடியிலும் சேர்த்து வைக்கலாயினர். தெருவில் காணப்பட்ட பலருடைய முகங்கள் வெளிறிப் போயிருந்தன.

இதையறிந்து அந்த வர்த்தகத்தலைவன் குழப்பத்துடன் மற்ற வர்த்தகர்களுடன் மறைமுகமாகக் கண்டு பேசித் தமது இனத்தவரைப் பகுதி பகுதியாகக் கொண்டூர் வழியாகப் போகுமாறு செய்தான். அவ்வர்த்தகக் கூட்டத்தினர் சேபுரோலுவரைப் போய்ச் சேர்வதற்குள், இனி மேலும் கொண்டூர் புறமாகச் செல்வது பாதுகாப்பானதன்று என அங்கிருந்து ஜாயப நாயகரின் உறவினர்கள் அவர்களுக்குத் தெரிவித்தனர். 'பின்னால் சென்றால் பெருங்கிணறு, முன் சென்றாலோ குளம்!' அந்த சார்த்தவாகத் தலைவன் யாது செய்வான்? உடனே அவன் தனது கூட்டத்தினரைச் சற்று பின்னால் திரும்பச் செய்து அண்மையிலிருந்த மஞ்சலாக்கிரகாரத்துக்குக் கொண்டு போய்ச் சேர்த்தான். அவ்வந்தணர் ஊரில் வர்த்தகர்களை ஓய்வெடுக்கச் செய்து அத்தலைவன் அங்குள்ள போக்கு வரத்துச்சாலைகளை ஆராய்ந்தான். கடைசியில் அவன் நன்கு கேட்டுப் புலனறிந்து அவ்வர்த்தகக் கூட்டத்தை மற்றொரு வழியாகக் கொண்டு சென்று அங்கிருந்த துங்கபத்திரை எனும் ஓர் ஆற்றைக் கடக்கச் செய்தான். அங்கிருந்து அவர்கள் மெதுவாக எவ்வாறோ தெனாலி போய்ச் சேர்ந்தார்கள். அங்கிருந்து கொல்லூர் போய்ச் சேர்ந்து, அங்கு கிருஷ்ணா நதியைக் கடந்து வடக்கு நோக்கி ஸ்ரீகாகுளம் சேரவேண்டுமென்பது அவர்கள் நோக்கம்.

ஆனால் அப்பொழுதுதான் கோப்பெருஞ்சிங்கனிடம் தனது புரோலு சோட அரசன் அடிபணிந்தானெனவும், பல்லவர் மடை இரண்டாகப் பிரிந்து ஒன்று கொல்லூரை நோக்கியும், மற்றொன்று வெல்லட்டூரை நோக்கியும் கிருஷ்ணா நதியைக் கடந்து வடக்கே செல்ல விருப்பதாகவும், மேலும் தமது மக்களின் போக்கை ஒற்றர்கள் மூலம் அவ்வப்பொழுது பல்லவ அரசர் தெரிந்து கொள்கிறாரெனவும் வர்த்தகத் தலைவனுக்குத் தெரிய வந்தது. மேலும் பல்லவப் படையினர் கிராமங்களைச் சூறையாடி வருவதாகவும் அவர்களிடம் எத்தகைய கருணையும் பரிவும் இல்லையெனவும் தெரிந்தது. இதனைக் கேட்ட சார்த்தவாகத் தலைவன் இடிந்து குலைந்து போனான். இடது புறமாகக் கொண்டூர் நாகதேவனின் திருடர்கள் கூட்டம்; வலது புறம் கோப்பெருஞ்சிங்கனின் பல்லவப் படையினர்; பின்புறம் தனதுபுரோலுவில் பிரிகி சோட அரசரின் தொல்லை! எவ்வாறோ ஒருவகையில் கிருஷ்ணா நதியைக் கடந்து விஜயவாடாவைச் சேர்ந்தாலன்றி அவர்களுடைய பொருள்களுக்கும் உயிர்களுக்கும் பாதுகாப்பிராதென்று தெளிவாயிற்று.

வணிகர் தலைவன் தலைமையான பிற வணிகர்களுடன் கலந்து பேசினான். அவர்களுடன் சேர்ந்து வரும் அபாய நிலைமையைக்

கூட்டத்தினர் அனைவருக்கும் தெரிவிக்க முடிவு செய்தனர். இதையறிந்தும் பல வணிகர்கள் தமது பொருள்களுடன் தெனுலியிலும் அங்கே சுற்றுப்புறத்து ஊர்களிலும் மறைந்து கொண்டனர். துணிவுடைய பிறர் யாவரும் என்ன நேரினும் தமது செலவை முன்னேக்கி நடத்த உறுதி பூண்டனர். அவர்கள் மிகுந்த பொருள்களை வாரிக் கொடுத்து அந்தச் சுற்றுப் புறங்களிலுள்ள கிராமங்களிலிருந்து, பல வீரர்களைத் திரட்டினர். விரைவாகச் செல்வதற்கேற்ற குதிரைகளையும் ஒட்டகங்களையும் மற்றவற்றையும் விலை கொடுத்து வாங்கினர். முத்துக்கள், பவழம், தந்தம், சந்தனம், கஸ்தூரி, அரிதாரம், பட்டு, நூல், மஞ்சிட்டம் போன்ற விலை மிகுந்த பொருள்களைக் கொடுத்து வர்த்தகம் செய்பவர்களுக்குச் செல்வத்துக்கென்ன குறை?

அவ்வணிகர்கள் திட்டமிட்டவாறு வீரர்கள் பாதுகாப்புடன் விரைந்து இடைப்பட்ட வழியே ஒவ்வொரு ஊராகக் கடந்து உண்டவல்லி போய்ச் சேர்ந்தனர். அங்கு மலைச் சரிவில் ஒரு பெரிய சமண மடமிருந்தது. திகம்பரர்கள் தவம்புரிவதற்கேற்ப அதனுள் மூன்று மாடிகளிலான கற்சிற்பிகளால் அதிக அழகுடன் செதுக்கப்பட்ட குகைகள் பல நிறுவப்பட்டிருந்தன. இந்தத் தலையாய வசதிமட்டுமின்றி மற்றெத்தனையோ மடங்களுமிருந்தன. அவற்றில் பெரும் பண்டிதர்களெனப் போற்றப்படும் திகம்பர பிட்சுக்கள் சமண நூல்களைப் படித்து உரையாற்றிக் கொண்டு 'சித்த சாதனம்' புரிந்து கொண்டிருந்தனர். சமணத் திகம்பரர்கள் வாழும் இடங்களுக்கு அக்காலத்தில் 'வசதி' எனும் பெயர் வழங்கி வந்தது.

இந்த சார்த்தவாகத் தலைவன் பெரிய சமண பக்தன். அவன் தன்னுடன் தந்தத்தினுல் செய்யப் பட்ட கோமடத்துச் சிலையை மிக்க மதிப்புடன் கொண்டு வந்து நாள் தோறும் வழிபட்டு வந்தான். அச்சிலை அவனுக்கு உயிர் போன்றதாகும்.

அவன் உண்டவல்லி 'வசதி' யைப் போய்ச் சேர்ந்ததும் அதன் தலைமையடிகளாரைப் பார்த்துப் பேசினுன். அடிகளார்க்கு அவன் மிக்க பணிவுடன் வணங்கித் தன்னுடன் கொண்டு வந்திருந்த விலையுயர்ந்த வைரங்களையும் பொன்னையும் காணிக்கையாகச் செலுத்தினுன். அடிகளார் அவற்றைப் பெற்று அனைத்தையும் அவ்'வசதி'க்கு அளித்து அவனை வாழ்த்தினுர்.

நலபுலன்களைப் பற்றிய உரையாடல் நிகழ்ந்த பொழுது அவ் வர்த்தகத்தலைவன் அடிகளாரிடம் தன்து வணிகர்களின் துயரை விவரித்துத் தஞ்சம் அளித்துக் காத்தருளுமாறு வேண்டினுன். அவ்வடிகளார் இதைக் கேட்டு மிகவும் வருந்தினுர் வருத்தமுற்றுச் சும்மாயிராமல் அன்றிரவே அம்மக்கள் கிருஷ்ணவேணியாற்றைக்

8

கடக்கப் படகோட்டிகளை வரவழைத்து வசதி செய்வித்தார். அந்தச் சமணமடம் அப்போதைக்கு இன்னும் கொண்டூர் நாகதேவனின் தோல்லைக்குட்படவில்லையாயினும், விரைவில் எந்த அபாயமாவது வரக் கூடுமென்று அங்கிருந்த அடியார்கள் அச்சமடைந்திருந்தனர்.

முன்னதாக அமைவித்தபடி நள்ளிரவானதும் வாணிக மக்கள் கிருஷ்ணவேணிக் கரையை அடைந்து முதல் பிரிவினர் நாவாய் ஏறினர். விடியும் வரையும் அங்கிருந்த வணிக மக்களை நாவாய்கள் அக்கரையிலிறக்கிக் கொண்டிருந்தன.

கிழக்கு வெளுத்துக் கொண்டிருந்தது. வணிகர்களின் வண்டிகளையும் சுமை மிகுந்த பல் வகைப் பொருள்களையும் படகிலேற்றினுர்கள். இம்முறை படகுகள் கடந்து விட்டால் வணிகர்களனை வரும் கரை சேர்ந்தாற்போல்தான்!

பறவைகளின் சலசலப் பொலியுடன் தெற்கிலிருந்து ஓர் அச்சந் தரும் ஓசை கேட்கலாயிற்று. தப்பட்டிகளும் தாரைகளும் சங்குகளும் சிங்க நாதமென முழங்கி ஒலித்தன! ஏதோ படையே அங்கிருந்து வந்து கொண்டிருந்தது. ஐந்நூறு பேர் கொண்ட குதிரைப்படை விரைந்து கிருஷ்ணு நதிக்கரை வந்தடைந்தது. அப்பொழுது கூட்டத்தினரில் இறுதிப் பகுதியினரின் நாவாய்கள் கிருஷ்ணவேணியில் பாதித் தொலைவு கூடச் செல்ல வில்லை. படைத் தலைவர்கள் அந்த நாவாய்களைப் பின் திரும்பி வருமாறு படகோட்டிகளிடம் கடுமையாகக் கூறினர். கையசைத்தலும் இரைச்சலும் அச்சமூட்டின. நாவாய் செலுத்துவோர் ஏது செய்வதென்றறியாமல் தயங்கி நின்றனர். இவ் வணிகர்கள் நாளை இப்பொழுதுக்கெல்லாம் நெடுந்தொலைவு சென்று விடுவார்கள். படகோட்டிகளோ, இங்கேயே குடியிருப்பவர்கள். அவர்களுடைய வீடு, ஆடு, மாடுகள் இங்கேயே உள்ளன. எனவே அவர்கள் படையினரின் ஆணையை மீறிப் பிழைப்பதெங்ஙனம்? வணிகர்கள் எவ்வளவு பொருள் கொடுத்தும் அவற்றைத் தாம் என்ன செய்யமுடியும்!.

படகுகளிலிருந்தவர்கள் படகோட்டிகளை இறைஞ்சி வேண்டிக் கொண்டு மிகுந்த பொருளளிப்பதாகக் கூறி ஆவலூட்டினர். 'படைகளைப் பார்க்காதீர்கள்; எம் துன்பத்தைப் பாருங்கள்' என மன்ருடினர். படகோட்டிகளுக்கும் ஒரு வகை அச்சம் இருந்தது. இப்பொழுது பின்னுல் திரும்பிச் சென்ருலும் படைகளினுல் தமக்குத் தண்டனைகள் தப்ப மாட்டா! இப்பொழுது அக்கரையை அடைந்து அங்கு சில நாட்களிருப்பின் மேற்கொண்டு செய்ய வேண்டியதைப் பற்றி முடிவு செய்து கொள்ளலாம். எவ்வாருயினும் என்ன? வணிகர்களனைவரும் வடகரையைச் சேர்ந்து விட்டனர். அங்குள்ளவர்களுக்கு மல்லிகார்ஜுனர், கனகதுர்க்கையின் துணை கிடைத்து விட்டது.

உருத்திரமதேவி 115

மோசலபுரத்திலிருந்து புறப்பட்ட மற்றொரு கூட்டத்திற்கித் தகைய துன்பம் நேரவில்லை. அக்கூட்டத்திலுள்ள சார்த்தவாகர்கள் அயல் நாட்டிலிருந்து தருவித்த பொருள்கள் மட்டுமின்றிச் சுற்றுப் புறங்களில் பத்மசாலிகள் நெய்த மெல்லிய ஆடைகளையும் பல வண்ணங்கள் தோய்த்த கண்கவரும் உடைகளையும் நிறைய வாங்கி வந்தனர். அவ்வாடைகளும் மெல்லிய ஆடைகளும் பாரத நாடு முழுமையும், அத்துடன் தொலைநாடுகளான யவன, உரோம, துருக்கி நாடுகளிலும் பெயர் பெற்றவை. அக்கூட்டத்தினர் கண்டசாலையைப் போய்ச் சேர்ந்ததும் தொலைவில் குழப்பங்கள் நடக்கின்றன என்ற செய்தி வந்தது. எனவே அவர்கள் விரைவாகக் கொலனிவீடு போய்ச் சேர்வதற்கு எண்ணினர். அங்கு போய்ச் சேர்ந்தால் கொலனி உருத்திரரின் வீரஞ் செறிந்த படையினர் இருப்பர். ஆனால் அது மழைக்காலம்! கொல்லேற்றில் கலக்கும் 'புடமேரு' முதலான ஆறுகள் அபாயமானவை. அவர்கள் துணிவுடன் ஸ்ரீகாகுளம் போய்ச் சேர்ந்தனர். அப்பொழுது அக்கரையிலுள்ள கொல்லூர் எனும் அந்தணர்கள் ஊரருகில் கோப்பெருஞ் சிங்கன் தமது படைகளை நிறுத்தி, கிருஷ்ணவேணியின் வடகரை சேரும் முயற்சியிலிருந்தானென அவர்களுக்குத் தெரிந்து, உடனே அவ்வணிகர்கள் புறப்பட்டு புலி துரத்தி வரும் விலங்குகளைப் போன்று இரவு பகல் ஓயாது விரைந்து இடைவிடாமற் சென்று விஜயவாடாவைப் போய்ச் சேர்ந்தனர்.

மோசல பட்டணத்திலிருந்து ஓரங்கல்லுக்குச் செல்லும் வழியில் விஜயவாடா பெருங்கடல் நகரமாகும்! அங்குள்ள வலிமை மிக்க காகதீய அரசரின் படைகள் மக்களைக் காக்கும். அங்குள்ள படையையும் 'கொலனி வீடு' எனும் ஊரிலுள்ள படையையும் எதிர்க்க வல்லமையின்றிக் கோப்பெருஞ்சிங்கன் தமது பல்லவப் படையுடன் தொலைவாகச் சென்று கிழக்குக் கடற்கரையிலிருந்து வடகிழக்கு நோக்கிப் படையெடுத்துச் சென்றான்.

இவ்விரு கூட்டத்தினரும் இன்னும் இருபது நாட்களில் விஜயவாடாவில் ஒன்று சேர்வர். அவர்களின் தலைவர்களிருவரும் சேர்ந்து அதற்குமேல் புறப்பட முடிவு செய்தனர். அவ்விருவரில் மிகுந்த செயலறிவுடையவனான மோசலபுரவணிகத் தலைவன் அவர்களின் பெருந்தலைவனானான்.

அவர்கள் விஜயவாடாவில் தானியங்கள் பிற உணவுப் பொருள்களைச் சேமிக்கலாயினர். விற்றல் வாங்கலில் சிலவற்றைச் செய்து முடித்தனர். பிறகு அவர்கள் புறப்படலாயினர். அங்கிருந்தும் வழி அமைதியாகத் தோன்றவில்லை. படைகளின் தொல்லை இல்லாமற் போயினும் வழிபறிக்காரர்களின் தொல்லை தீரவில்லை. அவ்வழிபறிக்காரர்கள் எளிதானவர்களா? அவர்கள் படைக் கருவி

களுடன் உள்ளவர்கள். அவர்களுக்கு இன்ன பொழுதுதான் என்பதில்லை. தூங்கிக்கொண்டிருக்கும் வணிகர்கள் மீது ஒரேயடியாகத் தாக்கிச் சிலரைக் கொன்று, பொருள்களைக் கவர்ந்துகொண்டு ஓடுவர். குறுகிய பாதைகளின் வழியே செல்ல நேர்ந்தால் அவர்கள் தொல்லை தப்பாது. அவ்வாறே மலைவழிகளிலும் காட்டு வழிகளிலும் அதற்கேற்பச் செல்லும்போதெல்லாம் ஆபத்தை எதிர்நோக்க வேண்டிவரும். எவ்வாறோ அவர்கள் ஜக்கையபேட்டை போய்ச் சேர்ந்தனர்.

அவ்வூர் நெடுங்காலமாகவே பட்டாடை நெசவுக்குப் பெயர் பெற்றிருந்தது. அங்கிருந்த பல வர்த்தகர்கள் இக்கூட்டத்தினருடன் சேர்ந்து புறப்படலாயினர்.

அவ்வாறு சில நாட்களில் அவர்கள் பாகாலா போய்ச் சேர்ந்தனர். அங்குக் காகதீய அரசர்களின் பெருந் தோட்டமொன்று இருந்தது அருகில் பெரிய ஏரியொன்று மிக்க வசதிகளுடன் இருந்தது. அந்தப் பகுதிகளில் எத்தகைய குழப்பங்களும் நடைபெறவில்லை. அங்குள்ள பெருஞ் சந்தையில் வணிகர்கள் செலுத்த வேண்டிய தீர்வை அதிகமாகும். ஆனால் என்ன? இங்கு அச்சத்திற்கிடமில்லையாதலால் வணிகர்கள் அனைவரும் நிம்மதியுடன் தங்கினர். அவர்கள் சுங்கவரியை உளமுவந்து முழுவதுமாகச் செலுத்தினார்கள். அங்கு தமது பொருள்கள் பலவற்றை விற்றனர். செலுத்திய திறையைவிட நூறு மடங்குக்கும் மேலாக அவர்கள் அங்கு பொருள் வரவு பெற்றனர்.

அந்தணர் ஊர்களும் சமண மடங்களும் சுங்க அலுவலகங்களுக்குப் பொதுவாக நெடுந் தொலைவிலிருந்தன. வணிகர்கள் அரச பாதையில் கலவரங்களிருப்பின் அண்மையிலிருக்கும் அந்தணர் கிராமங்கட்குச் சென்று தங்கியிருப்பார்கள். இவ்வாறு பல இன்னல்களைத் தவிர்த்து இறுதியில் அவ்வணிகர்கள் ஓரங்கல் நகரம் போய்ச் சேர்ந்து கிழக்கு வாயிலில் போய்த் தங்கினார்கள். அங்கு அப்பொழுது பணிபுரிந்த நிலையச் சுங்க அலுவலர்கள் விரைவில் செயலாற்றச் சுங்கவரிகளை வரையறுத்திருந்தனர். நிலையச் சுங்க அலுவலர்களுக்கும் வணிகர்களுக்கும் வேறுபாட்டுணர்வு தோன்றாமலிருக்க, அங்கு கணபதி தேவரவர்களின் கல்வெட்டு ஒன்று அமைக்கப்பட்டுள்ளது.

"...

சந்தனம்-துலாம் ஒன்றுக்கு பலம் ஒன்று.
கற்பூரம்-வீசை ஒன்றுக்கு 2 சின்னங்கள்.
ஜவ்வாது-மாடபரக, காலேரிக்கால்.
கஸ்தூரி-100 சின்னங்களுக்கு ஒரு சின்னம்.
...."

கதிரவன் மறைந்தான் இருள் சூழ்ந்து விட்டது. சுங்கம் வரையறுத்தபடி முழுமையும் வரவு வந்தது.

ஏகசிலாபுரத் தலைவரான மேசய்ய நாயகர் தாமே பல வீரர்கள் துணையுடன் அக்கூட்டத்தினரின் முன் வந்து வணிகர் தலைவனை அழைத்து அவனை உரிமைப் பத்திரம் காட்டுமாறு கேட்டார்.

அத்தலைவனுக்குத் தாமனைவரும் பாகாலா வந்து சேர்ந்ததிலிருந்து, தமது கூட்டத்தினர்க்கெத்தகைய அச்சமில்லை என்ற துணிவு வந்தது தலைநகர் வந்து சேர்ந்ததும் அத்துணிவு நூறு மடங்காயிற்று. செயலறிவு மிகுந்தவனுகையால் அரசாங்க அலுவலர்களிடம் எத்தகைய அச்சமும் தோன்றவில்லை. எனவே சற்று பொருட்படுத்தாத செருக்குடன் அவன் தான் மோசலபுரத்திலிருந்து கொண்டு வந்த உரிமைப் பத்திரத்தை மேசய்ய நாயகரிடம் கொடுக்கச் சென்ருன். மேசய்ய நாயகர் அதைத் தாம்வாங்காமல் பின்னுலுள்ள கணக்கனை நோக்கவும் அவன் அதனைப் பெற்றுப் பின் புறமிருந்த எழுத்தனிடம் கொடுத்தான். அவ்வெழுத்தன் அதைப் படித்துக்காட்டத் தொடங்கவும் மேசய்ய நாயகர் அவனைக் கூர்மையான நோக்குடன் பார்க்கவே அவன் அவ்வாறு படிப்பதை நிறுத்தினன்.

முன்புறத்தில் இவ்வாறு நடந்து கொண்டிருக்கும்பொழுது அந்தக் கூட்டத்தின் பின் பகுதியில் சிறு குழப்ப ஓசை கேட்டது. அடுத்த கணமே நாற்புறத்திலிருந்தும் தீவர்த்திகளைக் கைகளிலேந்திய அரச்சைவ வீரர்கள் அக்கூட்டத்தினரைச் சுற்றி வளைத்தனர். இந்த முறையற்ற செயலுக்கு அவ்வணிகர் தலைவன் திகைப்படைந்து நோக்கினன்.

அதற்கிடையில் அரச வீரர்கள், "இவர்கள் ஓடிப்போக முயன்று கொண்டிருந்தனர்," என்று கூறியவாறு பின்னுலிருந்த சில வணிகர்களைக் கட்டிப் பிணைத்துக் கொண்டு வந்து மேசய்ய நாயகர் முன்னிலையில் நிறுத்தினர். மேசய்யா அக்கட்டுண்டவர்களைக் கடுமையாக நோக்கி, வணிகர் தலைவனை வினவினர்.

"இவர்கள் யார் என்றறிவாயா?"

தலைவன் உடன் பதிலளித்தான்.

"அறியேன், அவர்களுடன் எங்களுக்குத் தொடர்பில்லை."

மேசய்யா அங்குக் கட்டுண்டு கிடப்பவர்களைக் கூர்ந்து நோக்கினர். அவர்கள் வணிகத் தலைவனை நோக்கி வியப்புற்ற வண்ணம் பார்வை செலுத்திப் பிறகு மேசய்ய நாயகரைப் பார்த்தார்கள்.

மேசய்யா : நீங்கள் ஏன் ஓடினீர்கள்?

அவர்களிலொருவன் : அரசாங்க வீரர்கள் இத்தனைபேரும் ஓரேயடியாக வருவதைக் கண்டு நடுங்கி ஓடினேம்.

மேசய்யா : அரசருடைய ஆணைகளைக் காக்கும் வீரர்களைக் கண்டு குற்றமற்றவர்கள் அஞ்சுவார்களா?

மற்ருெருவன் : ஐயனே, அரசாங்க வீரர்களனைவரும் கட்டளைகளைக் காப்பவர்கள்தாமா?—நாங்கள் வரும் வழியில் எத்தனை வகைக் கடுஞ் சோதனைகளுக்காளாளுேம்? அவற்றில்—

இன்னெருவன் : ஐயா, அரசாங்க வீரர்களைக் கண்டு அஞ்சும் குற்றமற்றவர்களும் பலருள்ளார்கள்.

மேசய்யா : இந்தத் தலைவனுக்குத் தெரியாமல் நீங்களே இக் கூட்டத்தில் எவ்வாறு கலந்து கொண்டீர்கள்?

மீண்டும் அவர்கள் நடுங்கிப் போய்த் தலைவனை ஒருமுறை நோக்கி, நாயகர்பால் ஒருமுறை பார்த்து, ஒருகணம் பதில் கூருமலிருந்தார்கள். உடனே அவர்களிலொருவன் இவ்வாறு கூறினுன்:

"எங்கள் பெயர்களைத் தலைவர் கணக்கில் எழுத மறந்து விட்டார் போலிக்கிறது!"

தலைவன் எதிர்பாராதவாறு, "தீயவனே!" என்று கூறி விட்டான். அதுவரை அந்த வணிகத் தலைவனுக்குத் தனது நிலைமையில் ஐயமேற்பட்டுள்ளதெனத் தோன்றவில்லை.

மேசய்யா : இவை என்ன சரக்குகள்?

தலைவன் : ஒரு சரக்கா? முத்துக்கள், பவழங்கள், தந்தம், சந்தனம், அகில், கற்பூரம், ஜவ்வாது, குங்குமப்பூ, படிகங்கள், பட்டுநூல், பட்டாடைகள்—.

மேசய்யா : இத்தனை மதிப்புள்ள சரக்குகளை விற்கப் புதியவர்களை எவ்வாறு வரவழைத்தாய்?

தலைவன் : அவர்கள் எவ்வாறு வந்தனரென்று எனக்குப் புதுமையாகத்தானிருக்கிறது—அப்படியென்ருல் உங்கள் சரக்குகள் எவை? இந்தக் கடைசி கேள்வியை அவன் அங்கு பிடிபட்டிருந்தவரை நோக்கிக் கேட்டான்.

கட்டுண்டிருந்தவர்கள் எழுந்து போய்ச் சில வண்டிகளைக் காட்டி அவற்றிலுள்ளவற்றைத் தமதென்றுரைத்தனர், அவற்றில் துணிமணிகளும் பட்டாடைகளும் இருந்தன.

தலைவன் அயர்ந்து போனுன்.

கட்டிலகப்பட்டவர்கள் அவற்றிலுள்ள சரக்குகளை விவரமாகக் கூறலாயினர். அதனுல் அத்தலைவன் வாய்ச்சொல் வெளிவராமல் திகைப் படைந்து போய்விட்டான்.

மேசய்யா இவ்வாறு நுணுக்கமாகக் கூறினுர்.

“இது போன்ற சமயத்தில் சிலகாலம் நீங்களனைவரும் இந்த சரக்குகளுடன் அரசவை வீரர்களின் கண்காணிப்பிலிருப்பது அனைவருக்கும் நல்லதாகும்!”

அவ்வணிகர்கள் அசைவற்று நின்றனர். இத்தனை கண்டங்களைத் தப்பித்து வெளிவந்து சேர்ந்த தமக்கு ஓரங்கல்லில் இந்த நிலைமை நேரிட்டதேயென்று அவர்கள் தமது தலைவிதியை நொந்து கொண்டு, தாம் புறப்பட்ட நேரத்தை நிந்தனை செய்யலாயினர். சிலர் உரத்து அழத் தொடங்கிவிட்டனர். ஆனால் அவர்களால் என்ன செய்ய இயலும்?

அரச வீரர்கள் அவர்கள் அனைவரையும் சுற்றி நின்றுகொண்டு கரடுமுரடற்ற பெருஞ்சாலை வழியாக நகர் கோபுர வாயிலைக் கடந்து, மிக்க பொறுப்புடன் சிறைக் கூடத்திற்கு நடத்திச் செல்லலாயினர். சிறையிடப்பட்டவர்கள் தனியான முறையில் கண்டனின் படை வீரர்கள் பாதுகாப்புடன் வேறொரு பகுதிக்கு அழைத்துச் செல்லப் பட்டனர்.

இஃதோர் அரிய செயலாகும்! ஒரு வணிகர் கூட்டத்தையே இவ்வாறு அரசவை வீரர்கள் சிறை கொண்டு சென்றது இதற்கு முன் கேட்டறியாததாகும். இந்த நேரத்தில் நிலவொளியில், தேவையற்று இத்தனை தீவர்த்திகளுடன், மேசய்ய நாயகர் தாமே சிறைக்கூடத்துக்கு நடந்து சென்றதைக் கற்பனை செய்யக்கூட இயலாததாகும். மேசய்ய நாயகர் திகைப்படைந்தது ஓரங்கள் மக்கள் கருதாத தொன்றாகும். ஆனால் இத்தனை உயர்ந்த வர்த்தகர்கள் சிறைகூடத்திற்குச் சென்றனரென்பதும் தென்னாட்டிலேயே எதிர்பாராததொன்றாகும்!

இஃதிவ்வாறிருக்க அன்றிரவு உருத்திரதேவப் பேரரசர் அரியணையமைக்கப்பட்ட பட்டத்து யானையின் மீதேறியமர்ந்து பெரும் சிறப்புடன் நகர வீதிகளில் ஊர்வலமாக வந்து, நகரப் பெண் மணிகள் சுற்றிய ஆரத்திகளை ஏற்றுக் கொண்டு வந்தார். பால் மதியின் வெண்ணிலவு மலர்மழையாகப் பொழிந்து கொண்டிருந்தது. ஆயிரத்துக்கும் மேற்பட்ட இரத்தினமிழைத்த தீவர்த்திகளின் பேரொளியில் அந்த மாபெரும் விழாக் கோலத்தைக்காண ஏகசிலா நகரம், இந்திரன் ஐராவதம் மீதேறி நகருலா வரும் அமரர்கள் நகரமென்றெண்ணுமாறு காட்சியளித்தது.

15

ஏகசிலா நகரத்தில் அன்றிரவு முழு நிலவு காய்ந்து கொண்டிருந்தது. வெண்ணிலவுக்குத் துணையாக நகர முழுமையும் ஒளி வீசிக்கொண்டிருந்த விளக்கொளியுடன் அவ்விரவு பகலாகவே தோற்றமளித்தது. நகர் முழுமையும் மக்கள் ஆரவாரத்துடன் சுற்றிக் கொண்டிருந்தனர். ஆயினும் ஏனையவாடைகளைவிட அன்று ஆடல்மகளிர் வாழிடங்கள் மட்டும் சிறப்பு மிகுந்து அழகிய கலையுடன் விளங்கின.

அந்நகரத்தில் அரசரின் அகநகருக்கு அடுத்து மிகப்பரந்த செல்வங் கொழிக்கும் பகுதி ஆடல்மகளிரின் கூடல்நகரம் தான். அந்நாட்களில் ஆடல் மகளிரின் கலைத் திறனை இன்னதெனக் கண்டறிய வேண்டுமேயல்லாது விவரிக்க வியலாது. அப்பொழுதைய வாழ்க்கையில் கிராமங்களிலிருந்து தலைநகரம் வரையிலும் எல்லா இடங்களிலும் ஆடல் மகளிர் முதன்மை நிலை ஏற்று அழகு படுத்தி வந்தார்கள். அரசகுரு திருவிசுவேசுவர சம்பு தேகசரவர்கள் அந்தணர் வாழிடம் ஒன்றமைத்து, அங்கு ஆடல்மகளிர் பதின் மருக்கும் நட்டுவக்காரர்கள் இருவருக்கும் ஆகமத்தளம் கொட்டுபவர்கள் சேர்த்து எண்மருக்கும்–இப்பதினெண்மருக்கும் ஒவ்வொருவருக்கும் தேவையான உணவுப் பொருள் போன்றவற்றை வழங்க வழி வகுத்தார். ஆந்திரக் கவிஞர்கள் புறப்பாடல்களில் சிறப்பாக ஆடல்மகளிரின் பெண்மைச் சிறப்பினை விவரித்திணைத்திருக்கக் காரணம் அவர்களுடைய புணர்ச்சி இன்பத்திற்கெனவன்று. தூய்மையான செயல் புரியும் திக்கன சோமயாஜியார் அயோத்தி நகரத்துப் பரத்தையரைப் பற்றி இவ்வாறு விவரித்திருக்கின்றார்.

"செம்பொன் மேனியில் இளமைச் செம்மையும் பொருந்தி
நிற்க
இன்சுவை மிக்கவே கூடற்களி யாடற்கு இளம்புன்னகை
இன்புறமலர
இன்பஞ் சுவைக்கும் இன்னரும் ஒளியுடன் இயைந்து நோக்கி
திண்ணென உணர்வைத் தீயுறஎழுப்பி எழிலும் மிகுந்திட
தீஞ்சுவையுடன்
தண்ணெனும் விரக தாபமும் தழைக்க வீறுகொண்டெழும்
விழிப்புண்டாக்கிக்
கன்னல் தோற்றமும் காமுறும் நாட்டமும் கதையல்ல
விலைமகட்கே!

இனி, தவ வேள்வியில் தலைமகனுன எர்ரையன் வைகுண்ட மாதரையும் வியந்து கூறி, அங்கு விலைமகளிர் இருப்பரெனல் இயல் பலாததென, அவர்களை வியந்து கூறுகையில் யாது கூறுகின்ருன்?

"வேண்டுவ வேண்டியாங்கு பெறும் வெவ்வேறு கலைகளில்
ஈண்டு வந்து பெறும் இன்னருஞ் செயல்களில் இனிதுயர்ந்து
காண்பவர் தமக்குத் தங்கரங்களே கற்பத்தளிர் என
உவப்பத்
தாம் பெற்ற முத்தொளிர்த் தளிர்ப்புன்னகை,
தம்மிருள் போக்கும் தரமுளதாய்
ஓங்குமுயர் இன்பஞ் சுரக்கவே தாமுடன் இன்பத்தைத்
தந்தளித்து
ஈங்கவர் அளித்திடும் இன்பமும் நுகர்தற்கு இன்னரும்
போகமுளதாய்
ஓங்குயர் பக்தர்களின் ஓரின்ப உலகமாய் உவந்தளிக்கும்
தீங்கற்ற புணர்ச்சியைத் தீராதளிக்கும் தீஞ்சுவைத்
தேவமாதர்."

அவையிற் சிறந்த பெத்தன்ன நகரினை விவரிக்கின்ருர்.

"அங்குள்ள விலைமாதர் அழகொழுகு தலைமாதர்,
தங்குவோர்க் கெல்லாம் தடையிலா இன்பமாதர்,
இங்கிதமாம் இன்பம் பயக்கும் இயலிசை நடனமாதர்..."

பெருவேள்வியிலும் பெருந்தவத்திலும் தாமேயுற்றுணர்ந்த தூர்ஜடி முனிவரின் தலைமாணுக்கரா தூர்ஜடி காளஹஸ்தி காமக் கிழத் தியரை இவ்வாறு உரைக்கின்ருர்.

"உற்ருர்க்குற்ற உறவினள், ஒப்பற்ற உயர்ச்சேர்க்கையவள்,
கற்ருர்க்கும் கருவூலம், காணுத இன்பம் பயப்பவர்,
தட்டாமல் மோகத்தைத் தானளிப்பவள், எட்டாத உயரறி
வுடையவள்,
சுட்டாமற் சுட்டி மகிழ்பவர் கற்றமாமுனிவரும்
அவ்விலைமாதரை!"

நிப்பான் தேசத்தில் பரதக் கண்டத்தின் மரபினை வழக்கத்திற் கொண்டு வரும் சடங்குகள் பல உள. அவற்றில் பலகலை வல்லுந ரான 'கேஷா'ப் பெண்டிர்கள் தலையாய மதிப்புப் பெற்றிருந்தனர். ஓரங்கல்லில் உள்ள ஆடல் மகளிர் எத்தகையவர்?

'ஒப்புற்ற உலகியற் பெருவீரச் செயற்றிறன்
மிக்கவர்க்கெல்லாம் இன்பம் பயந்து இன்னரும்
வீரவுணர்வூட்டும் தலைமகளாய் விளங்குவர்
விலைமாதரென்று தலையாய பாடலுரைக்கின்றது.

அந்நாளைய பரத்தையர்களில் பலர் பல கலைகளிலும் தேர்ந் தவர்கள். வாத்சாயன முனிவர் நகரத்தோர் செயல் விளக்கத்தில் குறிப்பிட்டிருக்கும் குழுக்களைச் செயல்படுத்தத் துணையாக இவ் வாடல் மகளிரின் சேர்க்கையே தோற்றுவாயாகும். கலைகளிற் பயிற்சியும் அறிவு வளர்ச்சியும் இன்சொற்களால் இன்பமூட்டும் செயலும் ஒரு நிறைவாக இணைந்திருக்கும் மக்களில்லாவிடில் இஃதெவ்வாறு இயலும்? ஆடல் மகளிரின் கூடங்களிலும் பொது மன்றங்களிலும் இணையான கல்வியும் அறிவும் ஒழுக்கமும் செல் வமும் வயதும் ஒருங்கு சேர்ந்த பரத்தையருடன் காதல் கேளிக்கை களில் இன்புற்று இன்னிசையும் நடனமும் புரிவதுதான் ஆடற்குழு. அப்பொழுதுதான் அவர்கள் கருத்துக்களைப் பற்றி உரையாடு வார்கள். காவிய ஆராய்ச்சிகளைப் பற்றி உரை நிகழ்த்துவர். அவ் வாறு உரையாடல்கள் நிகழ்ந்த பின்னர் ஒருவர்க்கொருவர் காதல் விளையாட்டுகளைப் புரிய ஆடையணிகலன்களை அன்பளிப்பாக வழங்கிக் கொள்வர். மேலும் இத்தகைய குழுவினர் ஒருமுறை ஒருவரில்லத்திலும், மற்றொரு முறை மற்றவரில்லத்திலும் பொது வில்லங்களுக்குச் சென்றவாறிருந்தனர். அக்காலத்தில் மதுபானங் களிருந்து மது மட்டுமின்றிப் பலவகை உப்புக்களுடன் கூடிய பழ வகைகளிலிருந்து வடிக்கப்பட்ட அமிலப் பானங்களையும் பட்சணங் களையும் கூடல் மகளிரால் ஊட்டுவிக்கப்பட்டு உண்டு அவர்களும் அருந்துவர். மேலும் ஒவ்வோரிடத்தில் நடுப்பகலுக்கு முன்னரே நகரச் செல்வந்தன் குதிரை மீதேறி முன்னும் பின்னும் பரத்தை யரை அமர வைத்துக் கொண்டு விழாக் கோலமாகத் தம் பணி யாட்கள் புடைசூழ்ந்து வரப் புறப்பட்டு வனத்திலுள்ள திருமண்ட பத்திற் போய்ச் சேர்ந்து, கோழிச் சண்டை, ஆட்டுக்கிடாச் சண்டை முதலான காட்சிகளைக் கண்டு, இன்பச் செலவுடன், நடனம் முதலிய களியாட்டங்களுடன் பொழுதுபோக்கி, மாலைப் பொழுதில் தனது வனத்திற்குச் சென்று வந்த செலவினைக் குறிப் பிடும் வகையில் தலையிலும் காதுகளிலும் கழுத்திலும் அங்கு கிடைக் கும் மலர்க்கொத்துக்களையும் பணியாரங்களையும் சூட்டி அழகு படுத்திக்கொண்டு மீண்டும் வீடு நோக்கி வருவான். மழைக்கால மானமையால் நீர் விளையாட்டுகளுக்கும் செல்வார்கள். மேலும் அவ்வப் பருவக்காலங்களில், 'யட்சாராத்திரி', 'கௌமுதி ஜாகரம் (முழு நிலா விழிப்பு), 'அசோகோத்தம் சிகை' (அசோக விழா) 'இட்சுபஞ்சிக' (கன்னல் விழா) முதலான எத்தனையோ குழு விளை யாடல்கள் நடத்துவதற்கேற்ப உள்ளன. இக்குழுவினர் ஆடற் காலங்களில் செல்வந்தர்களான நகரத்தவர்கள் மட்டுமின்றி, செல்வம் இழந்துவிட்ட மக்களும் துணையாகச் சேர்ந்து நகரத்தவர் களுடன் பங்கு பெறலாம். அதுமட்டுமன்று. கிராம மக்களும் அவற்றில் கலந்து கொள்ளலாம். இந்தக் குழு ஆடற்காலங்களில் உரையாடும் மொழியிலும் ஒரு முறைமையுள்ளது. அங்கு முற்றிலும்

சமஸ்கிருத மொழியிலோ, முற்றிலும் நாட்டுத் தெலுங்கிலோ உரையாடாமல் இடைப்பட்ட வழியில் பேச்சு நடத்த வேண்டும். உலகியலுக்கு மாறுபட்டனவற்றையும், சுவைப்பதில் அருவருப்பானவற்றையும், பிறருக்குத் தீங்களிப்பனவற்றையும் உடைய கூடற் குழுவினரை வாத்சாயனரும் வெறுத்தொதுக்கினர். ஆயின் உலகிலுள்ளவர்கள் எல்லாருமே அறிவுடையவராக இருப்பார்களா?

கற்றறிந்த இல்லத்து அணங்குகளான பெண்டிர் நகர மக்களின் கூடலுக்கு மட்டுமின்றி, அரசியல் நிகழ்ச்சிகளுக்கும் சிறப்புமிக்க நாடுகளில் தேவைப்படுபவர்களாவர். தொலைநாடுகளில் அரசியல் நடத்துபவர்கள் தாம் மிக்க திறமையுடையவர்களாக விருப்பதோடன்றி அவர்களுடைய மனைவியர்களும் கற்றறிந்தவர்களாக விருப்பதுடன் அழகு மிகுந்தவராயும் நல்ல திறமையுள்ளவர்களாகவும் இருக்க வேண்டுமென்பது அரசியல் நுணுக்கங்களறிந்தவர்களுக்குப் புதிதன்று. மேற்கு நாடுகளில், செல்வந்தர்களும் கற்றறிந்த மேன்மக்களும் ஆகியோரின் பெண்மணிகள் விருந்துகள் வாயிலாகத் தமது பேரில்லங்களுக்கு வரவழைத்த கவிஞர்களையும் பாடகர்களையும் கலைஞர்களையும் கவர்ந்து, தாமும் அகமகிழ்ந்து அவர்களையும் மகிழ்வித்து இன்புறுவதும், அத்தகைய தொடர்புகளில் ஒருவரோடொருவர் போட்டியுணர்வுடன் தாம் பிறரை விஞ்சுதல் வேண்டுமென்று புகழ்மிக்க ஆடவரையும் பெண்டிரையும் கவர்ந்தீர்க்கும் வழிகளைத் தேடுதல் உலக முறைமைகளுக்கும் புதிதானவையல்ல. இப்படிப்பட்ட இன்பக் குழுவினர் கவிதை, சிற்பம், கலையுலகுக்குமட்டுமின்றி அரசியல் உலகுக்கும் ஊக்கமளிக்கும் நிலையங்களாக விளங்கும்.

பாரத நாட்டில் குலப்பெண்கள் எவ்வளவு போற்றற்குரிய திற முடையவராயினும், அவர்களை இத்தகைய மக்களின் தேவைக்கான செயல்களுக்குப் பயன்படுத்துவதென்பது வழக்கிலில்லை. அதனால் இத்தகைய செயல்களைப் புரிய பரத்தை மகளிர் மிகவும் பயன்படுபவர்களாவர். உள்ளங் கவரும் பரத்தை மகளிர் விலைமாதர்கள் மட்டுமேயல்லர்! அப்பரத்தையர் அரசியல் நுணுக்கங்கள் அறிந்தோர், கலைத்திறன் மிக்கவர், கவிபுனையும் ஆற்றலுடையவர், கற்றறிந்தவர்களால் விரும்பப்படுகின்றவர். ஒவ்வோரிடத்தில் சிறந்த பக்தியுடையவர்களுமாவர். கீதை கோவிந்தம் பாடிய ஜெயதேவர் பக்தியிற் தலைசிறந்தவரானால் 'முத்துபலனை' அவருக்கு பக்தியுடன் வாங்கிச் செல்வாரா? பரத்தையர்களில் நிறைந்த பக்தர்களும் உளர்; தவமியற்றுபவரும் உளர். இதில் பட்டறிவு இருந்தமையால் தான் தூர்ஜடி முனிவர் காமம் மிகுந்தவர்களுக்குத் தவம்புரியு மாதுகளுடன் வேற்றுமையற்ற செயல் புரியச் செய்தார். மேலும் அவர்கள் அரசியற் பணிகளில் மிக்க நுண்மையுள்ள பருவத்தினர். உணர்ச்சி குன்றிய காலங்களிலும் அரசுகளிலும் குடிமக்களிடை

யிலும் முதலில் பற்றுதல் மிகுந்திருந்த நிறுவனங்களே பிறகு தாழ்வான நிலையை அடையும். அந்த இழிந்த நிலையைக் கொண்டு உயர்ந்த காலத்திலிருந்த அச்செயற்பாடுகளைக் குறைகூறலாகாது. திக்கனர் போன்ற பெருங்கவிஞர்கள் வேசியர் குலப் பெண்களுக்கு இத்தகைய முதலிடம் கொடுத்திருப்பதற்கு, அவர்களுக்கு அக்காலத்திலிருந்த உண்மையான உயர்ந்த நிலைமைதான் காரணம். கூடல் மகளிர் உடலுறவின் வேட்கையைத் தணிப்பதற்கென்ற தாழ்வான நோக்கத்திற்கு மட்டுமே முதலாவதாகப் பயன்படுபவர்கள் என்றெண்ணி அவர்கள் இவ்வாறு புகழ்ந்துரைக்கவில்லை. எனவே ஏகசிலா நகரத்தில் பரத்தையர் இல்லங்கட்குக் கவிஞர்களும் புலவர்களும் மட்டுமின்றி அறங்கூறுவோரும் பண்டிதர்களும் நீதிபதிகளும் செல்வதற்கு வெட்கப்பட வேண்டியதில்லை. ஒருமுறை இப்பரத்தை மகளிர் வாழிடத்திற்கு நாணுதலேதுமின்றி நுழைந்து பார்த்து விட்டு வருவோம். அதிலும் இன்று பெருநிலவு நாளாயிற்றே!

16

இப்பொழுது மாரி விழாக் காலம். விஜயதசமி. அதனினும் இன்று திருஉருத்திரதேவப் பேரரசர் அவர்களுக்கு இளவரசுப் பட்டம் சூட்டப்பட்டிருக்கின்றது. அதற்கென நாடு நாடாகப் பிரபுக்களும் பெருஞ்செல்வர்களுப் கற்றவர்களும் புலவர்களும் பாவாணர்களும் நடிகர்களும் நகைச்சுவையினரும் கலைவாணர்களும் தலைநகருக்கு வந்து சேர்ந்திருந்தனர்.

தண்ணென வெண்ணிலவு வீசிக் கொண்டிருந்தது. நிலவொளியின் நலமுணர்ந்தார் நிலவினைத் துய்க்காமற் றூங்குவாரா? ஆனால் இந்நிலவின் இனிமையை நுகர்வதெங்ஙனம்? நிலவொளியில் தனிமையுடன் என்ன சுற்றிவரினும் அதன் நலனைத் துய்ப்பது இயலுமா? அதுமட்டுமன்றி, நிலவும் ஒளி பெறும் பொருள்தாம், அல்லாது தானாகவே ஒளிச்சுவை பெற்றிருப்பதாகாது. எனவே நிலா விழிப்பு எனும் விழா அவ்வேளையில் தொடங்கலாயிற்று. முழு நிலவு நாட்களில் இவ்விழா முழு அழகுடன் பொலிவுற விளங்குமேயல்லாமல் வளர்பிறைப் பததாம் நாள்கூட இதற்கிணையாக மாட்டாது. இன்றிரவு பரத்தையர் இல்லங்களிற் சிறப்பாக "நிலா விழிப்பு" விழாவே வீடு வீடாகக் களிப்புடன் கொண்டாடப்பெறும்.

அந்தப் பொதுமகளிருக்கையில் எத்தனையோ உயர்ந்த மாளிகைகள் உள்ளன. அவற்றின் முன்புப் பரந்த முன்னிலைக் கூடங்களிருந்தன. அவற்றைச் சார்ந்து இல்லப் பூங்காக்கள் அழகுடன் காட்சியளிக்கும். அவற்றில் நீர் நிலையங்களுக்கென கிணறுகளும் குளங்களும் இருக்கும். அவற்றில் நீரிறைக்கும் பொழிலும், வாரித்தெரிக்கும் குழாய்களும் எண்ணற்றவை. மேலும் வன இல்லங்களும் ஓய்வெடுப்பதற்கும் குழுக்கேளிக்கைகள் புரிவதற்கும் உறங்குவதற்கும் மணிமன்றங்களும் அணிபொன்னிருக்கைகளும் செடி கொடிகளாலான அமைவில்லங்களும் ஆங்காங்குப் பொலிவுடன் விளங்கின.

சில அரங்குகளில் மேடைகளின் மீது குழுச் சொற்பொழிவுகள் நடந்து கொண்டிருந்தன. புலர் மாடிகளுடன் கூடிய மண்டலங்களில் அமர்ந்து இன்னிசை விருந்தளித்துக் கொண்டிருந்தனர். சிலவிடங்களில் மலர்த் தோட்டங்களில் அமைக்கப் பெற்றிருந்த பல இருக்கைகளின் மீது பெண்களும் ஆண்களும் அமர்ந்து நடுவில் நடந்து கொண்டிருந்த நடனத்தைக் கண்டு களித்துக் கொண்டிருந்தனர். சில இல்லங்களின் முன்னர் மணல் திண்ணைகளில் அமர்ந்து கொண்டு, நகர மக்கள் சூழ நகைச்சுவையளிப்பவர்களின் இன்பச் சுவை யுரையாடல்களை நடத்திக் கொண்டிருந்தனர்

நள்ளிரவுப்பொழுதாக இன்னும் இரண்டு நாழிகைகள்தாமிருந்தன. சுயம்பு தேவாலயத்திலுள்ள மணியோசையுடன் கலந்து, அரண்மனையின் முன் வாயிலுள்ள மணியோசை பதின்மூன்று மணிகள் டாண் டாண் என்றொலித்தன. திருஉருத்திர தேவப் பேரரசரின் பட்டத்து யானை ஊர்வலம் முடிவடைந்தது. அமைச்சர்களும் சிற்றரசர்களும் படைத் தலைவர்களும் அதுவரை அவ்விழாவில் இளவரசரைத் தொழுதவாறிருந்தனர். அவர்களனைவருக்கும் இப்பொழுது வீடு செல்லும் அனுமதி கிடைத்தது. பால் நிலவு மேற்கு வானைத் தொடத் தொடங்கியது. பரத்தையர் வாழிடங்களில் விளக்கொளி மிகுந்தது. அங்கு ஒவ்வொரில்லத்திலும் பணிமாதுகளின் போக்குவரவு மிகுந்தது. குழுக்களிலிருந்து பரத்தையர் இடையிடையில் எழுந்து வந்து அவர்களுக்குப் புதிய பணிகளிட்டவாறு இருந்தனர். இதுவரை விழாவின்போது உடன் சென்ற அரசவைப் பெருமக்கள் வேடிக்கைக்கென்று பரத்தையரில்லங்கள் போய்ச் சேரும்பொழுது வந்தது. அங்குக் கவிஞர்களும் பாடகர்களும் நகைச்சுவை மகளிரும் இன்பமாகப் பொழுதுபோக்கி நகர மக்கள் இன்பமடைய வேண்டுமென்ற மகிழ்ச்சியுடன் ஈடுபட்டிருந்தனர். தத்தமக்கு விருப்பமான செல்வந்தர்களை மகிழ்விப்பதற்கு அப்பரத்தை மகளிர் மிகுந்த களிப்பினை வெளிப்படுத்திக் கொண்டிருந்தனர்.

பரத்தை மகளிர் வாழிடங்களிலுள்ள இல்லங்களைவிட மாசல தேவியின் பேரில்லம் தான் மிக்க உயர்ந்தது. அரண்மனையைத் தவிர்த்து ஓரங்கல்லில் இத்தனை உயர்ந்த மாளிகை பிறிதொன்று மில்லை. மாசலதேவி முதிர்ந்த வயதானவள். அவள் குடும்பத் தைச் சேர்ந்தவர்கள் தொன்றுதொட்டுக் காகதீய அரச குடும்பத் துடன் தொடர்புள்ளவர்கள். ''மாசலதேவி'' என்பது அவர்கள் குடும்பத்துத் தலைமகளின் பெயராகும். இப்பெயரை மிக்க மதிப் புடன் மீண்டும் மீண்டும் இரண்டு தலைமுறைக்கொருமுறை வைத்து அழைத்து வந்தனர்.

இந்த மாசலதேவியின் தாய் கணபதி தேவரின் அருளைப் பெற்றவள். கணபதி தேவருக்குப் பிள்ளைகள் இல்லை. மாசல தேவியை அரசமரபினரில் பாதுகாத்துத் துணைபுரிபவர் எவருமிலர். அவள் சமஸ்கிருதம் பிராகிருதம் ஆகிய மொழிக் காவியங்கள், நாட கங்கள், புராணங்கள், இதிகாசங்கள் பலவற்றையும் படித்தறிந் தவள். அழகுக் கலைக்கும் நாட்டியக் கலைக்கும் கருவூலமாவாள். அறுபத்திநான்கு கலைகளில் அவள் அறியாததொன்றுமில்லை.

அவள் வாலிபர்களை மட்டுமின்றி வயது மிக்கவரையும் கவர் வாள். செல்வர்களாயினும் வறியோர்களாயினும் அறிவு மிக்கோரே அவள் விருப்பத்துக்குரியவராவார். எந்தக் கலையிலும் எவ்வகை நூலிலும் திறமை மிக்கவர்களைத் தமது குழுவிற்கு வருமாறு செய் வாள். அதனுல் அவள் பார்ப்போர் ஒவ்வொருவருக்கும் மிக்க எளிமையாகக் காணப்படுவாள். அதனுல் அவள் இல்லத்தில் இரவு தங்கியிருந்ததாகப் பலரும் பெருமையுடன் கூறிக் கொள்வார்கள். ஆனுல் இஃது எத்தனை எளிதாகக் காணப்படுகிறதோ அத்தனை உயிர்வேதனை தருவதாகும்; அவளுக்குக் காமஇச்சையே இல்லை யென்று கூறிய அறிஞர்களும் உள்ளனர். மற்றுஞ் சிலர் தாம் வேண்டியபொழுது அவள் மோக இச்சையைத் தீர்த்தாள் என்று கூறிக் கொள்வாராயினும், அத்தகையோர் அவளால் தனிமையில் மறுக்கப்பட்டு இகழ்ச்சிக்குள்ளானவர்களாவர். அவ்வாறு இகழ் வடைந்தோர் மீண்டுமொரு முறை அவளிடம் மற்ெருரு நாள் வரினும், அவர்களை அவள் கடுகடுத்து நோக்கியனுப்பி விடுவாள். ஏதும் நிகழாதது போன்று அன்புடன் புதுமைக் கலை நிகழ்ச்சிகளைப் புரிவாள். அவள் வீட்டுக்கு வந்து சேரும் நகரத்தவர்களுக்கு அவள் கிடைப்பவள் போலிருந்தும் கைகூடாதவளாக விருப்பாள். இதனுல் அவளுடைய கவர்ச்சி நூறு மடங்காகி விடும்.

மாசலதேவி அன்று தனது களியாட்டப் பூங்காவில் சலவைக் கல் மண்டபத்தில் அமர்ந்திருந்தாள். பல கவிஞர்களும் பண்டிதர் களும் செல்வந்தர்களும் அவளைச் சுற்றியமர்ந்திருந்தனர். ஒவ் வொருவரும் அமர்வதற்கென ஓவிய வண்ணப்பாடுகளுடன் தீட்டப்

பட்ட பட்டுப் பீடங்களமைந்த இருக்கைகளிலிருந்தன. மண்டபத்தின் நடுவிலிருந்த ஒரு தந்தத்தாலான பீடத்தில் 'அகில்' மணம் வீசும் தீக்கரண்டியொன்றிருந்தது. பணிப்பெண்கள் கூட்டத்திலிருந்த அனைவருக்கும் கஸ்தூரி, பச்சைக் கற்பூரம், குங்குமப்பூ முதலான மணங்கமழும் தாம்பூலங்களை அளித்து, அவர்கள் அவற்றை மீண்டும் சுவைத்தவாறிருந்தனர் அவர்களில் விருப்பமுள்ளவர்களுக்கு மதுபாத்திரங்களும் வந்து சேர்ந்தன.

சற்று நேரம் "பிரதி மாலை" எனும் களியாடல் நிகழ்ந்தது. இவ் விளையாட்டில் கலந்து கொண்டவர்கள் அரம் வடிவில் மண்டபத்தில் அமர்ந்தனர். அதனில் மாசலதேவி முதல் முத்துமணி! அவள் 'திரு' வெனத் தொடங்கும் ஒரு பாடலைத் தொடங்கினுள். அவள் குரலில் இயைந்து விட்ட அனைவரும் கேட்டுக்கொண்டிருந்தனர். அந்தப் பாடல் முடிவடைந்தது. அதன் ஈற்றெழுத்து 'பிற'. அவளுக்கு வலப்புறமமர்ந்திருந்த செல்வந்தரொருவர் 'பிற' எனத் தொடங்கும் பாடலொன்றைப் பாடலானுர். அவர் முடித்த பாடலின் ஈற்றெழுத்திலிருந்து தொடங்கும் பாடலொன்றைப் அவருக்கடுத்திருப்பவர் பாடலானுர். இவ்வாறு மாலையாகப் பாடல்கள் பாடப்பெற்றன. ஆயினும் இடையிடையில் தொடங்கவியலாத எழுத்துக்களுடன் பாடல்கள் முடிவுறும். அவ் வெழுத்துடன் தொடங்கும் பாடல்கள் தெரியாமற் போகும். அடுத்தவர்க்கு அத்தகைய தொன்றைக் காண்பதற்கியலாமற்போகும். அத்தகையவர் தோற்றவராவார்! முன்னதாக முடிவு செய்தவாறு அவர் அபராதத் தொகையைச் செலுத்தவேண்டும். அவ்வாறு செலுத்தும் அபராதத்தைவிட 'மாலை'க்கு இடையூறு விளைவித்தமைக்கு அவர்மீது பிறருக்குத் தோன்றிய இழிவு மனப்பான்மையால் அவர் வருந்தித் தவிப்பார். அந்தப் பாடல் முறை ஆடற்குழுவினர்க்கு மிகவும் மகிழ்வூட்டும். தோற்றவர்மீது மற்றவர் எல்லாருமாகச் சேர்ந்து சிரிக்கும் சிரிப்பொலி மேளவோசையை விட உளங்கவரும் வண்ணம் இடையிடையில் ஒலித்தவாறிருக்கும்.

அதன் பிறகு அவர்கள் சற்று நேரம் விடுகதைகள் கேட்டனர். மாசலதேவி இவ் விடுகதைகளைக் கூறினுள்.

"வனேஜாதா, வனேத்யக்தா வனேதிஷ்டதி நித்யஸ
பண்யஸ்திரீந்து சாவேச்யாயோ ஜாஞதிஸ பண்டித:"

இவ்வகை வினுக்களுக்கே தெலுங்கு நாட்டில் விடுகதை எனப் பெயர் வந்தது. "இத்தகைய முண்டமில்லை, இல்லமெல்லாம் இரத்தமாம்!"

மேல் செய்யுளின் 'வனம்' எனும் ஒலிக்கு இத்தகைய உட்பொருளே! பல்வகைப் பொருள்கள் உட்பொருளாகியிருந்தமையால் பலர் அதனைப் "படகு" என்று கூறினர். "நீங்கள் பண்டிதர்களே"

என்று அவர்களில் முதலாவதாகக் கூறியவரைக் காஷ்மீரக் கம்பளம் போர்த்திப் பெருமைப்படுத்தினாள்.

ஒருவர் தண்டியடிகளாரின் காவிய தரிசனம் எனும் நூலிலிருந்து ஒரு பாடலைத் தொடங்கினார்.

"அத்ரோத்யானே மயாத்ருஷ்டா
வல்லரீ பஞ்ச பல்லவா
பல்லவே பல்லவே தாம் ரா
யஸ்யாம் குஸுமமஞ்சரி"

இதனைத் தொடங்கியவர் ஓர் இளங்கவிஞர். அவர் எத்தனையோ நாட்களாக மாசலதேவியின் இல்லத்தில் குழுக்களுடன் கலந்து கொண்டிருந்தவர். அவர் எப்பொழுது வந்தாலும் நாணமேதுமின்றி மாசலதேவியின் முகவெழிலையும், மாசலதேவியின் கரங்களின் அழகினையும், மாசலதேவியின் அழகிய அடிகளின் நெளிவினையும் நோக்கியவாறிருப்பார். மாசலதேவியும் அவருடைய பார்வைக்குச் சினமடைய மாட்டாள். அவருடைய ஏக்கப் பார்வையைப் பார்த்து சிரித்துக் கொள்வாள். இந்தப் பாடலைக் கூறியதும் மாசலதேவி உரத்துச் சிரித்து விட்டாள்,

"புதுமைத் தண்டியடிகளாரே, நீங்கள் கண்ட அந்தப் பூங்கொடி இந்த மாசலதேவி தான் ஐயா!" என்று கூறி விட்டாள். அவளுடைய அழகிய திருவடிகளின் நெளிவும் கரங்களின் அழகும் முகப்பொலிவும் பற்றியே எப்பொழுதும் நினைத்திருக்கும் அக்கவிஞர் உடனே ஒரு முத்தாரத்தை எடுத்து மாசல தேவியின் கழுத்திலணிவித்து அழகு செய்வித்தான்.

உடனே பணிமகள் வந்து பெரியவர்கள் வந்திருக்கின்றனரென மாசலதேவியிடம் கூறினாள். மாசலதேவி அவரை வரவேற்கத் தானே எழுந்து சென்றாள். அங்கு வந்தவர்கள் ஜாயப நாயகரும் பெத்தன்னாவும்தான். அவர்களை அவள் மிக்க மதிப்புடனும் அன்புடனும் எதிர்கொண்டு வணங்கி அழைத்து வந்தாள். அவ்விருவரையும் மண்டபத்திலிருந்த உயர்ந்த இருக்கைகளில் அமரச் செய்து சந்தனக் குழம்பு பூசித் தாம்பூலத் தட்டினை அவர்கள் முன் அவளே வைததாள்.

ஜாயபரிடம் நலபுலன்களைக் கேட்டறிந்த பிறகு, குழுக்களின் சிறப்புகளைப் பற்றிக் கேட்கவும், அவர்கள் அன்று 'நிலா விழிப்பு' விழா நடத்தவிருப்பதாகவும் அதுவரை நடந்தவற்றைத் தெரிவித்தனர். ஜாயபர் மிக்க மகிழ்வடைந்து இவ்வாறு கூறினார்:

"நான் மற்றொரு புதுமையை இப்பொழுதுதான் நினைத்தேன். இங்கே உங்களில் நடனமாடத் தெரிந்தவர்கள் எத்தனை பேர்?"

ஜாயபர் இக்கேள்வியைக் கேட்டதும் எவரும் தமக்குத் தெரியு மென்று கூருமல் போயினர். மாசலதேவிக்கும் துணிவில்லாமல் இவ்வாறு கூறினுள்.

''ஐயா, உங்களெதிரில் நாட்டியம் தெரியுமென்று எவர் சொல் வதற்குத் துணிவர்?''

ஜாயபர்: நான் ஏதும் புலியல்லன். வேடிக்கைக்காக வந்தேன். உனக்குதான் நாட்டியம் தெரியுமே. மற்றவர்களுக்கு எவ்வளவு தெரிந்தாலும் பார்த்து மகிழ்வேன்—

இச்சொற்களால் அங்கிருந்தவர்களுக்குத் துணிவு பிறந்தது. மாசலதேவியின் ஆடல் மகளிர் மட்டுமன்றி அக்குழுவினரில் பல ஆடவர்களும் ஆடுவரென்று கூறி முன்வந்தனர். பெத்தன்ன தனக்கும் தெரியுமென்ருர்.

ஜாயபர் அவர்களனைவரையும் ஆண், பெண், மீண்டும் ஆண் பெண், என்றிவ்வாறு முறையாக நிற்குமாறு செய்தார். அவர்கள் அனைவர் கால்களிலும் கட்டச் சிலம்புகளும், பண்ணுக்கேற்ற தம்புரா, மத்தளங்களும் அரை நாழிகைக்குள் செல்வம் கொழிக்கும் மாசலதேவியின் பேரில்லத்திலிருந்துப் பணிப்பெண்கள் கொண்டு வந்து ஏற்பாடு செய்தனர்.

தம்புரா முதலிலிசைக்கத் தொடங்கவும் ஜாயபர் 'மலர்க்கணை வரிகளிலிருந்து' (புஷ்பபாண விலாசம்) இப்பாடலைப் பாடினுர்,

''காந்தே யாஸ்யதி தூரதேச மிதமே சிந்தா பரம் ஜாயதே
லோகானந்த கரோபி சந்த்ரவதனே வைராவதே சந்த்ரமா:
கிம்சாயம் விதனேதி கோகில கலாலாபோ விலாபோதயம்
ப்ராணு நேவஹரந்த்தி ஹந்த்த நிதராமா ராம மந்தாநிலா:''

இப்பாடலை ஒருவர் முன் வந்து அபிநயம் பிடிக்க வேண்டும். இன்னெரு முறையில் அதையே மற்ருெருவர் அபிநயம் பிடிக்க வேண்டும். அவ்வாறே வெவ்வேறு வகையில் அனைவரும் செய்ய வேண்டும். முதலில் பெத்தன்ன!''

பெத்தன்ன முதலில் அபிநயம் செய்தார். பிறகு ஒரு இள மங்கை மற்ருெரு வகையில் அபிநயித்தாள். பிறகு கலைஞன் அதையே வேறு வகையில் அபிநயம் செய்தான். வயதான பெரி யவர் அதையே இன்னெரு வகையில் அபிநயஞ் செய்தார். பாடலர் அதன் பிறகு சேர்ந்து கொண்டார். பூங்கொடியாள் ஒருத்தி அதன் பிறகும், முன்கூறிய இளங்கவிஞர் இறுதியிலும், பிறகு வரிசை வரிசையாகப் பலரும் பற்பல வகைகளில் அபிநயஞ் செய்தனர். அனைவருக்கும் கடைசியில் மாசலதேவி அவையினரின் ஆவலைக் கிளர்ச்சியுறச் செய்தவாறு அபிநயம் செய்து, மீண்டும் பாடலில்

ஓரடியைப் பாடியவாறே ஆடிக்காட்டினாள். பிறகு அவர்களனைவரும் ஒவ்வோரடியாக ஆடிக் காட்டலாயினர். முடிவில் மாசலதேவியின் நடனத்துடன் அனைவரும் சேர்ந்து நடனம் புரிந்து முடிவடையச் செய்தனர். அனைத்தும் பூர்த்தியாகுமளவில் அனைவரும் பரத நாட்டியத்திலமர்ந்து விட்டனர்.

ஜாயபர் : இதுதான் 'நிருத்திய பிரதி மாலை!'

மாசலதேவி : 'நிருத்தியரத்னாவளி'யை இயற்றியவர்க்கே இத்தகைய பிரதி மாலைகள் நடத்தற் கியலும்!

இது முடிவடைவதற்குள் அவ்விடத்திற்கொரு புதிய மனிதர் வந்தமர்ந்திருந்தார். அங்கு வந்திருந்தவர் அவ்விளையாடலை மிகவும் கூர்ந்து நோக்கிக் கொண்டிருந்தார். அவரை அங்கு பார்த்ததிலிருந்து ஜாயபர் முள்ளின் மேலிருந்தாற் போன்றிருந்தார். இவர் யார்? எந்நாட்டவர்? முன்னறிவிப்பில்லாமல் உள்ளே வரும் உரிமை எப்படி வந்தது? எப்பொழுதிலிருந்து வந்துள்ளான்? இவ்வெண்ணங்கள் தொடர்ந்து வர அவற்றில் ஊன்றிய ஜாயபர் ஆடற்கலையில் இடையிடையில் நினைவு செலுத்தலானார்.

மாசலதேவி இதை உணர்ந்தாள். ஆனால் அவருடைய உள்ளக் கிடக்கையைச் சிறிதேனும் அறிந்து கொள்ள முயலவில்லை. தான் அவ்வாறு உணர்ந்ததாகக்கூட ஜாயபருக்குக் காட்டிக் கொள்ளாமல் நடந்து கொண்டாள். நாட்டியம் முடிவடைந்த பிறகு பெத்தன்னா வெட்கியவாறு திசைகளை நோக்கிக் கொண்டிருந்தார். அவருக்கு அங்கிருந்த வனிதையரின் உள்ளங்கவரும் தோற்றம் அவ்வெண்ணிலா வொளியிற்றோய்ந்து வானவருலகில் இருப்பது போன்ற உள்ளக் கிளர்ச்சியுண்டாக்கியது. அவர்களின் இனிய சொற்கள் செவியிற்படும்பொழுதெல்லாம் அவ்விளைஞரின் உள்ளம் கிளர்ந்தெழுந்தது. உணர்ச்சி மிகவும் அவருடைய வெட்கமும் அதிகமாகத் தொடங்கியது.

அவருடைய செயல்களனைத்தும் புதுமை மனிதரைக் கவர்ந்தன. அவர் மீண்டும் மீண்டும் பெத்தன்னாவை நோக்கிப் பார்க்கலானார். பெத்தன்னா மட்டும் அவரைப் பார்த்ததாகத் தெரியவில்லை.

இப்புது மனிதர் பலவகையிலும் புதுமையானவர்தான்! அவர் அணிந்திருந்த ஆடை இப் பகுதியினருடையதாக இருப்பினும் கட்டித் தொங்கவிட்டிருந்த முறை வேறு. அவருடைய சிரிப்பு வேறு வகை. அவருடைய சொற்கள் வேறுபட்டவை. அவருடைய தோற்றமே மாறுபட்டது! அவருக்கு ஆண் பெண் வேற்றுமையிருப்பதாகவே தோன்றவில்லை. நடுத்தர வயதுடையவர். மை போன்ற கண்கள். இளம் எலுமிச்சங்கனி யொத்த உடல் நிறம்.

நன்கமைந்த எடுப்பான மூக்கு. பரந்து கவர்ச்சியான நெற்றி. அவர் மாசலதேவியை நோக்கினும் அவருடைய அழகிய ஆடல் மகளிரை நோக்கினும் பற்றோ, பொருமையோ தோன்றவில்லை. உயிருக்குயிரான நெருங்கிய நண்பரைப் போலவே அவர் காணப் படலானார்.

நிலவு மறையத் தொடங்கியது. அப்பொழுது மேசய்ய நாயகர் அவ்விடம் வந்து சேர்ந்தார். மாசலதேவி அன்புடன் எதிர்நோக்கிச் சென்று பெருமையுடன் அவரையழைத்துக் கொண்டு வந்து அமரச் செய்தாள். மீண்டும் விருப்பத்திற்கேற்ற கலை நிகழ்ச்சிகள் தொடங்கின.

சற்று நேரத்துக்கெல்லாம் பர்வத நாயகர் வந்து சேர்ந்தார். அவர் புதிய அலுவல் ஏற்றமைக்கு அனைவரும் அவரை வாழ்த்தினர்.

''பேரரசரின் மெய்ப்பாதுகாவலருக்கு இப்பொழுதுதான் ஓய்வு கிடைத்தது போலும்!'' மாசலதேவி கேட்டாள்.

அனைவரும் பர்வத நாயகரைப் பார்க்கலாயினர். பர்வத நாயகர் தம்மையல்ல வென்னுமாறு பேரரசரின் மெய்க்காவலர் இங்கு எவர் என்று பார்ப்பவரைப் போல அப் புதுமை மனிதரைப் பார்த்தனர்.

மீண்டும் மாசலதேவி குரலெழுப்பினாள்.

''பேரரசியாரின் உடல்காவலர் பேசாமலிருக்கிறாரேன்?''

அனைவரும் பர்வத நாயகரை உற்று நோக்கினர். அவர் தம்மையன்றிப் புதுமை மனிதரைக் கேட்டதாகவே அவர் புறமாகப் பார்த்தார். புதுமை மனிதர் பர்வத நாயகர் அறிவு நுட்பமில்லா தவர் எனக் கருதுவதைப் போன்று அருவருப்பு கலந்த புன்னகை பூத்தார்.

ஜாயபர் நுண்மையாக மாசலதேவியிடம் இவ்வாறு கூறினார்.

''மாசலதேவீ, உனக்கு அறிவு மயக்கம் என்றுமுதல் தொடங்கி யிருக்கிறது?''

இச் சொற்கள் மாசலதேவியை நோக்கிக் கேட்டவாறிருப்பினும் உண்மையில் பர்வத நாயகரை நோக்கி அருவருப்பான பார்வை யுடன் சிரித்த அப் புதுமை மனிதரைக் கருதியே கேட்டதென்று மற்றவர்களுக்குத் தோன்றின.

புதுமை மனிதர் : பெண்களுக்கு அறிவு மயக்கம் இயல்பானது தானே!

மாசலதேவி தலைநிமிர்த்தாமல் பேசலானாள்.

"சுவாமி, மயக்கமுறுவதற்கு முன்பு நீங்களிருவரும் எனக்கு அறிவாகிலும் உள்ளதென்று கூறுவீர்களா?"

குழுமியிருந்த அனைவரும் வாய்விட்டுச் சிரித்தனர். மீண்டும் மாசலதேவி கூறினாள்.

"அறிவு மயக்கமடைந்த எனக்கு ஜாயபநாயகர் நன்கு உணர் வித்தார். திரு உருத்திரதேவப் பேரரசரவர்களின் மெய்க்காப்பாள ருக்கு இப்பொழுது ஓய்வு கிடைத்ததா ?"

பர்வத நாயகர் புன்னகையுடன் "ஆம்!" என்றார்,

இம் முறை அவ்விடமிருந்தோர் அனைவரும் புதுமை மனிதரைக் கண்டு சிரிக்கலாயினர். திரு உருத்திரதேவப் பேரரசரவர்களைப் பேரரசியெனில் ஒப்புவாரா?

'நிலாவிழிப்பு' நடந்துகொண்டிருந்தது. வயது மிக்கவரான ஜாயபநாயகருக்குச் சற்றுத் தூக்க மயக்கம் தொடங்கியது. பல முறை அவர் எவ்வாறோ உடலைச் சரிசெய்துகொண்டு எழுந்திருந் தார். முடிவில் அவர் பெத்தன்னாவுடன் சேர்ந்துகொண்டு புறப் பட்டார், பெத்தன்னாவும் அவ்விடத்திலிருந்த அழகியரின் தொடர்பை விடவியலாது, மனங் குழம்பியவரைப் போன்று வேறு வழியின்றி ஜாயபருடன் செல்லலானார்.

குழுவினர் ஒருவரோடொருவர் ஐயப்பாட்டுடன் உரையாடல் புரிவது மதிப்பிற்கிழுக்காகும். இன்பந் துய்க்கும் நகரத்தவன் அவ்வாறு செய்யமாட்டான். அப்புதுமை மனிதருக்கும் பர்வத நாயகருக்கும் ஒருவர்மீதொருவருக்கும் பகைமையோ ஐயமோ மற்றதேதோ வயதான உள்ளத்தில் தளிர்த்தது. ஆனால் குழுவினர் பெருமைக்கு ஊறு நேரா வண்ணம் முயற்சித்து அத்தோற்றத்தைக் கண் முன்னிலையில் காட்டாதிருந்தனர்.

சற்று நேரத்தில் உரையாடலில் அனைவருக்கும் சோர்வு தட்டியது. விடிவதற்கு இன்னும் எட்டு நாழிகைப் பொழுதுதானி ருந்தது. இதையுணர்த்துமாறு அ ர ச ரி ன் பேரரண்மனையைக் கோபுர மணியிலிருந்து ஓசை கேட்டது. அப்பொழுது சூது விளை யாடுவதற்கென்று பலகையும் சோழிகளும் கொண்டு வந்தனர். அதன் பிறகு சுவைமிக்க சூதாட்டம் நடந்தது. இதனில் சிறப் பாகப் பர்வத நாயகரும் புதுமை மனிதரும் ஆவல் காட்டினர்.

இதனில் எவ்வளவு ஆர்வத்தை வெளிப்படுத்தினாலும் புதுமை மனிதர் உள்ளத்தில் மாற்றமின்றிப் பணயம் வைத்து ஆடிக்கொண் டிருந்தார். அவர் பெரும் பணயங்களை வைத்து ஆடவில்லை. பர்வத நாயகர் பெரும் பணயங்கள் கட்டி ஆடினார். அவருடைய

பந்தயத் தொகை எவ்வளவு அதிகமாயினும் புதுமை மனிதர் தோற்கவில்லை. ஆனால் அவராக அதிகப் பணயம் கட்டவில்லை.

சூதாடலில் வெற்றி தோல்விகள் பொதுவில் எதிர்பாராத வாய்ப்பு இழப்புகளைப் பொறுத்திருக்கின்றதெனும் மரபு உண்டு. அது முற்றிலும் தவறான எண்ணம் என்பதும் சரியன்று. ஆயினும் மிக்க ஆழ்ந்த அறிவுடையோர் வெல்லுவதற்கு வாய்ப்புள்ளது. விரைவாகச் செயல்படுவோர் ஒவ்வொருமுறை அளவுமீறி வெற்றி காண்பினும் பொதுவாக மொத்தத்தில் தோற்று விடுவர். விரைந்தாடியதால் பர்வத நாயகருக்கு மீண்டும் மீண்டும் சூதாட்டத்தில் தோல்வி ஏற்பட்டது. அவரிடமிருந்த கைப்பொருள்களையும் விலை மதிப்பற்ற அணிகலன்களையும் அன்று அவர் தோற்றார். அவை ஒவ்வொன்றாகப் புதுமை மனிதரின் கையினில் போய் மறையவும், அவருக்கு வெற்றி பெற வேண்டுமெனும் ஆவல் பொங்கியெழுந்தது. அதனால் அவருக்கு விரைவாகச் செயல்படும் எண்ணம் மிகுதியாயிற்று. அதனால் மீண்டும் தோல்வியடையலானார். வெறியுணர்ச்சியுற்றவராகி மேசய்ய நாயகர் மாசலதேவியிடம் கடன் கேட்டு அதனையும் தோற்றுவிட்டார். மீண்டும் அவர் மாசலதேவியைக் கடன் கேட்கலானார்.

மாசலதேவி அவருக்கு இல்லையென்னாமல் வாரிக்கொடுத்து, அவளே புதுமை மனிதருடன் இச்சூதாட்டம் ஆடத் தொடங்கினாள். வியத்தகு வகையில் அப்புதுமை மனிதரே ஒவ்வொரு தடவையும் தோல்வியடையலானார். மாசலதேவி பர்வத நாயகர் தோற்றுப் போன எல்லாப் பொருள்களையும் அணிகலன்களையுமின்றி அப் புதுமை மனிதரின் பொருள்களையும் பெரும்பாலும் வெற்றி கொண்டாள்.

அச்சமயத்தில் மீண்டும் பர்வத நாயகர் மாசலதேவியிடம் தமக்குச் சூதாட்டத்திற்கெனச் சற்றுக் கடன் தருமாறு கோரினார். அதைக் கேட்ட அப்புதுமை மனிதர் எதிர்பாராதவகையில், "உமது புதிய அலுவலைப் பணயமாக வைத்து என்னுடன் ஆடும்!" என்றார்.

இச்சொற்களைக் கேட்டதும் பர்வத நாயகர் சினம் மிகுந்தவராகித் திடீரென்றெழுந்தார். படமெடுத்தாடும் நச்சுப்பாம்பெனத் தமது உறையிலிருந்த வாளினைச் சரேலென உருவி, அதனால் அப் புதுமை மனிதரைப் பக்கலில் நிறுத்தினார். அஃதாவது அவரை வாட்போருக்கழைத்தலாகும்! அம்மனிதரும் தயக்கமின்றி, எழுந்து நின்று கொண்டு "இதோ, தொடங்கி விட்டேன்," என்று கூறித் தமதுறையிலிருந்த வாளினை உருவினார்.

மாசலதேவியும் அங்கு வந்திருந்த நகர மக்களும் மிகவும் குழப்பமடைந்தனர். இருவரையும் அமைதிப்படுத்த அவர்கள்

எவ்வளவோ முயன்றனர். ஆனால் இருவரும் கேட்கவில்லை. புதுமை மனிதர் மன்னிப்புக் கோரமாட்டார். பர்வத நாயகர் அவருடைய பண்பின்மையை மன்னிக்கவும் மாட்டார். அவர்களுடைய பதிலுரைகள் ஒருவர்மீது ஒருவருக்கு வெருளி மிகச் செய்தன. மேசய்ய நாயகர் அதில் எவ்விதமான ஈடுபாடும் காட்டிக்கொள்ளவில்லை.

நிலவு மறைந்து நெடுநேரமாயிற்று. இருள் ஏகசிலாநகர் முழுமையும் பரவியிருந்தது. ஆயினும் தீவட்டிகளின் ஒளியில் மாசலதேவியின் பூங்காவனம் முழுமையும் மிக்க ஒளியுடன் ஒளிர்ந்து கொண்டிருந்தது. அதற்குள் பரவலாக வளர்ந்திருந்த ஒரு புற்றரை மீது அவ்விருவரும் வந்து சேர்ந்தனர். குழுவினர் அனைவரும் அவர்களை நெருங்கினர்.

அப்பகுதி 'நிலா விழிப்பு' நடனத்திற்கென்று வசதியுடன் அமைக்கப்பெற்ற பரந்த இடமாகும். சுற்றிலும் பார்வையாளருக்குச் சந்திர சிலை எனப்படும் பச்சைக்கல்லால் நியமிக்கப்பட்ட கல்லாலான மேடையிருந்தது. அந்த நடன அரங்கில் இன்று வாட்போர் நடக்க நேர்ந்தது.

இதுவும் விளையாட்டுப் போரன்று. ஒருவரையொருவர் வெல்ல வேண்டுமென்ற விருப்பம்மட்டுமன்றி, ஒருவரையொருவர் நன்கு உணரச் செய்யவேண்டுமெனும் விருப்பத்தினாலும் அவ்விருவரும் அவ்வரங்கத்தினுள் நுழைந்தனர். முதலில் அவ்விருவரும் தமது விருப்பத்திற்கேற்பத் தமது மானத்தின் மதிப்பைக் காப்பதற்கெனக் கடும்போர் புரியவிருக்கின்றனரெனவும், அதில் தோற்றவர் பக்கமிருந்து வென்றவர் எத்தகைய கைம்மாறும் பெறவேண்டிய தேவையில்லையெனவும் ஏடெழுதி மேசய்யாவிடம் ஒப்படைத்தனர். மேசய்யா அவ்விருவருக்கிடையில் நடுவராக நின்று செயலாற்றினார். இருவருடைய வாட்களும் நச்சு பூசப்பட்டனவல்லவென்று நடுவர் தெரிந்து கொள்வதற்கு வாய்ப்பில்லாமையால், அவர் இவ்விருவருடைய வாட்களையும் முன்னதாகத் தொலைவில் வைக்கச் செய்தார். மாசலதேவியின் இல்லத்தில் பெரியதோர் ஆயுதக்கூடமுமிருந்தது. அங்கிருந்து மேசய்யா பல வாட்களையும் தடுப்புக் கேடயங்களையும் கொண்டுவரச் செய்து, எவருக்குத் தேவையோ அவர்களை எடுத்துக்கொள்ளுமாறு கூறினார். அவ்விருவரும் அவர்களுக்குப் பயன்படும் வகையிலான வாட்களையும் கேடயங்களையும் எடுத்து வந்து அரங்கினுள் நுழைந்தனர். அரங்கத்தைச் சுற்றிலும் தீவர்த்திகளை மிகுதியாகப் பிடிக்கச் செய்து அரங்கில் எத்தகைய நிழலும் விழாமற் செய்யப்பட்டது.

பர்வத நாயகர் சூதாட்டத்தில் வெளிப்படுத்திய விரைவான ஆற்றலைச் சிறிதும் வாட்போரில் வெளிப்படுத்தவில்லை. அதற்குத்

துணையாக அவருடைய உயர்ந்த உடலும் நெடிதுயர்ந்த கைகால்களும் பலவகைகளில் அவர்க்குப் பயன்பட்டன.

புதுமை மனிதரும் வாட்போரில் தேர்ந்தவர்தான். அவருக்குப் பல கலைத் திறமைகளுடன் இதனிலும் பயிற்சியிருந்தது. சூதாட்டத்திலிருந்த ஆழ்ந்த திறன் வாட்போரில் சற்றும் வெளிப்படவில்லை. கற்றதைவிடவும் போரிடுவதைவிடவும் அதிலுண்டான வெறியுணர்ச்சிதான் மிகுந்தது. அதுமட்டுமின்றி அவருக்கு வயதானமை சற்று வெளிப்பட்டது. போரில் உடல் நெளிவும் குறைந்ததாகக் காணப்பட்டது. கால் நாழிகைக்குள் அவர் களைப்படையலானார்.

வாட்போரில் தேர்ந்தவரான பர்வத நாயகருக்கு அவருடன் செய்யும் போர் விளையாட்டாகத் தோன்றியது. போர்க்கலையில் இத்தனைக் கீழ்த்தரமானவரைத் தமது வாளினால் வெட்டுதல் தமக்கு அவமானமென்ற எண்ணந் தோன்றியது. எனவே அவரைத் தாக்கும் முயற்சியை விட்டு, அரைநாழிகையாவதற்குள் பர்வத நாயகர் அப்புதுமை மனிதரை வெல்ல, அவர் கையிலிருந்த வாளினைத் தொலைவில் விழுமாறு தெறிக்கச் செய்து, ஒரே தாவலாக மேல் விழுந்து, அவரைக் கீழே தள்ளி, மார்பின்மீது கால்களை வைத்து, அறுத்தெறிய அவருடைய தலைமுடியைப் பிடித்துக் கொண்டார், எதிர்பாராதவாறு அப்புதுமை மனிதரின் தலைப்பாகையைப் பர்வத நாயகரின் வாள் தீண்டுவதற்குள், அத்தலைமுடி பர்வத நாயகருடைய இடக்கரத்து கழன்று வந்தது. அதனால் முற்றிலும் மறைந்திருந்த புதுமை மனிதரின் சிரத்தைப் பார்க்க வியப்பும் அருவருப்பும் தோன்றின.

பர்வத நாயகர் அவ்வாறு தமது கைக்குள் வந்த அவருடைய உயிரற்ற, செயற்கைத் தலைமுடியை மிக்க அவமானத்துடன் ஏளனமாகத் தொலைவில் எறிந்து, பல்லைக் கடித்துக் கொண்டெழுந்திருந்து அவற்றைத் தம் காலால் மிதித்தார். அதற்குள் புதுமை மனிதர் விரைந்தெழுந்து, தொலைவில் விழுந்து கிடந்த தமது வாளை எடுக்க விரைந்து சென்றார்.

உடனே மேசய்ய நாயகர் இருவரையும் போர் நிறுத்துமாறு கட்டளையிட்டார். மாசலதேவி மிகவும் விழிப்புடன் அப்பொழுது அப்புதுமை மனிதரிடம் சிக்கிக் கொண்ட வாளினைப் பிடித்து வாங்கிக்கொண்டாள். அவள் பிடிப்பில் வலிமையிருந்தது. மென்மையுமிருந்தது. சினம் மிகுந்திருந்தும் அப்புதுமை மனிதரால் அதைப் பெறவியலாது. பார்ப்பவர்களுக்கு அவள் அவ்வாளினை அவரிடமிருந்து பெருந்தன்மையுடன் வாங்கிக் கொண்டதாக இருந்ததேயன்றி வலுவில் வாங்கிக் கொண்டதாகத் தெரியவில்லை. மாசலதேவிக்குச் சொற்றிறன், ஆடல் திறன் ஆகியவற்றுடன் வாட்டிறனும் உள்ளதா!

மேசய்ய நாயகர் வினவினர்.

"மாசலதேவி, எங்களுக்கு இவருடன் முன்னதாகவே அறிமுகம் செய்யவில்லையே, ஏன்?"

மாசலதேவி விடையளித்தாள்.

"இவர் ஒரு பெருமகனர். பெரும்தவ முனிவராவார். ஆண்டவன் திருவுருவினையைக் கண்டறிந்தவரென்பர்."

17

விஜயதசமியன்று உருத்திரமதேவி விடிவதற்கு நெடு நேரத்துக்கு முன்னரே எழுந்திருந்தார். அப்பொழுதுதான் பட்டத்து யானை யூர்வலம் முடிவடைந்தது. அது வரையிலும் அவ்வம்மையாருக்கு ஒரு கணங்கூட ஓய்வில்லை. ஒவ்வொரு கணமும் உடலைமட்டுமின்றி உள்ளத்தையும் தம்புறமீர்க்க வேண்டியிருந்தது. ஒவ்வொரு சிறு அசைவிலும் குறைபாடு வரக்கூடாது. ஒரு சொல்லிலும் அபாயம் நேர்ந்து விடலாகாது. பேரரசர் அக்கறைக் குறைவுபட்டால் மக்களுக்குப் பேரபாயம் நேரலாம். இயல்பாக அப்பேரரசருக்கு மக்களிடையில் மதிப்பு குறைந்து விடும். பேரரசர் உயிருள்ள திருவிழாச் சிலையானர்!

பேரரசு மந்திரங்களைப் புரோகிதர்கள் கூற, கணபதி தேவரும் குருதேவரும் பேரமைச்சர்களும் தம்மை அன்று முடிசூட்டு நீராட்டினர்கள். நீராட்டல் தொடக்கத்தில் பேரின்பத் திலாழ்ந்த நிலை அவருக்குத் தோன்றியது சற்று நேரம் தொடர்ந்து நீராட்டுவித்தல் நடைபெறவும் முதல் மகிழ்ச்சி அவ்வம்மையாருக்குக் குறையத் தொடங்கியது.முடிவில் அது தாம் நாள்தோறும் செய்யும் குளியலாகவே தோன்றியது. உடலில் நீர் நனையும் உணர்ச்சிதான்!

அன்று மாலைப் பொழுதில் சிற்றரசர்களும் படைத்தலைவர்களும் கொலு மண்டபத்தில் தமக்குப் பணிவைத் தெரிவிக்கும் உறுதி மொழிகளைச் செய்யும் பொழுது முதலில் அவ்வம்மையாருக்கு வீர உணர்வுடன் மகிழ்ச்சியும் தோன்றியது. ஆயினும் அதன் பிறகு தொடர்ந்து ஒவ்வொருவராக ஒரே வகையான உறுதி மொழி செய்து கொண்டிருந்த பொழுது அதை ஏற்றுக் கொள்வதற்கும் சலிப்புத் தோன்றியது. இடையில் வீரபத்திரேசரைச் சிறை பிடிக்கும் ஆணை வராமலிருந்திருப்பின், சோர்வினல் மயக்கமுற்றிருப்பாள். அவ்வாணை தமக்குப் புதுமையாகக் கிடைப்பினும் அரசியல்

எவ்வளவு கடுமையானதென்று தெளிவாகப் புலப்பட்டது. ஒரே யடியாக அவருடைய உடல் முழுவதும் சிலிர்த்தது.

அதன் பிறகு 'பார் வேட்டை' சற்று மகிழ்வூட்டியது. அன்றிரவு அம்மையாரைப் பட்டத்து யானையின் மீது அமரச் செய்து அமைச்சர் சிற்றரசர் புடைசூழ ஊர்வலம் செய்வித்தனர். யானை யின் மீதேறிவரும் அவருக்கு இதயத்திலொரு வகை ஆர்வம் தோன்றியது. புதிய பெருமை கிட்டியவர்கள் எவருக்குத்தான் இத்தகைய பெருமிதம் தோன்ருது? சேர்ந்து வந்த பெரியோர் அனைவரும் 'வெல்க, வெல்க, உருத்திரதேவப்பேரரசர் வெல்க!' என்று வெற்றி முழக்கஞ் செய்த பொழுது தமது இதயத்தினூடே யிருந்து அடிகள் வரைக்கும், அடிகளிலிருந்து உச்சந்தலை வரைக்கும் எண்ணற்ற வெற்றி முழக்க ஓசை எதிரொலித்தவாறு மேலும் கீழுமாகச் சென்றது போன்று தோன்றியது. மீண்டும் வெற்றி முரசு கேட்கலாயிற்று. அவற்றைக் கேட்கும் பொழுது முதலில் தோன்றிய இன்பம் இல்லை. மீளவும் கேட்டது. மீளவும் ஒலித்தது. மீளவும்... மீளவும்... இவ்வாறு பல முறைகள் கேட்கவும், அச் சொற்களுக்குப் பொருளே இல்லையெனத் தோன்றியது. அவை வெறும் இறைச்சலாகவே கேட்டன. முடிவில் இவ்விழா எப் பொழுது முடிவடையும் என்ற வெறுப்புணர்ச்சி தோன்றலாயிற்று. அத்துடனுவது அவ்வம்மையாருக்கு விடுதலை கிடைக்கவில்லை.

இப்பொழுது அவர் போற்றற்குரிய அரசியல் பெருந்தலைவர். மகளிர் உறைவிடத்தில் உணவுக் கூடங்களில் மட்டுமின்றி, படுக் கைக்குரிய பேரில்லமும் முறையோடல்லாது சேரவியலாது. அங்கே பாதுகாப்பிற்கான ஏற்பாடுகளனைத்தும் அமைவித்தபிறகன்றி மெய்க் காவலர் தம்மை விட்டுப் பிரிய மாட்டார்.

இத்தனை முறைகளும் உருத்திரமதேவி அன்றிரவு நெடு நேர மாகியும் தூங்குவதற்கு முடியாமற் போயிற்று. அரசியல் நெறியின் படி ஒரு பேரரசர் தனிப்பட்ட பெருமாளிகைக்குள் தனிமையில் உறங்க வேண்டும். மிக்க நம்பிக்கைக்குரிய ஏவலர்கள் மட்டும் அங்கிருக்கலாம். அவர்களும் தொலைவில்தான் இருக்க வேண்டும். அவ்வாறு உறங்குவதும் ஒரு சிறு பொழுதுதான் முறையாகும். அதுவும் ஆழ்ந்து, தன்னை மறந்து உறங்கலாகாது.

உருத்திரதேவப் பேரரசரை உறங்குவிக்க நீலாம்புரிப் பாடலைப் பாடிய வீணை இசையினர் பர்வத நாயகருடன் விடை பெற்றுச் சென்று விட்டனர். தொலைவிலுள்ள இல்லத்திற்கு உருவாம்பிகை யும் காமசானியும் தூங்கச் சென்றனர்.

உருத்திரமதேவி மஞ்சத்தின் மீது உடலைச் சாய்த்ததும் உறக்கம் வரவில்லை. ஒரு முறை மச்சுப்படியின் பலகணியின் வழியாகத் தோன்றும் கேசவப் பெருமாள் சிவபெருமான் திருக்

கோவில் கோபுர உச்சிகளையும், நான்கு சுற்றுக் கோபுரங்களையும் நோக்கி இறைவழிபாடு நடத்தினர். தாம் தோன்றிப் பெருமானை சிவபெருமான் திருக்கோவிலுக்குமப்பால் நெடிதுயர்ந்த 'ஏகசிலே' எனும் ஓரங்கல் மலை தோன்றியது. அம்மலையின் மீது சிறு விளக் கொளியிருந்தது. அவ்வொளிக்குக் கீழ்ப்புறம் அம்மலை ஒரு பிரும்ம ராட்சதனைப் போன்று அச்சுறுத்தும் வகையில் தோன்றியது. அதன் பிறகு அவர் உறங்கி விட்டார்.

உருத்திராம்பிகை சற்று நேரம் அவ்வாறு நல்லுறக்கத்தி லிருந்தார். அவருடைய உடலோடியைந்த 'காமாந்தக' நெறிச் சொற்கள் புதுமையாக உறக்கத்திலும் அவ்வம்மையாருக்கு ஒரு விழிப்பூட்டினவோ! அன்றேல் கனவு நிகழ்ந்ததோ! என்னவாயி னும் அவருக்கு இவ்வாறு உணர்வேற்பட்டது.

அவர் மக்கள் எவருமிலாத பெருங்காட்டினுள் போய்க் கொண்டிருக்கிறார். அவ்வழி மிகவும் குறுகலானது. கண்களில் முட்புதர்கள் மேல் கவிழ்ந்தவாறு விழவும், மெதுவாகத் தப்பித்துக் கொண்டு முன்னேக்கிச் செல்கிறார். அதற்கிடையில் அக்காட்டின் நடுவில் மரஞ்செடிகொடிகள் ஏதுமற்ற பரந்த வெளியில் போய்ச் சேர்ந்து அயர்ந்து நெட்டை முறித்துக் கொண்டவாறு இருக்கிறார். எதிர்பாராதவாறு நாற்புறத்திலிருந்தும் நாய்கள் குரைக்கும் ஒலி கேட்கத் தொடங்கியது.

அவர் எத்தனை முறை வேட்டைக்குச் சென்றிருக்கிறார்? எத்தனை வகையான நாய்களை அறிந்திருக்கிறார்? நீண்ட முகமுடை யவை, வட்டவடிவமான முகமுள்ளவை, நீண்ட கால்களுள்ளவை, நெடிதுயர்ந்தவை, குறுகியவை, நல்ல உடலுறுதியுள்ளவை, நுண்மையான மணம் நுகரக் கூடியவை, குரைப்பவை, குரைக் காதவை, கண்டதும் அறியவல்லவை,—எத்தனையோ இருந்தன. பல இனத்தைப்பற்றி அவர் அறிவார். வேட்டைக்காரர்கள் அவற்றைப் பலவகைகளில் பயன்படுத்தி அவர்களின் வேட்டைக்கு உதவுமாறு செய்வார்கள். வேட்டைக்கு அவை மிகவும் தேவை, அழகுபடுத்துபவை. மேலும் அவை வேட்டையாடப்பெறும் வன விலங்குகளுக்கு மிக்க அச்சம் தருவன.

இன்று இந்த நாய்கள் தொடக்கத்தில் கூறினவற்றைப் போன்றனவல்ல. பல திசைகளிலிருந்து அவை தம்மை நோக்கிப் பாய்கின்றன. இப்பொழுது அவர்தான் வேட்டைக்குரிய விலங்கைப் போல்வர். படைத்தலைவரை எதிர்க்கும் படைவீரர்களையொப்ப அவை நெறிதவறிவிட்டன. அது மட்டுமன்று. நாயின் பண்புகள் அவருக்கு உள்ளங்கை நெல்லிக்கனியாகும். இதனை அவ்வம்மை யார் ஆசிரியரிடம் பகைவருடன் பொருதும் பயிற்சியுடன் சேர்ந்து மிகத் தெளிவுடன் பயின்றிருக்கின்றார். இவையோ! தாம் எப்

பொழுதும் கண்டோ, கேட்டோ அறியாதன. நூல்களில் படித்தன போன்றவையுமல்ல. அவை உண்மையில் நாய்கள்தாமா?

நாய்களாயிருப்பினும் இவற்றை இவ்வுலகில் எவரும் எங்கும் என்றும் அறிந்திலர்! ஆயின் மேலுலகிலிருந்து இறங்கி வந்தவையா? மற்று, இவை புவியின் கீழுலகிலிருந்து மேனோக்கி வந்தனவா? பெரும் பெரும் உடலுடையவை! அவ்வுடல்களும் நீண்ட உரோமத்துடன் பரவி நிறைந்திருந்தன. அவை நெருங்கவும் ஒருவகையான கொட்டாவி பிறந்து உடல் நடுநடுங்கச் சிலிர்த்தது. அத்துடன் ஒரு புதுமையான அச்சமும் தோற்றுவித்தது. இவற்றின் ஆற்றலே வேறு! நாய்கள் இவ்வாறு ஊளையிடுமா? இவை நாய்களல்ல. பிசாசுகளாக இருக்கலாம். அன்றேல் 'கால பைரவர்' இந்த உருவத்தில் மறைந்து வந்திருப்பாரா?

"தீக்ஷ்ண தம்ஷ்ட்ர மஹாகாய கால்பந்தஹனோபம
பைரவாய் நமஸ்துப்யம்—"

எத்தகைய ஆபத்துக்களிலும் அச்சமுறுதிருப்பதற்கு உருத்திராம்பிகை இளமையிலிருந்து பழக்கப்பட்டவர். அச்சத்திற்கு அடிப்படைக் கூறு, உயிர் அச்சம்! இறப்பினுக்கு அஞ்சாதவர்களுக்கு எத்தகைய அச்சமும் இராது. புனிதமான பணிகள், சிறந்த செயல்கள், நற்புகழ் தரும் திருப்பணிகள் புரிய விரும்பி ஏற்பதற்கு அவ்வம்மையார் கற்றறிந்திருந்தார். தீங்கானவை ஈனமானவை எவையென அறிந்து கொண்டார். இவ்வுடலை நல்ல பணிகளுக்கு ஈடுபடுத்தி அர்ப்பணிக்க வழக்கப்பட்டிருந்தார். உத்தம அரசர்கள் தமது அனைத்தையும் மக்கள் நலனுக்கென அர்ப்பணஞ் செய்துவிட வேண்டுமென்ற நெறி அவருடைய நடைமுறைகளிலிருந்தது. இனி அவருக்கு அச்சம் ஏனிருக்கிறது?

அஞ்சாமல் அவ்வம்மையார் தம்மைச் சுற்றியிருந்த நாய்களை விரட்டினார். ஆயினும் அவை பின் செல்லாமல் மேலும் மேலும் விழுந்து கவ்வின. சில அவ்வம்மையாரின் கால்களைப் பிடுங்கியும் சில உடற்புறமும், மற்றுஞ் சில தோள்களையும், ஒன்று தலையையும் பிடித்துக் கடித்தெரிய மேல் விழுந்து கொண்டிருந்தன. உருத்திராம்பிகை வாளை உருவினார். மற்றொன்றின் முன்கால்களை நறுக்கினார். இன்னொன்றை விலாவில் குத்திப் புண்ணாக்கினார். பிறிதொன்றைக் கழுத்தில் ஊடுருவுமாறு குத்திக் கிழித்தார். அடுத்ததொன்றைத் தலையிலிருந்து வால்வரைப் பிளந்தெறிந்தார்.

ஆனால் வியப்பானதே! தலையறுபட்டதற்கு மீண்டும் தலை கூடிவிட்டது. முன்னங்காலிழந்தவை முன்கால்களிணைந்தன. குடல் சரிந்தவை மீளவும் குடல் கூடியது. கழுத்தறுபட்டது, மீளவும் நலமாகி விட்டது. முதுகிற் பிளவுபட்டது, மீண்டும் நிமிர்ந்து நின்றது.

திரு இராமபிரான் எத்தனை முறை அறுத்தெறிந்தும் இராவணனுடைய தலைகள் இவ்வாறு தான் மீளமீளத் தோன்றிற்றோ? வீமன் எத்தனை முறை உடைத்தெறிந்தும் ஜராசந்தனின் உடற்பாகங்கள் இவ்வாறுதான் இணைந்தனவா? இவை உண்மையில் ஐந்து பூதங்களாலான உடல்களைப் பெற்ற நாய்கள் தாமா? அல்லது பேரிருள் தானே இவ்வுருவத்தில் தோன்றி வந்ததா?

உருத்திராம்பிகை மீளவும் அவற்றைக் கிழித்தெறிந்தார். மறுபடியும் அவை ஒன்றாகி விட்டன, மீண்டும் அவை ஒருமித்து அவர் மீது பாய்ந்தன. அவை அவருடைய உடலை நகங்களால் கிழித்து விட்டன. ஆனால் இத்தகைய நுண்ணிய நகங்களுடன் அவை உடலைக் கிழிப்பினும் அவருக்கு வலியே தோன்றவில்லை, ஏன்? அவர் புண்ணிலிருந்து இரத்தமும் மாமிசமும் அவற்றின் வாயில் நுழைந்தவாறிருந்தன. அவை தாக்கும்பொழுதெல்லாம் அவருக்கு இன்பம் தோன்றியது. எத்தனை இன்பம்! அறஞ்செய்வோருக்குத் தாமாற்றிய அறத்தால் வரும் இன்பமே, அப்பொழுது அவ்வம்மையார் அடைந்த இன்பமாகும்!

இது கனவா? நனவா? இவ்வளவு நேருக்கு நேர் தெரிகின்றது, செவிகளில் கேட்கின்றது, எவ்வாறு கனவாகும்? கனவில் இத்தகைய எண்ணம் என்றாவது தோன்றுமா? அவ்வம்மை தனிமையிலிருந்தார். என்ன துணிவுடையவராயினும், அச்சம் போன்ற ஒரு வகையான ஐயப்பாடு அவருடைய உள்ளத்தினூடே அலையலாயிற்று. அந்த நாய்களை வெட்ட வெட்ட அவருடைய தோள்களில் அதிர்வு தோன்றலாயிற்று.

அப்பொழுது அந்தப் பெருங்காட்டு வெளியில் ஆணுருவம் ஒன்று தோன்றியது. ஒரு கணப்பொழுது அவர் அப்பக்கலில் நோக்கினார். அடுத்த கணம் அவ்வாண்மகன் அந்த நாய்களைத் தம்மீது ஏவுவதை அவ்வம்மையார் தெளிவாகக் கண்டார். இயற்கையினால் உண்டாக்கப்பெறும் இந்த நாய்களின் மீது ஏவாமல், உருத்திரமதேவி அந்நாய்களை ஏவும் அவ்வாண்மகன் மீது வீசினாள்.

நெருங்கவும், என்ன விந்தை, அவர் வீரபத்திரேசரே. தமது கணவரின் உருவம்! அவ்வம்மையின் எதிர்பாராத துணிவு அடங்கி விட்டது. தம்மையறியாமலேயே அவர் தொண்டையிலிருந்து பெருமிதமான குரல் வெளிப்பட்டது:

"மேசய்யா நாயகரே, இவரை இன்னும் சிறைப்படுத்தவில்லையே ஏன்?"

அதற்கு வீரபத்திரேசர் பெருஞ்சிரிப்புடன் உரத்து நகைத்தார். அது சிரிப்புத்தானா? இடியோசையா?

உருத்திராம்பிகையின் பேச்சும் வீரபத்திரேசரின் சிரிப்பொலியும் மகளிர் உறைவிடம் முற்றிலும் எதிரொலித்தது!

உருத்திரமதேவி 141

இதுவரையிலும் உருத்திராம்பிகை, தமது கண்ணெதிரில் பார்த்துக் கொண்டிருப்பதாகவும் செவிகளால் கேட்டிருந்த தாகவும் கருதியிருந்தார். ஆனால் அப்பொழுது காணும் முறை யும் கேட்கும் முறையும் வேறு. இப்பொழுது மகளிர் வாழிட மனைத்தும் ஒலித்த பேரொலி வேறுவகையாகக் கேட்கத்தொடங் கியது. இப்பொழுது பார்த்தால் அவர் காட்டினில் இல்லை. அக் காட்டின் இடையிலிருந்த பெருவெளியிலில்லை. தமது படுக்கையில் லத்தில் அன்னச் சிறகால் அமைக்கப்பட்ட மஞ்சத்தில் உறங்கிக் கொண்டிருந்தார். பள்ளியறையின் பொருள்கள் அவ்வாறே காட்சி யளித்திருந்தன. தமது உடலிலிருந்து அந்த நாய்கள் கடித் தெறிந்து வேறுபடுத்திய இறைச்சிப் பகுதிகளனைத்தும் பொருந்தி யிருந்தன. நாய்களுமில்லை! ஆயின் அவ்வம்மையின் பார்வையில் வீரபத்திரேசர் மட்டும் நல்லிருக்கையில் அமர்ந்திருந்தது தெரிந்தது!

அதற்குள் காமசானியும் உருவாம்பிகையும் வாட்களைக் கரங் களிலேந்தி விடாப்பிடியாக எதிர் நின்றனர். பணிபுரியும் குபுஜா ஏவலர்களின் பின் அவரைக் காண வேண்டுமெனும் எண்ணத் துடன் விரைந்து நடந்த வண்ணம் வந்து சேர்ந்தான். அந்தப் புரக் காவலனை வாயிற்காப்போனும் விரைந்து வந்தான்.

"யாரைச் சிறை செய்யவேண்டும், தாயே?" என்று அவ்வாயில் காப்போன் வினவினன்.

உருத்திராம்பிகை வீரபத்திரேசரை உற்று நோக்கினர். உருத்திராம்பிகையின் பார்வைக்கேற்ப அவர் வீரபத்திரேசரை அங்கு நோக்கி அவரை வணங்கினன். வீரபத்திரேசர் சிறை செய் யப்பட வேண்டியவரென்று அவன் அறியவில்லை.

காமசானி மிக்க சினத்துடன் வீரபத்திரேசரை நோக்கி வசை மொழிகளைக் கூறினள். வீரபத்திரேசர் பதிலேதுங் கூறவில்லை.

"திருடனைப் போன்று இங்கு ஏன் வந்தாய்? குருடனு? அழைக் காமல் ஏன் இங்கு வந்தாய்?—பேசமாட்டாய்? செவிடனு?—வாய டைத்துப் போய்விட்டதா?—பேய்தானு, மனிதனு?—"

என்ன கூறியும் பதிலுரைக்கவில்லை. அமைதி!

காமசானி வாளுடன் அவரைத் தாக்க முயன்று இடது கையினுல் கழுத்தைப் பிடித்துக் கொண்டாள். அவர் மறுப்பேதும் செய்யவில்லை. பின் வாங்கவுமில்லை. காமசானி அவர் கழுத்தின் மீது கை போட்டாள். ஆனுல் கழுத்து கைக் கெட்டவில்லை! வீர பத்திரேசரின் கழுத்திற்குள்ளேயே அவள் கைவிரல்களும் கையும் நுழைந்தன. ஆனுல் அவள் கைக்கு அவர் கழுத்து எட்டிய உணர்ச்சியேயில்லை!

“இது மனிதனல்ல. பேய் தான்!” என்று அவள் திடீரெனக் கூவி வீரபத்திரேசரின் மார்பில் வாளால் குத்தினுள். கத்தி உள் சென்றது. ஆனுல் இரத்தம் கொட்டவில்லை. வீரபத்திரேசரின் உடல் சற்றும் அசையவில்லை.

“இறந்தவர் பேயாக மாறுவதையறிவேன். நீ உயிருட னிருந்தே பேயாக மாறிவிட்டாயா?”—இவ்வர்று கூறிய குபுஜா தனது கரங்களால் வீரபத்திரேசரைப் பிடித்து நெட்டித் தள்ள எண்ணினுள். குபுஜாவுக்கு அவ்வாறியலவில்லை.

இவையனைத்தையும் உருவாம்பிகை மலைத்துப்போய் அசை யாமற் பார்த்துக் கொண்டிருந்தாள். மற்று, உடனே அவள் நினை விலாழ்ந்தாள். வீரபத்திரேசர் இவ்விடம் வருவதற்கு வழியில்லை. இஃதொரு கற்பனைத் தோற்றம். இத்தனை பேருக்கும் இத் தோற்றம் தெரிவது வியப்பானதாகும். இந்திரமாயம் இவ்வாறு தானிருக்குமென்பார்களா!

அறிந்த கணமே உருவாம்பிகைக்கு ஒரு மாற்றுச் செயல் உள்ளத்தில் தோன்றியது.

“அம்மா!”

உருத்திராம்பிகை : என்ன தாயே!

உருவாம்பிகை : திரு விசுவேசுவர சம்பு தேசிகரை ஒரு முறை உள்ளத்தில் ஆழ்ந்து நினைவுபடுத்திக் கொள்ளுங்கள், அம்மா!—அவர் முன்னைய நாள்தான் பெருமந்திரத்தை அருள் செய்து ஆபத்துக் காலங்களின்போது பாதுகாப்புக்கெனப் பயன் படுத்துமாறு அறிவுரை கூறியிருக்கிருர், அம்மா!

இவ்வாறு கூறி அவள் உருத்திராம்பிகையின் படுக்கையின் அருகிலுள்ள திருநீற்றினைக் கையில் எடுத்துக் கொண்டு மந்தரித்து உருத்திரமதேவியின் உடலில் பூசினுள்.

அதற்குள் அவ்வாறு மந்தரிக்கப்பட்ட திருநீற்றை ஒரு சிட்டிகை எடுத்துக் கொண்டு உருவாம்பிகை எதிரில் நன்கு அமர்ந் திருந்த வீரபத்திரேசரின் உருவத்தின்மீது தெளித்தாள்.

உடனே அந்த வீரபத்திரேசரின் தோற்றம் காற்றில் கரைந்து மறைந்தது. அவ்விருக்கையும் பின்னுலுள்ள இருளில் மறைந்து காணுமற் போயிற்று!

18

முழுநிலவன்று ஏகசிலா நகரத்தில் சற்று ஓசை குறைந்தது. ஜன்னிகதேவரும் திரிபுராந்தகரும் உடன் பிறந்தவரான அம்ப தேவருக்குத் தமது குறு நிலத்தின் கணக்குகளையும் சேர்த்து ஒப்ப டைக்கும் பொறுப்பினை அளித்து, பெரும்படையுடன் பல்லவ, பாண்டிய, சோழர்களின் படைகளை எதிர்க்க வீரவிழாவுடன் செல்ல லாயினர். பல சிற்றரசர்கள், குறுநில மன்னர்கள் உருத்திரதேவப் பேரரசரிடம் விடைபெற்றுக் கொண்ட பிறகு தத்தமது தலைமை யிடங்களுக்குச் சென்றனர். கொலனிருத்திரர் கொலனி வீடு போய்ச் சேர்ந்தார். அமைச்சர் அன்னையாவும் வெளியிற் செல்ல நினைத்தாராயினும் தலைநகரை விட்டுச் செல்ல அவருக்கு அரசரின் ஆணை கிடைக்கவில்லை.

மறுநாள் திரு உருத்திரதேவப் பேரரசர் தனிப் பேரில்லத் திற்குத் திக்கசமூபதி, அமைச்சர் அன்னையா, அம்ப தேவர் ஆகி யோரை வரவழைத்துத் தனிப்பட்ட முறையில் அவர்களுடன் பேச்சு நடத்தலானார். அத்தனிப்பேரில்லம் மிகவும் புதுமை யானது. அங்கு அமர்ந்திருந்து பார்த்தால் நகர் முழுமையும் காணப்படும்; அமர்ந்திருப்பவர்களையும் நகர் முழுமையிலும் பார்க்க வியலுமாயினும் இன்னாரென உணர முடியாது.

ஏகசிலாபுரத்தின் இடைப்பகுதியில் தான்தோன்றிப் பெருமான் திருக்கோயில் உள்ளது. அக்கோயிலின் நான்கு கோபுர வாயில் களும் கோட்டையின் நான்கு வாயில்களும் எதிரெதிரில் உள்ளன. சிவபெருமான் வல்லமை மிக்க பல முகங்களுடையவராயினும் சிவாலயம் தென்முகமாக அமைந்துள்ளது. அப்பெரும் ஆலயத் திற்கு முன்னிலையில் மிக அண்மையிலுள்ள இடத்தில் தென் பகுதியில் சிவபெருமானின் பெருந்திருக் குளமுள்ளது. அப்பெருங் குளத்திற்கண்மையில் தான்தோன்றிப் பெருமான் கோயிலுக்கு இருநூறு வீடுகள் தாண்டித் தென்மேற்குத் திசையில் ஒரு பெரும் கற்குன்றிருந்தது. கோட்டைக்கு வடகீழ்த் திசையில் மற்றொரு கற்குன்றிருப்பினும் இப்பெருங் குன்றுதான் அங்கிருப்பனவற்றில் தாய்க்குன்றாகக் காணப்பட்டது. பழைமையில் இந்நகரம் சிறு கிராமமாக இருந்தபொழுது வழிப்போக்கர்கள் அத்திருக்குளத் தருகிலிருந்த தோட்டத்தில் தங்கியிருப்பார்கள். அப்பொழுது அத் தோட்டம் எங்கிருக்கிறதென்று புதியவர்கள் கேட்டால் சமஸ்கிரு தத்தில் பயிற்சியுள்ளவர்களுக்கு, “அதோ, ஏகசிலை காணப்படு கிறதே அங்கு!” என்று குறிப்பிடுவார்கள்; பிராகிருத மொழியின ரிடம், “அதோ, ஒருகல் தோன்றுகின்ற இடத்தில்தான்!” என்று

காட்டுவார்கள். அதுவே பெரிய நகரான பிறகு ஏகசிலா நகரமானது. ஆனால் அந்நகரத்தின் நடுமையத்தில் இல்லையெனினும் அக்குன்று அவ்வாறு நடுவிலிருப்பதாகவே தோன்றியது.

அந்த மாபெருங்குன்றின் மேற் செல்வதற்குக் கிழக்கிலுள்ள சிறு வழியைத் தவிர்த்து வேறு வழியாக மனிதர்களால் ஏறமுடியாது. மற்றெல்லாப்புறங்களிலும் அக்குன்று வெட்டி இழைக்காமல் இழைத்ததாக, நயமாகவும் செங்குத்தாகவும் சரிந்துமிருக்கும்: எனவே கோட்டை கட்டும்பொழுதே காகதீய அரசர்கள் அதனை முன்னிட்டு, மகுடமலை போன்றமைத்து மேல் ஏறிச் செல்லும் வழியுள்ள கிழக்குத் திசைக்குக் கீழ்ப்பகுதியில் அரசரின் வனத்தை அமைத்து, அதில் அழகிய ஆடல் இல்லங்களை அமைத்து, சுற்றிலும் உயர்ந்த மதிற்சுவர்களைக் கட்டினர். அவ்வழியே வரும் அளவுக்கு மலையின் மீதும் கற்சுவர்கள் கட்டினர்.

காகதீயர் ஆடற்குரிய மலையான இந்த 'ஏகசிலைக்கு' அடிவாரத்தில் உள்ள மண்டபங்கள் தாம் பெரும்பாலும் அவர்களுடைய செயற்கூடங்களாகும். அங்கிருப்பவர் கண்களில் விழாமல் எவரும் கேட்குந் தொலைவிற்கு வருவதியலாது. அது நகரத்தின் நடுவிலிருப்பினும் சுற்றிலும் பரந்தவெளியிருந்தது. எனவே அங்கு அமைதி மிக்க சூழ்நிலையிருந்தது. அங்கு அமர்ந்திருப்பவர்கள் ஏகசிலா நகரப்புறத்தையும் தாண்டித் தொலைவில் தென்மேற்கிலுள்ள கோவிந்தராஜசுவாமி ஆலயத்தைக் காணலாம். அதற்கும் மேற்கில் அநுமகொண்டா மலைகளும், அதற்கண்மையிலேயே சாயம்பேட்டை மலையும் தெரியும். இன்னும் தொலைவில் இரும்புக் கல்குன்றும், பண்டைக்காலத்தில் இடும்பனின் வன இல்லம் இருந்ததெனும் மரபுக்கேற்ப இரண்டு தூண்களையொத்த தோற்றமுடைய குன்றையும் அங்கிருந்து காணலாம். அங்குள்ளவர்களுடைய உள்ளத்தில் இவற்றுல் தொலைவிலும் அவை நிகழ்ச்சிகளிலும் கண்டு கலந்து கொள்ளக் கூடியவாறிருந்தது.

"ஆந்திர நாட்டைச் சார்ந்த எல்லைப்புறமனைத்திலும் பகைவர்களின் படையெடுப்புக்கள் தோன்றலாயின. இந்த நான்கைந்து ஆண்டுகளாகவே அண்மையிலுள்ள வேற்றவர் தலைவரான இந்தப் பல்லவக் கோப்பெருஞ்சிங்கனுக்கு மீண்டும் முன்னேக்கி வருந் துணிவு வந்தது. இம்முறை ஜடாவர்ம சுந்தரபாண்டியன் காஞ்சியிலிருந்து நெல்லூர்வரையுமுள்ள நிலப்பாகத்தைக் கைப்பற்றுவதெனபது பெருஞ் சாதனையாகிவிட்டது. வடக்கிலிருந்து கலிங்கர்கள் பீடாபுரம் வரையிலும் கைப்பற்றி வந்து, தென்திசையிலிருந்து வரும் கோப்பெருஞ்சிங்கனுடன் சேர்ந்து கொள்ளக் கருதித் திட்டமிட்டிருந்தனர். சோழச் சிற்றரசர்கள் அனைவரும் பகைவர் படையுடன் சேர்ந்து கொண்டனர். கொண்டூர் தலைவனை நாக

தேவன் பகைவர்களின் வருகையை நோக்கமாகக் கொண்டு, காக தீய அரசரை மதிக்காமலிருப்பதுடன் தமது குறுநிலமெங்கும் அரச ருக்கு எதிர்ப்பான செயல்களைச் செய்து வந்தான். இன்னும் குழப்பம் ஏதும் தோன்றுமலிருப்பது மேற்குப் பகுதியில் மட்டுந்தான். அதன் தெற்குப்பகுதியில் ஹொயசாலர்கள், வடபாகத்தில் யாதவர் கள் நமக்குப் பெரும் பகைவர்கள். அப்பாகத்திலிருந்து இந்த ஆந்திர நாட்டிற்குப் பெரும் 'பிரளயம்' என்றும் வரக்கூடும். அவர் களுக்கு மிகுந்த பகைமை தோன்றக் காரணங்கள் உள்ளன. அவர் களுக்கு மிக்க வலிமையிருந்தது. அவர்கள் மேலுக்கு அமைதியாக இருப்பதுபோல் காணப்படினும் நாம் ஏமாந்து இருக்கவியலாது. நமது நாட்டின் நிலைமைகள் மிகவும் சீர்கேடடைந்த பிறகு பெரும் படையுடன் வந்து நம்மை அடக்கி வெல்லும் உறுதியுடன் அவர் கள் இருந்திருப்பார்கள். தலைநகரத்தில் சமணக் கணக்கர்கள் புரிந்த இயக்கத்துடன் நமது கண்கள் திறந்து விட்டன. பகைவர் படை நம்மை எதிர்பாராதவாறு தாக்கினால் இந்த மண்கோட்டை நம்மைப் பாதுகாத்து விடாது. அதனிலும் மண்கோட்டையைச் சார்ந்தவாறு கர்னுடக நாட்டிலிருந்து வந்த மக்கள் பலர் வாழிடங் களமைத்துக் கொண்டிருக்கின்றனர். இந்தச் சமணக் கணக்கர் களின் இல்லங்களும் பெரும்பாலும் அங்கேயிருக்கின்றன! —"

இவ்வாறு திக்கசமூபதி விளக்கிக் கூறிக்கொண்டிருந்தார். அமைச்சர் அன்னையா கேட்டார்.

"இந்த மண்கோட்டையினுள் ஒரு கருங்கற் சுவர்க்கோட் டையும், மீண்டும் அரசரின் பேரரண்மனையைச் சுற்றிலும் மற்று மொரு கற்சுவரையும் அமைப்பதற்கான விவரங்களைத் தொடுத் தளிக்குமாறு முன்னதாகவே கட்டிடக்கலைஞருக்குக் கட்டளை பிறப் பிக்கப்பட்டுள்ளதல்லவா? அவை எவ்வளவு ஆகியிருக்கும்?

திக்கசமூபதி: அவற்றை உங்களிருவரின் முன்பு வைக்க வேண்டுமெனவே உங்களிருவரையும் தலைநகரத்தில் பேரரசர் இருக்கச் செய்தது!

அமைச்சர் அன்னையா: நல்லது, எங்கே?

திக்கசமூபதி அறிவிப்புக் கென்று சிறு சங்கொன்றை முழங் கினுர். சற்று நேரத்தில் உருவாம்பிகை சில படங்கள் வரைந்த ஏடு களுடன் அங்கு வந்தாள். அவற்றில் 'அடித்தளம்' இடும் அமைப்புக் கான வரைப்படங்கள், கணக்குகள் விவரங்கள் முதலானவை உள்ளன. அவற்றைக் கொண்டு வந்தவள் கொடுத்து விட்டு விடைபெற்றுச் சென்றிருக்க வேண்டும்.

ஆனுல் உருவாம்பிகை புதுமையாக அங்கேயே அசையாமல் நின்றுள். உருத்திராம்பிகையாகிலும் வந்தவளைப் போகுமாறு

உணர்த்தவில்லை. எனவே அமைச்சர் அன்னயா வியப்படைந்து உருவாம்பிகையை உற்று நோக்கினர். உருவாம்பிகையை அது வரைக்கும் தன்னையே மிக்க ஆவலுடன் அசைவற்ற பார்வையுடன் நோக்கியதாக உடன் அவர் உணர்ந்தார். அவர் பார்வை அவள் மீது விழுந்ததும் உருவாம்பிகை வெட்கத்துடன் தலையைத் திருப்பிக் கொண்டாள். அவள் அதுவரைக்கும் அன்னம தேவரையே தன்னை மறந்து பார்த்துக் கொண்டிருந்த நினைவும் அவளுக்கில்லை. அன்னயாவின் பரந்த கண்களில் அரியதோர் ஒளி காணப்பட்டது. உருவாம்பிகை எளிதில் ஆண்கள் தன்னைப் பார்க்க நேரின் சற்றும் திரும்பிப் பார்க்க வெட்கமுறும் பழக்கமுடையவளல்லள். ஆனல் அவ்வாறு அவள் பார்ப்பதில் எத்தகைய மாறுபட்ட எண்ணமும் தோன்ருது. அவளுக்கு ஆண் பெண் வேற்றுமையற்ற எண்ண முள்ள இயல்பினள் எனும் பரந்த நோக்கும் தோன்றும்.

ஆனல் இன்று அமைச்சர் அன்னயா, 'இன்னும் ஏன் வெளிச் செல்லவில்லை?"என்றுகேட்பதைப் போன்று தன்னைப்பார்த்தவுடன், தனக்கு முன்னர் என்றுமே ஆடவர் பார்வை படாதவளைப் போன்ற வெட்கமும் இவருடைய பார்வை உண்டாகியதேன்? தான் அவரை அத்தனை நேரம் ஏன் பார்க்க வேண்டும்? அவருடைய பொன்னிற உடல்,உயர்ந்து பருத்த மார்பு, திரண்ட தோள், எடுப்பான மூக்கு, பரந்த கண்கள் ஆகியவற்றைப் பார்த்ததும் யாருக்குத்தான் மீண்டும் மீண்டும் பார்க்க வேண்டுமென்றிராது? இதற்கு முன்பு எப்பொழுதும் அவருடைய அழகு மிகு தோற்றத்தை அத்தனை அண்மையிலிருந்து உருவாம்பிகை பார்த்ததில்லை. 'அவரைப் பார்ப்பது இன்று கண்களுக்கொரு விருந்தாக இருக்கிறது. ஆயினும் தான் அவரை அத்தனை நேரம் பார்த்துக் கொண்டிருந்ததற்கு மிகவும் வெட்கமாகயிருக்கிறது. தான் பார்த்தது அவருடைய பார்வையிலும் விழுந்துவிட்டதே.' இவ்வெண்ணத்துடன் உருவாம் பிகையின் உடல் முழுமையும் நாணியது முகத்தை அவள் தாழ்த்தி யும் அந்தச் சென்னிற முகம் பொலிவு மிகுந்த கோவைக்கனி போன்று மேலும் செம்மையானது.

வெட்கப்படும் அந்தப் பதினறு வயதுள்ள பார்ப்பனப்பெண்ணை அமைச்சர் அன்னயா தமது பரந்த கண்களால் முதலில் சினத் துடன் பார்த்தார். ஆயின் அவர் அவளுடைய நாணத்தைக் கண்டு அதற்குள் முற்றிலும் வியப்படையலானர். அதனல் உருத்திராம் பிகை அமைச்சர் அன்னயாவின் ஐயத்தை உணர்ந்து தெளிவாக் கினர்.

" அவ்வம்மையை நான்தான் இருக்கச் செய்தேன். அவளுக்கு இந்த ஏடுகளிலுள்ளவை தெளிவாகத் தெரிந்தவைதாம்!"

அப்பேச்சுடன் அமைச்சர் அன்னையா உளமகிழ்ந்து முன் போலவே செயல்களில் ஈடுபட்டார். திக்கசமூபதி அன்னமடி தேவருக்கும் அம்பதேவருக்கும் கற்சுவர் கோட்டையமைப்பினை விளக்கிக் கொண்டிருந்தார். இடையிடையில் அவர்களுக்குக் கோபுரவாயில்கள், உட்கோபுரங்கள், அகழிகள் எங்கெங்கு அமையு மென்பதனையும், நிலத்தின் தொலைபகுதியினை விரலால் சுட்டிக் காட்டி விளக்கஞ் செய்தார். அவர்கள் இருவரும் அதனை நுண்மை யுடன் முற்றிலும் உணர்ந்து கொண்டனர்.

பெருங்கற் சுவர் எவ்வளவு உயரம்? எவ்வளவு கனமுள்ளது? மண் கோட்டைக்கு எத்தனை தொலைவில்? அஃது எந்தெந்த நகர வாடைகளருகில் வரும்? இதனைக் காப்பதற்கு எங்கெங்கு எவ்வளவு படைகளை அமைக்க வேண்டும்? அவை எத்தகைய படை? அகழி க்கு நீர் வருவதெங்ஙனம்? இவ்வளவு கற்கள் எங்கிருந்து வரும்? எவ்வாறு? இவ்வாறு பல வினாக்கள் எழுந்தன. அவற்றுக்கு விடைகள் முடிவு செய்யப்பட்டன. முதலில் அரண்மனையைச் சுற்றிலும் இரண்டு கற்சுவர்களையும், அவற்றிற்கிடையில் நீரின் மீது மிதக்கும் எடை குறைந்த மிக்க உறுதியான செங்கற்களுடன் வலிமை மிக்க சுற்றுச் சுவர் மகாசிவராத்திரிக்குள் கட்டி முடிக்க வேண்டும். இதற்கிடையில் பெருங்கற்சுவருக்கான கற்களை இரும்புக்கல் மலையிலிருந்து கொண்டு வரவேண்டும். மூன்றாண்டு களுக்குள் கல்லாலான கோட்டை மதிற்சுவரை அமைத்து நிறை வேற்ற வேண்டும். கட்டிடவல்லுநர்களையும் கல்லுடைக்கும் சிற்பி களையும் எவ்வளவு செல்வம் அதிகமாகத் தரவேண்டியிருப்பினும் அவ்வாறு அளித்து ஆயிரக்கணக்கானவர்களை இதற்கென அமர்த்த வேண்டும்.

இந்த உரையாடலில் உருவாம்பிகை ஏதும் கலந்து கொள்ள வில்லை. ஆனால் அன்றைய செயல் நிகழ்ச்சிகள் யாவற்றையும் ஒவ்வொரு சொல்லாக அவள் கேட்டுணர்ந்து இதய ஏட்டினில் பதியச் செய்து கொண்டவளைப் போன்று அமைச்சர் அன்னையா வுக்கும் அம்பதேவருக்கும் தெளிவாயிற்று. இந்தப் பெண் யார்?

இவள் பட ஏடுகளைக் கொண்டு வந்தபொழுது உருத்திராம் பிகையை, ''அம்மா'' என்று அழைத்தாள். அது மதிப்புக்கென்று அழைத்ததாக விருக்கலாம். ஆனால் உருத்திரமதேவி இவளை ''அம்மை'' என்று மகளை அழைப்பது போன்று கூறினாரே! இவருடைய மகளென்றால் நமக்குத் தெரியாதா? இவளுக்கு உருத்திர மதேவிக்குரிய எந்த ஒப்புவமையுமில்லையே! மேலும் இவள் அந்தணப் பெண்ணாகத் தோன்றுகின்றாளே!

கற்கோட்டை உள்ளங்கவரும் வண்ணம் பார்ப்பவரை ஆந்திர அரசர்களின் பெருஞ்செல்வச் செருக்கினை வியத்தகு வண்ணஞ்

செய்யுமாறு அமைத்தல் தேவை! அதனால் மேலும் சற்று பேச்சு நடந்தது. கட்டிடக் கலைஞர்கள் கோபுரவாயிலுக்குப் பல வகையான உருவப்படங்களைக் கொடுத்தனர். சில உறுதியுள்ளதாய் வேலைப்பாடின்றி இருந்தன. சில சற்று வலிமை குன்றியதாகவும் சிறந்த சிற்ப வேலைப்பாடுகளுடன் இருந்தன. அவை பார்த்தவுடன் காண்போரைக் கவருமாறிருந்தன. மற்றுஞ் சில வலிமை பொருந்தியும் அழகிய சிற்பங்களுடன் பொலிவுற்றன. அவற்றில் அனைவரும் ஒரு மனதுடன் மூன்றும் வகைகளில் நன்கு சிறந்த உருவங்களைத் தேர்ந்தெடுத்தார்கள். ஆந்திர வீரர்களின் உள்ளங்களைப் போன்று இந்தக் கோட்டைச் சுவர்களும் உறுதியாகக் கவர்ச்சியுடனிருக்க வேண்டும். நுண் வேலைப்பாடுகள் கோட்டைச் சுவர்களுக்கேற்றவையல்ல. கோபுரவாயிலருகில் இரு புறமும் வாய்பிளந்து விழித்த கண்களுடன் கூடிய சிங்க உருவங்களை அமைக்க வேண்டும். அவற்றைக் கருங் கற்களால் நிறுவ வேண்டும்!

அப்பொழுது உருத்திரமதேவியின் கண்ணசைவினைக் கண்டு உருவாம்பிகை அங்குள்ள 'ஏகசிலை' வாயிலுக்குச் சென்றாள். கொண்டபல்லியில் செய்யப்பட்ட மரத்தாலான யானையொன்றும் குதிரையொன்றும் பிரதாபருத்திரனின் விளையாட்டுக்கென்று எடுத்துச் சென்றனர். அவ்விரண்டும் மிகவும் பெரிய உருவத்தில் சிறுவன் ஏறுவதற்கேற்ப 'வசதி' யுடனிருந்தன. அவற்றின் அடியிலுள்ள சக்கரங்கள் மீது ஏறியிருப்பவரை ஓட்டிச் செல்லவும் இயலும்.

திக்கசமூபதி புன்னகையுடன் பிரதாபருத்திர தேவனை அழைத்தார். "பிரதாபருத்திரதேவா, உங்களுக்கு உருத்திரதேவப் பேரரசர் என்ன வேண்டும்?"

பிரதாப : அம்மா!

அச் சொல்லால் உருத்திராம்பிகையின் தாய்மை மிகவும் ஆண்மைப் பண்பினை விட்டுப் புன்னகை பூத்தார்.

திக்கசமூபதி : ஆனால் இந்த உருவாம்பிகை?

பிரதாபருத்திரதேவன் பேசாமல் உருவாப்பிகையை நோக்கினான் அம்பார்வையில் அவனுக்கு "உருவாம்பிகை என்றதும் சற்றும் விருப்பமில்லாமை வெளிப்பட்டது. உருத்திரமதேவி பேசத் தொடங்கினார். "உருவாம்பிகை பிரதாபருத்திரதேவருக்கு ஓரளவுக்குப் பாட ஆசிரியை ஆவாள்!"

அம்பதேவர் கேட்கலானார். "பிரதாபருத்திர தேவர் இந்தக் குதிரை ஏறி விடுவாரா?"

"ஓ!" என்று கூறி, பிரதாபருத்திரன் அந்த மரக்குதிரை மீதேறி, காலால் தள்ளிக் கொண்டு அந்த மேடையின் மீது விரைந்து சென்ருன். சிறுவனின் சுறுசுறுப்பை அனைவரும் மெச்சினர்.

"ஆனல், யானை எதிரில் வந்தால் என்ன செய்வீர்கள்?" இக் கேள்வியை திக்கசமுபதி கேட்டார்.

பிரதாப: எதையும் எதிரில் வர விட மாட்டேன்!—காட்டுகிறேன்!

உருவாம்பிகைஅந்தப் பெரியயானையைஅவனருகில்தள்ளினுள். அதனை அருகில் வரச்செய்து பிரதாபருத்திரன் மின்னல் மின்னுவதைப் போன்று விரைந்து தன் குதிரையை முன்னேக்கித் தள்ளி யானையை மோதிப் பின்னேக்கித் தள்ளினுன்.

அன்னமதேவர்; ஆனுல், பிரதாபருத்திரருக்கு வாட்சண்டை தெரியுமா?

உருத்திரமதேவி: நீங்களே அறிந்து கொள்ளுங்கள்!—பிரதாபருத்திரா! எதோ!

உடனே பிரதாபருத்திரன் குதிரைமீதும் யானையின் மீதும் பொருத்தியிருந்த இரண்டு மரக்கத்திகளை உருவிக்கொண்டு, அதில் ஒன்றை அமைச்சர் அன்னையாவை எடுத்துக்கொள்ளுமாறு கோரிஞன். அமைச்சர் அன்னையா அதில் வலிமையற்றதை எடுத்துக் கொள்ளும்பொழுது "அது நல்லதல்ல. இதை எடுத்துக்கொள்ளுங்கள். வாருங்கள்!" என்று பிரதாபருத்திரன் வேண்டுமென்றே நல்லதை அன்னையாவிடம் கொடுத்து, இரண்டாவதைத் தானெடுத்துக்கொண்டு கத்திச் சண்டைக்கு வருமாறு அழைத்தான்.

அமைச்சர் அன்னையா சிரித்தவாறு, "பளபளக்காத கத்திச் சண்டை எதற்கு?" எனவே, "இப்பொழுது தப்பித்துக் கொள்ளாமல் வாருங்கள்! பளபளப்பு வேண்டாம்!" என்று பிரதாபருத்திரன் விரைந்தான். அன்னையா அந்தக் கத்தியைக் கையில் பிடித்துக் கொண்டு புன்னகை பூத்தவாறு நின்ருர்.

பிரதாபருத்திரன் தனது கத்தியுடன் விரைந்து அன்னையா மீது தாக்கத் தொடங்கினுன். அன்னையா மகிழ்ச்சியுடன் அச்சிறுவனின் கத்தித் தாக்குதலைத் தமது கத்தியால் ஏந்திக் கொண்டு அமைதியாக இருந்தார். எதற்கும் அன்னையாமீது அடிக்கவியலாமல் அயர்ந்து, ஒரேயடியாக அன்னையாமீது பாய்ந்து அவரைப் பிடித்துத் தள்ள முயன்ருன். அமைச்சர் அன்பும் வியப்பும் மேவிட்டு கடுகிவந்த அச்சிறுவனைக் கரங்களில் ஏந்திக் கொண்டார். ஆனுல் சிறுவன் போரை நிறுத்தாமல் கைகால்களால் அன்னையாவை நன்கு புடைத்தான்.

அம்பதேவர், அன்னயா இருவருமாக, ''இவருக்கு மகாதேவ ராயருடைய ஆற்றல் வந்து விட்டது!'' என்று கூறவும், உருத்திரம தேவி மலர்ந்த முகத்துடன், ''அதுமட்டுமல்ல! —அமைச்சர் அவர் களை அவ்வாறு பிடித்துக் கொண்டு அடிக்கலாமா? அவரை வணங்கு!'' என்ருர்.

உருத்திராம்பிகை அவ்வாறு கூறும் வரையிலும் அவர் அமைச் சர் அன்னயாவைப் பிடித்தபிடி விடவில்லை. உருத்திராம்பிகையின் சொற்களைக் கேட்டதும் சிறுவன் போரை நிறுத்தினன். மேலும், ''அடி விழந்ததா?'' என்று அன்னயாவைப் பரிவுடன் கேட்டு அவருக்குப் பணிவுடன் வணங்கினன். அவன் வணங்குவதிற் காட்டிய நடைக்கு அனைவரும் வியந்து களிப்படைந்தனர்.

''நீடூழி வாழ்க! நெடுங்காலம் வாழ்க!'' என்று கூறி அமைச்சர் அன்னயா சிறுவனை வாழ்த்தினர்.

பிறகு உருத்திராம்பிகை மெதுவாகப் பிரதாபருத்திரதேவனை அனுப்பிவிட்டு, அமைச்சர்களுடன் மற்ற உரையாடல்களில் கலந்து கொண்டு அங்குச் சற்று நேரம் கடத்தினர். பிறகு அவர் அவர்களை இவ்வாறு கேட்டார்.

''நாம் எமது சிற்றரசர்களில் ஒருவருக்கு அசோக மலர்களை அனுப்பினதற்கு, அவர் அதைப் பெற்றுக் கொண்டு தாழம்பூக்களை அனுப்பினர். அதிலுள்ள உட்பொருள் என்னவென்று அமைச்சர் கள் கூறுவீர்களா?''

திக்கசமூபதி, அமைச்சர் அன்னயா, அம்பதேவர் ஆகியோர் ஒருவரை யொருவர் நோக்கினர்.

''அவ்வாறு செய்த சிற்றரசர் யாராக இருப்பார்?'' என்பது அவர்களின் உள்ளத்துள் தோன்றிய வினு. ஆனல், எவ்வாறு கேட்பார்கள்? சற்று நேரம் அவர்கள் அமைதியாக இருந்தார்கள். உருவாம்பிகையின் உடல் சிலிர்த்து விட்டதா? எதற்காக?

மீண்டும் உருத்திராம்பிகை எண்ணமேதுமற்றவராகக்கேட்டார்.

''தாழைமலர் வழிபாட்டிற்குப் பயன்படத்தக்கதா?''

அமைச்சர் அன்னயா: அது சிவபெருமான் நிந்தனைக்குள் ளானதல்லவா?

திக்கசமூபதி: உங்களுக்கு அந்தச் சிற்றரசர் அனுப்பிய தாழைமலர்களை நாங்கள் பார்க்கலாமா?

''தவருமல்!'' என்று உருத்திரமதேவி கூறினர். உருவாம் பிகை வாயில்வரைச் சென்று ஏதோ குறிப்புணர்த்தவும், தங்கத் தட்டொன்றேந்திய ஏவலனொருவன் அங்கு வந்தான். அதில் மகாளய அமாவாசையன்று வீரபத்திரேசர் அனுப்பிய தாழைமலர்

களிலிருந்தன. அம்மலர்களின்மீது அரத்தின் கருக்குள்ள இதழ்கள் அப்படியே இருந்தன.

தாழைமலர்கள் விரைவில் வாடமாட்டா. ஆனல் பதினறு நாட்களாகிவிடவே வாடிய தோற்றத்துடனிருந்ததுடன் காயவும் தொடங்கியிருக்குமல்லவா? அவை புதிதாக அனுப்பியவையல்ல வென்று அனைவரும் தெரிந்து கொண்டவுடன் அவர்களுடைய உள்ளங்களில் சற்றுச் சுமை குறையலானது. அரத்தைப் போன்றிருந்த அம்மலர் இதழோரங்கள் அவர்கள் அனைவருடைய பார்வையையும் ஈர்த்தன.

"இவற்றை அனுப்புதல் பேரரசரை மிகவும் அவமானப்படுத்துவதாகும்! அரத்தை நினைவுபடுத்துகின்றன, அல்லவா இவை!" என்று அம்பதேவர் தெளிவுபடுத்தினர்.

அம்மலரை அமைச்சர் அன்னயா தமது கண்களால் எண்ணிக் கொண்டிருந்தார். ஆனல் அவற்றின் உள்ளே அவை மடங்கிக் கிடந்தமையால் முடியாமற் போயிற்று. உருவாம்பிகை தலை குனிந்தவாறு அதனை நுணுக்கமாக உணர்ந்து, அந்தத் தட்டினை அருகினில் கொண்டுவந்து, 'அம்மா' இதில் எத்தனை இருக்கிறது?" என்று எண்ணத் தொடங்கினள்.

உருவாம்பிகையின் நுண்ணறிவுக்கு அமைச்சர் அன்னயா வியந்து அவளை நோக்கிக் கொண்டிருந்தபொழுது உருவாம்பிகை எண்ணுவதை முடித்து, "பத்து" என்றாள்.

"பத்துத் திசைகளிலிருந்தும் அந்த அரங்களை ஏவும் உட்பொருளிருக்குமா?" என்று அமைச்சர் அன்னயா கடுமையான எண்ணத்திலாழ்ந்தவரைப் போன்று கூறினர்.

உருவாம்பிகையும் உருத்திரமதேவியும் ஒருவரை ஒருவர் பார்த்துக்கொண்டனர். "அமைச்சர்கள் முன்னிலையில் இந்தச் செய்தியைத் தெரியப்படுத்த வேண்டுமா என்று முதலில் நாம் தயங்கினோம். இப்பொழுது ஒரு சிறப்பு தெரியவந்தது. பத்துத்திசைகள், பத்துத் திசைகள்!—" என்றவாறு சிந்தனையிலாழ்ந்தாள் உருத்திராம்பிகை.

அம்பதேவர்: பகைவர் படையுடன் எட்டுத் திசைகளிலிருந்தும் வரலாம். நிலத்தினூடேயிலிருந்தும் வானத்திலிருந்தும் செயல்படுவதன் மூலம் பகைமையை நிறைவேற்ற முயற்சி செய்யலாம்.

உடனே உருத்திராம்பிகை விஜயதசமியன்றிரவு கண்ட தீக்கனவும், வீரபத்திரேசரின் ஆவியுருவம் கண்முன் தோன்றியதையும், உள்ளத்திலாடியதையும் நினைக்கலானர்.

"அச்சிற்றரசருக்கு நீங்கள் ஏன் அசோக மலர் அனுப்பினீர்கள் என்பதைக் கேட்கலாமா?"

இவ்வாறு அமைச்சர் அன்னையா கேட்கவும் உருத்திராம்பிகை எண்ணங்கலைந்து, கனவிலிருந்து விழித்தவர் போன்று, "ஆம், எமது சிற்றரசருக்கு நாம் அசோக மலர் அனுப்பினோமல்லவா!—அவர் எம்மை அரங்களினால் பத்துத் திசைகளிலிருந்தும் அறுக்க முயற்சிப்பார் போலும்!"

அம்பதேவர் வீரவுணர்ச்சியுடன் கூறினார்.

"அத்தகைய சிற்றரசர்களுடைய இல்லம் முழுமையும் அசோக மலர்களுடன் நிறைந்திருப்பினும் அவருக்குச் சோகம் தொலைவி வில்லை!"

திக்கசமூபதி முதலிலேயே அச்சிற்றரசர் வீரபத்திரேசர் எனக் கருதியிருந்தமையால் அவ்வுரையாடலில் அதிகமாகக் கலந்து கொள்ளத் தயங்கினார்.

அத்தகைய நேரத்தில் மேசய்ய நாயகர் பேரரசரைக் காண விரும்புகிறார் என்று ஏவலன் வந்து கூறினான்: உடனே அனுப்பி வைக்குமாறு உருத்திராம்பிகை ஆணையிட்டார்.

மேசய்ய நாயகர் வணக்கங்கள் கூறிய பிறகு சில ஏடுகளைத் திரு உருத்திரதேவப் பேரரசரின் திருவடிகளிலிருந்த தட்டில் வைத்துப் பணிவுடன் நின்று கொண்டிருந்தார்.

அவ்வேடுகளை ஒவ்வொன்றாக உருத்திராம்பிகை படித்துக் கொண்டிருந்தார். படிக்கப் படிக்க அவ்வம்மையின் முகத்தில் பல தோற்றங்கள் காணப்பட்டன. முதலில் வியப்பு பிறகு சினம், பிறகு சொல்ல வியலாத குழப்பம், என வரிசையாகத் தோன்றலாயின. இதயக் கிடக்கையில் எங்கோ பொதிந்து கிடந்த ஒன்றுக்கொன்று மாறுபட்ட உணர்வுகள் எத்தனையோ மறைவின்றி அவ்வம்மையின் முகத்தில் கூத்தாடலாயின. பேரரசரின் உள்ளத்துணர்வு இவ்வாறு முகத்தில் எதிரொளிப்பது அரிது!

"என்னுடைய கடமைகளை நிறைவுடன் செய்து முடிப்பதற்கு எனக்குத் தனி உரிமைகள் தேவையென மனுச் செய்து கொள்கின்றேன்!"—உருத்திராம்பிகை ஏடுகளைப் பார்ப்பது முடிந்ததும் மேசய்ய நாயகர் இவ்விண்ணப்பம் செய்து கொண்டார்.

உருத்திராம்பிகை ஆழ்ந்த எண்ணமிட்டவாறு பேசவில்லை, சற்று நேரம் பொறுத்து மேசய்யா மீண்டும் அவ்வாறு கோரினார்.

"நாட்டில் எத்தகையோரையும் சிறைப்படுத்தும் உரிமை எனக்குத் தேவை. பேரமைச்சராயினும் சிறைப்படுத்தும் பொறுப்புரிமை அளிக்குமாறு வேண்டுகின்றேன்!"

உருத்திராம்பிகை: தக்க காரணங்களை விளக்கினால் நாம் அத்தகைய உரிமையை அளிக்கமாட்டோமென்று ஏன் ஐயப்பட வேண்டி வருகிறது?

மேசய்யா: அவ்வாருயின், அந்த ஏடுகளைப் பார்த்தீர்க ளல்லவா! அமைச்சர் அன்னையாவை இப்பொழுதே சிறை செய்ய ஆணை தருமாறு கேட்டுக் கொள்கிறேன்.

அம்பதேவரும் திக்கசமூபதியும் திகைத்துப் போனூர்கள். அமைச்சர் அன்னையா! அமைச்சர் அன்னையா அதிர்ச்சியேது மடையவில்லை. அவருக்கு அஃதோர் ஆற்றலாகத் தோன்றியது.

உருவாம்பிகையின் கால்கள் நிற்கவியலாமல் தோய்ந்து உட் கார்ந்து விட்டாள்.

அதற்குள் உருத்திராம்பிகை இவ்வாறு கூறினூர்.

"நாம் மேசய்ய நாயகரின் முடிவுக்கு ஒப்ப வியலாமலிருக்கின் ரேம். இந்த ஏடுகளில் ஐயத்திற்கான கூறுகள் உள்ளன. ஆனல் ஐயமில்லாமல் குற்றத்தைச் சாட்ட அடிப்படைச் சான்றுகள் காணப் படவில்லை. இவ்வேடுகளனைத்தும் பகைவர்களால் கற்பிக்கப்பட் டவையாக இருக்கலாம். எமது குடும்பத்தில் வழிவழியாக அவர்கள் காட்டி வந்த நன்றியுணர்வை இவை குறைத்து விடமாட்டா!"

அச்சொற்களைக் கேட்டு எவரும் பேசவில்லை அமைச்சர் அன்னையாவும் சற்று வியப்படைந்தாராயினும் தம்மைக் குறித்த ஐயத்திற்கு அதில் தலையிடுவது சரியில்லையென்று அமைதியாக இருந்தார். மேசய்ய நாயகர் சிறிதளவும் தமது முடிவை மாற்றிக் கொண்டதாகத் தெரியவில்லை.

அமைதியாக அவ்வேடுகளை மேசய்யாவிடம் கொடுத்து, அமைச் சர் அன்னையாவிடம் தருமாறு கூற அவர் இவ்வாறு கூறினூர். வஞ்ச கனுக்கு அவனுடைய வஞ்சகத்தை நிரூபிக்கச் செய்யும் ஏடுகளையே பேரரசர் கொடுக்கச் சொன்னூல் அவர் யாது செய்வார்?

அமைச்சர் அன்னையா அந்த ஏடுகளை ஆய்ந்து பார்த்தார். அவ்வாறு அவர் பார்த்துக் கொண்டிருந்தபொழுது அவருடைய முகத் தோற்றங்களை உருத்திராம்பிகை அக்கறையுடன் உற்று நோக்கிக்கொண்டிருந்தாள். மேசய்யா அசையாமல் குற்றவாளியைப் பார்க்கும் வகையில் அன்னையாவைப் பார்த்துக் கொண்டிருந்தார்.

அமைச்சர் அன்னையா ஏடுகளில் சிலவற்றை மீண்டும் மீண்டும் ஆராய்ந்தார். சிலவற்றை முன்னும் பின்னும் திரும்பிப் பார்த்தார். அமைதியாகச் சிந்தனை செய்யலானூர். மீண்டும் அவற்றை மேசய்ய நாயகரிடம் கொடுத்து விட்டார்.

உருத்திராம்பிகை கேட்டார்:

"அமைச்சர் அன்னையா, அனைத்தையும் பார்த்திர்களா?"

அமைச்சர் அன்னையா: அந்த ஏடுகளில் பெரும்பாலானவை கற்பனையானவை. உண்மையான ஏடுகள் சில உள. அவற்றைப்

பொய்யேடுகளுடன் சேர்த்துப் படிக்காவிடில் உண்மைப் பொருள் இருக்கும். ஆயினும் நானும் மேசய்ய நாயகருடைய கருத்துடன் ஒத்துப் போவேன்!''

அச்சொற்களுக்கு மேசய்ய நாயகர் அதிர்ச்சியடைந்தார். அவர் நெடிது ஆழ்ந்தாராயாமல் இதை உறுதிப்படுத்த மாட்டார். அச்சொற்களுடன் அவருக்கே தாம் தமது உறுதியிலிருந்து மாறு பட்டு விட்டோமா என்ற ஐயப்பாடு தோன்றியது.

திக்கசமூபதியும் அம்பதேவரும் எதுவும் தோன்ருமல் அசை வற்ற நிலையிலாழ்ந்தார்.

உருவாம்பிகை இதயம் கடகடவென்ற திரிந்து கொண்டி ருந்தது. அவள் கண்கள் சுழன்றன. உருத்திராம்பிகையையோ அன்னமதேவரையோ அவள் பார்க்கவியலாமல் சுயம்பூதேசுவரரின் கோயில் கோபுரத்தின் மீதுள்ள பொற்குடங்களைப் பார்த்துக் கொண் டிருந்தாள்.

உருத்திராம்பிகை கேட்டார்: ''அமைச்சர் அன்னையா தமது கருத்தினைத் தெளிவுபடுத்துவீர்களா?''

அமைச்சர் அன்னையா தெளிவுபடுத்தினுர்.

''எனக்கிருக்கும் செயற்பொறுப்பளவிற்கு உரிமையிருக்கும் ஒருவர்மீது இவ்வளவு கடுமையான ஐயப்பாடிற்கும்பொழுது, அது தீராமல் பொறுப்பிலிருத்துவது அரசமுறைக்கு மாருனது. ஒரு வஞ்சகன் சிறையிலிருந்து ஏமாற்றித் தப்பிச் செல்வதற்கு எங்கள் செயலகத்திலிருந்து ஆணையேடுகள் சென்றதாகக் காணப்படு கின்றன. மேலும் எங்களுக்கு நாகதேவனுடனும் தேவகிரி அரச ருடனும் கடிதப் போக்குவரத்து நடப்பதாகச் சற்று ஐயப்பாடுண் டாகின்றது. இவையன்றி ஐயமுள்ள நிலையிலுள்ள மனுமகண்ட கோபாலனின் பாற்பட்டவர்களுக்கு நான் வலிமையளிப்பது போலவும் காணப்படுகின்றது. இதனில் இறுதியானதில் ஓரளவு உண்மையில்லாமற் பேசவில்லை.

''எனக்கு இன்று தனிமையில் அரசியல் மறைபொருள்களைத் தெரிவித்திருக்கின்றீர்கள். அதனுல் என்னைத் தனிமையில் உரிமை யுடன் விட்டு வைப்பது நல்லதன்று என எனக்கே தோன்று கின்றது''

உருத்திராம்பிகை வீரஉணர்ச்சியுடன் கூறினுர்.

''எமக்குத் தோன்றிய கருத்தையே அமைச்சர் அன்னையாவும் விடையிறுத்தார்கள். இச்செய்தி மட்டுமின்றி முன்னரும் எத் தனையோ செய்திகளில் அமைச்சர் அன்னையாவின் உதவி பெற்று வந்திருக்கின்ருேம். மேசய்ய நாயகர்! அமைச்சர் அன்னையாவிற்கு ஒரு தனிப்பேரில்லம் அரண்மனைக்குள் பார்த்துத் தெரிவியுங்கள்.

எத்தகைய குறைபாடுகளுமில்லாமல் அரச உறவினர்களுக்குரிய வகையில் தனிமையில் அவருக்குரிய பெருமைகள் ஏற்படுமாறு பார்த்துக் கொள்ளுங்கள்.''

மேசய்ய நாயகர் விடைபெற்றுச் சென்றார்.

உருத்திராம்பிகை அமைச்சர் அன்னயாவை நோக்கிக் கேட்டார்.

''நீங்கள் அங்கு எவ்வளவு காலம் இருக்கவேண்டுமோ! பொழுதுபோக்குவதற்கு உங்களுக்கு எத்தகைய ஏற்பாடுகள் தேவை?''

அமைச்சர் அன்னயா சிந்தனையேதும் செய்யவில்லை. உடன் பதிலளித்தார்.

''எனக்கு இந்த ஆட்சி அலுவல் பொறுப்புக்களினால் மறை நூல், தத்துவ நூல் பயிலும் வாய்ப்பில்லாமற் போயிற்று. நான் மறையில் வல்லவராகிய வேதியர் நால்வரை என்னிடம் வந்துபோகுமாறு ஆணை கிடைத்தால் மிகவும் வாய்ப்புடையவனாவேன்.''

உருத்திராம்பிகை : நல்லது, தவறாமல் அவ்வாறே செய்கிறேன். இன்னும் ஏதாவது கோருகிறீர்களா?

அமைச்சர் அன்னயா : உள்ளது. என்மீது தோன்றிய ஐயம் திக்கன சோமயாஜி அவர்களுக்கு எத்தகைய உரிமைக்கும் ஊறு நேராவண்ணம் இருக்க வேண்டுகின்றேன்!

உருத்திராம்பிகை கேட்டார். ''திக்கன சோமயாஜியின் செய்தியையும் இவ்வேடுகளில் கண்டோம். அவருடைய விவரங்களையும் தெரிவிப்பீர்களா?''

அமைச்சர் அன்னயா : ''அவர் எமக்குத் தொலை உறவினர், மனுமகண்ட கோபாலனிடம் நெடுங்காலம் அமைச்சராக இருந்தவர். பெருங்கவிஞர். நன்னயபட்டர் எழுதாமல் விட்ட மகாபாரத நூலை ஆந்திரமும் உலகம் முழுமையும் உவக்கும்வண்ணம் நற்றெலுங்கில் எழுதி வருகின்றார்கள். அவர் ஏதோ செயலை முடிக்கக் கருதி நமது தலைநகருக்கு வருகை தந்துள்ளார்கள். மனுமகண்ட கோபாலன் மீது அரசருடைய அருள் ஏற்படுமாறு விருப்பம் அவருக்கு இருந்திருக்கலாம். அவருக்கு அந்த மனமாற்றமுடையவர் மீது மிக்க பரிவு இருக்கிறது. அவரே அந்தணர்களுக்குக் கணக்கர் கல்விப் பயிற்சிக்கூடம் தோற்றுவிப்பதற்கு மூலக்கூறு ஆவார்!''

உருத்திராம்பிகை: அமைச்சர் அன்னயா, அரசியலறம் எத்தனைக் கடினமானதோ என்று எமக்கு ஒன்றன்பின் ஒன்றாக இந்த ஐந்தாறு நாட்களிலேயே வெளிப்படையாகி வருகிறது. நீராட்டு விழா முடிந்ததும் நாம் அனுப்பிய முதல் ஆணை, திரு

வீரபத்திரேசரைச் சிறைப்படுத்துவதற்குத்தான். மீண்டும் உம்மை இந்நாளில் கட்டாயப் பாதுகாப்பிலிருத்த வேண்டி வந்தது. உமது விருப்பப்படி திக்கன சோமயாஜியவர்களுக்கு இந்நகரத்தில் எல்லா உரிமைகளும் வழங்கக் கட்டளையிடுகிறோம்.

அமைச்சர் அன்னையா, "பெறும் பேறு பெற்றவனானேன்," என்றார். உருத்திராம்பிகை உருவாம்பிகையைப் பார்க்கவியலாமற் போனார். அம்ப தேவரையும் திக்கசமூபதியையும்கூட பார்க்காமற் போனார்.

உருத்திராம்பிகையின் கண்களில் நீர் தளிர்த்ததோ என்னவோ முகத்தை அப்புறம் திருப்பிக் கொண்டார்.

19

"நாராயணம் நமஸ்க்ருத்யம்
நரம் சைவ நரோத்தமம்
தேவீம் ஸரஸ்வதீம் வ்யாஸம்
ததோ ஜய முதீரயத்."

திக்கன சோமயாஜி அமைச்சர் அன்னையாவின் இல்லத்திற்கு விருந்தினராக வந்திருந்தாரல்லவா? அவர் இத்தனை நாள் என்ன செய்து கொண்டிருக்கிறார்? எங்கிருக்கிறார்? குருநாதன் என்ன வானான்? மாறனுக்கு எப்படிப் பொழுது போகின்றது?

திக்கன சோமயாஜி தமது சோமதேவியுடன் சேர்ந்துகொண்டு தான் ஏகசிலா நகரம் வந்தார். இல்லையென்றால் வேள்வித் தீயின் பணி நடைபெறுவதெங்ஙனம்? அமைச்சர் அன்னையாவின் பேரில்லத்தில் அவர்களுக்கு ஓர் இருப்பிடம் தனியாக அமைக்கப் பெற்று, அது செல்வமனைத்தும் உள்ளதாகச் சமைக்கப்பட்டது. அந்தக் கூடத்தில் பல பிரிவுகளிருந்தன. ஆயின் அவையனைத்திலும் வேள்வி இயற்றும் இல்லம் புனிதத் தன்மையும் கவர்ச்சியும் மிக்கதாகும்!

அப்பொழுது சிலகாலம் சோமயாஜியின் மகாபாரதத்தைத் தெலுங்கில் இயற்றுவது தடைபட்டிருந்தது. நெல்லூரில் பெரும் போர் நிகழ்ந்து கொண்டிருந்தபொழுது, அங்கு பெண்ணை நதிக் கரையில் உள்ள மண்டபத்திலமர்ந்து அமைதியாக அவரால் கவிதை புனைய இயலுமா? ஒருபுறம் வீரர்களின் கலகம். மற்றொருபுறம் போர் முரசின் பேரொலி. அவ்வோசை எத்தனைதான் காதுகளில் கேட்

உருத்திரமதேவி 157

பினும் சற்று நேரம் வரையில்தான் அசைவற்றிருக்க நேருமேயன்றி, இடையிடையில் எளியோரின் அரற்றலைக் கேட்டுச் சோமயாஜி பொறுத்துக்கொள்வாரா? அவை காதில் விழுந்ததும் உடல் முழு மையும் மின்விசைபோன்று குருதி பரவும். அதற்குமேல் எவ்வாறு கவிதை புனைய முடியும்? எனவே அவர் இயற்றுதல் நின்றுவிட்டது.

அதற்கிடையில் அவர் நெல்லூர் நகரைவிட்டு வரவேண்டிய தாயிற்று. அந்தப் பினாகினி நதியின் புனித நீரில் மூழ்கி நீராடவும் தொலைவாகச் செல்ல நேர்ந்தது. மனுமகண்ட கோபாலன் மீதிருந்த அன்பினால் அவருக்குத் துணைபுரிவதற்கென ஓரங்கல்லுக்குக் கணக் கர்களுடன் புறப்பட்டுவர நேர்ந்தது. அதன் பிறகு குறுகிய காலத் திலேயே மனுமசித்தன் நெல்லூர் நகரைப் பாண்டியர், பல்லவர் படையினரிடம் விட்டுவிட்டு, நாட்டை விட்டோடி விட்டானெனும் செய்திகள் சோமயாஜிக்குத் தெரிந்தன. ஆயினும் ஓரங்கல் புறப் பாட்டை அவர் நிறுத்தாது வந்தார். அங்கு வாய்ப்பு கிடைத்த வுடன் தம்முடன் கூட்டமாக வந்திருந்த கணக்கர்களை அங்குள்ள அரசர்களுக்குப் பயன்படுமாறு செய்திருந்தாரல்லவா? வாய்ப்பு நேரிடும்பொழுது; மனுமசித்தன் எங்கிருக்கிறான் என்றறிந்து, கூடு மான உதவியை அவனுக்குச் செய்யலாம். அதுவரைக்கும் இங்கு அமைதியாக மகாபாரதத்தினை ஆந்திர மொழியாக்குவதைப் புரிய லாம். ஆனால் எங்கு அமர்ந்தெழுதுவது?

திக்கன சோமயாஜி வேள்விக் கூடத்திலமர்ந்து அதைச் செய் யலாமென முதலில் எண்ணினார். வேள்விக் குண்டத்தில் எல்லாத் தெய்வங்களையும் கண்முன்னர் இருக்கக் காணலாம் அல்லவா? ஹரி ஹரநாதர் மட்டும் அங்கு ஏன் தோன்றமாட்டார்? உண்மை! ஆயி னும் ஐப்பசித் திங்கள் வளர்பிறை எட்டாம் நாளன்று, சோமயாஜி யார் சுயம்பு தேவரைத் தொழுது வருவதற்கென அவ்வாலயத்திற் கேகினார். அந்தக் கோயிலுட்புறத்தில் கேசவப் பெருமான் ஆலயம் உள்ளது. பக்கலில் சுயம்பு தேவரின் பெருந்திருக்குளம் உள்ளது. அதற்கருகிலேயே ஹரிஹரநாதர் ஒன்றுபட்டதோர் உருவமாகி ஏகசிலைப் பெருங்கல்லாகச் சமைந்து அண்மையில் காணப்பட்டது. முடிவில் சுயம்பு தேவாலயச் சுற்றுப்பிரகாரத்திலுள்ள ஒரு மண்ட பத்திலமர்ந்து, விஜயதசமியன்றிலிருந்து திருமகாபாரதச் செய்யுளை மீண்டும் இயற்ற அவர் உறுதி செய்தார். சித்தர்களின் எண்ணங் களுக்குக் குறைபாடுகள் இருக்குமா? அவ்வாறே நடந்து கொண்டி ருந்தது.

திக்கன சோமயாஜி விடியற்காலையில் காலை வணக்கம், வேள் வித்தீ வளர்த்தல் ஆகியவை செய்து முடித்து, எழுதுகோலுடன் தம்முடன் குருநாதனையும் மாறனையும் எழுதுகோலுடன் வரச்சொல்லி

கால்நடையாகச் சுயம்பு தேவரின் திருக்கோயிலுக்குப் புறப் பட்டுச் சென்று, அங்கு நிருதி திசையிலுள்ள பெருமண்டபத் தில் கிழக்குமுகமாக அமர்ந்து செய்யுளியற்றத் தொடங்கினர். அருகில் குருநாதன் வடக்கு முகமாக அமர்ந்து எழுதத் தொடங் கினன். அவனருகிலேயே மாறன் அமர்ந்து கொண்டு, வியாச பீடத்தில் வைக்கப்பட்டிருந்த திருமகாபாரத நூலினைப் படிக்கத் தொடங்கினன். அவ்வாறு அமர்ந்திருந்த அவர்களுக்குக் கேசவப் பெருமான், தான் தோன்றிப் பெருமான் ஆலயங்கள் எதிரில் தெரியும். அவ்விரு கோயிலின் கோபுரங்கள் ஹரிஹரநாதரின் இரு தோற்றங்களாகவும், அங்கிருக்கும் ஒற்றைமலை—ஒரு கல், ஏகசிலை, ஓரங்கல்—அவ்விரு உருவங்களும் ஒன்றுன தோற்றத்தை அங்கிருப் பவர்களுக்கு விளங்கும்!

காலையில் அங்கு வந்து, பகல் உணவு அருந்தும் பொழுது வரை மாபாரதம் இயற்றும் பணிபுரிந்து, பிறகு அங்கிருந்து திரும்பித் தமது பேரில்லஞ் சேர்ந்து, பகலுணவு உட்கொண்டு அவ் வுண வுக்குப் பிறகு சோமயாஜி சற்று ஓய்வெடுப்பார். மீண்டும் அங்கிருந்து தேவாலயப் பிரகாரத்திலுள்ள மண்டபத்திற்குக் காலையில் வந்ததைப் போன்று வந்து அந்திப் பொழுதாகும்வரை அவர் பாடலியற்றுவார்,

‘ ஸ்ரீகாளீத்வாதரசு, ச்லோகாலோகன
விலாஸ ஸ்ூத்திர பவனு
சோகமுதாத்யவதூதி, வியாகோச
விவேக பவன ஹரிஹர நாதா !’

இவ்வாறு சோமயாஜி சொல்லவும், அதை அக்கறையுடன் செவிமடுத்து நன்கு புரிந்துகொண்டு குருநாதன் பனையோலையின் மீது எழுத்தாணியிலுள்ள வைரங்கள் கிண் கிணி யெனவொலிக்க, அதைக் கேட்க இசையுடன் எழுதினன். சோமயாஜி கண்ணனை வழிபட்ட வேதவியாசர் இயற்றிய மாபாரத நூலின் இதழ்களைத் தொழுது,

‘ நாராயணம் நமஸ்க்ருத்யம்
நரம் சைவ நரோத்தமம்
தேவீம் ஸரஸ்வதீம் வ்யாஸம்
ததோஜய முதீரயேத்.’

என்று நாராயணரையும் கலைமகளையும் வியாசரையும் வழுத்தி னர். குருநாதனும் மாறனும் சோமயாஜி செய்தவாறு செய்து பின்பற்றினர்.

அதற்குள் மாறன் வியாச பாரத நூற்கட்டினை அவிழ்த்து இதழ்களை வியாச பீடத்தில் இரு கரங்களால் பிரித்து, வேண்டிய ஏட்டினை அதற்குரிய சூத்திரங்களுடன் வெளியெடுத்து கண்களில்

ஒற்றிக்கொண்டு பாடத் தொடங்கினன். அவன் குரலில் எத்தனை இனிமை! எத்தனை அமைதி! எத்தனை எடுப்பு! எத்தனை மாண்பு! படைப்புக் கடவுளின் ஒளிச் செல்வமான சுகமுனிவரே இவர் உருவத்தில் பிறந்து பாடுகின்றாரோ என்று தோன்றியது. சோமயாஜி ஒருமனதுடன் கேட்டுச் சற்று நிறுத்துமாறு மாறனுக்குக் குறிப்பாலுணர்த்தினர்.

அதன்பிறகு சற்று நேரம் சோமயாஜி அமைதியாயிருந்தார். அனைவரும் அமைதியாகவே இருந்தனர்! கேட்ட அப் பகுதியைத் திக்கன உன்னிக் கேட்டுக் கொண்டிருந்தார். அச் செய்யுட்களின் பொருள் முதலில் அவருடைய இதயத்தில் தெளிவடைந்தது. தெளிவடைந்த அப் பொருளை அவர் மீண்டும் மீண்டும் உன்னினர். அவ்வாறு உன்னியதில் தீ பிறந்ததோ என்னவோ, சற்றுநேரத்தில் அப் பொருள் சோமயாஜியின் இதயத்தில் கரைந்து சுவையுருவானது. பொற்காப் பொன்றினை மூசையிலிட்டு அதனைக் கும்மட்டியில் வைத்துத் தீப் பிழம்பெழச் செய்தால், திரவமாகி, அப் பொற்காப்பு வெறும் பொற்குழம்பாவது போன்று, வேத வியாசரின் பொன் போன்ற பொருள் திக்கன சோமயாஜியின் உள்ளத்து மூசையில் சூடாகிக் கரைந்து, உருகி, தூய பொற்குழம்பாகி ஒருவகைத் தெளிவுரை உருவத்தையடைந்தது. இந் நிலையில் பொன் பொற்கொல்லனின் விருப்பத்திற்கேற்ப எந்த உருவத்தைப் பெறுவதற்கும் ஏற்ப இருக்குமல்லவா! அவ்வாறே அப் பொருளைச் சற்று நேரம் சோமயாஜியின் விருப்பத் திறனல் வாய்மையை வெளிப்படுத்த, ஆந்திரமொழி யுருவத்தையடைந்து அவருடைய திருவாயிலிருந்து வெளிப்படை யாயிற்று. சோமயாஜியின் அமிழ்தச் சொற்கள் எப்பொழுது வெளிப்படுமென்ற ஆவலுடன் அப் பெருமகனரின் உதடுகளை ஒருமை மனத்துடன் நோக்கி அதுவரைக்கும் காத்திருந்த குருநாதன் எழுதுவதற்குத் தொடங்கினன். சோமயாஜியின் சொற்கள் இவ்வாறு வெளிப்படலாயின.

"தேவனே, வைசம்பாயனர் ஜனமேஜயனிடம் இவ்வாறுரைக்கலானர்!"

இவ் வுரைநடையுடன் ஒவ்வொரு மூச்சும் திக்கன சோமயாஜி தொடங்கினர். ஆயினும் திக்கனர் வாயிலிருந்து அவ் வொலி உச்சரிக்கப்பட்டதும் கேட்டுக்கொண்டிருந்த குகநாதனுக்கும் மாறனுக்கும் அவ்வைந்து ஒலியும் ஐம்பூதங்களாலாகிய தோற்றுவாயாகவே காணப்பட்டன: வானிலிருந்து வாயுவும், வாயுவிலிருந்து தீயும், தீயிலிருந்து நீரும், நீரிலிருந்து நிலமும்!

தேவா! என்று ஹரிஹரநாதரை வழுத்திக் கூறும் சோமயாஜியின் சொற்களைக் கேட்டவர்கள் நற்பேறடைந்தவர்கள்! அவ்வாறே அவ் வொலியைச் சோமயாஜியும் பலவாறு சேர்ந்து

உச்சரிப்பார். ஒவ்வொரு முறையும் ஒவ்வோரமைப்பில் வெளி வரும். இறையருட் பண்பே உருவமான தெய்வ ஒலி சோமயாஜி யின் இதயத்தில் நிலையான முழுமையைப் பெற்று ஒளிவீசத் தன் மயமாகி அவருடைய விருப்பத்திற்குரியதாயிற்று.

அவ்வாறு மற்றேனைய நான்கு சொற்களின் முதலாவதாக வைசம்பாயனரின் பெயரை அவர் முதலில் உச்சரித்தார். முன்பின் ஆராயாது படிப்பவர்களுக்கு அச் சொல் பிற மனிதரின் பெயரைப் போன்று ஒரு குறிப்புச் சொல்லாகும்! ஆனல் வைசம்பாயனரின் பெயர் திக்கன சோமயாஜிக்கு முற்காலத்திலிருந்த எவரோ ஒருவரை உணர்த்தும் பெயரன்று. வைசம்பாயனர் துவாபரயுக முடிவில் யஜுர் வேத பிரிவினர் வகுப்பில் விளங்கிய வியாச சீட ரெனும் ஒரு முனிவராவார்! தாமும் யஜுர் வேத பிரிவினரில் ஒருவரான கிருஷ்ண யஜுர் வேத பிரிவினரின் தலைவர். வைசம் பாயனரின் பெயரை உச்சரித்தும் திக்கன சோமயாஜியின் இதயத்தில் யஜுர் வேதம் முறையாக ஒலிக்கலாயிற்று.

அதன் பிறகு அவர் ஜனமேஜயரின் பெயரை உச்சரித்தார். அவர் கலியுகத்தில் தோன்றிய பிற்காலத்து பாரத சார்வபௌமியர் களில் பெரு வேந்தர்களில்—இரண்டாமவர். வேதவியாசர் இந்த மாபாரதக் கதையை ஏன் காவியமாக இயற்றினர்? கலியுகத்தில் சிறப்பாகப் பெருவேந்தர்கள் இதனை விளக்கி, பாரத நாட்டின் அறத்தைக் காத்து வெற்றிகாண வேண்டுமெனும் பேராவலுடன் அவர் இதனைக் கூறினர். அதனல்தான் இதற்கு அவர் "வெற்றிக் காவியம்" என்று பெயர் வைத்தார்! இப் பெரு நூலை முதன் முறையாக ஜனமேஜயப் பேரரசருக்கு வியாசர் பயிற்றுவித்தார்!

இத்தகைய சிந்தனைத் தொடருடன், "ஜனமேஜயருக்கு" என்றபொழுது சோமயாஜியின் இதயத்தில் விரைந்து துயரஉணர்வு தோன்றியது. இவ் வெற்றியைப் பற்றியே நன்னயபட்டர் தெலுங்கு மொழியினில் இராஜராஜனுக்கு அறிவுறுத்தத் தொடங்கி னர். ஆனல் அஃது அமைதியுண்டாக்காமல் போயிற்று! தாம் அறிவுறுத்தத் தொடங்கலாமெனினும் இப்பொழுது இந்த இராஜ ராஜனும் இல்லை! அந்தோ, இராஜராஜனும் இல்லையே என்று ஹரிஹரப் பெருமானைத் தொழுது முறையிட்டுக் கொள்வார். திக்கன சோமயாஜியின் கண்களில் நீர் மல்கி விரைந்து வழிந்தவா றிருக்க, "இவ்வாறு" என்ற சொல் உருக்கமான குரலில் வெளிப்படும்.

அச் சொல் வெளிப்பட்ட பின், "கூறினர்", என்னும் சொல் பெருமூச்சுக் கிடையில் அவர் வாயிலிருந்து வெளிவரும்!

அவ்வைந்து சொற்களையும் கேட்ட குருநாதனுக்கும் மாற னுக்கும் திக்கன சோமயாஜி எத்தகைய இதயச் சுமையுடன்

திருமதாந்திர மகாபாரதக் காவியத்தை இயற்றத் தொடங்கியுள்ளாரோ என்ற உணர்வு பிறக்கும்! அக்கணமே சோமயாஜி உள்ளத்தை உறுதி செய்துகொண்டு இவ்வாறு கூறத் தொடங்கினார்.

"அவ்வாறு கங்காத்மஜன் தர்மாத்மஜனுக்குக் கூறி இவ்வகையிற் கூறிய கௌரவர்களின் மூத்தவன் பத்மநாபனுடன் அவ்வகையில் நாரதர் பார்வதிதேவியின் வினவினை அறிவுறுத்தி இவ்வாறு கூறினார்!"

இவ்வாறு உரைத்ந்ததை குருநாதன் எழுதி முடித்தான். அதன் பிறகு மாறன் வியாசரின் பாரதத்தைப் பாடத் தொடங்கினன். திக்கனர் மீண்டும் முன்னைப்போலவே சிந்தனையிலாழ்ந்து இதயத்தில் அதன் பொருளைக் கரைவித்து ஆந்திர இன்னிசை உருவத்தில் வெளிப்படுத்தினர்.

அவ்வாறு மாறன் படித்துக்கொண்டிருக்கும்பொழுது, முன் நிறுத்திய பகுதியில் எளிதாக ஆந்திர மொழியில் திக்கன சோமயாஜிக்கு உரைநடையாக வெளிப்படும். உரைநடைக்கு 'இயல்' எனப் பெயர். அது இயல்; சொல்லமைப்பு; நிற்குமிடம்! வடமொழிப் பாடல்கள் நிற்குமிடமெல்லாம் உரைநடை வருவது இயல்பானதொன்ருகும். இவ்வாறு செய்யவேண்டுமென்று செய்யவில்லை. கவிஞரின் உள்ளம் ஓய்வு பெறுமிடத்தில் உரைநடைதான் பொதுவாக வெளிப்படும் என்பது இயல்பு!

'சிவபெருமான் உமையம்மைக்கு நால்வகைப் பிரிவினரின் ஒழுக்க முறைகளைத் தெளிவுறக் கூறியறிவித்து' என்று முடித்த பகுதியுடன் அன்று விடியற்காலையில் மீண்டும் தொடர்ந்தது. நடுப்பகலாகும் அளவுக்கு அந்தப் பகுதி முடிவடைந்து, 'சிவபெருமான் பார்வதிக்குத் தவநிலையை விளக்கும்' பகுதியில் ஒரு பாதியாயிற்று. ஓய்வெடுத்து மீண்டும் வந்த பிறகு சோமயாஜி தாம் அன்று காலையில் உரைத்த பகுதியை குருநாதன் கூறக் கேட்கலானார். அவ்வாறு கேட்டுக்கொண்டு மீண்டும் ஏதேனும் தோன்றினல் திருத்தங்களைச் செய்வித்தார். ஆனல் அத்தகைய திருத்தங்கள் மிகக் குறைவாகும். அதன்மேல் மீண்டும் முன்போலவே உரைநடையைத் தொடங்கி அப் பகுதியை முடிவாக்கி, 'சிவபெருமான் மலைகளுக்கு மன்னர் மாட்சிமையின் பெருமையைக் கூறத்' தொடங்கும் பகுதியை எடுத்துக் கூறலானார்.

கேசவப் பெருமான், சிவபெருமான் ஆலயங்கள் இரண்டும் ஒரு மதிற் சுவருக்குள் அமைந்துள்ளன. அதனுள் தென்புறமாகச் சிவாலயமும் மேற்குப் புறமாகக் கேசவப் பெருமான் ஆலயமும் உள்ளன. மாலை வழிபாட்டிற்கு நெடுநேரம் முன்னதாகவே அவ்வாலயங்களின் வாயில்களைத் திறந்து அவற்றினுள் உள்ள அகல்

விளக்குகளில் நெய் ஊற்றித் திரிகளைச் சரிசெய்து ஆகம நெறிகளைப் படித்துக்கொண்டிருந்தனர். இடையிடையில் பக்தியுடன் அடியார்கள் தான்தோன்றிப் பெருமானையும் கேசவப் பெருமானையும் இன்னிசை வழிபாடுகளுடன் வணங்கித் தொழுது, பணிபுரிந்து நீர் முதலான இறைவழிபடு பொருள்களைப் பெற்றுக்கொண்டு சென்றவாறிருந்தனர்.

அதற்கிடையில் ஆலய உட்பகுதி முழுமையும் உரத்த ஓசை கேட்கத் தொடங்கியது. அது கலவரமன்று. அங்கு உள்ளே வர முயலும் அர்ச்சர்களின் ஓசை! ஆலயத்தின் உட்பகுதியிலுள்ள மண்டபங்களில் ஓய்வெடுத்துக் கொண்டும் மகிழ்வுரையாடிக் கொண்டும் பழமொழிகளைக் கூறியும் நூல்களின் பொருள் விளக்கியும் சிரித்தும் இறைச்சலிட்டும் பலவகைகளிலிருந்த அந்தணர்கள் தாம் கட்டிக்கொண்டிருந்த ஆடைகளையும் மேலிருந்த அங்கிகளையும் சரிசெய்துகொண்டு, தான்தோன்றி பெருமான் ஆலயத்தின்முன் மண்டபத்திற்குள் விரைந்து செல்லும் ஓசை! தூய்மையற்றவர்கள் ஒருபுறம் தப்பித்துக்கொள்ளும் முயற்சி! பொதுமக்கள் மிகவும் மேல் போக்கில் பார்வையுடன் பக்கலில் ஒதுங்கி ஆர்ப்பரித்துக் கொண்டிருக்கும் ஓசை!

திரு உருத்திரதேவப் பேரரசர் ஆடல் மலையிலிருந்து அரண்மனைப் பேரில்லத்திற்குச் செல்லுகையில் கேசவப் பெருமானையும் சிவபெருமானையும் கண்டு வணங்கும் விருப்பம் எதிர்பாராமல் தோன்றி, இங்கு வருகின்றாரென்றும் செய்தி வந்தது. அவ்வாறு எதிர்பாராத வகையில் அவர் ஆண்டவன் திருக்கோயில் காண வருவதும் உண்டு. ஆனால் அது பொதுவில் இயல்பானதன்று. அதனால்தான் இத்தனை பெரும் ஆரவாரம்!

சுயம்புதேவப் பெருமான் ஆலயச் சுற்றுச் சுவருக்குத் தொலைவில் வீரர்களின் ஓசை கேட்கலாயிற்று. முன்னறிவிப்பாளர்கள் அறிவிப்பு கூறியவாறு பக்கத்திலிருந்து எதிர் நோக்கி வரும் வழியில் வரலாயினர். அதற்கிடையில் தொலைவிலிருந்தவாறு காலணிகளைக் சுழற்றினர். முன்புறம் திக்கச மூபதியும் இடையில் திரு உருத்திரதேவப் பேரரசரும், ஒருபுறம் அம்பதேவரும் மற்றொருபுறம் பர்வதநாயகரும் வந்துகொண்டிருந்தனர். அனைவரும் கால்நடையாகத்தாம்! அனைவரும் திருக்குளத்தில் கரங்களையும் கால்களையும் கழுவித் தூய்மை செய்துகொண்டு தென் வாயிலை அணுகினர்.

உயர்ந்த நான்கு தூண்களுடன் மிக்கப் பொலிவுடன் விளங்கும் அந்தக் கோபுர வாயிலருகினில், எதிரிலுள்ள சுயம்பு தேவாலயத்திலிருந்து சிவன் வழிபாடியற்றும் அர்ச்சகர்களும், அருகிலுள்ள கேசவாலயத்தின் வைகாசன பட்டர்களும் எதிர்நோக்கி வந்து, திரு

உருத்திரதேவப் பேரரசரை அரசருக்குரிய பெருமைகளுடன் வரவேற்று உள்ளழைத்து வந்தனர். வேதியர்கள் இருபுறமும் இரு பிரிவினராகப் பிரிந்து வரவேற்பு வாழ்த்துரைகளைக் கூறத் தொடங்கினர்.

திரு உருத்திரதேவப் பேரரசர் நல்லோர் புடைசூழ அவர்களனைவருக்கும் கரங்கூப்பி வணக்கங்கள் புரிந்து அவ்விரு ஆலயங்களையும் சுற்றி வந்து, முதலில் தான்தோன்றிப் பெருமானுன சிவலிங்கத் திருக்கோலங் கண்டு வழிபாடியற்றி, மந்திரங்களாலும், மலர்களாலும் காணிக்கைகளுடன் அர்ப்பித்து அகத்தாலும் சுற்றி வந்து வணங்கித் தொழுதார். அதன் பிறகு கேசவப் பெருமான் ஆலயத்திற்குச் சென்று முன் செய்தவாறு திருமுறைச் சாற்றி வணங்கி வழிபட்டுத் திருத்துழா நீர் முதலான படையல்களைப் பெற்ருர்.

இறைவனைக் கண்டு தொழ வந்தவர்கள் வழிபாட்டு முடிவில் ஆலயத்திலிருந்து சற்று நேரம் அமரவேண்டுமெனும் நெறியுண்டு. சுயம்பு தேவாலயத்தின் முன் மண்டபவாயிலில் உயர்ந்த இரண்டு யானைச் சிலைகள் உள்ளன. அவை கருகருவென்றிருக்கும் கருங்கல்லால் செய்யப் பெற்றவை. அவற்றின் இருபுறங்களிலும் நீண்ட மண்டபங்கள் இருந்தன. அதனில் ஒன்று ஆலயத்தின் மேற்குச் சுவர் வரைக்கும் இரண்டாவது கிழக்கு முனை வரையும் சேர்ந்திருக்கும். அந்த மண்டபங்களின் மேடையின் பின்புறமும் பக்கங்களிலும் சிற்பிகள் கொடிகள், மலர்கள், சிங்கங்கள், யானைகள் முதலியவற்றை மிக்க அழகுடன் கற்களில் செதுக்கியிருந்தனர். அவற்றில் மேற்கு மண்டபத்திற்கருகிலுள்ள தாழ்வாரத்தில் திரு உருத்திரதேவப் பேரரசருக்கென மென்மையான பட்டுக் குஞ்சங்களமைந்த இரத்தினக் கம்பளம் விரிக்கப்படவும் அதனில் அவ்வம்மையார் அமரலானுர். புடை சூழ்ந்திருந்தவர்களில் முறைப்படி அமரவேண்டியவர்கள் அமர்ந்தும் நிற்பவர்கள் நின்றவாறும் இருந்தனர். அந்தணர் குழாம் வாழ்த்துரை கூறத் தொடங்கினர். அதற்கென அர்ச்சகர்கள் மலர்களையும் அட்சதையும் அவர்களுக்கு பங்கிட்டு வைத்துக்கொண்டிருந்தனர்.

அவ்விடத்திற்கு நூறுமுழத் தொலைவில்தான் திக்கன சோமயாஜி மாபாரத உரையியற்றும் மண்டபம் உள்ளது. ஆலயச் சுற்றுப் பகுதியின் நடுவிலிருந்த அனைவரும் பேரரசரின் காட்சிக்கென நெருங்கி அண்மையில் வந்தனர். அம்மண்டபத்திலிருந்த அப்பெரியார் மூவரும் எத்தகைய மாற்றமுமில்லாமல் தமது பணியைத் தாம் புரிந்து கொண்டிருந்தனர். அவர்கள் ஆலயத்தில் அர்ச்சகர்கள் வந்ததும், பேரரசர் வந்திருப்பதும், வந்த ஓசையும், வழிபாட்டுத் தொழுகை நிகழ்த்தும்பொழுது உண்டான அசைவு

களும்—எதுவும் அறிந்ததாகத் தோன்றவில்லை. அதனிலும் பேரரசர் ஆலயம் சுற்றிவரும்பொழுது அவர்களுக்கு நான்கைந்து மார்புத் தொலைவிலிருந்துதான் சென்றுர்கள். ஆயினும் அம்மூவரும் அதை உணரவில்லை. திரு ஹரிஹர தேவப் பெருமானை உள்ளத்து வீதியில் நிறுத்தியவாறு திரு கிருஷ்ண துவைபாயன வேத வியாசரவர்களின் காவியத்தை மொழிபெயர்த்து வருபவர்க்கு இந்த உலகு கண்களுக்குக் காணப்படினும் உண்மையெனத் தோன்றுமா?

இப்பெரியார் மூவரும் திரு உருத்திரதேவப் பேரரசரைக் கவர்ந்தனர். இவர்கள் யார்? கண்கண்ட நான்முகனும் திருமாலும் உருத்திரனும் இந்தப் பெருமண்டபத்தினுள் குழுமியுள்ளனரா? இவர்கள் ஆற்றும் உரையாடல் என்னவோ? எழுதுகின்ற நூல் என்னவோ? சுற்றி வலம் வரும்பொழுது சற்று நின்று அஃதென்ன வென்று கேட்கத் தோன்றி ஆவல் பேரரசரை உந்தியது. ஆனல் அத்தகையது அரசரின் பெருமைக்குக் குறைவுண்டாக்குவதாகும்! இரைச்சலில் எதுவும் தெளிவாகக் கேட்கவில்லை.

அப்பொழுதுதான் அமைச்சர் அன்னையாவை உருத்திராம்பிகை சிறைக்கூடத்திற்கு அனுப்பியிருந்தார். எத்தனை பெருமையுடன் அனுப்பினுலும் அவர் அப்பெருமகனுரை அனுப்பியது சிறைக்கூடத்திற்கல்லவா! அதில் அவர் பெருங்குற்றஞ் செய்து விட்டதாக அவரது இதயத்தை உறுத்தியது. அமைச்சர் அன்னையா வஞ்சகராவது இயலாததாகும்! ஆனுல் அத்தனை வலிமையுள்ள சான்றுக் கூறுகளைத் தள்ளி விடுவது எங்ஙனம்? அரசியல் அறம் எத்தனைக் கடுமையானது! இவ்வெண்ணங்களுடன் உருத்திராம்பிகையின் உள்ளம் வருந்தியது. இந்த உள்ளக் கிடக்கைகளைத் தெளிவுபடுத்திக்கொள்ள வேண்டுமென்ற ஆவலுடன் அவ்வம்மையார் அரசர் அரண்மனைக்குச் செல்வது போன்று இறைவனுடைய காட்சிக்கென இப்பொழுது இங்கு எதிர்பார்த்த வகையில் வந்தார்!

வழிபாடு முடியவும் அந்த மேடையின் மீது உருத்திரமதேவி அமர்ந்தார். அந்தணர்களின் வாழ்த்துரைகள் இன்னும் தொடங்கவில்லை. தென் கோபுர வாயில்படிகளின் மீதுள்ள அன்னச் சிலைகளின் மீது அவர் பார்வை சென்றது. இப்பொழுது அந்த மண்டபத்தின் உள்ளமர்ந்திருந்த முப்பெரு மகனுரும் யாது செய்கின்றனரோவென்று தெரிந்து கொள்வதற்கு ஆவல் தோன்றியது. அக்கறையுடன் அவர்கள் பக்கலில் செவி சாய்த்து உள்ளத்தை நிலை நிறுத்துக் கேட்டார். இனிக் கீழ்வரும் பாடலை அவ்வம்மையார் தென்புறத்திலிருந்து கேட்கலானுர்.

'அந்தணர்கள் திருவமர்ந்த அறிஞர்கள்
திருமுன் நிலையுயர்ந்து பாட்டின்
வேந்தர்கள் மறையவர்கள் மகிழ்ந்து கேட்க
இன்புறு கண்களுடை இனிய வேந்தன்'

'என இவ்வாறு மறையவர்கள் போற்றுபவராய்
நிலை விளங்கும் பேரரசன் திருநாட்டில் திருவிளங்கக்
குடிமக்கள் பல்லாற்றுனும் வாழ்த்தும் நாடன்!'

உருத்திராம்பிகைக்குத் தலை முதல் கால் வரை மெய்சிலிர்த்தது. தெளிவும் இனிமையும் குளிர்ச்சியும் கருணையும் கண்ணியமும் மிகுந்த சோமயாஜியின் குரல் உருத்திரமதேவியின் தென்புறச் செவியில் ஒலித்தவாறிருந்தது, அவ்விரண்டடிச் செய்யுள் அங்கிருப்பவர்களை மிகவும் கவர்ந்தது. எவரும் பேசவில்லை. அனைவருடைய பார்வையும் செவிகளும் தம்மையறியாமல் அம்மண்டபத்தின்புறமாகத் திரும்பின.

திக்கன கூறிய செய்யுளை உடனே குருநாதன் எழுதுவானேயன்றி, அப்பொழுது படித்துக் காட்டமாட்டான். அவ்வாறு படித்துக் காட்டுவது காலையில் அல்லது மாலையில்தான். மீண்டும் செய்யுளியற்றலில் தேவைப்பட்டால் தான் அவ்வாறு பயிலப்படும்! ஆயினும் இடையிடையில் எழுதியடவுனேயும் குருநாதனும் அச்செய்யுளைச் சோமயாஜிக்கும் படித்துக் காட்டுவதும் உண்டு. இப்பொழுது இச் செய்யுளிரண்டினையும் குருநாதன் படித்துக் காட்டினுன்.

உருத்திராம்பிகை மீண்டும் அதிர்ச்சியடைந்தவராகி அந்தப் புறமாகத் திரும்பிப் பார்த்தார். அது எதிர்பாராமல் நடந்தது. முதலில் பாடியவர் சோமயாஜி. அவர் உருவம் உருத்திராம்பிகைக்குச் சிவபெருமானைப் போன்று அமைதி மிக்குத் தோன்றியது. இப்பொழுது இரண்டாம் முறையாகப் பாடுவது உருண்டு திரண்ட உடலையுடைய குருநாதன் 'பல கொடியவர்களுடன் போர் செய்து உடல் காழ்ப்புக் காழ்த்துப்போன கேசவப் பெருமானு இவர்? இவர் இத்தனை கனத்த குரலில் படிப்பதேன்? அடிக்க வருபவரைப் போலப் படிக்கின்றுரே? ஆனுல் இவ்வாறு அடிக்க வருவதிற்கூட எத்தகைய கருணை உள்ளூறப் பொதிந்துள்ளது! ஒரு சுயம்புதேசுவரர், தாம் அன்னைய தேவரைச் சிறை செய்தது அபாயகரமானதென்று அறிவுறுத்துவது போதாதென்றுே கேசவப் பெருமான் வாயிலாகவும் தெரிவிக்கின்றுர் போலும்! நான் தவறேதுமின்றி அமைச்சர் அன்னையாவை இன்று சிறைப்படுத்தினேனல்லாமல் அவர் பெருமைக்கு ஊறுவிளைக்கும் எண்ணத்துடனன்று!'

'ஆயினும் கண் முன்னிலையில் எனக்குப் பொருள் விளங்கும் வாக்கியங்களை இவ்வாறு உரைக்கும் இவர்கள் யாவர்?'

இவ்வாறு அவ்வம்மையார் நினைத்துக்கொண்டிருக்கும்பொழுது சோமயாஜியின் உரை நடை வாக்கியங்கள் கேட்டன.

"என்று தெளிவுறுத்திச் சிவபெருமான் கௌரியுடன் கூறினுர்."

'அம்மா, என்னைக் கருதிக் கூறியவையல்ல. இவர்கள் ஏதோ இலக்கிய உரையாற்றுகின்றனர்!' என்று உருத்திராம்பிகை நினைத்துச் சற்று ஆறுதலடைவதற்குள்ளாக மாறன் வியாசபாரதத்தைப் படிக்கத் தொடங்கினன். எந்த நூல் அஃதென உருத்திராம்பிகைக்குத் தெளிவுபடாமல் முயன்று வினவுவதைப் போன்று அவர் அங்குக் குழுமியிருந்த அந்தணர்களை நோக்கினுர். அவர்களில் வயது முதிர்ந்த அந்தணர் ஒருவர் அவருடைய நோக்கினைப் புரிந்து கொண்டு இவ்வாறு கூறினர்.

''அம்மையே—ஐயனே! திரு திக்கன சோமயாஜியவர்கள் வியாசரின் மாபாரத நூலினை ஆந்திர மொழிப்படுத்தி வருகின்ருர்கள். அவர் பொல்லூரைச் சேர்ந்தவர். ஹரிஹர நாதப் பெருமானுக்கு அதனைப் படைத்திருக்கின்ருராதலின் மனைவீட்டிலிருந்து கேசவப்பெருமானும் சிவபெருமானுமுள்ள இத் திருக்கோயிலுக்கு நாள்தோறும் வந்து இலக்கிய உரை இயற்றிக்கொண்டிருக்கின்ருர்கள். அவர்கள் எளிய அந்தணர்களேயாவர்!''

அதற்கிடையில் அந்தணர்கள் ஆசிகூறும் தட்டுக்களை எடுத்துக்கொண்டு வந்து மந்திர மலர்களையும் அட்சதைகளையும்திரு உருத்திரதேவப் பேரரசருடைய சிரசில் வைத்தனர். பேரரசரும் அங்குக் குழுமியிருந்த அந்தணர்களனைவருக்கும் பக்தி நிறைந்தவாறு வணங்கித் தாம்பூலங்களில் ஒவ்வொருவருக்கும் ஒவ்வொரு பொற்காசு வைத்து வழங்கினர்.

முடிவில் உருத்திராம்பிகை தம்முடன் வந்திருந்த ஒரு எழுத்தரிடமிருந்து எழுதும் ஓலையொன்றினையும் எழுத்தாணியையும் பெற்றுக்கொண்டார். அவ்வோலையின் நான்கு விளிம்புகளிலும் அழகிய பொட்டுகள் பலவகை நிறங்களில் தீட்டப்பெற்றிருந்தன. அவ்வேட்டின்மீது அவ்வம்மையார் தாமாகவே முத்துக்களைப் போன்ற எழுத்துக்களில் எழுதி, அதனடியில் தமது பெயரை எழுதி, அரச முத்திரை பொறித்து ஏட்டின் மேற்புறத்தில் அபாய அறிவிப்பாகத் தமது இடது கைக்குறியை நாட்டினர். அவ்வேடு முழுமையும் அவ்வம்மையார் மலர்களில் வைத்து, மாபாரதம் எழுதி வரும் சோமயாஜியிடம் தருமாறு அங்கிருந்த வயதான அந்தணரிடம் ஒப்படைத்துத் தமது பெருமக்களுடன் அகன்று செல்லலாயினர்.

அவர் சென்ற சற்று நேரத்துக்குள் சோமயாஜி அப் பகுதியை முடித்து அன்றைய உரைநடையாக்கத்தை நிறைவேற்றினர்.

''இன்று எழுபத்தொன்பது செய்யுள்களாயிற்று,'' என்று குருநாதன்கணக்கிட்டான் மகிழ்ச்சியுடன் சோமயாஜிக்கு வியப்பாகிவிட்டது. ''ஹரிஹர நாதரின் கருணை! எத்தனையாயினும் புகல வல்லவர்!'' இவ்வாறு கூறி, ''இப்பொழுது வழிபாட்டிற்கு வந்து

சென்றவர் யாரென்று அறிவீர்களா?'' என சோமயாஜி மாறனையும் குருநாதனையும் வினவிக்கொண்டிருந்தார்.

அப்பொழுது முதியவரான திக்கன சோமயாஜியின் முன் வந்து, "திரு உருத்திரதேவப் பேரரசர் இந்த ஏட்டினைத் தங்களிடம் தருமாறு விரும்பிப் பணித்தார்கள்,'' என்று கூறி அதனைக் கொடுத்தார். சோமயாஜி அந்த முதிய அந்தணரை வணங்கி அதைப் பெற்றுக் கண்களில் ஒற்றிக்கொண்டு இவ்வாறு படித்தார்.

''திரு உருத்திரதேவப் பேரரசர் அளித்த காப்பிதழ்

''திரு திக்கன சோமயாஜியவர்களுக்கு ஏகசிலா நகரத்தில் எதற்கும் எப்பொழுதும் தடங்கலேதுமின்றிச் செல்வதற்கு இதனல் உரிமையளிக்கின்றேம். அவர்களின் முழு உரிமைக்கும் இடையூறு விளைவிப்பவர்கள் எம்மால் தண்டனைக்குள்ளாவார்கள்.

(வராக இலச்சினை) திரு உருத்திரதேவப் பேரரசர்.''

பின்புறத்தில் காப்பு முத்திரையைத் திக்கன சோமயாஜி கண்டார்.

''இங்கு வந்தவர் உருத்திரதேவப் பேரரசரா, பேரரசர்தானு, குருநாதா?''

திக்கன சோமயாஜி அதன் பிறகு திருக்குளத்தை அணுகி அந்திப் பொழுதாற்றும் வழிபாடுகளைச் செய்து, கேசவப்பெருமானை யும் சிவபெருமானையும் வணங்கினர். அப்பொழுது பேரரசரின் ஆணையை முதிய அந்தணர் முகவாயிலாகக் கண்ட அர்ச்சர்கள் முன்னிலும் இருமடங்கான அன்பும் மதிப்பும் மேலிடச் சோமயாஜி யிடம் நடந்துகொண்டனர். அங்கிருந்து வீடு திரும்பும் எண்ணத் தில் அவர் அகன்று செல்லவும், அச் செய்தி எவ்வாறு நகர முழுமையும் பரவியதோ, வீரர்களும் அரசப் பெருமக்களும்—அனை வருமே சோமயாஜியிடம் மிக்க மதிப்புடன் நடந்துகொண்டனர்! இவ்வாறு முன்னென்றும் இல்லாத பெருமை அன்று ஏகசிலா நகரத்தில் சோமயாஜிக்குக் கிட்டியது.

அந்த மாற்றம் சற்று வியப்பளித்துச் சோமயாஜி இல்லத்திற்கு வரவும், அமைச்சர் அன்னையாவைக் காவல் இல்லத்திற்கு அனுப்பிய செய்தி அவருக்குத் தெரியவந்தது.

அமைச்சர் அன்னையாவின் மனைவியரான பார்வதியும் இலட்சுமியும் சோமயாஜியிடம் உள்ளம் நெர்ந்த இதயத்தவராய் வணங்கி வாழ்த்துப் பெற்றனர். ஆனுல் அமைச்சர் அன்னையாவின் தாயான கௌரியம்மை மட்டும் சோமயாஜியின் முன் வராமலிருந் தார். ''பிறவிக் காரணரான இப்பெருந்தவத்தினருக்கு இத்தகைய

நிலை ஏற்பட்டதேன்? என அவர் சொல்லுக்குச் சொல் கூறிக் கொள்வார், கண்ணீர் உருப்பார்.

வீட்டிலுள்ளவரனைவரும் உள்ளத்தில் சிந்தனை நிரம்பிய இதயத்தினராய் இருந்தனர். ஆனால் அவர்களில் எவரும் இச் செய்தியை வெளிப்படுத்தமாட்டார்கள். என்ன காரணமென்று கேட்டுக்கொள்ளவில்லை. வீட்டிற்கு வந்தவர்களிடம் முன்போலவே மிக்க மதிப்பும் அன்பும் செலுத்துவதில் மாற்றங் காட்டவில்லை.

அமைச்சர் அன்னையாவின் ஆறு வயதுச் சிறுமிக்கு மட்டும் இச் செய்தி தெரியாது. ஆனால் அவள் அனைவருடைய முகத் தோற்றத்தைப் பார்த்து ஏதோ சிறப்பிருக்கிறதென்று உணர்ந்தாள். ஆனால் அவளுக்கு எவரும் நடந்ததைக் கூறவில்லை. அச் சிறுமி திடுக்கிட்டுப்போவாளென்று அவ்வாறு பார்வதி அறிவித் திருந்தாள்.

அப் பெண் சோமயாஜிக்கு முன்னர் வந்து அவர் கரங்களை அன்புடன் பற்றிக்கொண்டு, "தாத்தா எங்கள் தந்தையார் இன்னும் வரவில்லையே, ஏன்?" என்று கேட்டாள்.

சோமயாஜி பரிவுடன் அப் பெண்ணின் உடலைத் தழுவிக் கொண்டு என்ன சொல்வதெனத் தோன்ருமலிருந்தார். அவர் துயரை குருநாதனும் மாறனும் உணர்ந்தார்கள்.

சின்னஞ் சிறுமியான இவளுக்கு மாறனென்ருல் வெட்கமும் குருநாதனென்ருல் அச்சமும் போய்விட்டது. அவர்கள் அச் சிறுமியை அமைதிப்படுத்தி மறக்கச்செய்யப் பேச்சிலாழ்த்தினர்.

உளமாற்றம் தோன்ருத சோமயாஜிக்கும் அச் சிறுமியின் பேச்சுக்கள் துயரத்தையளித்தன. தாம்தானே அமைச்சர் அன்னை யாவின் சிறைக்காவலுக்குக் காரணம் எனும் ஓர் ஐயம் சோமயாஜிக் குத் தளிர்த்தது. சிறுமியின் இளம் பேச்சுக்கள் செவிகளில் சொல்லுக்குச் சொல் நுழைந்தமையால் சோமயாஜி அன்றிரவு உணவு உண்ணுமற்போனர். இரவு முழுமையும் அச் சிறுமி, "தாத்தா, ஏன் அப்பா வரவில்லை!" என அவரைக் கேட்டதுபோலவே எண்ணந் தோன்றி சோமயாஜி தூங்கவே யில்லை.

20

நாட்கள் இவ்வாறு கடந்துகொண்டிருந்தன சோமயாஜியின் மாபாரத உரையாக்கமும் இவ்வாறு நடந்துகொண்டிருந்தது. கணக்கர்பயிற்சிப் பள்ளியில் சேர்ந்த அந்தணர்கள் எதிர்பார்த்ததை விட விரைவாகவே கணக்குகளின் நுணுக்கங்களை உணர்ந்து கொண்டனர். அவர்கட்கு இரவு பகலாக அதே வேலைதான்!

விஜயதசமியன்று பட்டஞ் சூட்டு விழாவின் முடிவில் நடைபெற்ற கொலு மண்டபத்தில் வேலை நிறுத்தம் செய்த சமணக் கணக்கர்கள் அனைவரையும் மன்னித்து உருத்திரதேவப் பேரரசர் செய்த அறிக்கையால் அந்தக் கணக்கர்கள் சங்கத்தில் பிளவுகள் ஏற்பட்டன. அதற்கிடையில் ஒரு மாற்றமும் ஏற்பட்டது.

தாம் செய்தது எதிர்பாராத குற்றமாகும். ஒருவகையான உள்ளக் கிளர்ச்சி தம்மிடையில் நுழைந்தது. தலைநகரம் முழுமையும் சிற்றரசர்கள், அமைச்சர்கள், படைத்தலைவர்கள், செயலர்கள் ஆகிய பலரின் செயல்களுக்கு இத்தனை பேரும் ஒரேயடியாக வேலைக்குச் செல்லவில்லை, ஏன்? எவராவது தங்கட்கு மானக் குறை செய்தார்களா? ஊதியத்திலாவது அன்பளிப்பிலாவது அவர்கட்கு ஏதாவது குறைபாடியற்றினார்களா? இல்லையே! ஆயின் அவர்களின் சினத்துக்குக் காரணம் யாது!

இளவரசராக ஹரிஹரதேவரானால் என்ன, உருத்திராம்பிகையானால் என்ன, நமக்கு? இத்தனை நாட்களாக ஹரிஹரதேவராவது வீரபத்திரேசராவது நமக்கு என்ன வாரி வழங்கிவிட்டார்கள்? உருத்திராம்பிகை நமக்குச் செய்த தீங்கு யாது? கணபதி தேவருக்குத் தமது மகளின் சககளத்திரத்தின் பிள்ளைகள் மீதிருப்பதைவிட மகளின்மீது அதிக அன்பு இருப்பதில் என்ன தவறு? மேலும் தமது மகளின் பெயரன்மீது அவருக்கிருக்கும் அன்பில் இயல்பலாதது என்ன?

'பொய்யான மறைநூல்களும் மனுநெறிகளும் சான்றுகளாகப் பார்த்து வியப்புறும் வைதிகர்களுக்கு, பெண் அரசு புரிவதென்பது சற்று வியப்பாக இருக்கலாம். ஆனால் நமது சமணர்களில் பெண்களுக்குக் கணவர்களால் வரும் சொத்துக்களில்தாம் முழுமையான பொறுப்புள்ளது! சமண நூல் நெறி என்ன கூறுகிறது?

'அனபத்யே முருதே பத்யெள
சர்வஸ்ய ஸ்வாமினீ வதா:'

மேலும் அதை.

'விதவா ஹி விபக்தா சேத்வயயம்
குர்யாத்யதேச் சயா
பிரதி ஷேத்தானகோப்யத்ர
தாயாதஸ்ச கதஞ்சன'

எனக் கூறப்பட்டுள்ளது!

அதுமட்டுமின்றி, திரு உருத்திரதேவப் பேரரசருக்குத் திரு கணபதி தேவப் பேரரசரால் இந்தப் பேரரசு கிடைக்கின்றது. அதனால் இது அவ்வம்மையாருக்கு இயல்பாக (முறைப்படி) பெண் செல்வமாகும். அதை அவர் நாளைக்குத் தமது விருப்பப்பட்டவ ரிடம் அன்பளிப்பாக வழங்கிவிடலாம். அருகநீதி இதைப்பற்றி இவ்வாறு கூறுகிறதல்லவா?

'ஏதத் ஸ்திரீதன மாதாதும் நசக்த: கோபி சர்வதா
பாக்ானர்ஹம் யத: ப்ரோக்தம் சர்வைர் நீதி விசாரதை:'

'இதனால் நமது நெறிமுறைப்படி பெண்களுக்கெனச் சேரும் பொருள்கள் யாவற்றிலும் வாழ்க்கை முடியும்வரையுள்ள சொத் துக்கள் மட்டுமின்றி அவற்றில் எல்லா உரிமையுமுண்டு, நமக் கென்ன துன்பம்; அவர்கள் நமது அறத்தைப் பின்பற்றும்பொழுது! இருப்பினும் வேதத்தை வலியுறுத்துபவர்களுக்கு அத்தகைய உணர்வு இருக்குமாக!

'போற்றரும் வீரபல்லட தேசிகருக்கு அரசவையில் ஏதோ மானக்குறைவு நடந்ததாகக் கூறினர்கள். ஆனால் உண்மையில் அவர்களுக்கு என்ன மதிப்பு குறைவு நடந்து விட்டது? அவர் களுக்குத் தோன்றிய அறத்தை அவர்கள் வெளிப்படுத்திக் கூறி னர்கள். அவர்களுடைய இயல்பான முறையில் சற்றுக் கடுமை யாகக் கூறினர்கள். அரசரவையில் அமைச்சர், சிற்றரசர் முதலா னோர் அந்தக் கடுமையைப் பொறுத்துக் கொள்வார்களா? அவர்கள் மட்டும் திருவீரபல்லட தேசிகரை யாது கூறிவிட்டார்கள்? அவர் களுடைய சொல்லாற்றலைச் சற்று விளக்கஞ் செய்தார்கள்.

'ஆயினும் இளவரசர் தமது மகனர் என்று குறிப்பிடுவது மஹாதேவராயரும், வீரபத்திரேசருமாவார். அதற்குள் வீரபத்தி ரேசர் விசுவேசுவரசம்பு அவர்களை அறன் வலியுறுத்துமாறு வேண் டினர். அவருக்குத் தோன்றியதை இருவருக்கும் இல்லாமல் இடைப்பட்ட வழியில் கூறினர். அது பேரரசருக்கு விருப்பமா யிற்று. அமைச்சர், சிற்றரசர், படைத்தலைவர் பலருக்கும் அஃது நன்றெனப்பட்டது. இடையில் நமக்கென்ன? வீரபல்லட தேசிகர் மீண்டும், முடிசூட்டு விழாவின்பொழுது ஒரு குடத்தை ஏந்தி உருத் திரமதேவியை நீராட்டினரே!

உருத்திரமதேவி 171

'நாம் செய்த குற்றங்களுக்குத் தண்டனை விதிப்பதில் அரசருக்குத் தவறேதுமில்லை. திருஉருத்திரதேவப் பேரரசர் நம் அனைவரையும் சிறைவிடுத்துப் பலருடைய தலைகளைக் காத்தார்! அலுவலர்களிடம் மன்னிப்பு கோரிக்கொண்டு பழைய நிலையில் நமது தொழிலைச் செய்வதுதான் உவந்த முறையாகும்.'

சமணக் கணக்கர்கள் பலர் இவ்வாறு நினைத்துப் பலவகைகளில் அலுவலர்களிடம் மன்னிப்புப் பிச்சை கோரி முன் செய்த பணிகளை ஏற்றனர்: ஆனால் அவற்றில் மிக உயர்ந்த பொறுப்புக்களிலிருந்தவர்கள் பலருக்கு ஒரு சிக்கல் தோன்றியது. செயற்கூடங்களுக்குத் தாம் வராத நாட்களில் அந்தத் தலைமைப் பணிகளில் நெல்லூரிலிருந்து வந்திருந்த பாகநாட்டு அந்தணக் கணக்கர்கள்கு அப்பொழுதே நிலையாகி விட்டனர். அவர்களை நீக்கி மீண்டும் இவர்களுக்குப் பழைய பணிகளைத் தருவதற்கு அலுவலர்கள் ஒப்புக்கொள்ள வில்லை. அதனால் தாம் முன்னர் உயர்ந்த பொறுப்பு பூண்டிருந்த இடங்களிலேயே இப்பொழுது இரண்டாவது நிலையினை ஏற்க வேண்டி வந்தது. அது அவர்களுக்குக் குறைவாகக் காணப்பட்டது. அவர்கள் தலையை வெட்டி வீழ்த்தியதாகவே அவர்களுக்குத் தோன்றியது. சிலர் தாம் செய்த குற்றங்கள் என அவற்றிற்குத் தலை வணங்கினர். ஆனால் பலர் அதற்கு வருந்தாமல் வேலையைச் செய்யலாயினர்.

அமைச்சர் அன்னையாவின் தலைமைக் கணக்கனை நாகாச்சாரிக்குக் கணக்கர்கள் சங்கத்தில் சிறப்பான பெருமையும் செல்வாக்கும் உண்டு. கணக்கர்கள் வேலை நிறுத்தம் செய்யவேண்டுமென்ற புதுமையான ஆலோசனையைக் கூறியதும் அவன்தான், அவன் தனது தலை மீளாதென அறிந்து விஜயதசமி விழா முடியும் வரை வெளியில் செல்லவில்லை. அன்று மறுநாள் அவன் வெட்கத்துடன் அமைச்சர் அன்னையாவின் செயலகத்திற்குச் சென்றான். அவனுக்கு அங்கு இடம் காணப்படவில்லை. பிறகு அவன் அமைச்சர் அன்னையாவைக் கண்டான்.

அவனைக் கண்டதும் அமைச்சர் அன்னையா ஊதியப்பட்டிக் கணக்குகள் போடும் கணக்கனை அழைத்து உடனே நாகாச்சாரிக்குச் சேரவேண்டிய ஊதியத் தொகை முழுவதும் கணக்குக் கட்டி அவன் முன் வைக்கச் செய்தார். நாகாச்சாரிக்குப் பேசவும் வாய்ப்புக் கிட்டவில்லை. அமைச்சர் அன்னையாவிடம் இன்னும் ஏதோ மனுச் செய்துகொள்ள வேண்டுமென்பவனைப் போல அங்கேயே நின்று கொண்டிருந்தான்.

"கணக்கில் ஏதாவது தவறிருக்கிறதா? என்ன?" என அந்தக் கணக்குப்போட்ட கணக்கனிடம் உள்ள ஏடுகளை அமைச்சர் அன்னையா வாங்கிப் பார்க்கலானார்.

அதைக் கண்ட நாகாச்சாரிக்குக் கோபம் தாளவில்லை. கடுமையான சினம் தோன்றியது.

"அமைச்சரவர்களே, நீங்கள் பெரியவர்கள். இத்தனை காலமாக உங்களுக்கும் எங்களுக்கும் உள்ள கடமைத் தொடர்பை ஒரேயடியாக அறுத்தெறிவது நல்லதென்று நீங்கள் நினைக்கிறீர்களா?" என்று அவன் கேட்டு விட்டான். அவனுடைய உடல் முழுமையும் நடுங்கிக் கொண்டிருந்தது.

அமைச்சர் அன்னையா பதிலுரை கூறவில்லை. புன்னகை மட்டும் புரிந்தார்.

பதிலுரைக்காக நாகாச்சாரி சற்று நேரம் காத்திருந்தான். அமைச்சர் அன்னையா கணக்கு முடித்து அங்கிருந்து மறுவுரை பேசாமல் முதலில் தாம் செய்து கொண்ட பணியில் ஈடுபடலானார். சற்று நேரம் அங்கேயே நாகாச்சாரி காத்திருந்தான். இன்னும் அங்கிருப்பின் பணியாளன் வந்து அவனை வெளியில் வலியுறுத்தி அழைத்துச் செல்வான். இதையறிந்த நாகாச்சாரி, "விடை பெற்றுக் கொள்கின்றேன்!" என்று ஏளனமாகக் கூறிக் கொண்டு தனக்குக் கொடுத்த பொருளை அங்கேயே விட்டு விட்டு அகன்றான்.

அனைத்தையும் அமைச்சர் அன்னையா உற்று நோக்கிக் கொண்டிருந்தார். நாகாச்சாரி அகன்றவுடன் அப்பொழுதே அவர் தமது குதிரை வீரனான பவிரனை அழைத்து, அப்பொருளைக் காட்டி அதனை நாகாச்சாரியின் இல்லத்தில் கொடுத்து விட்டு வருமாறு அனுப்பினார். அவன் அப்பொருளை நாகாச்சாரி வீடு போய்ச் சேரு முன்னரே, அங்கு சேர்த்துவிட்டு வந்து அமைச்சரிடம் தெரிவித்தான்.

நாகாச்சாரியைப் போலவே சற்று முன்பின்னாகப் பல பெருங் கணக்கர்களும் தலைமைக் கணக்கர்களும் தத்தமது வேலையைப் போக்கடித்துக் கொண்டனர். இவர்களுடன் அவர்களைச் சார்ந்திருந்த சிறு எழுத்தர்கள் பலரும் மீண்டும் தமது பழைய வேலைகளில் சேர்வதற்கு விரும்பவில்லை.

பனையோலைகளின் மீது எழுத்தாணியை ஊன்றிக் கொண்டு சென்றாலல்லவா எழுத்துக்கள் தோன்றுகின்றன! செப்புத் தகடுகளின் எழுத்துக்களும் சாணைக்கல், சிறு சுத்தியின் உதவியுடன் சற்று ஏற்றத் தாழ்வுடனிருக்குமாறு செய்வதன் மூலமாக அல்லவா இயலும்! பனையோலைகளின் மீதும் செப்புத் தகடுகளின் மீதும் எழுத்துக்கள் எழுதப்படுகின்றன. ஆனால் பாறைகள் மீது எழுத்துக்களாலான உருவங்கள் பொறிக்கப்படுகின்றன. சுத்தியடிகளுடன் உளியும் பாறைகளின் மீது உருவத்தைக் கற்பித்து உருவச் சிலைகளும் காந்தாரச் சிலைகளுமாக மாற்றி விடுகின்றன. அப்பணியைச்

சற்று மாறுபடச் செய்தால் சிற்பங்களும் உளி, சுத்தியல் உதவி யுடன் பல உருவங்களைச் செய்து உண்மை உயிருள்ளன போன்ற உருவங்கள் அடைகின்றன. பொன் போன்ற உலோகங்களை உருக்கி அணிகளும் சிலைகளும் மற்ற உருவங்களையும் செய்வதற்குக் கூட மேற்சொன்ன செயல்களுக்கு மேற்பட்டவைதாம். இக் கலைகள் அனைத்திற்கும் ஒற்றுமை உள்ளது. ஆனால் இக்கலை களனைத்திலும் ஒவ்வொன்றுக்கும் தனித் திறமையைப் பயிற்சியின் வாயிலாகப் பெறவேண்டும். அவ்வளவுதான்! எழுத்தர்கள் எழுத்துப்பணியுடன் கல்லெழுத்து, சிற்பத் தொழில், பொற் கொல்லத் தொழில் ஆகியவற்றில் ஒன்று அல்லது மேலும் சில அல்லது எல்லாவற்றையும் பயிற்சி பெறுதல் வழக்கம். இவை யனைத்திலும் எழுத்துப்பணி எளிதாகக் காணப்படும். ஆனால் கலை வல்லுநர்களான அந்தச் சமணக் கணக்கர்களின் கரங்களால் எழுதப் பெறும் ஏட்டுச் சுவடிகள்கூட ஒரு புதுமையான பொலி வுடன் விளங்கி வந்தன.

மேலும் ஒரு சிறப்பு உள்ளது. அப்பொழுதுதான் நெடுங்கால மாகத் தென்னாட்டிலிருந்து தாழையோலைகளில் எழுதும் பழக்கம் பரவியது. அதனில் சமணக் கணக்கர்களுக்குச் சிறந்த பயிற் சியும் விருப்பமும் இருந்தன. தாழையோலைகளின் மீது எழுத் தாணி செல்லாது. அவற்றின் மீது தூலிகையின் உதவியால்தான் எழுத வேண்டும். எழுதுவதற்கு முன்பு அவர்கள் அவ்வேடுகளை வண்ண வண்ணமான ஓவியங்களுடன் ஒப்பனை செய்து, அவற் றின்மீது பொன், வெள்ளி, அரிதாரம், குங்குமங்களை வைத் திழைத்து, எழுதத் தொடங்குவார்கள். அவ்வாறு ஏடுகளை மிக்க அழகுடன் தீட்டாமல் அவற்றின்மீது அவர்கள் எழுத முனைய மாட்டார்கள். எழுத்து என்பது ஏடுகளின் மீது படிப்பதற்கு மட்டும் பயன்படும் குறியீடுகளான சில உருவங்கள் அல்ல. அவை குறியீடுகள் மட்டுமல்ல. அவை எழுத்துக்கள்! தேவால யத்தை அழகுபடுத்துவது போன்றே ஏடுகளும் பார்ப்பவர்களுக்குக் கவர்ச்சியுள்ளனவாக இருத்தல் வேண்டும். சமண மதத்தில் இப் படைப்பு நிலையானது. அதற்கு அழிவில்லை. வீடு பேறடையற் குரிய சமணர்களுக்கு இவ்வுடல்தான் ஏற்ற கருவி. எனவே இவ் வுடலைத் தூய்மையுடனும் புனிதத் தன்மையுடனும் பொலிவுடனும் வைத்திருக்க வேண்டும். அதனால் அவர்கள் எழுதும் ஏடுகள் அவற்றிலுள்ள எழுத்துக்கள் அழகுடன் பொலிவுற்றிருக்கவேண்டும். மேலும் அவ்வேடுகளைத் தொகுத்து வைக்கும் கட்டுக்கோவைகளும் கூடப்பார்ப்பவர்க்கு வழிபாட்டுணர்ச்சியை முற்றிலும் தோற்றுவிக்க வேண்டும். எழுதுவதும் ஒரு சிற்பமாகும்! ஒரு கலையாகும்! இந்தக் கருத்து சமணர்களின் இலங்கியங்களைப் பார்ப்பவர்களுக்குத் தெரியு வரும்.

தலைமைக் கணக்கர்கள் பலர் மிகவும் செல்வந்தர்கள். வாழ்க்கைக்கு எழுத்துப் பணியை நம்பிக் கொண்டிருக்க வேண்டிய தேவை அவர்களுக்கில்லை. அவர்கள் பல சிற்பங்கள் மட்டுமின்றி நிறுவன அமைப்புப் பணிகளிலும் வல்லவர்கள். அவற்றில் அவர்க்கு விருப்பமுள்ள பணியை அவர்கள் செய்வார்கள். ஆந்திர நாட்டில் இயலாவிடில் தேவகிரிக்குச் செல்வர். கலிங்கத்திலும் அவர்களுக்குப் பரிசில்கள் கிடைக்கும். ஹொய்சால நாட்டிலும், பல்லால நாட்டிலும், சோழ, பாண்டிய, சேரள நாடுகளிலும் அவர்களைத் தலைமேல் வைத்துக் கொள்வார்கள். அதனால் சிலர் பொருட்படுத்தாமல் ஆந்திர நாட்டை விட்டு வெளியேறி நான்கு திசைகளுக்குஞ் செல்லலாயினர். சிலர் தம் இருப்பிடத்தை விட்டுச் செல்லாமல் அங்கேயே தங்கிப் பொற்கொல்லர் வேலைகளில் நிலை பெறலாயினர்.

அவ்வாறு தங்கிவிட்டவர்களில் பலருக்கு நெடுங்காலமாக எழுத்துப் பணியில் கரங்கள் ஓய்ந்தமையால், கடினமான பொற்கொல்லர் பணிகளில் அத்தனை திறமையுடன் அவர்கள் கரங்கள் செயலாற்றவில்லை. எழுத்துப் பணியிலிருந்தபொழுது வருவாய் குறைவாயிருப்பினும் சமூகத்தில் மதிப்பு மிகுந்திருந்தது. அப்பெருமை இப்பொழுது அவர்களுக்கு இல்லாமற் போயிற்று. தம்மிலும் கீழானவரென இத்தனை நாட்கள் நினைத்தவர்களிடம் இணையுள்ள வகையிலாவது இப்பொழுது அப்பணிகளில் இவர்களுக்குத் திறமை குதிர்ந்த பாடில்லை. அத்தகைய எளிய கணக்கர்களுக்குத் தமது எழுத்துப் பணியுடன் வாழ்க்கையடிப்படையே போய் விட்டது போன்றுயிற்று. அவர்களுக்கு ஆந்திர அரசர் மீதும் அவருடைய சிற்றரசர் படைத்தலைவர் மீதும் உள்ளூறக் கடுமையான சினம் வளர்ந்து கொண்டிருந்தது. ஆனால் ஏது செய்ய இயலும்? அத்தகையோருக்கு நாகாச்சாரி போன்ற தலைமைக் கணக்கர்கள் அரசர்மீது பகைமை வளருமாறு வித்திட்டு வந்தனர். வேறு வழியற்ற அத்தகைய பேதையர்கள் பகைமை மேலிட்டவராகி வாய்ப்புக் கிட்டும்பொழுது செய்யத் தகாதன செய்யலாயினர். அவர்களில் சிக்குண்டவர்களுக்கு அரசவைப் பெருமக்கள் தண்டனை விதித்தனர். அவ்வாறு அவர்கள் பெற்ற தண்டனை மிகுந்து வரவும் மற்றெல்லார்க்கும் அரசாங்கத்தின் மீதுப் பகைமையும் அதிகரிக்கலாயிற்று. அதனால் அல்லல்கள் மிகுந்தன. தண்டனை பெற்றவர்கள் தாம் புரிந்த குற்றங்களைத் தவிர்ப்பதற்கு மாறாக, அரசரின் அலுவலர்கள் அளிக்கும் தண்டனைகளையே நினைத்து, அவர்களுக்குள் வேறுபாடுகளை மிகச் செய்தனர். முன்னென்றுமல்லாத அளவில் காகதீயர் அரசப் பெருமக்களுக்குச் சமணர்களின்மீது பகைமை தோன்றியிருக்கின்றதென்னும் ஒரு பழியை அவர்கள் சுமத்தலாயினர். கேடு வரும் பின்னே மதி கெட்டு வரும் முன்னே!

இவ்வாறு ஆண்கள் மட்டுமின்றிப் பெண்களும் அலுவலர்களைப் பழிக்கலாயினர். அத்தகைய பழிச்சொல் ஒரு முறை நாட்டில் பரவத் தொடங்கி விட்டால் அதனை எவரும் தடுக்க முடியாது. உருட்டி விட்ட சக்கரத்தைப் போன்று அது உருண்டோடியது. திருடியவர்களின் கரங்களை வெட்டுதல் எளிய தண்டனை! அவ்வாறு எவனே தண்டனை பெற்ருல் எவரும் ஏதும் எண்ணமாட்டார். ஆனால் சமணத் திருடனாக இருந்து விட்டாலோ, அவர்கள் "மீண்டும் இவன் ஒருவனையும் தண்டித்திருக்கிருர்கள். நமக்கு இனி தலை தப்பாது. பாவம், இவன் எத்தனை நல்லவன்? இத்தகையவனையா அரசாங்க அலுவலன் தண்டிப்பது? கேடு வரும் பின்னே, மதி கெட்டு வரும் முன்னே!"—இவ்வாறு கூறிக் கொள்வார்கள். இத்தகைய சொற்களைக் கேட்ட சமணரல்லாதவரும், "அப்படித்தானு, பாவம்" என்று வருந்துவார்கள். இத்தகைய பழிச் சொற்களை நாகாச்சாரி எல்லா வகைகளிலும் நகரத்தில் பரவுமாறு செய்து வந்தான்.

ஆனால் அந்த எழுத்துப் பணியாளர்களின் சினம் முழுவதும் சிறப்பாக அந்தணக் கணக்கர்களின் பள்ளிகளின்மீது ஒன்று திரண்டது, "இது மாபெரும் தீங்காகும்! இவர்களுக்குப் பொய் வேதமும் கங்குக் காளைகளைப் போன்று தலையாட்டி விட்டுத் தின்பதற்கும் மட்டுந்தான் தெரியும். எத்தனை பேராயினும், அவர்களை விடத் தாங்கள் தாம் சிறந்தவர்கள் என்று இவர்கள் கூறிக் கொள்வார்கள். எதிர்பாராதவகையில் இத்தகைய மூடர்களுக்குத் தாம் இந்நாட்டில் மிகுந்த சிறப்பிருக்கும். இவர்கள் என்ன எழுதி விடுவார்கள்? எழுதினாலும் அழகாக எழுதுவதற்கு எத்தனைப் பிறவிகள் பயிற்சி பெற்ருல் இவர்களுக்கு வரும்? இந்தச் சாப்பாட்டுப் பற்றுள்ளவர்களுக்குக் கணக்குகள் என்ன தெரிந்து விடும்? அரசியல் நுணுக்கங்களை இவர்கள் யாதறிவார்கள்? இதன் பலனை அலுவலர்கள் விரைவில் தெரிந்து கொள்வார்கள். அப்பொழுது அவர்களே நம்முடன் கால்பிடித்து 'பேரம்' பேச வருவார்கள். அவசரம் ஏன்?"—

இவ்வாறு அவர்களுக்குள்ளாகவே கூறிக் கொள்வார்கள். ஒரு புறம் "அவசரம் ஏன்?" என்று கூறிக் கொண்டிருப்பார்கள். மற்றொருபுறம் அவர்களுடைய உள்ளங்கள் குழப்பத்திலாழ்ந்தவாறிருக்கும். அவர்களுடைய உள்ளங்களின் ஆர்வம் அவர்களுடைய உடல்களில் தலை முதல் கால் வரையிலும் தெளிவாக எதிர்ப்பட்டுக் கொண்டிருக்கும். அலுவலர்களையும் அந்தணக் கணக்கர்களையும் வாயாறத் திட்டுவார்கள் திட்டியதனால் அவர்கள் மீது மேலும் பகைமை வளர்ந்தது.

கணக்கர்கள் பள்ளியில் சேர்ந்த அந்தணர்கள் வீதிகளில் காணப்படின், அவர்களை ஏதோ ஒரு வகையில் ஏளனஞ்

செய்வார்கள். அவர்களுக்குக் கேட்குமாறு தமக்குத் தாமே வசை மொழி கூறிக்கொள்வார்கள். அவர்கள் வைத்திருக்கும் அடையாளக் குறிப்பைக் கோவணத்திலாவது, தலையின் மீது ஒளிரும் கூந்தலிலாவது, மேடையின் முன் படிப்பிலாவது காணுதவாறிருந்தது, கவர்ந்து கொள்வார்கள். அவர்கள் தனியாகக் கிடைத்து விட்டால், அத்தகையோரை இப்படியும் அப்படியுமாகப் பார்த்து இகழ்ந்து பேசி, சந்து பொந்துகளில் நுழைந்து ஓடிவிடுவார்கள். அதனுல் புதிதாகக் கணக்குகள் கற்றுக்கொள்ள வந்துள்ளவர்கள் தனியாக இருட்டுப் பொழுதில் நகரத்து வீதிகளில் செல்வது அபாயமான செயலாகி விட்டது.

அவர்கள் பாடங்கள் கற்கத் தொடங்குதல் பொதுவாக நடுப் பகலிலிருந்துதான். நாள்தோறும் பாக நாட்டுக் கணக்கர்கள் அனைவரும் அந்தப் பள்ளிகளுக்கு வருவதற்கு அவர்களுக்கு ஓய் விருப்பதில்லை. அதனுல் சிலர் மட்டும் வருவார்கள். அப்பள்ளிகளும் ஓரிடத்திலில்லை. சுயம்பு தேவலாய உட்புறத்திலும், ஏகவீராதேவி, சாமுண்டீசுவரி, வைரவசுவாமி, முசானியம்மை, குமரக் கோட்டம், பாண்டவர் கோவில், வீரபத்திரேசுவரர், மாகுரம்மை, காமவல்லி, மகாலட்சுமி, காகதம்மை—இத்தகைய தெய்வங்களின் திருக்கோவில்களில், சில கணக்கர்கள் பள்ளிகளை அமைத்தனர். மற்றுஞ் சில கணக்கர்கள் பள்ளிகள் பெரிய அறச்சாலைகளின் நடுவி லுள்ள கூடங்களில் நடைபெற்றன. ஆயினும் அவை போத மாட்டா. ஆருயிரம் பேர் படிக்கின்ருர்களே! சிற்சில பள்ளிகள் நகரத்தின் நடுவிலுள்ள பரந்த வெளிகளில், இடைக்காலத்திற் கேற்ப மூங்கில், பனையோலை, தென்னங்கீற்று, காட்டுத் தழைகள் முதலானவற்றுடன் கூடிய பந்தல்களில் அமைக்கப்பட்டன. அவற்றுக்கு எப்பொழுதும் தேவைப்பட்டு வந்த தடுக்குகள் தயாரிப்பதில் பணிச்சவர் வாடை இரவும் பகலுமாகப் பணிபுரிந்து வந்தது ஓயவில்லை.

இவ்வாறு இடைக்காலத்திற்கேற்ப கிடைத்த கருவிகளால் நிறுவப்பட்ட பள்ளிகள் வேலையிழந்த சிறு கணக்கர்களுக்குக் கண்களை உறுத்தி வந்தன. இன்று இரவு அந்தணர் வாழிடத்தி லுள்ள அத்தகைய பள்ளியொன்று பரசுராமனுள்ளத்தை மகிழ் விக்கும்! இன்னென்று நாளை அக்களர் வாடையில் சாம்பராகும். மறுநாள் இன்னேரிடத்திலிருந்த பள்ளியின் கூரை விடிவதற்குள் இருக்குமிடந் தெரியாது. இவ்வாறு பற்பல வகைகளில் அந்தப் பள்ளிகள் நடவாமலிருக்க ஊறுவிளைவிப்பதற்கு அக்கொடியவர்கள் முயன்று வந்தார்கள்.

ஆயினும் அரசரின் உதவியிருந்தமையாலும் தலைமையலுவலர் களின் விருப்பமிகுந்தமையாலும் அப்பள்ளிகளில் கல்வி கற்பித்த

உருத்திரமதேவி 177

லுக்கு எத்தகைய கடுமையான தடையும் ஏற்படாதவாறு அவை நடந்து கொண்டு வந்தன. எரிந்துபோன பள்ளியைவிட வலிமை மிகுந்த கட்டிடம் மறுநாளே அங்கு கட்டப் பெற்று விடும். இடிந்து வீழ்ந்தன நிறுத்தப்பெறும், கீற்றுக்கள் காணாமற்போனவற்றுக்கு மீண்டும் அவை வேயப்படும். மேற்கூறியவற்றைப் பகல் இரவு முழுமையும் காப்பதற்கென வீரர்கள் அமர்த்தப்பட்டனர். அவர்களும் அப்பள்ளிக்கூடங்களின் மீது தீச்செயல் புரியுந்தீயோருடைய ஈ அந்தப் பக்கலில் வரினும் கைப்பற்றிக் கடுந்தண்டனைக் காளாக்கினர்.

இந்தப் பள்ளிகள் அனைத்துக்கும் அடிகோலியவர் அமைச்சர் அன்னையா. அமைச்சர் அன்னையா மீது அவர்களுடைய பகைமை மிகவும் மேலிட்டதில் வியப்பேதுமில்லை. அதனிலும் அவர் மீது தனிப்பட்ட பகைமை யூட்டிய நாகாச்சாரி உண்மையில் நாகத்தின் தோற்றந்தான்! அவன் கொடிய நஞ்சு போன்றவன்! கடும் அரவந் தான்! கார்க்கோடக உருவமே! இரு நாக்குடையவனே! அவன் கொடும் வஞ்சகன்!

அவன் எண்ணமிட்டவாறு, தன்னை அமைச்சர் அன்னையா அவமானஞ் செய்த பிறகு ஒரு வாரம் ஆவதற்குள், அமைச்சரே அரண்மனைக் காவலில் வைக்கப்பட்டார். இன்னும் அந்தத் தண்டனை போதாது. அவருடைய கட்டுப்பாடு எத்தனைப் புதுமையாக உள்ளது! அவருக்கு நடக்கும் சிறப்புக்கள் யாவும் நடக்கின்றன. ஆயினும் அவர் நகரத்தினுள் தம்மைப் போன்றவர் இல்லையென்று தலைநிமிர்ந்து இப்பொழுது திரியவில்லை. அரசரின் புறநகரை விட்டு வெளிச்செல்வதில்லை. அவருடைய இல்லத்திற்காகிலும் வந்து பார்த்து விட்டுச் செல்வதில்லை. அவருடைய மனைவி மக்களாவது, தாய் கௌரியம்மையாவது, அன்பு மகள் பாலாம்பிகையாவது அவருள்ள இடத்திற்குச் செல்வதில்லை. கற்றறிந்தவர்களான நான்கு அந்தணர்கள் மட்டும் வரப்போக இருக்கின்றார்கள். இப்பொழுது அன்னையாவும் அவர்களுடன் பெருமாள் மாடு போன்று தலையையாட்டப் பயிற்சி பெற்றுக் கொண்டு வருகிறார் என்று கூறுகிறார்கள். அது சிறையிலடைப்பதல்லவா? இல்லையெனில் அவர் மீதுள்ள பற்றுதலால் அவர் நிலைமைக்கேற்ப விலங்கிடப்படவில்லை. தலைக்கனம் குறையவில்லை. தங்கக் கூண்டில் சிக்கிக் கொண்டவரானார். பேரரசரின் வலது தோளென வீரம் பேசின அவர் இன்று அரசருக்கு வஞ்சகரெனக் காட்சியளிக்கின்றார்!

'ஆனால் இந்த அரசர்களின் அறிவுப் போக்கு விளங்குவதன்று. உறுதியின்மை, ஒரு சார்புள்ளமை, தீய பற்று, தவறான ஆவல் போன்றவை அவர்களைப் பல வழிகளில் ஈர்த்தன. அன்னையா

அரச வஞ்சகராயின் அந்தத் திக்கனர் மட்டும் ஏன் ஆகமாட்டார்? அவர் பின்னல் வந்த அந்தப் பாகநாட்டுக் கணக்கர்கள் நூறு பேரும் ஏன் ஆகமாட்டார்கள்? அந்தத் திக்கனர் காதுகளில் அணிந்திருக்கும் குண்டலங்களும் முகத்தில் வெளிப்படும் திருட்டுப் பார்வையும் அக்கணக்கர்கள் பேச்சுக்குப் பேச்சுச் செய்யும் வாழ்த்து மந்திரங்களும் அரசர் பெருமக்களை அயர்வடையச் செய்கின்றன. அன்னையாவுக்கு அவருக்கெனத் தங்குமிடம் அமைத்ததினுல்தான் காவலும் அவருடைய சீடர்களுடைய பற்றும் பரிவும்! நன்கு ஆராயக்கூடிய எங்களைப் போன்றவர்களுக்குப் பொருள் தெரியுமா?'

இவ்வாறு நாகார்ச்சாரியும் அவருடைய நண்பர்களும் உதவியாளர்களும் நினைத்துக் கொள்வார்கள். ஆயின் அவர்களுடைய ஆலோசனை முடிவடையாது. திக்கனரின் மீது பகைமை பெருகும். அது அவர் உடனிருக்கும் சிறு கணக்கர்களுக்கும் பரவும். என்ன துணிவு இந்தத் திக்கனருக்கு! பேரரசரின் பாதுகாப்பானது தம்மை எப்பொழுதும் காக்கவல்லதென்பதுதான் இவருடைய எண்ணம் போலும்!

திக்கன சோமயாஜி தம்முடன் குருநாதனையும் மாறனையும் அழைத்துக் கொண்டு அன்னையா வீட்டிலிருந்து கேசவத் திரு சுயம்பு தேவாலயத்திற்குக் கவலையற்று நடந்து செல்வதை நாள் தோறும் பார்க்கப் பார்க்க அவர்களில் சிலருக்குப் பொறுக்க முடியாமற் போயிற்று.

ஒரு நாள் மாலையில் சோமயாஜி திருமா பாரத உரையாக்கத்தை முடித்துக் கொண்டு, சுயம்புத் திருக்குளத்தில் நீராடி, இறைவன் திருக்கோலத்தைக் கண்டு மீண்டும் வீடு திரும்பி வந்து கொண்டிருந்தார். எப்பொழுதும் போலவே மாறனும் குருநாதனும் அவருடனிருந்தனர். இக் கணக்கர்களால் தூண்டி விடப்பட்ட சில கர்னுடகர்கள் மது வருந்திய மயக்கத்தில் அவர்களுக்கெதிர்ப்புறமாக வந்து கொண்டிருந்தனர். அம் முப்பெரு மக்களுக்கும் தரப்பட்டிருந்த அரசரின் உரிமை ஏடு பற்றி நகரத்தவரனைவரும் அறிந்திருந்தமையால், பெரியோர், சிறியோர் என எத்தகையோராயினும் அனைவரும் எதிர்நோக்கி வரநேரிடின் மதிப்புடன் அவர்களுக்கு வழி விட்டுப் பக்கலில் ஒதுங்கிச் செல்வது வழக்கமாகிவிட்டது. அன்று திக்கன சோமயாஜி ஆழ்ந்த சிந்தனையில் மூழ்கியவாறு அடியெடுத்து மெல்ல நடந்துகொண்டிருந்தார்.

'அமைச்சர் அன்னையாவுக்கு இந்தக் கட்டுக் காவல் ஏன்? எனக்கு இந்தச் சிறப்புப் பெருமை ஏன்? இந்த நகரத்தில் எங்கு செல்லவும் எனக்கு முழு உரிமையும் அளித்துப் பேரரசர் கருணை கூர்ந்துள்ளார். ஆனல் நான் எங்கும் செல்வதற்கு என்ன தேவை

யிருக்கிறது? எனது வேள்விக்கூடமும் கேசவ சுயம்பு தேவாலயங்களைத் தவிர்த்து வேறெங்கு செல்வதற்கு வேலையிருக்கிறது! அமைச்சர் அன்னையாரையும் நான் போய்ப் பார்த்துவிட்டு வரலாம். ஆனால் பார்த்து என்ன செய்வேன்! பேரரசின் முடியினை ஏற்றப் பேரரசரின் தண்டனையடைந்த அமைச்சர் அன்னையாயினும் எம்போன்றவர்களைக் காணலாமா? தவறல்லவா? அவர் குற்றமற்றவர்தாம். அவ்வாறு குற்றமற்றவரெனப் பேரரசரால் உறுதிப்படுத்தப்படும்வரையில் அத்தகையவரை எம்போன்றவர் காணலாகாது? எத்தனைக் கடினமான விரதம்! அதுமட்டுமின்றி அமைச்சர் அன்னையாவைப் பார்த்துவிட்டு வருதல் தகுந்ததன்று. பேரரசரின் ஆணை புதுமையுடன் புரிந்துகொள்ள இயலாததாக இருக்கும். நான் இந்த உரிமையேட்டினைச் சான்றாகக் கொண்டு அமைச்சர் அன்னையாவிடம் போக வர விருப்பேனோ என்று ஆராய்வதற்காகவும் இத்தகைய முழு உரிமையைப் பேரரசர் எனக்கு அளித்திருக்கலாம்—?'

இவ்வாறு சோமயாஜி நினைத்துக்கொண்டிருந்தார். கால்கள் மட்டும் பழக்கப்பட்டுவிட்ட அரசபாதையின் வழியே நடந்துகொண்டிருந்தன. தேய்பிறை! இருள் சூழ்ந்திருந்தது. அருகிலுள்ள கோயில்களிலிருந்து விளக்கொளி அரச பாதையின் இடையிடையில் சிறுசிறு ஒளியாக விழுந்து ஒளிவீசிக்கொண்டிருந்தது.

அவர் அப்பொழுது ஒரு இருட்டுப்பகுதிக்குள் வந்துகொண்டிருந்தார். சோமயாஜி எண்ணத்திலாழ்ந்து வெளியுலகத்தையறியாதிருந்தார். எதிர்பாராதவகையில் தம்மைச் சுற்றிலும் அச்சந்தரும் வகையில் பெருத்த ஓசையுண்டாவதைப்போன்றுணர்ந்துத் தூக்கத்திலிருந்து விழித்தவர்போன்று சோமயாஜி சுற்றிலும் பார்த்தார்.

எதிரில் குடித்துவிட்டு வந்துகொண்டிருந்த கர்னுடகர் பலரும் சோமயாஜியை அடிப்பதற்கெனப் பலதிசைகளிலிருந்து சேர்ந்து கூச்சலிட்டுக் கைகளில் கழிகளை எடுத்தனர். அவர்மீது விழுந்த அடிகளையெல்லாம் மாறன் தனது உடலைக்காட்டிக் காத்தான். குருநாதன் சிங்கத்தைப்போன்று அக்கூட்டத்தில் பாய்ந்து கைக்குக் கிடைத்தவர்களையெல்லாம் புடைத்துத் தள்ளி ஓடுமாறு அவர்கள்மீது சினந்து விழுந்தான். குருநாதன் எங்கு சென்றாலும் அப்பக்கத்திலிருந்து அங்கிருந்து அந்தக் குடிகாரர்களின் கூட்டம் விரைந்தோடிக்கொண்டிருந்தது. பீமனின் தேர் திரும்பிவந்து கௌரவர்களின் படையைச் சிதற அடிப்பதைத்தாம் விவரித்ததை இன்று குருநாதன் தனது செய்கையால் மெய்ப்பித்துக்கொண்டிருந்தான். குருநாதன் மோதிய மோதல்களுக்கு ஒவ்வொரு முறையும்

நால்வர், ஐவர், பதின்மர் எனத் திரள்திரளாகப் பின்னால் ஒருவர் மீதொருவராக விழுந்து மண்ணைக் கவ்வினர். அந்தக் கூட்டத்தினர் குருநாதனின் தாக்குதலுக்குத் தப்பித்துக்கொண்டு, எவ்வாறாயினும் இளையோனாகிய மாறன்மீதும் வயதானசோமயாஜியின்மீதும் மோதுவதற்கு முயன்றுகொண்டிருந்தனர். அவர்கள் அடித்த அடிகளுடன் மாறனின் உடல் முழுமையும் கன்றிப்போய் விட்டது. அவன் அத்தனை நேரமும் திக்கனசோமயாஜியின்மீது அடிகள் விழாமல் பாதுகாத்துக்கொண்டிருந்தானேயன்றி, தன்னைக் காத்துக்கொள்ளவோ அந்தக் குடிகாரர்களைப் புடைக்கவோ முயலவில்லை. சோமயாஜி ஒன்றும் தோன்றாமல் நின்றுகொண்டிருந்தார்.

அதற்குள் குருநாதன் அதைக்கண்டு கடுமையான சினமடைந்தான். மாறனையும் சோமயாஜியையும் இனிக் காக்கமுடியாதென்று தெளிவாகத் தெரிந்தது. அக்கூட்டத்தினரில் ஒருவனிடமிருந்து ஒரு பெருந்தடியை குருநாதன் வலியப் பிடுங்கிக்கொண்டு அதனை மிகத்திறமையுடன் சுழற்றிச் சோமயாஜியைச் சுற்றிவரத் தொடங்கினான். அந்தத் தடி அவருடைய கரங்களில் காலதேவனின் தண்டம் போன்று மிக்க அச்சந்தரும் வகையில் தாண்டவமாடத் தொடங்கியது. அந்தக் கடுந்தாக்குதலுக்குக் கர்னாடகக் கூட்டத்தினர் பொறுக்கவியலாமல் சிதறியோடினர். சரியாக அப்பொழுது தான் ஒருசேர எல்லாத் திசைகளிலிருந்தும் சங்கொலி முழங்கலாயிற்று. நூறு கசைவீரர்களுடன் கண்டன் அந்தக் கூட்டத்தினரைச் சுற்றி வளைத்துவிட்டான். கசைவீரர்களைக் கண்டதும் ஓடுவதற்கு வழியில்லாமல் அந்தக் கர்னாடகர்கள் நின்றது நின்ற படியாகிவிட்டனர். குடிமயக்கம் முழுவதும் கசைவீரர்களின் கசையடிகளால் அவர்களைவிட்டு நீங்கியது!

கொடிய சினத்தவராகி இன்னும் கழி சுழற்றிக்கொண்டிருந்த குருநாதனைக் கண்டன் பணிவுடன் வணங்கி அமைதியாகுமாறு வேண்டிக்கொண்டான். அதுவரையிலும் அரசரின் படையினர் வந்தது குருநாதனுக்குத் தெரியவில்லை. அப்புறம்தான் விரைந்து சுழற்றிக்கொண்டிருந்த கழியை நிறுத்தி அவன் நிற்கலானான். கண்டன் அம் மூவரையும் ஆறுதல் கூறித் தனது படையினரில் பதின்மரை அவர்களுக்குக் காப்பாக அமைத்து அந்தக் கர்னாடகர்க் கூட்டத்திலிருந்த நாற்பது பேரையும் ஒருவரையும் தப்பித்துச் செல்லவிடாமல் கயிறுகளால் வலிவாகக் கட்டுவித்துச் சிறைக் கூட்டத்திற்குக் கொண்டுசென்றான்.

குருநாதன் கழியின் உதவியுடன் மாறன் எவ்வாறோ வீடு சேர்ந்தான். திக்கனசோமயாஜி மாறன்மீது கருணை மிக்க பார்வையைச் செலுத்தி அவனுடைய அடிகளைத் தமது அமிர்தமொத்த கரங்களால் தடவியவாறு கூடச் செல்லலானார்.

வீடுசேர்ந்ததற்குள் மாறன் நிற்கவியலாமல் மயங்கி விழுந்து விட்டான். அமைச்சர் அன்னையாவின் இல்லத்திலுள்ள அனைவரும் மாறனைச் சுற்றிலும் கூடி குருநாதனால் நடந்த நிகழ்ச்சிகளனைத்தையும் தெரிந்துகொண்டனர். அனைவரும் மாறனுக்கு எல்லா வகையான உதவிகளும் செய்யலாயினர்.

காலத்திற்கு எத்தனை கேடு வந்துவிட்டது! தலைநகரத்து வீதிகளில் அமைச்சர் அன்னையாவின் போற்றற்குரிய விருந்தினர்களைக் குடிகாரர்கள் சுற்றிச் சூழ்ந்து அடிக்க முயற்சிப்பதா!

அமைச்சர் அன்னையாவின் மகள் பாலாம்பிகை மாறனை அந்த நிலைமையில் கண்டதும் கதறியழுது அவனிடமே நின்றுவிட்டாள். மாறனுக்கும் விரைவில் நினைவு திரும்பியது. என்ன கூறியும் அன்றிரவு பாலாம்பிகை உணவும் உட்கொள்ளவில்லை! நீரும் அருந்தவில்லை. தூங்கவுமில்லை. மாறனிருந்த இடத்திலிருந்து அப்புறம் நகரவில்லை. மாறனின் வலியைவிட அந்த ஆறுவயதுச் சிறுமியின் வருத்தத்தைப் பார்ப்பவர்களுக்கு வயிறு அறுபட்டு விட்டதைப்போன்று செய்தது. அவள் பேச்சுக்குப் பேச்சு 'தாத்தா, தாத்தா' எனச் சோமயாஜியை அழைத்து அன்று மாலை நடந்த நிகழ்ச்சியைக் கேட்டாள். சோர்வின்றி குருநாதன் மிக்க பரிவுடன் அவள் கேட்டவற்றுக்கெல்லாம் பதிலளித்துக் கொண்டிருந்தான்.

எங்கள் தந்தையார் பார்த்தால் அந்தக் கொடியவர்களை உயிரோடு போகவிடுவாரா?—தாத்தா, 'அப்பா எங்கே இருக்கிறார்?' என்று பாலாம்பிகை கேட்கவும் குருநாதனின் கண்களில் கண்ணீர் வழிந்தது. சோமயாஜிக்கும் கண்களில் நீர் நிரம்பி முகத்தை ஒருபுறம் திருப்பிக்கொண்டார்.

21

'நமோ அரிஹந்தாணும் நமோ சித்தாணும்
நமோ ஆயரியாணம்
நமோ உபஜ்ஜாயானம் நமோலோக
சவ்ய சாஹூனம்'
—பஞ்சவணக்கம்.

* அருகர்கட்கு வணக்கம். சித்தர்கட்கு வணக்கம். ஆசானுக்கு வணக்கம். ஆசிரியர்கட்கு வணக்கம். உலக சாதுகட்கெல்லாம் வணக்கம்.

கார்த்திகைத் திங்கள் வந்தது. இம்மாதத்தைச் சைவர்களும் வைணவர்களும் பிறரும் மிகப் புனிதமாகக் கருதுவார்கள். சமணர்களுக்கும் தீபாவளி பெரும் பருவக் காலமாகும். அது அவர்களுக்குரிய புத்தாண்டாகும். அன்று மிகச் சிறப்புடன் அவர்கள் திருமகள் வழிபாடு செய்து, கார்த்திகைத் திங்களில் திருமகள் விழாவைச் சிறப்புடன் நடத்துவார்கள். எனவே அவர்களுக்கும் கார்த்திகைத் திங்கள் பெரும் சிறப்பானதாகும்.

ஏகசிலா நகரத்தில் தென்கிழக்குத் திசையில் மண்கோட்டைக்கருகில் சிறு குன்று போன்ற மண்மலையுள்ளதல்லவா? அரசர்கள் விளையாட்டு மலையொன்றமைத்துக்கொண்ட மண்மலையைவிட இது மிகவும் சிறியதாகும். ஆனால் அண்மையில் சென்றாலும் இருப்பது போலவே காணப்படாது இந்த மண்மலையைச் சார்ந்துச் சமண முனிவர்களின் மடமொன்று பெரியதாக அமைந்திருந்தது. அந்தக் குன்றத்தைச் சார்ந்து அதைச் சுற்றிலும் பல சிறு சிறு அறைகளுள்ள கோயில்கள் அமைக்கப்பட்டிருந்தன. ஒவ்வோரறையிலும் ஒவ்வொரு சமணத் துறவி வாழ்ந்து, அதனுள் தவம் புரிந்து வருவார்.

அருகனின் நிலையை நெருங்குவது சமணர்களுள் உள்ள மிகமிக உயர்ந்த நன்னிலையாகும். அருகர்களில் இருவகையினர் உள்ளனர். அவர்களில் முதல் வகையினர் தீர்த்தங்கரர்கள். அத்தகையோர் இது வரை இருபத்திநான்குபேர் மட்டும்தான் தோன்றியுள்ளனர். சமண அறம் தாழ்வுற்றழியத் தொடங்கும்பொழுதெல்லாம் அத்தகையோர் அவற்றைச் சீர்ப்படுத்தி நல்லவகைச் சமண சங்கங்களை அமைப்பர். அந்தத் தீர்த்தங்கரர்களில் முதல்வர் ரிஷபநாதர். அவரை அவர்கள் வாய்விட்டுக் கூறி நினைப்பதுண்டு. அந்த முதன்மைத் தீர்த்தங்கரரை இதனால் ஆதிநாதர் என்று விவரிப்பது சமணர்களின் மரபாகும். இருபத்திநான்காம் தீர்த்தங்கரர்தான் வர்த்தமான மகாவீரர். இரண்டாவது வகையினரை கேவலர்கள் என்பர். இவர்களும் தீர்த்தங்கரர்களைப்போலவே ஆன்மாவிற்குள்ள நான்கு மலங்களையும் நீங்கச்செய்து வினைப்பயன்களைத் தறித்தெறிந்து ஆன்மாவைத் தன்னுருவடையச் செய்தலெனும் வீடு பேறுற்றவர்கள். சுட்ட விதைகளிலிருந்து என்றாகிலும் முளை தளிர்க்குமா? அவர்கள் வினைவித்துக்களைச் சுட்டுச் சாம்பராக்கியவர்கள். எனவே அவர்களுக்கு ஆணவத்துளிர் முளைக்காது. இவ்வாறு வினைதீர்த்தல் வாயிலாக அத்தகையவர்கள் சிவமாவார்கள். முடிவில் என்றும் வீடுபேறுற்றவனும் நன்னெறியாளனுமான வேறொரு சிவன் உள்ளானென்றுச் சமணர்கள் ஒப்புக்கொள்ள மாட்டார்கள்.

'கேவலனு'வதற்கு இருவழிகள் உள்ளன. அவைகளில் ஒன்று நெருங்கிய வழியாயினும் மிகவும் கடினமாகச் செய்யவேண்டிய தாகும். இது சமணமுனிவர்கள் இயற்றிய சாது சரிதமாகும். இரண்டாவது வழி எளியதாயினும் அதனுல் நெடுங்காலத்திற்குப் பிறகேயன்றி கைவரப்பெருது. இது எளியார் கடைப்பிடிக்கும் இல்லற நெறியாகும்.

இப்பொழுது ஓராண்டுகாலமாக அச் சமண மடத்தில் ஒரு மூலேயிலிருந்த அறையில் சாது ஒருவர் வாழ்ந்துகொண்டிருந்தாராம். அவர் இத்தனை நாட்களாகக் கதவுகளைத் திறக்காமலிருக்குமாறு செய்து அந்த அறைக்குள் இருந்தாராம். இத்தனை நாட்களாக அவர் வெளியில் வருவதையாகிலும், உள்செல்வதையாகிலும் அம் மடத்தில் எவரும் பார்த்ததில்லையாம். இந்த ஓராண்டுகாலமாக அந்த அறையின் வாயில் உட்புறமும் வெளிப்புறமும் தாளிட்டு வைத்திருந்தார்கள். ஒவ்வொரு முறை அவ்வறையினுள்ளிருந்து மணியோசை கேட்டது. மற்றொரு முறை இனிய இசையொலி கேட்கும். இன்னும் சிலபொழுது உள்ளூரக் கருப்பொருளான பிரணவநாதம் அங்கிருந்து வெளிவரும். அந்தப் பெரியாரை வணங்குவதற்கு இந்திரன் முதலான யட்சர்களும் கந்தர்வர்களும் வருவாரென்று கூறிக்கொண்டனர். அந்த மடத்துப் பணியாட்கள் அந்த அறைக்குள் இருந்து புதுமையான உரையாடல்களைப் பல முறை கேட்டதாகக் கூறிக்கொள்வார்கள். சமண அடியார்கள் பலர் நள்ளிரவில் வழிபாடியற்றுவார்கள். அத்தகைய வழிபாடுதாம் புரிந்துகொண்டிருந்தபொழுது சில இருள் மிகுந்த இரவுப்பொழுது களில் அந்த அறை ஒளிமிகுந்த விண் மீன் உருவமாகி வானவெளியில் மேனேக்கிச் சென்று காணுமற் போனதைக் கண்ணுரத் தாம் கண்டதாக அங்கிருந்த அடியார்கள் கூறிக் சொள்வார்கள். அவ்வாறு கூறி அவர்களே தாங்கள் கண் முன்னிலேயில் பார்த்த அந்த இயல்பலாத சிறப்பு எவ்வாறு இயன்ற தென்று ஒருவர்க்கொருவர் வினவிக்கொள்வார்கள். நெடுநேரம் அவர்கள் எல்லாச் செய்திகளையும் பொருள்படுத்தி, அந்த அறைக்குள் உள்ள முனிவர் ஐந்து பூதங்களையும் தம் வயமாக்கிக் கொண்டு அவற்றிற்கும் மேம்பட்டதொரு பெருஞ் சித்தமகான் என்று உறுதி செய்தார்கள்.

இந்தப் பெருமகனுரின் பெருமைமிக்க சிறப்புக்கள் ஒரு புதுமையானவகையில் ஐப்பசித் திங்கள் தேய்பிறையிலிருந்து ஏக சிலா நகரம் முழுமையும் பரவலாயிற்று. சமண சமூகத்தில்அந்தச் சித்தரின் காட்சியைப் பெறவேண்டுமெனும் ஆவல் அளவுகடந்த தாயிற்று. சித்தரின் காட்சியைப் பெற்று என்ன செய்வார்களோ அவர்கள் நினைக்கமாட்டார்கள். அஃதொருவ்கை வெறி! இனப் பிரிவு பாகுபாடின்றி, ஆடவர் பலர் அந்தச் சித்தரைக் காண்பதற்கு

அந்த மடத்திற்குச் சென்று கூடலாயினர். ஆனால் எப்பொழுதும் அந்தச் சித்தர் உள்ள அறைக்கதவுகள் தாளிட்டிருக்கும். அத னருகிலாகிலும் எவரையும் செல்லவிடமாட்டார்கள். ஆனால் எந்தச் சாதனையும் புரியாமல் பேரான்மாக்களைக் கண்டு வணங்கிய வுடனேயே பெரும்பேறடைய விரும்பும் மக்கள் கூட்டங்கள் நலமடையவியலாரென்று எவர் தடுக்க முடியும்? அந்தச் சித்தரைக் காணுமற்போயினும், அந்தச் சித்தரின் அறையருகிலாகிலும் செல்லவிடாவிடினும், தொலைவிலிருந்தே அவர்கள் அவரிருக்கும் அறையைக்கண்டு, உள்ளிருக்கும் பெருஞ்சித்தரை வணங்கித் தாடையிலிட்டுக்கொண்டு பெரும்பேறடைந்தோம் என்று அகன்று செல்வார்கள். மற்றுஞ் சிலருக்கு அந்த அறையினுள்ளிருந்துப் பிரணவநாதம் ஒலிக்கும். சிலருக்கு அந்தச் சுவர்களினூடே அழகிய ஒளிப்பிழம்புத் தெளிவாகத் தெரியும். அத்தகையோர் அருகிலுள்ளவர்களுடன் ‘அதோ, அழகிய ஒளி தெரிகிற தல்லவா, எவ்வளவு அழகாகஇருக்கிறது!’ என்பர். அங்கு அருகி லிருப்பவர்களுக்கு அத்தகைய ஒளி ஏதும் தோன்றுது. அவர்க ளுக்கு வெறும் சுவர்தான் காணப்படும். அதனுல் அவர்கள் தமது பாவப்பிறவிகளுக்குத் தம்மை நிந்தனை செய்துகொள்வார்கள். அவ்வாறு எண்ணும்பொழுதே அவர்களில் ஒருவர், ‘அந்த அறைக்குள் கண்ணுடிக்குப்பியல் விளக்கு ஒளிபோலவே ஒரு வகைக் குளிர்ந்த ஒளி காணப்படுகிறது! என்பார். மற்றொருவர் கண்களை மூடிக்கொண்டு, ‘பனிசூழ்ந்த சுடர் என்ன? கோடி ஞாயிற்றொளி அதோ, பார்க்கமுடியவில்லை, கண்கள் பூத்துப் போகின்றன!’ என்று கூறுவார். இன்னொருவர் கண்களைவிடச் செவிகள் நுண்மையானவை. அதனுல் அவருக்கு இன்னிசை கேட்கும். ஒருவருக்கு நறுமணப்புகையின் வாசம் மூக்கிற்செல்லும். மற்றொருவர், ‘என்ன மணம்! இவ்வுலகில் எந்தப் பூவிற்கு இத் தகைய மணமிருக்கும்!’ என்று கேட்பார். இன்னொருவன், ‘ஐயோ, அதோ புலி!’ என்று உரத்துக் கூறி மயக்கமுற்று வீழ்வான். ‘பாவம், இவனுக்கு எந்த பாவியின் எண்ணம் வந்ததோ தண்டனையுடைந்தான்!’ என்று பக்கலில் உள்ளவர் கூறுவர். அந்தப் பாவிமனிதனைப் பார்த்ததும் தமது புண்ணியப் பண்பு அவர் களுக்கு அதிகமாகும். அவர்கள் அங்கு மயங்கிவீழ்ந்தவன்மீது வருத்தங்கொண்டு அவன் செவியில், “நமோ அருகதேவா...” இத்தகைய ஐவகை வணக்கங்களை உச்சரித்து அவனைத் தேற்றி மெதுவாக அப்புறமழைத்துச் செல்வார்கள். இவ்வாறு அச்சமும் பக்தியும் மக்கள் கூட்டத்தில் அந்தச் சித்தரிடம் நாளுக்குநாள் பரவி விளங்கிவரலாயின.

சித்தரைப் பார்க்கும் வாய்ப்பு கிட்டாமையால் பக்தர்களுக்கு அவ்வறையின்மீது மதிப்புத் தோன்றலாயிற்று. முதலில் சிலர்

அந்த அறைக்குமுன்னர் அதற்கிடையூறு இல்லாமல் மூங்கில் தட்டிகளால் பந்தலமைத்தனர். அதன்பிறகு இரண்டு மூன்று நாட்களில் அங்கு பார்க்கவந்த செல்வந்தர்கள் அதனைக்கண்டு, உடனே சிற்பிகளை அழைத்து நிலையான கற்சுற்றுப் புறமும் மண்டபமும் அமைக்கச்செய்தனர். மற்றொருவர் அதனருகிலேயே தங்குமிடமொன்றை அமைத்தார். பக்தர்களின் பக்திப் பெருகவும் அந்த அறைக்குள்ளிருந்த சித்தர் பெருமானைப் பார்க்கும் வாய்ப்பு‌ர் தொலைவாகிக்கொண்டு வந்தது.

இவ்வாறிருக்கச் சமணர்களின் புத்தாண்டுத் தொடக்கத்தில் அந்தச் சித்தர் பக்தர்களுக்குக் காட்சியளிக்கவிருக்கிறரென்று ஒரு செய்தி நகரமுழுவதும் பரவியது. தீபாவளி அமாவாசையன்று மடத்தில் ஒரு பெருவிழா நடைபெறும். பத்மாட்சி ஆலயத்தில் அனுமகொண்டாவில் பெரும் வழிபாடுகள் நடைபெறும். அந் நாளில் இம்மடத்திலிருந்து இரண்டுகல் தொலைவிலுள்ள பத்மாட்சி ஆலயத்திற்குச் சமணபக்தர்கள் கூட்டம் கூட்டமாகச் சென்று கொண்டிருந்தனர். சமணர்களுக்குப் ‘பற்றுநிலை’ ஒரு புனிதமான சடங்குபோன்றது. ‘பற்றுநிலை’ செய்தபிறகு மகனுயிருப்பினும் வீட்டில் முன்னென்றுமில்லாத இடம் தரப்படும். நான்குபேர்களில் அத்தகையவருக்குப் பெருமதிப்பும் உண்டு. அதனுல் அவர்க ளுக்குப் ‘பற்றுநிலை’ பெறுதல் முறையாகும். அவர்கள் வண்ண வண்ண ஆடைகளைத் தரித்துப் பட்டாலும் நூலாலும் சரிகையாலும் கண்ணுடிகளாலும் தலைகளில் மனங்கவரும் வண்ணம் தரித்து அணிஅணியாகப் போக்குவரத்து செய்துகொண்டிருக்கவும், ஓரங் கல்லிலிருந்து அநுமகொண்டா வரைக்கும் ஒரேயடியாக விண்ணி லிருந்து சாதுக்கள் பத்மாட்சிதேவியை வணங்குவதற்கும் சித்தரைக் காண்பதற்கும் இறங்கிவந்தார்களா எனக்கருதுமாறு தோன்றியது. அன்று சித்தர் காட்சிதருவாரென்று ஆடவர் கூட்டத்தில் ஒரு எண்ணம் தோன்றியது. அவரிருக்கும் அறைக்கண்மையிலுள்ள ஒரு மலைப்பாறையில் தியானத்திலாழ்ந்துக் காட்சியளிப்பாரெனவும் செய்தி பரவியது. மக்கள் அன்று பெருவாரியாக மடத்தில் கூடினர். ஆயின் அன்று அவர்களுக்கு அவருடைய காட்சி கிட்டவில்லை. ஆயினும் அவர்களுக்கு ஆவல் தீரவில்லை. முதல்நாளன்றும் இரண்டாம்நாளும் மூன்றும் நான்காம்நாளன்றும் நள்ளிரவு வரைக்கும் பக்தர்கள் அந்த நற்பேறுக்கெனக் காத்துக்கொண்டிருந் தனர். ஆனுல் அந்தப் பெருமகனுரின் காட்சி அவர்களுக்குக் கிட்டவில்லை. அவ்வாறு பக்தர்கள் நாள்தோறும் ஆவல்குன்றிய வர்களாகி பின்திரும்பிச் செல்லலாயினர். அவர்களின் ஆவல் எத்தனைநாள் நீடித்து நிற்கும்? ஐந்தாம்நாளன்று மாலை வந்தவர் களின் மக்கள் எண்ணிக்கைக் குறையலாயிற்று. அங்கு வந்தவர் களும் தலைநிமிர்ந்து அந்தக் கற்பாறையைப் பார்த்துப் பார்த்துச்

சலித்து அவர்களில் பலர் தமதில்லங்கட்குச் சென்றுவிட்டனர். தொலேவில் வானவெளியில் நெடிதுயர்ந்துள்ள ஆந்திர அரசரின் அரண்மனை உச்சியிலுள்ள மணிக்கூண்டிலிருந்து பன்னிரண்டுமுறை மணியோசை ஒலித்துத் தெளிவாகக் கேட்கலாயிற்று.

அப்பொழுது எதிர்பாராதவாறு அந்தக் கற்குன்றின்மீது ஒருருவம் காணப்படலாயிற்று. ஏதோ ஓருருவம் என்ன? யோகத்திலாழ்ந்திருந்த அப் பெருமுனிவரின் உருவம்தான் கண்முன் தோன்றியது. எத்தனை நாட்களுக்குப்பிறகு மக்களின் கோரிக்கை நிறைவேறியது! அந்தக் காட்சிப்பேற்றுக்கு நோற்றுவந்த அந்தச் சில மனிதர்களிடையிலிருந்து கைத்தட்டலோசை மிகலாயிற்று. சிலர் அந்தச் சித்தரை வணங்கலாயினர். "காப்பாற்றும், ஐயா, காப்பாற்றும்" என்பவரும், "பேறடைந்தோம், பேறடைந்தோம்," என்பவரும் இவ்வாறு பலவகையில் மொழிந்து ஆரவாரம் செய்யலாயினர். சிலர் நறும்புகையைப் படைத்தனர். அமரர் காட்சி சமண மரபில்லையாயினும் அங்கு வந்தவர்களில் சிலர் விளக்குகளைப் படைத்தனர். சிலர் மலர் வைத்துத் தொழுது வணங்கினர். சிலர் தேங்காய்களை உடைத்தனர். சிலர் பச்சைக்கற்பூரத்துடன் மங்கள ஆரத்தி எடுத்தனர். சிலர் பாடல்களைப் பாடினர். சிலர் குழுப்பாடல் பாடினர். சிலர் வெற்றிமுழக்கஞ்செய்தனர். சிலர் கட்டியங்கூறத்தொடங்கினர். அதற்கிடையில் அந்தச் சித்தர் அவர்களனைவரையும் வாழ்த்துபவர் போன்றுத் தமது வலதுகரத்தை உயர்த்தினர். அதனல் அங்கிருந்த ஒருபகுதி மக்கள் பொங்கி ஆரவாரம் செய்தனர்.

அவர்கள் அவ்வாறு பார்த்துக்கொண்டேயிருந்தார்கள். அவர்கள் பார்த்துக்கொண்டு இருந்தபொழுதே அந்தச் சித்தர் காணமற்போனர்.

அவர் எவ்வாறு பாறையின்மீது வந்தார்? மீண்டும் எவ்வாறு சென்றார்? எங்கிருந்து வந்தார்? எங்கு போனர்? இப்பொழுது எங்கிருப்பார்? என்ன மகிமை! என்ன மகிமை!—நமக்கின்று மீண்டும் காட்சி கிடைக்குமா? சற்றுநேரம் அசைவற்றுக் காத்துக்கொண்டு சித்தரைப் பற்பல வகைகளில் புகழ்ந்து அவரவரில்லத்திற்கு அவரவர்கள் செல்லலாயினர்.

மறுநாள் மடத்திற்கு மக்கள் திரண்டுவந்தனர். ஆனல்அன்று அவர்களுக்குச் சித்தரின் காட்சி கிடைக்கவில்லை. அவ்வாறு மற்றும் சிலநாட்களும் கிடைக்கவில்லை. ஆனல் பத்தாம் நாளன்று மீண்டும் முன்னைப்போலவே அந்த முனிவர் பக்தர்களுக்குக் காட்சியளித்தார்.

இவ்வாறு இரண்டுமுறைகள் அவர் காட்சியளித்தார். எத்தனையோபேர் அவரைக்கண்டனர். ஆயினும் அவருடைய

தோற்றத்தைக் குறித்து ஒருவர் கூறியவாறு இன்னொருவர் கூறவில்லை. ஒருவர் வாலிபரைப்போன்றிருந்தார் என்றார். ஒருவர் உடல்முழுமையும் குன்றிப்போய் பழுத்த கிழவரைப்போல் தெளிவாகக் காணப்பட்டார் என்றார். ஒருவர் நிறைந்த இளமையிலிருந்து மிக்க எழிலுடன் காணப்பட்டார் என்றார். ஒருவர் அவர் வெண்ணிறஆடை தரித்திருந்தார் என்றார். ஒருவர் 'இந்தத் திகம்பரச் சமணரில் வெண்ணிறஆடை தரித்த பிட்சு எவ்வாறு வருவார், திகம்பரராகவே காணப்பட்டார் என்று வாதித்தார். ஒருவர் வெண்ணிறஆடையினரல்லர். திகம்பரருமல்லர்! உண்மையில் பிட்சுவே அல்லர். தலைமீது தகதகவெனும் ஒளிச்சுடரும் அதன் கீழ் கரிய சிகையும் பெரிய மீசையும் நான் கண்டேன்' என்று உறுதிப்படுத்தினர். ஒருவர் அவர் கருமையானவர் என்று சொல்லக்கேட்டு, 'ஐயோ உங்களுக்குக் கண்கள் ஏதாவது கெட்டிருக்கின்றனவா? அவ்வளவு ஒளியுடன் வெண்மையாக இருந்தாரே!' என்று இன்னொருவர் கூறினர்.

அனைவரும் தொலைவிலிருந்து கண்டவர்கள்தாம்! இருள் நேரத்தில் பார்த்தவர்கள்தாம்! அவரவருடைய கருத்தின்படி அவர்களுக்கு அப்பெரு முனிவரின் உருவம் தெரிந்ததில் வியப்பேது!?

"அருகர்களுக்கு உருவமேது?" குறிப்பிட்ட உருவம் எளிய மக்களுக்கேயன்றி சித்தர்களுக்கு அத்தகையவற்றுடன் தொடர்பேது? அருகர்கள் உண்மையில் உடலில்லாதவர்கள்தாம். அவர்கள் அருவமானவர்கள்! எளிய நடைமுறைத் தோற்றத்தினுல் மட்டுமே அவர்கள் உடலுடையவர்களாவார்கள், அந்த உடலும் தோற்றமே! அது ஆயிரம் ஞாயிறுகளின் ஒளியுள்ளது. நம்போன்றவர்க்கு எத்தனை உருவத்திலாயினும் அது தெரியவரும்—" இவ்வாறு அங்குக் குழுமியிருந்த சமணப் புலவரொருவர்உருவவிளக்கம் செய்து அனைவருக்கும் ஐயத்தைப் போக்குவித்தார்.

இதனுல் அந்தச் சமணமடத்தின்மீது பெருமதிப்பும் அன்பும் பெருமையும் மிகலாயின. ஆயின் எதிர்பாராதவகையில் அந்தக் காலத்திலேயே அரசவைப் பெருமக்களின் பார்வை அந்த மடத்தின் சிலபகுதிகளின்மீது கடுமையாகப் படத் தொடங்கியது. அதற்குக் காரணம் அவர்களுக்கு அந்தச் சித்தர்மீதாகிலும் மடத்திலுள்ள மற்றவர்கள் மீதாகிலும் எத்தகைய ஐயமும் தோன்றியதாலன்று !

மற்று அஃதெவ்வாறு தோன்றியது ?

22

திரு உருத்திரதேவப் பேரரசர் ஏகசிலை நகரத்திற்கு வலிமை மிக்க கல்லாலான சுற்று மதிற்சுவர் ஒன்றை உடனே கட்டுவிக்க முடிவுசெய்தாரல்லவா ! அவ்வாறு முடிவானதும் மூலப்பொருள்கள் விரைவில் திரட்டப்பட்டன. தபதிகளும் மூப்பர்களும் சூத்திர தாரர்களும் கணக்கர்களும் முதலில் அந்தக் கல் சுற்றுமதிலுக்கும் அதன் அடித்தளத்துக்கும் தேவையான இடத்தைக் குறிப்பிட்டு அடையாளங்களிடலாயினர். அவ்வாறு குறிப்பிடப்பட்ட இடங்க ளில் பல ஏழைகள், சிற்சில செல்வந்தர்கள் ஆகியோரின் இல்லங்கள் பாதிக்கப்பட்டமையால் அவற்றைப் பிரித்தெடுக்க வேண்டியதாயிற்று. அரசரின் பேரலுவலர்கள் ஏழைகளுக்கு வேறு வாழிடங்களைக் காட்டி மீண்டும் வீடுகள் கட்டிக்கொள்ளப் பொருள் களாகவும் காசுகளாகவும் உதவிபுரிய ஏற்பாடு செய்திருந்தனர். செல்வந்தர்களுக்கும் அவ்வாறே ஏற்றவகையில் ஈட்டுதவி புரியச் செய்தனர். இவையனைத்தும் கணக்கிட்டுப் பார்த்தால் மிகுந்த பொருள் தேவைப்பட்டது. ஆயினும் என்ன செலவாக நேரிடினும் பின்வாங்காமல் வேலைகள் உடனுக்குடன் தொடங்கவேண்டிய தென்று அரசராணையாயிற்று.

முன்னேற்பாட்டின்படி ஓரங்கல்லுக்குத் தொலைவிலுள்ள இருப் புக் கல் குன்றிலிருந்து பாறைகள் இரவுபகலாக வண்டிகளின்மீதும் இயந்திரங்களின்மீதும் குறிப்பிட்ட இடங்களுக்கு வந்து சேர்ந்தன.

கட்டவிரும்பிய சுற்றுமதிற்சுவருக்கு முன்புறமும் மறுபுறமும் இருபுறங்களிலும் கற்சுவர்களைக் கட்டி, அவ்விரண்டு கற்சுவர்களி னிடையிலுள்ள பகுதி முழுமையும் மண்ணால் நிரப்பப்பட்டு, அனைத்தையும் ஒரே சுவர் சுற்றுமதிலாகச் செய்வதுதான் கட்டும் முறை! இம்முறையைத் தொடங்குவதில் எத்தனையோ எளிதாகி விடும். அனைத்தையும் கற்களால் அமைக்கவேண்டுமாயின் பல மலைகளை உடைத்துக்கொண்டு வந்தாலன்றி முடிவுறாது. அது எப்பொழுது முடியும்? அதுமட்டுமின்றிக் கோட்டைச் சுவரின் இடைப்பகுதியில் மண் இருப்பினும் வரப்போக இருப்பவர்களுக்கு எக்காலத்திலும் எந்நேரத்திலும், மிகுந்த வாய்ப்புகளிருக்கும். அதுமட்டுமின்றி அகழி தோண்டும்பொழுது கிடைக்கும் மண்ணை என்ன செய்வது ? அதைத் தொலைவாகக் கொண்டுபோய்ச் சேர்த்தால் வீண் உழைப்புக்குரியதாகும். அவ்வாறின்றி அவற்றை அகழியின் அருகிலேயே கொட்டினால் ஒரு மலைபோல் வளர்ந்து

இடத்தை அடைத்துக் கொள்வதுடன் படையெடுத்து வரும் பகைவரின் வீரர்களுக்குச் சுவராக அமைந்து, அவர்களின் பாது காப்புக்குப் பயன்படலாம். மேலும் மழையினுல் அந்த மண் கரைந்து அகழிகளில் அடித்துவந்து புதைந்துவிடும். ஆகவே அகழிகளை மீண்டும் மீண்டும் தோண்டவேண்டிய வேலை நேரிடும். இரு கற்சுவர்களினிடையிலுள்ள பகுதியில் அம்மண்ணைக் கொண்டு புதைத்துவிட்டால் எல்லாவழிகளிலும் எளிதாகும்.

அதனுல் கற்சுவர் நிறுவும் வேலையுடன் அகழி தோண்டும் வேலையும் ஒரே பணியாகத் தொடங்கப்பெற்றன. அகழி தோண்டியபொழுது அவ்விடத்தில் கற்பாறைகளிருந்தமை கண்டு பிடிக்கப்பட்டது. உடனே கல் தச்சர்கள் அக்கற்களைக் கண் டாராய்ந்து அவற்றையே கற்கோட்டைச் சுவர் நிறுவுவதற்குப் பயன்படுத்திக்கொள்ளலாம் என்று உறுதிசெய்தார்கள். அகழிகளை ஆழமாகத் தோண்டி ஆய்ந்து பார்த்ததில் அத்தகைய கற்கள் கிடைத்தன. அவற்றுடன் ஒரு காத தொலைவிலுள்ள இரும்புக் கற் குன்றிலிருந்து கற்களைக் கொண்டுவரும் வேலையில்லாமற்போயிற்று. அகழிப்பகுதியிற்கிடைத்த கற்களே பேரரசரின் பொருட்குவியலின் வைரச்சுரங்கமாகக் காணப்பட்டது. எவ்வளவோ உழைப்பும் செலவும் குறைந்தன. உருத்திரம தேவியாருக்கு இஃதோர் அரிய வாய்ப்பென் நிமித்தகர்கள் உறுதிப்படுத்திஞர்கள். வேலையும் விரைவில் முடியும் வாய்ப்புக்கிடைத்தது.

திரு உருத்திரதேவப் பேரரசரின் நற்பேறு அத்துடன் முடிந்து விடவில்லை. அவ்வகழியைத் தோண்டும்பொழுது அங்கு உண்மை யில் பொன்னும் வெள்ளியும் வைரங்களுமுள்ள புதையல்கள் பெரு மளவில் கிடைத்தன. அவையனைத்தும் அரசாங்கப் பொற்குவியலில் சேர்ந்தன. இன்று ஒரு புதையல் கிடைத்ததென்று அனைவரும் வியப்புற்றிருக்கும் பொழுது, அதற்குள் மற்ெருரு புதையல் கிடைக்கும். திரு உருத்திரதேவப் பேரரசரின் எதிர்பாராத நல்ல காலத்தை காலக்கணியர்கள் கூறிய வியத்தகு முன்னறிவிப்பால் மக்களனைவரும் புகழ்ந்தனர். அவ்வகையில் மிகுந்த செல்வம் கிடைத்தமையால் கற்கோட்டை மதிற்சுவர் நிறுவுதலனைத்தும் அங்குக் கிடைத்த புதையல் செல்வத்தைக்கொண்டே ஈடுசெய்து கொள்ளலாமென்று தோன்றியது. அவ்வாறு மிகுந்த செல்வம் கிடைத்தமையால் பேரரசர் அச்செல்வமனைத்தையும் தாமே பயன் படுத்தக் கருதவில்லை. திட்டமிட்ட சுற்றுச்சுவரின் கீழ் உள்ளான வீடுகள் முதலானவற்றை இழந்த அனைவருக்கும் முன்னைவிடப் பன் மடங்கு செல்வம் வழங்கப்பெறவும் பணியாட்களுக்கு ஊதியத்தை அதிகப்படுத்துவதற்கும் பேரரசர் ஆணையிட்டார். ஆகவே மக்க ளனைவரும் பெரியோர் சிறியோர் அனைவரும் திரு உருத்திரதேவப்

பேரரசரின் கொடைத்தன்மைக்கு ஆயிரமாயிரம் நாவால் புகழ்ந்தும் தமது உளமாற அவர்கள் வாழ்த்துக்களையும் வணக்கங்களையும் தெரிவித்தவாறிருந்தனர்.

இவ்வாறு அகழிக்குச் சேரவேண்டிய இடத்தில் சமண மடத்திற்கு ஒருபக்கத்தில் ஒரு சிறு வெற்றிடமும் இருந்தது. அதனை அளவிடுவோர் அளந்து பார்த்துக் கயிறுபிடிப்போர் உதவியுடன் கல் தச்சர்கள் அதனைப் பாகுபடுத்திக் குறிப்பிட்டனர். கணக்கர்கள் அதற்கு ஈடாக எவ்வளவு தொகை செலுத்தவேண்டு மென்றும் கணக்கிட்டு வரையறுத்தனர். அவ்வாறின்றி மடத்துப் பொறுப்பாளர்கள் அவ்வளவு இடம் தேவையென்று கோரினும் அம் மடத்தின் வெளிப்பகுதியில் அவ்வளவு இடத்தைப் பெற்று மடத் துக்குத் தருமாறு அரசாங்க அலுவலர்கள் ஏற்பாடுகள் செய் திருந்தனர்.

அரசாங்க அலுவலர்கள் அவ்வாறு குறியிட்டு அடையாளப் புள்ளிகளிட்டு மறுநாள் விடியற்காலையில் வந்துபார்த்தால் நேமிநாத தீர்த்தங்கரரின் உருவச்சிலை அந்தப் பகுதியில் அமைக்கப்பட் டிருந்தது. அதுவும் புதிதாக அமைத்ததாகத் தோன்றவில்லை. நிலத்தினூடேயிருந்து பிளந்துகொண்டு மேனோக்கி வந்துள்ளதோ என்று பார்ப்பவர்களுக்குத் தோன்றியது. உருவச்சிலை காணப் பட்டால் வழிபாடு புரிய பக்தர்களுக்கு என்ன குறை? அரசவை அலுவலர்கள் அங்கு வரும்பொழுது நேமிநாத தேவரை வழிபடுவதற்கு அடியார்கள் திரள்திரளாக வந்துகொண்டிருந் தனர்.

அதைக்கண்டு அரசாங்க அலுவலர்களும் ஏதும் தோன்றாது விழித்தனர். உடனே அவர்கள் அம்மடத்துத் தலைமையடிகளாரான சித்தநந்தியைக் கண்டு வணங்கிச் செய்தியைக் கூறினர்.

சித்தநந்தியடிகளார் மிகவும் வயதானவர். அவருக்கு இவ் வுலகில் உண்மையில் தொடர்பே இல்லை. நெடுங்காலமாக ஆன்ம வழிபாடியற்றி அருகநிலையை எய்துவதற்கு ஈடுபாடு கொண்டு சமணர்களின் மறைகூற்றின்படி எல்லா மலத்தையும் அகற்றிக்காவி தரித்து, தூய்மையடைந்திருந்தார். வினைத் தொடர்பு அவரைச் சூழ்ந்துகொண்டது. மடத்திலுள்ள அடிகளாரனைவரையும்விட அவர் வயதானவரானமையாலும் போற்றற்குரியவரானமையாலும் தீதற்ற வகையில் அம்மடத்தின் தலைவரானார். ஆனால் அம்மடத்துச் செயல்களில் அவர் கலந்துகொள்வதை நெடுநாட்களுக்கு முன்னரே விட்டுவிட்டார். அதனால் மற்ற திகம்பரர்கள்தான் வணங்கற்குரிய சித்தநந்தியடிகளாரின் ஏடுகளையும் முத்திரை யையும் பெற்றுச் செயலாற்றி வந்தனர்.

உருத்திரமதேவி 191

இந்நிலைமையில் அரசாங்க அதிகாரிகள் சித்தநந்தியடிக ளாருக்குச் செய்தியைத் தெரிவித்தனர். ஆனால் அவர் பேசவில்லை. இந்த நடைமுறைச் செய்தி அவருள்ளத்திற் பதிந்ததாகத் தெரிய வில்லை. அவர் செய்த சைகைகளுக்கு மடத்துச் செயலாளர்களிடம் பேசுமாறு பொருள் கொண்டு அருகிலிருந்தவர் கூறினர். அதன் பிறகு அரசாங்க ஊழியர்கள் அந்தத் தலைமையடிகளாரை வணங்கி மடத்து அலுவலகத்திற்குச் சென்றனர்.

அந்த மடத்தின் அலுவலகத்தில் பல கணக்கர்களும் மூன்று சமண அடிகளும் இருந்தனர். இம்மூன்று சமண அடிகளும்மடத்து அலுவல்களைக் கவனித்து வந்தனர். அரசவைப் பெருமக்கள் தக்க மதிப்புடன் அவர்களை வணங்கி, அகழிக்கெனக் குறிப்பிடப்பட்ட இடத்தினை ஒப்படைக்குமாறு கோரினர்.

ஆனால் அந்தச் செயலாளர்களின் போக்குப் புதுமையாக இருந்தது.

"எது எவ்வாருயினும் அங்கு தோன்றியுள்ள நேமிநாத சுவாமியை எவர் எடுப்பது?"

"வாழ்வும் தாழ்வுமளிக்கும் திறன்மிக்க நீங்கள்தான் அதற்கு வழிகாணவேண்டும். இத்தனை அரசியல் பணி நின்றுவிடுவது எப்படி? - அதுமட்டுமின்றி இடம் குறிப்பிட்ட பிறகு அது அங்குப் புதிதாக அமைக்கப்பட்டதுதானே!"

"நாங்கள் வைத்தோமென்கிறீர்களா? தீய எண்ணங்கள் மன்னிக்கப்படுவதாக!"

அரசாங்க அலுவலர்களுக்கு அத்தகைய ஐயமில்லாமற் போக வில்லை. ஆயினும் "நீங்கள் வைத்தீர்களென்று கூறவில்லை. எவரோ பொழுதுபுலருமுன் அங்கு வைத்திருக்கிருர்கள். அகழிக்கு இடையூறு வந்துவிட்டது!" என்றனர்.

"ஒருவர் வைத்தால் அந்த உருவச்சிலை நிற்குமா? அங்கு அகழி தோண்டுதல் தீர்த்தங்கரருக்கு விருப்பமில்லையோ என்னவோ!"

என்ன கூறியும் கேளாமல், அவ்வாறே அந்த மடத்து அலுவலர் அரசாங்க அலுவலர்களிடம் மறுத்தனர்.

"இது ஆண்டவன் உடைமை. எங்கள் மடத்துக்குப் பேரா சரின் முன்னோர்கள் இதனை என்றோ தானமாக வழங்கினர். தானம் செய்ததை மீண்டும் பெற்றுக்கொள்வது அறமா? அதுமட்டுமின்றித் தீர்த்தங்கரருக்கு அளித்த இடத்தில், ஒரு இம்மியளவு நிலத்தை விட்டுவிடுவதற்கோ மாற்றுவதற்கோ எங்களுக்கு என்ன உரிமை யுள்ளது? நாங்கள் செல்வத்தை கையாலும் தொடமாட்டோம். அவ்வாறிருக்கப் பிறர் பொருளை விரும்புவோமா? இனி எங்களைத்

தீர்த்தங்கரரின் பொருளைக் கவருமாறு நீங்கள் கோருவீர்களா? அவ்வாறு செய்துப் பிறவியாக நேரிடும் துன்பங்களைப் படமாட்டோம் நாங்கள் !"

மொத்தத்தில் இவ்வாறுள்ளது அந்த அலுவலர்களின் வழக்கு ! அரசாங்க அலுவலர்கள் எவ்வளவு விதமாக எத்தனை வகைகளில் கூறினாலும் அவர்கள் கேட்கவில்லை ! அதற்கு இருமடங்கு நிலமளிப்பதாகக் கூறினும் அவர்கள் ஒப்புக்கொள்ளவில்லை. நிறைய பொருள் அளிப்பதாகக் கூறினர். அவர்கள் கேட்கவில்லை. முடிவில் அந்த நேமிநாதரின் சிலையை விடிவதற்குள் வைத்தவர்கள் இவர்கள்தாமென்று அரசாங்க அலுவலர்கள் மனத்தில் திண்ணமாகத் தோன்றியது.

அந்தக் கற்கோட்டை நிறுவும் பணிக்குச் சர்வாதிகாரியாக அம்பதேவரைத் திரு உருத்திரதேவப் பேரரசர் நியமித்திருந்தார். இவ்வாறு அந்த மடத்துடன் நேர்ந்த சிக்கலை அரசாங்க அலுவலர்கள் உடனே பேரலுவலரான அம்பதேவரிடம் சென்று முறையிட்டனர். அம்பதேவர் சற்றுநேரம் எண்ணமிட்டார். முன்னர் தமக்குத் தபதிகள் கூட்டியிருந்த கோட்டை அகழி முதலானவை நிறுவும் வரைப்படத்தில் அது மடத்தைச் சார்ந்து செல்வதாக நினைவுக்குவந்ததேயன்றி மடத்திற்குரிய நிலத்தின்மீது செல்வதாக இல்லை. அந்தச் சமணமடம் மட்டுமென்று. மற்றெந்த இறைவனுக்குரிய நிலத்தையும் கைப்பற்றத் தேவையில்லாமலே அவர் அதனைத் தயாரித்திருந்தார். அதனால் முதலில் அம்பதேவர் மீண்டும் அந்த நிறுவனத்தின் வரைப்படத்தைக் கொண்டுவரச் செய்து ஆராய்ந்தார். தமது எண்ணத்தில் மாற்றமில்லை. அகழிக்குச் சற்று இடப்புறமாகவே மடத்தின் நிலம் இருக்கிறது. அவ்வாறாயின் அந்த இடத்தில் மடத்தின் நிலம் எப்படி வந்தது? எழுத்தர்களின் தவறு? எங்கு இருக்கிறது அந்தத் தவறு ?

உடனேயே அவர் சமணமடத்திற்களித்த சாசனத்தின் படிவத்தைக் கொண்டுவரச்செய்து ஆராய்ந்தார். மறுநாள் அதன் படியே மடத்திற்குரிய நிலத்தை அளந்து அதன் எல்லைகளை வரையறுத்து எல்லைக்கற்களை அமைத்தார். முன்னர் தபதிகள் கொடுத்த வரைபடங்களில் தவறில்லை. இப்போதைய மடத்தின் நிலப்பாகம் என்று மடத்துப் பெரியவர்கள் கூறிய நிலப்பாகம் மடத்தைச் சேர்ந்ததன்று என்பது தெளிவாயிற்று. வேண்டுமென்றே அப்பகுதியை மடத்தவர்கள்தாம் அதைக் கைப்பற்றிக்கொண்டு அங்கொரு முனையும் இங்கொரு முனையும் அமைத்துத் தமதென்று கூறினர்: தற்பொழுது சுற்றுமதில் கட்டுவதற்கு ஊறு விளைவிக்கும் தீய நோக்கத்துடன் நேமிநாதரின் உருவச்சிலை ஒன்றை நிறுத்தியிருக்கிறார்கள். ஒரேயடியாக அம்பதேவருக்குக் கோபம் அதிகரித்தது.

உடனேயே அவர் மடத்து அதிகாரிகளுக்கு அந்தப்பகுதியி லிருந்து அறுபது நாழிகைக்குள் காலிசெய்து அரசாங்க அலுவலர்க ளிடம் தடையின்றி ஒப்படைக்கவேண்டுமென்று ஒரு கட்டளை யோட்டினை அனுப்பினர்.

அந்த மடத்து அதிகாரிகள் அதனைப் பொருட்படுத்தவில்லை. சித்தர் அங்கு வந்து சேர்ந்ததிலிருந்து தமது மடத்திற்குப் பொது மக்களிடையில் வளர்ந்துவரும் பக்திப்பெருக்கு அவர்களின் கண்க ளுக்குச் சற்று மயக்கம் அளித்தது. அதனால் அவர்களுக்கு அந்த ஆணை கார்த்திகை வளர்பிறைப் பதினோராம் நாளன்று கிடைத்தது அதற்கு முதல் நாளன்று சித்தர் மக்களுக்குப் பாறையின் மீது காட்சி யளித்திருந்தார். அன்று பக்தர்கள் கூட்டம் கூட்டமாக அங்குக் கூடலாயினர். அவர்களில் சிலர் மடத்தைச் சுற்றிலும் வலம்வர லாயினர். மற்றுஞ்சிலர் தகராறு ஏற்பட்ட இடத்திலிருக்கும் நேமி நாதரின் உருவச்சிலைக்குக் காணிக்கைகள் செலுத்தினர். அவ் விழா பொழுது விடிந்ததிலிருந்து மாலைப்பொழுது மட்டுமின்றி இரவு முழுவதும் நடக்கலாயிற்று. அவர்களில் பலர் ஏகாதசி நோன்பு இருந்தவர்கள். அன்றிரவு அவர்களுக்குக் கண்விழிப் பாகும். அன்றிரவு மக்களின் உள்ளத்தெழுச்சி மிகுந்துவிட்டது. குழுப்பாடல்கள் பெருகிவிட்டன. அங்கே கூடிய மக்களிடையில் எள் போட்டால் எள் விழாது.

மக்கள் கூட்டத்தைப் பார்க்கப் பார்க்க மடத்துத் தலைவர்களுக் குப்பொருட்படுத்தாத மனப்பான்மை மிகுந்தது. இந்த நிலைமை யில் மடத்துத் தலைவர்கள் தாமாக நேமிநாதரின் சிலையை எடுத்து விடுவார்களா? எடுக்கக் கருதினாலும் இயலுமா? இவையனைத் தையும் அம்பதேவர் நுண்மையாக அறிந்தார். ஆழ்ந்து சிந்தனை செய்தார்; திடமாக முடிவுசெய்தார். காலத் தவணை கடந்த பிறகு ஒருகணமும் தாமதிக்காமல் அந்தச் சிலையை அப்புறப்படுத்த வேண்டும்! தெய்வத்தின் சிலையை அப்புறப்படுத்துவதற்குப் பொதுவாகப் பணியாட்கள் தயங்குவார்கள். மடத்து அதிகாரிகள் தாமாக அப்புறப்படுத்தமாட்டார்கள். அரசாங்க அலுவலர்களும் அப்புறப்படுத்தாவிடில் அரசரின் பெருமை ஏளனமாகிவிடும். இதில் அவர் முறையற்று ஏதும் செய்வதாகாது. மடத்திலுள்ளவர்களின் தீய செயலைக் கண்டிப்பதாகுமே!

பணியாட்களில் சிறப்பாக இருவகையினர் உள்ளனர். பாறைகளை உடைப்பதில் தேர்ந்தவரில் பெரும்பாலும் சமணப் பற்றுடையவரும் சமண பக்தர்களும் ஆவர். ஆயினும் அவர்களில் சிலர் திரு பசவமதத்தைச் சார்ந்த லிங்கபலிஜர்களும் உள்ளனர். கனகர்களில் பரவலாக பசவமதத்தைத் தழுவிய வீர சைவர்க ளாவார்கள். அந்த மடத்தில் சச்சரவுக்குரிய இடத்தில் மறுநாள்

வேலைசெய்வதற்குத் தனியாக பசவமதத்தினருள்ள பணிக் குழுவினரைப் பயன்படுத்த அன்றிரவு அம்பதேவர் மறைவாக ஆணையிட்டார்.

அன்று மறுநாள் சரியாக நடுப்பகலானதும் அம்பதேவர் தாமாகவே வீரர்களுடன் அந்த இடத்திற்கு வந்தார். அப்பொழுது மடத்துத் தலைவர்களுக்கு ஆணைக்கடிதம் போய்ச் சேர்ந்து அறுபது நாழிகைப் பொழுதாயிற்று. நேமிநாதரின் சிலை அப்படியே இருந்தது. தடைகளை நீக்கி அங்கு அளவையாளர்கள் குறிப்பிட்ட படி அகழியைத் தோண்டி எடுப்பதற்கு அம்பதேவர் தபதிகளுக்குக் கட்டளையிட்டார்.

ஒருபுறம் நேமிநாதரின் வழிபாடு நடந்துகொண்டிருந்தது. அருகில் வேலைசெய்துகொண்டிருந்த லிங்கபலிஜர்களினிடையி லிருந்து 'ஹரஹர மஹாதேவா! என்ற சிங்கநாதம் மண்ணையும் விண்ணையும் நிரப்பியது. சிவர் ஆடலாயினர். சிலர் பண்டிதா ராத்தியரின் வரலாற்றிலிருந்து பாடல்களைப் பாடத் தொடங்கினர்.

'நல்லவோ! நல்லவோ! நகராஜராஜ?
மல்லயா! மல்லயா! மஹநீய தேஜ!
பரம பாதக கோட்லு பஸ்மமை தூலு
ஸ்ரீகிரிமல்லன்ன சரணன்ன ஜாலு!
சங்கர தாசய்ய லெங்க மஞ்சய்ய
பங்கய்ய சிவராத்ரி சங்கய்ய சரணு!
ஏலேசு கேதய்ய ஈடெ சாந்தய்ய
மோளிக மாரய்ய முன்னய்ய சரணு!'

எனத் தெலுங்கில் பாடினர்.

கன்னட பக்தர்கள் கூட்டம் இவ்வாறு பாடியது.

"அஜகம தேவய்ய! பிஜமாடிரய்ய
நிஜபாவ தேவய்ய? நீ வித்த பன்னி!

* * *

ஹப்புத்த, கொப்புத்த, யுப்பியாடுத்த,
பப்பத தொட்யங்கெ பக்தி மாடிரி பொ
ஹாடுத்த, யாடுத்த, நோடுத்த, பத்தி
பாடிபோ! ஸ்ரீகிரி! மல்லிகார்ஜுனகே!

* * *

ஹர ஹர! சிவசிவ! சரணுநீவெமகெ
ஸ்ரீகிரி மல்லய்ய சரணேன்னி ரய்யா"

* * *

மகாராஷ்டிரம் பேசுவோர் இவ்வாறு பாடலாயினர்.

“ஸ்ரப்ப சந்தாப ஸம்ஸார நாடகனெ
ப்ரப்பத மல்லய்ய ப்ரப்பஜ்ஞு காதோங்!
ஆம்சா மகாபுண்ணு ஹரஜாணசித்த
ஆம்சா மஹாபக்த அகில சம்மேள!”

அருவதேச மக்களான தமிழ்நாட்டு பக்தர்கள் பாடினர்.

“அறுவத்து மூவருக் காத்மநாயகனே
மறுநாலு மறியாத மல்லிகார்ஜுனனே
ஆலால கண்டனே யாதியற்றவனே
சூலியே மல்லிகார்ஜுனனே, யன்னவனே
எல்லையில்லாதானே எங்குமுள்ளவனே
சொல்லவல்லாதானே மல்லிகார்ஜுனனே!”

* * *

அவர்களில் சமஸ்கிருதம் சற்றுப் பயின்றவர்கள் இந்தப் பாடலைத் தொடங்கிப் பாடலாயினர்.

“மல்லிகா மாலிகா மஸ்தகா பரண
மல்லிகார்ஜுன தேவ மாமேவ பாஹீ!
மல்லிகா கனஸார மந்தார தேஹ
மல்லிகார்ஜுன தேவ மாமேவ பாஹீ!
மல்லிகார்ஜுன யசோ மண்டித சாந்த
மல்லிகார்ஜுன தேவ மாமேவ பாஹீ!

* * *

இவ்வாறு ஆந்திர மொழியிலும், கர்னடக மொழியிலும், மஹாராஷ்டிர மொழியிலும் தமிழ் மொழியிலும், சமஸ்கிருத மொழியிலும் பண்டிதாராத்தியர் சரித்திரத்திலிருந்து பாடல்களைப் பாடி, பக்தி, வீரம் ஆகிய உணர்ச்சிப் பெருக்குற்று அந்த ஜங்கம லிங்காயுதர்கள் பலர் மண்வெட்டிகளையும் தூலங்களையும் கயறுகளையும் எடுத்துக் கொண்டு ஆரவாரம் பொங்கி வெளிப்பட அங்கு வந்து கொண்டிருந்தனர். அதைக் கண்டு நேமிநாதரை வணங்கித் தொழுது கொண்டிருந்த சமண பக்தர்களும் பலவகை வீரப்பாடல்களைப் பாடிக்கொண்டு அவர்களை எதிர்நோக்கி வந்தனர். அதற்கு முன்பு அங்குத் தமது நூறு கசையேந்திய வீரர்களுடன் தயராகி இருந்த கண்டன் அம்பதேவரின் ஆணையுடன் அந்தச் சமண அடியார்களை மிரட்டி அம்பதேவரின் ஆணையை அனைவரும் கேட்குமாறு உரத்து அறிவித்தான். அத்துடன் சமண பக்தர்கள் ஏதும் செய்யாமல் பலவகைகளில் முறையிட்டழுது, வசைமொழி கூறியவாறு கலைந்தனர். இலிங்க பலிஜர்கள் தடையேதுமின்றி அப்பகுதிக்குள் நுழைந்து அகழிப்பகுதியைத் தோண்டத் தொடங்கினர். அந்த

நேமிநாதரின் உருவச்சிலையை அப்புறப்படுத்துவதற்கு உத்திரங்களைத் தோளில் சுமந்தவாறு வந்த சிவபக்தர்கள், "ஹரஹர மஹாதேவ சம்போ!" என்று நிமிர்த்தி அழுந்தத் தூக்கலாயினர்.

அதே நேரத்தில் அந்தீ வழியாக சென்ற மனிதரொருவர் இவ்வாறு பாடினார்:

"க்ருத க்ருத்ய வரிவளிகெனு வைஜகவ்வ
பதி சிக்கரிஞ்சி சத்பக்தி பெக்குவனு
ஜனுதெஞ்சி சனுதெஞ்சி சக்கன வசதி
கனி பவாலய மனிகரமுலு மொகுவ
நட ஜின ப்ரதிமரு பப்புட வ்ரஸ்ஸி
படபட ப்ரக்கலை படக மத்யமுன
வைஜநாதுண்டு மாவருடுதயிம்ப
வைஜகவ்வயு விகஸ்வர பக்தி மஹிம
வஸுத ஜைனுண்டுனு வார்த்தயுநடப
நெஸகு நாடிஜைனு லெக்கட சனிரி?"

இவ்வாறு வழிப்போக்கர் பாடிக்கொண்டிருக்கும் பொழுதே சிவபக்தர்கள் நேமிநாதரின் உருவச் சிலையை அப்புறப்படுத்தி விட்டனர். அவ்வுணர்ச்சிப் பெருக்கில் அதனை உருவமே தோன்றாமல் துகள் துகளாகுமாறு அவர்கள் தொலைவில் விட்டெறிந்திருப்பார்கள். ஆனால் அரசாங்க அலுவலர்கள் தொடர்ந்து அவர்களுடனிருந்து முன்னறிவிப்புடன் மடத்திற்குரிய இடத்தில் வைக்க வேண்டுமென்று கடுமையாகக் கட்டளையிட்டமையால் வேறுவழியின்றி அவர்கள் அரசாங்க ஆணைக்குக் கட்டுப்பட்டு அவ்வாறே செய்தனர். நேமிநாதச்சிலை கேடு வராமல் தப்பியது.

அதற்குள் அங்கொரு பெருவியப்புக்குரிய நிகழ்ச்சி நிகழ்ந்தது. நேமிநாதரின் உருவச்சிலையை அப்புறப்படுத்திய இடத்திலேயே ஒரு பெரிய சிவலிங்கத்தின் மேற்பகுதி கண்முன் தோன்றியது.

23

"ஸ்ரீகண்டாய நமோ நமோ நதசுரஜேஷ்டாய ருத்ராய லிங்
காகாராய நமோ நமோ விகத சம்சாராய சாந்தாய சந்
த்ராகல்பாய நமோ நமோ துரிதசம்ஹாராய தே யஞ்சு நிந்
நாகாங்க்ஷம் ப்ரணுதிஞ்சு மானவுடு நீவையுண்டு சர்வேசுவரா!"

—சர்வேசுவர சதகம்.

சிவலிங்கம் அங்கு எண்ணிப்பார்க்காத வகையில் அற்புதமாகத் தோன்றியதும் பக்தர்களுக்கு அப்பொழுது தோன்றிய உணர்ச்சிப் பெருக்கிற்கு எல்லையுண்டா? பக்கலில் பாடச்சென்ற பண்டிதாராத்தியரின் வரலாற்றிலிருந்து வைஜகவ்வக் காதை நினைவுக்குக் கொண்டு வந்த மனிதர் யாரென்றும் அவர்கள் கவனிக்கவில்லை. பணியாட்கள் தம்மில் ஒருவர் தான் அதைப் பாடினரென்று நினைத்திருக்கலாம்.

அந்த இலிங்க உருவத்தைக் கண்டதும் மண்வெட்டி, கடப்பாரைகளைத் தொலைவில் வைத்தனர். அந்த உருவத்தின் சுற்றிலுமுள்ள மண்ணை அவற்றால் தோண்டினால் இலிங்கத்தின் மீது அடி படுமல்லவா? அதனால் அவர்கள் அதன் சுற்றிலுமுள்ள மண்ணைக் கைகளாலும் விரல்களாலும் தோண்டி எடுக்கலாயினர். சிவலிங்கத்தின் உருவம் கொஞ்சம் கொஞ்சமாக முழுவதும் வெளியில் காணப்பட்டது. அதிலும் அது வெண்மையுடன் ஒளிரும் ஜோதிமயமான படிகலிங்க மாகும்! அதன் சுற்றிலுமிருந்தவர்களின் முகங்கள் எதிரொளித்து ஆயிரம் இலிங்க உருவமாகக் காணப்பட்டது.

“இந்தப் பெருலிங்க உருவத்தைக் கொடிய சமணர்கள் திருடிக் கொண்டு வந்து, தமது நேமிநாத விக்கிரகத்தின் அடிக்கல்லாகப் பயன்படுத்தினார்களா?—இவர்களை என்ன செய்தாலும் பாவமில்லை! இத்தகைய கோபமான வார்த்தைகளை அவர்கள் கூறினார்கள். ஆனால் இந்த மகாலிங்கத்தைச் சுற்றி இருந்த மண்ணை அப்புறப் படுத்துவதில் ஈடுபட்டிருந்த அவர்களுக்குக் கோப உணர்ச்சிப் பெருகுவதற்கும் வாய்ப்பில்லாமற் போனது.

அந்தச் சிவலிங்கத்தின் பெரும்பகுதியும் வெளியில் வந்து விட்டது. அவ்வாறு சிவலிங்கம் தோன்றிய காலத்தில் ஒரு புதுமை மனிதர் வந்து “ஸ்ரீ கண்டாய நமோ நமோ” என்னும் பாடல்களைப் பாடிக்கொண்டு அந்தப்படிகலிங்கத்தை மும்முறை வலம் வந்து உடல் முழுவதும் தரையில் படிய விழுந்து வணங்கினார். அவர் இலிங்க பலிஜர்களைச் சார்ந்தவரல்லர். தபதிகளைச் சார்ந்தவருமல்லர். அரசாங்க அலுவலரும் அரசாங்கபடை வீரரும் அல்லர்! வழியே சென்று வைஜ கவ்வகாதையைப்பக்தர்களுக் குணர்த்திய மனிதர் அவர் தான்! அவரைப் பார்த்தால் ஆராத்திய அந்தணராகத் தெரிந்தது.

அவருடைய தோற்றம் பார்ப்பவரைக் கவரும் வண்ணம் இருந்தது. சிவந்த பசுமை நிற உடல்! அகன்ற அவருடைய கண்கள் பாதியளவே திறந்தனவாகி, அனவரதமும் சிவனைத் தொழுவதைத் தெளிவாகக் காட்டின. அவருடைய சிரத்திலும் கரத்திலும் கழுத்திலும் தோள்களிலும் உருத்திராட்ச மாலைகள் அணிகளாக மிளிர்ந்து கொண்டிருந்தன. உடல் முழுமையும் திருநீற்றுப் பூச்சுடன் விளங்கியது. அவருடைய பரந்த மார்பின் மீது பொன்

செச்சையில் பிராணலிங்க மூர்த்தி தொங்கிக் கொண்டு பக்கத்தில் பூணூலுடன் விளங்கியது. ஒருவகையான அழகுடன் அழகுள்ள பொலிவு அவர் உடலில் மின்னிக் கொண்டிருந்தது.

அந்த ஆராத்தியப் பெருமகனாரைப்பார்த்ததும் அங்கிருந்த பக்தர்களுக்கு ஜங்கம உருவத்தில் தோன்றிய கண்கூடான சிவ பெருமானே இவர் எனத் தோன்றியது. பக்தர்கள் அனைவரும் சிவலிங்கத்திற்கு வணக்கஞ் செலுத்தியும், அந்த ஆராத்தியப் பெருமானை வணங்கியும், மீண்டும் சிவலிங்கத்திற்கும், மீண்டும் ஆராத்திய தேவருக்கும் வணங்கியவர்களாக இருந்தார்கள். அண்மையிலுள்ள கிணற்றிலிருந்து பக்தர்கள் குடங்களில் நீர் கொண்டு வந்து அந்த ஆராத்தியப் பெருமகனாரிடம் கொடுக்கத் தொடங்கினர். அவர் அந்தக் குடங்களைப் பெற்று உருத்திர மந்திரங்கள் நூற்றெட்டினை உயர்ந்த குரலில் சொல்லியவாறு இலிங்கத்தை நீராட்டுவிக்கத் தொடங்கினார்.

அவ்வாறு பக்தர்கள் எத்தனைக் குடங்கள் கொண்டுவரினும் அவற்றைப் பெற்று ஓய்வும் சலிப்புமின்றி அந்த நீரினை ஊற்றியவாறிருந்தார். ஆயிரத்திற்கும் மேலான குடங்களில் நீரைக் கொண்டு வந்து அவரிடம் கொடுத்தனர். இரண்டு கரங்களால் இரண்டு குடங்களை ஏந்தி அதனுள்ளிருந்த நீருடன் அவர் அந்த இலிங்கத்திற்கு நீராட்டிக் கொண்டேயிருந்தார். அவருக்குக் களைப்புத் தோன்றவில்லை. குடங்களின் நீர் தீராமல் தூக்கிய கரத்தைத் தாழ்த்த மாட்டார். நீர் தீர்ந்து விட்ட பிறகு ஒரு கணமும் அந்தக் குடத்தைத் தமது கைகளில் வைத்திருக்காமல் கொடுத்து விட்டு மற்றொன்றைப் பெற்று நீராட்டுவார். இத்தனைக் குடங்கள் ஏந்திக் கொண்டிருப்பினும் அவருடைய கரங்கள் சற்றும் அயரமாட்டா. அவருக்கு இரும்புக் கரங்களா? அவை தோள்களா? உடல் சளைக்காது. மேலும் கணத்திற்குக் கணம் கரங்களில் திறன் அதிகமாகி வந்தது போல் தோன்றியது. ஒளியும் மிகுந்து வந்தது. கண் கூடான சிவ பெருமான் ஆலயத்தில் சிவ வழிபாட்டுடன் உள்ள பக்தர்களுக்கு உடல் வலி இருக்குமா? நீராட்டிய நீர் வெள்ளமாகப் பெருகி அங்கு தோண்டப் பெரும் அகழியை இப்பொழுதே நிரப்பி விடுமென்று தோன்றியது.

அதற்குள் பக்தர்களுக்குப் பூஜை செய்யும் ஆவல் பிறந்தது. மக்கள் கூட்டத்தில் இந்த மாற்றம் எவ்வாறு உண்டாகியதோ தெரியவில்லை. பல்லாயிரம் நுண்ணுயிர்கள் கலந்து மனித உடலாகக் காணப்படவில்லையா? அவ்வாறு பல மக்கள் கலந்த பொழுது அந்தக் கூட்டம் ஒரு மனிதராக உருவமடையுமோ என்னவோ அந்தச் சமூக மனிதருக்குப் புதிய ஆவல்கள் பிறக்கும். அந்தச் சமூகத்திலுள்ளவரனைவரும் அந்தச் சங்க மனிதரின் இச்சைகளை நிறைவேற்றும் உறுப்புகளாக மாறிவிடுவார்கள்.

பூஜை செய்ய வேண்டுமென்று அந்தச் சமூக மனிதருக்கு இச்சை பிறந்த உடன் எங்கிருந்து கொண்டு வந்தார்களோ! பல வகைச் சாந்துகள், மஞ்சள் குங்குமம், மலர்கள் முதலானவற்றைச் சேர்ப்பித்தனர். வந்தவை வந்தவாறிருக்க ஆராத்தியப் பெரு மகனுர் அவற்றைக் கொண்டு சிவலிங்கத்தை ஒப்பனை செய்தார். அவர் முயற்சியின்றியே அவற்றை இலிங்கத்திற்குப் படைத்தார். ஆனுல் அவை ஒரு மனமுவந்த உருவத்தைப் பெற்று இலிங்க உருவத்தை அலங்காரம் செய்தன.

அதற்குள் பக்தர்கள் நறும்புகையும் ஒளியும் நீட்டினர். அந்த ஆராத்தியர் அவற்றையெல்லாம் சிவனுக்கு அர்ப்பணித்தார். ஒவ்வொரு அர்ச்சனை நடைபெறவும் சிவலிங்கத்திற்கும் அந்த ஆராத்தியருக்கும் ஒவ்வொரு வகைச் சிறப்பு தோன்றிக் கொண்டிருந்தது. அதன் பிறகு படையல்கள் வரத் தொடங்கின. எத்தனை வகையான பழங்கள்? எத்தனை பழங்கள்? கணக்கில்லை. வந்தவை வந்தவாறிருக்க அவர் அவற்றை கங்கை சூடிய ஈசனுக்குப் படைத்துப் படையல்களை பக்தர்களுக்குப் பங்கிட்டு வைக்கலானுர்.

இவ்வாறு கோலாகலமாகச் சிவபூஜை முடிந்தது. இக்காலம் வரை நேமிநாதருக்கு என்றும் இத்தனைச் சிறப்பாக வழிபாடுகள் நடந்ததில்லை!

ஆயினும் அம்பதேவருக்கு இப்பொழுது மற்ருெரு சிக்கல் வந்து விட்டது. இந்தச் சிவலிங்கம் இங்கேயே இருப்பின் அரசரின் ஆணையின்படி அகழி முடிவுறுதலெவ்வாறு? இத்தனை பேருக்கு இவ்வளவு உணர்ச்சி இருக்கும் பொழுது அதனைப் போக்குவது இயலுமா? அது மட்டுமின்றி அம்பதேவரும் ஒரு பெரும் சிவபக்தர். அவருடைய மரபினருக்கு வழிவழியாக ஸ்ரீசைல மல்லேசுவரர் குலதெய்வமாக இருந்தார்.

அம்பதேவர் சற்று நேரம் சிந்தனை செய்து சதாசிவனை வழிபாடு செய்யலானுர். அவருக்கு ஒரு வழி விளங்கியது.

உடனே அம்பதேவர் தம் மேலாடையை எடுத்து இடுப்பில் கட்டிக் கொண்டார் அதன் பிறகு அவர் பணிவுள்ளவராகி அந்த இலிங்கத்தையும் அந்தப் போற்றரும் மனிதரையும் வலமாக வந்து அடிட ணிந்து வணக்கஞ் செலுத்திஞர். அனைவரும் பணிவு மிகுந்தவராகித் தொலைவாகச் சென்று நின்றனர். அம்பதேவர் எழுந்திருந்து பக்தியுடன் அந்தப் புண்ணிய மகனுரை வினவினுர்.

"சுவாமி, நீங்கள் எனக்குக் கண்முன் தோன்றிய சிவபெருமாஞகக் காணப்படுகின்றீர்கள். நீங்கள் மனிதரேயாஞல் உங்கள் திருப்பெயரைத் தெரிவிப்பீர்களா?"

"அன்னமையா என்பார்கள்."

அம்பதேவர் : உங்கள் கிராமம் ?

அன்னமையா : முன்பு கோதாவரிக் கரையிலுள்ள சிறுபட்டியாகும். தற்பொழுது பலநாட்டுச் சத்திரத்தில் வகிக்கின்றேன்.

அம்பதேவர் இருநிலையும் ஒருமித்த மதிப்புடன் "சர்வேசுவர சதகத்தைப் பாடிய யதாவாக்கு அன்னையர் நீங்கள் தாமென்று கருதலாமா?" என்று கேட்டார்.

அந்தப் புண்ணிய மகனுர் ஆம் என்பதைப் போல் புன்னகை புரிந்து இவ்வாறு கூறினுர் :

"முதலிலிருந்த யதாவாக்கு என்பது எங்கள் வீட்டுப் பெயராக இல்லை!"

அம்பதேவர் ; எதுவானுல் என்ன? நீங்கள் 'யதாவாக்குடையவர் தாம்! நீங்கள் வயஜகவ்வ காதையைப் பாடும் பொழுது இந்தச் சமண உருவச் சிலையின் அடிப்பீடத்திலிருந்து பரமேசுவரன் தோன்றினுன். வயஜ கவ்வ வாக்கினுல் தோன்றிய சிவபிரான் வயஜ நாதனுனது போலவே உங்கள் வாக்குகளை மெய்ப்பிக்க அவதரித்த இந்த இலிங்க தேவரை அன்னமேசுவரரென்று அழைக்க எங்களுக்கு அருள் புரிவீர்களா?

அன்னம ஆராத்தியரின் பெயரையும் அவருடைய சர்வேசுவர சதகத்தின் பெருமையையும் அங்கிருந்த பக்தர்கள் பலர் கேட்டிருந்தனர். அவர் அந்தச் சதகத்தின் செய்யுட்கள் ஒவ்வொன்றையும் ஒவ்வொரு பனையோலையிலெழுதிக் கிருஷ்ணு நதி வெள்ளத்திலிட்டு எதிர்த்துச் சென்ற ஏடுகளை நூலாகத் தொகுத்து, அவ்வாறு ஏடுகள் எதிர்நோக்கிச் செல்லாவிடில் பெரிய கத்தரிக்கோல் வைத்துக் கழுத்தை நெறித்துக் கொள்ளக் கடுமையான உறுதி பூண்டுச் சொல்லியது அந்தச் சர்வேசுவர சதகமாகும்! இப்பொழுது அவர் எழுதிப் பதினுருண்டுகளாயின. அந்தப் புகழ் அன்று நாடு முழுமையும் பக்தர்களின் உலகில் நன்கு பரவி எதிரொலித்தது. அவருடைய புகழ் முன்னதாகவே பத்துத் திசைகளிலும் பரவியிருந்தமையால் பக்தர்களுக்குத் தோன்றிய அற்புத வாய்ப்பினை என்னென்று விவரிக்க இயலும்? அந்தப் பெருமகனுரை அவர்கள் எவ்வாறு வாழ்த்தினுர்களென்று கூறுவது?

அம்பதேவர் : தங்கள் திருவடி பட்ட காரணம் இந்த ஏகசிலா நகரத்தைப் புனிதமாக்குவதற்கென்றுதானேவெனத் தங்களைக் கேட்கலாமா?

அன்னம் ஆராத்தியார் புன்னகை புரிந்தார். "சர்வேசனின் இச்சை! இந்த மகாலிங்கம் தான் எனக்குக் கனவில் காணப்பட்டு என்னை இவ்வாறு இழுத்து வந்தது. இங்கு வரும் வரைக்கும் என் மீது பெரியசுமையிருந்ததாகத் தோன்றியது!"

ஒரேயடியாக அந்தப் பேச்சுக்கு பக்தர்களிடையில் வெற்றி முழக்கம் முழங்கியது. அம்பதேவர் இவ்வாறு விண்ணப்பம் செய்தார்.

"ஆராத்திய தேவரே! இந்த அன்னமேசுவரருக்குத் திருக் கோவில் கட்டி வைக்கச் சுயம்புதேவராலயத்திற்க ண் மை யி ல் உடனே எல்லா ஏற்பாடுகளையும் புரிவேன். அதற்கு ஒப்புதல் அளிப்பீர்களா?'

அங்குக் கூடியிருந்த மக்களில் சிலருக்கு அந்தச் சிவலிங்கத்தை அங்கிருந்து எடுத்துச் செல்ல விருப்பமில்லை. இந்த லிங்கம், ஒரு தான் தோன்றிப் பெருமானுர்! இத்தகைய மகாலிங்கத்தை இடம் பெயர்த்தவா! பெயர்க்கக் கருதினுலும் ம னி த ர் க ள ா ல் அஃதியலுமா?

யதாவாக்கு அன்னமையா மட்டும் பேசவில்லை. கரங்களைக் கூப்பி அந்தச் சிவலிங்கத்தை வணங்கி அவர் சற்று நேரம் வழி பாட்டில் ஆழ்ந்தவாறிருந்தார். அனைவரும் அன்னமையாவை நோக்கிப் பார்த்து அமைதியாக இருந்தனர். அத்தனை மக்கள் கூட்டத்திலும் ஒருவரும் ஓசை கிளப்பவில்லை.

அதற்குள் அன்னமையாவின் வாக்கிலிருந்து இந்தச் செய்யுள் நர்த்தனம் புரிந்தது.

'வருவாய், வருவாய் பளிங்கு இலிங்கமே!
விடுவாய் உன்னுள் பொன்னு மணியும்!
சொல்வாய் ஐயா சொர்ணமுனக்கேன்?
அடுக்காதையா படிக்காவலுனக்கே!
வருவாய், வருவாய், இக்குளிர்ப்பனிவிட்டு
திருவாய் அமர்வாய் திருக்கோயிலுள்ளே!"

இந்தப் பாடலைக் கேட்டவுடன் அம்பதேவர் பெரு மகிழ்ச்சியால் அன்னம ஆராத்தியரின் அருள் கிட்டி விட்டது. இந்த இலிங்கத்தை சுயம்புதேவாலயத்தின் பிரகாரத்திலுள்ள வடகிழக்குப பகுதியில் கொண்டு போய்ச் சேருங்களென்று ஆணையிட்டு முதலில் பணி யாட்களை அனுப்பி அங்கு மண்டபக் கால்களை நிறுத்தி அவற்றின் மீது பலகைகள் பரப்பி அந்தத் திருக்கோவிலை ஒரு யாமத்தில் அமைத்துத் தயாரிக்குமாறு கட்டளையிட்டார்.

ஒரேயடியாக சிவபக்தர்கள் அனைவரும் வெற்றி முழக்கமிட்ட வாறு பக்தியுடனும் அன்புடனும் அந்தச் சிவலிங்கத்தை அங்கிருந்து பெயர்க்கத் தொடங்கினுர்கள். அவர்கள் தமது கரங்களால் பல பிள்ளைகள் தந்தையைத் தழுவிக் கொள்வது போன்று அந்த இலிங்க மூர்த்தியை மேலெழுப்பப் பார்த்தனர். அந்தப் பணியின் அசைவுக்கு அடியிலிருந்து அசைந்ததேயன்றி இலிங்கம் சற்றும் வெளி வர

வில்லை. தேங்காய்கள் உடைத்தனர். படையல்கள் வைத்தனர். பலவகைகளில் ண்கள் பாடினர். பயனில்லாமற் போனது. அதைக் கண்டு அம்பதேவர் அன்னமையரை வேண்டிக் கொண்டார்.

"ஆராத்திய தேவரே, உளத்தூய்மையுள்ள நீங்கள் பிடித்தாலன்றி இந்தப் படிகலிங்க மூர்த்தி அசையாது."

யதாவாக்கு அன்னமையர் படிகலிங்கத்தினை வலம் வந்து தொழுதார். பிறகு அவர் இலிங்கத்தை நெருங்கித் தமது இடக் கரத்தை இலிங்கத்தின் சிரசிலிருந்து அணைத்து வலக் கரத்தால் அடிப்பாகத்தைப் பிடித்துக் கொண்டு, சொன்ன சொல் கேளாமல் அடம் பிடிக்கும் சிறுவனைக் கெஞ்சுவது போன்று கெஞ்சினர்.

'எழுவாய் எனை ஈன்ற தந்தையே, என்சொல்
ஏற்பாய் அன்னையன் கூற்றை மகிழ்ந்தே,
இசைவாய் வசதியில் இன்பமே தின்மையால்
இற்றுணையடியவர் நின் இணக்கமது பெற்றிட
அசையாம லிருப்பதேன் அன்னையுமை தேவா!
எழுவாய் நீ எமது சொல் ஏற்று இனிவிரைந்தே!

இவ்வாறு மனம் குழைந்து இறைஞ்சியவாறு அன்னமையர் அந்தப் படிகலிங்கத்தை அசைத்தார். எழுந்திருக்க மாட்டாது போன்று அந்தப் படிகலிங்கம் அந்தப் பக்கமும் இந்தப் பக்கமுமாக அசைந்தது. மீண்டும் அவ்வாறே இரண்டு மூன்று முறை அவர் கனிவுடன் கேட்டு இலிங்கத்தை அசைத்தார். மீண்டும் வராதது போன்று இலிங்கம் தலையை யசைத்தது.

அது வரையிலும் அமைதியே உருவாக இருந்த அன்னமையருக்கு ஏதோ உணர்ச்சிப் பெருக்கெடுத்தது. மூலிகைகள் கிடைக்காமற் போகவே சஞ்சீவி மலையையே தோண்டிவர வீறு கொண்டெழுந்த அநுமனைப் போல அவர் வீறு கொண்டவராகி எழுந்திருந்தார். எழுந்து வருமாறு மிரட்டி அன்னமையர் தமது பரந்த மார்பினை இலிங்கத்தின் மீது சாய்த்து நெடிய தமது இரண்டு கரங்களுடன் அந்த இலிங்கத்தை அன்பும் பக்தியும் பிடிப்பும் உணர்ச்சியும் ஒரு சேர வலிமையுடன் சுற்றித் தழுவிப் பிடித்துக் கொண்டார். "உம்" என்று பெரு மூச்சு விட்டார். பிளிறும் பெரியதோர் யானை துதிக்கையாலிழுப்பதைப் போன்று அவர் அதனை ஒரு இழுப்பு இழுத்தார்.

அடிப்பாகம் அசைந்து பிடிவிட்டது. தொந்தரவு செய்த சிறியவன் சினமடைந்த தந்தையின் கைக்கு அடங்குவதைப் போன்று அந்த இலிங்க மூர்த்தியும் அன்னமையர் கரங்களுக்கு வந்தது. மகிழ்ச்சிப் பெருக்கெடுத்த உணர்ச்சியுடன் பொல பொலவென்று

அவர் கண்களிலிருந்து கண்ணீர் பெருகி அந்தப் படிக இலிங்கத் திற்கு வெந்நீராட்டுதல் நடந்தது.

பக்தர்கள் உணர்ச்சிப் பெருக்குடன் சிவனின் நாதத்தை முழங்கித் தூபதீபங்களைக் காட்டி பலவகை நிவேதனங்களைப் படைத்தனர்.

அந்த யதாவாக்கு அன்னமையர். கண்ணீரே இரத்தினங் களாகவும் பொன்னுகவும் மாறி உருவாயினவா, அல்லது அங்கிருந்த புதையலில் இருந்தனவா அல்லது அந்த இலிங்கத்தைப் பெயர்த்த பீடத்தில் வைரங்களும் பொற்குவியலும் ஆகியவற்றின் புதையலோ வெனப் பார்த்தவர்களின் வியப்புக்கு அளவில்லை இலிங்க மூர்த்தி அசையு முன்னரே அன்னமைய ஆராத்தியர் இரத்தினங்களும் பொன்னும் உள்ளதென அறிவித்திருந்தார். இவர் உண்மையில் பெருமகான்தான். யதாவாக் குடையவர் தாம்.

அந்தப் பொன் வைரக் குவியலை உடனே அம்பதேவர் பொறுப் புடன் எடுத்துத் தனியாக வைத்தார்.

அப்பொழுது ஒன்பது காளைகள் பூட்டிய சகடம் ஒன்று மிக்க ஒப்பனை செய்யப்பட்டுக் காத்திருந்தது. அதன் மீது அந்தப் படிக லிங்கத்துடன் அன்னமையர் ஏறினுர். அந்த வண்டியிலேயே பீடத்திலிருந்து எடுத்த பொன்னையும் வைரங்களையும் வைத்து நகருமாறு அம்பதேவர் கட்டளையிட்டார்.

அதற்கு முன் என்றுமே ஏகசிலா நகர ஆடவர்கள் பார்த்தும் கேட்டும் அறியாத பெருவிழா போல் நகர வீதியில் ஊர்வலமாகச் சென்றது.

அன்று முடிய வேண்டிய அகழி வேலை நடக்கவில்லை. அந்தப் பணியிலிருந்த பக்தர்கள் மட்டுமின்றி நகரத்து மூலை முடுக்குகளிலும் பல வாடைகளிலுமிருந்த சிவபக்தர்கள் அனைவரும் ஆடவரும் பெண்டிரும் குழந்தைகளும் முதியோர்களும் அங்கு சேர்ந்தனர். நாதசுர இசைக்கருவிகளை இசைப்போர் குழுக்கள் தயாராகி ஒருவரை மற்றொருவர் வெல்லும் வகையில் இசைக்கலாயினர். அவர் களின் மேளஓசை கேட்போர் இதயங்களில் சிவ கணங்களின் திருப்பெயர் ஒலிப்பது போன்றதோர் ஓசையுடன் கலந்த இன்பத்தை யளித்துக் கொண்டிருந்தது. அவர்களுக் கெதிரில் பக்தர்களின் வரலாறுகளைப் பாடுவார் சிலர். வாட்களை வீசிக்கொண்டு சிலர் சென்று கொண்டிருந்தார்கள். வாட்களை ஏந்திக் கொண்டு ஆடு பவர்கள் பலர். பரந்த இடத்தில் நாரசங்களைக் கோத்துக்கொண்டு நடப்பவர்கள் பலர். அதனிலும் கிழக்கு நாட்டு பக்தர்கள் சமணர் களை வென்ற வரலாறுகளைக் கூறினுர்கள். பொட்டல் ஏரியில் தேவர தாசய்யா சமண தர்க்கத்தில் வென்று அவர்களின் ஐந்நூறு மடங் களை உடைத்தெறிந்த மந்திரத்தினுல் ஆலமரத்தைச்சாம்பரக்கவும்,

கோவூர் பிரம்மய்யா வீரகணங்களை மனத்தில் நினைத்து எல்லா மந்திரங்களுக்கும் வித்தான அரச மந்திரத்தை எழுதிச் சாம்பரான அந்த ஆலமரத்தை மீண்டும் நிலைபெறச் செய்து அந்த அவூரி லுள்ள மடங்களைப் பிரித்தெறிந்த வரலாறு! ஏகாந்தராமய்யா அப்பலூரில் சமணர்களை அடக்கி அந்த ஊரின் மடத்தை அன்றே விழுந்து போகுமாறு கடுமையாகச் சாபமிட்ட வரலாறு! இவ்வாறு வரலாறு கூறுவோர் கூறிவர தாளங்கள் ஒலிக்க கைத்தட்டல்கள் செய்து குழுப்பாடல்கள் புரிவோர் வேறு சிலர்! மற்றும் சிலர் மறைநூல் பாராயணம் செய்தனர். உணர்ச்சிப் பெருக்குடன் வெளிக் கூச்சலிடுவோர் சிலர்! அனைவரும் படிகலிங்கத்தையும் அன்னம ஆராத்தியரையும் மிகுந்த பக்தியுடன் தொழுபவர்களாவார்!

யதாவாக்கு அன்னமய்யா! யதாவாக்கு அன்னமய்யா! இவருடைய வாக்கு சித்தர் வாக்கு! இத்தகையோர் வாக்கு யதா வாக்காகும்! சொன்னபடி நடப்பதாகும். அத்தகைய பலிக்கும் சொன்ன சொல்லுடையவர் அனைவருக்கும் ஆராத்தியராக மாட் டாரா? இவர் வைஜகவ்வ காதையைப் பாடும் பொழுது சமணச் சிலையின் பீடத்திலிருந்து இந்தப் படிகலிங்கம் உற்பத்தியாயிருக்கும். அன்று வைஜநாதர் பிறந்தார். இன்று இந்த அன்னமேசுவரர் தோன்றியிருக்கிறார்! இந்தக் களஞ்சியத்தில் வைரங்களும் பொற் காசுகளும் உள்ளனவென்று இவர் முன்னதாகவே கூறிச் சிவனைத் தொழுது வேண்டினர். அந்தச் செய்யுளில் கூறியவாறு இலிங்கத் தின் பீடத்திலிருந்து இரத்தினங்களும் பொன்னும் தோன்றக் கண் டனர். எத்தகைய மகாத்மா இந்த யதாவாக்கினர்! அது மட்டுமா? இத்தனைப் பேர் அசைத்துத் தூக்கவியலாத பெரியலிங்கத்தை இவர் ஒருவராகத் தமது இரு கரங்களுடன் பெயர்த்து விட்டார். உலக நாயகனுன சிவன் இந்த பக்தருடைய சின்த்திற்கு அஞ்சி நடுங்கி அல்லற் படுத்தும் சிறுவனைப் போன்று அன்னமய்யா கரங்களுக்குள் வந்தார்!

இவ்வாறு பற்பல வகைகளில் அனைவரும் புகழ்ந்தவர்களே! அங்கு சேர்ந்தவர்களில் உண்மையில் இலிங்கத்திடம் பக்தி மிகுந்த மையும் அன்னமையரிடம் பக்தி மிகுந்திருந்தமையும் விளக்க முடியவில்லை.

இப்பெரும் விழா ஏக சிலா நகர வீதிகளனைத்திலும் நடந்தது. வீட்டிற்கு வீடு ஆரத்திகள் அளித்தனர். அன்று ஏகசிலா நகரம் திருக்கயிலாயமெனக் காண்போருக்குத் தோன்றியது. அவ்விழா விலிருந்தவர்கள் தாம் கயிலையிலுள்ள சிவகணங்களென்று நினைத் திருந்தனர்.

கதிரவன் மறைந்தான். விளக்குகள் ஏற்றும் நேரமாயிற்று. நிலவு உள்ள இரவு அது. ஆயினும் என்ன? தீவட்டிகளில்லாத இரவு விழா அழகுடன் விளங்குமா? தீவட்டிகள் எண்ணற்ற

வை கொண்டு வரப்பட்டன. கண்ணில் பட்ட கழிகளெல்லாம் தீவட்டிக்கம்புகளாயின. கையில் கிடைத்த ஆடைகள் அதற்குச் சுற்றும் துணியாயிற்று. அதனிலும் இது விலையுயர்ந்தது இது விலை மலிந்தது, எனும் வேற்றுமையில்லை. பலபட்டாடைகளையும் தீவட்டிகளுக்குச் சுற்றினர். ஆனல் அவற்றுக்கு எண்ணெய்! பல வகையான எண்ணெய்களும் நெய்யும் பயன்படுத்தினர். அந்தத் தீவட்டிகளைப் பிடிப்பவர்களில் குலவேற்றுமை கிடையாது. பெரியோர் சிறியோர் எனும் வேற்றுமையில்லை. சதாசிவனுக்கு எந்தப் பணி புரிந்தாலும் தாழ்வுண்டாகாது! அம்பதேவரும் ஒரு தீவட்டியைப் பிடித்துக் கொண்டு சிவனுக்கு முன் செல்லும் வீரபத்திர அவதாரம் போன்று அந்தச் சகடத்தின் முன்ஞல் கால் நடையாக நடந்தார். எவரும் எத்தகைய முயற்சியையும் முன்னதாகச் செய்ய வேண்டிய தேவையின்றி முழுநிறைவுடன் எல்லாம் பெருவிழாவாக நடந்து கொண்டிருந்தது.

நகரத்து வீதிகளில் சென்று அந்த ஊர்வலம்பெருவிழா அரசரின் அரண்மனை வாயில் முகப்பிலுள்ள மணமாளிகைக்கும், மணிக்கூண்டிற்கும் இடைப் பகுதியில் நின்றது. அங்கு இசைக் கருவிகள் முழங்கின. நடனங்கள் நடந்தன, வெற்றிமுழக்கம் ஒலித்தது. இன்னிசை கானம் கேட்டது. அரண்மனைப் பேரில்லத்திலிருந்து உருவாம்பிகை சிலபணியாட்களுடனும் பணி மகளிருடனும் வந்தாள். ஏவலர்களும் பணிப்பெண்களும் இலிங்கமூர்த்திக்கு அரசரில்லத்திலிருந்து வந்த காணிக்கைகளைச் சமர்ப்பித்தனர். உருவாம்பிகை தானே வந்து அன்னமையாவுக்கும் இலிங்கத்திற்கும் ஆரத்திகள் காட்டி மங்கல இசை பாடினுள்.

அரண்மனைக்கண்மையில் தான் சுயம்பு தேவாலயத்தின் மதிற் சுவர்! இலிங்கம் அமைக்கப்படும் நேரம் நெருங்கிக் கொண்டிருந்தது. அப்பொழுது அந்த ஊர்வலம் சுயம்பு தேவாலயத்தை நெருங்கியது.

அந்தப் பெரிய மதிற்சுவர் சுற்றுப் பிரகாரத்திற்கு நான்கு புறமும் அகன்ற வீதிகளிலும் நான்கு திருப்பங்களிலும் பரந்த நான்கு மேடைகளிருந்தன. அந்தக் கோவிலை மூன்று முறை வலமாக வந்தது. அதன் பிறகு அக்கோயிலின் ஈசான்யப் பகுதியில் அன்னம இலிங்கேசுவரருக்கு அழகிய சிறு கோவில் ஒன்று அமைக்கப்பட்டிருந்தது. ஓரங்கல் சிற்பிகளுக்கு ஆகாதது முண்டோ? அந்தக் கோவிலின் முன்பு ஊர்வலம் பெரிய ஆர்ப்பாட்டங்களுடன் வந்து நின்றது.

அன்னம ஆராத்தியர் சகடத்திலிருந்து கீழிறங்கினுர். முதலில் அவர் ஒரு தீவர்த்தியைக் கொண்டு அந்தப் புதிய ஆலயம் முழுவதும் அதனுல் சுற்றினுர். புதிய கோவிலுக்கு இந்த முறை தேவையானதாகும். அவ்வாறு செய்வதினுல் ஆலயத்தில் தங்கி

இருக்கும் பூதப்பிரேதப் பிசாசங்கள் தொலைந்து வேறிடம் போய்ச் சேரும். அதன் பிறகு அன்னமையா சுயம்பு தேவத்திருக்குளத்து நீரைப் பொற்குடத்தில் கொண்டு வந்து அந்தப் புத்தாலயத்தினுள் ளெங்கிலும் மந்திரங்களுரைத்தவாறு தெளித்தார். பின்னர் அங்கு இலிங்கத்தை அமைப்பதற்கு என்று உண்டாக்கிய பீடத்தில் மடத்தினருகிலிருந்து கொண்டு வந்த இலிங்கத்தையும் சகடத்தில் கொண்டு வரப்பட்ட பொன்னையும் வைரங்களையும் அம்பதேவரின் விருப்பத்திற்கேற்ப இறக்கி அவர் வைரக்கற்களால் அந்தப்பீடத்தி னுள் பரப்பினர். வழியில் காணிக்கைகளாகக் கிடைத்த பொன் முதலான அனைத்தையும் அதனுள் வைத்தார். அப்பொழுது மேலும் குழுமிய பக்தர்கள் அனைவரும் தம்மாலியன்ற அளவு அந்தப் பீடத் தினுள் காணிக்கையாகச் செலுத்தினர். இனி இலிங்கத்தை நிறுவ வேண்டியது.

அன்னம ஆராத்தியர் சற்று நேரம் எண்ணமிட்டார். தானியம் பொன் முதலானவற்றில் இலிங்கத்தை அமைத்து வைப்பது முடிய வில்லையே! மேலும் பல சடங்குகள் நடக்கவில்லையே! இத்தகைய ஐயங்கள் அன்னம ஆராத்தியருக்கு நினைவுக்கு வந்திருக்கலாம். சற்று நேரத்தில் அந்த ஐயங்கள் பறந்தோடின. சித்தலிங்க மூர்த்திக்கு மனிதர் செய்யும் சடங்குகள் தேவையென்பது பிரமை! அன்னமையா உனக்கெத்தனை அறியாமை? மீண்டும் ஓர் ஐயம் தோன்றியிருக்கலாம். இந்த இலிங்க மூர்த்தி எத்தனை காலமாகச் சமண மடத்திலிருந்ததோ! அந்த நேமிநாதச் சிலையின் இருக்கையின் கீழ் அழுந்திக் கிடந்ததல்லவா! அந்தோ படிக இலிங்க மூர்த்திக்கு தூய்மை கெட்டிருக்காதா? அன்னமய்யருக்குச் சமணர் மீதிருந்த பகைமையால் இந்த ஐயப்பாடு தொலைவதற்கு மிகவும் சிந்தனை தேவையாயிருந்தது. என்றும் தூயவரான சங்கரனுக்கு தீட்டுப் படுவதேது? தீட்டுப் பட்டிருந்தால் இந்தப் படிக உருவம் இவ்வாறு வெண்மையொளியுடன் மிளிர்ந்து திகழுமா? என்ன அறியாமை ஐயா உனக்கு? பக்தர்கள் கொண்டு வந்த ஆயிரம் குடங்களின் நீரால் நீயே உன் கரத்தால் இலிங்க மூர்த்தியை நீராட்டினாய். அதனாலாகிலும் உன் உள்ளத்திலுள்ள மருளைப் போக்கிக் கொள்ளவில்லையா? இலிங்கம் அமைக்கப்படும் நேரமாயிற்று. வானை நோக்கி அன்னமையா இலிங்கத்தாபனத்துக்குரிய காலம் வந்து விட்டதென்று உறுதி செய்தார். எல்லா ஐயப்பாடுகளும் அத்துடன் தீர்ந்து விட்டன.

குறிப்பிட்ட நிறுவன காலத்தில் அன்னமையா தாமாக அந்தப் படிக இலிங்கத்தைச் சகடத்தின் மீதிருந்து இறக்கி அந்தக் கோவி லில் பிரதிஷ்டை செய்து பக்தர்களனைவருடைய ஒப்புதலுடன் அச் சிவபெருமானுக்கு அன்னமேசுவரர் எனப் பெயர் சூட்டி வழிபட்டு தீர்த்தங்களும் பிரசாதங்களும் பக்தர்களுக்குப் பகிர்ந்தளித்தார்.

அந்த ஆராத்தியர் தமது சதகத்திலிருந்து இந்தப் பாடலைத்தெளிவு படப் பாடினர்.

'வலிமை மிகப்பெற்றவனும் வலிமையற்றவனும்
மாபெருமறிஞனும் மாமூடமதியோனும்
குலப்பெருமை யுடையவனும் குலவீனமுள்ளோனும்
தீயவியல்பினனும் தீஞ்சுவைச் சொல்லனும்
சலனமில் உளத்தோனும் சஞ்சலனமுடையவனும்
ஏக சிந்தனையுடன் உனை எண்ணி ஏற்றினல்
பலனுமிக வளிப்பாய் பரம்பொருள் வடிவினல்
பாவமெல்லாம் போக்கும் பரம சர்வேசுவரா!'

24

எதிர் பாராத வகையில் இவையனைத்தும் நடந்து விட்டன. நெடுந் தொலைவுக்காரராயாமல் எந்தப் பணியையும் புரியத் துணியாத அம்பதேவருக்கு அன்று நடந்தது காண அற்புதமாகயிருந்தது. திரு உருத்திர தேவப் பேரரசரின் வலது தோளென்று மக்களனை வரும் அவரைப் புகழ்ந்து கொண்டிருந்தனர். தம்முடன் அந்தப் பெருமையை பங்கிட்டுக் கொள்ள இப்பொழுது அமைச்சர் அன்னையா இருக்க வேண்டிய மதிப்பிற்குரிய நிலையில் இல்லை. அத்தகைய இருவரும் இன்று சிவன் மீதுள்ள பக்திக்களாகிக் கயிறு பிடித்தவன் கரத்துப் பொம்மை போன்று ஆட வேண்டி வந்ததா! நினைத்த வுடன் அவளுக்கு ஒருவகை புல்லரிப்புத் தோன்றியது. இந்தப் புதுமையான நிகழ்ச்சியினல் அந்தப் பகுதியில் கோட்டைக்கும் அகழிக்கும் பங்கம் நேராமல் முறிந்து விட்டது. சிவனருள் இருக்க வேண்டுமல்லவா? இரங்கற்குரிய அமைச்சர் அன்னையா சிவனருள் இருந்திருப்பின் இந்த நிலைமையில் இருப்பாரா? அம்பதேவரும் அமைச்சர் அன்னையாவும் சற்றேறத்தாழ ஒரே ஈடானவர்கள். அவர்களிருவரும் நண்பர்கள். ஆயினும் அம்பதேவருக்கு அரசாங்கத்தில் தமக்கு இப்பொழுது வேறொருவர் நுழைவின்மையால் உள்ளத்தி னூடாக மகிழ்ச்சி இல்லாமற் போகவில்லை!

மடத்தின் சார்பில் வாதமிட்டவர்கள் முதலிலிருந்து இங்கு அகழி தோண்டுவதற்கில்லாமற் செய்த முயற்சி அவருடைய இதயத் தில் ஓர் உறுதியான குறிக்கோளை யுண்டாக்கியது. 'மரியாதை யுடன் பலவகைகளில் சொல்லியும் சொல்லைக் கேளாமல் அலட்சியம் செய்தனரே இவர்கள்! இவர்களை எவ்வாருயினும் தம் வழிக்குக் கொண்டு வர முயற்சி செய்ய வேண்டும்!'

இவ்வாறு முடிவு செய்து அன்றைய மறுநாள் அந்த மடத்திற்குத் தொடர்புள்ள பத்திரங்களையும் பட்டயங்களையும் அவர் ஆராய்ந்து அருகிலிருந்து அளவைகளிடலானுர். அவ்வாறு சரி பார்க்கும் பொழுது முடிவில் இத்தனை நாட்களாக வசதியின் ஒரு பகுதியாகக் கருதப்பட்டு வந்த நிலப்பாகத்தில் நான்கில் ஒரு பகுதியை மடத்துக்குக் கொடுக்கப்படவில்லை என்று தெரிந்தது. கணக்கர்கள் அவர்களுக்கு உதவி புரியவே அதனை வெளிப்படுத்தாமல் மூடி வைத்திருந்தனர். அவ்வாறு முறையற்றுக் கைப்பற்றிய நிலப்பகுதியில் சமண அடிகளாருக்குத் தவம் புரிவதற்கேற்ற நிலையான கூடங்களும் நிறுவப்பட்டிருந்தன. அம்பதேவருக்கு இச்செய்தி தெரிந்தவுடன் அவர் அப்பகுதிகளை விவரித்து உடனடியாக ஒப்படைக்க வேண்டுமென்ற ஆணையை அந்த மடத்து அதிகாரிகளுக்கு அனுப்பினுர்.

அத்துடன் அந்த மடத்தின் அலுவலர்களுக்குள் குழப்பம் தோன்றியது. நேமிநாதரின் உருவச் சிலைக்கு ஏற்பட்ட பங்கத்தைக் கண்ணுரக் கண்டபின் மறுப்புகள் ஈடேறமாட்டா என்ற அச்சமும், அம்பதேவருடன் பகைமை வைத்துக் கொண்டு வாழ முடியுமா எனும் அச்சமும் அவர்களுக்குச் சூழ்ந்தது. அங்குள்ள அலுவலர்கள் கலந்தாராய்ந்து நாகாச்சாரியை அழைத்து அனைத்தையும் அவரிடம் தெரிவிக்க முடிவு செய்து அவனை வருமாறு செய்தி அனுப்பினுர்கள்.

நாகாச்சாரி வந்து பத்திரங்களனைத்தையும் விரிவாக ஆராய்ந்தான். மடத்தைக் கட்டிக் கொள்ள பண்டைய மன்னர்கள் அளித்த சாசனங்கள் அதனுள் மடத்துக்களித்த எல்லைகளையும் வரம்புகளையும் மீண்டும் மீண்டும் சரி பார்த்தான். மற்ற அடையாளங்கள் இப்பொழுது பெரும்பாலும் மாறி விட்டமையால் அடையாளங் காண வியலாமலிருந்தன. மற்றுஞ் சில இவையல்ல அவைதாம் எனவும், அவையல்ல இவை தாம் எனவும் வாதிடுவதற் குரியனவாக இருந்தன. ஆனுல் அந்தக் கற்பாறை சரியில்லை என்று கூறுமவிருப்பது எங்ஙனம்? அது மட்டும் இயலாது! பாறை மாறி விட்டதெனக் கூற வேண்டும். ஆனுல் அதை எவர் நம்புவர்! மேலும் அவற்றில் விவரித்திருந்த எட்டுத் திசைகளில் மூன்று பக்கங்களிலும் கற்பாறையே எல்லையாக உள்ளது. தானத்தில் அந்தப் பாறை சேராது என்று தெளிவாகச் சாசனத்தில் கூறும் சொற்கள் உள்ளன. எனவே அந்தச் சாசனத்தை அடிப்படைச் சான்ருகக் கொண்டு எதிர்த்தல் இயலாத செயல். அலுவலர்களைக் கலக்காமல் நேமிநாதரின் சிலையை மறைவாக ஓரிடத்தில் வைத்தல், அப்படி வைத்த நிலம் தங்களுக்குத் தானமாக அளிக்கப்பட்டதென்று முதலில் பிடிவாதம் புரிதல், அலுவலர்களை மறுத்துப் பேசுதல் இவற்றுள்

தான் நேமிநாதரின் சிலையை அங்கே தாங்கள் இரவில் அமைத்தனர் எனும் ஐயப்பாட்டை நிலைபெறச் செய்தல்—இந்த அலுவல்கள் யாவும் அந்த மடத்து அலுவலர்களின் அறியாமையைத் தெளிவாக்குகின்றன. அதனிலும் அங்கு எவருமில்லை! அவர் அம்பதேவராவார்! அவருடைய நுண்ணறிவையும் செயலாற்றல் திறனையும் செய்ய வேண்டிய பணியையும் எதிர்க்க வேண்டியதாகி விட்டது.

முன்னதாகவே அவருடன் மரியாதையாக 'எங்கள் வசம் இது நெடுங்காலமாக இருக்கிறது உங்கள் கருணையின்படிச் செய்யுங்கள்' என்று வேண்டிக் கொண்டிருந்தால் செயல் இத்தனை மீறி விட்டிருக்காது. அவரை எதிர்த்தவர்கள் மீது மிகவும் பிடிவாதத்துடன் செயல் புரிவார். செயலகத்தில் நுழைந்து விட்டால் எக்குறைபாடும் நேரா வண்ணம் ஒன்பது துளைகளையும் அடைத்து விடுவார். நாகாச்சாரி விவரிக்கும் வரையிலும் அம்பதேவரின் ஆணையிலுள்ள மற்ற நுண்பொருள்கள் அம்மடத்து அலுவலர்களுக்குத் தெரியவும் தெரியாது. இந்த ஆணை வரையறுத்த மடத்தின் எல்லையில் பெருநிலப்பகுதி போவது மட்டுமல்ல; அங்குள்ள கோயில்களும் அகன்று விடுவதுடன் இதற்கு முன்னர் இந்த மடத்திற்கு வெளியிலிருந்த போக்கு வரவும் தடைப்பட்டு விடும். எனவே அம்மடத்திலிருக்கும் துறவிகள் மடத்தையே விட்டுச் சென்று வேறொரு இருப்பிடம் பார்த்துக் கொள்ள வேண்டிய சூழ்நிலை ஏற்படும்.

நாகாச்சாரி இவ்வாறு விவரிக்கவே அந்த மடத்து அலுவலர்கள் முதலில் அதனை நம்பாமற் போயினர். அவர் கூறியது உண்மையென்று அவர்களுக்கு விளங்கிய பிறகு அளவு கடந்த சினம் வந்து விட்டது. ஆனல் ஏது செய்வர்? எத்தனையோ துயருடன் செலவு செய்து வழிவழியாக நிறுவப்பட்டு வந்த இந்த இல்லங்களையும் ஓய்வுக் கூடங்களையும் அறச்சாலைகளையும் விட்டு அகன்று செல்வது தானு? அம்பதேவரை அமைதிப் படுத்திச் சரி கட்ட வழி இல்லையா?

நாகாச்சாரி: அது நமது முதல் முடுக்கினல் மேலும் இறுகி விட்டது. இனிப் பயனில்லை.

அந்தச் சொற்களால் அவர்களுக்கு அச்சம் மிகலாயிற்று. 'மற்று இப்பொழுது என்ன செய்யலாம்?'

அதனைத் தான் நாகாச்சாரி நெடிதாராய்ந்தான். சற்று நேரம் முடிவு செய்து மடத்துக் கணக்கனை அழைப்பித்துத் திரு உருத்திர தேவப் பேரரசரிடம் சமண மடத்துத் தலைவரான சித்த நந்தியவர்களை அனுப்ப வேண்டுகோள் மனு எழுதுமாறு பணித்து அவனிடம் அதனுள் எழுத வேண்டிய செய்திகளைக் கூறத் தொடங்கினன்.

அந்த ஏட்டினில் முதலில் திரு உருத்திரதேவப் பேரரசர் அவ்ருடைய முன்னோர்களின் ஒருதலைப் படாத அறிவும் அறநெறி களின் மேன்மையும் புகழ்ந்து கூறி இந்த மடத்துத்துறவிகள் அரசரின் செல்வச் சிறப்புகளோங்க நெடுங்காலமாகச் செய்து வரும் தவத் தினை விவரித்தான்.

பிறகு வழக்குக்குரிய செய்திகளை விவரிக்கத் தொடங்கினன். அந்த மடத்தின் மீது காகதீய வமிச அரசர்களுக்கு இருந்துவந்த பக்தி மேம்பாட்டால், அவர்கள் பலவகை தானங்கள் புரிந்திருந் தனர். அதனுள் பெரும்பாலானவற்றுக்குச் சான்றுகளாகக்காட்ட அரசர்களின் சாசனங்களும் பத்திரங்களும் உள்ளன. ஆனல் சில பகுதிகள் மன்னர் அவ்விடத்திற்கு வந்து நேரில் பார்த்து முடிவு செய்தளித்தனவாகும். அவற்றுக்கு எழுத்து வாயிலான சான்றுகள் இல்லை. மன்னர் தாமாக வாய்ச்சொல்லால் வழங்கிய இடங்கள் மடத்தின் பயன்பாட்டில் நெடுங்காலமாக இருக்கின்ற தல்லாமல் அதற்குரிய உரிமை எழுத்து மூலமாகச் சான்றுடன் இல்லை.

அவ்வாறு மடத்திற்குத் தானமாக அளிக்கப்பட்ட எழுத்துச் சான்றில்லாத ஓரிடத்தில் நெடுங்காலமாக எங்கள் முன்னைய தலைவர்கள் நேமிநாதரின் உருவச் சிலையை நிறுவக் கருதி ஓரிட மமைத்து அதனுள் வைரங்களையும் பொற்காசுகளையும் நிரப்பி அதன் மீது அடையாளமாக ஒரு படிகக் கல்லை வைத்திருந்தார்கள். அதற்கு உருவச் சிலையும் எப்பொழுதோ தயாராகி விட்டது. ஆனல் மற்ற சிக்கல்களால் உருவச் சிலையமைப்புக்குத் தடையாகி விட்டது.

' இப்பொழுது அந்தவிடம் மன்னரவர்கள் நிறுவவிருக்கும் கல் மதிற்சுவர் அகழிக்கு வேண்டியதாகி விட்டதாம். அந்தப் புனித இடம் மட்டும் அவ்வகழிக்கிடையில் இருந்து விடட்டுமென்று வேண்டிக் கொண்டால் சரியாகிவிடும். நாங்கள் அப்பொழுது பேசா நோன்பு பூண்டிருந்தோம். அப்பொழுது செய்தியறியாத மற்றவர்களினல் கடுஞ்சினம் கொண்டு அவ்விடத்தை அரசாங்க அலுவலர்களுக்கு ஒப்படைக்க மறுத்து அங்கு நாங்கள் முன்னதாக நிறுவ வேண்டுமென்று நினைத்த நேமிநாதரின் சிலையை நள்ளிரவில் பொறுத்தினர்கள். அதன் பிறகு அரசாங்க அலுவலர் சின மிகுந்து வலுவில் அந்தப் புனிதச் சிலையை அப்புறப்படுத்தி அப் பகுதியைத் தோண்டுவித்தனர். அதற்குள் அப்பணிக்கென ஏவிய சமணப் பகைவர்கள் உருவச்சிலையின் கீழுள்ள படிகக் கல்லைச் சிவலிங்க மென்று ஆரவாரம் செய்து அதனையும் அதன் கீழ் அதனுடன் அமைக்கப்பட்டிருந்த வைரம் பொன் முதலான குவியல்களை எடுத்துக் கொண்டு வேறு இடத்திற்குக் கொண்டு சென்றனர். இதனல் எங்கள் மடத்திற்குச் சிரம் இழந்த நிலையாயிற்று.

'இந்த நிகழ்ச்சியைப் பார்த்து அரசாங்க அலுவலர்கள் இப்பொழுது உரிமைப் பத்திரங்களில்லாமல் நெடுங்காலமாக மடத்தில் சேர்ந்திருந்த நிலப் பகுதியையும் அதில் நாங்கள் நிறுவியுள்ள எல்லாக் கட்டடங்களையும் சேர்த்துக் கைப்பற்ற வேண்டுமென்று கட்டளையிட்டிருக்கிறார்கள். இந்தக் கட்டளையை அம்பதேவரை யொத்த தலைமை அலுவலர்கள் விடுத்திருக்கிறார்கள்.' இந்தக் கட்டளையால் இனிமேல் மடத்திற்குப் போக வரக் கூட வாய்ப்பிருக்காது. துறவிகளின் தவத்திற்கும் தீர்த்தங்கரரின் உருவ வழிபாட்டிற்கும் பக்தர்களின் சேவைகளுக்கும் ஊறு நேரிடும்.'

'மடம் இத்தகைய அபாய நிலையிலுள்ளது. எவரோ அறியாமையால் செய்த இச் சிறு குறை பாட்டினால் மடத்தின் மீது இத்தனை சினம் கொள்வது அறமாகுமா? உடனே மன்னரவர்கள் மடத்திற்கு வருகை தந்து அந்த ஆணைகளைத் திருத்தி எங்கள் வைரம், பொன் முதலானவற்றையும் படிகச் சிலையையும் எங்களுக்குப் பெற்றுத்தர வேண்டுகின்றோம். உங்களுக்குத் தீர்த்தங்கரரின் கருணையினால் நீண்ட ஆயுளும் நலனும் செல்வமும் செழிக்குமாகுக!—'

இது இந்த விண்ணப்பத்தின் கருத்தாகும்! முழுவதும் அரச பக்தியுடனும் பெரு நன்மை மிக்க சொற்களுடனும் நிறைந்திருந்தது. இதற்குரிய புதிய படிவம் எத்தகைய மனங்கவரும் ஏட்டினில் எந்த நிறங்களுடன் எழுத வேண்டுமென்றும் நாகாச்சாரி கணக்கர்களுக்கு விளங்கக் கூறினான். மேலும் அந்தப் பத்திரத்தை வணக்கத்திற்குரிய சித்த நந்தி அடிகளார் பெயரில் அனுப்பவும் அவன் முடிவு செய்தான்.

ஆனால் அந்தப்பத்திரத்தைச் சித்தநந்தி யடிகளாரிடம் எடுத்துச் சென்ற பொழுது அவர் பெயரை எழுத மறுத்து விட்டார். பற்றற்ற எனக்கு ஏன் இது? இதுவரைத் தாம் என்ன செயலில் கலந்து கொண்டிருக்கிறார்? இதை மட்டும் தம்மிடம் ஏன் பெற்றுச் செல்ல வர வேண்டும்? அந்தப் பத்திரத்தைக் கணக்கர் படித்தாலும் அவர் அதைக் கேட்க வில்லை. அலுவலர்களுக்கு அதைச் செய்து முடிப்பது கடினமாயிற்று. அவர்கள் அனைவரும் கலந்து பேசி அன்றிரவு சித்தநந்தி அடிகளார் தூங்கி விழித்து அரைகுறைத் தூக்கத்திலிருந்த சமயம் பார்த்து, ஏதோ சாக்குகளைச் கூறி அவர் அறிந்தும் அறியாமலிருந்த சமயம் அறிந்து பத்திரத்தில் அவருடைய பெயரை எழுதச் செய்துத் தம்மிடமிருந்த அவருடைய முத்திரையை யிட்டனர்.

மேலும் அப்பத்திரத்தை எவர் எப்பொழுது எவ்வாறு திரு உருத்திரதேவப் பேரரசரிடம் சேர்ப்பிப்பது என்பதையும் நாகாச்சாரி முடிவு செய்தான். அந்த மடத்துப் பெரியோர்களும் அவனுடைய அறிவுரைகளை முற்றிலும் ஏற்றுக் கொண்டு எழுத்துக் கெழுத்து அவ்வாறே செயல் புரிந்தார்கள்.

அன்று முற்பகல் வேளையில் திரு உருத்திர தேவப் பேரரசர் அரசவை அறப்பீடத்தில் அமர்ந்திருந்தார். அப்பொழுது அந்த மடத்தின் முதன்மைக் கணக்கன் சில சமண அடியார்களை அழைத்துச் சென்று மடத்துத்தலைவருடைய விண்ணப்ப ஏட்டினைப் பேரரசரிடம் படைத்தான். சித்த நந்தி அடிகளாரின் பெயரைக் கண்டதும் அந்த ஏட்டினைப் பேரரசர் கண்களில் ஒற்றிக் கொண்டு அதனை முழுவதும் படித்தாராய்ந்தார். அதனுள்ளிருந்த மறை பொருள் முழுமையும் அவருக்கு விளங்கியது. அந்த மனுவையும் அதனுடன் தரப்பட்டிருந்த மற்ற ஏடுகளையும் அருகிலிருந்த செயலாளர் தாமன மாத்தியரிடம் பார்க்கக் கொடுத்தார். தாமன மாத்தியர் அவற்றைக் கண்டு இவ்வாறு கூறலானார்.

"பேரரசரே, தேவரவர்கள் முன்னர் அம்பதேவருடன் இது குறித்துப் பேசி நாளைய தினம் ஆணை பிறப்பிப்பது மேலென்று என் அறிவுக்குப் படுகிறது "

மடத்துத் தலைமைக் கணக்கன் இந்த உரையைக் கேட்டுத் திகைத்து அயர்ந்து போனான். ஆயினும் உருத்திரதேவர் யாது கூறுவாரோ?

திரு உருத்திரதேவப் பேரரசர் தாமன மாத்தியரின் ஆலோசனைக்கு ஒப்புக் கொண்டார். 'எமக்கு அது தான் படுகிறது,' என்றார்.

உடனே செயலாளர் மடத்திலிருந்து வந்தவர்களை மறுநாள் வருமாறும், மேலும் அதற்குரிய பத்திரங்களையும் சான்றுகள் இருப்பின் அவற்றையும் கொண்டு வருமாறும் அவர்களிடம் அரசரின் ஆணையைக் கூறினார். பணிவுடன் வணங்கி அவர்களும் விடை பெற்றுக் கொண்டார்கள்.

அவர்களுடைய இதயங்களில் கல் விழுந்தது போலாயிற்று. அம்பதேவருடன் பேரரசர் கலந்தாராய்ந்தால் செயல் நிறைவேற விடுவாரோ?

நடந்ததனைத்தையும் அலுவலர்கள் நாகாச்சாரியிடம் அன்று மாலையே தெரிவித்தனர். அவன் அதைக் கேட்டு அவர்களைப் போன்று அஞ்சவில்லை அது நமக்கு உடன்பாடாகும் சூழ்நிலை யென்று அவர்களுக்கு நாகாச்சாரி கூறினான். அம்பதேவரின் ஆணையை மாற்றம் செய்விக்கக் கருதி தான் அவருடன் கூறி அவரை உளநிறைவு செய்வதற்காகத் தான் திரு உருத்திரதேவப் பேரரசர் அவ்வாறு பணித்தார்களென்று உணர்த்தினான். ஆயினும் எப்படிப் போய் எப்படி வருமோ என்று இன்னும் தேடவேண்டிய பத்திரங்களையும் சான்றுகளையும் அவன் அவர்களுக்குக் கூறித் தயாரிக்கச் செய்தான்.

அந்த மடத்திலிருந்த துறவிகளனைவரும் அன்று உண்ணு நோன்பு கொண்டு அன்றிரவு முழுவதும் விருப்பத் தெய்வங்களைத் தொழுது விழித்துக் கொண்டிருந்தனர்.

மொத்தத்தில் நாகாச்சாரி உணர்த்தியவாறு எல்லாம் நடந்தன. இவ்வாறு பணிவுடன் மடத்து அலுவலர்கள் தம்மை வேண்டிக் கொண்டபொழுது கடுமையாக இருப்பது நன்றன்று எனப் பேரரசர் நினைத்தார். மடத்தவர்கள் எப்பொழுதோ கட்டிக் கொண்ட இல்லங்களையும் விட்டு வெளியேறுமாறு கூறுவது முறையற்றதென்று அனை வருக்கும் தோன்றுமற் போகாது. அது மட்டுமன்றி இந்தப் பத்திரம் சித்த நந்தியடிகளாரின் புனிதப் பெயரில் படைக்கப்பட்டிருக்கிறது. அவர்களுடைய சொற்களை எளிதில் தள்ளி விடுதல் இயலாதசெயலா கும்.ஆயினும் மடத்தவர்கள் அரசாங்கஅலுவலுக்கு ஆணவத்துடன் ஊறு விளைவிக்கத் தொடங்கிய பொழுது அம்பதேவர் செய்த மறு செயலும் சிறந்ததாகும்! அரசாங்கப் பணியில் அவர் காட்டிய திறமை தனிப்பட்ட முறையில் புகழ்ச்சிக்குரியது.

அத்தகைய நம்பிக்கைக்குரியவரும் திறனுள்ளவருமான அரசாங் கச் செயலருக்கு எத்தகைய மனவேறுபாட்டை உண்டாக்குவதும் தகுந்ததன்று. அதனுல் உருத்திர மாதேவி அன்று மாலையில் அம்பதேவரைத் தமது அரண்மனைக்கு அழைப்பித்துச் செய்தி என்னவென்று கேட்டார். அவர் நடந்ததனைத்தையும் விவரித்தார். அவருக்கு நேரில் காணுதன தாம் நினைத்தவாறே நடந்ததென்று அம்பதேவரின் வாயிலாக அறிந்து கொண்டார். அம்பதேவர் அனைத்தும் கூறியபின் உருத்திராம்பிகை சித்த நந்தியடிகளார் அனுப்பிய விண்ணபத்தை அவரிடம் கொடுத்துப் பார்க்கச் செய்தார்.

அம்பதேவர் அதைக் கண்டு சிரித்துக் கொண்டு, "இதற்குப் பேரரசரின் கட்டளை எதுவோ?" எனக்கேட்டார். அதனை ஆராய்ந்து முடிவெடுக்கத் தான் அழைத்ததாக அவர் பதில ளித்தார்.

அம்பதேவர் எண்ணமிட்டார். முடிவில் அவர் இவ்வாறு உரைத் தார். "சுவாமி, தாங்கள் மடத்தின் மீது எத்தனைக் கருணையும் காட்டுங்கள். ஆனுல் இந்த வைரங்கள், பொன் படிக உருவத்தை மட்டும்—"

திரு உருத்திரதேவப் பேரரசர் இடைமறித்துக் கூறினுர். "அவை வேருகச் சிறப்புடன் அமைக்கப்பட்டு விட்டன அல்லவா! அவற்றைப் பெயர்க்க இயலாது. அதைப் பற்றித் தான் என்ன செய்யலாமென்றுச் சிறப்பாக நாம் முடிவு செய்ய உள்ளோம். உங்கள் நோக்கம் என்ன?

அம்பதேவர்: சுவாமி, என்ன இருக்கிறது? அந்த இடம் அவர்களுடையதென்று மெய்ப்பிக்கத் தகுந்த சான்று ஏதுமில்லை. அகழி தோண்டுவதில் நமக்கு இன்னும் எத்தனை வைரங்களும் பொன்னும் கிடைக்கவில்லை? அவற்றை எல்லாம் செய்தது போலவே மன்னரவர்கள் எண்ணப்படி இவற்றையும் பயன்படுத்தலாம். இந்த நிகழ்ச்சிக்கு அடிப்படைக் காரணமான அந்த நிலப்பகுதியை மட்டும் விடாமல் மற்ற பகுதிகளை மடத்தவர்களுக்கு நிலையாக்கக் கருணை புரியலா மல்லவா!

உருத்திராம்பிகை: அம்பதேவரே உம்மைப் போன்ற அரச பக்தர்கள் வெளியிட்ட கட்டளைகள் முறையானவையாக இருக்கும் பொழுது அவற்றை நாம் மாற்றிவிடல் நெறியானதாவென்று நினைத்துக் கொண்டிருக்கின்றோம்.

அம்பதேவர் பணிவுடன் இவ்வாறு விண்ணப்பித்தார்.

"பேரரசரே, எம்போன்ற அரசாங்கப்பணியாட்கள் கடுமையாக அரசாங்கச் செல்வத்தைப் பாதுகாத்துக் கட்டளைகள் வெளியிட்டவாறு இருக்க வேண்டும். ஆனால் வாழ்விக்கவும் தாழ்விக்கவும் வல்லவரான மன்னரவர்கள் எங்கள் கடுமையான கட்டளைகளைக் கருணையுடன் இணைத்து மக்களின் விருப்பத்திற்கிணங்க நடந்து கொள்வது அரசியல் அறமல்லவா!"

உருத்திரதேவப் பேரரசர் அம்பதேவரின் விளக்கத்திற்கு மிகவும் மகிழ்ந்தார். அதன் பிறகு அவர் கோட்டைச் சுவர் நிறுவனச் செயல்களைப் பற்றிப் பேச்சு வார்த்தை நடத்தி மற்ற அரசியல் அலுவல்களைப் பேசி அவரை அனுப்பினார்.

மறுநாள் நீதிமன்றத்தில் திருஉருத்திரமதேவி அமர்ந்து மடத்து அலுவலர்கள் கொண்டு வந்த புதிய பத்திரங்களையும் சான்றுகளையும் அக்கறையுடன் ஆராய்ந்தார். அவற்றுள் அகழிக்குள் வந்த நிலப்பகுதி மடத்திற்கு அளிக்கப் பெற்றதென்றுப் புதிதாக எதுவும் மெய்ப்பிக்க இயலவில்லை. அத்தகைய முயற்சியும் செய்ய வேண்டுமென்றும் நாகாச்சாரி உணர்த்தியிருந்தார். அதிகம் பெற வேண்டுமானால் சற்று இழக்க வேண்டுமே!

அன்று திரு உருத்திரதேவப் பேரரசர் இதைக் குறித்து ஆணையை வெளியிட்டு மடத்தவர்களுக்குத் தெரிவித்தார். அந்த ஆணை முதலிலிருந்து இறுதி வரையிலும் பேரரசருக்கு மடத்தின் மீதுள்ள பற்றும் கருணையும் அங்கிருக்கும் அடியார்களின் மீதுள்ள பக்தியும் வெளியிட்டதாகத் தோன்றியது. ஆனால் மடத்தவர்கள் கூறிய வார்த்தைகள் எதனையும் ஒப்புக் கொண்டதாகத் தோன்றவில்லை. அந்த ஆணையில் உள்ளூர ஒருவகையான கடுமையும் நிறைந்திருந்தது.

மடத்தின் கைப்பற்றுதலாக இப்போது இருக்கும் இடங்களுக்கும் அவற்றுள்ளிருக்கும் அறச்சாலைகளுக்கும் இல்லங்களுக்கும் வழி நடைப்பாதைகளுக்கும் எத்தகைய இடையூறும் நேராது. ஆனால் இனிமேல் ஓர் அங்குல இடமாகிலும் அவர்கள் அரசரின் ஒப்புத லின்றிக் கைப்பற்ற இயலாது. ஆனல் இப்போதைக்குக் கைப் பற்றிக்கொண்ட நிலப்பகுதிகளுக்கு அச்சமில்லாத வகையில் அந்தப் பகுதிகளை இப்பொழுது தான் புதிதாக அளிப்பதைப் போன்று அந்த அறிக்கை இருந்தது. இதனல் மடத்தின் அருகிலுள்ள பாறைப் பகுதியில் மடத்தவர்கள் முக் காற் பகுதிக்கு இழக்க நேர்ந்தது. மற் ளெரு பகுதியில் அகழி எல்லைக்குட்பட்டதெனும் பகுதி என்றும் மடத்திற்குரியதென்று வாதிப்பதற்கு இயலாததொன்று. அதனல் அங்கு கிடைத்த இரத்தினங்களும் பொன்னும், இலிங்கமும், அவர் கள்தமது என்று கோருவதற்குச்சான்றேதும் இல்லவேஇல்லை. அவற் றினைப் பற்றி அம்பதேவர் வெளியிட்ட கட்டளைகளுக்கு எத்தகைய மாற்றமும் இராது. ஆனல் அங்கு அப்புறப் படுத்தப்பட்ட நேமி நாதரின் சிலையை ஏற்ற இடத்தில் மடத்தவர்கள் முதலில் நிறுவக் கருதித் திரு உருத்திர தேவப் பேரரசரிடம் மனுச் செய்து கொண் டால் அப்பொழுது கருவூலத்திலிருந்து பொருத்தமானதென்று தோன்றிய செல்வத்தைச் சமண தேவரிடம் பேரரசருக்குள்ள மதிப் பினல் கட்டளையாகச் செலுத்திக் கொள்வார்!

அந்த அறிக்கையுடன் மடத்தவர்கள் தப்பினேம் என்று பெரு மூச்செறிந்து நாகாச்சாரியின் திறனுக்குப்புகழ்ந்து அவரைவாழ்த்திப் பரிசில்கள் அளித்தனர். ஆனல் வெளியில் மட்டும் அந்த வைரம் பொன் முதலானவற்றை முறையற்று ஜங்கமர்கள் எடுத்துச் சென்று விட்டனரென்று அவர்கள் புரளி செய்தவாறிருந்தனர். அவர்களுக்கு அங்கு உண்மையில் இரத்தினங்களும் பொன்னும் புதைக்கப்பட் டிருந்தனவா என்ருகிலும் தெரிந்திருக்குமா?

புதுமையாகக் கார்த்திகை முழுநிலவன்று மடத்தில் இத்தனை காலமாக இருந்த பெரும்தவ முனிவர் மறைந்து போய் விட்டாரென் றும் அவர் இருந்த அறை திறந்து வெற்றிடமாக இருக்கின்றதென் றும் செய்தி பரவியது. பக்தர்கள் அனைவரும் அங்கு சேர்ந்து, "இதோ இந்த அறை தான்!—அந்தப் பாறையில் தான் இந்தப் பெரு மகனர் அமர்ந்த இடம்! எங்கே சென்ருரோ இந்த மகாத்மா!' என்று கூறி வெள்ளப் பெருக்கு போன்று மக்கள் வந்து அந்த அறையைப் பார்க்கக் கூடினர்கள். என்ன இருக்கிறது?—அந்த அறை வெற்றிடம் தான்!

'நேமிநாதரின் சிலையை அப்புறப் படுத்திய கொடுமையைப் பொறுக்கவியலாமல் அந்த முனிவர் சிரவணபெலகோலாவிலுள்ள கோமதீசுவரர் ஆலயத்திற்குத் தவமியற்றச் சென்று விட்டிருப் பார்!'

இவ்வாறு ஒரு பக்தன் குறிப்பிட்டான்! பலவகைக்கருத்துக்களை விட இது பொருத்தமாகத் தோன்றியது. முடிவில் அதனையே அனைவரும் பரவச் செய்தனர். அதன் பிறகு அவர் புறப்பட்டுச் சென்றதைப் பார்த்தோம் என்று கூறுபவரும் வந்தனர். ஒருவர் நடந்து தான் சென்றார் என்றார். மற்றொருவர் விண் வெளியாகச் சென்றார் என்றார். எது எவ்வாறாயினும் சமணர்களிடையில் மனத் தாங்கல் புரட்சி தொடர்ந்து நடந்து கொண்டிருந்தது. அது மறை நூல் முறைகளைத் தாக்கு மாறிருந்தது. புரட்சி செய்து சமணர்கள் வாழ்நாள் முடியு மட்டும் உணவு உட்கொள்ளாமல் கடுஞ் சித்தத் துடன் தூய அறிவே இயல்பான உண்மைத் தூய்மை உருவினைப் பற்றி எண்ணி எண்ணி உடலை அர்ப்பணம் செய்வார்கள். இது வீடு பேற்றினை யளிக்குமென்று சமண ஆகமங்கள் கூறுகின்றன.

25

நள்ளிரவு கடந்து ஐந்து நாழிகையானது. மூன்றும் யாமம் முடிந்து விட்டதெனினும் காவலர் நகரத்தைச் சுற்றி வந்து கண் காணிக்க இன்னும் பொழுதிருக்கிறது. ஓரங்கல் நகர மக்களனை வரும் ஆழ்ந்த தூக்கத்திலிருந்தனர்.

அந்த நகரத்தில் முன்பென்றும் நகர மக்கள் கேட்டறியாத ஒருவகை ஒலி அன்று நகரமெங்கிலும் கேட்டது. அந்த நகர மக்கள் நூற்றுக்கும் மேற்பட்ட இசைக்கருவிகளின் சிறப்பினை அறிந் திருந்தார்கள். ஆயினும் இது அவர்களறிந்திருந்த வாத்திய முழக்க மில்லை. இரும்புத் தகட்டில் இரும்பு வளையங்களைக் கோத்துக் கொண்டு இரும்புப் பாளங்களைக் கட்டி அசைத்தால் அந்த வளையல் களின் மணிகள் அந்தப் பாளங்களில் மோதிப் பிறக்கும் ஒரு புதுமை யான ஓசை! அந்த ஓசையில் இசையில்லை. நிறைவுமில்லை. அது வெறும் மோதல் ஓசை போன்றது!காதுகளில் கடுமையாக அதிர்ந்து முழங்கும் தொனி: அத்தகைய பெருத்த ஓசை செய்யும் கருவியை எவனோ அச்சமுறுத்தும் பகைவன் கண்டு பிடித்திருப்பான். அவ் வொலி இன்று அமைதியாக இருந்த நகரத்தில் முதன் முறையாகக் கேட்டது. அவ்வொலி போதாதென்னுமாறு, இடையிடையில் வெடிக்கும் மற்றொரு கருவியைக் கரகர வென்றுச் சுழற்றும் போதுண்டாகும் நொறுங்கும் ஓசையும் அதனுடன் கேட்டது!

அது அச்சந்தரும் ஓசையன்று. எடுப்பான பேரொலியு மன்று! காதினால் கேட்கக் கூடியது மன்று. அது ஒரு இனிப்பற்ற வெறும் சுவையற்ற ஓசை!

ஒலியின் இன்பமான இசையோ, ஏற்றவாறுள்ள இன்னிசை அதிர்வோ இல்லாத உரையின் நடையாகவே இனிய பண்ணுக்குரிய ஒலியோ இல்லாத பெருந்தூரலாக வெளிறியிருந்தது. அவ்வகை ஓசையின் தன்மை ஒரேயடியாக அந்த காரத்திலுள்ள எல்லா மக்களையும் அந்த அந்தகரமான இரவில் எழுப்பி விட்டது. எத்தகைய அருவருப்பான ஓசையாயினும், மலிந்த கவிரர் கவிதையைப் போன்று தொடர்ந்து வந்தவாறிருந்தது அந்த ஓசை! அவ்வொலி அவ்வாறு இடைவிடாமல் காதுகளில் அதிர்ந்து கொண்டிருந்ததால் மூச்சு விட முடியவில்லை. அதைக் கேட்க எவருக்கும் விருப்பமில்லை. ஆனால் அதனை எவரும் கேட்காமலிருக்கவியலவில்லை. கேட்கக் கூடாதென நினைத்தும் அது வலுவில் இவர்கள் காதுகளைத் துளைத்துக் கொண்டிருந்தது. தூங்க விரும்புபவரையும் தூங்க விடவில்லை. அந்த ஓசை அத்தகையது. தூங்குபவர்களை எழுப்பும், எழுந்தவர்களை மீளவும் தூங்க விடாது. வேறெந்த ஓசையுமில்லாத பொழுதாகையால் ஏகசிலா நகரம் முழுமையும் சுற்றுப் புற மதிலுக்கிடையில் அவ்வப் பகுதிகளிலும் அந்தப் பேரொலி முழுவதும் சூழ்ந்தொலித்தது. அதனுள் இடையிடையில் வரும் அந்த நொறுங்கும் ஓசை உயிரினங்களைக் கற கற வென்று கடிக்கும் அரக்கனின் கோரைப் பற்கள் செய்யும் ஒலியென நினைக்கச் செய்தது. எல்லாம் ஒலி மயம்! இன்று இரும்புச் சிலம்பு அணிந்த தாயார் எங்கிருந்து வந்தாரோ ஏகசிலா நகரத்திற்குள்!

அந்த ஓசையுடன் அதனிலும் மிகுந்த கடுமையான குரல் ஒன்று இடையில் கேட்கும். இடையிலுண்டாகும் அவ்வோசை ஒரு சுருதியிலும் இணையாது. ஒரு கணத்திற்கு மறுகணம் சுருதி மாறும். ஆனால் அந்தக் குரலோ! அந்த இரும்புகள் மோதும் இசையற்ற இரைச்சலில் ஓசை மாற்றங்களையாகிலும் வெளிப்படுத்தாது. அந்தக் குரலொலி! அந்தக் குரலோசையும் அதிர் வொலியும் பகைவர்கள் ஒருவருக் கொருவர் படை வீரர்களாகி ஒரே படையிலுள்ள வீரர்கள் நடத்துவது போன்றிருந்தது.

அந்த இருவகை ஓசைகட்கும் துணையாக அவ்விரண்டும் ஒன்று சேராமல் அவ்வக் கணத்தில் மனம் வெளிப்பட்டு மிகப் புதுமையான பாடலும் பாடக் கேட்டது.

"அல்லா, எல்லாப் பார்வையுள்ளிச் சொல்லி, கிள்ளிகள் நீவிர் வரவில்லா வல்ல கல்லோலமல்லா இல்லலல்ல, மல்லி, இல்லா நீவிர் தள்ளாமல் வல்லாரையா இல்லாதல்லா அல்லா எல்லா காலமும் நீர் பல்லாரெல்லாம் நல்லாய் எல்லா முள்ளதல்ல, அல்லா, தள்ளா தீரல்லா எல்லா இல்லைத்தள்ளாதீரல்லா—"

இந்தப் புதுமையான பாடல் அந்தப் பயங்கரப் பகைவனின் வாயில் வந்தவாறெல்லாம் சென்றது. அந்தப் பாடலைத் தொகுத்

தால் தெளிவான பொருளில்லை. அப்பாடலின் சொற்கள் மட்டும் பொருளுள்ளன வாயிருந்தன. ஆனால் அச் சொற்களின் நல்ல பொருள் அப்பாடலுக்கு அருவருப்பான பொருளை உணர்த்தியது. அந்தக் குரலும் அந்த அருவருப்பான ஓசைகளும் இரவில் திரியும் அந்தக் காலங் கடந்த நள்ளிரவுச் சமயமும் ஒன்றோடொன்று இணையாதிருப்பின் அந்தப் பாட்லிலுள்ள சொற்களின் பொருள் அவ் வாறு தோன்றுதிருக்குமோ!

அந்த ஓசையும் பாடலும் முதலில் ஓரங்கல்லின் வடமேற்குத் திசையில் கேட்டது. வடமேற்குத் திசையிலிருந்து பிறகு வடதிசை-யில் கேட்டது. இடையிடையில் அது நகர்ந்து நிற்கும். பிறகு தொடங்கும். அவ்வோசை ஒரு திசையாக வரவில்லை. முதலில் பின்னால் செல்லும். அப்படியாக வரும். ஆனால் மொத்தத்தில் வாயு மூலையிலிருந்து வட திசைக்கும், வடதிசையிலிருந்து கிழக் கிற்கும், கிழக்கிலிருந்து தெற்கிலும், அங்கிருந்து மேற்கிலும்—முடி வில் அது தொடங்கிய வாயு மூலைக்குச் சென்று அங்கு விடிவதற்கு முன் அடங்கி விட்டது. அது இரவு வேளையில் திரியும் ஒரு பைரா கிப் பிட்சுவின் பாடலோசை!

அந்த வோசை வாயு மூலையில் கேட்கத் தொடங்கியதும் தன் வீட்டில் உறங்கிக் கொண்டிருந்த கண்டனுக்கு விழிப்பு வந்து விட் டது. நகரத்தில் எவருக்கும் உறக்கம் வராத பொழுது அவனுக்கு வருமா? அவன் துள்ளி விழுந் தெழுந்தான். அதனைச் சற்று நேரம் அவன் கேட்டான். இடையிடையில் ஓசை நிற்பதும் அப் படியும் இப்படியும் செல்வதும் அவனுக்கு ஐயத்தை உண்டாக்கியது. கணம் கணமாக அவனுடைய ஐயம் வளர்ந்து கொண்டிருந்தது. முடிவில் அதனை அவனால் பொறுக்க முடியவில்லை.

கண்டன் படுக்கையிலிருந்து எழுந்தான். உடையை இறுகக் கட்டினான். உரையில் வாளினைச் சரி செய்து கொண்டான். கையில் உறுதியான தடி ஒன்றினை ஏந்திக் கொண்டான். மார்பில் கவசத்தையும் தலையில் இரும்புக் கவசத்தையும் அணிந்து கொண் டான், உடல் மீது கரிய ஆடை ஒன்றினைப் போர்த்திக் கொண்டு புறப்பட்டான்.

இந்த முயற்சிகளனைத்தும் பார்த்த அவனுடைய மனைவி ஏதும் பேசவில்லை. அவனுக்குப் பதவி உயர்ந்ததிலிருந்து அவனுடைய செயல்களனைத்தும் அவளுக்குப் புதுமையாக இருந்தன. முன்பெல் லாம் தனது வல்லமையைப் பெருமையாகப் புகழ்ந்து கூறிக் கொள் வான். ஒவ்வொரு முறையும் அவளுக்குக் கேட்பதற்கு அயர்வு உண்டாயினும் தனது மற் போர்த் திறமைகளைப் பெருமை படுத்திக் கொண்டிருப்பான். அவனுடைய உடலில் உண்டான அடிகளுக்கு மருந்திட்டுப் பரிவுப் பணி செய்வாளன்றி மற்போர் அவளுக்கு எவ்

வாறு பிடிக்கும்? இந்த வேலை கிடைத்ததிலிருந்து அவனுடைய பேச்சு குறைந்தது. முன்னை விட இப்பொழுது நெடுநேரம் தனது வேலை நிமித்தம் சுற்றி வருவான். வீட்டிற்கு வந்த பிறகு வீட்டுச்செய் திகள் மட்டுமின்றி வெளிச் செய்திகளைப் பற்றியும் பேச மாட்டான். பற்பல வகைகளில் அவள் பொல்லனைக்குறித்து ஐயங் கொள்வாள். ஆனால் எதையும் கேட்கத் துணிய மாட்டாள். எதிர்த்தும் பேச மாட்டாள். பேசாமல் அமைதியான பார்வையுடன் அவனைக் கேட் பாள். அவன் பதிலுரைக்க மாட்டான். அந்த நடுநிசிப் பொழு தில் அவன் செய்த ஏற்பாடுகளைக் கண்டு அவள் அப்படியே பார்வை யாலேயே கேட்டாள். ஆனால் கண்டனோ தாழிட்டுக் கொள்ளு மாறு கூறி வேறேதும் பேசாது புறப்பட்டான்.

வீதியில் வந்து அவ்வோசை கிளம்பும் திசையை எதுவென்று அதைக்கேட்டு உடனே அந்தப் பக்கமாக அமைதியாகச் சென்றான். ஓரிடத்தில் போய்ச் சேர்ந்ததும் அவ்வோசை தன்னை நோக்கி வருவதாகத் தெரிந்தது. கண்டன் உடனே பக்கத்திலிருந்த சந்துக்குள் நுழைந்து அங்கு ஒரு வீட்டின் ஒதுக்குப் புறத்தில் மறைந்து கொண்டு அவ்வோசை தாண்டிச் செல்லும் வரை அங்கே யே நின்றிருந்தான்.

இரும்புத் தகடுகளிணைத்த இரும்புத்தப்பட்டியை ஆட்டி இடை யிடையில் மற்றொரு வளையத்தைக் கரகரவென்று சுழற்றி, ஒரு பிச்சைக்காரன் அவ்வொலியை எழுப்புகிறானென்று கண்டன் அசட்டை செய்தான். அவனுடைய தலையில் ஒரு குல்லாய் இருந்தது. உடல் மீது கிழிந்த ஆடை இருந்தது. அவனிடம் ஒரு பிச்சைப் பாத்திரம் இருந்தது. அது மனிதனின் மண்டை ஓடா? அல்லது தேங்காய் ஓடா? அவன் மெதுவாக அடியெடுத்து வைத்துக் கொண்டு அச்சமின்றி நடந்து கொண்டிருந்தான்.

அப்பிச்சைக்காரனைப் பார்த்ததும் வீணாக இத்தனை தொலைவு ஏன் வந்தோமென்று கண்டனுக்குத் தோன்றியது. பிச்சையெடுப் பவர்கள் பலவகையிலிருப்பார்கள். அவரவர் வேலை அவரவர் களுக்கு, அவரவர் வேடம் அவரவருக்கு! அதில் இது ஒரு வகை! இனி வீட்டிற்குச் செல்லலாம். பாவம் வீட்டில் தன் மனைவி தனக் காக அஞ்சி எதிர்பார்த்துக் கொண்டிருப்பாள். அதனினும் இன்று அவள் மிகவும் இரக்கத்துடன் பார்த்தாளென்று அவனுக்கு இப் பொழுது தோன்றியது. ஆயினும் இத்தனை தொலைவு வந்து அவனைக் கேட்டறியாமல் திரும்பிச் செல்வானேன்? சற்று நேரம் அவன் தடுமாற்றமடைந்தான். எது எவ்வாறாயினும் அவன் அந்தப் பிச்சைக்காரனை விளித்து, கேட்க முடிவு செய்தான். அவ்வாறு முடிவு செய்த பிறகு முன்னறிவிப்புடன் பின்னால் தொடர்ந்து செல்லலானான்.

அந்த நகரத்தில் எத்தனை செல்வந்தர்கள் இல்லை? ஆனால் அந்தப் பிச்சைக்காரன் அந்தச் செல்வந்தர்களின் வீடுகளில் எங்கும் நிற்கவில்லை. அவன் நின்றது ஏழைகளின் குடிசைகளின் முன்புதான். அவ்வீட்டுக்காரர் அவன் வரும் குரலைக் கேட்டதும் எழுந்து பிச்சையிடுவதற்குத் தயாராக இருப்பார்கள். அக்கறையுடன் அவர்கள் தாம் உண்ணும் சோளம், கேழ்வரகு, தினை முதலானவற்றை அவனுக்குச் சொல்லிப் போடுவார்கள். அவற்றினை அவன் ஒரே பாத்திரத்தில் வாங்கிக் கொண்டு அத்துடன் தட்சிணையாக ஏதோ ஒரு நாணயத்தையும் அளிப்பார்கள்.

அவன் அவ்வாறு நின்ற குடிசைகள் பொதுவில் நெடுங்காலமாக அங்கேயே வாழும் மக்களுடையனவல்ல. அவர்கள் தோல், இரும்பு போன்ற பொருள்களை வர்த்தகம் புரிய வடநாட்டிலிருந்து வந்த சில்லரை வியாபாரிகளும் வேலையாட்களுமாவார்கள். அத்தகையோரின் வீடுகள் ஏகசிலா நகரத்தில் மிகுதியாக இல்லை. இருந்த ஒரு சில வீடுகளும் ஆங்காங்கு தொலைவாக இருந்தன. அவன் அந்த வீடுகளுக்குத் தான் போனான். அவ்வீடுகளிலும் எங்கோ ஓரிடத்தில் மட்டும் தவிர்த்து அதிக நேரம் எங்கும் நிற்க மாட்டான். பிச்சை பெற்றுக் கொண்டு அவர்களை வாழ்த்துவதற்குத் தான் நேரமாகும். பொதுவாகச் சில இடங்களில் மட்டும் வீட்டுக்காரர்கள் ஏதோ கேள்விகளைக் கேட்பார்கள். அந்தக் கேள்விகளும் கண்டனுக்குக் கேட்டவரையில் சகுனம் பார்ப்பவர்களையும் கால்க் கணிதர்களையும் கேட்கும் கேள்விகள்தான். சிலர் மட்டும் தமது குழந்தைகள் அல்லது பெரியோர்கள் நோயுற்றுள்ளாரென்றும், அதற்கு மாற்றுச் செயல் வேண்டுமென்றும் கேட்பதாகத் தோன்றியது. அவன் அவர்களுக்கு எதையோ மந்தரித்துக் கொடுத்தான். அவை வேர்கள் போலும்!

இவனைப் பின்பற்றிச் செல்வது தேவையற்றதென்று முன்பு நினைத்த கண்டனுக்கு இவன் எல்லா வீடுகளுக்கும் முன்னர் பழக்கப்பட்டவனைப் போலச் செல்வதைக் காண வியப்பாக இருந்தது. அதனால் ஐயம் அதிகமாயிற்று. அவன் சுற்றி வந்த இடங்களில் சிறப்பாக வெளிப்பாலமும் அதன் அருகிலுள்ள பகுதிகளும் இருந்தன. அவன் சூதாடும் இடங்களிலும் குடிகாரர்கள் கூட்டத்திலும் தொம்பர்களின் வீடுகளிலும் இடையிடையே நுழைந்து கொண்டிருந்தான்.

இவ்வாறு அந்த பைராகி போய் வந்து பொல்லனின் வீட்டருகில் வந்து நின்றான். அதைக் கண்டதும் கண்டனின் கால்கள் அசைவற்று விட்டன! என்ன இது!

நள்ளிரவில் நகரத்தில் தன்னந்தனியாக நடமாடுவது பொதுவாகக் கதைகளில் படிப்பது போன்று எளிதானதன்று. அந்த

பைராகி எப்படி? அவன் மறைவாகத் திரியவில்லை. அந்த இரும்புத் தகடுகள் வேய்ந்த வளையங்களுக்கு வழியிலுள்ள பாம்புகளும் பூரான்களும் அஞ்சி ஓடிவிடும். அவ்வோசையைத் தொலைவில் கேட்டதும் ஊரிலுள்ள நாய்கள் குரைத்துக் கொண்டு எழுந்து அவன் பின்னால் தொடரும். வீட்டிலுள்ளவர்கள் கதவுகளைத் திறந்து கொண்டு கேட்பார்கள். அவன் பதில் கூறாமல் அகன்று செல்வான். அவன் பெருத்த ஓசை செய்து கொண்டு அனைவரையும் வாழ்த்திக் சொண்டு போகின்றான். ஆனால் எவனோ பைத்தியக்காரன் என்று, பிச்சைக்காரன் என்று நினைத்து மீளவும் வீட்டுக்குள் செல்வார்கள்.

ஆனால் அவனை மறைவாய்ப் பின்பற்றிச் செல்லும் கண்டனின் வழி அத்தனை எளிதா? பைராகியின் பின்னால் ஓடி விழுந்து குரைத்து ஓய்ந்த நாய்கள் திரும்பி வரும். இதற்கிடையில் கறுப்பு நிற ஆடையைப் போர்த்திக் கொண்டு, கையில் தடி ஏந்திய அந்தக் கண்டனின் உருவத்தைப் பார்த்ததும், அந்த நாய்கள் அவன் மீது மிகவும் உணர்ச்சியுடன் பாயாதா? அதனால் பைராகிக்குத் தன்னை எவனோ பின் தொடர்ந்து வருகிறானென்று தெரிந்து விடாதா? அவ்வாறு தெரிந்து விட்டால் தான் பின்னால் சென்று என்ன மறைபொருளைத் தெரிந்துகொள்ள முடியும்?

மேலும் விழித்தெழுந்த வீட்டுக்காரர்கள் பைராகியைக் கேள்விகள் கேட்பார்களல்லவா? அவன் பதில் கூறாமல் செல்லும் பொழுது அவர்கள் அப்படியும் இப்படியும் பார்த்துச் சற்று நிம்மதியடைவதற்குள் அங்கு வரும் கண்டனைக் கேள்விகள் கேட்காமல் போவார்களா? ‘அங்கே முதலில் சென்றவர் யார்? அவன் பின் செல்வதைப் போலக் காணப்படுகின்றாயே— அவன் ஒரு வேளை திருடனா?—உண்மையில் நீ யார்?’ இந்தக் கேள்விகளுக்குத் தான் பதில் கூறாமற் போனால் அந்த வீட்டுக்காரன் சும்மா இருக்க மாட்டான்; பக்கத்து வீட்டுக்காரர்களை அழைப்பான். அனைவரும் சேர்ந்து கொண்டு அவனைச் சுற்றிச் சூழ்ந்து மனதுக்கு வந்த கேள்விகளையெல்லாம் கேட்பார்கள். குழப்பமாகி விடும். அது பைராகிக்குக் கேட்காமல் போகுமா? அப்படிக் கேட்காமல் அத்தனைத் தொலைவாகச் செல்லலாமென்றாலும் அந்த பைராகி செல்லும் இடங்களை உணர்ந்து கொள்வது எப்படி? அவனுடைய பேச்சைக் கேட்பதெப்படி? அது மட்டுமின்றி அவனை இந்த நேரத்தில் சரியாகத் தொடர்ந்து செல்வதென்பது இயலாது.

இந்தச் சிக்கல்களையெல்லாம் கண்டன் முதலில் எண்ணமிட்டுத் தகுந்த விழிப்புடன் பின் தொடர்ந்து கொண்டிருந்தான் மறைவாக இரவில் நகர்ப்புறத்தில் திரிவதற்குரிய திறமையை மேசய்ய நாயகரின் செயற் கூடத்தில் மற்ற முறைகளுடன் அவனுக்குக் கூறியிருந்தார். அதைத் தானே செய்தறிந்து பழக்கப்படுத்திக் கொள்ள

வேண்டும். இப்பொழுது அவன் பத்துப்பன்னிரண்டு முறை இவ் வேலையில் ஈடுபட்டிருந்தால் சற்றுத் தேர்வடைந்திருந்தான்.

முன்னால் பைராகியின் மீது விழுந்து குரைத்த நாய்களை முன்னறிவிப்புடன் கண்டு அவற்றின் போக்கு வரவைக்கண்டு ஆராய்ந்து கண்டன் அவற்றின் கண்களில் படாமல் அமைதியாகக் கடந்து சென்று கொண்டிருந்தான்.

வீட்டுத் தலைவர்கள் கதவைத் திறக்கின்ற ஓசையைக் கேட்ட வுடன், வெளியில் வந்தவர்களின் எதிரில் படாமல் தப்பித்து வந்தான். என்னதான் முன்னுணர்வுடன் சென்றாலும் ஏதேனும் ஒரு நாயின் கண்ணில் படாமலிருக்க முடியுமா? அது குரைக்காமல் தானிருக்குமா? ஒரு வீட்டுக்காரன் வெளியில் வருகின்றானென்று மற்றோரிடத்தில் மறைந்திருந்தாலும் அங்குள்ள வீட்டுக்காரன் எதிர்பாராதவாறு கதவைத் திறந்து கொண்டு வெளியில் வருவான். இவ்விரண்டாமவனின் கண்களில் படாமலிருப்பது எப்படி? அவன் கேட்காமல் சும்மா இருப்பானா? பதில் கூறாமல் போவதெப்படி? அவ்வாறு இடையிடையில் நிகழ்ந்தது. வேட்டைக்காரன்! படைவீரன்! யாமக்காரர்கள், மருத்துவரை அழைத்து வரச் செல்கிறேன், விடிந்து விட்டதென்று நினைத்தேன்! என்று அவ்வப்பொழுது புதிய முறையில் ஐயத்திற்கு இடந்தராமல் அமைதியாகக் கூறி அவன் கடந்து சென்று கொண்டிருந்தான். பைராகியைப் பற்றி எவராவது கேட்டால், 'யாரோ, தெரியவில்லை. பிச்சைக்காரனாகத் தெரிகிறான்,' என்பான். சிலமுறை யாமக் காரர்களும் வீரர்களும் காணப்பட்டார்கள். அவர்களிடம் குறிப் பாலுணர்த்தித் தப்பித்துக் கொள்ள வேண்டும். இல்லாவிடில் அவனுடைய தலைக் கவசத்தைக் கண்டு நிற்கச் செய்து விடுவார் கள். மேசய்யாவின் பெயரைத் தலைகீழாக 'யாசமே' என்று மெது வாகக் கூறினால் அவர்கள் வேறேதும் கூறாமல் போய்விடுவார்கள்.

பல முறைகள் கண்டன் தான் பின் தொடர்ந்து வருவது பைராகிக்குத் தெரிந்திருக்குமென்றும் அஞ்சினான். ஆனால் முன்னால் சென்றவன் எத்தகைய ஐயமும் கொண்டவனாகக்காணப்படவில்லை. அவன் பின்னால் திரும்பிப்பார்க்கவோ சுற்றிப்பார்க்கவோ இல்லை. அவனை எவனாவது பின்பற்றிச் செல்வதாகத் தோன்றினாலும் அவன் அதைப் பொருட்படுத்துபவனாகக் காணப்படவில்லை! அனைத்தை யும்விடக் கண்டனுக்கு ஒரு துணிவு. அத்தனைபெரிய பிசாசுச் சத்தம் செய்துகொண்டு செல்பவன் பின்னால் தான் பேசும் மெல்லிய குரல் கேட்குமா ?

பொல்லனின் மனைவியான மங்கையைக் கண்டன் இதற்கிடை யில் பார்க்கவில்லை. கண்டனுக்கும் பொல்லனுக்கும் மற்போரில் பகைமை ஏற்பட்டது. ஆனால் அவர்களிடையில் எத்தகையு

பகைமையும் இதற்குமுன் இல்லை. அவ்விரு குடும்பத்தவர்க்கும் நெடுங்காலமாக நட்பு இருந்துவந்தது. முன்னர் அநுமகொண்டா வில் அவர்கள் இருந்தபொழுது இவர்களுடைய வீடுகள் அருகி லிருந்தன. அப்பொழுது அவ்விரு குடும்பத்தவர்க்கும் போக்கு வரவு இருந்தது. பொல்லனின் தாயும் கண்டனின் தாயும் தமக்கை தங்கைகளைப்போன்று நட்புடனிருந்தார்கள். கண்டனும் பொல்ல னும் ஒரேயிடத்தில் மற்போர் பயின்றிருந்தனர். கற்கும்பொழுது அவர்களிருவருக்கும் போட்டியேற்பட்டதேயன்றிப்பகைமையில்லை. மற்ற வீரர்களுடன் போரிடுவதில் அவ்விருவரும் ஒருமித்தவர்கள்! மேலும் மற்போரிலும் கழியாடுவதிலும் தவிர்த்து வேறெந்தவகை யிலும் அவ்விருவர்களுக்கும் போட்டியிருந்ததில்லை. ஆனால் அவர்கள் வயது மிகுந்த பிறகு ஒருவர்மீதொருவருக்கிருந்த அன்பு குறைந்து போட்டிதான் வலுவடைந்திருந்தது. அப்படியிருந்தும் அவர்களுடைய குடும்பத்தினரிடையில் வரப்போகத் தடையேது மில்லை.

பொல்லன் அதிகமாகப் பேசமாட்டான். கரிய நிறத்தவன். அவன் உடற்பயிற்சி செய்ததால் தசைகள் வளர்ச்சியுற்றிருந்தன. வயிறும் பெருத்திருந்தது. உடல் பருத்ததுடன் அவனுடைய பேச்சும் பெரிய குரலாக மாறியது. அவன் பேசக் கேட்டவர்கள் அவனுடைய பேச்சு வாயிலிருந்து வருவதாகக் கூறுமல் மார்பி லிருந்தும் தொண்டையிலிருந்தும் ஒருமித்து வெளிப்படுவதாக நினைப்பார்கள்.

கண்டன் உடற்பயிற்சி செய்ததனுல் அவனுடைய உடல் உறுதியாகிச் செம்புச்சிலை போன்று மாறியது. அது ஒரே சீராக உறுப்புகளுக்கேற்ற வளர்ச்சியுற்றிருந்தது. அவன் செம்மையான நிறமுடையவன். வயது மிகுந்து வரவும் அவனுடல் சிவந்த நிறமா பசுமை நிறமா என்று ஐயந்தோன்றுமாறு பளபளப்புடன் உடல் வளர்ந்துகொண்டிருந்தது. அவர்கள் வாழுமிடத்தில் அவன் மிக்க அழகும் கவர்ச்சியும் உள்ளவனுக இருந்தான்.

மேலும் கண்டன் அனைவருடனும் பேசமாட்டான். பேசினுலும் மற்றவர் நோகாவண்ணம் நகைச்சுவையிருக்கும். அவன் மனம் விட்டுச் சிரிப்பான். அவன் சிரிக்கும்பொழுது அவனுடைய வெண் மையான பற்கள் வெளியில் தோன்றும். மற்றவர்களையும் சிரிக்கச் செய்வான். அவர்களுடைய இனத்தில் பெண்கள் பிற ஆடவ ருடன் பேசுவதில் எந்தப் புதுமையும் காட்டமாட்டார்கள். பெண்டி ருக்கும் ஆடவருக்கும் பிறகுலத்தவரிடமுள்ள வேற்றுமை இவர்கள் குலத்திலில்லை. நான்குபேரிடையிருப்பினும் தனிமையிலிருப்பினும் அவர்கள் எந்த வேற்றுமையும் காட்டமாட்டார்கள். அதிலும் கண்டன் குடும்பத்திற்கும் பொல்லன் குடும்பத்திற்கும் நெடுங்கால நட்பாயிற்றே! கண்டன் உரிமையோடு பொல்லனின் மனைவியுடன்

பேசுவான். அவளுடன் வேடிக்கை செய்வான். அவளுடைய மகள் பாட்டிமை கண்டன் வந்தால், அவன்மேல் தாவித் தலை மீது ஏறுவாள். கண்டனுக்கு இன்னும் குழந்தை பிறக்கவில்லை. அதனால் பாட்டிமையின் உறவு அவனுக்கு மிகுந்த இன்பத்தை அளித்தது.

ஆனால் மாரிக்கால நவராத்திரி விழாவின்போது அவர்களிருவரும் வீதியில் போரிட்டபிறகு கண்டனுக்குப் பொல்லனின்வீட்டுப் பக்கம் செல்லவும் முகமில்லை. அச்சண்டை முழுவதும் உணர்ச்சி வயப்பட்டு நிகழ்ந்ததன்றிப் பிறகு நிகழ்ந்த செய்திகளைக்கொண்டு பொல்லன் அரசரது வஞ்சகர்களுடன் சேர்ந்துகொண்டானென்று தெரியவந்தது. வஞ்சகர்களில்லாமல் அவனைச் சிறைக்கூடத்திலிருந்து அத்தனை திறமையுடன் தப்பிக்கச் செய்தவர் யார்? முன்னர் பொல்லன் சிறைப்படுவதற்கும் இப்பொழுது நாடுகடத்தப் பட்டதற்கும் காரணம் யார்? அவன்தானே? பாவம், மங்கை எத்தனை திகிலடைகின்றாளோ? அந்தச் சிறுமி பாட்டிமை உணவு உட்கொள்வதையே விட்டுவிட்டிருப்பாள். அவர்களுடையமுகத்தை அவன் எந்த முகத்தைக்கொண்டு பார்ப்பான்!

இப்பொழுது அந்த பைராகி பொல்லன் வீட்டருகில் நிற்பதையும், அதற்கு முன்னரே மங்கை முன்னறிவிப்புடன் இருந்து வெளியில் வருவதையும் கண்ட கண்டனுக்கு வியப்பாக இருந்தது. அவனுடைய உயிர் முற்றிலும் போய்விட்டது போன்றாயிற்று.

ஒரு கூறை மறைவிலிருந்துகொண்டு கண்டன் அவர்களுடைய செயல்களைப் பார்த்தவாறு பேச்சைக் கேட்டுக்கொண்டிருந்தான். துணிவுடன் அவன் சற்று அருகில் சென்றான்.

பாட்டிமை வெளியில் வரவில்லை. மங்கை தலை வாரவில்லை. அவள் சிலகாலமாகச் சாப்பிடுவதுமில்லை. அவளுடைய பேச்சு வறண்ட தொண்டையிலிருந்து மெலிந்து வெளிப்பட்டுக் கேட்டது.

"ஐயா, நேற்று நாங்கள் சாப்பிடவில்லை. குழந்தை காய்ச்சலாக இருக்கிறது. உங்களுக்கு என்னத்தை வைப்பேன், ஐயா!"

கண்டனின் இதயம் அச் சொற்களைக் கேட்டதும் பிளந்தாற் போன்றாயிற்று. தனக்கு இப்பொழுது ஊதியமும் படியும் அதிகமாகிவிட்டன, குழந்தைகளும் இல்லை. இந்தச் செல்வமனைத்தையும் அவன் என்ன செய்யப்போகிறான்! மறுநாள் சென்று மங்கையைப்பார்த்துச் சற்று பொருளுதவி செய்ய அவன் உறுதி பூண்டான். இந்த எண்ணம் கணத்தில் தோன்றியடங்கியது. உள்ளத்தின் விரைவுத்திறனல்லவா? அதற்குள் ஐயாவின் பேச்சு கேட்டது.

"அம்மா, உங்களைப்போன்றவர்களின் வீடுகளுக்கு நாங்கள் வாழ்த்துக்கூற வருவோமே எங்களுக்குப் பணத்தால் ஆவதேது மில்லை. காற்றை உண்டே வாழ்வோம்!"

"ஐயா, எங்கள் துன்பம் என்று தொலையும்?"

மங்கையின் கேள்விக்கு பைராகி சற்றுநேரம் எண்ணமிட்டான். ஆண்டவனை வேண்டுபவன்போல அவன் வானத்தை நோக்கினான். சற்று பொறுத்து அவன் இவ்வாறு கூறினான்.

"நீ உனது கணவன் செய்தியைக் கேட்கின்றாய். அவன் இப்பொழுது நெடுந்தொலைவில் இருக்கின்றான். நலமாகவும் மகிழ்ச்சியுடனும் இருக்கின்றான். அவனுக்கு இப்பொழுது ஏராள மான பொன்னும் வைரமும் கிடைத்திருக்கின்றன—"

மங்கை பெருமூச்செறிந்தாள்.

"ஐயோ, என்ன பொருள் தேடியும் என்ன பயன்? நாங்கள் இவ்வாறு வாடுகின்றோம்—வேறு யாரையாவது கல்யாணம் செய்து கொண்டாரா, ஐயா?"

"இல்லை, இல்லை!"

மீண்டும் பைராகி பேசினான். "நாள்தோறும் அவன் மனைவிக்காகவும் குழந்தைகளுக்காகவும் வருத்தப்படுகின்றான். அச்சத்தினால் உடல் பாதியாக மெலிந்துவிட்டான். இங்கு வந்தால் அவனுடைய உயிரிருக்காது!"

"அவர் செய்த தவறுதானென்னவோ, எனக்கு யாரும் சொல்லமாட்டார்கள். வேண்டியவர்களும் என்னிடம் வரத்தயங்கு கிறார்கள். என்ன செய்தாரென்று நீங்களாவது சொல்லமாட்டீர் களா, ஐயா!"

"என்ன செய்தாலென்ன? துன்பம் தீருவதற்கு நெடுங்கால மாகும்."

"அத்தனை நாட்கள் பிழைப்பது எப்படி ஐயா?"

"உங்களைப்போன்ற ஏழைகளுக்கு உதவி புரிவதுதான் எங்கள் வேலை! கடவுள் நாங்கள் வேண்டும் பொருள் தருவார்!"

இவ்வாறு கூறி அந்த பைராகி தனது இரண்டு கைகளையும் உயர்த்தினான். அவனுடைய கரங்கள் நிறைந்து சுமையதிக மாயிற்று. "இதோ உனக்குக் கடவுள் கொடுத்தது!" என்று அவன் மங்கையின் மடியைப் பிடிக்குமாறு தனது கரங்களிலிருப் பதைக் கொட்டினான்.

மங்கை திகைப்புடன் பார்த்தாள். கண்டனுக்குத் தெளிவாக வீட்டு வாயிலிலிருந்து உள்ளே இருக்கும் மங்கிய விளக்கொளியில்

பொற்காசுகள் கண்களுக்கெதிரில் ஒளிவீசின. அடுத்த கணம் பைராகி காணப்படவில்லை. அவனுடைய இரும்புத் தப்பட்டி யோசையும் கேட்கவில்லை. அவன் எப்படிச் சென்ருனே கண்ட னுக்குக் காணப்படவில்லை.

கண்டனுக்கு அச்சமும்பெருமதிப்பும் ஒருகணத்தில்தோன்றின. அந்த பைராகி எவனே ஓர் அனைத்திறனுடையவன்! அத்தகைய வன் தான் பின்னுல் வரும் நிலையை அறியாமலிருப்பானு? அப்பொழுதுதான் அவனுக்கு மங்கை எதிரில் தோன்றி, பாட்டிமை யின் காய்ச்சலைப்பற்றிக் கேட்டறிய வேண்டுமெனும் ஆவல் மிகுந்தது. ஆனுல் அது பலவகைகளில் உகந்ததன்று. அத் தகைய இருள் சூழ்ந்த இரவு சரியானதன்று!

இவ்வாறு அவன் நினைத்துக்கொண்டிருக்கும்பொழுது தொலை வில் அந்த இரும்புத்தப்பட்டியோசையும் சருக்கென்ற ஒலியும் கேட்டது. கனவிலிருந்து விழித்தவனைப் போன்று அவன் அவ் வோசையைக் கேட்டான். ‘வா, உன்னுல் முடியுமானுல் வா!’ என்று தன்னை அவ்வோசை குறிப்பிட்டு அழைத்ததுபோன்று அவனுக்குத் தோன்றியது. பயிற்சியினுல் அவன் எழுந்து அவ் வொலி வரும் வழியைத் தொடர்ந்து சென்ருன். அது சிறு பாறைக் கருகிலுள்ள சமணமடத்தின் திசையிலிருந்து வருகின்றதென்று அவன் உணர்ந்தான், கண்டன் அவ்வாறு செல்லவும் மீண்டும் அவ்வோசை வராமல் நின்றுவிட்டது.

எப்படிச் செல்வதென்று அறியாமல் கண்டன் வருத்தமுற்று ஓரிடத்தில் நின்றுகொண்டிருந்தான். அதற்குள் அவனுடைய காதின் பக்கமாக ஊடுருவி ஓர் அம்பு சென்றது போலிருந்தது. ஏதாவது வண்டாக இருக்குமா இது? அதற்குள் இடது காதின் புறமாக மீண்டும் அவ்வோசை கேட்டது! இனி இது என்னவென்று நினைத்துப்பார்க்க நேரமில்லை. இந்தமுறை அது தலைமீதே விழும். பின்னுலிருந்து வருவதைப் போன்றிருக்கிறது! பிறகு தனக்கு எந்த வகைக் குறிப்பும் தெரியவில்லை.

உடனே விரைந்து அவன் பின்திரும்பிக் கழியைச் சுழற்று வதற்குத் தயாராஞன். அதற்குள் ஓர் அம்பு வந்துக் கடுமையாக அவனுடைய மார்பைத் தாக்கியது. எதிர்பாராதவகையில் அன்று அவன் உடலுறை அணிந்துகொண்டிருந்தான். இல்லாவிடில் அவன் உயிர் அன்று அங்கே பிரிந்துவிட்டிருக்கும்! அலுவலர்களின் ஆணை களைச் சிறு நிகழ்ச்சிகளிலும் தவருமல் சொல்வது எத்தகைய நன்மையாகும்!

இப்பொழுது என்ன செய்யலாம்! உடனே அவர் நிலத்தின் மீது விழுந்துவிட்டவனைப் போன்று கிடந்து பக்கலில் விழுந்த அம்பினைப் பிடித்துக்கொண்டான். சற்றுநேரம் அப்படியே கிடந்த

பிறகு எழுந்து ஓடிவிடவேண்டுமென்பது அவன் எண்ணம். அதன் பிறகு அம்புகள் விழுவது நின்றது. அண்மையில் எவரோ வரும் ஓசை கேட்டது.

புதுமையான அச்சம் அவனைச் சூழ்ந்துகொண்டது. ஒரேயடியாக அவன் எழுந்து சந்துபொந்துகளில் நுழைந்து ஓடினன். அந்த இருட்டில் குறிதவருமல் மனிதர்கள் அவ்வாறு அம்பு தொடுக்க முடியுமா? அந்த அம்புகளை விட்டதும் தன்னைப் பிடிக்க வந்ததும் பிசாசுகள் என்பதுதான் அவனுடைய நம்பிக்கை! மனிதர்கள் என்று கருதியிருந்தால் அத்தனை அச்சமடைபவனல்லன்!

அவ்வாறு ஓடின கண்டன் மேசய்யநாயகரின் அலுவலகத்திற்குச் சென்று சேரும்வரை திரும்பிப் பார்க்கவில்லை. அதுவரை அவன் சத்தமும் போடவில்லை.

அவன் அங்கு சேரும்பொழுது இன்னும் விடியவில்லை. வாயிலில் காவலிருந்த வீரர்கள், யார், யார் என்று அரற்றினலும் பதில் கூருமல் கண்டன் பைத்தியக்காரனைப் போலக் கூச்சலிட்டுக் கொண்டு அரண்மனைக்குள் நுழைந்தான். காவல்காரர்களில் ஒருவன் சூலத்தையும் மற்ருெருவன் வாளையும் எடுத்தனர். அவர்கள் அவற்றை அவன்மீது ஏவியிருப்பார்கள். ஆனல் அதற்குள் கண்டன் என்று அறிந்து நிறுத்தினர்கள்.

அந்த வெறிக்கூச்சல் கேட்டு மேசய்யநாயகரே அருகிலிருந்த தமது தனி இல்லத்திலிருந்து வெளியில் வந்தார்.

கண்டனின் கைகளில் அம்பு அப்படியே இருந்தது. முதலில் மேசய்யா அவன் கையிலிருந்த அம்பினை எடுத்து ஆராய்ந்து பாத்தார்.

அதன்மீது மிகச் சிறியதாகவும் தெளிவாகவும் 'ஹஹ' எனும் எழுத்துக்கள் எழுதப்பட்டிருந்தன.

26

திரு உருத்திர தேவப் பேரரசர் முடிசூடி இரண்டு மாதங்களாகி விட்டன. மார்கழித் திங்கள் தொடங்கி விட்டது. அப்பேரரசர் இளவரசுப் பட்டஞ் சூட்டிக் கொள்ளுந் தருணம் நாடு முழுமையும் ஒரே குழப்ப நிலைமையிலிருந்ததல்லவா? கலிங்கப்படை எதுவரைக்கும் வந்தது? கோப்பெருஞ்சிங்கனர் யார்? ஜடாவர்மசுந்தர பாண்டியன் யார்? அவர்களின் படைகள் எதுவரைக்கும் வந்துள்ளன? சோழர்கள் என்ன செய்கிருர்கள்? மனும கண்ட கோபாலன் என்னவானுன்? கொண்டூர் நாகதேவனின் கலகங்

கள் எவ்வாறுள்ளன? பல்லால அரசன் என்ன செய்கிறன்? தேவ கிரியாதவ அரசனின் நாட்டு நிலைமை என்ன?

ஜன்னிகதேவரும் திரிபுராந்தகரும் உறுதிமொழி கூறி அகன்றன ரல்லவா? அவர்கள் என்ன செய்தனர்? கோலனி உருத்திரதேவர் படைகளுடன் சென்றரல்லவா? அவர் யாது செய்தார்?

ஆந்திர மொழி பேசும் நாட்டின் புனித உருவத்தை ஒரு முறை நினைப்போம்! ஆதியில் திரு உருத்திர தேவருடையவும், பிறகு அவருடைய தம்பி மகன் கணபதி தேவருடையவும் இன்று திரு உருத்திரதேவப் பேரரசருடையவுமான பார்வை இந்த மாபெரும் ஆந்திரப் பிரதேசத்தில்தான் முதன் முதலாகச் சென்றது. அவர்கள் ஆந்திர அரசர்கள்! அவர்களுக்குப் பிறருடைய நிலப் பகுதியைக் கவரும் தீய ஆவல் இல்லை. ஆனுல் இந்த ஆந்திரப்பெரு நிலத்தை அயலார் கைப்பற்ற வேண்டுமென்று முயன்றல் மட்டும் அதனை அவர்கள் பொறுக்க வியலாமலிருந்தனர்.

இத் தெலுங்கு மண்ணுக்கு நடுநாயகி ஸ்ரீசைலமாகும்! அவ்வம்மை கிழக்கு முகமாக அமர்ந்து விடி ஞாயிற்றுக் கென்று எந்நாளும் தனது நெடிய கரங்களிரண்டினையும் நீட்டியவாறிருந்தாள். கிழக்குக் கடற்கரையை ஒட்டினுற் போன்றுள்ள இந்தக் கடினமான மலைத் தொடர்தான் அவ்வம்மையின் நீண்ட கரங்களாகும். அவ்வம்மையின் தென்புறக்கரம் திருமலை, காஞ்சிபுரம் தாண்டி பாலாறு வரைக்கும் நீண்டிருந்தது. இடது கரம் சிம்மகிரி தாண்டி மகாநதி வரையிலும் தொலைவாகச் சென்றது. அவ்வம்மையின் பின் புறத்தில் மங்கள இருக்கையாகக் கல்யாண கடகம் அமைந்துள்ளது.

ஹொயசாலர்களும் யாதவர்களும் காகதீய நாட்டில் எத்தகைய படையெடுப்பும் நிகழ்த்தவில்லை. அதனுல் உருத்திராம்பிகை சற்று அமைதியாக அமர்ந்திருக்க இயன்றது.

இனி, தென்னுட்டில் நிலைமை இவ்வாறிருந்தது. சோழ அரியணையை இராஜராஜ நரேந்திரரின் மைந்தரான இராஜேந்திர தேவர் ஏறி, குலோத்துங்க சோழப் பேரரசர் பெயர் பூண்டு, ஆந்திர, சோழ, பாண்டிய, கேரள நாடுகள் மட்டுமின்றி, சிங்களம், ஸ்ரீ விஷயம், மலயம் போன்ற அயல் நாடுகளையும் பெருஞ்சிறப்புடன் ஆண்டு வந்தார். ஆனுல் அத் திறமை அவருடன் மறைந்தது. இன்று சோழப் பேரரசரின் அரியணை ஏறிய மூன்ரும் இராஜேந்திர சோழர் திறமையற்றவர். அதனுல் அவருடைய சிற்றரசர்கள் பலர் உரிமை பெற்றவர்களாகி அவருடனும் தமக்குள்ளும் போரிடலாயினர். அத்தகையவர்களில் காகதீய நாட்டுடனும் ஆந்திர நாட்டுடனும் பகைமை கொண்டவர்கள் இருவர்தாம். அவர்கள் ஜடாவர்ம சுந்தர பாண்டியரும் கோப்பெருசிங்கனுமாவர்!

கோப்பெருஞ்சிங்கன் என்பது திராவிடச்சொல். அதற்குப் பெரிய அரச சிங்கம் என்று பொருள் கொள்ளலாம். அவருடைய சமஸ்கிருதசாசனங்களில் மஹாராஜசிம்ஹன் எனும் பெயர் விளங்கி வந்தது. அவர் சேதி மண்டலத்தை* ஆண்டு வந்த காடவர் வமிசத்தவரான பல்லவ அரசர். இவருடைய தந்தையின் பெயரும் கோப்பெருஞ்சிங்க தேவர்தான். தந்தையின் காலத்திலேயே சோழப் பேரரசு வலிமை குன்றவே, அவர் சோழ அரசர் மீது படையெடுத்து வென்று அவரைச் சிறை செய்திருந்தார். ஆனால் விரைவில் சோழ மன்னரின் நண்பரான கர்னாடக சிம்மரராஜன் அக் கோப்பெருஞ்சிங்கனை வெற்றி கொண்டு சோழ அரசரைச் சிறை விடுத்தார். ஆனால் தந்தையான கோப்பெருஞ்சிங்கனுக்கும் ஆந்திர வரலாற்றுக்கும் தொடர்பில்லை.

ஆந்திர நாட்டுடன் தொடர்புள்ள அவர் குமாரரான கோப்பெருஞ்சிங்கன் சிதம்பரம் நடராஜப் பெருமானின் பக்தராவார். எனவே அவர் 'பொன்னம்பலத்தரசின் செயலனைத்து முக்காலமும் புரிவோர்' எனும் சிறப்புப் பெயரைப் பெருமையுடன் பூண்டிருந்தார். 'வாட்போர் வல்லோன்', 'எதிரிலாமன்னன்', 'வாட்படைப் பெருமாள்,' முதலான புகழ்ப் பெயர்கள் அவருடைய வீரச் செறிவினை வெளிப்படுத்தும். அவர் வீரமிக்கவரோடன்றி நாட்டியக்கலையிலும் இலக்கியத்திலும் நன்கு பயிற்சி பெற்று, 'பரதநாட்டிய ரத்தினம்' எனவும், 'இலக்கிய ரத்தினம்' எனவும் சிறந்த புகழ்ப் பெயர்கள் பெற்றிருந்தார். இவர் முதலில் காஞ்சிபுரத்தில் தோன்றியுள்ள மனுமகண்ட கோபாலனின்பெயர் கொண்டிருந்த மனும சித்தரை, அங்கிருந்து நெல்லூருக்கு விரட்டியடித்துக் காஞ்சியில் அரசரானார். ஆனால் கணபதி தேவச்சக்ரவர்த்தி அவரை வென்று தமது சிற்றரசராக ஒப்புக் கொண்டிருந்தார். அது நடந்து இப்பொழுது ஒன்பது பத்தாண்டுகளாயின.

கணபதி தேவரால் தோல்வியடைந்த பிறகு இவ்வொன்பது பத்தாண்டுகளாக அவர் அயர்ந்திருக்க வில்லை. அவர் மெல்ல மெல்ல வலிமை படுத்திக் கொண்டு உரிமை பெறக் காத்திருந்தார். அவருடைய தாக்குதலைச் சமாளிக்க வயது மிகுந்து விட்ட கணபதி தேவரால் இயலாமலிருந்தது. ஆனால் அதற்குள் கோப்பெருஞ்சிங்கனுக்கு ஒரு தொல்லை யேற்பட்டது. இப்போதைக்கு இரண்டாண்டுகளுக்கு முன்னர் மதுரை அரசரான ஜடாவர்ம சுந்தர பாண்டியர் தமது பேரரசரான மூன்றும் இராஜேந்திர சோழரை மறுத்து, வடக்கில் படையெடுத்து வந்து, காஞ்சியை முற்றுகையிட்டு, கோப்பெருஞ்சிங்கனை வென்று, அவரிடம் பொற்குவியல்களையும் மணிகளையும் மதக்களிறுகளையும் புரவிகளையும் பெற்று கொழிக்கும் நெல் விளையும் பாந்த நிலப்பகுதியை வெற்றி கொண்டார்.

---

* இப்போதைய ஆர்க்காட்டு மண்டலம்.

சிறிது காலம் வரைக்கும் போரிடக் கோப்பெருஞ்சிங்கனுக்கு வலிமையிருந்தது. ஆயினும் அவர் ஜடாவர்ம சுந்தர பாண்டியருடன் அமைதி உடன் படிக்கைச் செய்து கொள்வது தான் முறையெனக் கருதினர். எனவே அவர்கள் உடன்பாடு செய்து கொண்டனர். அதனல் கோப்பெருஞ்சிங்கன் இழந்து விட்ட தமது நாட்டையும், யானை குதிரை முதலானவற்றையும் மீண்டும் கை வரப் பெற்றார். அவ்வுடன்பாட்டினல் ஆந்திர நாட்டுக்குப் பெருந் தொல்லைதான் ஏற்படலானது. அவ்வுடன் பாட்டினல் பல்லவ பாண்டிய மன்னர்கள் இருவரும் ஒருமித்து முதலில் ஆந்திரத்தின் கிழக்குப் பகுதியான கடற்கரை நிலப்பாகத்தை வெற்றி கொள்ள முடிவு செய்தனர்.

அதைச் செய்து முடிக்க அவ்விருவருக்கும் தேவையான நிலப் படையினர் இருந்தனர். ஆனல் அவற்றுக்குத் துணையாகப் பெரியதொரு கப்பற்படை இல்லாமல் அவர்களின் முயற்சி பயன் பெறமாட்டாது. அத்தகைய கப்பற்படை அவர்களுக்கில்லை. அஃதில்லாவிடில் காகதீயரின் மாபெரும் கப்பற்படை அவர்களுக்கு என்ருகிலும் இடையூறுகளுண்டாக்கக் கூடும். முதலில் தமது படைதிரண்டு செல்லுமாயின் அந்தப் படையினை பின்னலிருந்துக் காகதீய சேனையினர் வழி மறுப்பார்கள். அவ்வாருயின் தமது சேனைகட்கு உதவிபுரிவதென்பது மிகவும் கடினமானதாக இயலாமற்போகும். இக் காரணத்தால் அவர்கள் முன்னதாகவே தாங்களும் சிறிதளவு கப்பற்படையை அக்கறையுடன் தயாரிக்கத் தொடங்கினர்கள். அந்த முயற்சி அவர்களுக்கு அத்தனைக் கடினமில்லை.

சோழப் பேரரசின் வலிமை குன்றத் தொடங்கியதிலிருந்து கிழக்குக் கடற்கரையோரத்தில் கடற் கொள்ளைக்காரர்கள் கையோங்கலாயினர். அயல் நாடுகளிலிருந்து வரும் நாவாய்களையும் இந்தக் கடற் கொள்ளைக்காரர்கள் பற்றிக் கொண்டு அவர்களுடைய செல்வங்களையும் பண்டங்களையும் பறித்துக் கொள்ளலாயினர். இனி கரை சேர்ந்த பொழுதும் புயலினல் அடிபட்டுடைந்த பொழுதும் நாவாய்களிலுள்ள பண்டங்கள் திக்கற்றுக் கேட்பாரற்றுக் கிடந்தன.

இவ்வாறு பெருங்குழப்ப நிலையிலிருந்த பொழுது கணபதி தேவப் பேரரசர் கிழக்குக் கரையோரத்தினை வெற்றி பெற்றிருந்தார். அப்பொழுது அந்தப் பகுதியின் காவலரான அந்தப் பேரரசர் கொள்ளைக் கூட்டத்தினர் அனைவரையும் துரத்தியடித்து அவர்களுடைய மறைவிடங்களனைத்தையும் தேடிக் கைப்பற்றி, அவர்களை வெற்றி கொண்டிருந்தார். அதன் பிறகு அவர் தலையாய துறைமுகப் பட்டினங்களில் தமது சுங்க அலுவலர்களை அமர்த்தி

ஆட்சியைச் செப்பனிட்டார். காலப் போக்கில் சுலச்சுங்கம் தவிர்த்து மற்றெல்லா வரிகளையும் நீக்கி, வரியைச் செம்மையாகச் செலுத்துமாறு திட்டம் வகுத்திருந்தார். இந்தச் சட்டஞ் செயல் படக் கடத்தல்காரர்கள் செயல்களை ஒழுங்குபடுத்த அவர் அரசாங்க நாவாய்ப் படையை ஆங்காங்கு நிறுத்திக் கடற்கரைப் பகுதியைக் காவல் புரியுமாறு அமைத்தார். வடக்கில் கோரங்கி யிலிருந்து கோதாவரிக்கழிமுகம் வரையிலும் எங்கும் சிறு நாவாய்ப் படையினைத் தனியாக ஒரு நாவாய்ப் படைத் தலைவன் கீழ் அமைத்துக் கடல் வழிப் போக்கர்களைக் காத்து வந்தார். மேலும் மோசலப்பட்டினம் தொடங்கி, கிருஷ்ணுநதிக்கழிமுகம் எங்கும் கண் காணிக்க நாவாய்ப் படையொன்று மற்ருெரு நீர்ப்படைத்தலைவன் கீழிருந்தது. மேலும் ஒரு கப்பற்படைத் தலைவன் மேட்டுப்பள்ளி வடக்குத்துறையிலிருந்து கொத்தப்பட்டினம், இராமப்பட்டினம் வழியாக நெல்லூர் அருகிலுள்ள கிருஷ்ணுப்பட்டினம் வரையுமுள்ள கடலோரப் பகுதியைக் காத்து வந்தான். இந்தக் கடற்படைத் தலைவனின் தலைமையிடம் மேட்டுப்பள்ளி. கோரங்கி, மோசலப் பட்டினம், மேட்டுப்பள்ளி ஆகிய இம்மூன்றும் துறைமுகப் பட்டினங் களிலும் தலையாயது மேட்டுப்பள்ளியாகும். மேட்டுப்பள்ளியைத் தலைமையிடமாகப் பெற்றுள்ள நாவாய்த்தலைவன் சித்ததேவச் சோடனுவான்.

இவ்வாறு கடற்கரை நிலப்பகுதியை ஒழுங்குபடுத்தித் துறை முகப்பட்டினங்களிலெல்லாம் அயல் நாட்டு வர்த்தகர்களுக்குத் தமது காப்புப் பத்திரங்களைக் கற்றுாண்களில் கணபதி தேவர் செதுக்கி வைத்தார். அதனுல் தொலைநாடுகளான மலயம் (மலேயா), சுவரண தீபம் (சிங்கப்பூர்), யவத்வீபம் (ஜாவா), சிம்ஹள (இலங்கை) த்வீபம், மட்டுமின்றி, நெடுந்தொலை நாடு களான அரபு, அயகுப்த (எகிப்து), ஆகிய நாடுகளுடனும் வெனிஸ், ஜெனிவா நகரங்களுடனும் மேட்டுப்பள்ளி வர்த்தகம் புரிந்து வந்தது. இந்த ஆட்சியமைப்பினுல் கடற்கொள்ளைக்காரர்களின் கொட்டம் அடங்கியது. அது அந்தக் கொள்ளைக் கூட்டத்தினரு க்கு விருப்பமாகுமா?

அத்திருடர்களில் அடிபணிந்தவர்கள் பணியவும் எஞ்சியவர்கள் சோழப்பேரரசரின் வலிமையற்ற நிலையைக் கண்டு கள்ளர்களின் கடற்கரைக்குச் சென்று அம்மண்டலத்தில் நெடுங்காலமாக இருந்த பெயரை நிலைபெறச் செய்யத் தொடங்கினர். அவ்வாறு அவர்கள் பழவேற்காடு (புலிக்காடு) நீர்த்துறையிலிருந்து நாகப் பட்டினம் துறை வரையிலும் உரிமையுடன் திரியத் தொடங்கினர். அந்தத் திருடர்களும் எளிதானவர்களா? ஒவ்வொருவரும் ஒவ் வொரு மன்னன்தான்!

அக்கடற் கொள்ளைக்காரத் தலைவர்களுடன் ஜடாவர்ம சுந்தர பாண்டியனுக்கும் கோப்பெருஞ்சிங்கனுக்கும் இப்பொழுது வேலை தொடங்கி விட்டது. அவர்கள் அத்திருடர்களை வரவழைத்துக் கூடிப் பேசி அவர்களுடைய உதவியுடன் நாவாய்ப் படையைச் சற்று வளர்ச்சியுறச் செய்தனர். ஆந்திரக் கடற்கரைப் பகுதிகளில் நெற் பயிர் நன்கு விளையும் நிலப்பகுதி மிகுந்துள்ளது. அப்பகுதிகளில் விலையுயர்ந்த பண்டங்களுடன் கூடிய அயல் நாடுகளிலிருந்து கப்பல்கள் போக்குவரவுகள் நன்கு நடை பெற்று வந்தன. அந்நிலப்பகுதியையும் அப்படகுகளையும் கொள்ளையடிக்கும் வாய்ப்பை அவர்கள் வீணுக்கிக் கொள்வார்களா?

இவ்வாறு ஒரு புறம் அப்பாண்டியர்களும் பல்லவர்களும் கொள்ளைக் கூட்டத்தினரின் நாவாய்களுடன் தூது சென்று, கிழக்கு கடற்கரையோர மண்டலங்களில் உள்ள மண்டலத் தலைவர்களுட னும் தூது சென்றனர். முதலில் இராஜராஜ நரேந்திரரின் மைந்த ரான இராஜேந்திர தேவர் வேங்கி மண்டலத்துடன் சோழ நாட்டின் பேரரசரான குலோத்துங்கச் சோழர் எனும் பெயர் பூண்டு, சோழர் களில் ஒருவராகி அப்பொழுதிருந்தே, சோழர் என்ற பெயர் பூண்ட வர்கள் பலர் தெலுங்கு மண்டலத்தவர்களாகி ஆந்திரக் கடற்கரைப் பகுதிக்குக் காவலர்களாக இருந்தனர். இவர்களைத் தெலுங்கு சோடர்கள் என்று கூறுவதுண்டு. இவர்களுக்குச் சோழப் பேரரச ருடன் உறவு அறுபட்டும் படாமலிருந்தது. காகதீயர்களின் பெரும் படை வந்தபொழுது அவர்கள் அந்த மன்னரிடம் அடிபணிவார்கள் அந்தப் படை அங்கிருந்து சென்ற பிறகு தெற்கிலிருந்து மிக்க வலிமை யுடையவர் எவரேனும் வரின் அவர்களிடமும் மீண்டும் அடி பணி வார்கள். எவருடைய படையெடுப்புமில்லாத பொழுது தாங்கள் உரிமை பெற்றவர்களென்பார்கள். இடையிடையில் இயலுமாயின் சரிக்கட்டிக் கொண்டு தெற்கில் காஞ்சி மண்டலத்தையும் தொண் டை மண்டலத்தையும் கைப்பற்றுவார்கள். இந்தத் தெலுங்குச் சோடர்களில் பெயர் பெற்றவர்கள் நெல்லூர் மன்னர்களாவார்கள். அவர்களில் மனுமசித்தனின் தந்தையான திக்கராஜனைக் குறித்து திக்கனுமாத்தியர் இவ்வாறு விளங்கக் கூறியிருந்தார்.

'சம்பு அரசனின் பரந்த மண்டலத்தை ஒருமித்து அத்துடன்
காஞ்சி புரத்தின் பேதிமண்டலத்தைக் கைப்பற்றிக் கண
பதிக்குத் துணைபுரிந்து, இராயகண்ட கோபாலனுக்கு
வெல்லுமாறு கொண்டஞ்சிய பெண்டாரபிருதாபி
உதய கண்டனுக்கு ஒப்பானவனுன திக்கவரசனுக்கு
இஃதோர் அரிதான செயலன்று!''
''கமலாப்த பிரதிமான தலைவனுன கர்நாடகச் சோமேசன்
துர்க்கையின் பேருற்றல் திறன் குன்றச் செய்து,
உண்மைக் காட்சியைப் பிரதி பலிக்கச் செய்துள்ள பூபதியாம்.''

உருத்திரமதேவி 233

இந்தக் கவிதையில் திக்கனமாத்தியர் விவரித்தது இக் கோப் பெருஞ் சிங்கனரின் தந்தையான முதல் கோப் பெருஞ் சிங்கனின் காலத்தில் நடந்த சோழ நாட்டின் குழப்பமாகும். அந்தக் கோப் பெருஞ் சிங்கன்தான் இதில் விவரிக்கப் பட்டிருக்கும் காளவபதி! திக்க பூமியின் தலைவர் அவருடைய மகனை மனும சித்தன் நெல் லூர் மன்னனுவான். அவன் இளமையிலேயே மிக்க வல்லமை காட் டினுன்.

"திராவிட மன்னனின் செருக்கடக்கிச் செயல் வீர
கர்நாடகத்தரசின் பேராற்றலையும் குலைத்துப் பகையரசின்
அச்சம் தருவித்து அவனுடைய பணிவையும் பெற்றுள்ள
வெற்றிவேள் பெருந்தகை சோழனின் மேலான மனும
சித்தியெனும் பெரும் பெயர்ப்புகழ் படைத்தோன்."

மேலும் பொத்தபி நாடு, கொணிதனை, மேட்டுப்பள்ளி, கந்து லூர், வெலநாடு முதலிய இடங்களில் பெரும்பகுதி இந்தத் தெலுங்கு சோடர்களின் ஆட்சியின் கீழிருந்தது.

இந்நிலைமையில் பல்லவர், பாண்டியர், இவ்விருவரும் மனும சித்தனுடன் உடன்படிக்கை செய்து கொண்டனர். அவன் அவ் வாறு இராஜேந்திர சோழ மன்னருடன் தொடர்பு கொள்ள வேண்டு மென்றே, இந்தப் பக்கம் கணபதி தேவரின் நட்பைப் பெற வேண்டு மென்றே முடிவு செய்ய வியலாத நிலைமையில் இருந்தான். எப் படிச் செய்யவும் இயலாமல் அமைதியாக இருந்த பொழுது அதைக் கண்டு, பல்லவ பாண்டியர்களின் படை ஒரேயடியாகத் திரண்டு நெல்லூரை முற்றுகை யிட்டது. மனும சித்தன் தான் மட்டும் அப் படையை வெல்லும் திறனற்றிருந்தான். அவனுக்கு அந்த ஆபத்துக் காலத்தில் என்ன செய்வதென்று தெரியவில்லை. முதலில் கணபதி தேவரின் உதவியை நாட முடிவு செய்தான். அதற்குத் திக்கன சோமயாஜியாரின் உதவியை நாடினுன். அப்பொழுது சோமயாஜி அமிழ்தம் போன்ற இலக்கியம் இயற்றுவதில் மனஞ் செலுத்தி நாள்தோறும் பினுகினி நதியில் நீராடி ஹரிஹரப் பெருமான் திருக் கோவிலினுள் மகாபாரத உரை இயற்றி வந்தார். அப்பெருமகனு ருக்கு அரசியலில் கலந்து கொள்ளும் விருப்பமில்லை. ஆயினும் மனும சித்தரின் மீதுள்ள அன்பின் பெருக்கால் மறுக்க இயலாமல் கணக்கர்கள் நூற்றுவர் துணையுடன் அவர் ஓரங்கல்லுக்குப் புறப் பட்டார். வேள்விக் குடங்களை எடுத்துக் கொண்டு சோமயாஜி அந்தணர்கள் குழுவுடன் நகரத்தை விட்டகலும் பொழுது முற்றுகை யிட்டிருந்த அந்தப் படையினர் தடை செய்யவில்லை. போர்க்காலங் களில் அவ்வாறு மறையோதும் அந்தணர், அமைதியான இடங் களுக்குச் செல்லல், இருதரத்தவர்களிடையிலும் ஊறு நேரிடாமல் இருத்தல் போர் முறையின் அறமாக அந்தக் காலத்தில் இருந்தது. மேலும் கோப்பெருஞ் சிங்கனே கற்றறிந்த மேதை.

சோமயாஜியை இவ்வாறு வலியுறுத்தி ஓரங்கல்லுக்கு அனுப்பியிருந்தார் ஆனால் அங்கிருந்து உடனே உதவி தமக்கு வந்து சேரும் எனும் நம்பிக்கை மனும சித்தனுக்கு இல்லை. ஓரங்கல் பேரரசருக்குச் சிறிது காலமாக வலிமை குன்றி விட்டது. தலைநகரிலேயே குழப்பங்கள் நேரலாமென்று மக்களிடையில் புரளி பரவியிருந்தது. ஒரு நாள்-எதிர்பாராத வகையில் மனும சித்தன் உள்ளத்தில் அச்சம் மிகுந்தது. உடனே அவன் கோட்டையை விட்டு விரைந்து மறைவான வழியே எங்கோ சென்று விட்டான். இந்தச் செய்தி நெல்லூர் மண்டலம் கடந்து சென்ற சில நாட்களில் சோமயாஜிக்குத் தெரிந்தது. ஆயினும் சோமயாஜி தமது புறப்பாட்டை நிறுத்தவில்லை.

மனுமசித்தர் கோட்டையை விட்டுச் சென்றதும் அங்குள்ள படைகள் பல்லவ, பாண்டியர்களின் படைகளுக்கு அடி பணிந்தன. கோப்பெருஞ்சிங்கனும் ஜடாவர்ம சுந்தரபாண்டியனும் நெல்லூரைக் கைப்பற்றிச் சூறையாடித் தமது படையினர்க்கும் கடற்படையினருக்கும் பொருளைப் பகிர்ந்தளித்தனர். அதன் பிறகு சில நாட்கள் வரைத் தமது படைகளைச் செல்வம் கொழித்த நெல்லூர் சுற்றுப்புறங்களைக் கொள்ளையடிக்க ஆணையிட்டனர். அவ்வாறு பறி செய்தல் முடிந்த பிறகு அவர்கள் முறையாக ஆட்சி செலுத்தத் தொடங்கினர்கள்.

நெல்லூர் மண்டலத்தின் மீதுள்ள அவர்களின் ஆவல் குறையவில்லை. கிழக்குக் கடற்கரைப் பகுதியிலிருந்த குறுநில மன்னர்கள் அனைவருடனும் அவர்கள் விரைவில் தொடர்பு கொண்டார்கள். கொண்டூர் நாகதேவன் அவர்களுக்குத் துணையாளுன். கந்துகூர், பெத்தபி நாடு, கொணிதனை, மேட்டுப் பள்ளி, வெலநாடு ஆகிய விடங்களிலுள்ள சோழர்கள் அவர்களுக்குத் துணை புரிய ஒப்புக் கொண்டனர். அவர்களில் மேட்டுப் பள்ளியில் நாவாய்ப் படைத் தலைவனான சித்தைய தேவசோடன் உரிமை பெற்றவனாக அறிக்கை விட்டு அங்கு வரிகளை மிகுதிப்படுத்திக் காகதீய அரண்மனைக் கருவூலத்திற்குத் திறை செலுத்துவதை நிறுத்தி விட்டான்.

அப்பொழுதுதான் பல்லவர்களும் பாண்டியர்களும் கலிங்கர்களுடன் பேச்சு வார்த்தை நடத்தினர்கள் கலிங்கர்களுக்குத் தொன்று தொட்டு நல்ல கடற்படையிருந்தது. அவர்களுடைய கப்பற்படை பல்லவர்களுக்கும் பாண்டியர்களுக்கும் எனத் திரட்டிய சோழ மண்டலக் கப்பற்படையுடன் கோதாவரிக் கழிமுகத்திற்குப் போய்ச் சேரவும், அப்படையுடன் இருதரப்புப் படையுடன் திராட்சாராமத்தின் கண்ணுள்ள பீமேசுவரத்திலும் போய்ச் சேர்வதற்கு அவர்கள் முடிவு செய்தார்கள். இவ்வாறு கடற்கரை முழுவதும் காகதீயர்களின் ஆட்சியிலிருந்து மீள வேண்டுமென்பது

அவர்கள் முயற்சியாகும்! அதன் பிறகு நிலைமைக் கேற்பச் செயல் களைப் புரியலாமென்று அவர்கள் முடிவு செய்தனர். கலிங்கர்கள், பல்லவர்கள் பாண்டியர்களின் கொள்ளைக்காரர்களுடைய உதவி யுடன் அந்நிலப் பரப்பைத் தாங்கள் கைப்பற்றிக் கொள்ளலாமென் றும், பல்லவர்களும், பாண்டியர்களும் சூறையாடிய பிறகு இங் கிருக்க மாட்டார்களென்றும் எண்ணினுர்கள். பல்லவர்களுக்கும், பாண்டியர்களுக்கும் பொன்னுசையும் பொருளாசையும் தவிர்த்து வேறில்லை.

ஜடாவர்ம சுந்தரபாண்டியன் தமது படையுடன் நெல்லூரி லேயே நிலைத்து நின்று, கோப்பெருஞ்சிங்கனைப் பெரும்படையுடன் திராட்சாராமம் வரைக்கும் படையெடுத்துச்செல்லச் செய்தார். அதற்கிடையில் ஏகசிலா நகரத்துச் செய்திகள் அவர்களுக்கு விரைந்து தெரியலாயின. 'இப்பொழுது பெண்ணெருத்தி காகதீய அரியணையேறியிருக்கின்ருள்! அவளுடைய கணவனும் வலிமை மிக்க சிற்றரசர் பலரும் அவளை மறுத்தெதிர்த்துக் கொண்டுள்ளனர்'. இச் செய்தியறிந்ததும் அனைவருக்கும் ஏகசிலா நகரத்தையே முற் றுகையிடலாம் எனும் துணிவும் உண்டாயிற்று.

நெல்லூரிலிருந்து புறப்பட்டுச் சென்ற கோப்பெருஞ்சிங்கனுர் போர் முறையில் சிறந்த அறிஞர். அதிகமாகத் தடைகள் நேரா வெனத் தாம் நினைத்த வழியில் தமது படைகளைக் கடத்தினுர். அவர் முன்னேறிச் செல்லச் செல்ல, அவர் தம் நாவாய்ப்படையும் முன்னேறிக்கொண்டிருந்தது. அவர்கள் நெல்லூரிலிருந்து, சற்று வடக்குப்புறமாகப் புறப்பட்டுச் சென்றுகொண்டிருந்தனர். அங் கிருந்து கடற்கரை கிழக்குநோக்கிச் செல்கிறது. அதனல் அப் படைகளும் கிழக்குப்புறமாகத் திரும்பின.

முதலில் அவர் கந்துகூர் போய்ச்சேர்ந்தார். அங்கு மேட்டுப் பள்ளியில் தமது நண்பனுன சித்தையசோடனை விட்டுச்சென்று, அவர் வெளிநாட்டுத் தலைநகரமான சனதவோலு எனும் பெயருள்ள தனதுபுரோலுக்கு வந்தார். அங்குள்ள சோழ மன்னர்கள் முன் செய்த ஏற்பாட்டுக் குறிப்புக்களுக்கிணங்க கோப்பெருஞ் சிங்கனு ருடைய படைகள் வந்து சேர்ந்ததும் அவருடன் இணைந்து கொண்டனர். பின்னர் விரைவில் அவர் படையினரை இருபிரிவின ராகப் பிரித்து, கொண்டூர் நாகதேவனின் மண்டலத்தைக் கைப்பற்றி, கிருஷ்ணுநதியினைக் கொல்லூர் நோக்கி ஒருபடை யையும் வெல்லட்டூர் நோக்கி மற்றெரு படையையும் கடந்துசெல்ல ஆணையிட்டார்.

அவ்வாறு அவ்விரு படைகளையும் கிருஷ்ணுநதியைக் கடந்து, கொலனிவீடு வழியாக விஜயவாடாவுக்கு, அங்கு வலிமை மிகுந்த படைகளிருக்குமென்று ஐயுற்று, மோசலபட்டினம் நோக்கிக்

கொண்டுசென்ருர். இருபுறங்களிலிருந்தும் இவ்விரண்டு சேனைகள் மட்டுமன்றிக் கடல்வழியாகக் கடற்படையும் வந்து மோசலபட்டினத்தை முற்றுகையிட்டன. அதனைத் தாங்கவியலாமல் அங்கிருந்த கடற்படைத் தலைவன் மறைந்தோடி, கொலனிவீடு போய்ச் சேர்ந்தான். மோசலபுரம் பல்லவ அரசர்கள்பாலாயிற்று.

கோப்பெருஞ்சிங்கனுர் தமது பல்லவப் படையினருடன் வளம் மிகுந்த அந்த நிலப்பகுதியைச் சூரையாடி, கோதாவரிக் கழிமுகப் பகுதிகளில் படைகளை நகர்த்திச் சென்றுகொண்டிருந்தார்.

இந்நிலைமையில் காகதீயப் படைத்தலைவர்களான கொலனி உருத்திரர் ஒருபுறமும் ஜன்னிகதேவரும் திரிபுராந்தரும் மற்ருெரு புறமும் பெரும் படைகளுடன் இந்த அயற்பகைவர்களையும் உள் நாட்டுப் பகைவர்களையும் அடக்கும் முயற்சியுடன் புறப்படலாயினர். அம்பதேவரும் அமைச்சர் அன்னையாவும் இன்னமும் தலைநகரத்தில் தான் இருந்தார்கள் அல்லவா!

இந்த மூன்று படைத்தலைவர்களும் தத்தமக்குள் மற்ற காகதீயப் படைத்தலைவர்களுடனும் உருத்திரதேவப் பேரரசருடனும் பேச்சுக்கள் நடத்தித்தான் புறப்பட்டிருந்தனர். கொலனி உருத்திரர் கொலனிவீடு போய்ச்சேர்ந்து, அதன் சுற்றுப்புறங்களிலுள்ள மலைக்கோட்டைகளனைத்தையும் வலிமைபெறச் செய்து அந்தப் பகுதிகளுக்குக் கோப்பெருஞ்சிங்கனுரின் காவலர் படையை வரவிடாமல் தடுக்கவேண்டும், அதுமட்டுமன்று. கிழக்கிலிருந்து வரும் கலிங்கர்களின் வீரர்களும் கோதாவரிக்கு வரவிடாமல் தடுக்கவேண்டும். இவ்வாறு அவர் கலிங்கர், காடவர் படைகளிரண்டும் இணையாமல் உடைத்தெறிய வேண்டும்.

ஆனுல் அது மட்டும் போதாது. அவர் இவ்வாறு தரைப் படைகள் ஒன்று சேராமல் செய்யினும், கலிங்சர்கள், காடவர்களின் நாவாய்ப் படைகள் ஒன்று சேரின் காகதீயப் படைத்தளத் தலைவர்களின் முயற்சிகள் யாவும் பயனற்றுப் போகும். ஆதலின் அத்துடன் அவர்களுடைய கடற்படைக்கும் இடையூறு விளைவிக்க வேண்டும். கோரங்கி முதல் கோதாவரிக் கழிமுகம் வரையுமுள்ள காகதீய நாவாய்ப் படையினருக்குத் துணிவூட்டி அவர்களுக்கு அவ்விரு பகைவரை எதிர்த்துப் போரிடும் திறனை உண்டாக்க வேண்டும். மோசல பட்டணமும் மேட்டுப் பள்ளியும் பகைவர்கள் வசமிருந்தமையால் இது இயலாததாகும். இவ்விரு துறைமுகங்களில் ஒன்றையாகிலும் காகதீயப் படைத்தலைவர்கள் மீளவும் கைப் பற்ற வேண்டும். அவ்வாறு செய்யின் பல்லவர்கள், பாண்டியர்களின் வலிமை குன்றும்; காகதீயர்களின் வலிமைக்கு வெற்றி எளிதிற் கை கூடும்.

முதலில் கைப்பற்ற வேண்டியது மோசல புரியா, மேட்டுப் பள்ளியா? எதுவாயினும் துணிவான செயல்களைப் புரிய முன் வரு பவர் யார்? அவ்வாறு செயல்படுத்தும் வழியாது?

அப்பொழுதைய நிலையில் கோப்பெருஞ் சிங்கனின் காடவர் படை கிருஷ்ணு நதியின் வடகரையினைக் கடந்திருந்தமையால், அங்குள்ள மோசலபுரியைக் கைப்பற்றிய பின், கிருஷ்ணு நதிக்குத் தெற்கிலுள்ள மேட்டுப் பள்ளியைப் பிடிப்பது எளிது. அதனிலும் மேட்டுப் பள்ளி வேலா நகரம் மிகவும் பெரியது. மேட்டுப் பள்ளியைக் கைப்பற்றியவர்களுடையது தான் ஆந்திரக் கடற்கரை அரசு! ஆகவே மேட்டுப் பள்ளியின் மீது படையெடுப்பதைத் தான் அவர் கள் முடிவு செய்தனர்.

இவ்வுதவிக்கு, திரிபுராந்தகர் முன் வந்தார். அவர்கள் குடும் பத்தில் கங்கைய, சாகினி காலத்திலிருந்தே 'பேரரக்கர்கள்' எனும் புகழ்ப் பெயருடையவர்கள். அரக்கர் தலைவன் கங்கனுக்குப் பிறகு திரிபுராந்தகருக்கே இந்த 'இராட்சத'ப் புகழ்ப் பெயர் வந்தது. அரக்கர்களுக்கே இயலும் இப்பெருஞ் செயல் திரிபுராந்தகர் மீதே சுமந்தது. திரிபுராந்தகர் இந்தக் கடுமையான செயலைப் புரியத் தொடங்கு முன்னர், அவர் தமது உடன் பிறந்தவரான ஜன்னிக தேவருடன் கலந்து ஸ்ரீ சைலம் சென்று, அங்கு மல்லிகார்ஜுன தெய்வத்தையும் பிரமராம்பிகையையும் தொழுது முன் கட்டளைப் படிகளை ஆற்றி வணங்கிப் புதிய வழிபாடுகளைப் புரிந்து தொழுதார். பிரமராம்பிகை மல்லிகார்ஜுனப் பெருமானின் படையல்களைப்பெற்று அவர் மாபெருஞ் சேனையுடன் புறப்பாடு தொடங்கலானர்.

ஜன்னிக தேவர் நெல்லூரிலிருந்து பாண்டியரின் படைகள் புறப்படின், அவர்களைத் தடுத்து நிறுத்துவதற்கு மட்டும் முன்னேற் பாடாக இருந்தார். அவர் இப்பொழுது முதலில் எந்தப் போரிலும் தாமாக இறங்காமலிருக்க முடிவு செய்து கொண்டார்.

திரிபுராந்தகர் மேட்டுப்பள்ளி மீது படையெடுக்க அத்தங்கியின் வழியாகப் புறப்படலானர். அத்தங்கியில் சாரங்கன் எனும் மராத்திய சிற்றரசன் ஒருவன் இருந்தான். அவனுக்கும் நெல்லூர் சோடனுக் கும் பகைமையிருந்தது. முதலில் இந்தச் சாரங்கனுக்கும் மனுமசித் தனுக்கும் போருண்டாயிற்று. அதில் மனுமசித்தனின் படை வெற்றி பெற்றது.

> ''எழில்மிகுச் சிறப்புடைய மாபெருஞ் செல்வங்கொழிக்கும்
> மராத்திய சிற்றரசர் பலரையும் விரட்டியடித்து
> வெற்றிவாகை சூடிய பல்வகைச் சிறப்புகளைப் பெற்ற
> மாபெரும் வீரனும் மனுமசிந்தனெனும் மாவேந்தன்.''

தெலுங்குச்சோழர்கள் பலர் பாண்டியர்களுடனும் பல்லவர்களுட னும் நட்பு கொண்டாடியதால் இந்த மராட்டிய மன்னன் காகதீய

அரசருடைய நம்பிக்கைக்குரியவனுக இருந்தான். அதனுல் திரிபுராந் தகன் அத்தங்கி மண்டலத்தின் வழியாக மின்னலைப்போன்று மேட்டுப் பள்ளியைத் தாக்கினுன்.

முன்னதாகவே மறைவாகக் குறிப்பிட்டபடி கோதாவரிக் கழி முகப் பகுதியிலிருந்து காகதீயக் கடற்படையொன்று, திரிபுராந்தகர் மேட்டுப் பள்ளியைச் சேருவதற்கு முன்னதாகவே அங்கு சேர்ந்து அந்தத் துறைமுகத்தை முற்றுகையிட்டது.

அப்பொழுது மேட்டுப் பள்ளியில் எத்தகைய போர் முயற்சியும் இல்லை. அங்கு நெடுகிலும் பாண்டியர் படைகளிருந்தன. இந்தப் புறம் கோப்பெருஞ் சிங்கனுர் தடையேதுமின்றி, கோதாவரியை நோக்கிச் சென்று கொண்டிருந்தார். ஓரங்கல்லில் பெண்ணெருத்தி அரியணையேறியுள்ளாள். பிறகு அச்சமேன்? சித்தைய தேவச் சோடனும் அதற்கு உறுதுணையாக இருந்தான். அவனுடைய படைகளும் முறையான பயிற்சியின்மையால் கொள்ளைக் கூட்டத் தினராக மாறி விட்டனர். சோர மண்டலத்திலிருந்த நாவாய்ப் படையினரின் தீச் செயல்கள் மேட்டுப் பள்ளிக்கும் பரவத் தொடங் கின.

மேட்டுப் பள்ளியிலுள்ளவர்கள் விடிந்த பிறகு பார்த்தால் தொலைவில் 'வராகக் கொடி'கள் காற்றில் உவந்து தவழ்ந்து கொண் டிருக்க, காகதீயப்பாய்மரக்கப்பல்கள் பாய்களை விரித்து எழிலொழு கும் வண்ண ஆடைகளணிந்தன போன்று ஆடியசைந்து கொண் டிருந்தன. காற்றும் முற்றுகையிட்ட நாவாய்களுக் கேற்பவும் துறையிலிருந்த நாவாய்களுக்கு ஏலாதன தாயும் இருந்தது.

மேட்டுப் பள்ளித் துறையிலுள்ள மாலுமிகள் தத்தமது நாவாய் களைத் தயார் செய்யலாயினர். ஆனுல் இதற்கிடையில் அந்த நாவாய்களிலிருந்த படகோட்டிகளும் வீரர்களும் கொள்ளையடித்த விலும் தீய பழக்கங்களிலும் ஈடுபட்டிருந்தமையால், அவர்கள் தமது குறிப்பிட்ட இடங்களை விட்டுத் தொலைவிடங்களுக்குச் சென்றிருந் தனர். அவர்களில் சிலர் மதுக் கடைகளிலும், சிலர் யவன விலை மாதர்களில்லங்களிலும் தாங்கள் தீயமுறையில் தேடியசெல்வத்தைச் செலவழித்துக் கொண்டிருந்தனர். அதனுல் சில நாவாய்கட்குப் பணியாளர்கள் இலர். ஒரு நாவாய்க்குப் பாய்மரம் இருக்காது. மற்றென்றில் அது ஒடிந்திருக்கும். ஒன்றில் துடுப்புகள் காணப்பட மாட்டா. பிறிதொன்றில் கயறு இழுக்கும் முளைகள் உடைந்திருக் கும். அவற்றைச் செப்பனிட மரவேலைக்காரர்கள் காணப்பட மாட்டார்கள். துறைமுகத்தில் இவ்வாறு தாறுமாருக இருந்தன. தொலைவில் ஊர்ந்து கொண்டிருந்த காகதீயர்களின் நாவாய்கள் கரைசேர வருவன போன்றிருந்தன. அவ்வளவுக்கவ்வளவு துறை

யில் குழப்பங்கள் மிகுந்தன. அங்கிருந்த ஐம்பது போர்க்கப்பல் களில் ஒன்று கூட போருக்குத் தயாரான நிலையில்லை.

அத்தருணத்தில் தான் திரிபுராந்தகரின் படைகள் மேட்டுப் பள்ளி நகரத்தின் கரைப் பகுதியை முற்றுகையிட்டு அச்சம் மிகுந்த போர் முரசும் சங்கொலியும் முழக்கின. அம்முரசொலி, ‘திரிபுராந்தக’ ‘திரிபுராந்தக’, ‘திரிபுராந்தக’ என்று அவர் பெயரை முழக்கம் செய்வது போன்றே கேட்டது. படைகளின் ஆகுலத்தை விட அந்தக் கொட்டு முரசுகளின் முழக்கமே மிகக் கடுமையாக இருந் தது. கோட்டையிலிருந்தவர்களுடைய இதயங்கள் தடதடவென்று நடுங்கின.

அந்த மலைக்கோட்டை வெறும் கோட்டையைப் போன்றில்லை. அகழியில் நீர் நிறைந்ததில்லை. கோட்டைச் சுவர்களின் மீது வீரர்கள் இருக்க வேண்டிய இடங்களில் இல்லை. இருக்கும் ஒரு சிலரும் குடிபோதையில் மயங்கியும் தூங்கியவாறுமிருந்தனர். வரி சையாக சில நாட்களாகக் கையாண்ட பழக்கங்கள் ஒரு நாளில் போய் விடுமா?

திரிபுராந்தகருக்கு வியப்பாகி விட்டது. அவருக்கு மேட்டுப் பள்ளியில் இருந்த அக்கறையற்ற தன்மை ஒற்றர்களால் தெரிந் திருந்தது. ஆயினும் அவர் கூட இத்தனை மந்தமாக இருக்கு மென்று கருதியிருக்கவில்லை. ஏதாயின் என்ன? அவருடைய படையை எதிர்ப்பவர்களே இல்லையென்று தோன்றியது. அதனால் நடுப்பகலுக்கு முன்னரே மேட்டுப்பள்ளிக் கோட்டையைத் திரிபுராந் தகரின் படையினர் கைப்பற்றி விட்டனர். உடனே கோட்டை யிலிருந்து வேற்றவர்க் கொடி மரங்களை வீழ்த்திக் காகதீய பேரரசின் வராகக் கொடியையும், அதனிலும் சற்றுக் கீழாகத் தமது வாட் கொடியையும் திரிபுராந்தகர் ஏற்றி வைத்தார்.

சித்தைய தேவச்சோடன் தப்பித்துக் கொண்டு ஓடவும் வாய்ப் பில்லாமல் போயிற்று. வீரர்களுடன் திரிபுராந்தகரே அரண்மனை முழுவதும் தேடித் தேடி சித்தைய தேவச் சோடனைப் பிடித்து, சிகையைப் பிடித்திழுத்துத் தரையில் வீழ்த்தித் தலைமீது காலால் ஊன்றி நடுக்குறும் தோற்றத்துடன் அவனுடைய சிரத்தை வெட்டி வீழ்த்தினார். உடனே திரிபுராந்தகரின் ஆணையுடன் படை வீரர்கள் இரத்தப் பெருக்கெடுத்தோடும் சித்தைய தேவனின் சிரத்தையும் உடலையும் இரண்டு நீண்ட சூலங்களில் கோத்து, வேலா நகரப் புற வாயிலின் இருபுறங்களிலும் உயர்த்தி நிறுத்தினார்கள். அதைக்கண்டு வேலா நகரத்துப்படைவீரர்கள் நடுநடுங்கி அடிபணிந்து விட்டனர்.

கோதாவரிக் கழிமுகப் பகுதிகளிலிருந்து வந்த காகதீய நாவாய் கள் முப்பது தான்! மேட்டுப் பள்ளியிலும் வேலா நகரத்திலும் ஐம்பது நாவாய்கள் இருந்தன. எனவே காகதீய கடற்படைக்கு

வேலா நகரத்திலுள்ள கடற்கரையினரை வெல்லுந் திறனில்லை. அவை திரிபுராந்தகரின் முற்றுகைக்குத் துணைபுரிந்து அச்சமுறுத்து வதற்கெனவே அனுப்பப் பட்டவை. அவை போர்புரிவதற்கென ஏதும் முயலவில்லை. வேலா நகரத்திலுள்ள கடற்படை கடுமை யாக எதிர்த்தால் அவை ஓடிவிடுவதற்கான முயற்சியிலிருந்தன.

ஆனால் அப்பொழுதைய நிலைமைகள் மாறி விட்டன. எதிர் பாராத வகையில் வராகக் கொடிகள் கோட்டையின் மீது வாட் கொடியுடன் காற்றில் இன்பமாய்ப் பறந்து கொண்டிருந்தன. காக தீயக் கப்பற்படையினரை வருமாறு குறிப்புகள் கோட்டையிலிருந்து, தெளிவாகக் குறிப்புணர்த்தல் வாயிலாகக் காண முடிந்தன. காக தீயக் கப்பற்படைகளுக்குக் காற்று இன்னும் ஏற்றவாறு வீசிக் கொண்டிருந்தது. அலைகளும் வீசத் தொடங்கின. மிக்க மகிழ் வுடன் அந்த நாவாய்கள் வேலா நகரத்துக் கழிவெளி யேரிக்குள் நுழைந்தன. அங்கிருந்த ஐம்பது நாவாய்களும் எதிர்த்துப் போரா ட்ாமல் காகதீய நாவாய்களுக்குப் பணிந்தன. திரிபுராந்தகரின் அரக்க முயற்சி கை கூடியது.

உடனே அவர் மேட்டுப் பள்ளியைக் கைப்பற்றிய செய்தியை, திரு உருத்திரதேவப் பேரரசருக்கும் ஜன்னிக தேவருக்கும் குதிரை களின் மீது செல்லும் செய்தியறிவிப்பாளர்கள் வாயிலாகத் தெரிவித் தார். கோட்டையில் பெயரளவுக்கு அவர் வெற்றி விழாக் கொண் டாடினார். மேட்டுப் பள்ளியின் நிலைமை திட்டவட்டமாக இல்லை. பாண்டியப் படைகளாகிலும் காடவர்களின் படைகளாகிலும் எப் பொழுதும் வரலாம். சுற்றுப்புறங்களிலுள்ள மண்டலத் தலைவர்கள் எவரேனும் படையெடுத்து வரலாம். சோரப் படையினரின் நாவாய்கள் சும்மா இருக்குமா! வேலா நகரத்திலும் மேட்டுப் பள்ளி மலைக் கோட்டையிலும் எத்தகைய பகைவர்களையும் எதிர்க்க வல்ல ஏற்பாடுகள் செய்ய வேண்டும். தேவையான பணிகளை அவர் கடுமையாகச் செய்து அங்குள்ள மலைக் கோட்டைகளையும் நீர் அகழிகளையும் வலிமையுள்ளனவாக்கினார். படை வீரர்களும் நாவாய் வீரர்களும் இரவு பகலாக முன்னறிவிப்புடனிருந்து ஆயிரங் கண்களுடன் கடல் வழியையும் நில வழியையும் காத்துக் கிடந் தனர். வேலா நகரத்தில் கணபதி தேவரின் பாதுகாப்புப் பத்திரம் மீண்டும் நிலை நாட்டப் பெற்றது. திரிபுராந்தகர் அந்த மண்டலம் முழுமையும் குழப்பங்களில்லாமல் விரைவில் அமைதிப் படுத்தி னார்.

இனி அவர் செய்ய வேண்டிய பணி பற்றி முடிவு செய்யப்பட வேண்டும். ஜன்னிக தேவர் முதலில் பாண்டிய வீரர்களை எதிர்க்க வும் கோப்பெருஞ் சிங்கனைப் பின் தொடர்ந்து செல்லவும் முடிவு செய்யவியலாதிருந்தனர். அம்பதேவர் தலைநகரிலிருந்து பெரும் படையுடன் இன்னும் வந்து சேர வேண்டும். கொலனி உருத்திரர்

கலிங்கப் படையினரை எதுவரைக்கும் எதிர்க்கவல்லவர்? அவர்கள் மீது திரிபுராந்தகரின் எதிர்காலச் செயல்கள் அடிப்படையாக அமைந்திருந்தன.

காகதீயப் படையினர் அச்சமில்லாது கடந்து சென்று மேட்டுப் பள்ளியைக் கைப்பற்றினர். இச் செய்தி மின்னலைப் போன்று கடற்கரைப் பகுதிகளில் பரவியது. அதைக் கேட்டவர்கள் முதலில் நம்பவில்லை. மீண்டும் மீண்டும் அந்தச் செய்தி கிடைத்து உறுதி யான பின்னர் அங்குள்ள நகர மக்களும் கிராம மக்களும் பிழைத்தோ மென்று பெருமூச்செறிந்தார்கள்.

இவ்வாறு உருத்திரதேவப் பேரரசரிடம் அவருடைய படைத் தலைவர்கள் விஜய தசமியன்று உறுதி மொழி செய்தவாறு, அவர் களில் முதலாவதாகத் திரிபுராந்தகர் தாம் தமது உறுதி மொழியின் படி எழுத்துக் கெழுத்து சித்தைய தேவச் சோடனின் தலையைக் கொய்து சொல்லைக் காப்பாற்றினர். அவர் பேரரசருக்கு அனுப்பிய வெற்றிவோலையுடன் அன்று தமக்குக் கிடைத்த படவோலையையும் நூலுடன் கட்டிய சித்தைய தேவனின் பெயருள்ள பட்டத்தினை யும் கூட அனுப்பி வைக்க மறக்கவில்லை.

27

மேட்டுப் பள்ளி வெற்றிச் செய்தி கிடைத்தவுடன் திரு உருத்திர தேவப் பேரரசர் தாமாகவே கணபதி தேவரைக் கண்டு அவருக்கு அந்த நற்செய்தியை முதலில் தெரிவித்தார். விஜயதசமியன்று மகளிடம் ஒப்படைத்ததிலிருந்து கணபதி தேவரின் உடல் நலம் குறைந்து வந்தது. உடல் வலிமை குன்றியிருக்கும் அந்நாட்களி லும் அவருடைய சுறுசுறுப்பு மட்டும் சிறிதளவும் குன்றவில்லை. திரு உத்திர தேவரின் முடிசூட்டு விழா முடிவடையும் வரைக்கும் எதிர்கால மன்னரைப் பற்றிய எண்ணம் அவரை நிலையாக உறுத்திக் கொண்டிருந்தது. அந்தக் கவலையெல்லாம் அரசகுருவான திரு விசுவேசுவரசம்பு அவர்களின் அறவுரை முடிவின்படி முழுவதும் தீர்ந்து விட்டது. குரு அவர்களின் திருவுளப்படித் தாம் செய்த முடிவினை அவையினர் ஒப்புக் கொண்டனர். அத்துடன் பேரரசரின் மனம் நிம்மதியடைந்தது. மன அமைதியுடன் உடலுக்கும் தென் புண்டாகத் தொடங்கியது. முடிசூட்டு விழா முடிந்ததும் அது மேலும் நிலைபடலாயிற்று.

ஆனால் அன்றிலிருந்து கணபதி தேவர் அரசியல் அலுவல் களில் பங்கு கொள்வது கிடையாது. சில காலமாக உருத்திராம்பி

கை முதன்மையான செயல்களில் தாமாகத் தமது தந்தையாரைக் கண்டு அவருடைய திருவுளமும் அது வென்று அறிவுறுத்துமாறு வேண்டிக் கொள்வார். அவ்வாறு மகள் கூறுகின்ற செய்திகளை னைத்தையும் அமைதியாக அவர் கேட்டுக் கொள்வார். முடிவில் அறிவுரை கூறும் பொழுது வேறேதும் கூருமல் "சிவனின் ஆணை யை நிறைவேற்றுக" என்று மட்டும் அறிவுறுத்துவார். எத்தனை முறை கேட்டாலும் அவர் "சிவனின் இச்சைப்படி செய்க" "சிவன் கட்டளைக்குப்பணிக" என்று இவ்வகையில் ஒரே பொருள் தரும் அறிவுரை செய்து வந்தார்.

தொட்டு தொன்டு பாரத கண்டத்தில் அரசகுமாரர்கள் ஆன் மீக உணர்வுடன் மறைநூலையும் மறைநூல் நெறிகளின் சாரத்தை யும் இலக்கிய நுண் பொருள்களையும் அறுபத்து நான்கு கலைகளை யும் நுணுக்கமாகப் பயின்று வந்தனர். அவற்றையும் முனிவர் பெரு மான்களும் பண்பட்டவர்களுமான பெருந்தகையாளர்கள் அவர்களு க்கு அறிவுறுத்தியிருந்தமையால் அந்த அரசகுமாரர்களுக்குப் பாரத நாட்டறம் திறமையாகத் தெரிந்து வந்தது. அதனுல் அவர்கள் தங்களுக்கு எளிதாகச் செய்ய வல்ல இன்பக் கேளிக்கைகளில் பற்றற்ற நிலையும், ஆளுகையில் ஆணவமின்மையும் சமநிலை யிலிருந்து நடந்து கொள்ளக் கூடியவராயிருந்தனர். அவர்கள் பழித்தது ஒழித்தவர்கள். அவர்களுக்குச் சனகப் பேரரசர் தலைவ ராகக் காணப்பட்டார். எனவே அவர்களும் அரசமுனிவராவர். மறை பொருட் செய்கைகளில் ஒருபால் கோடாமையுடன் கூடிய அறம் செலுத்தும் திறனும் அயல் நாட்டுச் செயல் துறைகளில் பெருந் திறனும் அவர்களுக்கு எளிமையில் இயலவல்லன. அரசியல் பணி கள் நிறைவேற்றுதலை அவர்கள் ஒரு நெறி என்று எண்ணி ஈடு பட்டனர்.

இத்தகைய கல்வி பயின்றவர்களில் சிலர் கல்வி கற்று முடிந் ததும் பற்றற்றவராகி அரசியல் பொறுப்பேற்க விருப்பமற்றவராகித் தங்கள் உடன்பிறந்தார்க்கோ பிறருக்கோ அரசியல் சுமையை ஒப்படைத்து முனிவர்களாகிக் காலம் கடத்தக் காடுகளுக்குச் செல்வது உண்டு. அத்தகையது அரியதாகும். ஆனல் மூப்படைந் ததும் திறமைமிக்க உடன் பிறந்தாரோ மகனே, இருப்பின் அத் தகையோரிடம் அரசியல் பொறுப்பை அளித்து விட்டுத் தாங்கள் காடு சேர்தல் மட்டும் மிகவும் இயல்பாகும். அவ்வாறு பிறரிடம் அரசியலை ஒப்படைத்த பிறகு அவர்கள் மீண்டும் அரசியல் அலுவல் களில் ஈடுபடுவதை முற்றிலும் நிறுத்திக் கொண்டனர். அவர்கள் பிரமச்சரியம் பூண்டு அரசியல் பொறுப்பு ஏற்றிருந்த நாட்களில் மறையோதுதல் புரியாவிடினும் உயர்ந்த ஆன்ம வழிபாடுகளியற்ற எப்பொழுதும் முயன்று வந்தனர். அல்லும் பகலும் இறை வழி பாட்டிலும் வரலாற்றுக் காதைகளிலும் பொழுது போக்குவதிலும்

உயர்ந்த ஆன்மீக எண்ணங்களிலும் அவர்கள் காலம் கடத்துவாரா யினர். காடுகளுக்குச் சென்றாலும் நகரங்களிலிருப்பினும் அவர்கள் வானப்பிரஸ்தர்கள்தாம். அத்தகைய காடேறு நிலையைத்தாம் கணபதி தேவப் பேரரசர் விஜயதசமியிலிருந்து கடைப்பிடித்து வருகின்றார்.

அந்த காரணத்தினால்தான் உத்திராம்பிகை முதலில் எத்தனை முறை அரசியல் அலுவல்களில் முறையிடினும் அவர் அவற்றைக் கேட்டுச் 'சிவன் ஆணையை நிறைவேற்றுக' என்று அறிவுரை கூறி வந்தார். சில தடவைகள் மீண்டும் மீண்டும் அவ்வாறு நடந்த பின்னர் உருத்திராம்பிகையும் அவரிடம் அரசியல் பணிகளைக் கூறு வதை நிறுத்தி விட்டார். இறை நெறியில் பொழுதுவக்கும் தந்தை யாரையும் அவர் துறந்து விட்ட அரசாங்க நினைவுகளையும் மீண்டும் கூறித்துயர் தருவதேன்? ஆனால் அவர் சிவன் ஆணையைச் செய்க என்று பலமுறைகள் அறிவுறுத்தியது மட்டும் அவ்வம்மையார் தம் இதயத்தில் நிலையாக நின்று விட்டது. எத்தகைய சிறப்பான செயலிலும் உறுதிப்படுத்தப்பட வேண்டுமாயின் அவ்வம்மை அமைதியுடன் "இதனில் சிவன் இச்சை என்னவாயிருக்கும்" என்று நினைவிலிறுத்தி முடிவு செய்வார்.

திரிபுராந்தகர் மேட்டுப்பள்ளியை வென்ற செய்தி எளியதோர் செய்தியன்று. அது பெருந்துணிவுள்ள செயலாகும். இப்போது ஐந்தாறு ஆண்டுகளாகக் காகதீயப் படைத்தலைவர்கள் தலையிட யியலாத அபாயமான செயலாகும். முன்னால் உருத்திராம்பிகை யின் சேனைத்தலைவர்கள் புரியவிருக்கும் வீர விகார நாடகத்திற்கு இது முன்னோடி. அதுவும் இத்தனை விரைவில் செயல் புரிந்தமை வியப்பினும் வியப்பாகும். அத்தனையும் விடத்தலையானது இஃது உருத்திரதேவப் பேரரசின் முதல் வெற்றியாகும்.

அதனால் செய்தியைக் கேட்டதும் உருத்திராம்பிகை மகிழ்ச்சி யிலாழ்ந்து முதலில் பெற்ற தெய்வத்திடம் சென்று இதனைத் தெரி வித்தார். இதற்கிடையில் அவ்வம்மையார் அரசியல் அலுவல்களைக் கணபதி தேவருக்குத் தெரிவிக்காமல் இருப்பினும் இந்த நற்செய்தி யைத் தெரிவிக்காமல் இருப்பாரா? அவருக்கு இச்செய்தி அறிவித்து அவருடைய வாழ்த்துக்களைப் பெற வேண்டுமென்று முதலில் அவ்வம்மையாருக்குத் தோன்றியது. உடனே அவர் தாமாகவே பெற்ற பெருந்தகையைக் கண்டு நற்செய்தியை வெளிப் படுத்தினார்.

கணபதி தேவர் அச்செய்தியை மிக்க அமைதியுடன் கேட்டுத் தமது தெளிவுள்ள பார்வையை உருத்திரமாதேவியின் காலிலிருந்து தலைவரையிலும் செலுத்தி, வணங்கிக் கொண்டிருந்த அவ்வம்மை யை வாழ்த்தி எழுந்திருக்கச் செய்தார். அதன் பின் அவர் ஒருமுறை

ஆழ்ந்த கண்களிலிருந்து தமது பார்வையை ஏகசிலா நகரத்து வீதிகளில் செலுத்தினர். இந்தமுறை சிவன் ஆணையை நிறை வேற்றுக என்னும் சொற்கள் வரவில்லை. அவ்வாறு வரும் என்று உருத்திராம்பிகையும் நினைக்கவில்லை.

"நகரத்தில் வெற்றி விழா கொண்டாட அறிக்கை செய்தீர்களா?" கணபதி தேவர் ஆணையிடவில்லை; வினவினர். அதுவரையிலும் உருத்திராம்பிகை எதையும் எண்ணவில்லை. எவரையும் கலந்து பேசவும் இல்லை. செய்தி கேட்டதும் உடனே நற்செய்தியைத் தந்தையிடம் தெரிவிக்க வேண்டுமென்று விரைந்தோடிச் செல்லும் சிறுவனைப்போன்று உருத்திராம்பிகை வந்து இவ்வாறு அவருக்குச் செய்தி அறிவித்துக் கொண்டார். கணபதி தேவர் இப்பொழுது இந்தச் செய்தியைக் கேட்கவும் உருத்திராம்பிகை உடனே செய்ய வேண்டியது யாதென விளங்கியது. அவர் கேட்டது கேள்வியாயினும் அஃதும் ஓர் ஆணைதான். கணபதி தேவர் அவ்வாறு ஆணையிடாவிடில் அவ்வம்மையார் நெருங்கிய அமைச்சர்களுடன் கலந்து பேசியல்லாமல் இந்தச் செய்தியை நகரத்திற்கு அறிவிப்பதா கூடாதா என்று கூட முடிவெடுத்திருக்க மாட்டார். ஆனால் அத்தகைய தேவை இப்பொழுது தேவையில்லை. அந்த வினவையே விருப்பமாக உணர்ந்து அவ்வம்மையார் உடனே பேரமைச்சர்களான கோவிந்த நாயகர், பய்யன நாயகர், திக்கசமூபதி, அம்ப தேவர் ஆகியோரை அழைத்து அவர்கள் அனைவருக்கும் இந்த நற்செய்தியைக் கணபதி தேவரின் முன்னிலையிலேயே அறிவித்து மூன்று நாட்கள் வெற்றி விழாக்களைத் தலைநகரிலும் சுற்றுப்புறங்களிலுமுள்ள முக்கிய நகரங்களிலும் பெரு விழாவாக நடத்தக் கட்டளையிட்டார். அவர்கள் அனைவரும் திரு உருத்திரதேவப் பேரரசருக்கு வெற்றி வாழ்த்துக்களைக் கூறவும் கணபதி தேவர் உணர்ச்சிப் பெருக்குடன் நோக்கியவாறிருந்தார். அவர்கள் பிறகு விடை பெற்றுக் கொண்டு விழா ஏற்பாடுகளைப் புரிய வெளி ஏகினர்கள்.

அதன் பிறகு சற்று நேரத்தில் யானைக் கட்டிலிருந்து யானைகள் மணியோசைகளுடன் புறப்படலாயின. 'நகர்ப்புற வீதிகளனைத்தும் மதக்களிறுகளின் மீது பெருமணி நாதம் ஒலித்து முழங்க அனுப்பினர். திரிபுராந்தகரின் 'வெற்றி வியப்புறு செய்தியை' அவ்விழாவில் வீரச் செயல் புரிந்து காட்டும் நிகழ்ச்சிகளனைத்தும் அம்ப தேவருக்கு அளிக்கப்பட்டன. ஏகசிலா நகரத்தின் வடக்குப் பகுதியில் அநும கொண்டா வரைக்கும் ஒரு பெரிய நீர்நிலை உள்ளது. அதனைப் பத்திரி ஏரி என்றழைப்பதும் உண்டு. அதன் கிழக்குக் கரையின் உயரத்தில் அரச குடும்பத்தின் எழில் மிகுந்த பெரும் பூங்கா இருக்கின்றது. அங்குக் கூடாரம் அமைத்திருந்த அரசாங்கப்படைகளின் பாசறை இருக்கின்றது. இப்பொழுது அப்

உருத்திரமதேவி 245

பாசறையினர் அனைவரும் அம்பதேவரின் ஆணையால் மிகுந்த ஆர வாரத்துடன் ஒருவரோ டொருவர் கேளிக்கைகளுடன், தரைப் படையினருடன் களிறுகள் புரவிகள் தேர்கள் புடை சூழ பேரிரைச்ச லிட்டவாறு புறப்படத் தொடங்கினர்.

அன்று மாலையிலிருந்து படை வீரர்கள் ஆயிரக்கணக்கில் வரிசையாக அணிகள் அமைத்து ஊர்வலம் வரத் தொடங்கினர். முன்னதாக முகபடாம் அணிந்த களிற்றுப்படைகளும், பின்னால் பல வண்ணங்களுடன் நிறைந்து கண்கள் கூசுமாறுள்ள பலவகை மணிகள் அமைத்த மேலங்கிகள் அணிந்து அழகுபடுத்தப்பட்ட புரவிகள் மீதமர்ந்துள்ள குதிரை வீரர் தளங்களும், அவற்றின் இடை யிடையில் தலைமைத் தளபதிகளின் பல்லக்குகளும் தேர்களும் கடந்து சென்று கொண்டிருந்தன. அனைவருக்கு மிடையில் நெடி துயர்ந்த ஆண் யானைகளின் மீது முத்துக்கள் பதித்த அம்பாரியில் பொலிவும் வீரமுமிக்க எழிலுடை திரிபுராந்தகரின் உருவப்படத்தை வைத்து அதனருகில் அம்பதேவரும் அமர்ந்து ஊர்வலம் சென்று கொண்டிருந்தனர். அவர்கள் பின்னால் பல்லக்குகளும் அணிதேர்ப் புரவி ஆட்பெரும்படையுடன் களிற்றுப் படையும் சென்று கொண் டிருந்தன. காலாட் படையினர் வாளேந்தியும் ஈட்டிகளேந்தியும் விற்படையணிந்தும் வராகக் கொடிகள் பிடித்தும் கடந்து சென்று கொண்டிருந்தனர். மேலும் வீணைகளும் குழல்களும் நாதசுரங் களும் முழங்க இடையிடையில் பலர் இன்னிசை பாடிச் சென்றனர். நாடக மகளிர் மேட்டுப்பள்ளி வெற்றியை வீரச் சுவை பொங்கி வழியுமாறு நடித்துக் கொண்டு சென்றனர்.

வீதிகளிலுள்ள மாடிகளிலெல்லாம் மலர்க் கூடைகள் இருந்தன. அவற்றிலிருந்து திரிபுராந்தகரின் உருவப்படமிருந்த பட்டத்து யானையின் மீது மலர்மாரி பொழிந்தது. நகர முழுமையும் முத்துக் களால் கோத்த மாலைகள் தோரணங்களாகக் கட்டப்பட்டிருந்தன. வீதிகள் மாவிலை, அசோக இலைத் தோரணங்கள் கூடிய மலர்த் தோரணங்களுடன் அழகுற்றிருந்தன. அந்த ஊர்வலம் நகரம் எங்கினும் சென்று வெற்றி முழக்க மிட்ட அவ்வோசை வானைப் பிளக்குமாறு சென்று அரசரின் பேரரண்மனை முன்னுள்ள பரந்த வெளியில் கூடி நின்றது.

அங்கு அரசரின் பேரில்லத்தில் பணி மகளிர்கள் பூரண குடங் களுடன் எதிர் நோக்கி வந்து மங்கள ஆரத்தியெடுத்தனர். அதன் பிறகு அரண்மனை மாடத்திலிருந்து உயர்ந்த இருக்கையொன்றி லமர்ந்து திரு உத்திர தேவப் பேரரசர் காட்சியளித்தார்.

உடனே பல்லக்குகள் இறக்கப்பட்டன. ஒரே சமயத்தில் பல்லக்குகளிலிருந்தும் தேர்களிலிருந்தும் தலைமைப் பணி அலுவலர் கள் இறங்கி உருத்திரதேவப் பேரரசருக்கு வணக்கம் புரிந்தனர்.

திரிபுராந்தகரின் உருவப் படத்துடன் அம்பதேவர் இருந்த பட்டத்து யானை வெண்குடை நிழலில் உருத்திரதேவப் பேரரசரின் முன் வந்து நின்றது. அப்பொழுது எல்லாம் அமைதியாகி விட்டது. அம்பதேவர் பேரரசனுக்குப் பெருங்குரலில் வெற்றி கூறி முழங்கினர். ஒரே ஒலியாக நான்கு திசைகளிலிருந்தும் மணியோசை பிளந்தது.

அன்றிரவு நெடுநேரமாகும் வரை வீரப் புதுமைக் காட்சிகள் பல நடந்தன. குதிரை யேற்றம், யானை யேற்றம், வாட்போர், கணை யெய்துதல் இன்ன பிறகாட்சிகள் காட்டப்பட்டன. மற்போரும் நடந்தது. கண்டன் இன்று எளிதில் பல மல்லர்களை வென்றான். அவன் புதுமையான பிட்சுவின் பின் தொடர்ந்து சென்ற இரவு நடந்த நிகழ்ச்சியின் விளைவாய் இரண்டு மூன்று நாட்கள் அச்சம் தோன்றி உள்ளம் சரியில்லாமலிருந்தான். ஆனால் இப்பொழுது அவன் நலமடைந்து விட்டான். பொல்லன் நாடு விட்டோடியதிலிருந்து எதிர்க்கும் மல்வீரன் யாருமில்லை. பலர் பொல்லனைக் குறித்து இன்று மனதுக்குள் எண்ணிக் கொண்டனர்.

அன்று மறுநாள் நடுப்பகலிலிருந்து மிகப் புதுமையானதோர் நாடகக் காட்சி நடைபெற்றது. சுயம்பு தேவரின் திருக்குளத்தில் ஆடலுக்கென்று சில படகுகளிருந்தன. அவற்றில் ஒன்றை மிக அழகுபடுத்தி அதனுள் சுயம்பு தெய்வத்தின் திருவிழாக்கோல உருவச் சிலைகளை அமைத்துத் திருக்குளஞ் சுற்றி வரச் செய்யும் மரபு இருந்தது. அந்தத் திருக்குளத்திலுள்ள ஆடற்குரிய படகுகளை போர்ப்படகுகளை அலங்காரம் செய்வது போன்று இன்று அழகு படுத்தினர். அதனுள் மேட்டுப் பள்ளியில் நடந்த கடற்போரையும் தரைப் போரையும் பார்ப்போருக்கிடையில் அவர்கள் கண்முன் மிக்க வியப்பளிக்கும் வகையில் செய்து காட்டினர்.

அந்த ஏரியின் தெற்குப்புற எதிர்வாயின் கரையோரத்தில் பல படகுகள் ஒதுங்கி உறங்கிக் கிடந்தன போன்றிருந்தன. அவற்றிற்கு எத்தகைய ஒப்பனைகளும் இல்லை. அவற்றில் கடற்படை வீரர்களும் அலட்சியமாக நடனங்கள் புரிந்தும் பாடல் பாடியும் ஆடல் கேளிக்கைகளில் ஈடுபட்டும் பொழுது போக்கிக் கொண்டிருந்தனர்.

இனி இக்கரையோரத்திலும் சுயம்பு தேவாலயத்தின் தெற்கு வாயிலுக்கருகில் இருந்து ஒரு சில எண்ணிக்கையுள்ள நாவாய்கள் புறப்படலாயின. இவை மிக அழகுபடுத்தப்பட்டு விற்களணிந்த வீரர்களுடன் நிறைந்திருந்து வீர உணர்ச்சிப் பெருக்குடனும் மகிழ்வுடனும் கலகலவென்றிருந்தன. வராகக் கொடிகள் காற்றில் அசைந்து கொண்டிருந்தன. இவை புறப்படுவதற்கு ஓர் ஆர்வத்தை உண்டாக்கின.

அச்சுயம்பு தேவரின் நாவாய்கள் நெருங்கும் வரையில் கரையோரத்திலுள்ள நாவாய்கள் அசையாமல் மிதங்கிக் கிடந்தன. ஆனால் அவை நெருங்கியதும் கரையோரத்திலிருந்த நாவாய்களில் குழப்பம் தொடங்கியது. மகிழ்வூக்கத்துடன் அவை போரிடத் தயாராயின. ஆனால் ஒன்றுக்குச் சுக்கான் இல்லை. மற்றொன்றிற்குப் பாய் கட்டும் மரம் இல்லை. பலவற்றுக்குத் துடுப்புகள் இல்லை. மற்றுஞ் சிலவற்றிற்குப் பாய்கள் காணப்படவில்லை. படகோட்டிகளில் சிலர் பாய்களை விரித்து அவற்றின் மீது தூங்கிக் கொண்டிருந்தனர். அவர்கள் தூக்கத்திலிருந்து தடுமாறிக்கொண்டெழுந்து பாய்க் கொடியில் இணைக்கச் செல்லும் பொழுது அவை நழுவி நீரில் விழுந்து நனைந்தன. படைவீரர்களிடம் விற்கள் இருப்பின் கணைகள் இருக்கமாட்டா. இத்தகைய குழப்பத்திலிருந்து அப்பகைவர்களின் நாவாய்களைச் சுயம்பு நாதரின் படகுகள் சுற்றி முற்றுகையிட்டன. அத்தருணத்தில் திரிபுராந்தகரின் உருவப் படமிருந்த பட்டத்து யானையின் மீதிருந்த படைவீரர்களின் மீது தாவினார் அம்பதேவர். அவர்கள் அனைவரையும் அவர் விரைவில் சுற்றி முற்றுகையிட்டுக் கைவசப்படுத்திக்கொண்டு அங்கிருந்த சித்தைய தேவனைச் சிறைப்படுத்தினார்.

அந்தச்சித்தைய தேவனைப் போன்று காட்சி நடத்த அவனுடைய தோற்றத்தைக் கண்டவர்கள் உண்மையில் அவனே கண்முன் தோன்றுகிறான் என்று நம்பும் அளவுக்கு மிக நன்றாக அவனைப் போன்ற உருவம் செய்யப்பட்டிருந்தது. அன்று முன்னாள் இரவும் விழித்திருந்து ஓரங்கல் பொம்மை செய்வோர் வாடையிலிருந்த தையற்காரர்கள் பலர் கூடி வைக்கோலால் அந்தப் பொம்மையைச் செய்து அதன் மீது மண்ணைப் பூசி வண்ணங்களால் உருவந் தீட்டினர்.

அவ்வாறு செய்யப்பட்ட சித்தைய தேவனின் உருவச் சிலையை அம்பதேவர் சிரத்தைக் கொய்து அதன் முண்டத்தையும் தலையையும் ஏரியின் அருகில் துறையோரமாக உயரத்தில் நிறுத்தச் செய்தார்.

அதன் பிறகு சுயம்பு நாவாய்கள் கரையோரத்திலுள்ள பகைவர் படகுகள் அனைத்தும் தம் வசப்படுத்திக் கொண்டு அங்கிருந்த படகோட்டிகளையும் வீரர்களையும் சிறைப்படுத்தின.

மேட்டுப்பள்ளி வெற்றி நாடகம் இவ்வாறு நடத்திக் காட்டப்பட்டதைப் பார்ப்பதற்கென்று திரு உத்திரதேவப் பேரரசர் அந் நீர்நிலையின் அண்மையில் இருந்த ஏகசிலா ஆடல் நகரில் கொலுவீற்றிருந்தார். அவ்வம்மையாரின் அருகில் பெரிய கொடிக்கம்பத்தைப் போன்று மெய்க் காவலரான பர்வத நாயகர் எல்லா படைக் கருவிகளையும் தாங்கி அசைவற்று நின்று கொண்டிருந்தார். திருவாளர்

கள் கோவிந்த நாயகர், பய்யன நாயகர், திக்கசமூபதி, ஜாயப நாயகம், பெத்தன்ன, மஹாதேவராயர், நகரத்தின் சுங்க அலுவல ரான கோனகன்னுரெட்டி, பண்டகசாலே அலுவலரான நாகதேவன், இரேசர்ல காமையா, நார்மையா, மல்லேயா, கணிபி ரெட்டி, மரி ரெட்டி, கோட்டை கேதராஜன் மற்றும் பல உயர்ந்த அலுவலர் களும் அவர்களுக்குரிய இருக்கைகளே அழகு படுத்தி விழாவினைப் பார்த்துக் கொண்டிருந்தனர். நகரத்து மக்களனைவரும் அத் திருக்குளத்தின் மேற்குக் கரையில் கூட்டங்கூட்டமாகக் கூடி அவ் வேடிக்கைகளே ஆவலுடன் பார்த்துக் கொண்டிருந்தனர்.

மேட்டுப்பள்ளி நீர்நிலேப் பகுதியைக் கைப்பற்றிய காட்சி நடை பெற்ற பிறகு அம்ப தேவர் யானே மீதிருந்து இறங்கி வந்து திரிபுராந் தகரின் உருவப் படத்தையும் அவர் அனுப்பிய வெற்றி ஓலேயையும் சித்தைய தேவனின் பட்டத்து முடியையும், பணிவுடன் பேரரசர் முன் படைத்தார். ஒரே ஆரவாரத்துடன் வெற்றி முழக்கம் ஆடல் சருக்கம் முழுமையும் அதிர்ந்து அந்த நீர் நிலேயின் வடக்குக் கரை யிலிருந்த அரசாங்கப் படையினர் கூட்டத்திலும் தென் கரை யிலிருந்த நாவாய்களிலும் அங்கிருந்த வீரர்களிடையிலும் மேற் கிலிருந்து பார்க்க வந்திருந்த நகர மக்களிடையிலும் எதிரொலித்தது.

அப்பொழுது திரு உருத்திரதேவப்பேரரசர் எழுந்து தாமாகவே திரிபுராந்தகரின் உருவப்படத்தின் சிரசில் அந்த வெற்றிப் பட்டத் தையும் சித்தைய தேவனின் பெயர் எழுதப்பட்ட ஏட்டினேயும் வைத்து அழகு படுத்திஞர். மேலும் திரிபுராந்தகருக்கு முன்னிருந்த புகழ்ப் பெயருடன் மேலும் இன்று, ''சித்தைய தேவ சோடசிரம் வென்ற வீர'ரென்னும் புகழ்ப் பெயரும் அவையோர் முன்னிலேயில் பேரரசர் வழங்கிஞர்.

மூன்ரும் நாள் விழாவில் பரிசில்கள் வழங்குவதில் பெரும் பொழுது கழிந்தது. அன்றிரவு தெருக் கூத்துகளும் பொம்மலாட்ட மும் ஒவ்வொரு சந்தியிலும் ஒவ்வொன்ருக நடைபெற்றுக் கொண் டிருந்தன.

இம்மூன்ரும் நாளிரவு நகர முழுதும் பெருமகிழ்வுடன் இருந்தது. ஆயினும் நாள்தோறும் நள்ளிரவுப் பொழுதில் பாடல்களிலுள்ள அபசுரத்தைப் போன்று ஒரு பிட்சுவின் குரலொலி தெருத்தெரு வாக வாடை வாடையாகக் கேட்டுக் கொண்டிருந்தது.

''அல்லா மூத்த வரேற்றவர் பரமனும் நிறைவானந்தணனல்லா:
''அல்லோ ரசுரமகம் மத ரகம் வரந் தரு மல்லா!''

* * *

''இல்லாச் செய்தி யில்லாச் செய்தி இல்லல்லேது
இல்லானர்: இல்லே யில்லாளா!''

இவ்வாறு அறுபடாத கொடி போன்று அந்தப் புதுமையான உபநிஷதம் தொடர்ந்து கொண்டேயிருந்தது.

மேலும் ஒருபுறம் வெள்ளி விழா நடந்து கொண்டிருக்கிறது. பத்திரப் பெரும் குளக்கரையிலுள்ள மண்டபப் பூங்காவிலும், பாகாலா ஏரிக்கரையிலுமுள்ள பெரும் பூங்காவிலும் அசைவு மிக லாயிற்று. காகதீய வீரர் படையினரனைவருக்கும் அவரவர்கள் பாடி வீடுகளில் சேர்ந்து எல்லா ஏற்பாடுகளுடன் தயாராக இருக்க ஆணை பிறந்தது. படையினர் புரியும் ஏற்பாடுகள் மிகுந்து வரலாயின. விழாக்கள் தீர்ந்த மறுநாள் ஓரங்கல் வீதிகள் அமைதியடைந்தன.

அன்று விடியற்காலை பத்திரிப் பெருநீர்த் தேக்கத்தின் கரையில் எண்ணற்ற தீவட்டிகள் காணப்பட்டன. தேவதைகள் அவ்வப்பொழுது அப்பெருங்குளத்து நீரினுள் புதுமைக் கோலங்களுடன் தோன்றுவார்களென்று மக்கள் கூறுவதுண்டு. இன்று அங்கிருந்து பல்லாயிரக் கணக்கில் படைகள் கிளம்பின. இவ்வாறு ஒரு வாரத்திற்குள் அங்கிருந்து இரண்டு லட்சம் படைகள் வெளிப்பட்டன. அதற்கு அம்பதேவர் தான் அனைத்துரிமை உள்ளவர். மற்றொரு இரண்டு லட்சம் படையினர் பாதுகாவலாயிருந்து புறப்படலாயினர். அதற்கு ஆதித்தம்மர் தலைவராவார்.

அப்படைகள் கடந்து சென்ற பிறகு ஓரங்கல் மக்கள் வாழ்க்கையற்றதாகி விட்டது போன்றிருந்தது. கோட்டை மதில் கட்டுவதும் தொடர்ந்து நடந்தது. இப்பொழுது அதற்கு அம்ப தேவர் இடத்திற்குக் கோன கன்னு ரெட்டி நியமிக்கப்பட்டு அந்த அலுவல்களைச் செயலாற்றி வந்தார்.

கண்டனுக்குப் படைத்தளத்தில் சேர வேண்டுமெனும் ஆவல் உண்டாயிற்று. மேசய்யா அவனுடைய நலம் கருதித் தொலைவாக அனுப்ப வேண்டுமென விரும்பியிருந்தார். கண்டனை நூறு படை வீரர்கட்குத் தலைவனாக்கித் தனது பாதுகாப்புப் படை வீரர்களுடன் இருக்க அமைத்து அம்ப தேவர் தம்முடன் கொண்டு சென்றார்.

28

உருவாம்பிகை இப்பொழுது சில நாட்களாக உளநலமற்றவளாகக் காணப்படுகிறாள். உருத்திராம்பிகை அழைத்ததும் அந்தப் பெண் அவரிடம் விரைவாகச் செல்வாள். அவர் சொல்லும் எல்லாச் செயல்களையும் ஒழுங்காகச் செய்வாள். கேட்கும் கேள்விகளுக்

கெல்லாம் ஆதாரங்களுடன் மதிக்கும் வகையில் பதிலிறுப்பாள். ஆயின் தானுக எந்த நிகழ்ச்சியிலும் முன்னேப் போன்று அக்கறை தோன்றப் பேசுவதில்லே. அதைக் கண்ணுற்ற உருத்திராம்பிகை வயதின் மாற்றத்தினுல் அவ்வாறு நடந்து கொள்கிருள் என்று நினேத்துச் சும்மா யிருப்பாள்.

ஆனுல் அவ்வாறு நினேத்துக் கொள்வது அவ்வளவுக்கும் இயலக் கூடியதாக இல்லே. உருவாம்பிகையின் பேச்சில் முன்னேய உவகை ஓப்பொழுதில்லே. ஒவ்வொரு முறை பேச்சுக்கிடையில் முகத்தை மற்ருெரு புறம் திருப்பிக் கொள்வாள். ஏன்? மீண்டும் இந்தப் புறம் தமது முகத்துக்கெதிர் திரும்புவதற்குள் அவளுடைய மேலாடை முந்தானே முகத்தை மறைத்திருக்கும். முகத்தில் தோன்றிய வியர்வையைத் துடைத்துக் கொண்டாளா? அத்தனே வருத்தமாகத் தெரியவில்லேயே! அவ்வாறின்றேல் முகத்திலிட்ட பொட்டாகிலும், கண்களிற்றீட்டியமையாகிலும், கூந்தலில் செருகிய மணியையாகிலும் ஒழுங்கு படுத்திக் கொண்டாளா? இல்லேயே! பின் என்ன கண்ணீர் சிந்தினுளா? தன்னே அறியாமல் வந்த கண்ணீரை அடக்க முடியாது துடைத்துக் கொண்டு மேலும் வரா மல் முகத்தைக் கடுகிக் கொண்டு இந்தப் புறம் திரும்பினுளா? பாவம். இந்தச் சிறுமி வருந்தக் காரணம் என்னவாயிருக்கும்?

உருத்திராம்பிகை பலமுறை குறிப்பாகக் கேட்டுப் பார்த்தார். ஆனுல் அந்த அந்தணச் சிறுமி புன்னகையுடன் நகைச் சொல் கூறித் தப்பித்துக் கொண்டிருந்தாள். உருத்திராம்பிகை உண்மை யாகத்தானென்று நினேத்தார். ஆயின் அவ்வாறிராதோ என்ற ஐயமும் அவரை விடவில்லே. வட நாட்டில் திரிந்த நாட்களில் தாம் புரிந்த கடுஞ்செயல்கள் பல. அவர் தம்மிடம் மகிழ்ச்சியுடன் விவ ரித்ததெத்தனே முறைகள்! அவற்றைக் கேட்டதும் தமது இதயத்தை வேல் கொண்டு தாக்கியது போன்றிருந்தது. அவர் தாம் நினேத்த செயலேப்புரிய எத்தகைய கடுஞ்செயலேயும் செய்யப் பின் தங்க மாட்டார். அவருக்கு அன்பு, கருணே என்பன இல்லே. அறம், மறம் என்ற வேறுபாடில்லே, அத்தகையவர் அந்தப் பேரவையில் அறம் வலியுறுத்துமென்று அறமே உருவெடுத்த திரு விசுவேசுவர சம்பு தேசிகரை வேண்டியது தமக்கு மிகவும் அருவருப்பாகத் தோன்றியது! அறச் சிந்தனே உடையவர் வாயில் அறச் சொற்கள் மலர்ந்து மிகுந்திருக்கும். பாவம்! வீர பல்லட தேசிகர் எத்தனே வலியுறுத்திக் கூறினும் அவருடைய கூற்றை அறமெனக் கருத விய லாது. ஆனுல் எத்தகைய அறச் சிந்தனேயுமற்ற வீர பத்திர தேசிகர் அவ்வாய்ப்பைப் பயன் படுத்திக் கொண்டு, அறநெறிகளேக் கூறி, அதுவரை அமைதியுற்றிருந்த அரசகுரு அவர்களே அறம் வலி யுறுத்த வேண்டிக் கோருவதற்கு அவையிலிருந்த அனேவருக்கும்

கடினமாகத் தோன்றியது. தமக்கு உடல் பற்றி எரிந்தது. ஐயோ இத்தகையவரின் மனைவியானேமே என்றிருந்தது. மனைவிக்குக் கணவன் மீது எத்தனை சினம் வரக் கூடுமோ அவ்வளவு சினம் தமக்கு வந்தது.

முடிவில் அந்தத் துணிவான பிரச்சினை குகை ஓரத்தில் நன்கு தூங்கிக் கொண்டிருந்த சிங்கயேற்றினைக் கிளப்பியது போலாயிற்று. அந்தப் பேரவையில் பெரு மன்னர்கள், பேரமைச்சர்கள், கற்றறிந்தவர்கள் பலரிருந்தார்கள். அவர்கள் எவருக்கும் விளங்காத அற நுணுக்கம் திரு விசுவேசுவர சம்பு தேசிகருக்கு விளங்கியது. அது அவருடைய ஆன்ம ஒலி, சிவன் வாக்கு! இம்முறையேனும் விதி எனக்கு அனுகூலப்படாமலிருக்குமா?

'திரு குருநாதரின் விருப்பத்திற்கிணங்க இந்த அரசியல் பொறுப்பை ஏற்க இன்று நான் தலைவணங்கலானேன். எனக்கு அரசியல் நடத்த வேண்டுமென்று எத்தகைய பயிற்சியுமில்லை. அரசியல் முடிந்த பிறகு நரகம் தான் கிட்டுமென்பர். இப்பொழுதே நான் நரகதேவனைச் சற்றுச் சுவைக்கின்றேன்.

பாவம் நான் ஏன் அமைச்சர் அன்னையாவைச் சிறைப்படுத்த ஆணையிட்டேன்! சான்றுகள் உள்ளனவென்றல்லவா? அவையனைத்தும் பொய்க் கற்பனைச் சான்றுகள் என்பது தான் என் கருத்து. அவ்வமைச்சரே தம்மைச் சிறைப்படுத்துவது முறையென்று அமைதியாகத் தெரிவித்தார்! அவர் முகத்தைப் பார்த்ததும் குற்றமற்றவர் என்று முகத்தில் எழுதியிருப்பது போல் காணப்பட்டதே! அத்தகையவரைக்காவலில் வைத்த எனது பாவத்திற்குத் தீரும் வழி ஏதுள்ளது? அவர் குற்றமற்றவர் என்று எப்பொழுது நிரூபிக்கப்படும்? எப்படி?

வீரபத்திரருக்குள்ள பிடிவாதம் இப்பொழுது தான் என்ன மீறிவிட்டது? இந்த மாறுபட்ட செயல்களைப் புரிந்து இப் பேரரசில் தம்மையும், தமது புத்திரர்களையும் அபாயத்திற்காளாக்காமல் எதிரில் கிடைத்தால் அவர்களுக்கு கடுமையான தண்டனை விதிக்காமல் இயலுமா? கடுஞ்சமர் புரிந்து அடி பணிந்த பகைவனையும் அடி வீழ்ந்து வணங்கினுல் மன்னித்து அவன் பதவியை மீண்டும் அவனுக்களித்து விடுவிப்பது க்ஷத்திரியர்களின் மரபாகும்! இனித் தாம் கருணையற்று விவகாரத்தில் வேறு அறத்தைச் செயல்புரிவது இயலுமா? அதைத் தெரிந்து தான் வீரபத்திரர் இத்தனை அச்சத்துடன் திரிந்து செயலாற்றிக் கொண்டிருக்க வேண்டும்.

அவருடன் எனக்கேற்பட்ட இந்த மாறுபாடு உருவாம்பிகைக்கு மிகவும் துன்பமாக இருக்கின்றது. பெற்ற மகளான மும்முடையம்மைக்கே அவ்வாறு இல்லை. இதுவும் ஓர் புதுமைச் செய்தி! நான் பத்து மாதங்களைச் சுமந்து பெற்ற மும்முடையம்மையை விட உரு

வாம்பிகைக்கு என் மீது இத்தனை பற்று எதற்கு? எனக்கும் மும்முடையம்மையின் மீதுள்ளதை விட, ஆழ்ந்த பற்றுதல் உருவாம்பிகையின் மீது உண்டானது ஏன்? பெற்ற பாசத்தை விட வளர்த்த பாசம் மிகுந்தால் இவ்வாறு தான் போலும்!

வீரபத்திரேசருடன் தொடர்பு அறுபட்ட நாள் தொடங்கி மெல்ல மெல்ல எனக்கும் உருவாம்பிகையின் உள்ளத்திற்கும் தொலைவாகிக் கொண்டு வருகின்றது. பிரதாபருத்திர குமாரனின் விளையாட்டுக்களையும் உருவாம்பிகை குறை தீர்க்காமல் இருக்கின்றாள். அச்சிறுமியின் இதயத்தினூடே ஏதோ வருத்தம் உள்ளது!'

இவ்வாறு எண்ணமிட்டுக் கொண்டு, உருத்திராம்பிகை ஒரு நாள் வைகறையில் தமது பேரில்லத்திலமர்ந்து கொண்டிருந்து, வாயிற்படி வழியாகச் சுயம்பு தேவாலயக் கோபுரத்தைத் தம்மையறியாமல் சிந்தித்து உற்று நோக்கிக் கொண்டிருந்தார். எல்லா ஓசைகளையும் அடக்கி, அவருடைய செவிகளில் மென்மையானதோர் யாழிசை கேட்கத் தொடங்கியது. அத்துடன் மென்மையானதோர் குரலொலியும் அதற்கியைந்து கேட்கலாயிற்று.

'தயிதாரஹி தோர்திகம் துகிதோ; விரஹாநுகத: பரிமந்தரக:
கிரகானனகே குஸீமோஜ்ஜ்வலகே: கஜயூதபதி: பச்யக்ஷீணகதி:
—விக்ரமோர்வசீயம்.

அதன் பிறகு எத்தனையோ சோகமான பாடலிசை கேட்கலாயின. முடிவில் இவ்வாறு கேட்க நேர்ந்தது,

'த்வம் ஜீவிதம் த்வமஸிமேஹ்ருதயம் த்விதீயம்
த்வம் கௌமுதீ நயந யோ ம்ருதம் த்வமங்கே—'

இந்தப் பாடல் முடியவில்லை. மீண்டும் மீண்டும் இந்தச்சொற்கள் தாம் கேட்கத் தொடங்கின.

உருத்திராம்பிகை கேட்கலானாள். அது யாருடைய குரலென்றுணர அவளுக்கு முதலில் தோன்றவில்லை. அதனால் தொடர்ந்து கேட்கலானார். அப்பொழுது எதிர்பாராத வகையில் அஃது உருவாம்பிகையின் குரல் என்று அவருக்குத் தெரிந்தது. உருத்திராம்பிகைக்கு வியப்பானது. எப்பொழுதோ தகுந்த வரனைப் பார்த்துத் திருமணம் புரிந்திருக்க வேண்டிய அந்தணக் கன்னிகைக்கு இது வரையில் மணம் புரிதலைப் பற்றியே தான் நினைக்கவுமில்லை. பெற்ற தாய் தந்தையர்கள் இல்லாத குறையை நான் தீர்த்து விட்டதாக நினைத்து விட்டேன். ஆனால் எத்தனைக் கற்பனை! எனக்கு அந்தச் சிறுமியின் மீதுள்ள பற்றின் காரணமாக அவளைப் பிரிய மனமின்றி அவளுடைய இளநெஞ்சினை அரசியல் செயல்களில் ஈடுபடுத்தி இயற்கை நெறி (நியதி) யான கணவனைக் கைப்பிடிக்கும் இச்சைக்குத் தொலைவானவளாக்கி விட்டிருக்கிறேன்.

இப்பொழுது இந்தச் சிறுமி இவ்வாறு வாய்க்கு வந்த பாடல்களைப் பாடுகின்றாளா? ஆனால் எவர் மீதாகிலும் இவளுடைய உள்ளம் நாடியுள்ளதா? இப்பொழுது இவளுடைய செயல்களில் மாற்றங்கள் காணப்படுகின்றனவே!

இவ்வாறு எண்ணி உருத்திராம்பிகை தம்மையறியாமலே அண்மையிலுள்ள உருவாம்பிகையின் இல்லத்திற்குச் சென்றாள்.

29

அன்று ஆடலரங்கு மலையினில் ஒரு கல் கோட்டையின் கற்சுவர் நிறுவனம் பற்றிய உரையாடல் நடத்துவதற்கென உருத்திராம்பிகையுடன் பேசிக் கொண்டிருந்த அமைச்சர் அன்னையாவை அண்மையிலிருந்து பார்த்தது முதல் அவருடைய தோற்றம் உருவாம்பிகையின் உள்ளத்தில் ஊன்றி விட்டது. அவள் அவன் மீது முதலில் அன்பு நிறைந்த பார்வை மட்டும் செலுத்தவில்லை. அதனிலும் மேலானதோர் ஆழ்ந்த பார்வையைச் செலுத்தியிருந்தார்.

''இன்னும் இங்கே இருக்கின்றாயேன்?ஏன் போகவில்லை எனும் பொருள் விளங்குமாறு ஒரு பணிப்பெண் மீது செலுத்தும் பார்வையாகும் அஃது! ஆனால் அவர் பார்த்த அந்த ஆழ்ந்த பார்வையே, என்ன புதுமையோ உருவாம்பிகையின் இதயத்தில் ஊடுருவிப் பாய்ந்து வலிய நுழைந்து விட்டது போன்று பதிந்து மாற்றங்களை உண்டாக்கியது. அதன் மீது அந்த வனிதைக்கு அங்கு நிற்பதற்கும் சற்று நேரம் கடினமாக இருந்தது. ஆனால் முயற்சியின் மீது எவ்வாறோ நிற்பதற்கும் இயன்றது. அமைச்சர் அன்னையாவின் பொன்னிற மேனியும் அவருடைய பரந்த கண்களிலுள்ள புதுமையானதோர் பொலிவும் மீண்டும், மீண்டும் அன்று உருவாம்பிகையின் பார்வையை வலிமையுடன் சார்ந்தன.

அன்றே அமைச்சர் அன்னையாவை சரிதவறென்றறியாமல் காவலில் வைக்குமாறு உருத்திராம்பிகை கட்டளை தரும் பொழுது உருவாம்பிகை திகைத்துப் போய் விட்டாள். இன்பக்கனவு கண்டு உடனே விழித்துக்கொண்டவாறாயிற்று. முடிவில் அமைச்சர் அன்னையாவுக்கும் உருத்திராம்பிகைக்கும் நடந்த உரையாடலை அவளால் கேட்கவும் இயலவில்லை. அப்பேச்சொலி அவள் செவிகளில் வீழ்ந்ததாகவே தெரியவில்லை. எதிரிலிருந்த அமைச்சர் அன்னையா ஒரு வானவராகவே அவளுக்கு அப்போது தோன்றினர்.

''இவர் படைக்கும் கடவுள். இவர் தான் காக்கும் தெய்வம். இவர் தான் பரமசிவன். இவர் தான் தீச்சுடர்க் கடவுள். இவர்

தான் இளஞாயிறு—இவர் தான் எல்லா தெய்வங்களின் உருவம்! பரம்பொருள்!"

இவ்வாறு உருவாம்பிகை மனதில் நினைத்துக் கொண்டிருந்தாள். அமைச்சர் அன்னையா அங்கிருந்து காவற் கூடத்திற்கு அழைத்துச் செல்லப் பட்டார்.

அதன் பிறகு உருத்திராம்பிகை அரசரின் பேரில்லத்திற்குச் சென்றார். உருவாம்பிகை சிலைக் கூடத்திலுள்ள பொம்மை போன்று அசையவில்லை. உருத்திராம்பிகை தம் பின்னால் அவளை வருமாறு கூறாமலே தமது உள்ளத்திலுள்ள வேதனையுடன் நடந்து சென்றார்.

அன்றிலிருந்து உருவாம்பிகையின் உள்ளம் உள்ளமாக இல்லை. தனது உள்ளத்திலுள்ள வேதனையை யாரிடம் கூறிக் கொள்வாள்? ஆடவர் உருவத்திலிருந்து ஆண்மைத் தோற்றம் இன்று தான் தனக்கு முதன் முறையாகக் காணப்பட்டது. அமைச்சர் அன்னையா தொலைவாகி விட்ட பிறகு அவருடைய உருவம் அவளுக்கு என்றும் பசுமையாகத் தோன்றியது.

அப்பெருமகனார் தன்னெதிரில் அமர்ந்து தன்னைச் சற்று நேரம் ஆழ்ந்து பார்ப்பவரைப் போன்றிருந்தார். சற்றுநேரம் வியப்புடன் சற்று ஆர்வத்துடன் பார்ப்பவரைப் போன்றிருந்தார். அவர் எவ்வாறு பார்ப்பினும் "நீ பெண்! நீ சிறியவள்!" என்று சொல்லுக்குச் சொல் திடப்படுத்துவதைப் போன்றுத் தோன்றியது.

இரவு பகலாக அமைச்சர் அன்னையாவின் வீரத்தோற்றம் அவளுடைய உள்ளத்தில் பதிந்து அகலவில்லை. அதிலும் அவர் தோற்றத்தைத் தனது உள்ளத்தில் ஓடாமலிருக்க அவள் எத்தகைய முயற்சியும் புரியவில்லை. அவ்வுருவத்தை அவள் உடல் முழுமையும், உள்ளம் முழுமையும் நிறைத்துச் சிந்தனையிலாழ்ந்தாள்.

"அத்தகைய ஆடவர் உருவத்தை என் தாயார் தான் சிறைக் கூடத்திற்கு அனுப்பினார். தாயாரை என்ன கூறலாம்! அவருக்கு எவ்வளவு துயரம் ஏற்பட்டதோ! எனக்குத் தோன்றிய வேதனையை அவருக்குத் தெரிவித்துத் தாயை மேலும் துயரிலாழ்த்தலாகாது. மற்றெவருடன் என் துயரைக் கூறிக் கொள்ள முடியும்?"

இவ்வாறு பல நாட்கள் கடந்து விட்டன. உருவாம்பிகை தனது இல்லத்தில் தனிமையிலமர்ந்து ஏகசிலையின் மீது சென்று அமர்ந்து கற்கோட்டை மதிலமைத்தாற் போன்ற செயல்களை நிகழ்த்திய உரையாடல்களை உள்ளத்திற் கொண்டு இடையிடையில் அமைச்சர் அன்னையா உரைத்த சொற்களை நினைவு படுத்திக் கொண்டிருந்தாள். அப்பொழுது ஒரு புறத்திலிருந்து ஒன்று சேர்ந்து ஒரே குரலில் வேத மந்திரங்களைப் பாடும் ஒலி கேட்டது. அக்குரலிசை அவளுக்கு ஒரு கூற முடியாத உளவுமை

தியை அளிக்கவே, அதில் தனது உள்ளத்தைச் செலுத்திக் கேட்டுக் கொண்டிருந்தாள். சமஸ்கிருத காவிய மொழி அவளுக்கு நன்கு தெரிந்திருந்தாலும், வேதமொழி அறிந்திருக்கவில்லை. எனவே அந்த மந்திரங்கள் பொருள் விளங்கினவாக இருப்பினும் சரியான பொருள் அவளுக்குத் தெரியவில்லை. ஆயினும் பொருள் விளங்காத பகுதியும் அவளுக்கு இணையான இதயக் கிடக்கையை அமைதிப்படுத்திக் கொண்டிருந்தது.

சற்று நேரம் வேத நூல் பாராயணம் முடிந்தது. உருவாம்பி கையின் இதயம் எதிர்பாராதவாறு நின்று விட்டது போன்றிருந் தது.

அதற்குள் வேதமந்திரங்களை மாணவர்களுக்குப் பாடமாகச் சொல்லும் ஒலி அந்தப் பக்கத்திலிருந்து வந்து கொண்டிருந்தது. ஆசிரியர் மந்திரத்தில் சில சொற்களைச் சேர்த்து ஒரு முறை பாடு வார். அதன் பின்னுல் மாணவன் அவற்றை இருமுறை ஒப்பிப் பான். அவ்வாறு மந்திரத்தில் ஒரு பகுதி முடிந்ததும் அவைய னைத்தையும் ஒன்ருகச் சேர்த்து ஆசிரியர் ஒப்பிப்பார். அவற்றை யெல்லாம் ஒன்ருகச் சேர்த்து மாணவன் இருமுறை படிப்பான். அதன் பிறகு அடுத்த சில வார்த்தைகளைச் சேர்த்து குரு பாடவும், மாணவன் இருமுறை படிக்கவும் இவ்வாறு பாடம் நடந்து கொண் டிருந்தது. எவனே மாணவன் பாடம் படிக்கின்ருன் போலும் என்று ஆவலுடன் உருவாம்பிகை பாடத்தைக் கேட்டுக் கொண்டிருந் தாள்.

வேதம் ஓதும் மாணவர்களின் குரலில் பொதுவாக ஒரு விளக்க முடியாத இனிமையிருக்கும். குருவின் குரலில் கண்ணியம் இருக் கும். அது வயதிலுள்ள வேற்றுமையாகும். இளையோர்கள், வயது முதிராத சிருர்களின் குரல் பெண்களின் குரலைப் போன்று உயர்ந்த இசையில் எளிய முறையில் கேட்கும். அவ்வாறு கேட்கும் மாண வனின் குரலைப் போன்றில்லை இப்பொழுது படிக்கும் மாணவனின் குரல்! தாமாகப் படனஞ் செய்யும் குருவின் குரல் போன்று அந்த மாணவனின் குரலும் கணீரென்ற குரலுடன் ஓர் நிறைவும் காணப்பட்டு, முழு வளர்ச்சியுற்றவனின் குரலைப் போன்று கேட்க லாயிற்று. சிங்கத்தின் உறுமல் இரண்டு மலைக் குகைகளிலிருந்து எதிரொலிப்பது போன்று அந்த மாணவனின் குரலும் கணீரென்று கேட்டது.

அதற்கு உருவாம்பிகை வியப்படைந்தவளாகி அதற்கிடையில் அந்த மாணவனின் குரலைத்தான் என்ருே கேட்டிருப்பதாக அறிந் தாள். எங்கு கேட்டோம், எங்கு கேட்டோம்? எப்பொழுது? அந்தப் பரமசிவனின் குரலல்லவா அஃது!

அதுவரையிலும் தானமர்ந்திருந்த இருக்கையிலிருந்து உருவாம்பிகை சரேலென்றெழுந்து வாயிலருகிற் சென்று அந்த இசை வரும் திசைநோக்கிப்பார்க்கலானுள். அவருடைய கண்கள் மட்டும் சிவந்தன. அவள் செவிகள் மட்டும் பேறடைந்தன.

அவ்வாறு அண்மையிலிருந்த பூங்காவிலிருந்த ஓர் ஆலமரத்து நிழலில் ஆசிரியர் கிழக்கு முகமாக அமர்ந்து வேத பாடத்தைக் கூறிக் கொண்டிருந்தார். அந்த மாணவன் பணிவுடன் வடதிசை நோக்கி சப்பளாங்காலிட்டு அமர்ந்து இரு கால்களையும் கட்டிக் கொண்டு, தன் முன்னுல் அசைவற்றுப் பார்த்தவாறு பாடத்தை ஓதிக்கொண்டிருந்தான். அவ்வாறு சொல்லிக் கொண்டிருந்த மாணவர் உண்மையில் அமைச்சர் அன்னையா தான்! அமைச்சர் அன்னையா! அவருக்கல்லாமல் உலகில் மற்றெவருக்கு அத்தகைய பண்பாடு இருக்கும்? தெளிவாக அந்தப் பெருந்தகையின் குரலோசை தான் அஃது! ஐயமில்லை. அவர் அன்று வேத நூல் நினைவுகளுக்கு நான்கு வேதியர்களை அனுப்புமாறு வேண்டிக் கொண்டாரல்லவா? இத்தகைய பெருந்தகையோர் பிறவிக் காரணராவார்! அவருக்குக் கட்டுக் காவல் இருக்குமா? திரு தேவி பாகவதத்தில் உடலுடன் வீடுபேறடைந்த ஜனகமகாராஜர் திருசுக முனிவரிடம் ஏது முறையிட்டார்?

'கட்டுக் காவல் இட்டிருக்கும் அந்தணச் சிறந்தவன்
ஆன்மாவைக் கட்டுக் காவலிட முடியுமா? முற்றுமசைவற்று?'

அமைச்சர் அன்னையா முற்றிலும் உருவாம்பிகைக்கு எதிர்ப்புறமாக அமர்ந்திருந்தார். அந்த வாயிற்படியோரம் நின்று கொண்டிருந்த உருவரம்பிகை அசைவற்றுப் போனுள். நிலைத்த பார்வையுடன் அவள் அன்னையாவையே நோக்கினுள்.

உருவாம்பிகை எண்ணமிடலானுள். தனது உள்ளத்தில் நிலைபெற்று விட்ட அன்னையாவின் தோற்றம் பொலிவுடன் விளங்குகின்றதா? அவருடைய கண்ணெதிரில் தோன்றும் உருவம் பொலிவுற்றிருக்கிறதா? பொதுவாக அன்பினுலும் பக்தியாலும் நாம் நமது அன்பிற்கு வந்தவர்கள், மதிப்பிற்குரியவர்களின் தோற்றங்களை உள்ளத்தில் கற்பனை செய்து கொண்டிருப்பதைவிட நேரில் காணும் உருவங்களைவிடச் சிறப்பாகக் காணப்படும். ஆனுல் உருவாம்பிகை எண்ணத்தில், அவளுடைய உள்ளத்தில் கற்பனை செய்த அமைச்சரின் உருவத்தை விட நேரில் காணப்பட்ட உருவம் மிகவும் ஒளியுடன் இருப்பதாகத் தோன்றியது! இந்தப் பெருந்தகையினர் பேரமைச்சர் பதவியிலிருந்து நீக்கப்பட்டு விட்டார். போற்றற்குரிய கௌரியம்மையிடமிருந்து பிரிக்கப்பட்டு விட்டார். பக்தி மிகுந்த இரு மனைவியருக்கும் மிகத் தொலைவுள்ளவராகி விட்டார். ஆருயிர் மகள் பாலாவும் பார்ப்பதற்கில்லை. இவ்வாறு இங்கு கட்டுக்

உருத்திரமதேவி 257

காவலிலிருப்பினும் இவருடைய தெளிவான நிலைமை என்ன? அரசியல் முறைகளில் ஈடுபட்டிருந்தபொழுது இவர் எத்தனை அக்கறை காட்டி வந்தாரோ, அத்தனை அக்கறை இவர் இப்பொழுது வேதநூல் ஓதுதலில் காட்டுகின்றார். திரு கண்ணபிரான் சாந்தி பரிடம் இவ்வாறு தான் வேத நூற் பயிற்சி பெற்றாரா?

அவரை நோக்கிப் பார்த்துக் கொண்டிருந்த அவள் தனது பார்வையைச் சற்றும் அகற்றாமலிருந்தாள். அவளெதிரிலேயே அவர் அமர்ந்திருந்தார். அவள் நின்று கொண்டிருந்த வாயில் அகன்றதாகும். ஆயினும் அவர் அவளைப் பார்க்கவேயில்லை. அந்தப் புரத்தை நோக்கிப் பார்ப்பது நன்றன்று. அதனால் அவர் அந்தப் புறம் பார்க்கவில்லை. பாடம் முடிந்த பிறகும் அவர் அவ ளிருந்த பக்கம் பார்க்கவேயில்லை.

அன்றிலிருந்து முயற்சியின்றி உருவாம்பிகை அந்த வாயிற் கதவருகிற்சென்று அமைச்சர் அன்னையாவின் செயல்களைத் தொடர்ந்து காணத் தொடங்கினாள். எந்தப் பணிபுரிந்தாலும் அமைச்சர் அன்னையா தமது வழக்கமான முறையைக் கை விட வில்லை. வேதியர்களான நான்கு அந்தணருடன் அவர் இரவு பக லாகப் பொழுது போக்குவார். சற்று நேரம் வேத பாடம் ஓதிய பிறகு அவர் வேதாந்தப் பாடல்களில் ஈடுபடுவார். வேத பாடங் கூறும் ஆசிரியர் ஒருவர், வேதாந்தப் பாடங்களைக் கூறும் ஆசிரியர் மற்றொருவர். பகலுணவு ஆன பிறகு சற்று ஓய்வெடுத்து விட்டு வேத நூலைக் காதிற் கேட்டு, வேத மந்திரங்களின் உரையைக் கேட் பார். அதைக் கூறுபவர் மூன்றாம் ஆசிரியர். நான்காம் ஆசிரியர் பிரயோகம்கூறி தரிச பௌர்ணமாசியங்கள் தொடங்குவார். மேன்மை மிகு அவ்வமைச்சர் ஒருமுறை படித்தது மறந்து விடும் என்பதில்லை. ஆசிரியர்கள் இல்லாத பொழுது முழுவதும் அவர் கற்ற வேத பாடங் களை மீளவும் படித்தோ, வேதாந்த நூல்களை நினைவு படுத்திக் கொண்டோ காலங்கழிப்பார். அந்த நான்கு மறையவர்களுக்கும் வேதம், வேதாந்த நூல் முதலிய பயிற்சிகளில்லாமல் வேறு எண்ண முள்ளவர்களாகத் தோன்றவில்லை இவற்றைப் பார்க்கும் உருவாம் பிகைக்கு அங்கு முனிவர்கள் ஆச்ரமம் அமைக்கப்பட்டுள்ளதா எனத் தோன்றியது.

இடையிடையில் வேத பாடம் ஓதக் கூடாத நாட்களில் மட் டும் சற்று மாறுபட்டு உருவாம்பிகைக்குத் தோன்றாமல் போக வில்லை. அன்று வேதம் வேதாந்தப் பாடங்கள், தரிச பௌர்ண மாச்யங்களாகிலும் இருக்கமாட்டா. அமைச்சர் அன்னையா சற்று நேரம் மற்ற நாட்களில் படித்த பாடங்களை வரப் படுத்தி எண்ண பிடுவார். ஆனால் அந்த நாட்களில் அவருக்குச் சற்று ஓய்வு கிடைக் கும். அத்தகைய பொழுதுகளில் அவர் அவ்வப்பொழுது அந்தச்

சிறு பூங்காவில் அப்படியும் இப்படியுமாக சுற்றிப் பொழுது போக்கு வார். இடையிடையில் அவர் எதையோ ஆழ்ந்து எண்ணமிடுபவர் போலக் காணப்படுவார். பாவம் பார்வதியும், இலட்சுமாம்பிகை யும் அவர் உள்ளத்தில் வந்தார்களா என்று உருவாம்பி கைக்குப் பட்டது. ஆனல் அந்தப் புறம் பக்கலில் நிமிர்ந்தும் பார்க்க மாட்டார்.

ஆனல் அந்தப்புரம் தலைதூக்கிப் பார்க்கக் கூடாதென்று எத் தனை முறை நினைத்தாலும், தன்னையே மிக்க மதிப்புடன் ஓர் இளங் கன்னி எப்பொழுதும் பார்த்துக் கொண்டிருப்பின் அது அவருக்கு என்றும் தெரியாமலிருக்க இயலுமா? உருவாம்பிகையைப் பார்க்கா விட்டாலும், உருவாம்பிகையின் உள்ளம் முழுவதும் அமைச்சர் அன்னையா மீதிருப்பதை அவர் எவ்வாறு அறியாமல் இருக்க முடியும்? உள்ளுணர்ச்சி, தொடு உணர்ச்சியை விட அதிக வலி மையுடன் தெளிவாக பிறர் மீது பட்டுத் தாக்கி, உள்ளுணர்த்த வல்லது. கைகளால் தொடும் உணர்ச்சியை விட உள்ளுணர்ச்சி தான் ஆழ்ந்தது; வலிமையானது; திண்மையானது. மெய்யுடலை விட உள்ளுணர வுடலுக்கு வேறுபாடு மிகுதியல்லவா! நுண்ணு ணர்வினை விட பிறவிக் காரணருடைய மன எல்லை மிகப் பரந்தது. அதுவும் எல்லையற்றது.

ஒரு நாள் அவ்வாறு உருவாம்பிகையின் மெய்யுடல் அவ ளுடைய அறைச் சாளரத்திற்கருகிலே நின்று கொண்டிருந்தது. ஆனல் அவளுடைய உள்ளுணர்வுடல் எங்கு சென்றதோ! காரண வுடல் எங்கு சென்றதோ அறிய இயலவில்லை. அது பரமன் சிந்தனை யில் ஆழ்ந்திருந்த அன்னையாவை நன்கு கட்டினது போல் தெரிந் தது. அவர் எதிர்பாராமல் தலை நிமிர்ந்தார். உருவாம்பிகை காணப் பட்டாள்.

உருவாம்பிகைக்கு வெட்கம் மிகுந்து விட்டது. அச்சம் மிகுந் தது. ஆனல் சிந்தனையில் ஆழ்ந்தவராகக் காணப்பட்ட அன்னையா வின் தோற்றத்திலிருந்து அப்புறம் செல்ல இயலவில்லை. அவருடைய பார்வை அவளுடைய இரண்டு கால்களையும் தட்டி விட்டன போன் ருகி விட்டது. அவளுக்கு என்ன செய்வதென்று தோன்றவில்லை. இரு கரங்களையும் பக்தியும் பயமும் மிகுந்து கூப்பி வணங்கினுள். அவள் கண்ணீரைப் பொல பொல வென உகுத்தாள்.

அமைச்சர் அன்னையா அவள் வணங்குவதைக் கண்டு தமது வலது கரத்தை உயர்த்தி வாழ்த்துக் கூறினுர். மேலும் அவளு டைய கண்ணீர் அவ்வளவு தொலைவிலிருந்து அவருடைய கண் களுக்குப் பட்டனவோ, என்னவோ அவர் தலை குனிந்து மீண்டும் எண்ணத்திலாழ்ந்தார். சற்று நேரம் அவர் தம்மை மறந்து போனுர்.

உருவாம்பிகை தனது துணிவிற்குத் தானே வியந்தாள். ஆனால் அமைச்சர் அன்னையாவுக்கு வணக்கம் கூறி தான் ஒரு தவறும் செய்யவில்லை என்று அவளுக்குத் தோன்றவில்லை. அவள் அதனால் பெரும் பேறடைந்ததாகக்கருதினாள். தான் செய்ததில் முறை யற்றதென்ன உள்ளது? போற்றற்குரிய அமைச்சர் அவர். தனக்கு முன்னர் ஏகசிலை அரசியல் பேச்சில் சற்று அதிகமானவர். அத் தகையவர் காணப்படும் பொழுது அவள் வணங்காமல் எவ்வாறு இருப்பாள். முறையற்றதேதுமில்லை மேலும் வணங்காமலிருப்பது தான் முறையற்றதாகும்! ஆனால் அவள் கண்ணீர் உகுத்தாளே? ஆம். அத்தகையவர் காவலில் இருப்பதைக் கண்டு எவருக்குத் தான் கண்ணீர் வராது.

அன்று அவர் தன்னைப் பார்த்தார். தன்னை ஆவலோடு பார்த் தார்.ஆனால் மறுநாள் மீண்டும் அவர் அவ்வாறு தன்னைப்பார்ப்பாரா? உருவாம்பிகை சாளரத்திலிருந்து நோக்கினாள். மீண்டும் தன்னெதிரி லமர்ந்து அமைச்சர் அன்னையா பாடம் படித்துக் கொண்டிருந்தார். அந்த முனிவருக்கு இன்று உருவாம்பிகை கண்ணில் படவில்லை. மறுநாளும் அவ்வாறானது. அதற்கு மறுநாளும் அவ்வாறானது. அதற்கடுத்த நாளும் அவ்வாறு தான்!

மீண்டும் வேதம் படிக்காத நாள் வரும் வரையிலும் உருவாம் பிகைக்கு மீண்டும் அமைச்சர் அன்னையாவின் வாழ்த்துக் கூறும் பேறுண்டாகவில்லை. இந்த முறை வேதங் கூறாத நாட்கள் மூன்றா கும்! சதுர்தசி, அமாவாசை, பாட்டிமை வேதம் ஓதா நாட்கள் மூன்றாயினும் அவளுக்கு ஒரு நாள் தான் அந்தப் பேறு! அந்தப் பெருமகனாருக்கு அற வேற்றுமையில்லை. தனது பத்திக்கு உருகி தன்னை அவ்வப்போது வாழ்த்துகின்றார்! இவ்வாறு பல பட்சங்கள் கடந்தன!

இன்று வேதம் ஓதா நாளாகும்! இன்று காலையில் பார்த்தால் அமைச்சர் அன்னையா அந்தப் பூந்தோட்டத்தில் உலாவிக் கொண் டிருந்தார். பார்த்ததும் அவர் இன்று ஆழ்ந்த சிந்தனையில் மூழ்கி அந்தப் பூங்காவில் உலவுகின்றார் என்று உருவாம்பிகைக்குத் தெரிந் தது. உடனே வீணையை எடுத்தாள். தன்னையறியாமல் விக்கிரம ஊர்வசீய நாடகப் பகுதியிலிருந்து முன்னைய பாடலைப் பாடத் தொடங்கினாள்.

'கருணை பொழியும் விரக பாசமும் படர்ந்தெழு
மலையின் பரிமாணமும் தளிரின் மென்மையும் உளத்தில்
தளிர்க்க''...

அதன் பிறகு மென்மையாகச் சில பாடல்களைப் பாடினாள், முடிவில்—

'நின் வாழ்வும் நின் இதயமும் இரண்டெனப்படும்
நின் கண்கள் நிலவு போல் பொழியும் அமுத மொத்தனவே.''

இவ்விரு வரிகளையும் மீண்டும் மீண்டும் பாடியவாறு யாழிசைத்துக் கொண்டிருந்தாள். சாளரம் திறந்தது. அந்தப்புறம் நந்தவனத்தில் அமைச்சர் அன்னையா நீண்ட சிந்தனையிலாழ்ந்து கூண்டிலுள்ள சிங்க ஏறுபோல அப்படியும் இப்படியும் உலாவிக் கொண்டிருந்தார்.

அந்த அறையின் கதவுகளை உருவாம்பிகை தாழிட வில்லை. அந்த அறைக்குள் உத்திரவின்றி யாரும் வரமாட்டார்கள். ஆயினும் அவள் என்ன தவறிழைக்கின்றாள் தாழிடுவதற்கு? அதனால் அவள் அந்தச் சாளரத்தருகில் நிற்கும் பொழுது கூட முதலில் அந்த அறைக் கதவைத் தாழிடும் வழக்கமில்லை. அன்று கதவுகள் திறந்திருந்ததன்றி தாழிடப்படவில்லை.

அவள் அவ்வாறு எவ்வளவு நேரம் பாடினாளோ! அவள் கண்களிலிருந்து தாரை தாரையாய்க் கண்ணீர் வடிந்து கொண்டிருந்தது! குரல் விம்மிக் கொண்டிருந்தது! வாயிலிருந்து பாடல் வெளிப்படவில்லை. நாவசையாமல் குழறியது. மடிமீதிருந்த யாழ் அசைந்து கீழே நழுவிக் கொண்டிருந்தது.

எப்பொழுது உருத்திராம்பிகை கதவு திறந்து வந்தாரோ, உருவாம்பிகை அறியவில்லை. உருத்திராம்பிகையும் முன்னறிவிப்பின்றி அதற்குள் வரமாட்டார். சரியாக உருவாம்பிகை வாயிலிருந்து பாடல் நிற்கும் பொழுது உருத்திராம்பிகை அந்தச் சிறுமியின் தலையைத் தமது மடியிலிருத்திக் கொண்டு, மிக்க பரிவுடன் கட்டித் தழுவிக் கொண்டார்.

உருவாம்பிகை பேச்சற்று விக்கி விக்கி அழத் தொடங்கினாள். உருத்திராம்பிகை அறைக்குள் வரும் பொழுதே அவர் பார்வை அந்தப் பூங்காவினுள் எண்ணத்திலாழ்ந்துலவும் அமைச்சர் அன்னையா மீது சென்றது. மின்னலைப் போன்று அவருக்கு ஏகசிலைக் குன்றின் மீது நடந்த சிறு நிகழ்ச்சி நினைவிற்கு வந்தது. இத்தனை நாள் உருவாம்பிகையின் உள்ளக் கிடக்கைக்குக் காரணம், இப்பொழுது அவள் பாடிய பாடலுட்பொருளும், இந்த அடக்க முடியாத துயரமும் இயல்பும், உருத்திராம்பிகைக்கு முழுவதும் விளங்கியது.

''அம்மா, உன்னை எவ்வளவு துயரத்தில் ஆழ்த்தி விட்டேன், தாயே!' இவ்வாறு கூறிய உருத்திராம்பிகைக்கே கண்ணீர்த் துளிகள் அகன்ற விழிகளிலிருந்து படர்ந்தன.

''நீ என்ன செய்தாயம்மா!'' என்று மீண்டும் உருவாம்பிகை விம்மி விம்மி அழத் தொடங்கினாள்.

அந்தத் தாய்க்கும் மகளுக்கும் அதிகம் உரையாடல் நிகழவில்லை. அவர்கள் ஒருவருடைய உணர்ச்சி மற்றொருவருக்கும், ஒருவர் பார்வை மற்றவர்க்கும், வாயினால் சொல்வதை விடத் தெளிவாக விளங்கலாயின. எத்தனை நாட்கள் கூறினால் அவர்களுடைய இதயக் கிடக்கை வெளிப்படும்?

சற்று நேரத்திற்குப் பிறகு உருத்திராம்பிகை எழுந்து அண்மையிலிருந்த தாழையோலையை எடுத்துத் தூரிகையால் இவ்வாறு எழுதினார்.

"எமது வளர்ப்பு மகள் உருவாம்பிகைக்கு எழுதும் கருணைக் கடிதம்.

உனக்கு விருப்பமேற்படும் பொழுது இந்த ஆணையைக் கொண்டு இந்துலூர் அன்னையா அமைச்சர் அவர்களுக்கு முழு உரிமையும் அளித்து முன் பதவியில் அமர்த்தி விட இதன் வாயிலாக உனக்கு முழுப் பொறுப்பையும் அளிக்கின்றோம்.

(முத்திரை) உருத்திரதேவப் பேரரசர்"

அந்த ஓலையை ஒருமுறை படித்து உருத்திராம்பிகை அதனை உருவாம்பிகையிடம் அளித்தார்.

உருவாம்பிகை கண்ணீர்க் கலங்கியவாறதனைப் படித்துத் திகைத்துப் போய் அந்தத் திருமுகத்தைக் கண்களில் ஒத்திக் கொண்டாள்.

உருவாம்பிகை: அம்மா!

உருத்திராம்பிகை: என்ன, கண்ணே?

உருவாம்பிகை: என்னை இவ்வாறு சோதிக்கிறாயே ஏனம்மா?

உருத்திராம்பிகை: சோதனை என்னம்மா?—உனக்கு அமைச்சர் அன்னையா காவலிலிருந்து விடுதலையாகி முன் பதவியில் இருப்பதற்கு விருப்பந்தானே, கண்ணே?

உருவாம்பிகை: ஆனால் உனக்கு?

உருத்திராம்பிகை: எனக்கும் சம்மதம் தான்! இல்லாவிடில் இந்தத் திருமுகத்தை உனக்கேன் தருகிறேன்?

உருவாம்பிகை: ஆனால் இந்தப் பொறுப்பை என் மேல் ஏன் சுமர்த்த வேண்டும்?

உருத்திராம்பிகை: உன் துயரைப் பார்க்க வியலாமல் அதைத் தீர்க்க இந்த அனுமதி அளித்தேன்.

உருவாம்பிகை: இந்த அனுமதியுடன் என் துயர் தீர்ந்து விடுமா?—உனக்குக் காவலில் வைத்தல் தேவையானதென்று தெரிந்து சிறைப் படுத்தியவரை நான் விடுவிப்பதா, அம்மா!

உருத்திராம்பிகை: எனக்கு மட்டும் அப்பெருமகனுரைச் சிறைப்படுத்த விருப்பமா, அம்மா? என் பொறுப்பிலுல் என் கரங்கள் பிணைக்கப்பட்டு விட்டன. அதனுல் தான் நான் உனக்கு இந்த அதிகாரம் தருவது. இது சிவன் கட்டளேயென்று உறுதி செய்து தான் அளிக்கின்றேன்.

உருவாம்பிகை: அம்மா, உன் கருணைக்கு நான் பெரும்பேறு அடைந்தேன். அது சிவன் இச்சையே யாகட்டும்! ஆயினும் அமைச்சர் அன்னையாவின் மீதுள்ள முழு ஐயமும் தீரும் வரையில், நானும் இந்தத் திருமுகத்தைப் பயன்படுத்த மாட்டேன். என் மீது உனக்குள்ள பாசத்தினுல் நீ கொடுத்தாலும், நமது பாசப் பிணிப்புகள் அரசாங்கச் செயல்களுக்குத் தடையாக நான் ஒருப் பட மாட்டேன்.

உருத்திராம்பிகை உருவாம்பிகையைக் கட்டித் தழுவிக் கொண் டாள்.

“உன் போன்ற பெண்ணை யாராவது கண்டிருப்பார்களா, அம்மா? உன்னை மகள் என்று சொல்லிக் கொள்வதே என் பெரிய பேருகும்.

உருவாம்பிகை: என்ன சொல், அம்மா? அமைச்சர் அன் னையா மீது ஐயம் தோன்றச் செய்த ஏடுகளை நான் ஒருமுறை பரி சீலிக்கத் தருகிருயா, அம்மா?

உருத்திராம்பிகை: தவருமல்! இப்பொழுதே அதற்கு ஏற்பாடு செய்கிறேன்.

சற்று நேரம் அவர்கள் அமைதியாக இருந்து ஒருவரையொரு வர் பற்று மிகுந்தவராகிப் பார்த்துக் கொண்டனர். உருத்திராம் பிகை முதலில் பேசிஞர்.

“அம்மா, அமைச்சர் அன்னையாவின் வீட்டிற்குச் சென்று அவருடைய குடும்பத்தினருக்கு ஆறுதல் கூற வேண்டுமென்றிருக் கிறது. நீயும் கூட வருகின்ருயா? அவருடைய மகள் பாலாவின் பிறந்த நாளாம் நாளைக்கு.”

உருவாம்பிகை: தவருமல்!

30

பாலாவிற்கு ஆறு ஆண்டுகள் நிறைந்தன. ஏழாம் ஆண்டு தொடங்கியது. ஒவ்வோர் ஆண்டும் அவளுடைய பிறந்த நாள் விழாவைப் பெருவிழாவாகக் கொண்டாடுவது வழக்கம். இவ்வாண்டு பிறந்த நாள் விழா கொண்டாடுவதா வேண்டாமா எனும் ஐயம் பார்வதிக்கும் இலட்சுமிக்கும் தோன்றியது. கௌரியம்மையை அவர்கள் கேட்டனர். இவர் விளக்கம் கூறினர்.

''என் அப்பன் அன்னையாவுக்கு விருப்பமான இவ்விழாவை நிறுத்த வழியில்லை. அவன் எங்கிருப்பினும் அவனுக்கு வேறுபாடில்லை. இத்தனைக்கும் நமக்குள் தான் அறிவின்மையால் வேற்றுமையெல்லாம்.''

கௌரி தேவியார் அப்பொழுது தான் அங்கு வந்திருந்த சோமயாஜிக்கு இந்தச் செய்தியைக் கூறி ''பெரியவன் கூறுவதில், முறையற்றது ஏதாகிலுமுண்டோ?'' என்று கேட்டார். சோமயாஜி மிக்க மகிழ்ச்சியுடன் அவனுடைய முடிவைப் புகழ்ந்தார்.

முன்பு எப்படி இவ்விழாவை நடத்துவார்களோ அவ்வாறே எல்லா ஏற்பாடும் செய்யலானுர்கள். முன்பு எவ் வெவர்க்கு எவ் வெவ்வாறு அழைப்புகள் விடுப்பார்களோ அவ்வாறே இப்பொழுதும் அழைப்புகள் அனுப்பப்பட்டன. அரசர் அரண்மனைக்கும் இரண்டு நாள் முன்னதாக இலட்சுமி தானே சென்று தகுந்த வரனைவரையும் வரவேற்று விட்டு வந்தாள்.

அமைச்சர் அன்னையாவின் அலுவலகத்தில் முன் போன்ற பரிசில் முறை இன்றும் நடந்து கொண்டிருந்தன. அன்னையாவுக்கு நகரிலிருந்த நாட்களில் எவ்வாறு இருந்தனவோ அவ்வாறே இன்றுமிருந்தன. செயலகத்தில் மட்டும் ஒரு சிறு மாற்றம் இருந்தது. அங்கு அமைச்சர் அன்னையாவின் இடம் வெற்றிடமாக இருந்தது. அதனருகில் திக்க சமுபதி அமர்ந்து செயல் புரிந்து கொண்டிருந்தார்.

அமைச்சர் அன்னையாவின் அலுவலகத்தில் நாள்தோறும் இசைக்கும் இன்னிசைக் கருவிகளுடன் இன்று மற்றுஞ்சில மங்கள இசைக்கருவிகள் முழங்கின. இரு நாழிகைப் பொழுதானதிலிருந்து அங்கு வாழ்வோர் பெண்டிர் முதலானோர் எல்லாவகை அணிகலன்களையும் அணிந்து பலவகை மலர்களும் அணிகளும் ஆடைகளும் பரிசில்களாகப் பெற்று அலுவலகத்திற்கு வந்து கொண்டிருந்தனர். பலர் பல்லக்குகளிலும் மேனுக்குகளிலும் வந்து கொண்டிருந்தனர். அவை முத்துப் பல்லக்குகளும், இரத்தினப் பல்லக்குகளும்,

பச்சைக் கற்பல்லக்குகளும்! சிலர் நடந்து வந்து கொண்டிருந் தனர். வந்தவர்களனைவரையும் அமைச்சர் அன்னையாவின் இரண்டாம் மனைவி இலட்சுமி தாமே எதிர் கொண்டு வரவேற்றுப் பரிவுடன் உள்ளழைத்துக் கொண்டு சென்றார்.

மேலும் வேதிய அந்தணர் நூற்றுவர் அங்குக் குழுமி வரலா யினர். அவர்கள் அனைவரையும் குருநாதரும் அடிபட்டுத் தேறிய மாரனும் எதிர் கொண்டழைத்து மிக்க மதிப்புடன் உள்ளழைத்துச் சென்றுத் தகுந்த இருக்கைகளில் அமரச் செய்தனர். அந்த அவையில் திக்கன சோமயாஜி புனிதமானதோர் இருக்கையில் அமர்ந்திருந்தார்.

சற்று நேரமாயிற்று. நகர முழுவதிலிருந்து முதன்மையதிகாரி களும், படைத்தலைவர்களும் வர்த்தகத் தலைவர்களும் பலவகை வாகனங்களில் அங்கு வரத் தொடங்கினார்கள். அன்னையாவின் மைத்துனரான பர்வத மல்லர் அவர்களனைவரையும் உரிய வரவேற்பு களுடன் உள்ளழைத்துச் சென்று கொண்டிருந்தார். அரச நகர்க் காவலரான பர்வத மல்லர் அவர்களனைவரையும் உரிய வரவேற்பு களுடன் உள்ளழைத்துச் சென்று கொண்டிருந்தார். அரச நகர்க் காவலரான பர்வத மல்லர் இந்த விழாவிற்கெனச் சிறப்பழைப்பு அளித்து வரவேற்கப் பட்டிருந்தார்.

இந்தப் பெருவிழாவிற்கென. இல்லத்தின் முன்னிருந்த பூங்கா வினிடையில் பரந்த மன்றமொன்று அமைத்து அதனைத் தோரணங் களாலும், பழங்களுடனும் மலர்களாலும் உருவப் படங்களுடனும் கொடிகளாலும் பலவகைகளில் அழகு படுத்தியிருந்தனர். அதற் கெனச்சிலை செய்வோர் வாடையிலிருந்து நூறு பொம்மை தைப்பவர் கள் வரவழைக்கப்பட்டு ஓர் வாரகாலமாக இரவு பகலாக ஓய்வின்றிப் பணிபுரிந்து கொண்டிருந்தனர்.

அந்த மன்றத்தின் முன்பகுதியில் ஓர் உயர்ந்த மேடை உள் ளது. அதில் மனங்கவரும் ஒரு பீடத்தினை அமைத்துப் பல வண் ணங்களாலும் மிக்க ஒளியுற்ற வகையில் பாலா இயந்திரம் எழுதி அமைக்கப் பட்டிருந்தது. அதன் பின்னால் ஐந்து உலோகத்தால் வார்க்கப்பட்ட ஆருண்டு பால குமாரியின் உருவச் சிலையை நிறுத் தினர். அவற்றுக்கு முன்புறம் எல்லா அணிகளும் புனைந்த பார்வதி அன்னையாவின் மூத்த மனைவி, பாலா சக்கரத்தைப் பூசனை செய்த வாறிருந்தாள். அவளுக்குத் தென்புறமாக வமிச குருவான புரோகி தர் அர்ச்சனைப் பொருள்களை அவளுக்கு எடுத்துக் கொடுத்தவா றிருந்தார். அதற்கருகில் பாலா அமர்ந்து கொண்டு அக்கறை யுடன் வழிபாடுகளைப் பார்த்துக் கொண்டிருந்தாள்.

பாலாவிற்கு அன்று எண்ணெய் நீராட்டுவித்து அவளுடைய கூந்தலை விரவி யாற்றினும் ஆருமலிருந்தது. எனவே அதற்குச்

சடையைத் தளரப் பின்னி மலர்களை நிறைய வைத்தனர். அவளுடைய வகிட்டில் நிலாப் பிறையையும், காதுகளில் பச்சைக் காதணியும் மூக்கில் செம்புக்கல்லணியும் புனைந்து முத்துத் தொங்கும் புல்லாக்கும், மார்பில் பொன் இரத்தின மாலைகளும் அதனடியில் தொங்கும் பச்சைக்கல் பதக்கமும், இடையில் வைரக் கச்சையும், கைகளில் வளையல்களும் கால்களில் சிலம்புகளும் அணிவித்திருந்தனர். அவளுடைய கால்களில் உள்ள வெள்ளிக் கடயங்களில் அன்னங்களின் உருவம் பதிக்கப் பெற்றிருந்தன. அவளிடையில் ஓர் பட்டுப் பாவாடையும் மேலே ஓர் சட்டையும் அணிவித்து, குறுக்கே மணிகள் பதித்த பின்னுடை ஒன்றும் அணிந்து கொண்டிருந்தாள். காலடிப் பாகங்கள் மஞ்சள் பூசப்பட்டிருந்தன. முகத்தில் திருமணத் திலகமிடப்பட்டிருந்தது. கண்கள் மை தீட்டப் பெற்றிருந்தன. கழுத்திலும் கைகளிலும் சந்தனம் பூசப்பட்டிருந்தது. மாதுளைப் பூவைப் போன்ற அவளுடைய ஒளி பற்பல நிறங்களில் கதிரவன் ஒளிக் கீற்றுகள் பால் போன்றுப் பார்ப்பதற்குக் கண்முன் தோன்றியிருக்கும் பாலா தேவிதா னெனுமாறுக் காண்பவரை அவள் திகைக்கச் செய்து கொண்டிருந்தாள்.

அவ்விழாவைப்பார்க்க வந்த ஆடவர் பெண்டிர் அனைவருக்கும் சிறுவர்களுக்கும், சிறுமிகளுக்கும் அங்கு எந்தச் செயலுக்கென்று ஒன்று சேர்ந்துள்ளோமென்று தெரிந்தது. அவர்கள் எத்தகைய ஆட்டமும் புரியவில்லை. பாலா தேவி அந்தப் பீடத்தில் தோன்றியுள்ளாள் என்று அனைவருக்கும் தெரியும். எதிரில் பர தெய்வம் தோன்றி இருப்பது போன்றே அவர்களனைவரும் பத்தி நிறைந்தவர்களா யிருந்தனர்.

அன்னையாவின் அலுவலகத்துத் தோரணங்களின் எதிரில் இரண்டு பல்லக்குகள் நின்றன! முதலிருந்தது முத்துப் பல்லக்கு, அதிலிருந்து அணிகலன்களை அனைத்துமணிந்து அழகுடன் மிளிரும் என்றும் பதினறு வயதுக் கன்னிகையாக விளங்கும் திருமகளைப் போன்று வெளிவரலானுள். அதன் பின்னுல் பொன்னிழைத்த பச்சைக்கல் பல்லக்கு அதிலிருந்து உருத்திராம்பிகை இறங்கினர். திரு உருத்திரதேவப் பேரரசரல்லவா இறங்கினர்!

பெண்ணுருவிலேயே வந்த உருத்திராம்பிகை இவர்! ஆண் வேடத்திலிருக்கும் பொழுது எத்தனை வீரத்தோற்றமோ, அத்தனைச் சிறப்பாகப் பெண்ணுருவத்திலும் லலிதமாகக் காட்சியளித்தார். அவ்வம்மையார். சிவபிரானைப் போன்று ஆண் பெண் வேறுபாடுகளுக்கு அப்பாற்பட்ட மகாசக்தியா அவர்!

பாலா பிறந்த நாள் விழாவிற்கு உருத்திராம்பிகை செல்லும் மரபு உண்டு!

ஆனால் இப்பொழுது அவருக்கு இளவரசப் பட்டம் சூட்டப் பட்டுள்ளது. அதனிலும் அமைச்சர் அன்னையாவுக்கு அவருடைய கருணையும் மாறுபட்டிருக்கின்றது. இப்பொழுது உருத்திராம்பிகை இன்று வருவாரென்று அங்கிருந்தவர்கள் நினைக்கவுமில்லை. ஆனால் அவர் வருவாரென்று அவரைச் சிறந்த முறையில் பெருமைப் படுத்த எல்லா வித ஏற்பாடுகளும் செய்திருந்தனர். அவர்களை இலட்சுமி எதிர் கொண்டழைத்து உட்புறம் சென்றார். பின்னால் வந்த படை வீரர்கள் வாயிலில் நின்றனர். பர்வத நாயகரின் பணியாட்களை மட்டும் தம்முடன் அழைத்துக் கொண்டு, உருவாம்பிகையுடன் உருத்திராம்பிகையே சென்றார். மெய்க் காவலரான பர்வத நாயகரையும் மன்றத்தின் வாயிலில் நிறுத்தி அவர் உள்மண்டபத்துக்குச் சென்றார். உருத்திராம்பிகைக்கு அரசருக்குரிய வரவேற்புகளனைத்தும் நடந்தன. அவருக்கு எதிரில் கௌரியம்மை தோன்றியதும் அவ்வம்மையாரை மகளைப் போன்று வணங்கவும் அவள் உருத்திராம்பிகையைப் பார்த்தாள்.

“பேரரசியாகி விட்ட நீ, வருவாயோ மாட்டாயோ என்று நினைத்தேனம்மா! வந்தாலும் எப்படி வருவாய் என்று நினைத்தேன், எப்போதும் போல வந்து விட்டாயே! மிக மகிழ்ச்சியம்மா—இத்தகைய உனக்கு விரைவில் பகைவர்களனைவரும் அடிபணிவார்கள்! இந்தப் பெண்மணி யார்?”

இவ்வாறு கூறிக் கௌரியம்மை உருவாம்பிகையைப் பார்த்தாள்.

உருத்திராம்பிகை: என் மகள் உருவாம்பிகை! உங்களனைவரையும் பார்க்க வந்திருக்கிறாள்.

உருவாம்பிகை கௌரியம்மாளின் திருவடிகளில் விழுந்து வணங்கினாள். அந்த வயது மிகுந்த அம்மையார் இங்கு வந்துள்ள சிறுமி இன்னும் கன்னிகை தான் என்றுணர்ந்து “விரைவிலேயே மணப்பேறடைவாயாக!” என்று வாழ்த்தி, “கண்கூடான திருமகளைப் போன்று கலை மிகுந்துள்ளாள், இந்தப் பெண்! உன் மருமகன் எவனோ, அவன் பெரிய பாக்கியவான், அம்மா” என்றாள்.

‘என் மருமகனை இப்பொழுதே பார்க்கப் போகிறாயென்று உருத்திராம்பிகை அமைதியாக இருந்தார். அப்பொழுது வழிபாட்டு மண்டபத்தில் பீடத்தினருகில் தனியாக அமைக்கப்பட்டிருந்த சிங்காதனத்தில் உருத்திராம்பிகை அமர்ந்தார். அவர்க் கருகிலேயே உருவாம்பிகை அமர்ந்து கொண்டார்.

உருத்திராம்பிகை அங்கு வந்ததும் அந்த உருவத்தில் வந்தும் அங்குக் குழுமியிருந்த தலைமை அமைச்சர் குழுவினரிடையில் மிகவும் வியப்பாகி விட்டது. அவர்களில் பலர் இன்று இந்த விழாவிற்கு அன்னையா வீட்டிற்குச் செல்வதா வேண்டாமா என்று உரை

யாடி எவ்வாறே சரி செய்து கொண்டு வந்தவர்களாவர். அரசாங்கத் துரோகியாகக் காவலில் வைக்கப்பட்டவர் இல்லத்திற்கு அரசாங்க அலுவலர் விருந்தினராகச் செல்லுவது பொருந்துமா? ஆயினும் அமைச்சர் அன்னையாவின் காவலில் சில புதுமைகள் உள்ளன. அவர் வீட்டருகில் அமைச்சர் குழு செல்லவில்லை. அவருடைய காவலிலும் வேதம் ஓதுவார் ஓதுதற்கென வசதி செய்யப் பட்டுள்ளது. தண்டனைக் குள்ளானவர்கள் வேதம் ஓதுதல் மறுக்கப்பட வேண்டுமல்லவா! இத்தகைய குறிப்புக்களைக் கொண்டு அமைச்சர் அன்னையாவின் மீது அரசரின் கருணையில்லா மற்போகவில்லையென்று அவர்கள் இறுதியில் முடிவு செய்து இவ் விழாவிற்கு வருகை தந்திருந்தனர். அதனால் உருத்திராம்பிகை இந்தப் புதுமையான, இயல்பான தோற்றத்துடன் அங்கு வந்திருந்தது அவர்களனைவரையும் திகைப்பிலாழ்த்தின. மென்காற்று வீசியதைப் போன்று அந்த மண்டபம் முழுமையும் மென் குரல் கேட்டு அடங்கியது.

அதற்கிடையில் மேனாவைச் சுமந்து வரும் தண்டெடுப்போர் குரல் கேட்கத் தொடங்கியது. அது அமைச்சர் அன்னையா வீட்டுப் பந்தலுக்கு முன் நின்றது. வந்தவர் யாரோ பெண்டிர் என்று இலட்சுமியும், வேறெவரோ என்று குருநாதரும் மாரனும் பர்வத மல்லரும் எதிர் சென்றனர். அந்த மேனாவிலிருந்து அமைச்சர் அன்னையாவே இறங்கினார்.

எதிர் சென்ற அந்த நால்வரும் திகைத்து விட்டனர். இலட்சுமி அடுத்த கணம் உணர்ந்து கொண்டு அவருடைய திருவடிகளில் விழுந்து வணங்கி இன்பக்கண்ணீர் உகுத்துத் திருவடிகளை நனைத்து அப்பெருமகனாரின் திருவடி நீரைத் தலையில் தெளித்துக் கொண்டாள். மாரனுக்கும் குரு நாதனுக்கும் என்ன செய்வதென்று தோன்றவில்லை. அமைச்சர் அன்னையாவே அவ்விருவரையும் இருபுறமழைத்து, அவர்களைத் தழுவியவாறு நடந்து, பர்வத மல்லரை இனிய பார்வையுடன் பார்த்து மண்டபத்திற்குள் நுழைந்தார்.

அமைச்சர் அன்னையாவைப் பார்ப்பதற்கு அப்பொழுது தான் நகரத்தை விட்டு வேலையாகச் சென்று வீடு திரும்பியவர் போலக் காணப்பட்டார். முகத்தில் எந்த வருத்தமும் எண்ணமும் தோன்றவில்லை. சினம் சற்றும் இல்லை. அப்பொழுது தான் காவலிலிருந்து விடுபட்ட உள்ளத்தெழுச்சியும் அவர் முகத்தில் சற்றும் தோன்றவில்லை. மண்டபத்திலிருந்த அவையினர் அனைவரும் தமது கண்களைத் தாம் நம்பவில்லை. அவர் நேராக வழிபாட்டு மேடைக்கு வந்து அங்கு அமைக்கப்பட்டிருந்த பர தெய்வப் பீடத்தை வணங்கினார்.

வழிபட்டுக் கொண்டிருந்த பார்வதி தேவி, தனது பார்வை யிலேயே கணவன் திருவடிகளை வணங்கினாள். பாலா விரைந் தோடி வந்துத் தந்தையின் திருவடிகளைப் பற்றிக் கொண்டு கால் களைச் சுற்றி வணங்கினாள். அமைச்சர் அன்னையா அவளுடைய முக வாயினைப் பற்றி அன்புடன் தழுவி அமைதியாக அவளுடைய இருப் பிடத்தில் அமரச் செய்தார். உடனே அவர் விரைந்து உள்ளே சென்றுத் தாயின் திருவடி வணங்கி உடனே திரும்பி வழிபாட்டு மண்டபம் வந்து சேர்ந்து, தாமும் அவ்வீட்டுக்கு அழைப்புக்கு வந்த விருந்தினரைப் போன்று அமர்ந்தார். அவர் எவரிடமும் பேசவில்லை. தலையைத் தாழ்த்தி அமைதியாக வழி பாடியற்ற லானார்.

அப்பொழுது அங்குக் குமரிப் பூசையெனும் வழிபாட்டு விழா தொடங்கியது. இந்த பூசை ஓராண்டு முடிந்து பத்தாண்டு களுக்கு மிகாமலிருக்கும் கன்னிகைகளுக்குச் செய்வார் கள். ஓராண்டு முடியாதவர் பூசையை ஏதும் அறியமாட்டார்களா கையால் பூசைக்கு அருகதையற்றவர்களாவர். பத்தாண்டுகள் முடிந்த கன்னியர்கள் எந்தப் பூசைக்கும் அருகதையுள்ளவர்களாக மாட்டார்கள். பத்தாண்டு முடிந்த கன்னியர்கள், எப் பூசைக்கும் உரியவர்களல்லர் என்று அறிவிக்கப் பட்டது. அதனால் அங்கு குழுமியிருந்த கன்னியர்களில் குமரிப் பூசைக்கு எளியவர்கள் அனை வரையும் அந்தப் பரந்த மேடையின் மீதுள்ள தனித்தனி இருக்கை களுக்கு வருமாறு பாலாவுடன் சேர்ந்து அமரச் செய்தனர். பிறகு அவர்கள் அனைவரையும் பலவகைத் தோற்றங்களில் அவதரித்த தெய்வங்களாகக் கருதி, விளையுயர்ந்த பொன்பட்டு ஆடைகளால் அலங்கரித்துப் பூசைகள் செய்வித்து அன்னம் முதலான அமிழ்த பாத்திரங்கள் படைத்து மறைமுறையின்படி பார்வதி தேவிதாமா கவே குமரிப் பூசையை நிறைவேற்றினாள். அந்தக் குமரிப் பூசையைக் கண்ட அவையினர் அனைவரும் தாம் பெறற்கரிய பேறு பெற்றவர்களாகி, நினைவற்றவர்களாய் அப்பெரு விழாவினைக் கண் ணுறலாயினர்.

குமரிகள் அனைவரையும் வழிபாட்டின் பிறகு தத்தமது உற்ற விடங்களுக்கனுப்பி அவள் பாலாசக்ர அர்ச்சனைகளை நிறைவேற்றத் தொடங்கினாள். அர்ச்சனை முடிந்த பிறகு பார்வதி புரோகிதர் கூறியுவாறு அமிழ்தப் பாத்திரத்தை முதலில் அமைச்சர் அன்னையா விடம் வைத்துண்ணுமாறு கொடுத்துப் பின் னவளுட்கொண்டாள். அவையினர் அனைவருக்கும் படையல் நீர் முதலாயியனவற்றை வழங் கினர். அந்தணர் அனைவரும் பலவகைகளில் வாழ்த்துரை வழங் கினர். அவர்கள் மறை மந்திரங்கள் உரைத்தவாறிருக்க, அவர் களுடன் அமைச்சர் அன்னையாவும் தமது குரலால் பார்வதியையும் பாலாவையும் வாழ்த்தினர்.

உருத்திரமதேவி 269

நடனமும் இசையும் நிகழ்த்தும் நேரம் தொடங்கியது. அப்பொழுது மதாலசை மாசல தேவியின் உதவியுடன் புனிதத்தன்மை உள்ளங்கவரும் வண்ணமாக லலிதா உபாக்யானத்திலிருந்து காம சஞ்சீவனத்தை அபிநயத்துடன் காட்டிப் பரதேவதைக்கு அர்ப்பணித்தாள்.

அப் பெரு விழாவிற்கென்று உருத்திரமாதேவியின் வருகையும் அமைச்சர் அன்னையாவின் வருகையும் புதுமையானதோர் பொலிவுண்டாக்கின. வந்திருந்த விருந்தினர் அனைவருக்கும் அன்று பெருஞ் சிறப்புடன் விருந்து நடைபெற்றது. அமைச்சர் அன்னையாவின் பெரு மாளிகை அத்தனை விருந்தினர்களை விருந்தாக ஏற்றுக் கொண்டமையால் பெரும் பேறடைந்ததாகக் காணப் பட்டது. அவர்களும் அன்று பரதேவதையின் அருள் தமக்குக் கிட்டியதால் பெரும் பேறடைந்தவராகக் கருதினர்கள்.

அன்று பாலாவிற்கு உருத்திராம்பிகை கொண்டு வந்தளித்த பரிசில்கள் விலை மதிப்பற்றவை. மற்றும் பலர் கொண்டு வந்தளித்த பரிசில்களுடன் அமைச்சர் அன்னையாவின் பேரில்லம் முழுமையும் பொன், வெள்ளி, ஆடை அணிகலன்களுடன் விலைமதிப்பற்ற ஆடைகளும் அணிகலன்களுமாக நிறைந்து விட்டன. அன்று மாலை விழா முடிவடையும் போது அவ்வீட்டார் விருந்தினர்களுக்கு அளிந்த மதிப்பு மிக்க காணிக்கைகளுடன் இரு மடங்கு பொன், வெள்ளி, மற்றும் ஆடை அணிகலன்கள் வழங்கப் பெற்றன.

புதுமையாக அன்று உருவாம்பிகை அந்த இல்லத்துப் பெண்ணுகவே கலந்து கொண்டாள். அதைக் கண்ட அமைச்சர் அன்னையாவுக்கு வியப்புடன் கூடிய புதுமையான எண்ணங்கள் உள்ளத்தில் ஓடத் தொடங்கின. மாரன் மீது பாலாவிற்குத் தோன்றி வரும் பற்றும் பாசமும் அமைச்சர் இதயத்தில் நிறைந்தன.

உணவு உட்கொண்டு தாம்பூலம் தரித்து முடித்த பிறகு விருந்தினர்களில் ஆடவர்கள் அனைவரும் ஒவ்வொருவராகப் புறப்பட்டுத் தமதிருப்பிடம் போய்ச் சேரலாயினர். பெண்டிர் சிறுமியர் மட்டும் அன்று மாலை நடைபெறும் வழிபாட்டிற்கென அங்கு நின்று விட்டனர். அவ்வாறு நின்றவர்களில் உருத்திராம்பிகையும், உருவாம்பிகையும் இருந்தனர்.

அன்று அமைச்சர் அன்னையா விருந்தினரில் ஒருவராகவே காணப்பட்டார். உணவு உட்கொண்ட பிறகு விருந்தினர் அனைவரும் புறப்பட்டுச் சென்றனர். அப்பொழுது அவர்களுடன் அவரும் புறப்படலானர். புறப்படுவதற்கு முன் அவர் உள்ளே சென்று குறிப்பாகத் தாயை வணங்கினர். கௌரியம்மை அவரை எழுப்பித் தழுவி வாழத்தினர். அப்பொழுது உருத்திராம்பிகை அருகிலிருந்தார். தாயிடமும் உருத்திரமாதேவியிடமும், விடை பெற்றுக்

கொண்டு வணங்கி, பார்வதியையும், இலட்சுமியையும் வாழ்த்தி பாலாவிற்கு முத்தமிட்டு அமைச்சர் அன்னையா புறப்பட்டார்.

பாலாவின் உள்ளம் வெதும்பாமலிருக்கவும் அவளைத் தந்தை ஆசி கூறவும் அவருக்கு உருத்திராம்பிகைத் தமது சொந்தக் கட்டளைப் பத்திரத்துடன் மேனுவையும் அனுப்பி வைத்திருந்தார். அதற்கேற்ப அவர் இன்று இங்கு வந்திருந்தார். இப்பொழுது விழா முடிந்து விட்டது. அவருக்கு இனி இங்கு வேலை இல்லை. எனவே மீண்டும் தயாராக இருந்த மேனுவில் ஏறித் தமக்கெனத் தனியாக அமைக்கப்பட்டிருந்த காவல் இல்லத்திற்கு அவர் புறப்பட்டுச் சென்ருர். அங்கிருந்த வரையில் அவர் துயரத்துடன் இல்லை. மகிழ்ச்சியுடன் இருந்தார். இப்பொழுது காவல் இல்லத்திற்குச் சென்றதும் எத்தகைய எண்ணமும் இல்லாதிருந்தார். இங்கிருந்த வரை அவர் பொதுவான மதிப்புரைகளும் வாழ்த்துக்களும் தவிர்த்துச் சிறப்பாக எவருடனும் பேசவில்லை.

வந்த விருந்தினர்களுக்கும் அமைச்சர் அன்னையாவிற்கும் அஃதோர் பெரிய மாயமாகத் தோன்றியது. உண்மையில் இங்கு வந்தவர் அமைச்சர் அன்னையா தானு?அவர் இத்தனை நாள் கழித்து இல்லத்திற்கு வந்தும் போற்றரும் தாயினிடமும் தனியாகப் பேச வில்லையே. பாலாவிடமும் அதிகம் பேசவில்லையே. பர்வதமல்ல ருடனும், மற்ற உறவினருடனும் உரையாடவில்லை. வீட்டுக்குடையவர் விருந்தினரைப் போற்றுவது போன்றும் பேசவில்லை. திக்கன சோமயாஜியிடமும் வணக்கம் தவிர்த்து வேறு ஏதும் பேசவில்லையே! வந்தவர் உண்மையில் அமைச்சர் அன்னையா தானு? இல்லை மாயமா?

இத்தனை நாட்களாக அமைச்சர் அன்னையாவின் அலுவலகத்தில் செயலாற்றும் திக்க சமுபதிக்கும் ஏனே அன்று மன அமைதி இல்லை. செயலகத்தில் அவருக்கு அன்று கிடைத்த ஏடுகள் கலக்கத்தை உண்டாக்கின. அதற்குத் துணையாக மாரன் அந்த வீட்டுப் பிள்ளையைப் போன்றுச் செயல் புரிந்தது அவருக்கு ஒருவகைப் பிணைப்பை உண்டாக்கியது.

இப்போதைக்கு பத்து ஆண்டுகளுக்கு முன்னர் திக்க சமுபதியின் ஆறு வயதுப் பிள்ளை, காணுமற் போய் விட்டான். இப்பொழுது அவன் உயிரோடிருந்தால் மாரனுக்கு ஈடாக இருப்பான்! இவ்வாரா வளர்ந்திருப்பான்! எனக்கு அந்தப் பேறு ஏது! அவனுக்கு மாரனிடம் விளக்க முடியாத பாசம் மிகுந்து வந்தது.

அன்று அவன் காட்டிய ஏடுகள் அமைச்சர் அன்னையாவின் மீதும், மாரன் மீதும் ஐயத்தை வலியுறுத்துகின்றனவே! என்ன செய்வார். அன்றிரவு உருத்திராம்பிகை தமது பேரில்லத்திற்குச்

சென்ற பிறகு திக்க சமூபதி அரசரின் காட்சிக்கெனத் தயாராகி அந்த ஏடுகளனைத்தையும் எடுத்துச் சென்று உருத்திரதேவப் பேரரசரிடம் படைத்தார்.

31

அவ்வாறு துணிவுடன் செயலாற்றித் திரிபுராந்தகர் மேட்டுப் பள்ளியைக் கைப்பற்றியது நெல்லூரிலிருந்த சடாவர்ம சுந்தர பாண்டியனுக்கும் கோதாவரிக் கரையிலிருந்த கோப்பெருஞ்சிங்க னுக்கும் வியப்பாகி விட்டது. ஒருவர் செய்தி ஒருவருக்கு இத்தனை நாட்களாகத் தொடர்ந்து வந்த பொழுதும், இப்பொழுது மெல்ல மெல்லச் செய்தி வராமல் போனது. அதனால் அவர்களினால் நன்கு உரையாடிக் கொள்ள வாய்ப்பில்லாமல் போய் விட்டது.

இவ்வாறு பகைவர்களுக்கு இடையூறு உண்டாக்கியும் திரு புராந்தகருக்கோ சன்னிக தேவருக்கோ மனநிறைவு உண்டாக வில்லை. அவர்களிருவரையும் சுற்றிப் பகைவர் மண்டலங்கள் தாமி ருந்தன. அந்தப்புறம் நெல்லூரிலிருந்து சுந்தர பாண்டியன் படை யெடுக்கலாம். இந்தப் புறம் கோதாவரிக் கரையோரம் திரண்டுள்ள கோப்பெருஞ்சிங்கனின் படைகள் திரும்பி வரலாம். வடக்கில் மோசலப் பட்டினத் துறை கோப்பெருஞ்சிங்கனின் படைகளின் வசமுள்ளது. தெற்கில் நெல்லூர் அருகில் கிருட்டினப் பட்டினத் துறை சுந்தர பாண்டியனின் அதிகாரத்திலுள்ளது. இவ்வாறு இரு புறத்திலுமிருந்த நாவாய்ப் படையினர் காடவ பாண்டியப் படை யினர் ஒன்று திரண்டு மேட்டுப் பள்ளியைத் தாக்கினால், திரிபுராந்த கர் நிலைக்கவியலாது. சன்னிக தேவரின் படைகளும் அந்த நால்வகைப் படையை எதிர்த்து நிற்க வியலாது. அது மட்டுமின்றி கொண்டூர் மண்டலத் தலைவனான நாகதேவனும், தனதுப்ரோலு விலுள்ள சோடவாசனும் கொணிதனச் சோழர்களும் — அனைவரும் எதிரிகள் பக்கமிருந்தனர். இவற்றுக்கெல்லாம் துணையாக வட கீழ்த்திசையிலிருந்து கலிங்கப் படையினர் கொல்னி உருத்ரரை வென்று விட்டு வரலாம். அதனால் திரிபுராந்தகரும் சன்னிகரும் சங்கடமான சூழ்நிலையில் இல்லாமற் போகவில்லை.

இந்த நிலைமைகளை இவ்விருவரும் கலந்து பேசினர். ஆனால் இவ்விருவருக்கும் இதயத் துணிவு மிகுதி. சன்னிக தேவர் தமது படைத்தளத்தை வினுகொண்டாவில் இருக்கச் செய்து, விரைவில் செல்லும் குதிரைப் படைத்தளத்தை வடக்கிலும், கொண்டூர் மண் டலத்தின் மீதும், கொணிதனவின் மீதும், தெற்கில் கணகிரி, கந்து

கூர் மீதும் அனுப்பி, நிலையான துப்பறிதல் செய்து வந்தார்கள். அதனால் எவருக்கும் அவரிடம் எத்தனை வலிமையுள்ளது என்று உறுதிப் படுத்த இயலவில்லை. அவருடைய படைகளுக்குப் பகைவர் படையினர் வலிமை நிலைமைகள் தெரிய வந்து கொண்டிருந்தன.

திரிபுராந்தகர் 'அத்தங்க' வழியாக வினுகொண்டாவுடன் தமக்குள்ள தொடர்பு அருத வண்ணம் எல்லா ஏற்பாடுகளையும் செய்து, அவ்வழியிலுள்ள கோட்டைகளிலும், பட்டணங்களிலும் படைகளை அமைத்து, மதில்கள் அமைத்து, அகழிகள் வெட்டி வலிமைப் படுத்தி வந்தார். மேலும் தமக்குக் கிடைத்த மேட்டுப் பள்ளி நாவாய்களைப் போருக்கு ஆயத்தமாக்கி அவற்றைக் கடற் படை வீரர்களுடன் வில் வீரர்களையும் நிரப்பி, வாய்ப்புக் கிடைத்த பொழுது கோதாவரிப் படையினருடன் கலந்து மோசலிப் பட்டணத் துறையைக் கைப்பற்றிக் கொள்ளக் காத்திருந்தார்.

ஆனால் இந்த உடன் பிறந்தவர் இருவரும் தமது உயிரை உள்ளங் கையில் பிடித்துக் கொண்டு ஆட்டுக் கடாவின் துணிவுடன் திரிந்து கொண்டிருந்தனர்.

அந்தச் சமயத்தில் ஒரு கல்லிலிருந்து இரு பெரும் படை புறப்பட்டு விரைந்து வருகின்றதெனும் செய்தி சன்னிகருக்குத் தெரிந்தது. அப்பெருஞ் சேனைகளில் ஒன்று அம்பதேவரின் தலைமையில் தமது உதவிக்கென வந்து கொண்டிருக்கிறது. சன்னிகர் அச் செய்தியை உடனே திரிபுராந்தகருக்குத் தெரிவித்துப் படைகளை எழுப்ப முடிவு கட்டினார். அந்தப் படையெழுச்சியை விரைவில் செய்ய வேண்டும்! ஆனால் எப்படிச் செய்வது?

முதலில் நெல்லூர் மீது தாக்கினால் பயனில்லை. அங்குள்ள சுந்தர பாண்டியனின் படை வலிமை மிக்கது. அதுவும் கூடத் தொலைவானது. அப்படித்தாம் புறப்பட நேரின் தம்மை ஏமாற்றுவதற்குப் பாண்டியர் படை சற்றுப் பின் வாங்கினால் நெடுநாட்களன்றி அது முடிவடையாது.

அதனால் நாட்டின் இடையில் படையெடுத்து வந்துள்ள கோப்பெருஞ்சிங்கனை முதலில் வெல்ல வேண்டும். இது நன்மை தரும். மிகவும் தேவையானதுமாகும்! நாட்டின் நடு வயிற்றில் நுழைந்து விட்ட பகைவர்களை அங்கு நெடுங்காலம் விட்டு வைப்பது நன்மை பயக்காது. மேலும் விசிட்ட கோதாவரியை அவர்கள் கடக்கச் செய்து சப்த கோதாவரியிடையில் நுழைய விட்டால் அவருக்கு வெற்றி வாய்ப்பிராது. கோதாவரிக் கழிவெளிகளில் அவர்களை வெற்றி கொள்வது கடினமாகும். அவர்களுக்கு உணவுப் பொருள்கள் வெளியிலிருந்து வராமல் தடுத்து விட்டாலும், பசுமை மிக்க வளம் கொழுத்த பலனளிக்கும் அந்த நிலப்பகுதியில் அவர்களுக்கு

உணவிற்குத் தேவையான பொருள்களனைத்தும் எளிதில் கிடைக்கும். பொன்னைப் போன்ற அங்குள்ள திருக்கோயில்கள் இந்தப் பல்லவ சிங்கத்தின் கொள்ளையிலிருந்து தப்ப மாட்டா! எனவே கோப்பெருஞ் சிங்கனையே தாக்கத் தமது அடித்தளத்தை எழுப்ப சன்னிகர் நிச்சயித்தார்.

தமது போர் பயணத்திற்குத் தேவையான முயற்சிகள் அனைத்தையும் அவர் முன்னதாகவே நிறைவேற்றி யிருந்தார். அதன் போக்குக்கு, திதி முதலான புறப்பாட்டிற்கான செயல் முறைகளைக் குறிப்பிட்டார். இவையனைத்தையும் திரிபுராந்தகருக்கும் வந்து கொண்டிருக்கும் அம்ப தேவருக்கும் முதலில் மறைமுகமாக விரைவிற் செல்லும் தூதர்கள் வாயிலாகத்தெரிவிக்கச் செய்து அவருடைய உடன்பாட்டைப் பெற்றுர். தெற்கிலிருந்து ஒரு வேளை நகர்ந்து வந்தால் அவற்றை எவ்வாறு எதிர்கொள்வதென்றும், எங்கு எதிர்க்க வேண்டுமென்றும் முதலில் வழி வகுத்துத் தம்பியாகிய அம்பதேவருக்குத் தமது அறிக்கையைத் தெரிவித்தார்.

விரைவில் தாம் கோதாவரி செல்வதற்குக் கொணிதனை,கொண்டூர் வழியாக சீதாநகரம் போய்ச் சேர்ந்து, கிருட்டிணுவைக் கடந்து வடக்கில் விஜயவாடா போய்ச் சேர வேண்டும். ஆனல் இவ்விரு மண்டலங்களும் பகைவர் வசமாக உள்ளன. அதனுல் நெடுந் தொலைவான வழியாயினும், பலநாட்டு வழியாக அமராவதி போய்ச் சேர்ந்து, அங்கு கிருட்டிணுவைக் கடந்து செல்ல அவர் முடிவு செய்தார். இந்த வழியில் சென்றுல் அவர் படையினருக்கு இடது புறத்தில் அச்சமிராது. ஆனல் வலது புறத்தில் கொணிதனைச் சோழர்கள் கொண்டூர் நாக தேவனின் படைகள் உள்ளன. அவற்றுல் தமது படைச் செலவுக்குச் சற்று இடையூறு உண்டாகலாம். அதனுல் அவர் தமது படையில் உள்ளவர்களை இருசிறு பிரிவுகளாகப் பிரித்து அவற்றில் ஒன்றினைக் கொணிதனை மீதும், மற்றென்றைக் கொண்டூர் மீதும் அனுப்பினுர். அப்படைகள் கொணிதனையையோ, கொண்டூரையோ பிடிக்கும் எண்ணத்துடன் அனுப்பப் படவில்லை. அங்குள்ள படையினர் சன்னிகரின் அடித்தளத்தின் மீது வராமல் தடுப்பதற்குக் கருதியனுப்பப்பட்டவையாகும். இந்த எச்சரிக்கையுடன் சன்னிக தேவர் தமது பெரும் படையை நகர்த்தினுர்.

அம்ப தேவரின் படை தம்மைச் சேர்வதற்கு முன்னரே இவ்வாறு புறப்பாடு தொடங்கச் சன்னிக தேவர் துணிந்தமைக்கு மற்றுமோர் துணியும் காரணமாகிக் கை கூடியிருந்தது. அந்தப்புரக் கொலனி உருத்திரர் அப்பொழுது கொலனி வீட்டை வலிமை மிக்க கோட்டையாக மாற்றி, தமது பெரும்படையுடன் நிடுதவோலு மீதாக இராச மகேந்திர வரம் போய்ச் சேர்ந்து அங்கிருந்து துணிவுடன் பீடிகாபுரம் நுழைந்து அங்கு நின்றுர். தாம் வந்த வழியே

புதிய படைகளைத் திரட்டி, மலைக் கோட்டைகளை எல்லாப் பொருள் களும் நிறைந்தனவாக்கி, ஆங்காங்குக் குதிரை வீரர்களுடன் கூடிய தளபதிகளை அமைத்துக் கோப் பெருஞ் சிங்கன் அந்தப்புரமாக நக ராமலிருக்குமாறு வலிமைப் படுத்தினர். அவருடைய முயற்சிகள் பயனற்றுவிடு மென்பதால் கோப் பெருஞ் சிங்கனின் படைகள் எதற்கும் தமது நாவாய்ப் படையினரைக் கடலில் தொலைவாயிருக்கு மாறு பார்த்துக் கொண்டு, கடற்கரை யோரம் வடகீழ்த்திசையாகச் சென்று கொண்டிருந்தன.

இவ்வாறு வழிகளை அச்சமற்றதாக்கிக் கொலனி உருத்திரர் பீடிகாபுரம் போய்ச் சேர்ந்து கலிங்கப் படையினர் படை எடுத்தால் எதிர் கொள்ளத் தயாராகிக் கொண்டிருந்தார். எனவே தற்பொழுது காகதீயர்களின் கோரங்கித் துறைமுகம் தம் வசம் பாதுகாப்புடன் இருந்தது. ஆனால் உருத்திரனின் படை மீது ஒரே சமயத்தில் கலிங்கப் படைகளும் காடவர் படைகளும் இருபுறமுமிருந்து வந்தால் அவை தாங்கி நிற்கவியலா. முதலில் வரையறுத்தவாறு அவருக்கு அமைச்சர் அன்னையாவின் படை வந்து சேர வேண்டும். ஆனால் அது வரவில்லை. மேற்கூறிய அன்னார் காவலில் வைக்கப்பட்டுள் ளார் என்ற செய்தி கொலனி உருத்திரருக்கு வந்து சேர்ந்தது.

ஏன் அமைச்சர் அன்னையாவைக் காவலில் வைத்தனர்? அர சத்துரோகிகள் அவர் மீது பழி சுமத்தி இருப்பார்கள். குற்றமற்ற அப்பெருமகனாரின் மீது சுமத்திய பழிகள் எத்தனை காலம் இருக்கும்? அத்துடன் அவை தம்மீதும் சுமத்தப்படுமா? அதனால் தமக்கு வந்து சேர வேண்டிய உதவிப்படைகள் சேராமற் போகுமா? எதுவானால் என்ன? முதலில் வரையறுக்கப்பட்ட செயல்படி நடந்துத் தாம் தமது பணியை நிறைவேற்றுவோம்! இவ்வாறு முடிவு செய்து அவர் தமது பணியை நிகழ்த்தலானார்.

இவ்வாறிருக்கையில் மேட்டுப் பள்ளி திரிபுராந்தகரின் அதிகா ரத்தின் கீழ் வந்ததும் ஒரு கல்லிலிருந்து இரண்டு பெருஞ்சேனைகள் புறப்பட்டதும் அவருக்குத் தெரிய வந்தன. அதில் ஆதி தம்மை யாவின் தலைமையின் கீழ்ப் பாகாலாவிலிருந்து புறப்பட்ட படை தமது உதவிக்கென வருகின்றது. வேற்றுமையொன்றுதான்! பரம சிவனைப் போன்ற அமைச்சர் அன்னையா அந்தப் படையுடன் வர வில்லை. அவருடைய இருப்பிடத்தில் ஆதி தம்மையா வருகின்றார். அவரும் மிக நல்லவர்! வல்லவர்! ஆனால் அமைச்சர் அன்னையா வுக்கு ஈடு யார்?

ஆதிதம்மையா வரும் செய்தி கொலனி உருத்திரருக்கு உள வமைதி உண்டாக்கியது. உடனே அவர் கோரங்கி சென்று அங்குக் காகதீய நாவாய்த் தலைவனைக் கலந்து பேசித் தேவையான எல்லா ஏற்பாடுகளையும் செய்ய ஆணையிட்டார். அந்த நாவாய்த் தலைவன்

சிறப்பாகத் கடலிலிருந்துக் கோப்பெருஞ்சிங்கனுக்கும் கலிங்கரின் உதவியும் பாண்டியர் உதவியும் வாராத வண்ணம் தடுத்துக் கொண்டிருக்க வேண்டும்.

இந்த ஏற்பாடுகளைச் செய்து உருத்திரர் மீளவும் திரும்பிப் பித்தா புரம் வந்து ஆதிதம்மையாவின் படைகள் வரவினை எதிர்நோக்கிக் காத்திருந்தார். அந்தப் படைகள் வந்தவுடன் அவருடைய கைவச முள்ள பித்தாபுரத்தின் பகுதியிலிருந்துத் தேவையான போர் வீரர் களுடன் சென்று தாம் கலிங்கப் படையினரை எதிர்த்துப் போரிடக் கொலனீ உருத்திரர் முடிவு செய்தார்.

32

பரதக் கண்டத்தின் மீது பல முறைகள் அயல் நாட்டவர் படை யெடுப்புக்கள் புரிந்தனர். அவ்வாறு வந்தவர்கள் அந்நியர்கள் மட்டுமின்றி அயல் இனத்தவரும், அறமற்றவர்களுமாவார்கள்! அவ் வாறு ஆனமையால் பாரத பூமியில் உள்ள மக்களனைவரும் அவர் களுக்கு ஒரே யினத்தவர் தாம். துரிய நிலையிலுள்ள முனிவர்கள் என்ன, காடேகிய நெறியினர் என்ன, யோகிகள் என்ன, கற்றறிந் தவர்கள் என்ன, மேதைகள் என்ன, செல்வந்தர்களென்ன, ஏழை கள் என்ன, பெரியோர்கள் என்ன, சிறியோர்கள் என்ன — அனை வரும் ஒரே தரத்தவர் தாம்! பாரத நாட்டு மக்களைத் தமது வாட் களுக்கிரையாக்குதல் அவர்களுக்கோர் விளையாட்டு. குழந்தைகள் கட்டை எறும்புகளைப் பிடித்துக் கொண்டு நசுக்கிப் போடுவார்கள்; தும்பிகளின் இரு சிறகுகளைப் பிடித்துக் கொண்டு வாலில் கயிற்றால் கட்டிப் பறக்க விடுவார்கள்; பறவைகள் மரங்களில் கட்டிய கூடு களில் வைத்த முட்டைகளை, கட்டவிழ்ந்த சிறுவர்கள் கைப்பற்றிப், பெரிய பறவைகள் வந்து அதைக் கண்டு அந்த மரத்தைச் சுற்றி லும் அலைந்து கரைந்து கொண்டிருக்கக் கண்டு மிக்க மகிழ்ச்சி யடைந்து இறைச்சலிட்டு, அவ்வாறு அலையும் பறவைகளின் மீது கற்களை வீசி எறிவார்கள். இவ்வாறு முற்றிலும் அயல் நாட்டி லிருந்து வந்த பகைவர்கள் இந்நாட்டு மக்களைத் துன்புறுத்துவதும் ஓர் விளையாட்டு தான்!

ஆனால் பரத நாட்டில் ஓர் அரசன் மற்றோர் அரசன் மீது படை யெடுக்கும் போது அவ்வாறன்று. இந்தப் படையெடுப்பு அரசர் களுக்குத் தொடர்புள்ளனவாகும்; போர் புரிவது எதிர்க்கும் படை யுடன் தான். மக்களுடன் பகைமை இருக்காது. போர் நடந்துகொண் டிருக்கும் களத்திற்கருகிலுள்ள பகுதிகளில் பயிர்த் தொழில் புரி வோர் தமது நிலத்தை உழுது கொண்டும், அதில் விதை விதைத்

தும், அதில் விளைந்த விளைவை அறுவடை புரிந்து கொண்டும் அமைதியாக இருப்பார்கள்; திருமணங்கள் நடந்து கொண்டிருக் கும்; வேள்வி புரிபவர் தாம் புரியும் வேள்விகளைப் புரிந்து கொண் டிருப்பர்.

அது மட்டுமன்று, பயணம் புரியும் பெரும் படையினரும், அறி ஞர்களும், கலைஞர்களும், பாடகர்களும், நடிகர்களும், நகைச்சுவை யாளர்களும், பற்பல உரை நிகழ்த்துபவர்களும் கலந்து நடந்து செல்வார்கள். அவர்களுக்கென்று அந்தப்படையினர் செல்லும் அந்த அந்தப் பகுதிகளில் உள்ள அறிஞர்களுடனும், புதுமை புரி வோருடனும் உரையாடல், குழு விளையாட்டுக்கள், பேச்சுப்போட்டி கள் போன்ற பலவும் நடைபெறும். அவர்களும் அவருக்குரிய அதிகாரத்திற்கேற்ப அந்தப் படை வீரர்களைக் கவர்ந்து பரிசில்கள் பெறுவார்கள். இவ்வாறு படை நகர்ந்துகொண்டிருப்பதின் வாயிலாக ஒரு பகுதியிலுள்ள கலைஞர்கள், கவிஞர்கள், பாடகர்கள் மற்றப்பகுதி களுலுள்ள முறைகளில் அழகுபடுத்திக் காட்டவும், பயிற்சிகள் பெற வும் இயன்றன. இவ்வாறுபல்வேறுபட்ட பகுதிகளின் கலாசாரங்களும் பண்பாடுகளும் ஒருமைப் பாட்டுணர்வுக்கு வகையேற்படுத்தின. இடையிடையே அவர்களுக்குள் போட்டி யேற்படும். சபை கூடும். கற்றவற்றை வெளிப்படுத்திக் காட்டிப் புகழ்ப் பெற்று வெற்றி யடைந்தவர்கள் தாம் வெற்றி பெறுவதுமுண்டு.

அதிலும் கோப்பெருஞ்சிங்கனின் ஆந்திர நாட்டுப்படையெடுப் புத் தனிச்சிறப்புடையதாகும். அவருள் புதுமையாக இருவேறுபட்ட இயல்புகள் கலந்திருந்தன. அவருடைய படை வீரர்கள் மிகவும் கொடியவர்கள். அவர்கள் புரியும் சாதகச் செயல்களைப் பொறுக்க மாட்டார். ஆனால் அவர் மட்டும் மிகவும் பொறுமையுள்ளவர்; இன்பம் நுகர்பவர்; கருணைப் பண்புடையவர்; நுண் கலைகளில் மிகவும் ஆர்வமுடையவர். இது மட்டுமல்ல, அவர் இயல்பாகவே செயலாற்றுபவர். அதனால் அவர் போர் வேள்வியில் படையெடுப் புக்களில் கலந்து செல்வாரானார். அவர் அவ்வேள்வியிலீடுபட்டு அக்கினித் தர்ப்பணத்திற்கு இடையிடையில் வந்து நிமித்தியங் களுக்கும், சாந்தி போன்ற விதிகளுக்கும் புரோகிதர் பலரும் வேள்வி புரிவோரும் அவர் படையுடன் செல்லலாயினர். மேலும் அவர் 'வாள் வீரர்' மட்டுமின்றி 'பரத நாட்டிய அறிஞ'ருமாவார்! 'அய ராத வீரர்' மட்டுமின்றி, இலக்கிய இரத்திநகரருமாவார். அவ ருக்குச் சிறப்பாக நாடகங்களில் பற்றுண்டு 'நாடக முடிவு' தான் இலக்கியம் என்பரல்லவா! அவர் பின்னால் எப்பொழுதும் 'யட்ச கான' வல்லுநர்களான பல கர்னடகர்களும் 'தெருக் கூத்து' கற்றறிந்த தமிழர்களும் வடமொழி நாடகங்களில் தேர்ந்த கேரளர் களும் நிறைந்த நாடகக் குழுக்கள் வந்து கொண்டிருந்தன. முழு நிலவுக் காலங்களிலும், வேடிக்கை தோன்றிய பொழுதும் அவர்

அவர்களுடைய நாடகங்களை நடத்தச் செய்து தமது சிற்றரசர், படைத்தலைவர், அமைச்சர் முதலானவர்களுடன் கலந்து பார்த்துக் கொண்டிருப்பார். அவற்றைக் காண்பதற்கு ஆங்காங்குள்ள கற்றறிந்தவர்களையும் இரசிகர்களையும் வரவேற்பார். இனியவுணவை ஒருவராக உண்ணக் கூடாதல்லவா!

ஆந்திர நாட்டு மக்களுக்குக் கன்னட மொழியிலுள்ள 'யட்ச கானங்களும்' தமிழிலுள்ள 'தெருக் கூத்தும்' நன்கு புரியுமாயினும் அவை அவர்களுக்கு அத்தனை மகிழ்வளிக்க மாட்டா. எனவே அக்காட்சிகளுக்கு அன்னியரை அதிகமாக வரவேற்க மாட்டார்கள். ஆனால் கேரள அந்தணர்கள் காட்சி நிகழ்த்தும் வடமொழி நாடகங்களைப் பார்ப்பதற்கு மட்டும் நிறைந்த அளவு ஆந்திரப் பெருநாட்டிலுள்ள கவிஞர்களையும் பண்டிதர்களையும் அவர் வரவேற்பார். தெலுங்கு நாட்டில் நுழைந்ததிலிருந்து இந்த வடமொழி நாடகங்கள் நிகழ்த்துவதை அதிகமாக்கினர்.

அதனால் இப்பொழுது திருவனந்தபுரத்திலிருந்து தம்மை நாடி வரும் சாக்கியர்களெனும் மலையாள நாடகக் குழுவினருக்கு வேலை அதிகமாயிற்று. அவர்கள் நிகழ்த்தும் சமஸ்கிருத நாடகங்களின் ஆசிரியர்கள் எவர் என்று எவருக்கும் தெரியாது. முதலில் ஒருவரா பலரா என்றும் தெரியாது. அந்த நாடகங்களில் சில பெரியன, சில மிகச் சிறியன. சமயத்திற்கேற்றவாறு அவற்றுள் எவையேனும் ஒன்றை நிகழ்த்த எளிதாக இருக்கும். அவற்றின் பரத வாக்கியங்களில் 'இராஜசிம்ம' என்னும் விருதுப் பெயர் பெற்ற அரசர் பெருமகனை விரும்பிப் புகழும்,

''ஹஸ்த சர்வேப்ரஸன்ன : ஸ்ம : ப்ரவ்ருத்த குலசங்கிரஹா :
இ மா மபிமஹீம் க்ருத்ஸ் நாம் ராஜசிம்ஹ : ப்ரசாஸ்துந?''

இத்தகைய முறையில் அவையிருக்கும் கோப்பெருஞ் சிங்கனும் 'இராஜ சிம்மன்' எனும் விருதுப் பெயருடையவரல்லவா? தமது புகழ் பெயருக்குப் பொருள் பெரிய அரச சிங்க ஏறு அல்லவா? இந்தக் காரணத்தினால் அந்த நாடகங்கள் அனைத்திலும் அவருக்கு மிக்க பற்றேற்பட்டிருந்தது. அதுமட்டுமின்றி அந்த நாடகங்கள் மனங்கவரும் தன்மையன அவற்றின் கவிதைத் திறன் 'ஹர்ஷ வாக்குக்கு' இணையாக இருக்கும். மேடைகளில் நிகழ்த்திக் காட்ட அவை ஏற்றனவாகி மக்களுக்கு மகிழ்ச்சியூட்டும். அவற்றில் 'அபிஷேகம்', 'பிரதிமை', முதலியன இராமாயணக் கதை நாடகங்களாகும். 'பஞ்சாத்ரம்', 'மத்யம வியாயோகம்', 'கர்ணபாரம்', 'தூத வாக்யம்', 'தூதகடோத்கசம்,' 'ஊர்பங்கம்'!—இத்தகைய பாரதக் கதை நாடகங்களாகும். இந்த நாடகங்கள் தென்னாடெங்கிலும் பரவி கற்றவர்களுக்கும், கல்லாதவர்களுக்கும் பிடித்த பாத்திரங்களாக விளங்கின. அதனால் இந்த நாடகங்களை அவர் மிக்க

மதிப்புடன் பார்ப்பார். காட்சி முடிவில் அவற்றைக் குறித்துக் குழுமியிருந்த அறிஞர்களிடம் வினுவுவார். அவர்கள் நாடகத்தின் உயிர்ப்பினைப் புகழ்ந்து கூறினுல் அவர் மனமகிழ்ந்து போவார்.

ஆனுல் ஆந்திர நாட்டில் நுழைந்தது முதல் அவருடைய அனுபவம் புதுமையாக இருந்தது. அது அவருக்கு வியப்பூட்டியது: அந்த சமஸ்கிருத நாடகச் சக்கரம் இங்குள்ள கற்றறிந்தவர்களுக்கு அபிமான பாத்திரங்களாகவில்லை, அந்த நாடகங்களில் பல நிகழ்ச்சி களில் இலக்கண மாறுபாடுகள் இருந்தன. அவை தமக்கும் தெரி யும். திராவிடப் பண்டிதர்களுக்கும் தெரிந்தனவே. ஆயினும் அவை தமக்கும் தாமறித்த திராவிட அறிஞர்களுக்கும் சுவைக் குறைவினை உண்டாக்குவதற்கு மாருக, ஓர் புதுமையான சுவையை உண்டாக்கின. நாள்தோறும் உரிய வினைகளைப் புரிபவர்களுக்கு, மதச் சடங்குகள் ஏற்பட்ட பொழுது, தமது அன்ருடப் பணிகளி லிருந்து ஓய் வேற்பட்டு அவர்களுடன் உரையாடும் நல்வினையாளர் களுக்கு உண்டாகும் இன்பத்தைப் போன்றது இஃது! அறம் புரி வோர் சிறு நிகழ்ச்சிகளில் இடையிடையில் அறம் புரிதலொப்ப, உள் ளூரப் பொதிந்து அவை கண்ணிற் படாமலிருந்தன. இவ்வாறு மேற்கூறிய பாத்திரங்கள் விடுவிப்பதற்குரியன வாயின.

ஆனுல் ஆந்திர நாட்டில் அவ்வா றல்ல! அவர்களுடைய பார்வை அந்தக் குறைகளின் மீதே செல்லலாயின. அவர்கள் குற்றமுள்ள பார்வையுடையவர்களா? அல்லவா? அவற்றில் அவர் களுக்கு வேறுபாடில்லை.பேரரசர் என்ருல் அவர்களுக்கு அச்சமில்லை. அரசர் என்ற நிலையில் அவர்களுக்கு அத்தகைய அச்சமிருந்தது. அவர்களுடைய செயல் அத்தனை வழிபடற்குரியன.

கோப்பெருஞ்சிங்கன், முதலில் நெல்லூரில் வெற்றி விழாக் கொண்டாடினுர். அப்பொழுது கேரள நாடகக் குழுவினர் கோப் பெருஞ்சிங்கனை அந்த நிலையில் அவருடன் வந்த கற்றறிந்த பெரி யோர்கள் நெல்லூர்ப் பகுதியிலிருந்து வந்து சேர்ந்த கற்றறிந்த மேதைகளான அந்தணர்கள் முன்னிலையில் திரு அரங்க நாயகர் சுவாமித் திருக்கோயில் உட்பிரகாரத்தில் 'அபிஷேகம்' எனும் நாடகத்தை நடத்திக் காட்டினுர்.

முதல் பாகம் முற்றுப் பெறவிருந்தது. வாலியின் வேண்டு கோளின் படி வழிபாட்டிற்கென அநுமன் தானே சென்று நீர் கொண்டு வரலானுன். உடனே குழுவினரிடையில் ஆந்திர அறி ஞர்கள் வியப்பு அடைந்து எழுந்து நின்று தவருனதென்று விளக் கம் கூறினர். உடனே வாலியின் மரணத்தினை மேடையில் காட்டப் பெற்றது. கங்கை போன்ற பல புனித நீர் முதலானவற்றை அங்கு வரவேற்றவாறு செய்யினும் அவர்களுக்கு மனநிறைவு தரவில்லை. அதைக் கண்டு ஒரு கணமும் அங்கு நிற்காமல் ஒரேயடியாக

வெறுப்புக் கூவலிட்டுக் கொண்டு அந்தப் பண்டிதர்கள் அகன்று செல்லலாயினர்.

அதைக் கண்ட கோப்பெருஞ்சிங்கனுக்குக் கடுஞ்சினம் தோன்றியது. அங்கு எழுந்து சென்ற அறிஞர்களை அவர் உற்று நோக்கினர். அவர்கள் அக்கினியைப் போன்று ஒளி மிகுந்தவர்கள், அச்சமற்றவர்கள். அவர்களுடைய செயலைக் கண்டு அவர் ஏதும் கூற இயலாது போனர். அவர் 'சாகித்திய இரத்தினகரன்' என்னும் பெயர் தரித்தவராயிற்றே! இலக்கண மாறுபாடுள்ள பகுதியைக் காட்சியாக நடத்தப்படும் பொழுது கற்றறிந்தவர்கள் அருவருப் படைந்தால் அவர் யாது செய்வார்!

ஆந்திர நாட்டில் எங்காகிலும் இலக்கணக் குறைபாடு தோன்றினல் அத்தகைய நிகழ்ச்சிகள் தாம் நடைபெறும். மேடையின் மீது போர்க் காட்சிகள் நடத்தப் போரிடும் இடங்களிலும் விளையாட்டுத் தூக்கங்களைக் காட்டும் பொழுது, ஆந்திர மக்களிடையில் இத்தகைய கலவரங்கள் நடக்கும். செருக்கூரில் நாள்தோறும் வேள்விகளியற்றும் ஆயிரம் வேதியர்க் குடும்பங்கள் இருந்தன. அந்த நாடகத்தில் ஆயுதங்களுடன் போர் நிகழ்ந்தது. அதனைக் கேட்ட பொழுதெல்லாம் அந்த ஊர் அறிஞர்கள் காதுகளை மூடிக் கொண்டு உள்ளே சென்று நீராடி விட்டு வந்தனர். கோப்பெருஞ்சிங்கன் ஏதும் கூறவியலாமற் போனர்.

கிருஷ்ண நதியைக் குறிக்கிட்டுச் செல்லும் கோப்பெருஞ்சிங்கன் கொல்லூரில் தங்கினர். அத்தனைக் கற்றறிந்த மக்கள் உள்ள கிராமம் கிருஷ்ண நதிக் கரையில் இல்லை அங்குக் கேரள நடிகர்கள் 'பிரதிமா' நாடகத்தை நடத்தினர்கள். கோப்பெருஞ்சிங்கனின் வேண்டுகோளுக்கிணங்கி அங்குள்ள அந்தணர் வாழிடத்து அறிஞர்கள் அந்த நாடகத்தைப் பார்க்க வந்தனர். முதலில் சூத்திரதாரி நுழைந்ததற்கே அவர்கள் சற்று மறுப்புக் கூறினர். அறிக்கை முடிந்தது. அதில் நாடகத்தைப் பற்றிய முன்னுரையில் இருக்கும் அக்கவிஞன் பெயர் இல்லை. 'இவன் பெயர் தெரியாதவனு?' என்று இகழ்ச்சி தோன்ற ஏளனத்துடன் அங்கிருந்தவர்கள் கேட்கலானர்கள். அதன் பிறகு இராமாயணக் கதையைச் சற்று வேறுபடுத்திக் காட்சியாக்கியது அந்த அறிஞர்களுக்குச் சுவைக்கவில்லை. 'இராம காதையை இத்தனை மாற்றம் செய்திருப்பதனல் இந்தக் கவிஞர் தமது பெயரை வெளிப்படுத்திக் கொள்ளவில்லை போலிருக்கிறது!' என்றனர்.

கோப்பெருஞ்சிங்கனுக்குச் சினம் உண்டாயிற்று. 'ஆந்திரர்கள் நூலாராய்ந்த பேரறிஞர்கள்!' என்று அவையில் கூறி ஏளனமாகச் சிரித்தார். கொல்லூரில் இந்த அனுபவம் ஏற்பட்ட பிறகு சில காலமாக அவர் வடமொழி நாடகங்களையே டத்தவில்லை. நடத்

தினுலும், ஆந்திர அறிஞர்களை அவற்றுக்கு அழைப்பதை நிறுத்திக் கொண்டார்.

இப்பொழுது அவர் கோதாவரிக் கரையை நெருங்கிக் கொண்டிருந்தார். இங்கு மறைநூல் முறையும் நூல்களுமாராய்ந்த கற்றவர்களும் பெரும் புலவர்களும் ஆயிரக் கணக்கில் உள்ளனர் என்று அவர் அறிந்திருந்தார். மீண்டும் சமஸ்கிருத நாடகமொன்றை அந்தப் பகுதியில் நடித்துக் காட்டித் தமது நாடகக் குழுவை இங்குள்ள கற்றறிந்த பெருமக்களால் பெருமைப் படுத்த வேண்டுமென்று அவர் மிகவும் ஆவலுற்றிருந்தார். "பெண்ணை நதிக்கரையிலுள்ளவர்களுக்கு அவசரம் அதிகம்! கிருஷ்ணு நதிப் பண்டிதர்களுக்குத் தலையில் கருப்பு நிணம்' மிகுந்து விட்டது'. இந்த சப்த கோதாவரிப் புனித ஆற்றங்கரையிலுள்ள அறிஞர்கள் அத்தகையோரல்லர்! இந்த நீர் காவிரி நீர் போன்று தூய்மையானது. இந்த நீரைப் பருகுவோர் சுவைஞர்கள். இந்த அறிஞர்களுடைய புகழுரையினுல் எனது; 'பரத நாட்டியக் கலைஞர், 'சாகித்ய இரத்தினுகரன்,' எனும் புகழ்ப் பெயரை நிலைப் படுத்திக் கொள்ள வேண்டும்." இவ்வாறு அவருக்கு உள்ளுணர்வு மிகுந்தது.

மார்கழித் திங்கள் முதல் நாளன்று அவர் கோதாவரிக் கிளைகளில் ஒன்றுன வசிஷ்ட கோதாவரியருகில் போய்ச் சேர்ந்தார். அப்பொழுது தான் திரிபுராந்தகர் மேட்டுப் பள்ளியைக் கைப்பற்றிக் கொண்ட செய்தி தெரிய வந்தது. கொலனி உருத்திரர் பித்தாபுரத்தை விட்டகன்ற செய்தியும் தெரிந்தது. இப்பொழுது ஜன்னிக தேவரின் படைகள் புறப்பட்டிருக்கும் செய்தியும் தெரிந்தது. ஆனுல் அவர் வெகு துணிச்சலுள்ளவர். அவருக்குத் தமது படையினரிடம் அசைக்க முடியாத நம்பிக்கை இருந்தது. மேலும் தமக்குத் துணையாக நெல்லூர் சுந்தர பாண்டியன் சேனையும், வடக்கில் கலிங்கர்கள் படையுமுள்ளன. அவற்றுக்கெல்லாம் துணையாக சோழரின் நாவாய்ப் படைகளுமுள்ளன. அவை ஏதுமில்லாவிடினும், தாம் ஒருவரே ஒரு புறம் ஜன்னிகரையும் மற்ருேர் புறம் கொலனி உருத்திரரையும் எதிர்க்க வல்லவர். ஆந்திரப் படைகள் அனைத்தும் ஒரு பொருட்டாகாது. தாம் முதலில் ஆந்திர நாட்டு அறிஞர்களைத் தோற்கடிக்க வேண்டும். இந்தக் கோதாவரிக் கரை மக்களில் கற்றவர்களுக்குத் தமது மன்றத்துக் கல்விச் சிறப்பினை வெளிப்படுத்திக் காட்டித் தமது பெருமையை உணரச் செய்ய வேண்டும். அப்பொழுது தான் தமது வெற்றி யாத்திரை முழுமையடையும், எல்லா முழுமையு மடையும்.

அவர் வைகுண்ட ஏகாதசியை நரசாபுரத்தில் கழிக்கத் தொடங்கினுர். அதற்கு அவர் முதலிலேயே தமது மன்றத்து அறிஞர்களையெல்லாம் அன்றைய மன்றத்துக்கு எச்சரிக்கையுடனிருக்க ஆணை

யிட்டார். அந்த முக்கோடி ஏகாதசியன்று இரவு கேரள நாடக மன்றத்தினரை "ஊருபங்கம்" எனும் நாடகத்தை நடத்திக்காட்டத் தயாராக இருக்குமாறு செய்தார்.

அன்று அவர் நோன்பிருந்து உணவருந்தாது வழிபாடியற்று வார். அன்றிரவு நாடகக் காட்சி நடைபெறும். மறுநாள் துவா தசி பாரணை புரிந்து, பேரவை கூட்டி, கற்றறிந்தவர்களின் நல்லாசி களைப் பெற்று, அவர்களைச் சிறப்புடன் போற்றி, தாம் கோதாவரி யைக் கடக்கத் தொடங்குவார். அதற்கென அங்குச் சுற்றுப்புறங் களிலுள்ள மறையோர்களையும் பண்டிதர்களையும் கவிஞர்களையும் புலவர்களையும் மற்றவரையும் தசமியன்றே தமது முகாமிற்கு வரு மாறு அழைப்புக்கள் அனுப்பினர்.

அந்த அழைப்புக்கள் புதுமையானவை. அவற்றில் மதிப்பிருந் தது. ஆனால் அவற்றிற் கேற்ப நடவாமற் போனல் தண்டனை தரு வாரென்னும் அச்சமும் அனைவருக்குமிருந்தது. இந்தக் கோப் பெருஞ் சிங்கன் இராவணனைப் போன்றவரென்று பெயர் பெற்றுப் பரவி விட்டது. அதனுல் தான் ஒவ்வோர் தலைவனுடைய பண்பு களை விளக்கிக் காட்டும் நாடகங்கள் அவருக்கு மெத்தப் பிடிக்கு மாம்—இவ்வாறு செய்திகள் அவர்களிடம் பரவின. என்னவாயினும் அவர் கற்றறிந்த மேதை! பண்டிதர்களை அவர் பரிசில் வழங்கிப் பெருமை படுத்தியது போன்று மற்றோர் செய்ததில்லை. ஆனால் சினம் வந்து விட்டால் அவர் ஏது செய்வாரோ!—இராவணன்.

பயத்தினல் என்ன, பக்தியால் என்ன, கோதாவரிக் கரை யிலுள்ள மறையவர்களும் பண்டிதர்களும், கவிஞர்களும் புலவர் களும் தசமியன்று மாலையே நரசாபுரத்தருகிலுள்ள கோப்பெருஞ் சிங்கனின் முகாமில் சேர்ந்தனர். தணுக்கு, அசண்ட, பால கொல்லு, ஆகி வீடு, பீமவரம்-இத்தகைய இடங்களிலிருந்து புலவர் கள் பலர் வந்திருந்தனர். அவ்வாறு வந்து சேர்ந்தவர்களில் வெறிரலு எனும் அந்தணர் கிராமத் தலைவனை கேதன்னுவெனும் ஆசுகவி யும் ஒருவன்.

அந்தக் கற்றறிந்தவர் அனைவருக்கும் அன்றிரவு ஐவகைப் பழங்களுடன் பட்சணங்களுடன் கூடிய சிறந்த அன்னங்களுடன் கோப்பெருஞ்சிங்கன் பெருஞ்சிறப்புடன் விருந்து புரிந்தார்.

33

வைகுண்ட ஏகாதசியன்று வழிபாடுகள் முதலான நோன்பு களியற்றி, மறுநாள் பேரவை கூட்டி, கோப்பெருஞ்சிங்கன் வசிஷ்ட கோதாவரியைக் கடக்கக் கருதியிருந்தாரல்லவா! தாமொன்று நினைத்தால் தெய்வம் எப்பொழுதும் அதையே நினைக்குமா?

புஷ்ய மாதம் வளர்பிறைப் பத்தாம் நாளன்றே தாழையூற்று மொகலிதுருவத்திற்கிந்தப் புறமிருந்த கூடாரங்களிலிருந்து புறப்பட்டுக் கோதாவரி நதிக் கரையை யடைந்து, அதைக் கடப்பதற்கு எல்லா ஏற்பாடுகளையும் செய்யத் தொடங்குவதற்கு முடிவாயிற்று. அதற்கென்று ஒருவார காலமாக முதலில் அக்கம் பக்கத்திலிருக்கும் துறை களிலிருந்து கிடைத்த படகுகளனைத்தும் கட்டாயப் படுத்தி ஒன்று சேர்த்து ஆற்றங்கரையேயோரமாக நிறுத்தலாயினர்.

இவ்வாறிருக்க நவமியன்று மாலையே ஜன்னிகரின் பெருஞ்சேனை நெருங்கி வருகின்றதென்று கோப்பெருஞ்சிங்கனுடைய முகாமில் விரைந்து வரும் செய்தியாளர்கள் செய்தி கொண்டு வந்தனர். அதனால் மணிக்கு மணி காகதீயக் குதிரைப் படையினரின் ஆரவாரம் மிகுதியாகி வந்தது. இது தம்மை வசிஷ்ட கோதாவரியைக் கடக்காமல் தடைப்படுத்த மட்டும் நோக்கமாகக் கொண்டதா? அல்லது இந்த ஜன்னக தேவன் பெரிய போர் தொடுக்கவே கருதியுள்ளானா? அவனுக்கு இத்தனை துணிவிருக்குமா? எதுவானால் என்ன? ஜன்னிகனைத் தண்டிக்காமல் வசிஷ்ட கோதாவரியைக் கடப்பதற்கு கோப்பெருஞ்சிங்கன் விரும்பவில்லை. ஒருக்கால் அவ்வாறு கடக்க விரும்பினாலும் அது இயலாது ஜன்னிகன் பெரும் போர் தொடுக்கக் கருதாது பூச்சாண்டிக் காட்டிக் காலங்கடத்தக் கருதினாலும், தாமே தமது படைகளுடன் அவனைத் தாக்குவதற்கு முடிவு செய்தார். அதுவும் விரைவில் நடைபெற வேண்டும். இந்த முயற்சிகளனைத்திலும் தடையிருக்கலாகாது. முடிந்தால் துவாதசிப் பாரணை முடிந்ததும் உடனே பேரவை கூட்டி, முதலில் கருதிய வாறு தாம் கோதாவரியைக் கடக்கவேண்டும். அது தமது பெருமையைப் பரவலாக விளங்கச் செய்யும்.

இவ்வாறு அவர் முடிவு செய்து கொண்டிருப்பதற்குள் அந்த நவமியன்றிரவே மற்றொரு செய்தி வந்தது. அவருடைய தலையாய படைகள் மிகுதியாக மொகலி துருவத்திற்கருகில் உள்ளன. அவருடன் கூடவே அண்மையில் கடலில் சோழக்கப்பற் படையுடன் வருகின்றனவல்லவா! அந்தப் படைகள் சிறு சிறு கூட்டமாகப்

பிரிந்து கடலில் முன்னும் பின்னும் தமது பாதுகாப்பிற்கெனத் திரிந்து கொண்டிருந்தன. அந்த நாவாய்களுக்கு மிகத்தொலேவில் புதிய நாவாய்கள் காணத் தொடங்கின. மொகலி துருவத்தின் துறைகளின் மூன்று புறங்களிலும் அந்தப்பெரு நாவாய்கள் நெருங்கி வருவன போன்றிருந்தது. அப்படித் தொலேவாகத் தெரிந்த நாவாய்கள் வர்த்தகர்களுடையன என்பதற்கு வழியில்லே. எல்லா நாவாய்க் குழுக்களும் தமக்குப் பல நாவாய்கள் காணப்பட்டன வென்று செய்திகளேக் கொண்டு வந்தன. எனவே அவை போர் வெறியுடன் வரும் காகதீயர்களின் நாவாய்களாகத் தானிருக்க வேண்டும். இச் செய்தி அன்று நள்ளிரவில் நிலே பெற்றது.

அந்தப்புறம் கடல் வழியாகவும் இந்தப்புறம் நிலத்தின் வழியாகவும் ஒரே சமயத்தில் போரிடத் தயாராக வேண்டுமென்று கோப்பெருஞ் சிங்கனுக்கு விளங்கியது. அவருடைய படைகள் மிக்க நட்புடன் கூடிய தமது சொந்தப் படையினர் தாம்! இல்லாவிடில் சோழ நாவாய்ப் படையினரை எப்பொழுதும் நம்பியிருக்கலாகாது.

இதுவரை கோதாவரியைக் கடப்பதற்கு எல்லா ஏற்பாடுகளும் நடந்திருந்தன. அதனுல் கூடாரங்களிலுள்ள பெரும்பகுதிகள் கட்டி வைக்கப்பட்டு வண்டிகளில் எடுத்து வைப்பதற்குத் தயாராக இருந்தன. பகைவர்களின் நிலப்பகுதியிலிருந்து பெருஞ்சேனே யொன்று பெருநதிப் பரப்பினேக் கடத்தல் எளிதான செயலா? சிறு படையினர் மட்டும் தேவை நேர்ந்தால் சிறு போர்கள் நிகழ்த்தத் தயாராக இருந்தனர். மற்றவை யாவும் புறப்பாட்டுக்குத் தயாரான நிலேயிலிருந்தன.

நவமியன்று நள்ளிரவில் எதிர்பாராதவாறு கோப்பெருஞ்சிங்கன் தமது படைத்தளபதிகள் அனேவரையும் அழைத்து அந்தரங்க அவை கூட்டினுர், அதற்குச் சோழர்களின் நாவாய்த் தலேவர்களும் வந்தார்கள். அனேவரும் ஆலோசனே புரிந்தனர். புறப்பாட்டு முயற்சிகளே உடனே நிறுத்தி விட்டுப் பெரும் போருக்கு விரைவினில் ஆயத்தமாகத் தீர்மானிக்கப் பட்டது.

பகைவர் வலிமையை எளிதென மதிப்பிடலாகாது. அதிலும் ஜன்னிக தேவன் எளிதானவனல்லன். அவனே எதிர்ப்பதற்குப் பின் வாங்கலாகாது. அலட்சியமாகவும் இருக்கலாகாது. தெலுங்குக் கடற்கரை மீது படையெடுத்து வந்ததிலிருந்து எப்பொழுதோ ஒரு முறை பெரும் போர் தவருதென்றுக் கோப்பெருஞ் சிங்கனுக்கு முதலிலிருந்தே தெரியும். ஆனுல் அவர் கைக்குக்கிடைத்த அளவுக்கு ஆந்திரப்பெருநிலத்தில் சூறையிட்டுச்சென்ற பிறகுதான் அத்தகைய பெரும் போர் நிகழ்த்த நினேக்கவில்லே. அதனுல் அவர் இதுவரைக்கும் எந்தச் சிறு சண்டையிலும் சிக்கிக் கொள்ளாமல், தடையற்ற

வழிகளினூடே சென்று கொண்டிருந்தார். தாட்சாரம், பீமேசுவரர், அவருடைய தலையாய தாக்குதல் நிலையும். நெடுங்காலமாகச் சாளுக்கிய அரசர்களின் குல தெய்வம் அவர்! சாளுக்கிய அரசர் களின் குலதெய்வம் அவர். சாளுக்கியர்களின் காலத்திலிருந்து வந்த வழிபாடுகள் காகதீயர்களின் காலத்தில் கூட அந்த இறை வனுக்குக் குறையவில்லை அதனால் ஆந்திரப் பெருநிலத்தின் மீது படையெடுத்த கலிங்கர்களும், சோழர்களும், பல்லவர்களும் தமது பார்வையை தாட்சாவர்மம் மீது முதலில் நிறுத்துவார்கள்.

தாட்சாராமம் இப்பொழுது சேர்ந்தாகி விட்டது, சப்த கோதா வரியைக் கடத்தால் தாட்சாராமம் போய்ச் சேர்ந்தாற் போலவே! கோதாவரிப் பேராறு தான் தடை! இதுவரையும் தமது படைக்கு எத்தகைய பெரிய தடைகளும் நேரிடாமையால் அவருடைய கூட வர் படையினருக்குக் காகதீயப் படை பலத்தின் மீது அலட்சிய மனப்பான்மை ஏற்பட்டது. அத்தகைய எண்ண ம்படை வீரர் களுக்கு உவகையூட்டப் பயன்படுமேயல்லாது. அதனால் அபாய மும் உண்டு. கோப்பெருஞ்சிங்கன் தமது படைத் தளபதிகளுக்கு அனைத்தையும் விளக்கினார். இப்பொழுது பெரும் போர் தொடங்க விருக்கிறது. தமது படையின் பெருமையைக் காட்டும் தருணம் இதுவே!

புதுமையாக, விடிவதற்கு முன்னரே கோப்பெருஞ்சிங்கனின் படை விரைந்து புறப்பாட்டிற்கான ஏற்பாடுகளை மூட்டை கட்டி விட்டுப் போருக்கு ஆயத்தமாகத் தொடங்கியது. போர் முரசுகள் உள்ளம் நடுங்குமாறு கொட்டத் தொடங்கின. வீரர்களும், தளபதி களும் கொடிக்கம்பங்களை வானை முட்ட நிறப்பிப் பறக்க விட்டனர். வாட்கள், வேல்கள், சூலங்கள், ஈட்டிகள், கதைகள், விற் கருவி கள், கணைகள் முதலியவற்றைச் சித்தமாக வைத்தனர். அந்தக் காடவர் படைகளில் யானைகள் குறைவு. குதிரைகள் மிகுதி. இருப் பினும் உள்ள அந்த யானைகளை ஒவ்வோர் தளத்துக்குமிடையில் போர் புரியத் தயாராக நிறுத்தினர். போருக்குத் தயாராக தளங்களாக நின்றப்படை வீரர்கள் மட்டுமின்றிப் படை பாதுகாப்பிற்கும், செய்தி யறிவிப்பதற்கும் குதிரை வீரர்கள் இடையிடையில் நடமாடிக் கொண்டிருந்தார்கள். இவ்வாறு தசமியன்று நடுப்பகலுக்குள் கோப்பெரும் சிங்கனின் படைகள் போருக்கு ஆயத்தமாகியிருந்தன.

அந்த மகாராஜ சிம்மன் எல்லாக் கட்டளைகளையும் தமது படைத் தலைவர்களுக்கு முன்னதாகவே அளித்திருந்தார். இனி அவர் தமது கூடாரத்தில் தனிமையிலிருக்கலாம்; அமைதியாகத் தாம் எண்ணியவாறு ஏகாதசி நோன்பை முடித்துக் கொள்ளலாம். இத் தனை பேர் கோதாவரிக் கரை அறிஞர்களை வரவேற்று, இப்பொழுது போர் தொடங்கி விட்டதென்று அவர்களைப் போகச் சொல்வாரா?

இங்குள்ள அறிஞர்களுக்குத் தம்முடன் வந்த காஞ்சிபுரத்து அறிஞர்களின் சிறப்பைக் காட்ட வேண்டுமென்பதல்லவா அவருடைய உவகை! 'வித்வானேவ விஜாநாதி வித்வஜ்ஜன பரிச்ரமம்!' தமக்கு எத்தகைய நல் வாய்ப்பு! தமது படை காகதீய படை பலத்தை நிலத்தின் மீதும், கடலிலும் எதிர்த்தல் போர் புரியும் தருணத்திலேயே, தாம் அறிஞர்களின் பேரவை கூட்டி, ஆந்திரப் புலவர் பெரு மக்களுக்குத் தமது பெருந்திறனைக் காட்டும் வாய்ப்புக் கை கூடியது. போரில் வெற்றி பெறுவதினும் மேலாக ஆந்திர அறிஞர்களைப் பெரும் வெற்றி கொள்வதில் கோப் பெருஞ் சிங்கன் சிறு குழந்தையைப் போல் ஆவலுற்றவராயிருந்தார்!

34

அம்பதேவர் பெருஞ்சேனையுடன் வருகின்றாரெனும் அறுதியிட்ட செய்தி தெரிந்ததும் ஜன்னிகர் தமது பெருஞ் சேனைகளுடன் கோப்பெருஞ்சிங்கனைப் பின் தொடர்ந்து, அவன் கோதாவரியைக் கடப்பதற்கு முன் கைப்பற்ற வேண்டுமென்று புறப்பட்டாரல்லவா! அவர் எண்ணியவாறு பல நாட்டின் மீது எளிதில் அமராவதியருகில் கிருஷ்ணா நதியை அவருடைய படை கடந்தது. அவர் தமது படையில் ஒரு பெரும் பகுதியை மோசலபுரம் நோக்கிச் செலுத்தி மிகுந்த படையுடன் கோப்பெருஞ்சிங்கனின் பின் தொடர்ந்தார். அவ்வாறு அவர் தமது சேனையைப் பிரிக்கும் பொழுது யானைப் படையின் பெரும்பகுதியைத் தம்முடன் வைத்துக் கொண்டார். ஆற்றங்கரைகளில் நடக்கும் போர்களில் யானைப் படை மிகுதியாகப் பயன் படும். அது மட்டுமின்றி ஆந்திரப் படையினரில் மிக்கவலிமை வாய்ந்த உறுப்பு யானைப் படையாகும்! உருத்திர தேவர் காலத்திலும், கணபதி தேவர் காலத்திலும், காகதீய அரசர்களின் யானைப் படைதான் கடுமையான காலங்களில் அவர்களுக்கு வெற்றிகளைக் கிட்டச் செய்துள்ளன. எனவே ஆந்திர அரசர்கள் யானைப் படைகளை மிகுதியாக்கி அவற்றின் நிலைமைகளுக்கேற்பச் சிறப்பான அக்கறை காட்டி வந்தனர். ஆந்திரப் படைகளில் யானைகள் அதிகம். அந்தப் படை பலத்தை ஜன்னிக தேவர் ஆந்திரப் படைகளின் மரபுக்கேற்ப மிக்க பாதுகாப்புடன் வைத்திருந்து, எல்லா படைகளுக்கும் பாதுகாப்புப் படையாகவும், உதவியாகவும் இருக்குமாறு ஏற்பாடுகள் செய்திருந்தார்.

அவர் கோதாவரியைச் சேர்ந்த பொழுது அவரிடம் அறுபதாயிரம் வீரர்கள் மட்டுமேயிருந்தனர். கோப்பெருஞ்சிங்கனின் படைகள் அனைத்தும் சேர்ந்துப் பதினெட்டு லட்சம் பேரிருப்பார்களென்று

வதந்திகள் பரவியிருந்தன. ஆனால் உண்மையில் அவனுடைய தரைப் படையில் போர் புரியும் வீரர்கள் இலட்சம் பேர் மட்டுமே இருக்கலாமென்று அவருக்கு நம்பத் தகுந்த செய்திகள் வந்திருந்தன. ஜன்னிகர் புறப்பட்டபொழுது கோப்பெருஞ் சிங்கனின் படைகள் கொள்ளைக் கூட்டத்தினர் தாம் என்ற அவர் எண்ணம் சரியான உண்மையாக இருந்தது. ஆனால் அதன் பிறகு வந்த வார்த்தைகளின் வாயிலாக அவை அவ்வாறில்லாமல் உண்மைப் படையெடுப்பென்று விளங்கலாயிற்று. எனவே அவருக்கு எச்சரிக்கை அதிகமானது. சரியாக அதைக் கடக்கும் முயற்சியிலிருந்த பொழுது தான் காடவர் படையினரைத் தாம் தாக்க முடிவு செய்ததும் அதனால் தான்! ஆற்றைக் கடக்கும் முயற்சியிலிருந்த படை போரிடும் ஏற்பாட்டுடன் இருக்க மாட்டார்கள். அத்தகைய பொழுதில் எளிதில் அவர்களைக் கலக்கஞ்செய்து விடலாம். மிகுந்த வீரர்களுள்ள கோப்பெருஞ்சிங்கனின் படைகளில் சில போரிடத் தயார்நிலையில்லை. இவ்வாறு செய்ததில் தமது படைகளை எண்ணிக்கையளவில் குறைவாயிருப்பினும் தாக்குதலின் வலிமையில் பின் வாங்காது. மேலும் தமது யானைப் படைகளைக் கொண்டு முறையாகத் தாக்கினால் அவர் வெற்றியடையக் கூடும்.

எவ்வாறாயினும், வலிமை மிக்க பகைவனுடன், குறைந்த எண்ணிக்கையுள்ள படைகளுடன், அவர் போரிடத் துணிந்தது பெருஞ் செயலேயாகும்; ஆயின் ஜன்னிகர் மட்டும் 'பேரரக்கர்' விருது பெற்றவர்களின் வழி வந்தவரல்லவா !

இம்முயற்சிக்குத் துணையாக ஜன்னிகர் தமது வெற்றிக்கு உற்ற உதவியாக இருப்பதற்கு மற்ற ஏற்பாடுகள் பலவற்றைச் செய்திருந்தார். அப்பொழுது தான் அந்தப் பக்கலில் மோசலப் பட்டினத்தைத் தாம் அனுப்பிய படை நிலவழியாகவும் தமது உடன் பிறந்தாரான திரிபுராந்தகர் மேட்டுப் பள்ளியிலிருந்து மாபெரும் கப்பற்படையுடனும் அதன் துறைமுகத்தைக் கைப்பற்றுவார்கள்.

மேலும் அப்பொழுது தான் கோப்பெருஞ்சிங்கனின் பின்னால் வந்து கொண்டிருந்த கடற்படையும், கோரங்கித் துறையிலிருந்து வலிமை மிக்க காடவர் கடற்படை வேறு தாக்கும். கோரங்கிக் கடற்படை பெரியதும் வலிமை மிக்கதுமாகும்; சோழர்களின் கடற்படை சிறியதும் விரைந்து செல்வனவுமாகும்! கோரங்கிக் கடற்படை எண்ணிக்கையில் மிகுந்தது. அதனால் சோழர் படையினர் வெற்றி பெறுவிடில் விரைந்து ஓடிப் போகக் கூடியவை. ஆந்திரப் படைகள் வெற்றி பெற்றால் பெற வேண்டும்; இல்லையெனில் ஓடிச் செல்ல இயலா! ஆகலின் அஃதெவ்வாறாயினும் துணிந்து வெற்றி கொள்ள வேண்டும்.

உருத்திரமதேவி 287

இவையனைத்துமின்றி, அவர் முன்னதாகவே தாம் கோப்பெருஞ் சிங்கனைத் தாக்குவதற்கென முடிவு செய்த நாளைக் குறிப்பிட்டு இப் பொழுது எவ்வாறுயினும் சில குதிரைப் படைத்தளங்களை வசிஷ்ட கோதாவரியின் மேற்குக் கரையோரம் பரப்பி வைக்குமாறு அம்ப தேவருக்கும், ஆதி தர்மருக்கும் செய்திகள் அனுப்பியிருந்தார். அவ்வாறே கொலனி உருத்திரருக்கும் வசிஷ்ட கோதாவரியின் அக்கரையில் தொலைவாகச் சில படைகளைத் தயாராக்கி வைக்க வேண்டும். மேலும் இராச மகேந்திரவரத்திலிருந்து கோதாவரியின் வழியாக ஐந்நூறு படகுகளுடன் வில் வீரர்களான ஆறுயிரம் பயிடையினருடன் நரசாபுரப் பகுதியில் அப்பொழுது வந்து சேருமாறும் ஏற்பாடுகள் நடந்தன.

இவ்வாறு கோப்பெருஞ்சிங்கனின் சேனைகள் நாற்றிசைகளிலும் அடைத்து முற்றிலும் அழிக்க வேண்டுமென்று ஆந்திரத் தளபதிகள் எண்ணமிட்டனர். எத்தனை ஏற்பாடுகள் புரிந்தாலும் அனைத்தும் காடவர் அடித் தளப்படைகள், ஜன்னிகரின் படைகள் வெல்வதைப் பொறுத்திருக்கிறது. அதை அவர் செய்து முடிக்காவிடில் மற்றெல்லா முயற்சிகளும் வீணாக நேரிடும். அது ஜன்னிகரின் உள்ளத்தில் உறுதியாக நிலை பெற்றது. அதனுல் அவர் மிகவும் பொறுப்புடன் ஒவ்வோர் சிறு செயலிலும் முன்னதாகவே எண்ணமிட்டுச் செவ்வனே செய்திருந்தார்.

கோப்பெருஞ்சிங்கனின் படைகள் நரசாபுரத்துக்கும் இடையிலுள்ள கூடாரங்களில் இருந்தன. புஷ்ய மாதத்து வளர்பிறை நவமியன்று மாலையிலேயே அப்படைகளின் மேற்குப் பகுதியில் ஜன்னிகரின் படைகள் போய்ச் சேர்ந்தன. ஆனுல் அவர் உடனே காடவர் படைகளுடன் போரிட நினைக்கவில்லை. அவை நெடுந் தொலைவுப் பயணத்தினுல் களைத்திருந்தன. பெரும் போருக்கு முன்னர் ஒரு நாள் ஓய்வு பெற்றுல் படை வீரர்களுக்குப் புதிய திறன் உண்டாகக் கூடும். ஆனுல் அவன் அன்று படை வீரர்களுக்கு ஓய்வு தந்திருப்பதாகப் பகைவர்களுக்குத் தெரியலாகாது. அதற்கென அவர் சில சில குதிரைப்படையெழுச்சிகளுடன் நவமியன்று இரவும், தசமியன்று பலலும் பகைப் படையினரை குழப்பம் செய்வதற்கு இருந்தன. கோப்பெருஞ் சிங்கனின் படைகளும் போருக்கு அன்று முழுயேற்பாட்டுடன் இல்லை.

வைகுண்ட ஏகாதசி வந்தது! இன்னும் கதிரவன் தோன்ற ஐந்து நாழிகைப் பொழுதிருந்தது. புனிதமிக்க நல்லோரையாகும்! ஜன்னிகரின் கூடத்திலிருந்த காலங் காட்டுங்கருவி இருபத்தைந்து மணியடித்தது. முன்னேற்பாட்டின் படி படைகள் தத்தமது இடங்களில் நின்றன. அரை நிலா வடிவில் அப்படைகளிருந்தன. இரு முனைகளிலும் வலிமை மிக்கக் குதிரைப் படைகளிருந்தன. அதன்

பின்னல் ஆந்திர விற்போர் வீரர்களிருந்தனர். படைகள் அனைத்துக்கும் இடைப் பகுதியிலும், முன் பக்கங்களிலும் மலைத் தொடர்களைப் போன்று யானைப் படைகள் வரிசையில் நின்றன. ஒவ்வோர் யானையின் மீதும் பல வில் வீரர்களிருந்தனர். ஒரு யானைக்கும் மற்றொன்றுக்கும் இடையில் அவற்றின் பாதுகாப்புக்கென வாள் வீரர்களும் வேல் வீரர்களும் வரிசை வரிசையாக நின்றிருந்தனர்.

ஜன்னிகர் தமது கூடாரத்திற்குத் தலைமைத் தளபதிகளை வரவழைத்தார். அங்கு முதன் முதலாக ஜன்னிகரின் குருவான சாந்த சிவ தேசிகர் சதாசிவ வழிபாட்டினை முடித்திருந்தார். ஜன்னிகரும் அவருடைய தளபதிகளும் சிவபெருமானின் படையல்களையும், திருநீற்றையும் பக்தியுடன் பெற்று சிவ குருவை வணங்கி அவருடைய வாழ்த்துக்களை ஏற்றனர். சிவகுரு நாதருடைய இருப்பிடத்தில் ஜன்னிகர் தமது தளபதிகளிடம் இவ்வாறு கூறினர்.

"இன்று பெருந் திருநாள். வைகுண்ட ஏகாதசி! நமது நல் வாய்ப்பினாலே இன்று நமக்கு இப் பெரும் போர் நேரிட்டுள்ளது. இன்று வெற்றி பெற்றுத் திரும்பி வருபவர்களுக்கு திரு சிவகுரு நாதரின் திருவடி காணும் பேறு உண்டாகும். போர்க்களத்தில் உயிர்ப் பறி கொடுத்தவர்களுக்கு வீர சொர்க்கம் பெறும் நலமுண்டாகும். அதனிலும் வைகுண்ட ஏகாதசியன்று திரு உருத்திர தேவப் பேரரசரைக் காணும் நிலை ஏற்பட்டால், அவர்களின் புண்ணியம் எல்லையற்றது! வெற்றி, உருத்திர தேவப் பேரரசருக்கு."

படைத் தலைவர்கள் அனைவரும் வெற்றி முழக்கமிட்டுத் தமது இருப்பிடங்கள் சேர்ந்துத் தத்தம் கீழ்ப் பணியாற்றும் வீரர்களுக்கும் அவ்வாறே உணர்வூட்டிப் பேசினர். வீரஞ்செறிந்த உணர்வுடன் அனைவரும், தத்தமதுத் திருமணப் பெருவிழாவிற்குச் செல்வது போன்ற உணர்வுடனிருந்தனர். வராகக் கொடிகளும், வாளும், கேடயமும் உள்ள கொடிகளும் வைகறைப் பொழுதின் மென்காற்றில் அலைந்து கொண்டிருந்தன.

ஜன்னிகரின் கூடாரத்தில் போர்ச் சங்கு மும்முறை முழங்கியது. ஜன்னிகர் தமது குழுவினருடன் காது கொடுத்துக் கேட்டார். அடுத்த சில விநாடிகளில் தொலைவிலிருந்து, இதன் எதிரொலியோ யென்னுமாறு, மும்முறை போர் முரசு கொட்டக் கேட்டனர். அது அந்தப்புரத்தில் நாவாய்ப்படையினர் முழு ஏற்பாட்டுடன் இருப்பதாகக் குறிப்புணர்த்தலாகும்!

அதைக்கேட்ட பிறகு உடனே ஜன்னிகர் படை புறப்பாட்டுக்கு உத்தரவு கொடுத்து,யானை யேற்றத்துக்கு முன்னதாகக் கூற வேண்டிய மந்திரங்களை அவருடைய புரோகிதர் கூறிய பிறகு, அவர் தமது பட்டத்து யானை மீதேறினர். ஒரே மூச்சில் சங்குகள், பேரிகைகள், முரசுகள், கொம்புகள். மற்ற ஒலிக்கருவிகள் முழங்கும் ஓசை பல

திசைகளிலும் பரவியது. அந்தப்புறத்தில் நாவாய்களிலிருந்து அத் தகைய ஒலி எதிரொலித்தது. யானைகள் பிளிரும் ஓசையும் புரவி கள் கனைக்கும் ஒலியும், வீரர்களின் பேரொலியும் வானைப் பிளந் தன.

ஜன்னிகரின் படை புறப்பட்டது. அது ஒரு பெரும் புறப்பாடு! மிரட்சியில்லை. உறுதியான உள்ளத்துடன் கூடிய ஆரவாரம் அந்தப் பெருஞ்சேனையை ஊக்குவித்தது. அப்படையின் தலை யாய வலிமையான யானைகளின் புறப்பாடு அதன் வீரஞ்செறிந்த தோற்றத்தை விளங்க வைத்தது.

அந்தப் பகுதியில் காகதீயர்களின் நாவாய்ப் படைகளும் அரை நிலா வடிவத்தில் நிறுத்தப் பெற்று மொகலித்துரவு வாடையிலுள்ள துறையில் பெரும் விழாக் கோலமாகப் புறப்பட்டன.

35

ஜன்னிகரின் படைகள் கோப்பெருஞ்சிங்கனின் படைகளைத் தாக்கின. வீரவுணர்வு மிக்க ஆந்திரப் படைகளின் தாக்குதலுக்கு காடவர் படைகள் கலகலத்தன. "என்ன இது? சுறுசுறுப்பற்ற இந்தப் பெருஞ் சேனையின் தாக்குதல் நமது சேனையை இவ்வளவு அரட்டுகின்றதேன்? புரவிகள் நடுங்கி விட்டன. களிறுகள் மிரண்டு விட்டன. காலாட் படையினர் சிதறினர். ஏன் இது?"— இவ்வாறு காலாட்படைத் தலைவர்கள் துயருறலாயினர்.

ஆயின் போர்ப் பயிற்சி மிக்க அந்தப் படைத் தலைவர்களுக்கு உடனே அதற்குரிய காரணமும் மாற்று வழியும் தோன்றின. இது மலை போன்ற யானைகளின் தாக்குதலாகும். இவற்றுக்கு எதிர் நின் ருல் பயனில்லை. விரைவில் தப்பித்துக் கொண்டு பக்கத்திலிருந்து தாக்க வேண்டும். இவ்வாறு அவர்கள் நினைத்து விரைவில் செய லாற்றும் அவர்களுடைய படையினருக்கு ஜன்னிகரின் படைகளை இருபுறத்திலும் தாக்கும் மாற்று வழியுடன் புதிய ஆணைகளைப் பிறப் பித்தனர்.

அப்படையினரை ஒரு நாழிகைப் பொழுதிற்குள் நிற்கச் செய் தனர். மேலும் சற்று நேரத்தில் எதிர் நின்று தாக்கும் வாய்ப்புண் டாக்கிக் கொண்டனர். இவ்வாறு இரண்டு மூன்று கல் பரப்புள்ள நிலப்பாகத்தை அவ்விருபடையினரும் சூழ்ந்து போரிட்டுக் கொண் டிருந்தனர்.

அதே தருணத்தில் கடற்புறத்திலும் போர் நடந்து கொண் டிருந்தது. கோரங்கியிலிருந்து வந்துள்ள காகதீயர்களின் நாவாய்

களும் வலிமையில் யானைகளுக்கு ஒப்பாகப் போரிட்டுக் கொண்டிருந்தன. களிற்றுப் படையன்ன நாவாய்ப் படைகள் வீரச் செருக்குடன் மொகலித்துறவுத் துறைக்குள் நுழைந்து கொண்டிருந்தன. சிறியனவான சோழரின் நாவாய்கள் அப்புறத்திலுள்ள இடை வழிகளில் நுழைந்துத் தப்பித்துக் கொண்டு பின்புறம்போய்ச் சேர முயன்று கொண்டிருந்தன. காகதீய நாவாய்களின் முதல் வரிசையில் பேரிடைவழிகளிருந்தன. அவ்விடைவழிகளினூடே சோழரின் நாவாய்கள் கடந்து செல்லத் தொடங்கின.

எதிரிலிருந்த வரையில் அவற்றைக் காகதீய நாவாய்கள் ஏதும் செய்யாமல் சும்மாயிருந்தன. அதனால் சோழர்கள் நாவாய்களுக்குத் துணிவு மிகுந்தது. முன்புறம் நோக்கி அவை அமைதியாகக் காகதீய நாவாய்களின் முதல் தொகுதியின் இடையில் போய்ச் சேர்ந்தன.

அதுவரையில் உறங்கிக் கொண்டிருந்தாற் போன்று காணப்பட்ட காகதீயக் கடற்படையினர் திடீரென்று விழிப்படைந்தவராகி விட்டனர். பெரும் நாவாய்கள் அசையும் பொழுது நீரில் பிளவு உண்டாகும். அது பெரும் அதிர்வினுலுண்டாகும். வெள்ளப் பெருக்காகும். அப்பிளவுகளில் சிறு நாவாய்கள் நிலைக்க இயலா. தமது நாவாய்களின் போக்கினுலுண்டாகும் பிளவுகளே பகைவர்களின் நாவாய்களை மூழ்கடிக்கும் வகையில் காகதீய நாவாய்கள் நெருங்கிச் சேர்ந்து கொள்ளலாயின அவ்வியக்கத்தினுல் கடலில் ஏற்பட்ட அலைச் சுழலில் சோழரின் நாவாய்களில் சில கரகரவென்று சுழன்று மூழ்கின. சில நிற்கவியலாமல் இப்படியும் அப்படியும் அலைந்தன. அவற்றை நிலைக்கச் செய்யச் சோழரின் நாவாய் வீரர்களால் இயலவில்லை. அதற்கிடையில் காகதீய நாவாய்களிலிருந்து விற்போர் வீரர்கள் கணைகளை ஏவி அந்த வீரர்களையும் படகோட்டிகளையும் புண்ணுக்கலாயினர். சோழரின் நாவாய்களிலிருந்த வில் வீரர்கள் கணைகள் ஏவுவதற்கு ஏற்ப அவர்களுடைய நாவாய்களின் அசைவினுல் கால் ஊன்றவும் இயலவில்லை!

இவ்வாறு பல நாவாய்கள் துயருற்றுலும் ஏதோ ஒரு சில சோழ நாவாய்கள் முதல் தொகுதியிலிருந்த காகதீய நாவாய்களின் இடுக்குகளிலிருந்து அப்பாற் சென்றன. ஆயினும் புதுமையாக அவ்விடுக்குகளுக்கு எதிராகத் திறமையுடன் காகதீயரின் இரண்டாம் அணி நாவாய்களிருந்தன. அவற்றுக்கந்தச் சோழ நாவாய்களைத் தாக்கும் தேவையே யில்லாமற் போயிற்று. அவர்களுக்கு அண்மையில் வந்ததும், எழுந்த கடல் அலைகளுக்குச் சோழர்களின் நாவாய்கள் தலை கீழாகக் கவிழ்ந்தன. இவ்வாறு அன்று சோழரின் நாவாய்கள் செய்த முதல் முயற்சி பயனற்றுப் போனது. வைகறைப் பொழுது சோழ நாவாய்களுக்கு ஏற்றதாகும். ஆனுல், அந்த வைகறைப் பொழுது செய்த முயற்சிகள் இவ்வாறு பயனற்றுப்

போயின; இன்று ஏகாதசியானதால் ஓர் யாமம் கழித்த பிறகு தான் போர் தொடங்கியது. அப்பொழுது தமது முயற்சி ஏதும் பலிக்காது. மூன்று யாமம் வரைக்கும் மீண்டும் வழிக்குத் திரும்பாது. அது வரைக்கும் சோழர் நாவாய்கள் தம் உயிர் பாதுகாப்புக்கு மட்டுமின்றித் தாமாகப் போர் புரிய எத்தகைய முயற்சியிலும் ஈடுபடாமல் நிறுத்திக் கொண்டன. அவை காகதீயரின் நாவாய்ப் போர் முறையை நிறுத்திக் கொண்டன. அதனுல் அப்பொழுது முதல் அவை காகதீய நாவாய்களின் இடையில் செல்லாமல், எதிரில் வருவன போன்றிருந்து, பக்கமாகவும், பின்னேக்கியும் நகர்ந்து விரைவாகத் திரியத் தொடங்கின. காகதீய நாவாய்களின் மீது அங்கோர் வெடியும் இங்கோர் வெடியுமாக வெடிக்க முயன்று கொண்டிருந்தன!

இவ்வாறு காடவர் படைகளும் ஆந்திரப் படையினரும் நிலத்திலும் கடலிலும் பெரும் போர் செய்து கொண்டிருந்தனர். அத்தகைய நேரத்தில் கோப்பெருஞ் சிங்கனின் கூடாரப்பகுதியில் பொறுப்புடன் ஏகாதசிப் பெருவிழா நடந்து கொண்டிருந்தது. அக் கூடாரப்பகுதிக்குக் கிழக்கில் வசிஷ்ட கோதாவரி அகழியாக அமைந்திருந்தது. மற்ற மூன்று திசைகளிலும் அப்போதைக்கென சிறு கோட்டையைப் போன்ற சுவர்களே அமைத்து வலிமை மிக்க படைவீரர்கள் காவலாக நின்றனர் வழிபாடுகளுக்கெனத் தனிப் பட்ட முறையில் அழைக்கப்பெற்றவர் தவிர்த்து அதனுள் எவர்க்கும் செல்ல அனுமதியில்லே. அந்தக் கூடாரமும் உள்ளங்கவரும் பன்னிற வண்ணங்களால் ஆன அணிகள் அமைக்கப் பெற்று ஒப்பனே யுடன் சிறு நகரத்தைப் போன்று விளங்கியது.

மகாராஜ சிம்ம என்னும் சிறப்புப் பெயர் பெற்ற கோப்பெருஞ் சிங்கன், அன்று பிரம ஓரையிலே விழித்திருந்தார். அவருடைய முழுப் பெயர் 'அவனியாளப் பிறந்த கோப்பெருஞ் சிங்க தேவன்' ஆகும். இவருடைய வடமொழிச் சாசனங்களில் அது 'அவன்ய வனேத்பவ மஹிராஜ சிம்ஹ' எனும் பெயருடன் விளங்கியது. அந்தச் சாசனங்களில் 'சகல புவனச் சக்ரவர்த்தி க்ஷீராபகா தக்ஷிண நாயக, பெண்ணு நதி நாத, காவேரி காமுக' இது போன்ற விருதுப் பெயர்கள் உள்ளன. மேலும் அவருக்குத்தில்லேப் பெருமானிடம் வழிபாடு மிகுதியாகும். அங்குள்ள மூன்று கூத்தரசுகளில் பொன்னம்பலத்தரசு விருப்பத் தெய்வமாகும். அதனுல் அவருக்கு 'கனக சபாபதி சர்வகாரிய சர்வகலா நிர்வாகி' என்னும் சிறப்புப் பெயரும் விளங்கியிருந்தது. அவர் மேலும் கட்க மல்லர், நிசங்க மல்லர், வாள்பலப்பெருமாள், பரத மல்லர், சாகித்ய ரத்னகரர், போன்ற விருதுப் பெயர்களும் பெற்றிருந்தார். இந்தச் சிறப்புப் பெயர்கள் அவருடைய இயல்பானப் பண்பு நலன்களாகத் தெரிகின்றன.

வெளியில் தமக்கு அண்மையில் தமது தளபதிகள் நிலத்திலும், நீரிலும் இரு பெரும் போர்புரிந்து கொண்டிருந்தனர். அவர் தாமாகவே பகைவரின் நிலப்பகுதியின் நடுவில் நுழைந்திருந்தார்! எங்கு எத்தகைய அபாயம் மறைந்து கிடக்கிறதோ? ஆயினும் என்ன? தாம் தமது படைத்தலைவர்களுக்கு எல்லா வகையான ஆணைகளையும் பிறப்பித்திருந்தார். அந்தப் பகுதியில் எந்தக் கலகமும் விளையாத பொழுது இருக்கும் உள நிறைவுடன் அந்தப் பேரரச சிங்கன் இன்று முக்கோடி ஏகாதசிப் பெருவிழாவைத் தமது கூடாரத்தில் நடத்திக் கொண்டார். இலக்கிய ஈடுபாடும் கலையார்வமும் மிக்கவர்க்கே இத்தகைய செயல் இயலும். பெரும் தவம் புரிபவர் எத்தகைய இறைச்சலிலும் அமைதியுடன் இருக்க வல்லவர்.

வழக்கமாகக் கோப்பெருஞ் சிங்கனுடைய புரோகிதர் தான் அவருடைய விருப்பத் தெய்வத்திற்கு அன்றாட வழிபாடுகளைப் புரிபவர். இன்று மாபருவமானமையால், அவர் புரோகிதரின் அந்தணப் பீடத்திலமர்ந்து, அவராகவே 'கனக சபாபதி நடராஜ' வழிபாடுகளைச் செய்து கொண்டிருந்தார். அப்பொழுது அவரைத் தமிழக, கேரள, கர்னாடக நாட்டு அறிஞர்கள் பலர் புடை சூழ்ந்திருந்தனர். மேலும் கோதாவரிக் கரையில் வாழ்பவர்களான ஆந்திரப் பண்டிதர்களும் பலர் அந்த அறிஞரவைக்கு வரவேற்கப்பட்டு அவையை பொலிவுறச் செய்தனர். அன்று காலையில் அவ்விழா காணரும் விந்தையுடன் நடைபெற்றது. உருத்திர நீராட்டு விழா பெருஞ் சிறப்புடன் நடைபெற்றது. மந்திர மலர் சாற்றும் பொழுது தமிழக, ஆந்திர, கர்நாடகப் புலவர்கள் ஒருவர் குரல் ஒருவருடன் இணைந்து காதுக்கினிய மறைநூல் மந்திரங்களைக் கூறினர்கள். அங்கு அனைவருக்கும் வேற்றுமையில்லாததோர் உணர்வு தோன்றியது. வழிபாடு முடிவதற்கு முன்னர் அங்கு மன்றத்தில் அமர்த்தப்பட்டிருந்த தில்லையம் பெருமானின் முன்னிலையில் விடியற்காலை வழிபாடாக மறைநூல் ஓதுதல் நிகழ்ந்தது. அதனிலும் அனைவரும் ஒருமை மனப்பான்மையுடன் விளங்கினர். இத்தனைத் தொலைநாட்டிலிருந்து வருகை தந்து ஒன்று சேர்ந்திருந்த அந்த அறிஞர் குழுவினர் வேதங்களிலும், வேத பாடங்களிலும் ஒருமையுடன் செயலாற்றினர். அதன் பிறகு நூல் விளக்கங்கள் நிகழலாயின.

மறைநூல் விளக்கமும் வேதாந்த உரையாடல்களும் நிகழ்ந்தன. அதன் பிறகு அங்கிருந்த அறிஞர் பெருமக்கள் வேற்றுமையுடையவர்களானர்கள். அவ்வேற்றுமையும் ஆந்திர, தமிழக நாட்டு வேற்றுமையால் வந்ததன்று. சேது முதல் இமயம் வரைப் புனித நிலமெனக் கருதுபவர்க்கு இதற்கிடை நிலப்பகுதியின் மீது மட்டும்

பற்றேது? அவர்களுக்கு அத்தகைய வேற்றுமையில்லை. அவர்களுக்கிருந்தது மத வேற்றுமை யொன்று தான்.

கோப்பெருஞ்சிங்கனுடன் வந்த அறிஞர்களில் சிலர் வைணவர்கள், சிலர் சைவர்கள், சிலர் சமார்த்தர்கள். கோதாவரி யுறையறிஞர்களில் பெரும்பாலானவர்கள் சமார்த்தர்களாவர். வைணவமும், சைவமும் இங்கு மிகுதியாகப் பரவியிருக்கவில்லை. ஆனால் அவர்களிலும் வைணவர்களும், சைவர்களும் இருந்தனர். ஆனால் அப்பகுதியில் சிறப்பாக விளங்கிய ஆந்திர சமார்த்த அறிஞர்களுடன் அவர்கள் எளிதில் சொற்போர் நிகழ்த்தத் துணிய மாட்டார்கள். உரை கூறத் துணியாத இடங்களில் வெறும் விளக்க உரைகளுடன் அவையில் கூறிச் சரிப்படுத்திக் கொண்டு, அவர்களுடன் வாழ்பவர்கள் பாட உரைகளில் உரையாடல் நிகழ்ச்சிகள் மட்டும் விவரிப்பார்கள்.

ஆனால் இன்று தென்னாட்டவர்களான புதிய வைணவப் பண்டிதர்கள் சூழ்ந்திருக்கக் கண்டு அவையில் ஆந்திர வைணவர்கள் பூரிப்படைந்தனர். அந்த அவையில் சொற் போருக்கு முதலில் தொடங்கியவர்கள் ஆந்திர வைணவர்களாவார்கள்! அவர்கள் வாதத்தைத் தமிழ்ச் சைவச் சான்றோர்கள் கண்டனஞ் செய்தனர்; உடனே தமிழ் வைணவச் சான்றோர்கள் தலையிட்டு, சைவர்களை நிந்தனை செய்து, இடையில் சமார்த்தர்களின் மீதும் ஒரு வீச்சு வீசினார்கள். ஒரு தரமாக ஆந்திர, தமிழ், கேரள, கர்நாடகப் பண்டிதர்கள் அவ்விரு சாராரையும் ஒரேயடியாகத் தாக்கிப் பேசினார்கள். அஃதோர் போர்க்களமாகவே மாறலானது. இப்போர் இரு தரப்பாக இல்லாமல் மூன்று தரப்பாக மாறி, இடையில் துவைதர்களுஞ் சேர்ந்து நான்கு பிரிவுகளாக நிகழத் தொடங்கியது.

எந்தத் தரப்பினும் வாதிடுபவர்கள் வேத வேதாங்கங்களைப் பயின்றவர்கள் தாம்; அனைவரும் கற்றுத் தேர்ந்தவர்கள் தாம்! பல அவைகளில் வாதம் புரிந்த பயிற்சியுள்ளவர்கள் தாம்! ஒருவர் கூற்றுக்கு மற்றொருவர் கூற்று உறுதியுள்ளதாகக் காணப் பெற்றது. மேல் தோற்றத்துடன் ஆழ்ந்து சிந்தனை செய்தால் சுருதிக் கூற்றுக்களுக்கிடையில் மாறுபட்ட வேறுபாடிருப்பதாகத் தோன்றும். அவர்கள் அனைவருக்கும் அனைத்தும் முழுச் சான்றுகளாகும். அக்கூற்றுகள் அனைத்தையும் மொழிப்படுத்தி அவற்றுக்கு ஓர் கூற்றினைக் கூறுவதில், இந்த மத வேறுபாடுகள் வந்தன. ஒவ்வொருவருக்கும் ஒவ்வோர் சுருதியில் ஆழ்ந்த பற்றுண்டு ஆதலினாற்றான் அவர்கள் மற்ற சுருதிக் கூற்றுகளைத் தமக்கேற்ப மொழிப்படுத்துவார்கள். துவாபரயுக முடிவில் தான் வேற்றுமையுணர்வுகள் தோன்றலாயின. அத்தகையவற்றை விளக்கி ஜைமுனியும், பாதராயணரும், அறச் சூத்திரங்களும், பிரம்ம சூத்திரங்களும் இயற்றினர். அந்தச் சூத்திரங்களின் விளக்கம் கூறவும், மீண்டும்

மத வேற்றுமைகள் துளிர்க்கலாயின. பிரம்ம சூத்திரங்களுக்குத் தொடர்புள்ள மட்டில் அவற்றையெல்லாம் மீண்டும் விளக்கி திரு வித்யா சங்கரர் 'பிரஸ் தானத்ரய பாஷ்யங்களை' இயற்றினார். மீண்டும் இப்பொழுது நூற்றைம்பத்திரண்டு நூற்றாண்டுகளுக்கு முன்னிருந்தே 'வசிஷ்டா துவைத பாஷ்யங்கள்' 'சிவாத்வைத பாஷ்யங்கள்' 'துவைத பாஷ்யங்கள் தோன்றி சங்கர பாஷ்யங்களைக் கண்டனம் புரியத் தொடங்கின. 'அவ்வாறு கண்டனம் புரிந்தவர்களுக்கு, சங்கரரின் முன்னோரான விருத்திக்காரர்களும், வியாசர், ஜைமுனி ஆகியோரைவிடப் பண்டையோராகிய கபிலரும், கௌதமரும் அடிப்படைக் காரணங்களாக விளங்கினர். ஆனால் ஒரு புதுமை! சங்கரர் மதத்தைச் சார்ந்தவர்களின் எண்ணிக்கை மிகுந்திருந்தது. திரு இராமானுசருடைய திரு பாஷ்யத்தில் சங்கர மதம் கண்டனத்திற்குள்ளாவதற்கு முன் சங்கர மதத்தை விலக்குவதற்கெனவே பெரும்பகுதி நூல் யாக்கப்பட்டது. இவ்வாறு அறிஞர் பேரவையில் பெரும் போர்கள் அக்காலங்களில் நிகழ்ந்து கொண்டிருந்தன.

அத்தகைய பெரும்போர், இன்று கோப்பெருஞ்சிங்கனின் வழிபாட்டின் முடிவில், கனக சபாபதி நடராஜப் பெருமான் திருச்சபையின் முன்னிலையில் கூடியிருந்த பேரறிஞர் குழாத்தினிடையில் நிகழலாயிற்று, உரையாடல் மறுவுரையாகத்தம் தேவ மொழியில் நடைபெறலானது. கோப்பெருஞ்சிங்கனுக்கு சமஸ்கிருதம் நன்கு தெரியும். அன்றாட வழிபாட்டுக்குத் தேவையான அளவுக்கு மட்டும் அவர் மறைநூல் மந்திரங்களைக் கூறப் பயின்றிருந்தார். நல்ல இலக்கிய வல்லுநர்! இலக்கியத்திற்கு உறுதுணையான நாட்டியக் கலையை அவர் நுட்பமாகக் கற்றிருந்தார். ஆனால் அவருக்குப் பிற கலைகளில் ஆழ்ந்த ஈடுபாடில்லை. எனவே, அந்த அறிஞர்கள் செய்த உரையாடல்போரை நன்கு கேட்டுணர்ந்து, நன்மையாக விளக்கங் கூறவல்லவரவர், ஆகலின் அவர் தம்மை மறந்து அவ்வுரையாடலைக் கேட்டுக் கொண்டிருந்தார்.

இந்தக் கோதாவரிக்கரை அறிஞர்கள் வெறும் புலவர்கள் மட்டுமன்றித் தாமும் செயல் புரிந்து வரும் பெரும் வேதியர்களாவார்கள். அவர்கள் நாடொறும் போற்றும் தீக்கடவுள் அவர்கள் உடல் முழுவதும் உள் நிறைந்து, அவர்களுடைய தோற்றத்திற்குப் பொலிவுண்டாகியிருந்தது. அறிவுக்கனல் மிகுந்தவர், வாக்கில் இனிமையுடன் ஓர் அசைக்கவியலாத உறுதிப் பாடிருந்தது. பகைவர்கள் வாதங்களை ஒப்புக் கொள்பவர் போலவே இருந்து அவர்களைத் திணரச் செய்வார்கள். போட்டியிடுபவர்கள் உரத்துக் கடுமையாக உரையாடுபவர்களாயின், அவர்கள் மிக்க அமைதியுடன் இருந்து பகைவரின் சொற்களையே பன்னி அவர்களைப் புறங்காட்டச் செய்வார்கள். அவர்கள் சிக்கமாட்டார்கள். வெற்றி

யாகாவேனும் அந்தணர்களின் தலைவரான கேதன்னு இடை இடையில் அவற்றில் பங்கு கொள்வார்.

அவ்வாறு கேதன்னுவுக்கு ஓர் வழி தோன்றியது. அவருக்கு இவ்வாறு கோப்பெருஞ் சிங்கன் இந்தப் புலவர்களின் உரையாடலை அக்கரையுடன் கேட்டுக் கொண்டிருக்கக் கண்டு மிகவும் மகிழ்ச்சியுண்டாக்கியது. அனைவருக்கும் ஓர் புறம் பெரும்போர் நடக்கிறதென்றும் தெரியும். அத்தகைய பெரும்போருக்கு மூல காரணமான இந்தக் கோப்பெருஞ்சிங்கனுக்கு இத்தனை ஓய்வு ஏன்? ஏதும் அறியாதவரைப் போன்று இந்த அறிஞர்கள் அவையில் பெரு நூலுரைகளைக் கேட்டுக் கொண்டிருக்கின்றார் இவர் !

"முன்னாளில் ஜனகப் பேரரசர் மிதிலைப் பட்டணம் முழுமையும் எரிந்து கொண்டிருந்தும் அமைதியாக இருந்தாராம். இப்பொழுது மீண்டும் இன்று அப்பெரியாரின் அமைதியை இந்தக் கோப்பெருஞ் சிங்கனிடம் காண்கின்றோம்."

இவ்வாறு கேதன்னு கூறினார். அதனால் அவை முழுவதும் பெரு மலர்ச்சியடைந்தது. கோப்பெருஞ் சிங்கனின் முகத்தில் நிறைந்த மலர்ச்சி யேற்பட்டது. அதைக் கண்டு கோதாவரி அறிஞர்கள் அனைவரும் முகமலர்ந்தனர். அவர் அதனைக் கண் முன்னிலையில் புகழுரையாகக் கூற, உரையாடலாக அத்தருணத்திற்கேற்பக் கோப்பெருஞ் சிங்கனை ஜனகருக்கு ஒப்பாகக் கூறியிருந்தார். கோப் பெருஞ் சிங்கனுக்கு மகிழ்ச்சிப் பெருக்கெடுக்கலாயிற்று. இவர்களை மறுநாள் எவ்வாறு பெருமை படுத்துவதென்று பல வகைகளில் எண்ணமிட்டுக் கொண்டிருந்தார்.

நடுப்பகலாயிற்று! ஓர் புறம் போர்களும், கோப் பெருஞ் சிங்கனுக்கும் ஜன்னிகருக்கும் சற்று வெற்றியாகவும் சற்று தோல்வியாகவும் காணப் பட்டது. அப்போர்களில் களிற்றுத் திரள்களுக்கும் குதிரைகளின் படைகளுக்கும் இடையில் நடந்த போராகவே காணப்பட்டது. எனவே வெற்றி கொள்ளுபவை மதக்களிறுகளா, வீரப் புரவிகளா?

கோப்பெருஞ் சிங்கனின் தளபதிகளுக்கு அதுவரைக்கும் தன்னம்பிக்கை தளரவில்லை. கடலிலாகிலும், நிலத்திலாகிலும் தாம் தோற்றுவிடுவோமென்ற எண்ணமே அவர்களுக்கு இதுவரை வரவில்லை. கோப் பெருஞ் சிங்கனின் ஆணைகளை அதுவரையிலும் அவர்கள் நிறைவேற்றிக் கொண்டிருந்தனர். ஆனால் இப்பொழுது அவர்களுக்குப் போர் நிலைமையை அரசருக்குத் தெரிவிப்பது நலமென்று தோன்றியது. தலைமைத் தளபதிகள் தமக்குள் ஆலோசனை புரிந்தனர் போர் நிலைமை முற்றிலும் அரசரிடம் தெரிவித்துத்தேவையானால் புதிய ஆணைகளைப்பிறப்பித்தல் நலமென்று அவர்களனைவரும் ஒரே விதமாக முடிவு செய்தனர். அரசரின் முடிவில் அவர்களுக்கு

மிகுந்த நம்பிக்கையிருந்தது. அவ்வாறே அவர்கள் அரசரிடம் போர்க்களத்திலிருந்து செய்தியனுப்பினர்கள்.

தலைமைத் தளபதிகள் அனுப்பிய செய்தி அறிவிப்பைக் கொண்டு வருபவன் கோப்பெருஞ் சிங்கனுடைய கூடாரத்துக்கு வந்தான். அவனுக்கு உள்ளே வருவதற்கான அனுமதி கிடைக்கவில்லை. ஜனக மன்னரைப் போன்றிருந்த கோப்பெருஞ்சிங்கனுக்கு இடையில் போர்ச் செய்தியைத் தெரிவிக்கச் செய்தியாளன் வந்துள்ளான் என்று கூறுவதற்கும் எவர் துணிவர்? கால்கள் தீய்ந்த பூனைகளைப் போன்று பணியாளர்கள் சிலர், அவர் முன்னிலையில் சுற்றி வந்தனர். ஆனல் பயனற்றுப் போனது. வாய்ப்பும் கிடைக்கவில்லை.

முடிவில் அவர்கள் எண்ணமிட்டு அச்சுறும் காலத்திற்கு முன்னதாகவே ஒலிப்பதற்கு அமைக்கப்பட்டிருந்த ஓர் வகைச் சங்கொலியை அவர்கள் அப்பொழுது முகாமிற்கு வாயிற்புறத்தில் முழங்கினர். அப்பொழுது மூன்றும் யாமம் நடந்து கொண்டிருந்தது. கோப்பெருஞ்சிங்கன் அதைக் கேட்டார். கோதாவரி அறிஞர்கள் தம்மை ஜனகரைப் போன்ற சலனமற்றவரென்று விவரித்திருந்தார்களே! இப்பொழுது சலன முண்டாக்குவதெங்ஙனம்!

செயல் வீரரான அவர் அமைதியாக, நெடு நேரமாயிற்று என்று குறிப்பாக அவ்வேளைக்குரிய நூல் விளக்கங்களை முடித்துக் கொண்டு வழிபாட்டுக் கடமைகளை நிறைவேற்றினர். மீண்டும் மாலை வழிபாடு நடக்குமெனவும் அப்பொழுது 'ஊரு பங்க' மெனும் காட்சியைக் கேரள நடிகர்கள் நடித்துக் காட்டுவாரென்றும், அதன் பிறகு அன்றிரவு கண் விழிப்பிருந்து நூல் விளக்கங்களைச் செய்யலாமெனவும் அறிஞர்கள் அனைவரும் வர வேண்டுமென்றும் மிக்க அன்புப் பெருக்குடன் வரவேற்று அவரவர்களின் இருப்பிடங்களுக்கு அனுப்பி வைத்தார்.

கோப் பெருஞ் சிங்கன் உடனே தமது அழகிய வேலைப்பாடமைந்த தனிக் கூடாரத்திற்குப் போய்ச் சேர்ந்து படைத்தலைவர்கள் அனுப்பிய செய்தியாளர்களை வரவழைத்துச் செய்தியை அறிந்தார். அப்பொழுது விரைவுச் செய்தியாளர்கள் இருவர் வந்து புதுச் செய்திகளைத் தெரிவித்தனர்.

போர்க்களத்திலிருந்து வந்த செய்திகள் கோப்பெருஞ் சிங்கனுக்கு ஒரேயடியாகக் கடுமையை உண்டாக்கியது. அவர் உண்மையில் இச்செய்திகளை நம்பயியலாமற் போனர்.

வேட்டையைத் தொடங்கி அப்பொழுது தான் சோழ நாவாய்கள் கோரங்கி நாவாய்களை நோக்கிப் புறப்பட்டன. இப்பொழுது கடுமையான முயற்சி நடந்து கொண்டிருந்தது. ஆனல் காற்று மட்டும் சோழ நாவாய்களுக்கு ஏற்ப வீசவில்லை. இம் முயற்சிகள்

பயனற்றுப் போனல் சோழ நாவாய்கள் மீளத் திரும்புமெனும் நம்பிக்கையில்லே

இன்னும் தரைப் படைப்போர் மட்டும் இப்பொழுது இணையான நிலேமையில் இருந்தது. ஆந்திர யானைகளின் தாக்குதலுக்கு முன் காடவர் படை கலங்கினுலும் திறமையுடன் நுணுக்கமான வழிகளே அறிந்து ஆந்திர வீரர்களேத் திணரச் செய்தது.மேலும் ஒரு முயற்சி புரிந்தனர். ஒரு பெரிய குதிரைப் படையைச் செலுத்தி ஜன்னி கரின் படைகளின் பின்புறமாக மோத முயன்றனர். ஆனல் அத் தகைய முயற்சி நடக்குமென்று முன்னதாகவே ஜன்னிகர் உணர்ந்து தடுப்புக்கென்று தனியாகக் குதிரைப் படைகளே அமைத்தார். அத ஞல் காடவர் படைகள் எத்தனே முறை பின்புறமாகச் செல்ல முயன்றும், இம்முயற்சியில் யாவும் கட்டுப் படுத்தப்பட்டன.

காடவக் குதிரைப் படைகள ஒன்று மாறி மற்ருென்ருகப் போர்க்களத்தில் நுழைந்து கொண்டு இருந்தன, ஆயினும் மாலே மூன்று யாமப் பொழுதில் மொத்தத்தில் அவைகளனேத்தும் களேத்த நிலேமையில் இருந்தன. குதிரைகள் மென்மை யான உயிரினங்களாகும். யானேகள் அவ்வாறல்ல. அத னிலும் ஆந்திரக் களிறுகள் இன்று வயிறு புடைக்க மதுபானம் அருந்தி இருந்தன. அயர்வடைந்த பொழுதெல்லாம் மீண்டும் நிறைய மதுபானம் ஊற்றி போர்க்களத்திற்குக் கொண்டு வந்திருந் தனர். மதுவருந்தினதால் சற்று நேரத்திற்குள் களேப்பான நிலேமை இந்த யானேகளுக்கு எப்படித் தோன்றும். மாலேப் பொழுதிற்குள் இவ்வாறு காத்து விட்டால் காடவர் படையை வெல்வது இயலும். இல்லாவிடில் கோப்பெருஞ்சிங்கன் தம் உயிர்ப் பாதுகாப்பு முயற்சி யில் தானிருக்க வேண்டும்!

கோப்பெருஞ் சிங்கனுக்கு இச்செய்தி வியப்பளித்தது. இதயத் தில் அச்சம் தோன்றியது. முற்காலத்தில் அவர் கணபதி தேவப் பேரரசரால் தோல்வி அடைந்திருந்தார் மீண்டும் இப்பொழுது இரண்டாண்டிற்குள் பாண்டியர் படையினுல் தோல்வியடைந்தார். ஆனல் அவர் என்றும் தமது சிங்க ஏறன்ன வீறு குன்றியதில்லே. ஊறு குன்றியதில்லே.

உடன் அவர் ஆழ்ந்து எண்ணமிடலானர். உடனே அவர் வசிஷ்ட கோதாவரியின் அக்கரைக்குச் சில படையினரைக் கடந்து செல்லுமாறு பணித்து, அந்தப்புறத்தில் கடற்கரைப் பகுதியில் ஒரு குறிப்பிட்ட இடத்தில் தமது பாதுகாப்பிற்கென்று கொண்டு செல்லு தற்குரிய சில சோழ நாவாய்களேக் காத்திருக்கச் செய்தார். அதன் பிறகு அவர் பலவற்றைப் பற்றி ஆராய்ந்துத் தமது படைகளுக்கு ஆணைகள் இட்டு அனுப்பினர். அதற்கிடையில் வேள்விகள் நடத்து தல் ஒன்றுளதே. இம் முயற்சிகள் யாவும் பயனற்றுப் போய்த்

தமது தரைப் படையினருக்கு இன்று தோல்வி நேரிடும் என்று கருதிப் பின் வாங்கி, படைகளை விட்டுச் செல்ல இயலாமல் வசிஷ்ட கோதாவரிக்கருகில் வடக்காகப் புறப்பட்டுச் சென்று, விரைவாக மோசல புரம் போய்ச் சேர வேண்டுமென்று கட்டளையிட்டுத் தாமும் கடல் வழியாக மோசலபுரம் சேர்வதாகத் தெரிவித்தார்.

கதிரவன் மறையத் தொடங்கினன். கடலில் போர் எவ்வாறு நிகழ்கிறதென்று நம்பிக்கையான செய்தி வரவில்லை. இப்படியுமப் படியுமாக இருந்தது. இந்தப் புறத்தில் யானைகள் மட்டும் திரிகின்றன எனவும், கோப்பெருஞ் சிங்கனின் கட்டளைகள் கிடைத்த பிறகு குதிரைப் படைகள் தேர்வடைந்து வருகின்றன எனவும், அச்சமடையத் தேவையில்லை எனவும் காடவர் படைத் தலைவர்கள் தமது வேந்தருக்கு மகிழ்வுறும் செய்திகள் அனுப்பினர்கள்.

அதைக் கேட்ட கோப் பெருஞ் சிங்கன் சிதம்பரேசரான பொன்னம்பலவனை கூத்தரசை உள்ளங்கனிய வணங்கி வழிபட்டார்.

இனி ஆந்திர அறிஞர்களுக்குத் தாம் உண்மையில் ஜனகப் பேரரசருக்கும் மேலானவரெனக் காட்டிக்கொள்ள முடிவு செய்தார். அப்பொழுது தான் அறிஞர்கள் வழிபாட்டிடத்திற்கு ஒவ்வொருவராக வரலாயினர். கேரள நடிகர்கள் 'ஊரு பங்க' நாடகத்தை நடித்துக் காட்டத் தயாராக இருந்தனர்.

அந்திப் பொழுதாவதற்குள் கோப்பெருஞ் சிங்கன் உடல் தூய்மைப் படுத்திக் கொண்டு மாலை வழிபாட்டுச் செயல்கள் முதலானவற்றை முடித்துக் கொண்டு இரவு வழிபாட்டைத் தொடங்கினர். அதையும் அவர் எளிதில் முடித்து மாலை வழிபாட்டின் ஒரு பகுதியாக வேதங்களையும், வேதாங்கங்களையும் செவி மடுக்கக் குறிப்பாலுணர்த்தினர். இராமாயணம், மகாபாரதம், பாகவதம் முதலானவற்றைக் கேட்டாயிற்று. அதன் பிறகு புரோகிதர் இவ்வாறு உரைத்தார். "திருமதகண்ட புவி மண்டல பேரண்ட நாயகர் சச்சிதானந்த விக்கிரக, சார்ந்தோரைக் காத்து அருள்வதற்கென்று செயலாற்ற அவதரித்த அழகும், மங்களமும் மிகுந்த தோற்றத்தினர், சிதம்பரப் பெருங் கோயில் வாழ்பவர், திருக்கோயிலனைத்தும் வாழ்பவர், பொன்னம்பலப் பெருமானர், திருக் கோப்பெருஞ் சிங்கனின் பர தெய்வமானவர், அந்திக் காலத் தாண்டவ சீலர் நடராஜ சேகரப் பெருமானர், அந்திப் பொழுது வழிபாட்டிற்கென திரு தேவி பாகவதத்தைக் கேட்ட பிறகு 'ஊரு பங்க' நாடகக் காட்சி நடைபெறுமாக!

கோதாவரி அறிஞர்களிடையில் அந்த ஊரு பங்கம் 'ஊரு பங்கம்! ஊரு பங்கம்!' என்று அந்தக் காட்சியின் பெயர் பலவகைகளில் உச்சரிக்கப்பட்டது. அவ்வாறு கூறி முகத்தைச் சுளித்து நாவைத் தடவினர். அந்தப் பகுதியில் பெரும் போர் நடந்து

கொண்டிருக்கும் போது இந்த அவச் சொல்லுடைய நாடகந்தான் காட்சிப் படுத்த இவருக்குக் கிடைத்ததா?'

கேரள நடிகர்கள் நாடக மேடையை எல்லா வகைகளிலும், தயாராகச் செய்திருந்தனர். மேடையின் நடுவில் அழகிய ஒளி விளக்கு விளங்கியது. நடிகர்கள் 'ஜாத வேத சே,' ஆகிய மந்திரங்களை திரை மறைவில் இன்னிசையுடன் ஒப்பித்தனர். அவ்வாறு தொடக்கப் பாடல் முடிந்ததும் சூத்திரதாரன் மேடையில் நுழைந்தான்.

36

பீஷ்ம துரோணதடாம் ஜயத்ரத ஜலாம்
காந்தார ராஜப்ரதாம்
கர்ணத்ரௌணிக்கு போர்மினக்ர மகராம்
துர்யோதன ஸ்ரோதஸம்
தீர்ண : சத்ருநதீம் சராஸி ஸிகதாம்
யேன ப்லவேனுர் ஜுன:
சத்ருணும் தரணேஷுவ:
சபக வான ஸ்துப்லவ: கேசவ:

இவ்வாறு ஊருபங்க நாடக அரங்கத்தில் பாடுவது மிகவும் இயல்பானது.

சூத்திர தாரன் உள் நுழைந்து இந்த மங்கலப் பாடலை வடமொழியில் பாடினான். அதைப் பாடும் பொழுது கோதாவரிக் கரை அறிஞர்கள் ஒருவர் முகத்தை ஒருவர் சற்று நேரம் பார்த்துக் கொண்டிருந்தனர். "துவக்கப் பாடலின் இறுதியில் தான் சூத்திர தாரன் உள் வர வேண்டும். சூத்திரதாரனே தொடக்கப்பாடலைப் பாடுகின்றானே இது என்ன?"

"இது கேரள நாட்டு மரபாக இருக்கலாம்"

"அங்கு பல வேடிக்கையான மரபுகள் உண்டென்று மக்கள் கூறக் கேட்டிருக்கின்றோமல்லவா? இதுவும் அவற்றிலொன்றாக இருக்கலாம்". இவ்வாறு கூறி அவர்கள் ஆறுதல் அடைந்தனர்.

அவ்வாறு வாழ்த்துப் பாடல் பாடி முடிந்தது. அத்துடன் அவர்களுக்கேற்பட்ட ஐயப்பாடுகளனைத்தும் தீர்ந்தன. அவை

வடமொழி மூலத்தை வழங்குவதுதான் சிறந்தது. ஆயினும் படிப்பவர்களின் எளிமைக்கென முடிவில் சிறு குறிப்பும் வழங்கப்பட்டுள்ளது.

முழுமையும் ஒரேயடியாக மலர்ச்சி அடைந்தது. அதுவரையில் இந்த நேரத்தில் அமங்கலப் பெயரான "ஊருபங்கம்" நாடகத்தை அரங்கேற்றுவதேன் என்று அனைவரும் எண்ணமிடலாயினர். இப்பொழுது அந்தக் கூட்டத்திலேயே அவ்வாழ்த்துப் பாடலின் விளக்கவுரை தொடங்கியதும், துறவிகள் முதலானவர்களை வணங்கிப் போற்றுதல் நடைபெற்றது. 'சாகித்ய இரத்னகரர்' இல்லாமையால் கோப்பெருஞ்சிங்கன் இன்று இந்த நாடகத்தை நடத்தக் கட்டளையிட்டிருந்தார். வசிஷ்ட கோதாவரியை இன்று இவர் கடக்க இருந்தார். இரண்டு பகைவர்களின் படைத்திரள்களை எதிர்க்கொள்ள வேண்டியிருந்தார் பாவம்!

அவர் அந்த வாழ்த்துப் பாடலில் உள்ள வாழ்த்துக்களுடன் ஒத்துப் போகவும் இல்லை. அவற்றை இல்லையென மறுக்கவும் இல்லை.

சூத்திரதாரன், அந்தணர் பெருமக்களுக்கு ஓர் வேண்டு கோளாக'ஆகா என்ன இது?ஏதோ கோலாகலமாகக்கேட்கிறதே!' என்று கேட்டார்.

இவ்வாறு அவன் கேட்கும் பொழுதே வேறொரு பகுதியில் போர்க்களத்திலிருந்து கோலாகலமான செய்தி கேட்கலானது. இவ்வாறு ஓர்புறம் போர் நடந்து கொண்டிருக்கும் பொழுதே இந்த நாடகக் காட்சி உண்மையாக நடைபெறுகிறதோ என்னுமாறு உறுதியான தோர் ஐயம் தோன்றியது. சூத்திரதாரனும் பாரிக்குதி வீரனும் நமது உரையாடலில் குரு பாண்டவரின் பெரும் போரின் முடிவுறு நிலைமையை விவரித்துக் கொண்டிருந்தனர்.

"அரசவைக் குடியில் தோன்றியவர்களூடே நச்சுத் தன்மை தோன்றி, கடுமையான ஆணவம் மிகுந்த மதக்களிறுகளின் மத்தகங்களாலும் கூரிய கோட்டினாலும் கிழித்தெறியப்பட்டத் தமது உடல்களை இழந்த இந்த வீரப் பெருமக்கள்தாம் வீடு பேறுறுவதற்கு விண்ணுலகு எய்ய வேள்வி புரிவதற்கென முன்னேக்கி உள்ளார்கள்".

"இந்தப் பாசறைக் கூடத்தில் அரசாங்கச் சாதனங்களெல்லாம் சிதைந்து சிதறிப் போய் உள்ளன. இந்தப் போர்க்களம், பாழ்பட்டுச் சின்ன பின்னமாகிக் கிடக்கும் களிறுகளும், புரவிகளுமாக நிறைந்து மானிடப் பெருந்திரளுடன் கூடிய படுகொலைக் காட்சிப் படம் போன்று காணப் படுகின்றது."

இதற்கு கோதாவரி அறிஞர்கள் அனைவரும் மகிழ்ச்சிப் பெருக்கடைந்து இவ்வாறு புகழ்ந்துரைக்கலாயினர். "எத்தனை புதுமை மிக்க எடுத்துக் காட்டு! இந்தக் கோப் பெருஞ் சிங்கன் உண்மையில் பரதமல்லனே, சாகித்ய இரத்னகரனே."

இந்தக் காட்சியமைப்பில் அந்த அவை முற்றிலும் மிளிர்ந்தது. அதைக் கண்ட கோப்பெருஞ்சிங்கனின் முகமும் மலர்ச்சியடைந்தது. இந்த கோதாவரி அறிஞர்கள் சுவையுணர்ந்தவர்கள்! கிருஷ்ணு நதிக்கரை வாழ்பவர்களைப் போல் இனிய சுவையறியாதவர்களல்லர். பெண்ணை நதிக் கரை வாழ் மக்களைப் போன்று துடுக்கர்கள் அல்லர்!

அப்போது மேடையின் மீது படை வீரர் மூவர் தோன்றி குரு பாண்டவர்களின் இறுதிக் கட்டத்தை விவரிக்கலாயினர்.

''இது வீரத்தின் இருப்பிடமாகும். வலிமைக்கோர் மாளிகையாகும். மானங் காத்தலுக்கோர் பேரில்லமாகும். சூரத்தன்மையைக் காட்டிய வீரர்களை வானவ மகளிர் மணம் புரியும் சுயம் வர மன்றம்.''

என்னே இந்தக்கவிஞரின் கவித்திறம்! அந்த வீரன் விளக்கம் செய்து கொண்டிருந்தான்.

''வேந்தர்களுக்கு இறுதிக் காலத்தில் வீர மஞ்சத்துடன் உயிர்ப்பு வேள்விச் செயல்களாற்றும் போர்க்களமெனும் இருக்கைப் பதமாகும்!''

அந்த விள்க்கம் கோப்பெருஞ் சிங்கனுக்கு அமங்கலமானதாக அவையினர்க்குத் தோன்றியது. ஆயினும் தொடர்ந்த விளக்கத்தினுல் அது மறந்து விட்டது. இதற்கிடையில் மற்ருேர் வீரன் இவ்வாறு கூறினுன்.

''இப்போர் வேள்வியில் யானைத் துதிக்கைகளே வானத்திற்குத் தூண்களாகும். கணைகள்தாம் இடப்பட்ட தர்ப்பைப்புற்களாகும். அடிபட்டு வீழ்ந்த களிறுகள்தாம் வேள்வித் தீக்கட்டைகள். பற்றி எரியும் படகுகளின் பாய்கள்தாம் தீக்கொழுந்துகள். தேர்க்கூம்புகள்தாம் மேல் கூரைகளாகும். பேரொலி உடைய இறைச்சல் தான் உயர்ந்த குரலில் உச்சரிக்கும் மந்திரங்களாகும். வீழ்ந்த மனிதர்கள்தாம் வேள்விக்கான ஆநிறைகள்!''

இவ்விளக்கத்தினுல் அந்தக் கவிஞரின் சிறந்த கற்பனைக் கூற்றுகளுக்கு அவை முழுமையும் புல்லரித்தது. அதைக் கண்ட கோப்பெருஞ் சிங்கன் மகிழ்ச்சியால் தன்னை மறந்தார்.

''அதோ, போர்ச் சாதனங்களுடன் முற்றிலும் நிறைந்துள்ள அந்தக் களிறு சடுமையாகத் தாக்கிய கணையின் கடுமையால் கீழே வீழ்ந்தது. அது மேலுறை கழன்றுக் கிழிந்து, சரங்களின் தோணிகளாக நிறைந்துள்ள வீரனின் ஆயுதக் கூடத்தைப் போன்று கணை மாரியால் நிறைந்து காணப்படுகிறது.''

என்ன இது? இந்த நாடகத்தில் உறுப்பினர்கள் விளக்கிக் கூறுவது நடைபெறும் நாடகக் காட்சியில் இருந்து தானு? மற்

ஞெருபுறம் நிகழ்ந்து கொண்டு இருக்கும் அப்பெரும் போரையே விவரிக்கின்றீர்களா கோப்பெருஞ் சிங்கனுக்கு? அந்த மூன்று வீரர்களும் ஒன்று சேர்ந்து இவ்வாறு விளக்கங் கூறினர்கள்.

'ஆ,ஆ! கோரம்! துணிக்கப்பட்டு வீழும் களிறுகள், புரவிகள், வீரர்களின் குருதிப் பெருக்கிஞல் நிறைந்து சிதைந்துச் சிதறி விழும் உடல்களுடன், பல அணிகளுடன், சாமரங்களுடன், முக படாங்களுடன், கணைகளுடன், அங்குசங்களுடன், ஈட்டிகளுடன், உடலுறைகளுடன், தலைக்கலசங்களுடன், பார்க்க விகாரத்துடன் பேரொலி எழுப்பும் வலிமை மிக்க பறை, பேரிகை, பிந்திபாலை, சூலம், வேல், ஈட்டி, கேடயம், சங்கு, சக்கரம், பன்றிக் கணை, பாசக்கணை, கட்டாரி, கத்தி, கொடுவாள், கதை, தண்டு, அறுவாள் போன்ற பற்பல இரணக்கருவிகளுடன் இறைந்து வீழ்ந்து கிடக்கும் அந்தப் படுகளக் கோலக் காட்டில், ஐயகோ, எத்தனை நடுக்குறும் காட்சி!''

''இத்தகைய ஈர நிலையிலும் அரசர்கள் தமது உண்மைக் களிப்பு மாருமல் ஒளிரும் மலர்ச்சியுடன் உள்ளார்கள்.''

இந்த வீரனின் உரையைக் கேட்ட அவையினருக்கு கண் முன்னிலையில் எதிரில் கோப்பெருஞ் சிங்கனின் வழிபாட்டுப் பெருவிழாவைப் புகழ்வதைப் போன்றிருக்கவே அதனைக் கண்டு அவர்கள் மிகவும் பெருமைப் பட்டுக் கொண்டனர். புதுமையானதாகக் காணப் பெறும் கவிஞர்களின் விளக்கங்களும் உண்மையாகக்கண்டு அனுபவித்தவையே!

''வீரஞ்செறிந்தவர்களான இத்தகைய க்ஷத்திரிய வீரர்களுக்கும் சாக்காடு நேரிடுகின்றதே!''

' அல்ல க்ஷத்திரியர்களுக்கு நேரிடுவதும் சாக்காடு தான்!''

''அதற்கு ஐயமேது!''

அரங்கத்தில் இவ்வாறு உரையாடுகின்ற வீரர்களுடன், அவையிலிருந்த கோதாவரி அறிஞர்களும் துயரமடைந்து பெருமூச்செறிந்தனர். அவர்கள் காட்டும் பொறுப்புக்குக் கோப்பெருஞ் சிங்கன் உள்ளம் கிளர்ந்தெழுந்தது.

''என்ன இப் பேரிரைச்சல்? உறுமலா? வைர உளிகள் மலைகளைப் பிளந்து பிளந்து வீழ்த்துகின்றனவா? கடுமையான நில அதிர்ச்சியிஞல் உலகம் பிளந்து உடைகின்றதா? பெருங்காற்றிஞல் சிதறிக் கொந்தளித்துப் பெருங்கடல் மந்தாகிரிக்கு மப்பாற்பட்ட இடங்களை யெல்லாம் உடைத்தெறிந்துப் பொங்கி ஓடுகின்றதா? என்னவோ போய்ப் பார்த்தறிவோமாக?''

மேற் சொன்ன கூற்றை அம்மூன்று வீரர்களும் அரங்க மேடையின் மீது கூறினர்கள். அதே சமயத்தில் மற்றொரு புறம் அண்மை

யிலேயே நிலத்தினூடேயிருந்து போர்க்கலப் பேரிறைச்சல் பேரச்சந்தரும் வகையில் கேட்கத் தொடங்கியது. தொலேவில் கடல் பரப்பிலிருந்தும் நடுக்குறும் வண்ணம் ஓர்வகைப் பெரும் ஓசை கேட்கலானது. பொங்கி எழுந்தது போன்று வசிஷ்ட கோதாவரியிலிருந்து மாபெரும் அலே சினந்தெழுந்தது.

என்ன இது, காட்சியில் வரும் தோற்றந் தானே? காட்சியில் விளக்கியது போலவே உண்மையில் சுற்றிலும் நடைபெறுகிறதே! இந்தக் காட்சிக்குரிய ஆசிரியர் எவராயினும் என்ன, கண் கண்ட முனிபுங்கவர் சத்திய வாக்கு தான்!

அதற்கிடையில் அவ்வீரர்கள் வீமன், துரியன் ஆகியோரின் கதாயுதப் போரையும், அப்பொழுது நடைபெறக் காண்பதைப் போன்றே விளக்கிக் காட்டினர். அதனில் வீமனின் வலிமை ஏற்றத்தினையும் துரியோதனின் திறன் மிக்க போரையும், மிகச் சிறந்த முறையில் காட்சியாக விளக்கப்பட்டன. உண்மையில் களிறுகளுக்கும் புரவிகளுக்கும் நடக்கும் போர் போன்றது தான். ஒன்றுக்கு வலிமை மிகுதி. மற்றொன்றுக்கு விரைவு மிகுதி. ஒரு புறம் ஜன்னிகரின் களிற்றுப் படைகளுக்கும் கோப்பெருஞ்சிங்கனின் புரவிப் படைகளுக்கும் நடக்கும் போரைப் போன்றதேயாகும்! கடற் பகுதியில் காகதீயரின் கோரங்கிப் பெரு நாவாய்களுக்கும் சோழர் களின் சிறு நாவாய்களுக்கும் நடைபெறும் கடற் போர் போன்றதே!

''அதோ பேரரசர் தலேமுடியிலுள்ள வைர மகுடமும் அசைந்தா டுகிறது. கண்களும் முகமும் தீக்கனல் சூழ்ந்துள்ளது தமதிருப் பிடத்தை நாடுவதற்கென உடல் குன்றி தாக்குதலே யேற்கக் கை யேந்தினன். பகைவன் குருதியில் நனேத்துத் தமது வலது கரத் தினல் எடுத்த கதாயுதம், கயிலாயச் சிகரத்தின் உச்சியிலுள்ள கல்லாற் சமைத்த வைரக் கதாயுதத்தைப் போன்று விளங்குகின் றது.''

இவ்விளக்கத்திலுள்ள எடுத்துக்காட்டு கோதாவரி அறிஞர்களே மயங்கச் செய்தது.

''புண்ணியத்திலிருந்த குருதியால் நனேந்து விட்ட இந்தப் பாண்டவரைப் பாருங்கள். இவருடைய மண்டை பிளந்து குருதி சிதறி ஓடுகின்றது. தோள்களிரண்டும் நைந்து விட்டன. கதை யின் தாக்குதல்களால் வீமனின் உயர்ந்த மார்பகம் முழுமையும் குருதியோடுகின்றது. வீமன் இந்தக் காயங்களின் இரத்தத்துடன் குருதி மழை கொட்டிப் பாயும் மேரு மலேயைப் போன்று இருக் கின்ருன்.''

அந்த அவை முழுமையும் வீம சேனனின் இரக்கமான நிலேமை யைக் கண்டு வருத்தம் மிகலாயிற்று சிலர் கண்ணீர் விடலாயினர்

கோதாவரி யறிஞர்கள் பலர் தம்முடன் இருந்த வெண்மையான வெண்கலச் செம்புகளில் இருந்து நீரை எடுத்து நனைந்திருந்த தமது கண்களைத் துடைத்துக் கொண்டனர்.

"வீமன் தனது மழுங்கிய கதையை வீசியெறிகின்றான். கரகர வெனச் சுழன்று உறுமுகின்றானா? கடுமையாகத் தோள் மீது மோதிப் பகைவனின் முயற்சிகளைத் தகர்த்தெறிகின்றான்; சுழற் காற்றைப்போன்றுச் சுழன்று விரைந்து தகர்த்துக் கொண்டிருக்கின் றான் துரியோதனன் மக்கள் தலைவன். தன் திறன் மிக்கவன்!' வீமனோ வலிமை மிக்கவன்!'

இந்த வீமன் போரில் தன்னிகரற்ற பூதத்தைப் போன்று களைப் பற்றவன்ல்லவா! அத்தகையோன் கடுமையான அடிபட்டு மண்டை யுடைந்து, பெருக்கெடுத்தோடும் குருதியால் உடல் முழுதும் நனைந்து போக, பேரிடிகளால் பனி மேகங்கள் உடைந்துச் சிதறிப் போய்க் காணப்படும் மரம் மட்டைகள் கூடிய மலையரசு போன்று குன்றி நிலத்தில் வீழ்கின்றான்."

"அவ்வாறு விழும் வீம சேனனைக் கண்டு வியாசப் பெருமானார் மூக்கின் மீது விரல் வைத்து எடுத்த முகத்துடன் திகைத்துப்போய்ப் பார்த்தபடியே நின்று விட்டார்!"

எனவே இந்த கோதாவரி யறிஞர்கள் கூட்டத்திற்கு கண் ணீர் வராமற் போகுமா? அதன் பிறகு துரியன் வீமனை ஏளனஞ் செய்ய, கண்ணன் குறிப்புணர்த்தினான். "அந்தக் குறிப்புணர்த்தலை அறிந்த வீமன் எழுந்து நின்று சமாளித்துக் கொண்டு கண்விழிகள் இரண்டினையும் நெற்றிப் புருவத்தில் தோயச் செய்து கைகளால் வியர்வையை வழித்தெறிந்து கொண்டான். புதுமையான வலிமை செறிந்த தனது கதையை இரு கரங்களாலும் பற்றிய இந்த வீம சேனன் இரக்க நிலையடைந்த மகனைப் பார்த்து என்றுமுள்ள நிலையைப் பெற்ற வலிமையுள்ளவனைப் போன்று உறுமிக் கொண்டு அரியேறன்ன வீரஞ் செறிந்த வாயு மைந்தன் நிலத்திலிருந்து நிமிர்ந்து எழுந்து நிற்கலானான்."

"ஆ..., மீண்டும் கதைப் போர் தொடங்கியது. இந்த வீம சேனன் உள்ளங்கைகளை நிலத்தில் தேய்த்துத்துடைத்துக்கொண்டு, தோல்களை மடக்கி, வலிமையுடன் தசைகளைத் திரளச் செய்து, விக்ரம வலிமையுடன் கோபக்கனல் தெறிக்க உறுமலிட்டு, ஆ...ஆ அறம் காத்தலை உதறி விட்டுப் பொதுமை யுணர்வினால் உந்தப்பட்டு, கண்ணனின் குறிப்பிற் கேற்பக் குறிபார்த்து காந்தாரியின் திருமக னின் துடையின் மீது பாண்டுவின் மகன் தனது கதையை வீசி னான்!"

"அய்யகோ, பேரரசன் மடிந்து விழுந்தான்!" குருதியோட விழும் குருவரசனைக்கண்டு கண்ணபிரானும், துவைபாயனனும்

அரண்டு கீழே விழுந்தனர்!'' அதன்பிறகு வீமன் கோபந்தணிந்து தெளிவுறுதலும் அதைக் கண்டு பாண்டவர்கள் திகைப்புடன் துவைபாயனரின் ஆணையால் கண்ணனின் தோளில் சாய்ந்த வீமனை அணுகி அப்பாலழைத்துச் செல்வனவற்றை விளக்கிக் காட்டப் பட்டன. இவ்வாறு போர்க்காட்சி நிகழ்ச்சி முடிவடையும் பொழுது கூட்டத்தினர் அனைவருக்கும் ஒருசாரத் தமது பற்றுணர்வு துரியன் பால் சென்று மிகலாயிற்று.

மீண்டும் காட்சி தொடங்கியது. வீமனின் பரந்த மார்பகம் தனது ஏர்க்காலால் உழுதுப் பிளக்கக் கருதிய பலதேவனைப் பேரரசரே, ''வழிபடற்குரியவனே, வலிமை மிக்க வீமனே! அமைதியாவாய்! அமைதியாவாய்'' என வேண்டிக் கொண்டார். அதனால் அவர்களுக்கு துரியன் மீதுள்ள பற்றும், இரக்கமும் மிகுதியாயின. அதன் பிறகு நடந்த துரியோதனன் பலராமனின் உரையாடலில் குருவரசன் காட்சிப்படுத்திய இயல்பான பண்புடன் அது மேலும் மிகுதியானது. அதன் பிறகு துரியனைக் காண போர்க்களத்தில் தேடித் திரியும் குருடரான திருதராஷ்டிரனும், காந்தாரியும் பட்டத் தரசிகளான மாலவியும், பௌரவியும் மகனான துர்ஜயனும் வந்து சேரும் நாடகக்காட்சி நடந்து கொண்டிருந்த பொழுது அவையினருக்குச்சொல்லொணாத்துயர் மிகுந்தது.அவர்கள் இக்காட்சியில் வரும் சுவை ஏதென்று எண்ண இயலாதவர் ஆயினர்.இதில் தலைவன்யார், தலைவனுக்குரிய பகைவன் யாரெனும் எண்ணமும் தோன்றாமற் போனது.

திருதராஷ்டிரன், ''மகனே, வா! ஒருமுறை என்னை வாழ்த்தப்பா!''

''துரியோதனன் : இதோ வருகிறேன்! (எழுந்திருக்க முயன்று எழ இயலாமல் விழுகின்றான்.) அப்பா! இது எனக்கு இரண்டாவது அடி! என்ன வலி! கதையால் நசுக்கப்பட்டு என் முடி பிடிக்கப்பட்டதும், வீமசேனனால் என் நகரும் கால்களுடன் தந்தையின் திருவடி வணங்கும் பேறும் அற்றவனாக வதைக்கப் பட்டனனே!''

இந்தக்கூற்றுகளுடன் அவையிலிருந்தோர் அனைவரும் துரியோதனன் ஆற்றிய தீச் செயல்கள் எல்லாம் மறந்து அவனுடைய அற விருப்பத்தில் தமது நினைவை நிறுத்தினர். தந்தையிடம் எத்தனை பற்று இவனுக்கு!

இதற்கிடையில் மகனான துர்ஜயன் அந்தப் பேரிருளில் துரியோதனனைக் கண்டு பிடித்து, இதுவரை வராமல் காலந் தாழ்த்தினதேன் என்றதற்குத் தேடித் திரிந்தமையால் எனக் கூறித் தந்தையின் துடைகள் முறிந்தனவென்றறியாமல் அவ்விளையோன் பரிவுடன் தந்தையின் மடியின் மீது அமர்ந்து கொள்ள அவன் துடைகளில்

ஏறவும் துரியோதன் வலி தாங்காமல் கதறுகின்றான். இந்தக் காட்சியினால் அவையிலுள்ளவர்கள் அனைவரும் ஒரேயடியாகக்கண் ணீர் சிந்தலாயினர்.

அதற்குள் அங்கு திருதராஷ்டிரர் முதலானோர் ஒன்று கூடிக் கொண்டனர். உரையாடலில் தாயை இவ்வாறு வேண்டிக் கொண் டான்.

''வணக்கங்களுடன் உன்னை வேண்டிக் கொள்கிறேன் அம்மா! ஏதாகிலும் நான் செய்த புண்ணியம் இருப்பின் அதனால் வாழ்க்கை யின் முடிவிலும் நீயே என்னைப் பெற்றெடுப்பவளாக வேண்டும்!''

என்ன இவனுடைய தாய்மைப் பற்று! அவையோர் அனைவரும் துரியோதன் பால் சார்ந்தோராயினர். இக்காட்சியில் துரியோ தனன் தான் தலைவனா? கண்ணன் உதவியைப் பெற்ற வீமன் தான் தலைவனுக்குப் பகைவனா? நாம் அறிந்த நாடக இலக்கணம் யாவும் மாறுபட்டுள்ளனவே. என்னவாயினும் இவ்வகையமைப்பு இதயத்தைத் தொடுமாறுள்ளது! முடிவில் அசுவத்தாமன் வந்தான். வந்தவாறே அவன் இவ்வாறு கூறினான்.

''செயல் வீரனான துரியோதனனுடன் சேர்ந்து எந்தப் போர் வேள்வியில் நுழைந்தேனோ? இப்பொழுது வெற்றிகரமாக உள்ள இடத்தில் நான் அதிவறியன் நிறைவேற்றும், அசுவமேதத்தைப் போன்று மீளவும் தோன்றுகின்றேன்.''

''எங்கள் பெற்றோர் போன்ற மூதாதையர்க்கு எள்ளும் நீரும் அளித்து நான் தொலைவிலிருக்குந் தருணம், பகைவர்களின் குரு குலத்தலைவனான குருவரசன் என்னை வஞ்சித்து விட்டான்.''

இந்தக் குருவரசன் மௌலியைச் சிதறச் செய்ய விரைந்து ரோமக் கணுக்கள் முழுமையும் சினந்தெழுகின்றன; கதையடி களால் உடல் முழுமையும் இரத்தத்தால் நனைந்து போயிற்று மறையத் தொடங்கும் உயர்ந்த மேருவொத்த மலையுச்சியில் அந்திக் கால் சூழ்ந்து கொண்ட மேற்குத் திசையமையும் கதிரவனன்ன இவன் இப்பொழுது விளங்குகின்றான்!''

முடிவில் அவன் இவ்வாறு கூறினான் :

''துர்ஜயன் இவ்வாறுகுக!''

''தந்தையின் திறனால் தம் மக்கள் நாட்டினைத் தோள் வலிமை யால் நாடிழந்தும் அரசிழந்தும் அந்தணரால் செயும் ஈமக்கடனிழந் தும் போவாய்—.''

இதுவரைக்கும் கோதாவரி யறிஞர்கள் காட்சியின் கவர்ச்சி யாலீர்க்கப்பட்டு, பெரும் வெள்ளத்தில் அடித்துச் சென்றவர்கள் போன்றிருந்தனர் ஆனால் இந்த அசுவத்தாமன் சொற்களால்

அனைவருக்கும் வியப்பேற்படத் தொடங்கியது. தட்டியெழுப்பினாற் போன்று அவர்கள் நினைவெல்லாம் திரும்பலானது.

இந்த துர்ஜயன் யார்? நினையாமல் இந்த அந்தணன் கூற்றைக் கூறுகின்றானே எவ்வாறு? தீய பற்றில் விருப்பங் காட்டும் அசுவத்தாமனைப் போன்ற அந்தணர்களின் சொற்களுக்குப்பெருமையிருக்குமா?

இவ்வாறு அவர்கள் எண்ணிக் கொண்டிருக்கும் பொழுது, அதே தருணத்தில் அந்திமச் சொற்களைக் கூறிக்கொண்டிருந்தான்.

"உர்வஸ்யாதர் யோப்ஸரஸோ
மா பபிகதா : | இமே மஹார்ணவர
மூர்த்தி மந்த்த : | ஏதா கங்காப்ரப்ருதயோ
மஹா நத்ய : |
ஏஷ சஹஸ்ரஹம் ஸப்ர யுக்தோமாம்
சேதும் வீர வாஹீ விமான
காலேன ப்ரேஷித் : | அவமயமா கச்சாமி | "

பேரரசன் விண்ணுலகெய்தினான்." இச் செய்திகளை உரைக்கும் பொழுதே கோதாவரி யறிஞர்களுக்குக் கணத்துக்குக் கணம் குழப்ப நிலை மிகுதியானது! அரங்கிலேயே சாவுக் காட்சியும் காட்டினார்களா, ஏன்! ஐயகோ! — அரங்கிலேயே?" — என்று அவர்கள் தத்தமது இடங்களிலிருந்து தமது கழிகளையும் செம்புகளையும் கையில் எடுத்துக் கொண்டு எழுந்திருந்தார்கள்.

துரியோதனனின் வானுலகப் புறப்பாட்டுக் காட்சியை நடத்தவே நடத்தினார்கள். கோதாவரி யறிஞர்களிடையில் ஏற்பட்ட ஆரவாரம் ஓரேயடியாக ஏற்பட்டு நிலம் அதிர்வதைப் போன்று அந்த அரங்கம் முழுமையும் தடதடவென்று அதிர்ந்தது.

37

கணத்துக்குக்கணம் மிகுந்து வரும் மகிழ்ச்சியுடன் இப்பொழுது பேரின்பத்தையடைந்திருந்த கோப் பெருஞ் சிங்கன், தாம் இப்பொழுது காண்பதை நம்பவியலாமற் போனார். சினத்துடன் அந்த அறிஞர்களை நோக்கி அவர் பார்வையைச் செலுத்தினார். திரை விடப்பட்டது. காட்சி முற்றிலும் காட்டப்படவில்லை.

கோதாவரி யறிஞர்கள் அறுந்த நிலையில் அகன்று சென்று கொண்டிருந்தனர். எவரிடமும் ஏதும் கூறவில்லை. நிற்கவில்லை. அனைவரும் ஒருவரோடொருவர் சொல்லிக் கொண்டவர்களைப்

போன்று புறப்படலாயினர். ஆனால் இந்த அறிவுடைப் பெரியோர் அவ்வாறு முன்னதாக ஒருவரோடொருவர் பேசிக் கொண்டிருக்கவும் வாய்ப்பில்லை. அவர்களுக்குச் சினம் வந்து விட்டது! கோப்பெருஞ் சிங்கனுக்குச் சினம் மூண்டது. அவர் இராவணனைப்போன்ற வரல்லவா! அவருக்கும் இராவணனின் சினம் வந்தது. வால்மீகர், "இராவணனுக்குச் சினந் தோன்றிய போது இருபது கண்களுஞ் சிவந்தன" என வருணிக்கிறார். கோப்பெருஞ் சிங்கனுக்கு இரு கண்களே இருப்பினும், அவை இருபது கண்களைப் போல எரிந்தன! அத்தகைய இராவண சினத்திலும் மேலாக இந்த கோதாவரிப் பண்டிதர்களின் கோபம் மிகுந்தது. அவர்கள் கோப்பெருஞ்னின் கோபத்தைக் கருதவில்லை. புறப்பட்டார்கள்.

எங்கே செல்வதவர்கள்? வாயிற் காவலர்கள் அவர்களை வெளியில் விட மறுத்தனர்!

வெற்றியாளரின் அந்தணர் வாழிடத் தலைவரான சாந்தனக் கவிஞர் கேதன்னு கோப்பெருஞ்சிங்கனின் திசை நோக்கி இவ்வாறு கூறினார்.

"மிக்க மகிழ்வடைந்தோம், கோப்பெருஞ் சிங்கரே, மிக்க மகிழ்ச்சி! அரங்கத்தில், "சாக்காடு" நேரிடும் காட்சியைக் காட்டிய இந்தப் பேரவை முழுவதும் தீட்டுப்பட்டு விட்டது. எங்களை கோதாவரியில் நீராடச் செல்ல விடுங்கள்! இந்தப் புனித நன்னாளில் எத்தகைய செயல் நடந்து விட்டது! ஐயோ, ஏன் இந்தப் பொல்லாங்கு? எத்தனை காலம் இந்தத் தீட்டுடைகளுடன் கிடப்போமோ!"

மார்கழித் திங்களின் குளிர்! அந்த அந்தணர்கள் நோன்பிருந்தமையால் களைப்புடன் இருந்தனர். வாடைக் காற்று தொடங்கி விட்டது. இந்தக் குளிரில் இந்த இருட்டு வேளையில் இத்தனை பேரும் கோதாவரியில் நீராடத் துணிந்துள்ளார்கள். கோப்பெருஞ் சிங்கனின் அரக்க இயல்பு மேலிடத் தொடங்கியது. சினம் கட்டுக் கடங்க வில்லை. மிகச் சிறந்த 'பரதவாக்கிய மங்களம்' தமக்குக் கிடைக்காமல் குறைபாடியற்றி விட்டனர். இந்த நாடகத்தில் பரத வாக்கியமாக பலதேவன் இந்தப் பாடலைப் பாடுவான்.

"காம் பாது வோ நரபதி : சமிதாரிபக்ஷ :"

மேலும் அதற்குத் துணையாக பஞ்சராத்ரம் எனும் மற்றொரு நாடகத்திலிருந்து கீழ்வருஞ் செய்யுளைக் கூறக் கோப்பெருஞ்சிங்கன் சூத்திரதாரனிடம் பணித்திருந்தார்.

"இமா மபி மஹீம் க்ருத் ஸ்நாம் ராஜசிம்ஹ :,
பிரஸாஸ் து ந : |"

உருத்திரமதேவி 309

அதற்கு அவர் அங்கிருந்து அவையோரின் ஒப்புதலைப் பெறக் கருதியிருந்தார். அவருடைய பேராவலை இப்பொழுது இவர்கள் பாழ்படுத்தி விட்டார்கள். நாடகக் காட்சி விரைவில் முடியவிருக் கிறது. செல்லும் நேரம் கூட ஆகாது. பரத வாக்கிய பாதம் முடிவிலுள்ள ஓர் செய்யுள் தான் மிகும். இந்த அந்தணர்கள் தமக் குத் தயாராக இருந்த மங்கள வார்த்தையைப் பெறவியலாமற் பாழ் படுத்தி விட்டார்கள்.

"இந்த சுவை குன்றிய அந்தணர்கள் அனைவரையும் துண்டு துண்டாகத் துணித்துப் போட ஆணையிடுகின்றேன்."

இவ்வாறு கூறிய நாவில் சொற்கள் வெளிவர வில்லை. அந்தக் கோபக்கனலில் புதுமையானதோர் அச்ச உணர்வு அவனுக்குத் தோன்றியது. நீராடித் தூய்மை பெறத் துடிக்கும் அந்த உயர்ந்த அந்தணர்களின் தூய நிலையைக் கண்டார். அவர்கள் அனைவரும் இப்பொழுது தான் தமது பூணூலைப் புதிதாகப் போட்டிருந்தனர். அவருக்கு அதற்கிடையில் கட்டுக் கடங்காத சிரிப்புத் தோன்றியது. அவர்கள் முகங்களில் வெளிப்பட்ட நீராடும் ஆர்வத்தைக் கண்டு அவர் ஏளனமாகச் சிரித்தார்.

"சொல்லுங்கள் !"

கோப்பெருஞ் சிங்கனின் வாயிலிருந்து நறுக்கி யெறியுங்கள் என்னும் கட்டளை வரும் என்னும் எண்ணத்துடன் அங்கு வாயிற் காவலர்கள் வாளேந்தியவாறிருந்தார்கள். இருகண்ணிமைப்பொழு தில் அந்தணர் அனைவரும் நறுக்கப்பட்டு நரகத்திற்குச் சென்றிருப் பவர்கள் தாம்! கோப் பெருஞ் சிங்கனின் ஆணை வரவும் வீரர்கள் அனைவரும் வாட்களைத் தாழ்த்தி வழி விட்டார்கள்.

மந்தை விட்டு வெளியேறும் மாடுகளைப் போன்று அந்தக் கோதாவரி யறிஞர்கள் அனைவரும் விரைந்து வசிஷ்ட கோதாவரி க்குச் சென்று தீட்டுத் தொலைக்கு நீராடுவதற்கென செல்லலாயினர்.

இனிக் காட்சி நடத்துவதா? திரையிலிருந்து சாக்கிய நடிகர் கள் வரத் தயாராக இருந்தனர். சூத்திரதாரன் கோப்பெருஞ்சிங் கனின் ஆணைக்கு எதிர்நோக்கியிருந்தான்.

அத்தகைய குறிப்புணர்த்தச் செல்லும் போது, கோப்பெருஞ் சிங்கன் தம்முடன் வந்த கன்னட தமிழக அறிஞர்களைக் காணலா னார். அவர்கள் உள்ளங்களில் துயரம் தோன்றுகின்றது. அவர் கள் அங்கு முட்கள் மீது அமர்ந்திருப்பவர்களைப் போலக் காணப் பட்டார்கள். கோதாவரி அந்தணர்களின் அறமுடிவு அவர்களுக்கு உணர்வுண்டாக்கியது. அவர்கள் நீராடித் தீட்டுத் தொலைப்பது அவர்களுக்கும் பிடித்திருந்தது. அவர்களுடைய பூணூல்களும் தீட் டடைந்தன. கோப்பெருஞ்சிங்கன் இவ்வாறு நடக்குமெனக் கருத

வில்லை. அவருடைய பார்வையைக் கண்டு அந்தத் தமிழகக் கன்னடப் பண்டிதர்களில் ஒருவர் அச் சொல்லைத் துணிவுடன் கூறி னார்.

கோப்பெருஞ் சிங்கனுக்குக் கால்கள் அசையவில்லை. இவ்வாறு நடக்குமென்று அவர் நினைக்கவில்லை- அவருக்கு அறத்தின் மீது பற்றிருந்தது. அவருக்கு ஓர் எண்ணந் தோன்றியது! ''ஐயோ தொடங்கிய கனகசபாபதி வழிபாடு முடிவடைய வில்லையே! ஐயோ! — இடையில் தீட்டுப்பட்டு விட்டது. என்ன செய்வது?''

வழிபாட்டிற்கிடையில் வந்து விடும் தீட்டு வழிபாட்டை முடிப் பதற்கு இடையூறாகுமா? இது எதிர்பாராமல் வந்ததன்று. நாடகக் காட்சியினால் கைகளால் செய்து வரவழைத்துக் கொண்டது. இதைக் கண்ட நடராஜப் பெருமான் விருப்பமுற்றவராயிருப்பார்? அப்பெரு மானுக்கு நித்தமும் இரவில், மயானத்தில் திரியும் அவருக்கும் நமக்கும் ஏற்பட்டது போன்று தீட்டு வராதா? கோப்பெருஞ்சிங்கன் இந்த ஐயத்தோடு பார்க்கும் பொழுது எதிரிலிருந்த நடராஜப் பெரு மானின் தோற்றம் களை குன்றியதாகத் தோன்றியது. கோதாவரி அந்தணர்களின் அறமுடிவுகளை நடராஜப்பெருமானே தலையசைத்து ஒப்புக் கொண்டது போல் தோன்றியது.

''ஐயோ! நாடகம் முடியவில்லை. நடராஜப் பெருமானின் நடனத்தை அரங்கேற்றுவதற்கு வாய்ப்பில்லாமல், முடிவு செய்யா மல் எழுந்திருப்பதா? வழிபாட்டை முடிப்பதா? வழிபாடு முடி யாமல் எழுந்திருப்பதா?''

இவ்வாறு எண்ணமிட்டுத் தமது புரோகிதர் பக்கமும், தமிழகப் பண்டிதர் முதலானோர் பக்கமும் திரும்பினார். தமிழகக் கர்நாடகப் பண்டிதர்களும் நீராடக் கருதித் தமதிருக்கையிலிருந்து எழுந்திருக்க லானார்கள். அவருடைய சொற்கள் வாய்க்குள்ளேயே நின்று விட் டன.

அவருடைய பாசறைக்கு வெளிப்புறத்தில் அச்சம் மிகுந்த ஒலி எழும்பத் தொடங்கியது. பெருத்த அபாயத்தையுணர்த்தும் மணி யோசைகளும் சங்கொலிகளும் முரசொலி முழக்கங்களும் அறைவன போன்று கேட்கலாயின. அப்புறத்தில் கடற்போரும், இப்புறமாக நிலத்தின் மீது போரும். தம்மைச் சுற்றிலும் பாசறைக் காப்புக்கொடி மூன்றுமாகத் தமக்கு உதவியாகப் பேரிரைச்சல் கேட்க இயலாது!

துணிவு மிக்கக் கோப் பெருஞ் சிங்கனுக்கு அச்சம் மிகலாயிற்று. தாம் விடிந்தது முதல் ஜனக மன்னரைப் போன்றவரென்று எண் ணிக் கொண்டிருந்தார். அவ்வாறு அனைவரும் தம்மைக் கருத வேண்டுமென்று நடந்து கொண்டார். அந்தக் காலத்தில் அவை அனைத்தையும் ஒரேயடியாக அவர் மறந்து விட்டார். அவருக்கு, ''ஊருபங்கமானது போலாயிற்று.''

நாடகம் முடிவுறவில்லை. விரதமும் நிறைவடையவில்லை. தாம் வரவேற்றிருந்த அந்தணர்கள் வழிபாடும் ஆகவில்லை. அந்த வழி பாட்டுத் திருக்கோயிலின் வெளிப்புறத்தில் உடலுறை தரித்து ஆயுதங்கள் அனைத்தும் பூண்டிருந்த தமது பட்டத்து யானை மீதேறி னார். அவர் யாது செய்வார் என்றறியாமல் அவர்பின் புரோகிதரும் நடக்கலானார். அவர் களியேற்ற மந்திரம் தொடங்குவதற்கு முன் னரே, கோப்பெருஞ்சிங்கன் அதன் மீதேறிக் கொண்டார்.

வான நடுவில் நிலவு இனிமையாக நிலவொளி வீசி மேலும் குளிரை அதிகரித்துக் கடுமையாகச் செய்தது. வாடைக்காற்று மக்களைக் குளிரில் நடுங்கச் செய்து கொண்டிருந்தது.

கோப்பெருஞ் சிங்கனின் பாசறை முழுமையும் குழப்ப நிலைமை யிலாகி விட்டது. அவர் தனிமைக் கென்றிருந்த பாசறையை ஒரு பெரும் புரவிப்படை தாக்கியது. அதனை அவருடைய குதிரைப் படையினர் எதிர்த்துப் போரிடத் தொடங்கினர். ஆயினும் பகை வர் எழுச்சியை அவர்கள்தடுக்க வியலாமல் இருந்தார்கள். என்ன செய்வது, எவ்வாறு செல்வது என்றறியாமல் அவர் எண்ணமிட்ட வாறு ஒரு கணம் நின்றார்.

குதிரைச் செய்தியாளன் ஒருவன் போர்ச் செய்தியைக்கொண்டு வந்தான். ஆந்திர யானைகளுக்கு எவ்வாறோ புதிய திறன் வந்து விட்டது. நமது குதிரைப் படைகள் சிதறி விட்டன. நமது படைத் தலைவர்கள் அவற்றை நிறுத்த வியலாமல் உள்ளார்கள்!"

அச்செய்தியாளனின் பின்னாலேயே மற்றோர் அறிவிப்பாளன் வந்து கடற்போரில் சோழ நாவாய்கள் காகதீய நாவாய்களுக்குத் தாங்கவியலாமல் மூழ்கியவை போக, மற்றவை ஓடி விட்டனவென் றும் மற்றொரு செய்தியை அறிவித்தான்.

தமது பாசறையை முற்றுகையிட்ட குதிரைப்படையும் எல்லாத் தடைகளையும் மீறி, உள்ளே முன்னேறி வந்து கொண்டிருந்தன. உடனே கோப்பெருஞ்சிங்கன் தமதுத் தலைமைப் படையினரைக் கரையிலுள்ள படகுகள் மூலம் வசிஷ்ட கோதாவரியைக் கடக்கக் கட்டளையிட்டு, அவர் தமது பட்டத்து யானையைத் தனிமையான தோர் இடத்தில் இறக்கினார். ஐம்பது முழந் தொலைவு வெள்ளத் தின் நடுவில் சென்று அவர் சற்று பின்னோக்கிப் பார்த்தார். ஆனால் படகுகள் புறப்படும் குறிகளோதும் இல்லை. காணப் போனால் இக் கரையோரத்தில் படகுகளையே காணவில்லை! என்னவாயிற்று? தமது பரிவாரத்தினர் எவ்வாறு வருவார்கள்?

பார்த்துக் கொண்டிருக்கும் அவருடைய பரிவாரங்களோ படகு களோ அவருக்குக் காணப்படவில்லை. ஆனால் அவர் விட்டு விட்டு வந்த கரையின் மீது ஒரு குதிரை வீரன் காணப்பட்டான். அவன் ஏறியிருந்தது எளியதொரு குதிரையன்று. அதன் மீது ஏறியிருந்

தவன் ஒரு பேரரசனுகத் தான் இருக்க வேண்டும். அவன் நீரில் யாரையோ தேடுபவனைப் போலக் காணப்பட்டான். தம்மைத் தான் தேடுகின்ருனே என்னவோ? அப்படியும் இப்படியுமாக அவன் அந்தக் குதிரையைச்சற்றுத் திருப்பினுன். அதற்கிடையில் அவன் கோப்பெருஞ் சிங்கனின் யானையை நீரில் பார்த்து விட்டிருக்க வேண்டும்! அக்குதிரை வீரன் உடனே வாயில் நுரைத்துத் தன்ளும் அக்குதிரையை வசிஷ்ட கோதாவரிக்குள் இறக்கினுன். அதுவும் விரைந்து நீந்திக் கொண்டு வந்தது.

அதைக்கண்டு கோப்பெருஞ் சிங்கன் தமது பட்டத்து யானையைப் பின்னல் திருப்பினர். அவ்வீரனின் குதிரையும் நெருங்கியது. அப்பொழுது அந்த வசிஷ்ட கோதாவரிப் பெருக்கின் நடுவில் யானை மீதிருந்த கோப்பெருஞ்சிங்கனுக்கும் அந்தக் குதிரையிலிருந்த வீரனுக்குமிடையில் பெரும் போர் தொடங்கியது.

அக்களிறு உரத்துப் பிளிறி, துதிக்கையை உயர்த்தி அக்குதிரையையும் அதன் மீதிருந்த வீரனையும் ஓங்கி மோதச்சென்றது. அந்தக் குதிரை விரைந்து விழிப்புடன் பக்கவாட்டிற் சென்றது. ஊசியளவில் அந்த மோதல் தவறி விட்டது. அப்பொழுது அக்குதிரை வீரன், அந்த யானையை மேலுறையில் இடைவெளியாக இருக்கும் பகுதியை நோக்கிக் குறிபார்த்துக் குத்திப் புண்படுத்தினுன். அப்பொழுது தான் கோப்பெருஞ்சிங்கன் நீண்டதொரு தமது சூலத்தினுல் அந்தக் குதிரை வீரனின் மார்பில் பாய்ச்சினுன். ஆனல் அவன் மார்புறை தரித்திருந்தமையால் சூலம் கணீரென்ருெலித்தது. குதிரையின் மீதிருந்து அந்தத் தாக்குதலுக்கு அவன் சற்றுப் பின்புறம் தாழ்ந்து மீண்டும் தனது இருக்கையில் சரியாக அமர்ந்து கொண்டான். அவ்வாறு அமர்ந்து, உடன் அவன் ஊதலால் ஊதி, கோபம் மிகுந்து கோப்பெருஞ் சிங்கனைத் தனது சூலத்தால் எய்தப் பார்த்தான். ஆனல் அவனுடைய ஒரு கரத்தில் குதிரையின் சேணமிருந்தது. ஒற்றைக் கரத்தால் சூலத்தை வலிமையாகப் பாய்ச்ச முடியவில்லை. யானையின் மீதிருந்த கோப்பெருஞ் சிங்கனுக்கு இருகரங்களும் வீச்சுதலுக்கு எளிதாக இருந்தன. ஆனல் அவர் அன்றைய விரதத்தினுல் களைத்துப் போயிருந்தார். அதற்குத் துணையாகத் தமது படைகள் பகைவர் வசமாயின எனும் செய்தியால் மகிழ்ச்சி குன்றியிருந்தார். இவருடைய அரசவைப் பெண்மணிகளும் பகைவர்கள் வசமாகி விட்டனர் போலிருந்தனர். உடலுறை பூட்டப்பட்டிருந்த உடலுடன் அவருடைய களிறு நீரில் எளிதாக அசைய வியலவில்லை. அதனுல் அதற்குக் கிடைத்த ஈட்டித் தாக்குதலால் அடிப்பகுதி வலியேற்பட்டதாகத் தோன்றியது.

“இந்தக் குதிரை வீரன் யார்? எனக்கு முன்னதாகத் தெரிந்தவன் போலக் காணப்படுகின்ருனே? எங்கே அறிமுகமானவன்?”

அவ்விருவருக்கும் அந்த நீரில் நடைபெறும் ஈட்டிப் போர் கடுமையாக இருக்கிறது. அதற்கிடையில் அவ்விருவரும் கடுமை யான சூலாயுதப் போரினல் தமது வாகனங்களிலிருந்து வீழ்ந்து விட்டனர். நீரில் அவ்வாறு விழுந்து விட்ட அவ்விருவரும் போரிடு வதை நிறுத்தவில்லை.

இருவரும் கவசம் தரித்த உடலுடையவர்கள்! போர்க் கருவிகளற்ற அவ்விருவரும் ஒருவரை யொருவர் கொன்று விடும் வெறியுணர்வுடன் நீரில் போரிட்டனர். ஆனல் அவர்கள் உடல் அசையவில்லை. கை கால்கள் அசையவில்லை. கவசங்களின் சுமை யால் நீரில் மிதக்கவியலாது போயினர்! இருவரும் வெள்ளப்பெருக் கால் திரும்பிய வசிஷ்ட கோதாவரி வெள்ளமானது பெருங்கடலை நோக்கிச் சென்று கொண்டிருந்தது! ஒருவரை ஒருவர் கொன்று விடப் போரிட்ட இருவரும், ஒருவர் மூழ்காமல் ஒருவரைத் தம்மை யறியாமல் நீரில் கட்டிப் பிடித்துக் கொண்டனர். அப்பிடிப்பு கால தேவனின் கரங்களின் பிடியாகவே இருவருக்கும் காணப்பட்டது. அதனல் இருவரும் நீரினுள் மூழ்கி, நீர்க் குமிழ்கள் வெளிப்பட லாயின. அந்தப் பெரு வெள்ளத்தில் அவர்கள் என்ன போர் புரிய முடியும்?

படைப்புக்கு முன்னல் கரியமால் உதவியற்று நிராமயமான கடல் நீருக்கிடையில் மதுகைடபனுடன் ஐயாயிரமாண்டுகள் தொடர்ந்து மற்போர் நடத்திஞனும்! ஆயின் இந்தப் பெரு வீரர் கள் வசிஷ்ட கோதாவரியில் ஐம்பது விஞடிகள் கூடப் போர் புரிய இயலாமற் போயினர்.

அவ்விருவரின் உடல்களும் குளிரால் விறைத்து விட்டன. உறுப்புக்கள் அசைவற்றுப் போயின! புனிதமான வசிஷ்ட கோதா வரியில் வைகுண்ட ஏகாதசித் திருநாளன்று அவ்விருவரும் முற்றி லும் நினைவிழந்து விட்டனர்.

38

ஏகசிலா நகரத்தில் கல்மதிற்சுவர் அமைத்திருக்கும் பணி விரைவாக நடந்து கொண்டிருந்தது. திரு கேசவப் பெருமான், சிவபெருமான் ஆலயங்களில் வைகுண்ட ஏகாதசிப் பெருவிழாக் கோலாகலமாக நடக்கும். அங்கு கேசவப் பெருமானடியார்களுக் கும் சிவபெருமானடியார்களுக்கும் பகைமையில்லை. பலரும் இவ் விரு இறைவரையும் வணங்குபவர்கள். அங்கு எந்தத் திருநாளாயி

னும் இவ்விரு ஆலயங்களிலும் வழிபாடுகள் சிறப்பாக நடைபெறும். ஒரேவொரு வேற்றுமை! அத் திருநாள் திருமாலுக்குரிய நன்னுளா ளுல் கேசவப் பெருமான் திருக் கோயில் வழிபாடு முதன்மையான தாக இருக்கும்! கேசவப் பெருமானுடைய அர்ச்சகர்கள், வைகா னசர்களாவர்; சுயம்பு தேவாலய அர்ச்சகர்கள் ஆதி - சைவர்கள். தொன்று தொட்டு சமார்த்தர்கள் புகழ்ந் தேற்றும் திருக்கோயில் களில் இது தான் மரபு!

கணபதி தேவர் தமது இளமையில் தேவகிரிச் சிறைச் சாலையில் உள்ள நாட்களில் ஓரங்கல்லும் காகதீயப் பேரரசும் மிக வும் குழப்ப நிலைமையிலிருந்தன. அப்பொழுது அதற்கு அண்மை யிலிருந்த ஹொய சால நாடும் பல்லால நாடும் ஆள்வாரின்றி அமைதியாக இருந்தன. அதனுல் காகதீய அரசிலுள்ள நால்வகை இனத்தாரான மக்கள் பலர் ஹொய சால நாட்டில் தஞ்சம் புகலா யினர். அங்கு அப்பொழுது வைணவ மதம் சிறப்படைந்திருந்தது. திரு இராமானுஜரைக் கண் முன் கண்டவர்களும், அவருடைய திருப்பணிகளால் பெரும் பேறடைந்தவர்களும், அவருடைய நல் லுரைகளைச் செவி மடுத்தவர்களும், வயது மிக்க வைணவர்களும் அப்பொழுது ஆயிரத்துக்கு மேற்பட்டவர்களாக அங்கிருந்தனர். அத்தகைய பொலிவு மிக்க அரும்புகழுக்கு ஆர்வமுற்று, அவர்களு டைய உரையாடல்களால் கவரப்பட்டு, அங்கிருந்த நால்வகை இனத்தவரும் இராமானுஜரின் சமயத்தைப்பரவலாகச்சாரலாயினர். அங்குள்ளவர்களுடன் காகதீய நாட்டிலிருந்து சென்ற மக்களும் இராம சமயத்தைத் தழுவி வைணவர்களாயினர்.

வைணவர்களின் வலிமை மிகும் பொழுதெல்லாம் தொன்று தொட்டு வைகானசர்கள் அர்ச்சகர்களாக வுள்ளனர். திருக்கோவில் களின் பெருமை மெல்ல மெல்ல அதிகரிக்கத் தொடங்கியது. அத் துடன் பன்னிரண்டாழ்வார்களின் உருவச் சிலைகள் அமைக்கத் தொடங்கினர். முதன் முதலாகத் தமிழக வழிபாடுகளை அடியார்கள் சினம் மிக்கப் பற்றுடன் அந்தத் திருக்கோவில்களில் கூட நடத்த லாயினர். ஆயின் இப்பொழுது மற்ற வழிபாட்டுப் பாடல்களைப் பாடுவது போன்றே அதில் ஒன்ருக விளங்கியது. காலஞ் செல்லச் செல்ல இதை முறைப்படிச் செய்ய வேண்டுமெனும் நெறி இயல் பாகச் சில திருக்கோவில்களில் ஏற்படலானது. திருப்பணிகளில் வைதிக மந்திரங்களை விட்டு விட்டுத் தமிழ்ப் பாசுரங்களைப் பயன் படுத்த வேண்டும் என்ற விருப்பம் வைகானசர்களுக்கு இல்லை

வைகானசர்கள் இந்தப் புதிய வைணவர்களின் திரு நாமத் திலும் வைணவ பக்தியிலும் இணையானவர்களாயினும் எத்தனையோ அடிப்படை வேற்றுமைகளிருந்தன. அந்த நாமத்தில் வைகா னசர்களுக்குக் கீழ்ப்பாதம் இருக்காது. புதிய வைணவர்களில் பல

உருத்திரமதேவி 315

ருக்கு நாமத்தில் பாதம் இருக்கும்; சிலருக்கு இராது. திரு மண்ணின் நிறத்திலும் வேற்றுமையிருந்தது. விதவைகள் முடி நீக்குவதிலும் இறை வழிபாட்டில் கண்டாவாதனம் செய்வதிலும் மரபு வேறுபாடுகள் இருந்தன. வடகலைப் பிரிவினர் இன்னும் நன்கு வளர்ச்சியடையாமையால் புதிய வைணவர்களின் மரபுகள் மொத்தத்தில் வைகானசர்களின் முறைகளுக்கு மாறுபட்டிருந்தன. இப்புதியவர்கள் ஏகாதசி நோன்பிருக்கையில் இறைவழிபாட்டில் கண்டாவாதனம் செய்யாமலிருப்பது, உடன் கட்டையேறி உயிர் விடாத விதவைகள் கூந்தலை நீக்கிக் கொள்ளுதல் இத்தகைய மரபுகள் தொடங்கவே வைகானசர்களுக்கு மிகுந்த வருத்தமுண்டாயிற்று.

இந்தச் சின்னஞ் சிறு மரபுகள் எவ்வாறிருப்பினும், அவர்களுடைய வேற்றுமையில் முதன்மையானது சக்கரம் பதித்தல்! வைகானசர்கள் கருவிலேயே சக்கர அங்கணம் செய்து கொள்வார்கள். அதாவது வைகானசப் பெண்மணி கருதரிக்கும் போதே, எட்டாம் மாதத்தில் சில ஓமம் வளர்த்து,சங்கு சக்கர அங்கிதம் பதித்து சமஸ்கிருதமான நிறை திரவமான பாயசத்தை அவளுக்கு ஊட்டி உண்பிப்பார்கள். இவ்வாறு கருவிலுள்ள குழவிக்குச் சக்கராங்கணம் செய்யப்படும். அவ்வாறு ஆகாதவர்கள் திருக்கோவில்களில் இறை வழிபாட்டிற்குரியரல்லர் என்பது அவர்களுடைய சித்தத்தின் முடிவாகும்!

இவ்வாறு கருவில் பதிவில்லாத வைணவர்கள், மற்றும் புதிதாக வைணவத்தைச் சார்ந்தவர்களுக்குக் கருவில் சக்கராங்கணம் இல்லையல்லவா! முதலில் சக்கராங்கணமே இல்லாமலிருந்தது திருமத் இராமாநுஜர் பிறவிக்குப் பின் சக்கராங்கணத்தை ஒப்புக்கொண்டிருக்கின்றனரெனவும் ஒப்புக் கொண்டதில்லை யெனவும் இரு வழக்குகள் பரவியிருந்தன. ஆனால் மொத்தத்தில் சில காலமாகவே இந்தப் புதிய வைணவர்கள் சக்கர முத்திரையிட்டுக் கொள்வது வழக்கமாயிற்று! உடலில் சக்கராங்கணம் என்றால், வெப்பமான கருவியினால் இரு தோலிலும் சங்கு சக்கரப் பொறியிட்டு நிலையாக இருக்குமாறு செய்து கொள்வதாகும். இது ஓர் வகையான மந்திரங்களைக்கூறி நடைபெறும். முதன்மையாக இந்த அடையாளம் தான் புதிய வைணவர்களை வைகானசர்களடமிருந்து வேறுபடுத்திக் குறிப்பிடுவதற்கு ஏற்ப உடலடையாளமாக இருந்தது.

காகதீயப் பேரரசில் கணபதி தேவர் அமைதியேற்ற நாட் தொடங்கி, பல்லால, கர்னாடக நாடுகளில் முதலில் தஞ்சம் புகச் சென்ற காகதீய மக்கள் பலர் மீண்டும் தம்மிருப்பிடங்களுக்கு மெதுவாகச் சேரத்தொடங்கினர். அவர்களுடன் இந்த இராமானுஜ சமயமும் காகதீய நாட்டிலும் பரவத் தொடங்கியது. அங்கு வைணவ சமயத்தைத் தழுவத் தொடங்கிய அந்தணர்கள் வைணவ நெறிகளு

டன் திரும்பி வரலானார்கள். அவர்களில் வேதங்களிலும் வேதாந்தங்களிலும் தேர்ந்தவர்கள் பலர் இருந்தனர். பல தொடர்புகளை மறுத்தளித்து விட்டுக் கர்நாடகர்களான வைணவர்கள் கடும் நெறியாளர்கள் சிலர், இங்கு வந்து சேர்ந்தனர். அவர்களுடன் திருவைணவர்களின் புகழும் காகதீயப் பேரரசில் வளர்ந்து வரத் தொடங்கியது. அவர்களுக்கு இங்குள்ள சமார்த்தஅறிஞர்களுடனும் சைவப் பேரறிஞர்களுடனும் சொற் போர்கள் பெருகலாயின. வைகானசர்களில் பெரும்பாலோர் இறைவன் திருப்பணிகளில் ஈடுபட்டு இருந்தமையால் அவர்களுடன் மற்ற கற்றறிந்தோரின் தொடர்பு குறைந்திருந்தது. ஆனால் இப்பொழுது வைணவ மரபினை விளக்கி உரை நிகழ்த்தும் வைணவ அறிஞர்கள் சேரவும் அவர்களுக்குப் புதியதொரு சிறப்புணர்வு தோன்றலாயிற்று. அதனால் அவர்களுக்கு வைணவர்களின் போட்டியும் தொடங்கியது.

கேசவப் பெருமாள் திருக்கோயிலுக்கும், திரு வைணவர்கள் வந்திருந்தார்களாயினும் இங்குள்ள மரபுகளை மாற்ற இதற்கு முன் என்றும் அவர்கள் முயன்றதில்லை. அவர்கள் அங்கு வந்து பக்தியுடன் தமிழ்ப் பாசுரங்களைப் பாடுவார்கள். அதனால் எவருக்கு என்ன தடை? வைகுண்ட ஏகாதசி மார்கழித் திங்கள் புஷ்ய சுத்த ஏகாதசி நாள் அன்று வரும். இத்திருநாளைக் குறிப்பிடுவதில் சமார்த்தர்களுக்கும் வைணவர்களுக்கும், வைகானசர்களுக்கும் கருத்து வேறுபாடுகள் இருந்தன, ஒவ்வொரு நாளில் ஏற்றத்தாழ்வு வரும், வைணவர்களுக்கும் ஐயம் தோன்றினால் திருவரங்கப்பெருங் கோவிலின் முடிவெங்ஙனமோ அதைப் பின்பற்றுவார்கள். இவ்வாண்டும் அத்தகைய ஐயப்பாடு வந்து விட்டது. சமார்த்தர்களுக்கான மறுநாள் வைணவர்களுக்கும் ஆகும். இப்பொழுது ஒரு வாரகாலமாக அந்தத் திருக்கோவில் மண்டபத்தில்சொற்போர் நிகழ்ந்து கொண்டிருந்தது. வைகானசர்கள் மொத்தத்தில் சமார்த்தர்களின் பக்கமாக நின்றனர். இந்த உரையாடல்களால் திக்கன சோமயாஜியவர்களின் பெரும் பாரதம் இயற்றும் பணி நடைபெறவில்லை.

கேசவப் பெருமாள் திருக்கோயிலின் அர்ச்சகர்கள் வைகானசர்களானமையால், அவர்கள் அனைவரும் சமார்த்தர்கள் முடிவு செய்ததைக் கடைப் பிடித்தவர்களாகலின் இன்று அவர்கள் வைகுண்ட ஏகாதசித் திருநாளை நடத்தத் தொடங்கியிருந்தார்கள். வைணவர்களுக்கு அது கண்டனத்துக்குரியதாயினும் யாது செய்வார்கள்?

விரைவில் உத்தராயண புண்ணிய காலம் வரவிருக்கின்றது. அதற்கு முன்னதாகவே இன்று அகிலாண்ட நாயகரான திருமாலின் திருக்கோவிலின் வடக்கு வாயிலைத் திறந்து அடியார்களுக்குக் காட்சி தருவார். இனி நாராயணனுடன் அடியார்களும் உத்தராயணக் காட்சியைக் கண்ணுற எதிர்பார்த்திருப்பார்கள். அதனை சமார்த்தர்கள் முக்கோடி ஏகாதசி என்பார்கள். அதற்கு அப்பெயர்

எவ்வாறு வந்ததோ, அச்சொற்கள் எவ்வாறு இயைந்தனவோ கூற இயலோம்; ஆனால் அப்பெயருக்குக் குறைவற்ற ஆந்திர நாடு தான் சான்றாகும். அதற்கு எத்தனைப் பொருட்கள் வேண்டினும் கற்பித்துக் கொள்ளலாம்.

உளங்கவரும் வண்ணம் இன்னிசைக் கருவிகள் இசைத்து முழங்க பெருந்தேர் ஏறி, திருகேசவப் பெருமானார் வைகறையாமத்தில் அடியார்களுக்கு, வடக்கு வாயிலில் காட்சியளித்து, பரந்த திருக்கோவில் சுற்றி வலமாக வருவார். அடியார்கள் திரள்திரளாகச் சேர்ந்து அவ்விழா உருவச்சிலைகளுக்குக் காணிக்கைகள் செலுத்திக் கொண்டிருந்தார்கள். பூச்சக்கரக் குடைகள் தவழ, அர்ச்சகர்கள் வெண்சாமரம் வீசி வர வெண்ணிறச் சப்பரத்தில் அணிகலன்கள் அனைத்தும் பூண்ட கோலத்துடன் கேசவப் பெருமானை அன்று கண்டவர்கள் கண்கள் தாம் கண்கள்!

அப்பொழுது சுயம்பு தேவாலயத்திலும் சிறப்பான நீராட்டல் அர்ச்சனைகள் நடைபெற்றுக் கொண்டிருந்தன. அதற்கு அண்மையில் புதிதாக அமைக்கப்பட்டிருந்த அன்னமேசுவரரின் ஆலயத்தில் யதாவாக்கு அன்னமையர் உருத்திர நீராட்டு விழா செய்திருந்தார். அந்தத் திருக்கோவில் முன் மண்டபத்தில் சிவனடியார்கள் கூட்டமாகக் கூடி பக்தியிலாழ்ந்து முதன்மைக் கணங்களைப் போன்றே விளங்கலாயினர்.

அத்தருணத்தில் புதிய வைணவர்கள் குழுவினர் குழுப்பாடல் பாடிக் கொண்டு கோயிலை வலம் வந்து கொண்டிருந்தார்கள். கேசவப் பெருமான் சுயம்பு நாதர் சுற்றுவரணம் நான்கு சதுரமாக அமைந்து ஒவ்வொரு பகுதியிலும் ஏறத்தாழ இருநூறடி பரப்பிலிருக்கும் திருக்குளம் இருக்கும் பக்கம் தவிர்த்து, மற்ற மூன்று பக்கங்களிலும் அரசபாட்டைக்கப்பால் மக்களிருப்பிடங்களான இல்லங்களும் கடைகளும் உள்ளன. துதிப்பாடல்களைப் பாடியவாறு அந்தச் சுற்று வழியைச் சுற்றி வருவதற்கு நான்கு நாழிகைகளாகும்.

அந்த வைணவர்களுக்கு அன்று வைகுண்ட ஏகாதசி ஆனமையால் உட்புறம் வலம் வந்து கொண்டிருக்கும் கேசவப் பெருமானைக் கண்ணுற வேண்டுமெனும் உவகை இல்லை. அந்தப் புதிய வைணவக் குழுவினர்க்குத் தலைவராக வைணவ ரொருவர் நடந்து கொண்டிருந்தார். செம்மை கலந்த பசுமையான உடலில் தீட்டப்பெற்ற பன்னிரண்டு மேனோக்கியத் திருநாமங்களும் அவருடைய உடற்பொலிவை மேலும் அதிகமாக்கின. அதனிலும் இரு தோள்களிலும் விளங்கிய சக்கர முத்திரைகளும் திருமாலே அத் தோற்றத்தில் தோன்றினாரோ எனுமாறிருந்தது. அவரைப் பார்க்க இந்நாட்டவராகத் தோன்றவில்லை. கர்னாடக நாட்டிலிருந்து இந்

நாட்டிற்குப் புதிதாக வந்தவரைப் போல் தெரிந்தது. கர்ணுடகத்தில் வைணவர்களும், சைவர்களும் ஒருவரையொருவர் தூற்றிக் கொள்வது வழக்கம். சிவனின் பெருமையைக் கூற வேண்டுமெனில் திருமாலைத் தூற்றுதலும், வைணவப் பெருமையைப் புகழ்வதற்கு சிவநிந்தனை செய்தலும் அங்கு மரபாகும். அவர்களுக்குப் பிற சமயத்தார் மீதிருந்த பகைமை, பகைவரின் விருப்ப தெய்வங்களையும் இகழ்வதினுல் அமைதி ஏற்பட்டது.

அந்தக்கர்ணுடக வைணவர் இவ்வாறு பாடிக்கொண்டு செல்லக் கூட்டத்தினர் பின்னுல் தொடர்ந்து பாடலாயினர்.

"உனது திருவடி மலர்கள் நெற்றிதனில்
நித்தமும் பொருத்துதல் நீலநிறமுடைய நின்
புழுக்கார் தாழ்ந்து தோன்றிய பூதிலும்
பூண்ட உருவ்மும் பூதமாயிற்று;
வணங்குவோம் கேசவப்பெருமான் குனிசத்துவஜஹல
தவருது வந்து காணக் களியுங்கள்!
சிறந்த தேவ நின் புகழைப் பாடுதல்
உருத்திராட்சமணிந்த உருத்தானடிகளும்
எண்வகைச் செல்வம் எத்தனை பெற்ருன் ;
எனக் கேட்டதல்லவா;
நாராயணு நின் நாமம் பாடுவோம்
ஆயிரம் முறை திருநாமம் நாவால் பாடுவோம்!
கமலக்கண்ணு நின் கருணை யமிழ்தம்
நெடிது பெற்றுய்ய நல்வாழ்வெய்வோம்
நற் செயல் புரியும் இந்த தேவ தேவன்
பார்வதி தேவியின் விகடக் கண்ணனுக்கு
நற்சுகம் அளிக்கவும் பரந்த உலகையும்
காட்டநெடிதாம் உதவிய இறைவனைக் காட்டுங்கள்!"

இந்தக் குழுவினர் அன்னமேசுவர ஆலயத்தின் முன் வந்ததும் இப்பாடலை உரத்த குரலுடன் பாடிக் கொண்டிருந்தனர். அதனினும் இறுதியடிகளை மும்மூன்று முறை பாடினர். "அரக்கரை வென்றவன், அரக்கரை வென்றவன், அரக்கரை வென்றவன்!"

அன்னமேசுவர திருக்கோயிலின் முன்னிருந்த சிவனடியார்கள் அதனை முதலில் கேட்டதும் ஊம் என்று உறுமினுர்கள். உள்ளே திருமஞ்சனம் புரிந்து கொண்டிருந்த அன்னமையருக்கும் அப் பாடல் கேட்டது. வெளியில் பக்தர்கள் உறுமலும் கேட்டது.

இரண்டாம் தடவையாகக் கேட்டு மீண்டும் ஊஉம் என்று உறுமினர். இரண்டாம் முறையும் அப்பாடலும் வாயிலின் பக்தர்களின் உறுமலும், யதாவாக்கு அன்னமையருக்குக் கேட்டன. அரக்கரை வென்றவன் என்று நினைவு படுத்தியமையால் அவருக்கு

அரக்கர் சினம் தோன்றியது. சினம் பீறிட்டது. ஆனால் அதனை அவர் கட்டுப்படுத்திக் கொண்டார்.

மூன்றும் முறை அப்பாடலை அவர்கள் பாடினார்கள். மூன்றும் முறையும் அதனைக் கேட்டு பக்தர்கள் உறுமினார்கள். மூன்றும் முறையாக அன்னமையர் அதனைக் கேட்டார்.

உருத்திரருக்கு நீராட்டுதல் புரிந்து கொண்டிருந்த யதாவாக்கு அன்னமையருக்கு நீராட்டுப் பணி தடைபட்டது. முற்றிலும் அவர் கடுஞ்சினத்திற்கு ஆளானார். அவருடைய உடல் புடைத்து அந்தச் சிறு கோவில் முழுவதும் நிரம்பியது போல் தோன்றியது. ஓர்முறை அவர் பின்னால் திரும்பிப் பார்த்தார்! அவ்வளவு தான்!

அவர் தமது நெற்றியில் மூன்று திருநீற்றுக்கீற்றுகள் பூசியிருந்தார்: அவற்றினிடையில் அவர் அது வரைக்கும் குங்குமம் வைத்திருக்கவில்லை. உள்ளேயிருந்து குருதி தான் வெளிப்பட்டதோ வேறு என்னவோ, அந்த மூன்று விபூதி பூச்சுக்கிடையில் குங்குமம் விளங்கலானது; அதற்குள் அதிலிருந்து குருதி பொங்குவது போன்றிருந்தது.

இரத்தமில்லை அஃது! குருதி நிறமாகத் தோன்றினும் அஃது கீழே பாயவில்லை. கத்தியால் கீறினாற் போன்று முன்னதாகவே வெளிப்பட்டது. அஃது ஓர் ஒளிப்பிழம்பு ஆகும். தீக்கனல் பிழம்பே! சாம்பசதாசிவனருக்கு வேடிக்கைக் கண்ணென்று வைணவர்களை நினைக்கச் செய்தமையால் அஃது அந்தத் தலை சிறந்த அடியாரின் நுதலில் தோன்றியது.

அங்குக் குழுமியிருந்த சிவனடியார்களுக்கு அச்சமாகி விட்டது. அவர்கள் இரு கரங்களையும் சிரத்திற்கு மேல் உயர்த்திக் கூப்பி, "ஹரஹர மஹாதேவ சம்போ" என்று திரும்பத் திரும்பக் குரலெழுப்பிப் பாடியும் வணங்கியும் அந்த ஒளிப்பிழம்பிற்கு ஒதுங்கி வழி விட்டனர். அந்த ஒளிப்பிழம்பும் கங்கை யமுனையாற்றின் வெள்ளப்பெருக்கைப்போன்று இரண்டாகி, விரைந்து சென்று வெளி வாயிலில் சிவனை நித்தனை செய்யும் வைணவத் தலைவரின் இரு கண்களினூடே நுழைந்தன! என்னவாயிற்றோ! வைணவர்கள் இரு கண்களையும் மூடிக் கொண்டனர்! அவர் அதற்கு மேல் நிற்க வியலாது கண்கள் சுழன்று நாராயணனை நினைத்தவாறே கீழே விழுந்து விட்டார்.

அன்னமையர் அவ்வாறு திரும்பிப்பார்த்தார். அவருடைய புருவமையத்திலிருந்து பொங்கிப் பாயும் இந்த ஒளிப்பிழம்பு அவ் வைணவ அடியார் உடல் முழுவதும் பரவியது. அது பாய்ந்த இடத்திலெல்லாம் கருகச் செய்து விட்டது. அதனால் அந்தப் புதிய வைணவத் தலைவர் உடனிருந்த அனைவரும், முதுகு கருகியவர்

களும், தோள்கள் காய்ந்தவர்களும், மார்புகருகியவர்களும் ஆனூர் கள்.

ஹரி ஹரி! - நாராயணு! நாராயணு!! அரங்க நாதா! அரங்க நாதா!! அரங்க நாதா!!! என்னவானுல் என்ன? கஜேந்திரனைக் கொட்டமடக்கிய அந்த வைகுந்தநாதன் திருமகளுடன் சேர்ந்து ஆடும் சதுரங்க விளையாட்டை முடிக்கவில்லை. அவருடைய கண் கள் தாம் கதிரவனும் வெண்ணிலவும். அதனில் ஒன்ருன வெண் ணிலவுக் கண்ணில் ஏதோ கறுமை பட்டு விட்டதாக அவர் இப் பொழுது தமது கண்களை திருநீரால் துடைத்துக் கொண்டார் போலும்!

இலங்கையில் தீப்பற்றி எரியும் அனுமானின் வாலைப் போன்று அன்னமையரின் கண்களில் தீப்பிழம்பு பரவலாயிற்று. அதற்குத் தாளாமல் சிதறிச் சிதைந்து வைணவர்கள் குழுப்பாடல் பாடியதை நிறுத்தி விட்டு ஓடலானுர்கள்.

அவர்களின் தலைவரான அந்த அரங்கநாதர் அங்கேயே விழுந்து கிடந்தார்.

39

அன்றைய கொண்டூர் சிறு நகரமாகும். அந்நகரம் முழுமை யும் செவ்வேரி எனும் ஒரு பெரிய நீர்த்தேக்கத்தின் கிழக்கில் அமைந் திருந்தது. அதில் ஒரு கோட்டையுள்ளது. அது மண் கோட்டை யாயினும் கற்கோட்டையை விடக் கடினமான மண்ணுகும். அந்த மண்ணுடன் கலந்த பாலும், அத்துடன் தயாரிக்கப்பட்ட கலவை யும் அந்தக் கோட்டையைக் கட்டிய தலைமைச் சிற்பிகளுக்கு வழி வழியாக வந்து கொண்டிருந்த மறை பொருளாகும். பணியாட் களைக் கொண்டு அவர்கள் அவ்வேலைகள் அனைத்தையும் செய்வா ராயினும், இந்த இரகசியத்தைப் பிறர் அறிய விடமாட்டார்கள். அந்தக் கோட்டைச் சுவர்களுக்கு அந்தச் செவ்வேரி நீரைத் தவிர்த்து ஒரு துளியாகிலும் வேறு நீரைப் பயன்படுத்த மாட்டார் கள். அந்தக் கோட்டை யகழிக்கும் இந்தச் செவ்வேரி நீரைத் தான் நிரப்பி வந்தார்கள்! கோட்டையிலுள்ள நீர் நிலைகளுக்கும் இந்தச் செவ்வேரி நீர் தான் சென்றிருக்க வேண்டும்! கொண்டூருக்கு வாயில் மூலையிலுள்ள நிலமனைத்தும் செம்மண் நிலமாகும். அந்த நிலப் பாங்குகளுக்கு அருகிலுள்ள மலைகளின் மீது பொழியும் நீர் வெள்ளப் பெருக்கெடுத்து வருவதால் செப்பு உலோகம் போன்று சென்னிற மாகி அதனில் கலப்பதால் அதற்குச் செவ்வேரி எனப் பெயர் வந்

தது. செம்மை போன்ற சென்னிற மண்ணிலிருந்து பெருக்கெடுக்கும் நீரின் பெருமையறிந்திருந்ததாலிருக்கலாம். இராச மகேந்திர வரம் போன்ற பகுதிகளிலும், இத்தகைய மண் கோட்டைகளையே கட்டியிருந்தனர்.

செவ்வேரிக்கு மேற்கில் பெரிய காடொன்றுண்டு. அதனில் நெடுங்காலமாக மற்ற மரவகைகளுடன் பெரும் தேக்கு மரங்களும் வளர்ந்திருந்தன. தேக்கு இலைகளைக் கசக்கினால் கைகள் சென்னிறமாகும். அதையுணர்ந்த சிற்பிகள் அவ்விலைகளைச் சேர்த்து ஓவியந் தீட்டுபவர்களுக்குத் தேவையான பலவகை வண்ணக் குழம்புகள் செய்தார்கள். அந்தத் தேக்குப் பலகைகளும் மிகச் சிறந்த முறையில் பல வகைகளில் மரச் சிற்பிகளுக்குப்பயன்படலாயின. அதனால் கொண்டூர் சிற்பிகளுக்கும் ஓவியர்களுக்கும் பெரும் புகழாயிற்று. தேக்கு ஒலிக்கு உருவகமான தேக்கிலிருந்து தான் தேக்கொலியும் பிறந்தது. கொண்டூர் சிற்பிகளுக்குத் தேக்கமும் மிகுதி தான்.

செவ்வேரிக்கு நீர் வரும் மலைக்கால்வாய் ஓரத்தில், அந்தக் காட்டில் சில காலமாக பாபாஜி மடம் ஒன்று இருந்தது. கௌட நாட்டிலிருந்து வந்த வைணவ அந்தணர்களுக்கு பாபாஜி என்றும், அவர்களுடைய மடங்களுக்கு பாபாஜி மடங்களெனவும் ஆந்திர நாட்டில் பெயர்கள் விளங்கின. அந்த மடங்களிலுள்ள பெரியோர்களைச் சீடர்கள் பாபாஜி எனும் அவர்கள் மொழியில் மதிப்புடைச் சொற்களால் அழைப்பதனாலும் குறிப்பிடுவதனாலும் அப்பெயர்கள் உண்டாயின எனத் தோன்றும். கணபதி தேவருடையவும், உருத்திரமதேவருடையவுமான அரச குருவான விசுவேசுவரசம்பு தேசிகரும் கௌடர் தாம். அவர் கௌடராட்டிய மடத்தலைவராவர். அவர் சைவப் பற்றுடைய சமார்த்தர். கொண்டூரிலுள்ள பாபாஜிகள் சமார்த்தர்கள். இந்த கௌட சைவர்களுக்கும் கௌட வைணவர்களுக்கும் தமிழக, கர்னடகத்திலுள்ள சைவ வைணவர்களுடன் எத்தகைய தொடர்புமில்லை!

இந்த பாபாஜி மடம் காவேரிக்கு மேற்கில் அரைக்கல் தொலைவிலுள்ளது. அக்காட்டிலேயே சிறிதளவு மரங்களை வெட்டி அங்கு அந்த மடத்தை நிறுவினர். கௌட நாட்டவர்க்கு ஜகன்னாத சுவாமிகள் விருப்ப தெய்வம் அந்த மடத்தை அங்கு நிறுவிய முதல் பாபாஜியான சியாமளதாசர், அதனில் ஜகன்னாத சுவாமிக்குச் சிறு கோவில் ஒன்று கட்டுவித்திருந்தார். அவ்வாறு அந்த மடத்தின் கீழ்க் கைப்பற்றாக வந்த நிலப் பகுதியை அவர் கொண்டூர் தலைவரால் குடியிருப்பாகப் பெற்றமையால், அதற்குச் சியாமளதர்சக்குடியெனப் பெயர் வந்தது. அந்த மடத்தைச் சார்ந்து வடக்கில் ஒரு சிற்றேரியை அவர் வெட்டினார். அதற்குள் செவ்வேரிக்கு செல்லும் மலைக் கால்வாயிலிருந்தே சிறிய மகுகு கட்டி

நீர் வரச்செய்திருந்தனர். அந்தக் குடி மக்களுக்கு அது நீர்த்துறையாகப் பயன்பட்டு வந்தது. அவ்வேரிக்கு, பாபாஜி மடத்தேரி எனப்பெயர் வந்தது.

அந்த மடத்துக் கிழக்கு வாயிலருகில் ஒன்றும், மேற்கு வாயிலருகில் ஒன்றுமாகக் கோயிலற்ற அனுமான் சிலைகளிரண்டு அமைக்கப்பட்டிருந்தன. இவை தவிர அங்கு தொன்று தொட்டு ஜகன்னாத சுவாமி ஆலயத்திற்கு மேற்கில் ஐம்பது முழத் தொலைவில், வானமே கூரையாக அமைந்த ஓர் கணபதி சிலை உள்ளது. அச்சிலைக்குக் கீழ் பெரிய சுரங்கங்கள் உள்ளன என்றோர் செய்தி மரபு மரபாக உலவியது.

அம்மடத்தை நிறுவிய சியாமளதாஸ் பாபாஜிக்கு அங்கிருந்த கணபதிச் சிலையை மற்றோரிடத்துக்கு மாற்ற வேண்டுமெனப் பார்த்திருந்த பொழுது, அவருடைய விருப்ப தெய்வமான ஜகன்னாதர் கனவில் தோன்றி அவ்வாறு செய்யலாகாதென்றாராம். அது முதல் எவரும் அதைப் பெயர்க்கக் கூடாதென்று அவர் தடுத்து விட்டார்.

ஆயினும் அவருக்குப் பின் மடத் தலைவரான பாபாஜிக்கு அந்தச் சிலையின் கீழுள்ள பொற் குவியலை எடுக்க வேண்டுமென்ற ஆவல் தோன்றியதாம். அவரும் மந்திர தந்திரங்களில் தேர்ந்தவர். அப்பணியில் அவர் தலையிட்டுப் பெரிய வேள்வி நடத்தி அங்கு ஒரு நாள் இரவுப் பொழுதில் எருமைக் கடாக்களைப் பலி கொடுத்தாராம். அதன் பிறகு அவர் அந்த உருவச் சிலையை அப்புறப்படுத்த ஆணையிட்டார்.

அந்தச் சிலையைப் பெயர்க்க ஒருவன் முன் வந்தான். வந்தவன் மீது பயங்கர அடியொன்று விழுந்தது. உடனே அவன் மயங்கிக் கீழே விழுந்தான். அங்கிருந்த பாபாஜியும் உடனே நினைவிழந்து விழுந்து விட்டாராம்! அவருடைய வாயிலிருந்து சிறிதளவு குருதியும் கொட்டியதாம்! அவர் உயிர் பிழைத்தார். பணியாளனும் பிழைத்து விட்டான். ஆயினும் அவனுக்கு மனநிலை மாறுபட்டு விட்டது. அந்தப் பைத்தியக்காரனின் சொற்கள் தாம் அந்த மறைவான செய்தி வெளியில் பரவக் காரணமாயிற்று! அதன் பிறகு கணபதியைப் பெயர்த்தெடுக்கும் முயற்சி நின்று விட்டது. பாபாஜி அங்கு நாள்தோறும் வழிபாடு இயற்ற அங்கோர் பூசாரியை அமைத்தார். அது முதற் கொண்டு சுற்றுப்புற மக்களுக்கு அந்தக் கணபதியின் மீது பக்திப் பெருக்கு மிகலாயிற்று. அந்தத் திருமிகு விநாயகருக்கு வழிபாடுகள் மிகுந்தன.

இந்த பாபாஜிகள் அனைவரும் மணமற்றவர்கள். அவர்களுக்குத் திருமணங்கள் நடவா. ஆனால் தமிழகத் துறவிகளுக்கும் இவர்களுக்கும் வேற்றுமைகளுண்டு. இவர்கள் தலையை மொட்டையடித்துக் கொள்ள மாட்டார்கள். தலை முடியை நீண்டு வளர்த்து

சடை தரித்திருப்பதால் இவர்கள் சடாதரர்கள். அவர்களுடைய தாடியும் மீசையும் நீண்டு வளர்ந்திருக்கும். அவர்கள் வழியில் முதலில் நிறுவியவரான சியாமளதாசர் பெயரே அனைவருக்கும் வரும். இப்பொழுதுள்ள பாபாஜியின் பெயரும் சியாமள தாசர் தான். அவர் மிகவும் சத்செல்வம் மிக்கவரெனவும் மகிமை மிகுந்தவரெனவும் சொல் வழியிருந்தது.

மார்கழித் திங்களில் அந்த பாபாஜி மடத்தில் ஜகன்னாதர் வழிபாடு மிகச் சிறப்பாக நடைபெறும். அது சிற்றூரேயாயினும் அந்த விழாவிற்கு அருகிலுள்ள கொண்டூர் மக்களும் அந்தப்புறத்தில் கருப்பேரியைச் சார்ந்த ஊர் மக்களும் சுற்றுப்புறத்து ஊர் மக்களும் மிகுதியாக அங்கு வந்து சேர்வார்கள்.

இன்று அங்கு வைகுண்ட ஏகாதசித் திருநாள் பெருவிழாவாக நடைபெறுகின்றது. கொண்டூர் நாகதேவன் பாபாஜி மடத்திலுள்ள திருமகள் விநாயகரின் அடியார். அவருக்கு ஜகன்னாத சுவாமியிடமும் சியாமளதாசரிடமும் மிகுந்த பக்தி வழிபாடுகள் இருந்தன. அந்த பாபாஜிக்கு அவன் எல்லா வகைகளிலும் நன்மைகள் புரிந்து காணிக்கைகள் செலுத்தியிருந்தான்.

கொண்டூர் நாக தேவன் சில காலமாகவே கணபதி தேவரை வெறுத்தான். அதனை பாபாஜி விரும்பவில்லை. ஆனால் இப்பொழுது அவன் வழி பறிக் கொள்ளையடிக்கின்றானெனத் தெரிய வந்தது. அவ்வாறு அறிந்ததிலிருந்துப் போற்றற்குரிய அந்த பாபாஜிக்கு வருத்தமாகத் தோன்றியது. ஆனால் எவ்வாறு கூறுவார்?

இந்த மடத்தில் பெரிய விருந்துக் கூடங்கள் உள்ளன. துறவிகள் எவர் வரினும் அவர்களுக்கு அங்கு உணவு முதலான எல்லாத் தேவைகளையும் அந்த மடத்தினர் முறைப்படி செய்து வந்தனர். அந்த விருந்தினர்க் கூடங்கள் பேரில்லங்களாகும். அவற்றில் பெரும்பாலானவை கொண்டூர்த் தலைவன் அளித்த பொருட்கொடையால் கட்டப்பட்டவை. ஒரே சமயத்தில் கொண்டூர் நாக தேவனுக்கு விருந்தினர்கள் அதிகமாகி விட்டால் அவர்களில் சிலரை அவன் பாபாஜி மடத்திலுள்ள விருந்தினர்க் கூடத்திற்கு அனுப்பி விடுவதுண்டு. அந்தப் பேரில்லங்கள் மடத்திற்குப் பின் புறமாக மேற்குக் கோடியிலிருந்தமையால், அங்கு அரச விருந்தினர்களிலிருந்து அவர்களும் அவர்களுடைய பரிவாரங்களும் வரப் போகச் செய்யினும், மடத்தில் நடக்கும் அன்றாடத் திருப்பணி முறைகளுக்கெத்தகைய தடையுமுண்டாகாது.

இதற்கிடையில் கொண்டூர் நாகதேவனின் விருந்தினர்க் கூடங்களத்தனையும் அவருடைய மதிப்பிற்குரிய விருந்தினர்களால் நிறைந்து விட்டன. நாகதேவனின் நண்பர்களில் பலர் அங்கு வந்திருந்தனர். எருவமல்லிச்சோடன், கேசவதேவன், சோமதேவன்

அல்லுகங்கு மல்லிகார்ஜுனன், தாமோதரன், மற்றெத்தனையோ பேர் பெரும் பரிவாரங்களுடன் வந்திருந்தனர். அவர்கள் அனைவரும் மண்டலத் தலைவர்களாவார்கள். கொண்டூருக்கு அண்மையிலுள்ள கொணிதனை போன்ற நிலப்பகுதிகளின் வேந்தர்களே அவர்கள் அனைவரும்!

அவர்கள் அனைவருக்கும் ஜன்னிகப் படையினரின் எழுச்சி தெரிய வந்தது. அம்பதேவரின் பெரும் படை வருகின்றதென நன்கு தெரிந்ததாகத் தோன்றவில்லை. ஒரு பக்கலில் நெல்லூரிலுள்ள ஜடாவர்ம சுந்தர பாண்டியனிடமிருந்து அவர்கள் அனைவருக்கும் அரசியல் தூதுகள் வந்தன. அவர்கள் இப்பொழுது என்ன செய்வார்கள்?

அவர்களில் ஒருவரும் தனிப்பட்ட முறையில் அந்தப் பக்கத்தில் ஜடாவர்ம சுந்தர பாண்டியனையோ, இந்தப் பக்கத்தில் காகதீயப் பெரும் படையினரையோ எதிர்க்கவில்லை. அவர்கள் அனைவரும் ஒரு முகமாக இருப்பினும், அப்பணிகளைப் புரியவில்லை. ஆயின் அவர்கள் ஒரே முகமாக இருப்பின், எவராயினும் அவர்களுடன் மிகுந்த பாதுகாப்புடன் தான் நடமாட வேண்டியிருக்கும். அவர்கள் அனைவரும் திரண்டு ஒன்று பட்டால் இரண்டாமவர்க்கு வெற்றி கிட்டுதலரிதாகும்.

அத்தகையவர் எளிதில் தம்மருகிலுள்ளோரை விடத் தொலைவிலிருப்பவருடன் சேர்வதற்கு விரும்புவார்கள். காகதீயர்களுடன் சேரின் அவர்களுக்குச் சிறு மண்டலத் தலைவன் பதவி தான் நிலைபெறும். ஆனால் தெற்கிலிருந்து படையெடுத்து வரும் பாண்டியர், காடவருடன் கலந்துக் காகதீயரைச் சிதற அடித்தால் அவர்களுக்கு வாய்ப்பதிகமாகும். இந்தப் பாண்டியர், காடவர்கள் இங்கு நெடுங்காலம் இருக்க மாட்டார்கள். அவர்களுடன் கலந்து வெற்றி பெற்றால் குறுகிய காலத்தில் தமக்கு உரிமையான பெரிய மண்டல ஆளுகைப் பொறுப்பு கிடைக்கும். எவரை இப்பொழுது சேர்வது? எவ்வாறு சேர்வது?

காகதீயர்களுடன் அவர்களுடைய தொடர்புக்கு இப்பொழுது நிலைமை மீறி விட்டது. ஆனால் பாண்டியர்களை நம்பலாமா? நம்பாமல் செய்வதென்ன? பாண்டியர்கள் அவர்களை வற்புறுத்தினர்கள். உடனே முடிவு செய்யா விடில் அவருடைய படைகள் முன்னர் தம்மையே தோற்கடிக்கலாம். இவ்வாறு பாண்டியர்களுக்கும் அந்தப்புறம் பாண்டிய காடவர்களுக்கும் ஆகாதவர்களாகி விடலாம்.

மொத்தத்தில் அவர்கள் சுந்தர பாண்டியனைச் சேர்வதற்கு முடிவு செய்தார்கள். ஆனால் அவர் இதற்கிடையில் அனுப்பிய செய்திகள் அவர்களுக்குக் குழப்பமுண்டாக்குகின்றன. அவை நட்

உருத்திரமதேவி 325

பரசுகளுக்கு அனுப்புவனவாக இல்லை. பேரரசர் தமது சிற்றரசர்களுக்கு அனுப்பும் ஆணைகளாகக் காணப்பட்டன. இந்தப்பாண்டியர்களின் அடிமைகளாவதற்குத்தானா நாம் காகதீயப் பேரரசை மறுத்தளித்தோம்.

அது மட்டுமின்றிக் காடவர் சேனைகளைப் பற்றியும் பாண்டியர் சேனைகளைக் குறித்தும் மிகுதிப்படுத்திக் கூறப்பட்ட செய்திகள் வந்து கொண்டிருந்தன. காடவர் படைகள் பதினெட்டு இலட்சம் பேர் என அவர்கள் கேட்டார்கள். கோப்பெருஞ் சிங்கனின் படை வீரர்களும் தமது செய்தியாளர்களைப் பார்த்திருந்தார்கள். சிலர் ஓரிரு இலட்சத்துக்கும் கூடப் படைகள் இராவென அவர்களுக்குக் கூறினர். அவர்கள் நம்பற்குரியவர்கள். ஆனால் பல செய்தியாளர்கள் பதினெட்டு இலட்சம் என்றார்கள். கோப்பெருஞ் சிங்கனின் படைகள் வழியில் செய்து கொண்டு சென்ற ஒலியையே அத்தகையவர் கேட்டுக் கூறினர்.

மேலும் இன்னும் அவரை வென்ற பாண்டியர் படையின் எண்ணிக்கை எவ்வளவு? இது ஐயத்திற்குரியதென்றும் திரு இராம பிரானின் வானரப் படைகளைப் போன்று கோடிக்கணக்கில் இருக்குமெனவும் வழங்கலாயிற்று. அவற்றின் பொய்யும் மெய்யும் அறிந்து கொள்வதெப்படி?

இந்தப் பெரும் படைகளும் ஒன்பது இலட்சம் வில் வீரர்கள் மட்டுமுள்ள காகதீயர்களின் படையை எதிர்க்க இயலுமா? அது மட்டுமின்றி தளபதி தேவர் வயது மிகுந்தவரானார். அவர்களுடைய மகள் அரசியல் பொறுப்பேற்றாள். ஆண் பெயர் வைத்துக் கொண்டதினால் பெண்ணுக்கு ஆண்மை வந்து விடுமா? அது மட்டுமின்றி அவளுடைய கணவனே அவளை மறுதளித்திருந்தான். பிள்ளைகளும் வேறுபடலாயினர். திறன் மிக்க பல குறு நில மன்னர்கள் பகைவராயினர். மேலும் ஒரு பக்கலில் கலிங்கப் படையினர்; மற்றொரு பக்கலில் காடவர், பாண்டியர் படைகள் காட்டிற்குள் நுழைந்து விட்டார்கள். தமக்குச் சேர்ந்த மறைமுகச் செய்திகளைக் கொண்டு ஒரு புறத்திலிருந்து ஹொயசாலர், பல்லாலர் படையினரும் மற்றொரு புறத்திலிருந்து தேவகிரி யாதவப் படையினர் காகதீயப்பேரரசின் மீது விரைவில் தண்டெடுக்கவிருந்தன. காகதீயப் பேரரசு மூழ்கி விடும் நிலையிலுள்ள நாவாய் போன்றுள்ளது. இப்பொழுது உயிரைப் பாதுகாக்க விரும்புபவர்கள் அதனை எத்தனை விரைவில் விட விரும்புகிறார்களோ அத்தனை மேலாகும். இவ்வாறு அவர்கள் இரகசியமாகப் பேசலானார்கள். இதற்கிடையில் நீண்ட காலமாகப் பொல்லன் கொண்டூரில் தான் இருந்தான். அவன் இப்பொழுது கொண்டூர் நாக தேவனின் வலக்கரமாவான். அவனுக்குப் பக்க வலிமை சற்று குன்றியது. இப்பொழுது அவன் வாட்போரிலும்

கணை ஏவுவதிலும் சூலம் வீசுவதிலும் திறமையுள்ளவனுனன். கற்றுத் தேர்ந்த குதிரை வீரன். நூற்றுக் கணக்கிலும் ஆயிரக் கணக்கிலும் வீரர்களைத் திறமையுடன் நடத்திச் செல்ல வல்லவன். தேவனின் கூட்டத்துடன் சேர்ந்து அவன் நிறை செல்வம் சேர்ந்திருந்தான். பல பெண்மணிகள் அவனைப் பார்த்துத் தமது வலையில் வீழ்த்தப் பார்த்தனர். ஆனால் அவன் பெண்களைக் கண்ணெடுத்தும் பார்க்க மாட்டான். பெண்முகம் எதிர் பாராத வகையில் அவன் கண்களில் பட்டால் அவன் அச்சமுற்று ஓடிச்செல்ல முயன்றவனுகக் காணப்படுவான்.

இது மட்டுமன்றி அவனிடத்தில் சில புதுமையான பண்புகளிருந்தன. மக்களிடையில் அனைவரும் மகிழ்வுடனிருக்கும் பொழுது அவன் இடையிடையே திடீரென சினத்துடன் தோன்றுவான். அப்பொழுது அவன் யாரிடமும் பேசமாட்டான். எவரேனும் பேசினல் சீறி விழுவான். அதற்கிடையில் அவன் அஞ்சுபவனைப் போன்று நடுங்கும் பார்வையுடன் நோக்கி ஓடி விடுவான். அவனுக்குப் பைத்தியமா ?

வைகுண்ட ஏகாதசியன்று மாலை ஜகன்னுத சுவாமி திருக்கோவிலில் கர்னுடக நாட்டிலிருந்து வந்திருந்த கணிகையரின் குழு நடனமாடிக் கொண்டிருந்தது. அதற்கு நாக தேவனும் அவனுடைய நண்பர்களும் விரும்பி வருகை தந்திருந்தனர். நாகதேவனுடன் பொல்லனும் தனக்குரிய இருக்கையில் அமர்ந்திருந்தான்.

அந்தக் குழுவிலிருந்து இரண்டு கணிகையர்கள் முன் வந்து கேளிக்கை புரிந்து கொண்டிருந்தார்கள். அவர்களில் ஒருத்தி பேச்சுக்குப் பேச்சு பொல்லனின் மீது தனது பார்வையைச் செலுத்தினுள். அதைக் கண்ட அங்கிருந்த மக்கள் புன்சிரிப்புச் சிரித்தனர்.

பொல்லனின் முகம் வெளிறி விட்டது. எதிர்பாராத வகையில் அவனுடைய உடல் விறைத்தது போலிருந்தது. அவன் அந்த நாட்டிய மகளிரை ஒரே பார்வையுடன் பார்க்கலானுன்.

மீண்டும் அதற்கிடையில் அவனிடம் பெரிய மாற்றம் ஏற்பட்டது. இழுத்துப் பிடித்திருந்த கடிவாளத்தை விட்டதும் ஓடும் குதிரையைப் போன்றும், அணையுடைந்த ஆற்றுப் பெருக்கைப் போன்றும் அவன் காணப்பட்டான். கூட்டத்திலிருந்து அவன் எதிர் பார்த்தவாறு எழுந்து விரைந்து நாக தேவனை வணங்கி விடைபெற்றுக் கொண்டு அந்த இருளில் தனிமையாகச் செல்லலானுன். அவனுடைய பித்து அனைவரும் அறிந்ததாகையால் எவரும் ஏதும் கூறவில்லை.

அவன் தனிமையாகக் காட்டின் நடுவில் சென்று, அங்கு ஒரு கல் தொலைவிலுள்ள கருப்பேரிக்கரை மீதேறி அதன் மறு முனைக்குப் போய்ச் சேர்ந்தான். அந்த ஏரிக்குத் தொலைவிலிருந்த மலைகளில் பொழியும் மழை நீர் கரிய நிலத்தில் பெருகி வந்து அந்த ஏரியில் கலக்கும். அந்த நீரின் நிறத்தினுல் அதற்குக் கருப்பேரி என்று பெயர் வந்தது. அது மிகப் பெரிய ஏரி, அதன் நீரடியில் சிறிது நிலம் தெற்குப் பகுதியில் பள்ளப் பயிர் வைக்கப்படுகின்றது. அங்கு விளையும் நெற்பயிர் மிகவும் சிறந்ததாகும். அந்த ஏரி நிரம்பி மிகுந்த தண்ணீர் ஏரிக் கோடியின் வழியாக அப்பால் ஒரு கல் தொலைவில் இருக்கும் புடம் பாட்டேரியில் போய்ச் சேரும்.

பொல்லன் விரைந்து சேர்ந்தது அந்த ஏரிக்கோடியருகிலாகும்! அங்கு எவரும் இரவில் வரமாட்டார்கள். அங்கு பெரிய புளிய மரங்களும் ஆலமரங்களும் தேக்கு மரங்களும் சூழ்ந்து கொண்டு அச்சந் தரும் வகையிலிருக்கும். இரவில் அங்கு வௌவால்களின் இரைச்சல் காதுகளைப் பிய்க்கும். கொண்டூரில் நெடுங்காலமாகக் கண்ணில்லாத வௌவால்கள் மிகுதி. இப்பறவைகள் எல்லா ஊர்களிலும் இருக்கமாட்டா. அவை எங்கிருந்தாலும் கூட்டமாகச் சேர்ந்து வாழும். அவை துரிஞ்சில்களைப் போன்று மரங்களில் தொங்கிக் கொண்டிருக்கும். ஆனுல் துரிஞ்சில்களை விட மிகப் பெரியவை. அவற்றுக்கு உயர்ந்து வளர்ந்த புளிய மரங்கள் தான் மிகவும் பிடித்த தாவரங்களாகும். அந்த மரங்களில் பார்த்தால் வெயிலே அதிகம் தெரியாது. ஆனுல் மாலைப் பொழுதானதும் ஒரு புதுமையான கீச்சுக் குரல். அவை மரங்களில் வந்து தொங்கும். அவற்றை அப்பொழுது பார்த்தால் இலைக்கொன்ருக இருப்பதாகத் தோன்றும்.

பொழுது போகும் வகையில் அவற்றின் அச்சந் தரும் இன்னிசை நடந்து கொண்டிருக்கும். பிறகு அவை தூங்கும். இரவில் எப்போதாகிலும் தவிர்த்து அவை கூவ மாட்டா. மீண்டும் விடியற் காலையில் அவ்வொலி தொடங்கும். சுற்றுப்புறத்து மக்கள் வாழிடங்கள் வரையிலும் அதனுல் நல்ல நினைவுள்ளவர்களுக்கும் நினைவு கெட்டு விடும். மழையினுல் மண்ணிலிருந்து பிழந்து வந்து ஒலி செய்யும் தவளைகள் இறைச்சலையும் மிஞ்சியிருக்கும். அதச் செடியைச் சுற்றிலும் நூற்றுக் கணக்கில் அவை திரிந்து கொண்டிருக்கும். இவையனைத்திற்கும் தாளத்தைப் போன்று எதிரில் கருப்பேரியினிடையில் குதித்து விழும் நீரின் ஓசை கேட்கலாம்.

அறிவுடையவரையும் அறிவு கெடச் செய்யும் இவ் இறைச்சல் மதி கெட்ட பொல்லனுக்கு ஒரு புதுமையான அமைதியை அளிக்கும். அவனுடைய கால்கள் இன்னும் முயற்சியற்று அவனை இந்த ஏரிக் கோடிக்கரைக்கு அழைத்து வந்தன.

அவன் ஏரிக் கோடிக் கரைக்கு மேற்கில் கரையின் மரத்தின் மீது அமர்ந்தான். அதற்கருகில் இருந்த ஒரு சிறிய நாணற் புதரின் மீது அவனுடைய பார்வை விழுந்தது.

அந்தப் புதரின் கீழ் தான் கொண்டூரில் அவனுக்குரியன எல்லாம் அடங்கிக் கிடக்கிறது. அதிலிருப்பது பொன் மட்டுமன்று, வெள்ளி மட்டுமன்று, விலை மதிப்பற்ற வைரங்களும் இருந்தன. பெண்களின் கரங்களைப் பார்க்கும் போதெல்லாம் அவனுக்குத்தனது மனைவியின் நினைவு வரும். அத்துடன் மகளின் நினைவு வரும். அவர்களிடம் சொல்லிக் கொள்ளாமலே அவன் இவ்வாறு ஓடி வந்து விட்டான். அவர்கள் வறுமையால் வாடுகிறார்களென்று மட்டும் முதலில் செய்தி வந்தது. உடனே அவர்களிடம் சேர்ப்பிக்குமாறு பொற்காசுகள் பலவற்றை அனுப்பியிருந்தான். ஆனால் அவை சேர்ந்ததெனச் செய்தி வரவில்லை. மனைவி மக்கள் எண்ணம் வந்த போதெல்லாம் இந்தச் செல்வத்தின் எண்ணம் மனதில் ஓடும். அவனுக்கு இப்பொழுது அது தான் மனைவி; அது தான் மகள்! அதைப் பார்த்துக் கொண்டு சற்று உள அமைதி பெறுவான்.

ஆனால் அவனுக்கு இன்று அத்தகைய மனவமைதி உண்டாகவில்லை. கூட்டத்தில் தன்னைச் சொல்லுக்குச் சொல் பார்வை செலுத்திய அந்த இளம் பெண்ணை அவன் எப்போதோ அனுமகொண்டாவில் அல்லது ஓரங்கல்லில் பார்த்தது போலிருந்தது. என்ன முயன்றாலும் அவனுக்கு அது யாரென்று நினைவுக்கு வரவில்லை. ஆயினும் அவன் தன்னைப் பார்த்த பொழுதெல்லாம் ஏகசிலா நகரம் அவன் உள்ளத்தில் தெளிவாக ஓடத் தொடங்கியது. ஏகசிலா நகரம் முழுமையும் அவனுடைய இதயத்தில் ஓவியக் காட்சி போன்று பதிந்தது. அந்நகரத்தின் வீதிகள் அவன் இதயத்தில் கீற்றுக் கீற்றாகப் படிந்து பின்னலிட்டன. அக்கீற்றுகள் சென்று சென்று வீடுகளின் தொடர்ச்சிகள் முன்னர், சென்று நின்றன. அந்த வரிகளின் பிளவுகள் அவனுடைய இதயத்தில் இரத்தம் பெருகுவதைப் போன்றேயிருந்தது அவனுக்கு,

அதனிலும் அவன் அப்போதிருந்தது பாழடைந்த இடமாகும். அங்கு முற்காலத்தில் ஏதோ சிற்றூர் இருந்து பாழாயிருக்க வேண்டும். அங்கு மண் சிதைந்து கிடந்தது. பாழ்மண் பகுதிகள் கொண்டூரைச் சுற்றிலும் பல இருந்தன. புடம் பாடு, பொந்த பாடு, அனந்தாரபு பாடு, இலாமல்லிபாடு, கொரட்டுப்பாடு.

இந்தப் பாழடைந்த பகுதியில் முன்னொரு காலத்தில் எத்தகைய ஊரிருந்தனவோ! எத்தகைய மனிதர்களிருந்தார்களோ! எத்தகைய இன்ப துன்பங்கள் அனுபவித்தார்களோ! எவராகிலும் அவனைப் போல் துன்பமடைந்திருப்பார்களோ?

தனது மகள் பெயர் பாட்டிமை. உயிருடன் கலகலப்பாகத் தன்னை மிக்க ஆவலுடன் அழைத்து மழலை மொழி பேசும் மகள் பாட்டிமையை விட்டு வந்து இந்தப் பாழ்மேட்டினைக் கண்டு மகிழ்ச்சியடைய வேண்டுமா? இந்த மேடு பாழ் நிலமாகும். அந்த இனிய மழலை மொழிப் பாட்டிமைக்கு மாற்று? சீ!

அவனுக்குக் கண்ணீர் தாரைதாரையாகக் கொட்டியது. தன்னை அறியாமலேலே அவன் உரத்து அழத் தொடங்கினான். இடையிடையில் அவன் மூக்கைச் சீந்தி அவன் பாட்டிமை, பாட்டிமை என்றும் இடையில் மகளிரை நினைத்துக் கொண்டு மங்கை என்றும் தனது பொருளெல்லாம் மறைத்து வைத்திருக்கும் பாழ் மேட்டையும் நினைத்துக் கதறலானான்.

"எதற்கு இந்த வினை என்னைப் பிடித்தது?" இவ்வாறு அவன் உள்ளத்தில் நினைத்தானோ, உரத்துத்தான் கூவினானோ அவனுக்குத் தெரியாது. ஆனால் அதற்கு பதிலுரைப்பது போல் இவ்விரண்டு சொற்களும் தெளியக் கேட்டான்".

"பெண் வாடை."

வெடியோசை கேட்ட புலி போன்று அவன் நடுங்கி எழுந்தான். நான்கு பக்கமும் பார்த்தான். எவருமில்லை. தனது உள்ளத்துள் மிரட்சிதான்.

உடனே அவனுக்கு நவராத்திரி விழாவில் தான் "பெண்வாடை" யால் மயங்கி மருள் வந்தவன் போல் நடித்ததனைத்தும் நினைவுக்கு வந்தது. அன்று கண்டனுடன் நடத்திய சண்டை நினைவுக்கு வந்தது. இங்கு பேசியது அருவக் குரலாகும். உண்மையைத் தான் கூறியது, எனக்கு இந்த வினை பிடித்துக் கொண்டதற்கு 'பெண் வாடை' நடிப்பு தான் காரணம்!

ஆனால் அவன் இப்பொழுது பின் வாங்கிச் செல்ல இயலாது. என்றாகிலும் மங்கையும் பாட்டிமையும் இங்கு அழைத்து வந்து விட வேண்டும். ஆனால் எத்தனை நாளுக்கு?

'எத்தனை நாட்களுக்கு?' என்று எதிரொலியே கேட்டது. மீண்டும் முதலில் கேட்ட குரலொலி தான்! இந்த அருவக்குரல் அனைத்திறன் உள்ளதாகக் காணப்படுகிறதே! மீண்டும் ஐயத்துடன் திசைதோறும் பார்த்தான். எவரும் காணப்படவில்லை. அடர்ந்து சூழ்ந்துள்ள மர இடுக்குகளின் இடையிடையிலிருந்து நிலவொளி விழுந்து அந்தப் பகுதி தன்னை வெக்கரிப்பது போலிருந்தது.

புளிய மரங்களின் மீதுள்ள குருட்டுப் பறவைகளும் அமைதியாகி விட்டன. அவன் இன்னும் துயரத்தில் ஆழ்ந்து சிந்தனை செய்து கொண்டிருந்தான். ஏகசிலாநகரம் அவனுடைய இதயத்தில் தோன்

றிக் கொண்டிருந்தது. வீட்டின் மீது வெள்ளம் சென்றது. மீண்டும் வானொலி கேட்டது.

“பொல்லா.”

பொல்லனுக்கு அச்சமில்லை. அவன் இவ்வாறு கேட்டான். “யாரது?”

உடனே பதில் வந்தது,

“உன் நண்பன்!”

பொல்லனுக்கு அக்குரலை இப்பொழுது தெளிவாக உணர முடிந்தது. அது கண்டனின் குரல், தனது உயிர்ப்பகைவனின் குரல்!

பொல்லன் தனது உரையிலிருந்து வாளை உருவி அந்தக் குரல் வந்த திசை நோக்கிச் சென்றான். இப்பொழுதும் அந்தத் திசையிலிருந்து ஒலி கேட்டது.

“பயனில்லை. நூறு வீரர்கள் இந்தப் பகுதியைச் சுற்றி முற்றுகையிட்டுள்ளார்கள். தப்பிக்க முடியாது!”

பொல்லன் நம்பவில்லை. உடனே ஓர் ஊதல் ஓசை கேட்டது. பல கணைகள் ஒரே சமயத்தில் வானத்தில் உருவிக் கொண்டு சென்ற ஓசை கேட்டது. குருட்டுப் பறவைகளனைத்தும் எழுந்து மரங்களைச் சுற்றி வந்து கீச்சிடலாயின. பொல்லன் நடுநடுங்கிப் போனான்.

“என்னை ஒரேயடியாகக் கொன்று விடக் கூடாதா?”

ஒலி இவ்வாறு கேட்டது.

“உன்னுடன் வேலை இருக்கிறது. வறுமையில் துன்பமுறும் மங்கையையும் அங்கு நலிந்து விட்ட பாட்டிமையையும் பார்த்து விட்ட நான் உன்னிடம் கடுக்குத்தனம் காட்ட இயலாமலிருக்கிறேன்.”

பொல்லனுக்குக் கண்ணீர் தாரை தாரையாக ஓடி வந்தது, ஓர் புறம் கோபமும் வந்தது.

“என்னை என்ன செய்யச் சொல்கிறாய்?”

முதலில் அந்தக் கத்தியைத் தொலைவில் விட்டு எறி!”

அந்த ஆணையை மகள் பாட்டிமையும் மனைவி மங்கையும் இடுவது போன்று அவனுக்குத் தோன்றியது. உடனே அவன் அவ்வேலையைச் செய்தான். மீண்டும் கண்டனின் குரல் கேட்டது.

“இதனால் அன்று நள்ளிரவில் இரகசிய இல்லத்தில் வாள் மீது செய்த உறுதியிலிருந்து விடுபட்டு விட்டாய்!”

இச் சொல்லைக் கூறியவாறு கண்டன் அவன் எதிரில் வந்தான். முயற்சியின்றி அவன் கண்டன் மீது பாய்வதற்குக் கால் எடுத்தான்.

ஆனல் கண்டனின் பெருந்தோற்றம் மிக்க அமைதியுடன் துணிவு மிகுந்து அசைவற்றிருந்தது. அதைக் கண்டதும் எழுந்த பொல்லனின் கால்கள் தரையில் தாழ்ந்து நின்று விட்டன.

கண்டன் அன்புடன் அவனைக் கட்டித் தழுவிக் கொண்டான். பொல்லனுக்கும் இளமைக் கால அன்பு முழுமையும் நிறைந்தது. அவன் பூனையைப் போன்று கண்டனின் அன்பிற்குக் கட்டுண்டு ஓவென்று அழத் தொடங்கினன். அழுகை குறைந்த பிறகு பாட்டிமை பற்றியும் மங்கை பற்றியும் பல கேள்விகளை அவன் கேட்டான். இரவில் வந்த துறவியின் பின் சென்ற அன்றிரவு அவனுடைய வீட்டில் நிகழ்ந்த சிலவற்றைக் கண்டன் அவனிடம் சொன்னன். அப்பொழுது பாட்டிமைக்கு வந்த காய்ச்சலும், குறைந்து விட்ட தென்றும் அவன் அதன் பிறகு தெரிந்து கொண்ட செய்தியையும் அவன் கூறினன்.

பொல்லனுக்குக் கண்டனின் நற்பண்பைக் கண்டதும் வியப்பானது. மிக்க இரகசியமாகத் தாம் செய்து கொண்ட உறுதி மொழி எவ்வாறு தெரிந்தது. தம்மில் எவராகிலும் திரும்பிச் சென்று விட்டனரா?

அதன் பிறகு கண்டன் பொல்லனைத் தன்னுடன் புறப்படுமாறு கூறித் தனது படையினரையும் பின்னல் வருமாறு கட்டளை இட்டான்.

அன்றைய நள்ளிரவின் போது கண்டன் பொல்லனை அழைத்துச் சென்று அருகிலிருந்த காகதீயப் பாசறையில் அம்ப தேவரின் முன்னிலையில் நிறுத்தச் செய்தான்.

அம்ப தேவனின் படைகள் உறங்கிக் கொண்டிருந்தன. ஆனல் அவர் விழித்துக் கொண்டிருந்தார். அவரிடம் எத்தனையோ ஏடுகளிருந்தன. பெரிய படமும் இருந்தது.

பொல்லன் வணங்கி நின்றதும் அம்ப தேவர் அந்தப் படத்தைக் காட்டிப் பல வினக்களை வினவினர். தன்னை அவர் சிறைப்பட்டவரைப் போன்றன்றி உண்மைப் பணியாளனைப் போன்று பார்த்தது பொல்லனுக்கு வியப்பாகி விட்டது. அவனும் காலம் தாழ்த்தாமல் அந்தச் சூழ்நிலைகளனைத்தையும் விளக்கிக் கூறலானன்.

''எருவமல்லிச் சோழனெங்கே? அவனுடைய படை வலிமை எவ்வளவு? கேசவதேவன்? அவனுடைய பரிவாரம்? சோமதேவன்? அல்லுகங்கன்? மல்லிகார்ஜுனன்? தாமோதரன்? நாக தேவன்?''

வினக்கள் அனைத்திற்கும் பொல்லன் மறுவுரை கூறினன். சற்று நேரத்தில் அம்ப தேவர் கண்டனிடம் பேசினர்

பொல்லன் அந்த விடைகள் உண்மையென்று நாளை காட்டப் பட்டால் உனது வேண்டுகோளை விசாரிப்பேன். அதுவரைக்கும் இவனைக் கடுமையாகக் காவலில் வையுங்கள்!''

40

கோப்பெருஞ்சிங்கன் கண் திறந்து பார்த்த பொழுது அவர் ஒரு நல்ல பாசறையில் பஞ்சணை மெத்தையின் மீது இருப்பதாக அறிந் தார். அவரை இரண்டு அரசிகள் எதிரில் அழகிய இருக்கையில் நன்கு அமர்த்தி இருந்தார்கள். அவர் தமது கண்களை நம்பவில்லை.

“நான் எவ்வுலகில் உள்ளேன்? வசிஷ்ட கோதாவரியில் கடைசி குமிழ் விட்டவாறு மேலெழும்பி உயிரைக் காக்க முயற்சி யின்றி அதுவரை என்னுடன் போரிட்டுக் கொண்டிருந்த குதிரை வீரனின் கழுத்தைப் பிடிப்பாகப் பிடித்துக் கொண்டேன். அந்த வீரன் இப்பொழுது என்னவானான்? நான் இப்பொழுது வீர சொர்க்கத்தில் தான் உள்ளேனா? ஐயோ நீரில் மூழ்கிக் கெட்ட சாவடைந்த எனக்கு வீர சுவர்க்கம் கூடக் கிட்டுமா? அல்லது நான் கனவு காண்கின்றேனா? அல்லது ஜன்னிகருடன் போர்கள் ஏகாதசி நோன்புத் திருவிழாக்கள், ஊரு பங்க நாடகம், கனக சபாபதி வழிபாட்டுப்பங்கம் ஆகியவை தாம் கனவா? இவர்கள் உண்மையில் எனது அரசிகளே! எவரோ நல்லோர்கள் கோதா வரியில் மூழ்கிக் கொண்டிருந்த என்னைக் கரை சேர்த்திருப்பார்களா? ஆனால், ஆனால், ஆனால்,''

இவ் வெண்ணங்கள் யாவும் அவர் கண் திறந்த இமைப் பொழு தில் அவருடைய உள்ளத்தில் மின் விரைவில் பரவின. அவர் கண் கள் திறப்பதைக் கண்டு, அதுவரை மிகவும் அச்சத் துயரடைந் திருந்த அவருடைய அரசிகள் இருவரும் எழுந்து அருகில் வந்து என்ன வேண்டுமென வினவினர்.

அவருக்கென்ன வேண்டும்? மிகவும் களைத்துப்போயிருந்தார், அவருக்கு அதற்கு முன்னாள் முழுமையும் உணவு கிடையாது அதன் பிறகு நடந்த கடும் செயலால் அயர்ந்து போனார். வாயிற் சொற் களும் வரவில்லை. ஆனால் அவருடைய உள்ளம் மட்டும் நன்கு இயங்குகின்றது. அப்பொழுது கதிரவன் தோன்றி நெடு நேரமாகி விட்டிருக்கிறது. துவாதசி பாரணைக்கு நேரம் நெருங்கிக் கொண் டுள்ளதென்று அவருக்குத் தோன்றியது. கனக சபாபதியின் படையலை இப்பொழுது உட்கொள்ள வேண்டும். மிகக் கடினமாக அவர் ‘படையல்’ எனலானார்.

உடனே அவருடைய அரசிகள் அவருடைய முகத்தைத் துடைத்து, தலை கால்களை நீரினால் துடைத்து ஒற்றி முகத்தில் திரு நீற்றுப் பூச்சுக்களைப் பூசி ஒரு குவளையில் பசும் பாலை அவருக்கு ஊட்டினர். அதனால் அவருக்குச் சற்று தெம்பு வந்தது.

அடுத்த கணம் அவருக்கு எல்லாம் தோன்றியது. அவருடைய அரசிகள் தம்மிடம் எத்தனைப் பற்றுள்ளவர்களாயினும், அவர்களா கவே என்றும் உபசாரம் செய்தவர்கள் அல்லர். அனைத்தும் பணிப் பெண் பணியாட்களால் தான் செய்விப்பார்கள். அத்தகையவர் கள் இன்று உபசாரம் செய்தனர். அவர்கள் செய்தவை எளிதா னவைதாம். ஆயினும் அவர்கள் அவற்றைச் சரி வரச் செய்ய இய லாமல் செய்தார்கள். அவர்கள் வேலை செய்யக் கற்றவர்கள் அல் லர். அவரும் தமது மனைவிகளுடன் பகைவர்களிடம் சிக்குண்ட சொல் மானக் கேடாகும்.

ஆனால் அந்தப் பகைவர் அந்தப்புரத்தின் பெருமையைக் குறை கூறும் தீய வழி செல்பவரல்லர்.

செய்தி தெரிய வந்தது. இனித் தமது தோல்விச் செய்தியை கண்ணெதிரில் கேட்டுத் தெரிந்து கொள்வதெதற்கு? அதற்கு அவருக்குத் துணிவு போதவில்லை. அதற்குள் அவர் அருந்திய பாலினால் வந்த சத்தோடு அவருக்கு ஒருவகையான சோர்வுண் டாயிற்று. மீண்டும் அவர் கண்களை மூடினார். மீண்டும் அரசிகள் அச்சம் மிகுந்து அவரைக் கண்காணித்துக் கொண்டிருந்தார்கள்.

சற்றேறத்தாழ அதே நேரத்தில் கோப்பெருஞ் சிங்கனுடன் நீரில் போர் புரிந்த குதிரை வீரரும் மற்றொரு பாசறையில் கட்டிலின் மீது படுத்திருந்து கண்களைத் திறந்தார். அந்தப் பாசறைக் கூடா ரம் பலவகை வண்ணங்களில் படங்கள் தீட்டப்பெற்று எல்லா வகை களிலும் அழகு படுத்தப்பட்டுக் கலை சொட்டவிருந்தது. பல பணி யாட்கள்.

இரக்கமான பார்வையுடன் அவருக்கு எப்பொழுது நினைவு திரும்புமென்று விழிப்புடன் காத்துக் கொண்டிருந்தார்கள். அவர் கண்களைத் திறந்ததும் அப்பொழுதே அவர்கள் மென்மையாக அவ ருடைய முகத்தைத் துடைத்து, சவரம் செய்வித்துத் தேன் கலந்த பசும்பாலைக் குடிப்பித்தார்கள். அவர் தமது பணியாட்களை அடை யாளங் கண்டு கொண்டதும் தம்மைக் கோதாவரியில் மூழ்கிக் கொண்டிருக்கும் பொழுது தமது நண்பர்கள் காப்பாற்றினார்கள் எனத் தெரிந்து கொண்டார்.

அதற்கிடையில் அவர் கோதாவரியில் மூழ்கிப் போய்க் கடைசி காலத்தில் முயற்சியற்றுத் தமது பகைவன் கோப்பெருஞ் சிங்கனின் கழுத்துப் புறத்தைப் பற்றிக் கொண்ட செய்தி அவருடைய உள்ளத்

தில் அப்போது புரிந்தது. அவ்வெண்ணத்தினுல் அப்பொழுது உதடுகளில் சிறு புன்னகையரும்பிச் சிந்தியது. அதைக் கண்டு அவருடைய பணியாட்களின் முகங்களும் மலர்ந்தன. அவ்வீரரும் மீண்டும் கண்களை மூடினுர்.

* * * *

இச்செய்தியை விரைவில் பணியாட்கள் ஜன்னிகருக்குத் தெரிவித்தார்கள். அவ்வீரர்கள் இருவரும் இப்பொழுது இருப்பது வசிட்ட கோதாவரியின் கிழக்குக் கரையில் தான். மொத்தத்தில் கோப் பெருஞ் சிங்கன் வைர நெஞ்சம் படைத்தவரென்று தான் கூறவேண்டும். அவர் இரண்டு அரங்கங்களில் முற்றிலும் அன்னியரால் தோற்கடிக்கப்பட்டார். ஆயினும் என்ன? அவர் அன்று வசிட்ட கோதாவரியைக் கடக்கக் கருதியிருந்தார். துவாதசி நாழிகைகள் வருவதற்குள் அவர் உண்மையில் கோதாவரியைக் கடந்து விட்டார். எவ்வாருயினும் என்ன? ஆற்றில் மூழ்கி உயிர் பிழைத்திருக்க அவர் அக்கரையோரம் அன்றிரவே சேர்க்கப்பட்டிருந்தார்.

அந்தவீரர்கள் உள்ள பகுதி அன்று மாலை மக்கள் இல்லாதிருத்தது. அதற்கண்மையில் மீன் பிடித்து வாழும் மீனவர்களின் சிற்றூர்கள் தவிர்த்து வேறேதுமில்லை. இப்பொழுது அங்குப் பாசறைகளுடன் கூடிய பெரும் பட்டினமே அமைந்திருந்தது. அதுவுமொரு தாமரைக் குளத்தினருகிலிருந்தது. தாமரை வடிவப் பாசறை என்பதிவ்வாறு தானிருக்கும் போலும். அந்தக் கூடாரங்கள் அனைத்திலும் வராகக் கொடிகள் மின்னி இன்பமாக மென்காற்றில் தவழ்ந்து கொண்டிருக்கின்றன. அவற்றில் இப்பொழுது திரு உருத்திர தேவப் பேரரசர் கொலுவிருந்தார். திரு உருத்திர தேவப் பேரரசரே! ஆம். திரு திரு உருத்திர தேவப் பேரரசரே தான்! திரு உருத்திர தேவப் பேரரசருக்குத் தான் அந்தப் பத்மயூகம் அனைத்திலும் வெற்றி முழக்கம் முழங்க ஒலித்துக் கொண்டிருந்தது.

அப்பொழுது அங்கு திரு உருத்திர தேவப் பேரரசர் வருகை தந்திருந்தது ஜன்னிக தேவருக்கு மிக்க வியப்பாக இருந்தது. அவர் என்ற செய்தி இவருக்கு வரவில்லை. "பேரரசர் எத்தனை துணிவான செயலாற்றினுர்! இந்தப் பகுதியில் இரு பெரும் போர்கள் வெற்றி தோல்விகளுடன் நிகழ்ந்து கொண்டிருக்கும் தருணத்தில் பேரரசரே அந்தப் படுகளத்திற்கு அத்தனை அருகிலுள்ள நிலப் பகுதிக்கு வருவது எத்தனை அபாயமானதாகும்! அந்தப் போரில் தோல்வி நிகழ்ந்திருந்தால் பேரரசருக்கு எத்தகைய அபாயம் ஏற்பட்டிருக்கும் அல்லவா? ஆயினும் ஸ்ரீ சைல மல்லிகார்ஜுனரின் படையலால் எல்லாம் நன்மையாகவே முடிந்தது. திருமலைக்கு யாத்திரை செய்யும் அடியார்களுக்கு எளிதாக ஏறும் படிகள் கட்டி வைக்கின்றேன்!" இவ்வாறு ஜன்னிகர் நினைத்து வணங்கிக் கொண்டார்.

உருத்திரமதேவி 335

திரு உருத்திர தேவப் பேரரசர் தட்ச வாட்டில் வீமேசுவரரைத் தரிசித்து நெடுங்காலமாயிற்று. திருமணமான புதிதில் வீரபத்திரேசருடன் சேர்ந்து அவ்வம்மையார் அப்பெரும் சிவலிங்கத்தைக் கண்டு வணங்கியிருந்தார். அதன் பிறகு சில காலத்தில் அவருடைய கருவில் மும்முடையாள் தோன்றினுள். இப்பொழுது அவருக்குத் தம்மை வீரபத்திரேசர் செய்த மோசத்தினுல் இந்த இறைவனை வழிபட ஆவல்பிறந்ததோ, அன்றேல் அந்த கோதாவரி வெள்ளப்பெருக்கால் பாழடைந்து விட்ட அந்தப் பகுதியின் திருக்கோவில்களைக் காணும் பேறுற்று வரவேண்டுமென்ற இச்சை பிறந்ததோ! குப்ஜ விஷ்ணு வர்த்தன சாளுக்கியன் வேங்கி நாட்டிற்கு உரிமை மன்னனை காலத்திற்குச் சிறிது காலமாகவே ஆந்திர அரசர்களுக்குத் தாட்சாராம வீமேசுவரர் குல தெய்வமானுர். ஆந்திர நாட்டை ஆள்பவர்களும், ஆந்திர நாட்டை வெல்லக் கருதிய அயலரசர்களும் தமது பார்வையை வீமேசுவரர் மீது செலுத்தியிருந்தார்கள். ஆந்திர இளவரசுக்குப் புதிதாக நியமிக்கப்பட்ட திரு உருத்திர தேவப் பேரரசரும் அதனுல் வீமேசுவர உளமுடையாரானுரோ என்னவோ! என்னவானுல் என்ன? அவ்வம்மையார் கணபதி தேவரின் ஆசியும் வாழ்த்தும் பெற்றுப் புறப்பட்டார். அவ்வாறு புறப்படுவதற்கு முன்னர் அவர் உருவாம்பிகைக்குச் சிறப்புப்பொறுப்பாணைகளை அளித்து இங்கு வரலானுர். அதன் விளைவாக அவருக்குத் தொலைவாக வந்து விட்டதாகத் தோன்றுது.

ஜன்னிகரின் படைகள் கோப்பெருஞ் சிங்கனின் சேனைகளைத் தாக்கிப் போர் செய்யும் பொழுதே இராஜ மகேந்திரவரத்திலிருந்து ஐந்நூறு நாவாய்ப் படைகளுடன் ஓர் படை வர ஏற்பாடாயிருந்ததல்லவா? அந்த நாவாய்களுக்கும் படைகளுக்கும் திரு உருத்திர தேவப் பேரரசரே தலைமை தாங்கினுர். ஏகாதசியன்று பகல் முழுவதும் அந்த நாவாய்கள் அனைத்தும் நரசாபுரத்திற்குச் சற்றுப் பின்புறமாக உள்ள கோதாவரிப் பள்ளத்தால் மறைந்திருந்தார். வழக்கமாக அந்த வழியாகச் சென்று வரும் நாவாய்களின் போக்கு வரத்துக்களனைத்தையும் அவர் உடனே தடைப்படுத்தி விட்டார். அந்தப் பக்கலில் போர் நடந்து கொண்டிருந்தமையால் அவற்றின் போக்கு வரத்துக்கள் குறைந்ததால் எத்தகைய ஐயத்தையும் உண்டாக்கவில்லை. பேரரசருடன் இத்தனை நாவாய்கள் அவருக்கு இத்தனை அண்மையில் வந்திருந்த செய்தி மறைவாக வைக்கப்பட்டது. அது காடவர் படைக்குத் தெரியாது. அவ்வப்பொழுதைய போரின் போக்கு மட்டும் உருத்திர தேவப் பேரரசருக்குத் தெரிய வந்து கொண்டிருந்தது.

ஏகாதசியன்று கதிரவன் மறைந்த பொழுது அங்கு மறைந்த நாவாய்கள் அனைத்தும் ஒருசேர நரசாபுரத்தை நோக்கிப் புறப்பட்டன. அதற்கேற்ப அவற்றிற்குக் காற்றுப் போக்கும் உறுதுணை

யாக இருந்தது. அவற்றுடன் கூட, அம்பதேவர் அனுப்பியிருந்த பத்தாயிரம் குதிரைப் படையொன்று குறிப்புணர்த்தலின் படி நிலத்தின் மீது புறப்படத் தொடங்கியது. இந்த படைத்தளங்கள் முதலாவதாக மூன்று பணிகளைச் செய்ய வேண்டியனவாயிருத்தன. ஜன்னிகரின் படைகள் சிக்கலில் இருப்பின் அவற்றிற்கு உதவியாக இருக்க மூலப் படையினராக இருக்க வேண்டும்! ஜன்னிகரின் படைகள் வெற்றி பெற்றால் ஓட நேரும் பகைவர் படையினரைத் தடுத்து நிறுத்திச் சுற்றி வளைக்க வேண்டும்! மேலும் அருகில் ஆற்றின் மீது வரும் நாவாய்களுக்கும் அவற்றிலுள்ள வீரர்களுக்கும் துணை நிழலாக இருந்து கண்காணித்தும், அவர்களுக்கு உதவிகள் அனைத்தும் புரிய வேண்டும்.

கோப்பெருஞ் சிங்கன் தமது படைகளை கோதாவரியைக் கடப்பதற்கென வலியுறுத்தலின் மீது ஐந்நூறு படகுகளைச்சேர்த்து நரசாபுரம் துறையில் நிறுத்தியிருந்தாரல்லவா? இருட்டத் தொடங்கியதும் அந்த ஆற்றுப் படகுகளையும், அவற்றைக் காவல் காத்த படைகளையும் எதிர் பாராதவாறு உருத்திராம்பிகை நாவாய்களும், நிலத்தின் மீது வந்திருந்த குதிரைப் படைகளும் சேர்ந்து ஒரு சேர முற்றுகையிட்டன. காவல் படையினர் அனைவரும் வெட்டி வீழ்த்தப் பட்டனர். அந்த ஆற்றுப் படகுகளைச் செலுத்துபவர்கள் போர் வீரர்கள் அல்லர். அவர்கள் ஆற்றின் மீது இக்கரையிலிருந்து அக்கரைக்கு மனிதர்களை ஏற்றிச் செல்லும் ஏழைகளான ஊரார்களாவார்கள். அவர்களை எவர் அச்சுறுத்தினாலும் அஞ்சி அவர்களுக்குப் பணிந்து அடக்கமுடன் பணி புரிபவர்களான கோழைகள். காடவர் படையினருக்கு முதலில் நடுங்கி அங்கு வந்திருந்தார்கள். இப்பொழுது உருத்திராம்பிகையின் படைகளைக் கண்டு அவற்றுக்குப் பணிந்து அவற்றின் ஆணைகளுக்குக் கீழ்ப்படியலானார்கள். பகல் முழுமையும் காகதீயர்களின் நாவாய்கள் பதுங்கியிருந்த மடுவிற்குள் இப்பொழுது அவையனைத்தும் அகற்றப்பட்டன. இந்தச்செயல்கள் அனைத்தும் நடப்பதற்கு இரு நாழிகை நேரம் கூட ஆகவில்லை.

ஒரு பக்கம் ஜன்னிகரின் படைகள் வெற்றி முகமாயிருந்தன. காடவர்கள் திரட்டிய படகுகள் அனைத்தும் உருத்திராம்பிகை வசமாயின. இனி அச்சமில்லை. அந்தத் துணிவுடன் அக்குதிரை வீரர்கள் துணிந்து திறமையுடன் கோப் பெருஞ் சிங்கனின் வழிபாடுகள் நடந்து கொண்டிருந்த பாசறையையே கடுமையாகத் தாக்கின.

வானில் வளர்பிறை நிலவு வெண்ணொளி வீசிக் காய்ந்து குளிர் காற்றை மேலும் குளிரச் செய்து கொண்டிருந்தது. போர்த் தொழிலில் ஈடுபட்டிருந்த அந்தக் குதிரைப் படைக்கு அது இன்பமளித்துக் கொண்டிருந்தது.

அவ்வாறு வந்த புரவிப் படைகளின் தலைவன் தான் பாசறையைக் கைப்பற்றி, கோப் பெருஞ் சிங்கனை வசிட்ட கோதாவரிக்குள் மடக்கிப் போர் செய்து அவருடன் சேர்ந்து கோதாவரியில் அடித்துச் செல்லப்பட்டான். அதைக் கண்ணுற்ற அவ் வீரனின் பரிவாரம் யானைகளின் உதவியுடன் அவ்வீரர்கள் இருவரையும் உயிருக்கு ஊசலாடிக் கொண்டிருந்த தண்ணீரிலிருந்து மேலே தூக்கி மருத்துவம் செய்தனர்.

அவர்களைக் கொண்டு வந்து அவர்களின் நாசிகளில் கை வைத்துப் பார்க்கையில் மூச்சு வரவில்லை. அவர்களுடைய மார்புகளும் விலாவும் சற்றும் துடிக்கவில்லை. அவர்கள் எளிய வீரர்களாக இருந்திருப்பின் அத்துடன் ஆவலற்று இறந்து விட்டனரென்று விட்டுவிட்டிருப்பார்கள். ஆனால் அவர்கள் எளியவர்களா? ஒருவர் சாகித்ய இரத்னகரர், பரத மல்லர், கட்க மல்லர், நிசங்க மல்லர், வாள்பலப் பெருமாள், கண்கண்ட கோப்பெருஞ் சிங்கன்! ஆனால்மற்ற வீரன் யாரோ? அவனுடைய பெயரை எவரும் உணர்ந்ததாகத் தோன்றவில்லை. அவன் ஏறியிருந்த குதிரையின் சாயலைக் கொண்டு 'பால் வீரன்' எனப் பெயர் பெற்றான். அக் குதிரை பளபளக்கும் பால் நிறம் உள்ளது. அது பேசவியலாவிடினும் மனிதர்கட்கு இருக்கும் அறிவுத் திறன் உள்ளதாக இருந்தது.

இராணுவ மருத்துவர் வந்தனர். நாடியைப் பார்த்தனர். நாடி எற்றுணையும் அசையவில்லை. குளிரில் அவர்களுடைய உடல்கள் விறைத்துப் போய் விட்டன. அவ்வாறிருந்த அந்த உடல்களும் சாக்காட்டிற்குரிய குளுமை—நீர் கசியும் வண்ணமான அருவறுக்கும் குளிர்ச்சி—தோன்றவில்லை. முகங்கள் நிறம் மாறவில்லை. அதனால் அவர்களுக்குச் சற்று ஆவல் பிறந்தது. உடனே அந்த உறைந்த உடல்களின் கைகால்களை மேலும் கீழுமாக மெதுவாக அழுத்தினர். அத்துடன் இரைப்பையில் நிறைந்து போன கோதாவிரி நீர் மெதுவாக வெளிப்படலானது. சற்று நேரம் அவ்வாறு முயற்சிக்கவே நாடி துடிப்பதாகத் தோன்றியது. பின்னர் மார்புவிலா துடிக்கத் தொடங்கியது. மூக்கில் மூச்சு வருவதாகத் தோன்றியது.

அத்துடன் மருத்துவர்கள் அவர்களுடைய உடல்களைக்கதகதப்பாக இருக்கச் செய்து, இரு தனிப்பட்ட கூடாரங்களில் கொண்டு போய்ச் சேர்த்தனர். ஜன்னிகருக்கு இந்தச் செய்தி தெரிந்து அவரே வந்து அவ்விருவரையும் பாதுகாக்கும் ஏற்பாடுகள் அனைத்தும் செய்து, மற்றப் படுகளப் பணிகளைச் செய்யச் சென்றார். போரில் வெற்றியடைந்த பிறகு செய்ய வேண்டிய பணிகள் போருக்கு முன் செய்ய வேண்டிய ஏற்பாடுகளை விட ஒருவகையில் மிஞ்சியிருக்கும். விடியும் வரையில் ஜன்னிகர் அப்பணிகளில்

ஈடுபட்டிருந்தார். விடிந்த பிறகும் ஜன்னிகருக்கு திரு உருத்திர தேவப் பேரரசர் அவர்களே ஆற்றுப்படகுகளுடன் வந்திருப்பதாகத் தெரியாது.

கோப்பெருஞ் சிங்கனின் படைகளில் அன்று போரில் மடிந் தவர்கள் மட்டும் முப்பதினாயிரம் வீரர்களிருந்தனர். மிகுந்த படை களில் ஓடிச் சென்றவர்கள் மிகக் குறைந்த எண்ணிக்கையில் இருப் பார்கள். அப்படையினருக்கு கோப்பெருஞ் சிங்கனின் ஆணையின் படி வசிட்ட கோதாவிரியை வடதிசையில் பின் வாங்கிச் செல்ல இயலவில்லை. ஒரு சிறிதளவுக்கு ஜன்னிகர் படைகளும், மற்ற பகுதியைப் 'பால் வீரன்' படைகளும் தடுத்து விட்டன. அப் படைத் தளபதிகளுக்குக் கோப்பெருஞ் சிங்கனின் அந்தப்புரத்தவர் களும் பகைவர் வசமாயினரென்று தெரிந்தது. அதனால் அவர் களுக்குத் துணிவு மிகுந்தது. கோப் பெருஞ் சிங்கனே குறிப்பிட்ட படி கோதாவரியைக் கடக்க வியலாது போனாரென்று அந்தக் காட வர் படைகளுக்குத் தெரிந்தது. கோப்பெருஞ் சிங்கதேவன் வழி பாட்டிடையில் வேண்டுமென்றே எழுந்து யானையின் மீதேறி வசிட்ட கோதாவிரியைக் கடக்க முயன்றதாக அவர்களுக்குத்தெரிய வந்தது. இந்தச் சூழ்நிலைகளில் தமது தலைவர் பாதுகாப்புடனில் லாமலிருப்பது இயலாது. காடவர் படைத் தலைவர்களுக்கு நம்பிக் கைக் குறைவு மிகுந்தது. எதிர்த்துப் பயனில்லை. அதனிலும் தொலை நாடு! அவர்கள் முப்பதினாயிரம் வீரர்களுடன் ஜன்னிகரி டம் சரணடைந்து ஆயுதங்களை ஒப்படைத்தார்கள்.

வீரர்கள் மட்டுமின்றி அந்தப் படையுடன் பணியாட்களும், கேளிக்கைகாரர்களும், கவிஞர்களும், கற்றறிந்தவர்களும், நடிகர் களும், ஆடல் மகளிரும் என முப்பதினாயிரம் பேர் வந்திருந்தார்கள். அவர்களும் வேறு வழியின்றி அனைவருமாக அடி பணியலானார்கள்.

இத்தனை படைகளும் ஆயுதங்களை ஒப்படைப்பது எளிய செய லன்று. ஆனால் ஒரு திசையில் வசிட்ட கோதாவிரி வெள்ளப் பெருக்கு இருந்தமையால் காகதீயப்படையினர்க்கு நான்காம் திசை பணி குறைந்தது. மற்ற மூன்று பக்கங்களைத் தான் முதலாவதாகக் காவல் புரிய வேண்டியிருந்தது.

* * * *

இப்பொழுது திரு உருத்திர தேவப் பேரரசர் கொலுவிருந்து முதலில் ஜன்னிக தேவரால் போர் முறையை ஏற்கப் பணித்திருந் தார். அப்பணியுடன் அவர் விஜயதசமியன்று பெற்ற ஜம்மியுடன் கோப்பெருஞ் சிங்கனின் பெயர் பதித்த ஏட்டினையும் பேரரசரிடம் படைப்பித்தார்.

அதன் பிறகு கோரங்கி நாவாய்த் தலைவன் நாவாய்ப் போர்ப் படை விளக்கங்களைத் தெரிவித்துக் கொண்டான், சோழர் நாவாய்

கள் முற்றிலும் பாழடைந்தன. ஏதோ இருபத்தைந்து முப்பது மட்டும் தப்பித்துக் கொண்டன. அவையும் போர் புரிய ஆந்திரக் கரைக்கு மீண்டும் இப் பிறவியில் வரமாட்டா.

அவ்வாறு திரு உருத்திரதேவப் பேரரசர் அப் போரில் துணிவான செயல்களைப் புரிந்து ஆந்திரக் குடி மக்களுக்கு வெற்றி விளைவித்த பகைவர்கள் அனைவருக்கும் பரவலாகப் பரிசில்கள் பகிர்ந்தளித்தார்கள்.

அன்று மாலையில் இரண்டு பணிகள் மிகுந்திருந்தன. கோப் பெருஞ் சிங்கனை விசாரித்து அவனுக்குத் தண்டனை அளிக்க வேண்டும். இனி அவனுடைய பாசறையைக் கைப்பற்றி யானையுடன் கோதாவரியில் மறைந்தோடிய கோப் பெருஞ் சிங்கனைத் தமது குதிரையால் கோதாவிரி நீரில் பின் தொடர்ந்து, திறமையுடன் நீர்ப் போராடிய குதிரை வீரனுக்குப் பரிசில் தர வேண்டும். அவனுடைய பெயர் தெரியவில்லை. அவன் படகுகளை முற்றுகையிட்டதிலும் பாசறையைத் தாக்கியதிலும் காட்டிய திறமை போற்றற்குரியது! ஆனால் கோப்பெருஞ் சிங்கனையோ, குதிரை வீரனையோ, பேரரசர் முன்னிலையில் வைக்க இன்னும் தகுதியான நிலையில் அவ்விருவரும் இலர். இருவருக்கும் உயிர்க்கு அபாய நிலை தப்பிவிடவில்லை.

அந்தக் குதிரை வீரன் ஏறிய பாற் குதிரையைப் பற்றிக் குடி மக்கள் எத்தனையோ சிறப்புக்களைக் கூறினர். அதன் நிறம், அதன் தோற்றம், அதன் திறன், அதன் பொலிவு முதலிய அனைத்தையும் அவர்கள் வருணித்தனர். அது மட்டுமன்று! அந்தப் பெரு வெள்ளத்தால் அதன் மீதிருந்து வீரன் விழுந்து விட்டும் அது கரைக்கு ஓடிச் சென்று விடவில்லை. பெரிதாகக் கனைத்துக் கதறி நீரில் மூழ்கிக் கொண்டிருந்த அதன் தலைவனைச் சுற்றி அது வலம் வந்து கொண்டிருந்ததாம். அதன் கனைத்தல் ஓசையைக் கேட்டுக் குடி மக்கள் அதன் அருகில் வந்து அவ்வீரர்களிருவரையும் நீரிலிருந்து வெளியேற்றினார்களாம். அந்தக் குதிரை வீரனைக் கரையில் சேர்த்த பிறகு தான் அது கரை சேர்ந்ததாம். அப்பொழுது அது களைத்து மயங்கி வீழ்ந்து விட்டது. விடிந்த பிறகு அது தேர்ந்து விட்டதாயினும், குதிரைக் கொட்டகையில் நிற்கவில்லை. அதன் தலைவனைக் காட்டுமாறு கோரியதோ என்னவோ..? பொது மக்களுக்கு அன்று நடுப்பகல் வரையிலும் அவ்வெண்ணம் தோன்றவில்லை. அப்பொழுது அதனைத் தலைவன் கூடாரத்திற்கு முன் நிறுத்தச் செய்து தாங்கிக் கொண்டிருந்த அவனைக் காட்டினர். அதற்கு அவன் உயிருடன் இருப்பதாக உறுதிப் படவில்லை. கனைக்கவில்லை. மேய்ச்சல் எடுக்கவில்லை. அந்தக் கூடாரத்திலிருந்து எத்தனை இழுத்தாலும் அது அசையவில்லை. அதனை அங்கேயே விட்டு விட்டனர்.

அதன் அச்சத்தைக் கண்டவர்கள் கண்களில் நீர் வழியத் தொடங்கியது.

இந்த வரலாற்றைக் கேட்டவுடன் திரு உருத்திர தேவப் பேரரசர் அந்தக் குதிரை வீரனைப் பார்க்க வேண்டுமெனும் ஆவல் தோன்றியதென்று தெரிவித்தார். அந்தணர்கள் வாழ்த்தொலியுடன் அதன் பிறகு அவை முடிவுற்றது. உருத்திரதேவப் பேரரசர் தமது பரிவாரங்களுடன் அந்த வீரனின் கூடாரத்தை நோக்கிப் புறப்படலானார். சில அந்தணர்களும் பின் தொடர்ந்தார்கள். அதில் வெற்றியாளர் ஊரின் தலைவரான கேதன்னாவும் சாந்தச கவிஞரும் புறப்பட்டிருந்தார்கள்.

அந்தக்குதிரை பேரரசரின் வருகையைக்கண்டதும் பணிவுடன் அடக்க உணர்வை வெளிப்படுத்தியது. அதன் முகபங்கியைக் கண்டதும் உருத்திராம்பிதைக்குத் தம்முடன் அது பேசுவதாகவே காணப்பட்டது. பொது மக்கள் கூறியவற்றை விடக் கண் முன் னிலையில் காணும் பொழுது அக்குதிரையின் செயல்கள் அவ்வம்மையாருக்கு அற்புதமாகத் தோன்றின.

அங்குக் குழுமியிருந்த அந்தணர்கள் கூறினார்கள். "பேரரசரே, அது முன் பிறவியில் அவ்வீரனுடைய நண்பனாக இருந்திருக்க வேண்டும். இதற்குத் தான் முன் பிறவியில் மனிதனாக இருந்திருக்க வேண்டுமென்ற அறிவும் இருக்க வேண்டும்!"

உருத்திர தேவப் பேரரசர் புன்னகை புரிந்து அனைவரையும் வினவினார்.

"இத்தகைய குதிரைக்கு முன் வரலாறு இருக்க வேண்டும். அதையறிந்தவர்கள் இங்கு யாரும் இல்லையா?"

வெற்றியாளர் குடியின் தலைவரான கேதன்னா அரசரை வாழ்த்திக் கூறலானார்.

"பேரரசரே! இந்தக் குதிரை எல்லா வகைகளிலும் சிறந்தது. உரையற்ற உத்திர ராமாயணத்தில் எழுதப்பட்டிருக்கும் குதிரையாகும்!"

"எப்படி, எப்படி?"

கேதன்னா உரையாடாமல் ஒரு செய்யுளைப் பாடிக் காட்டினார். அவர் அந்த பாடலைப் பாடும் பொழுது வேத சூக்தம் படிப்பது போலவே உருத்திராம்பிகைக்குப் பட்டது. என்ன அவர் குரலின் புதுமை!

" அழகுடைய ———————————————

———————————————————————

———————————— படைகள்."

செய்யுள் முடிவடைந்தது. ஒரு சேர உருத்திர தேவப் பேரரசரிடம் மாற்றம் தோன்றியது. பேரரசர் மகிழ்ச்சியடைந்தவராகத் தோன்றவில்லை! அந்தக் குதிரையையும் அவர் பார்வையிடவில்லை. கூடாரத்தினுள் அபாய நிலையிலுள்ள அவ்வீரரையும் பொருட்படுத்தவில்லை. அந்தச் செய்யுளின் ஆசிரியர் எவரென்றும் கேட்கவில்லை.

தமது பரிவாரங்களுடன் திரு உருத்திர தேவப் பேரரசர் விரைந்து பாசறைக்குத் திரும்பிச் சென்றார்.

41

வசிட்ட கோதாவரிக் கரையில் திரு உருத்திர தேவப் பேரரசர் ஐந்து நாட்கள் தங்கியிருந்தார். நாள்தோறும் கொண்டூரிலிருந்தும் மோசலபுரத்திலிருந்தும் வர வேண்டிய செய்திகளுக்கென அவர் காத்திருந்தாராயினும் அவ்வாறேதும் வரவில்லை.

பேரரசர் அங்கு வெளியிட்டிருந்த செய்தி சுற்றுப்புறங்களில் விரைவில் பரவியது. பல சிற்றரசர்களும் பெரியோர்களும் குடிமக்களும் அரசரைக் காண்பதற்கெனப் பாசறைக்கு வரலாயினர். அவர்கள் சொல்லிக் கொண்ட நலன்களையும் துயரங்களையும் பேரரசர் கேட்கலானார். கொடியவர்களான பல தலைவர்களை அவர் நீக்கி அவர்கள் பொறுப்பை மற்றவர்களுக்கு அளித்தார். கால்வாய், ஏரிகள், பாதைகள், காடுகள், துறைகள் முதலானவற்றைப்பற்றிக் கேட்டறிந்து ஏற்ற ஆணைகளைப் பிறப்பித்தார். பேரரசரைக் குடிகள் ஆயிரமாயிரம் வாய்களால் புகழ்ந்து விடை பெற்றுக் கொண்டிருந்தனர்.

அனைத்தையும் விட அதிகமாக அந்தச் சுற்றுப்புறங்களிலுள்ள ஊர்க் கணக்கர்கள் குடிமக்களுக்கு அளிக்கும் துன்பங்கள் பேரரசருக்குத் தெரிய வந்தன. குடி மக்கள் மட்டுமல்ல. ஜன்னிகர் தமது படை செல்வதற்குக் கொண்டூர் பக்கலிலிருந்து நரசாபுரம் வந்து கொண்டிருக்கும் பொழுது அவர்கள் உண்டாக்கிய இடர்ப்பாடுகளைத் தெரிவித்தார். எதிரில் அவர்கள் ஏதும் செய்யமாட்டார்கள்; பணிவும் தாழ்மையுமாகக் காணப்படுவார்கள். வயல்களுக்குச் சென்று ஊராரை மிரட்டுவார்கள். எப்பொழுதோ வந்து உடனே திரும்பி விடும் பேரரசரை விட நாள்தோறும் காண வேண்டிய ஊர் அலுவலர்களென்றால் மக்களுக்கு மிகுந்த அச்சம்.

ஆனால் இத்தனைக் கணக்கர்களையும் ஒரு சேரத் தொலைப்பதெங்ஙனம்? தொலைத்து விட்டால் செயலாற்றுவதெங்ஙனம்? உருத்திராம்பிகை கடுமையாக எண்ணத் தொடங்கினார். ஊர் அலுவல்

பத்திரங்கள் யாவும் இனி மேல் ஊராண்மைத் தலைவர்களான ரெட்டிகளின் இல்லங்களிலேயே இருக்குமாறு திட்டம் செய்து, ஒவ்வோர் ஊருக்குமிருக்கும் கணக்கருக்குத் துணையாக மற்றொரு கணக்கரையும் நியமிப்பதாகக் கூறி விடையளித்தார். ரெட்டிகளும் கணக்கர்களால் பலவகைத் துன்பங்களை யடைந்திருந்தமையால் இதற்கு அவர்கள் மகிழ்வுடன் ஒப்புக் கொண்டார்கள். ஓரங்கல் போய்ச் சேர்ந்ததும் கணக்கர்கள் பள்ளியிலிருந்து பயிற்சி யடைந்தவர்களை இங்கே வர விருப்பமுள்ளவர்களை துணைக்கணக்கர்களாக நியமிக்க வேண்டுமென்று உருத்திர தேவர் கருதியிருந்தார். இவ்வாணைகளைக் கொண்டூரிலிருந்து தாட்சாராமம் வரைக்கும் நிறைவேற்றக் கருதினர்.

அந்த புஷ்ய மாத நிலா நாட்களை அவ்வம்மையார் இங்கு கழித்தார். ஆனால் அஃதெவ்வளவுக்கும் அவருடைய உள்ளக் கிடக்கையைத் தணிக்க வியலாமற் போனது.

அமரபட்சத்து இரண்டாம் நாளன்று அவ்வம்மையார் தாட்சாராமம் புறப்பட்டார். வழி நெடுகிலும், பேரரசரிடம் வந்து இன்ப துன்பங்களை முறையிட்டுக் கொள்ளும் பெரியோர்களையும், சிறியோர்களையும் கண்டு அவர்களுடன் உரையாடுவதில் உருத்திராம்பிகைக்கு இரவு பகலாக ஓய்வில்லை. பேரரசருக்கும் குடி மக்களுக்கும் ஏற்பட்ட ஒருவரோடொருவரின் தொடர்பு அவர் இதயத்தில் ஒரு புதுமையான அமைதியைத் தோற்றுவித்தது.

அவ்வாறு பத்து நாட்கள் பயணஞ் செய்து அவர் தாட்சாராமம் சேர்ந்தார். அன்று மாலையே உருத்திராம்பிகை வீமேசுவரனைக் காணும் பேறடைந்தார். அந்த மாபெரும் இலிங்கத்தைக் கண்ட பிறகு அவருக்குத் தமது தந்தையைக் கண்டதோர் இன்பந் தோன்றியது. அத்தெய்வம் ஆந்திர அரசர்களுக்கு விருப்பத் தெய்வமாகும். சாளுக்கியர்களுக்குக் குல தெய்வம். தாம் காகதிய உருத்திராம்பிகையாகிச் சாளுக்கிய குல வீட்டினையடைந்திருந்தார். சாளுக்கியரின் குல தெய்வம் தமக்கும் குல தெய்வமே!

அவ்வம்மையார் அந்தப் பெருந் தெய்வத்திற்கு ஏது படைக்கக் கருதினரோ! முன்னொரு தடவை அவர் அங்கு வந்திருந்த பொழுது தமது அருகில் வீரபத்திரேசர் இருந்தார்- அங்கு வழிபாடியற்றும் சிவனடியார் வழிபாட்டுரையில் தமது கணவரான வீரபத்திரேசரின் பெயரைச் சொல்லி வழிபாடு நடத்தினர். இப்பொழுது எவ்வாறு நடக்க வேண்டும்.

அக்கோயிலுறைபவரான சிவனடியாருக்கும் இந்த ஐயம் தோன்றியது. ஆகவே, வழிபாட்டுரை தொடங்கி நாடு, நாள், கிழமை முதலியன கூறித் தலைவனின் பெயர் கூறுமாறு கேட்கத் தொடங்கினர். உடனே அங்கிருந்த அரசவைப் புரோகிதர் திரு

உருத்திர தேவப் பேரரசர் பெயரைத் தெரிவித்தார். வழிபாடு நடந்து முடிந்ததாயினும் உருத்திராம்பிகையின் உள்ளம் எங்கோ சென்றது போலாகி விட்டது. அவருடைய கண்கள் கசிந்தனவா? அருகிலிருந்தவர்களுக்கு ஐயந் தோன்றியது. பக்தியால் தோன்றிய இயல்பான நிலையெனச் சரிப்படுத்திக் கொண்டார்கள். அவர்கள் ஏதும் கூறவில்லை. என்ன கூறுவார்கள்? வழிபாட்டு முடிவில் பேரரசர் நீர், படையல் முதலானவற்றைப் பெற்றுக் கொண்டு, நிறைவான காணிக்கைகள் கொடுத்து அந்தணர்கள் வாழ்த்துக்களை ஏற்று, இறைவன் நினைவுடன் தமது முகாமிற்குச் சென்றார்.

அங்கு போய்ச் சேரும் பொழுது அவருக்கு இரண்டு நற்செய்திகள் வந்தன.

ஜன்னிகர் அனுப்பிய நிலப்படைகள் மோசலபுரத்தை ஐந்து நாட்கள் முற்றுகையிட்டன. மேட்டுப்பள்ளியிலிருந்து திரிபுராந்தகன் அனுப்பிய நாவாய்கள் மோசலப்பட்டினத்துறையிலிறங்கின. ஐந்தாம் நாள் அங்குக் கோப்பெருஞ்சிங்கன் நரசாபுரம் அருகில் தோல்வியடைந்து ஜன்னிகரிடம் சிறை பட்ட செய்தி தெரிந்தது. அதன் மீது இருமடங்கு மகிழ்ச்சியுடன் காகதீயப் படைகள் இரண்டும் மோசலப் பட்டினம் மீது பொங்கியெழுந்தன. அங்கிருந்த கோப்பெருஞ் சிங்கனின் படைத்தலைவன் அடிபணிந்தான். சோழ நாவாய்கள் கிடைத்தவை கிடக்க, மூழ்கியவை மூழ்கி விட மிகுந்தவை சிதைவுற்ற நிலையில் ஓடிச் சென்றன. மீண்டும் அவை ஆந்திரக் கடற்கரை நிலப்பகுதியில் குழப்பம் விளைவிக்கமாட்டா!

இரண்டாவது நற்செய்தி கொண்டூரிலிருந்து வந்த வெற்றிச் செய்தி! எத்தனைக் காலம் போர் புரிந்தாலும் செயலாற்ற இயலாத கடுமையான செயலை அம்பதேவர் தமது நுண்ணறிவினால் எளிதாகவும், விரைவாகவும் செய்து முடிக்கலானார். அவருக்குக் காணுப் பேறும் சேர்ந்து வந்தது. ஒருவரோடொருவர் கலந்து பேசப் பல தலைவர்கள் மறைமுகமாகக் கொண்டூரில் ஒரு சேர வந்திருப்பதை அறிந்து, அசட்டை செய்து, அப்பொழுது எதிர்பாராதவாறு அம்பதேவர் கொண்டூரின் மீதுப் பெருஞ் சேனையுடன் பாய்ந்தார். மிகுந்த மெய் வருத்தமின்றிக் கொண்டூரை அவர் கைப்பற்ற இயன்றது. அங்கிருந்த தலைவனான நாகதேவன் போரில் உயிரிழந்தான். அதன் சுற்றுப்புறங்களிலிருந்து அங்கு ஒன்று சேர்ந்திருந்த தெலுங்குச் சோடச் சிற்றரசர்கள் அனைவரும் சிறை பட்டனர். எருவமல்லிச் சோடன், கேசவ தேவன், சோம தேவன், அல்லுகங்கன், மல்லிகார்ஜுனன், தாமோதரன்—இவர்கள் அனைவரும் சிக்குண்டனர், அவர்களின் பெயர் பொறித்த ஏடுகளையும், அம்பதேவர் அந்தச் செய்தியுடன் அனுப்பினார். விஜயதசமியன்று ஓரங்கல்லில் சிறைச் சாலையிலிருந்து தப்பித்துக் கொண்டு சென்ற பொல்லனெனும் மயிலேறும் வீரனும் சிக்கிக் கொண்டான்.

இந்த நற்செய்திகளை யறிந்தவுடன் அவற்றை உருத்திராம்பிகை தமது முகாமை தாட்சாராமத்திலும் அதன் சுற்றுப்புறங்களிலும் பறையறை செய்து ஐந்து நாட்கள் விழா அறிவித்தார். தாட்சாராமத்தின் சுற்றுப்புற மக்கள் அன்றிரவு உறங்கச் செல்லும் நேரத்திற்குச் சரியாக, திரு உருத்திர தேவப் பேரரசர் கொண்டூர், மோசலப் பட்டினங்களை வெற்றி கொண்ட குரலொலி கேட்டனர்.

இந்தத் தாக்குதல் மற்ரெரு பக்கலில் நடந்து கொண்டேயிருந்தது. அவ்வொலி ஒரு புறத்திலிருந்து செவிகளில் பட்டுக் கொண்டிருந்தது. அதே சமயத்தில் ஓரங்கலிலிருந்து செய்தியாளர்கள் வந்து செய்தி ஏடுகளைப் பேரரசரிடம் சேர்ப்பித்தனர். பிரித்துப் பார்த்ததில் அவற்றில் முக்கியமானது உருவாம்பிகையின் கையெழுத்தாக இருந்தது. அச் செய்திச் சுருக்கம் இவ்வாறிருந்தது:—

“வயது மிகுந்தவரும் போற்றற்குரியவருமான பேரமைச்சர்கள் திரு கோவிந்த நாயகரும் பய்யன நாயகரும் அவர்களின் பதவிகளை விட்டு விலகி விட்டனர். பேரரசர் தலைநகரை விட்டுச் சென்ற தருணத்தில் உருவாம்பிகை அங்கு அரசரின் பிரதிநிதியாக அமைத்துச்சென்றது அவர்களுக்கு ஒப்புதலாகத் தோன்றவில்லை. மேலும் நகரத்தில் குழப்பங்கள் அதிகமாக உள்ளன. வெவ்வேறு மதத்தவர்கள் ஒருவரோடொருவர் கலகங்களை விளைவிப்பது கடுமையாக இருக்கின்றது. அவற்றில் ஒருவருடையதை நேர்மையானதென முடிவு செய்தால், பகைவர்கள் அதனை ஒருதலைத் தீர்ப்பென்று நிந்தனை செய்கிருர்கள். சமண மடத்தில் மகா சிவராத்திரியன்று நேமிநாதர் சிலையை நிறுவ முடிவு செய்து அரசவைக் கருவூலத்திலிருந்து இலட்சம் பொன் வழங்குமாறு வேண்டிக் கொண்டார்கள். தென் கிழக்கிலிருந்து சோழ அரசர்களும் தென் மேற்கிலிருந்து பல்லவ அரசரும் நமது நாட்டின் மீது படையெடுத்து வரவிருக்கிருர்களெறுன்ம் செய்தி மேல் செய்தி வந்து கொண்டுள்ளது. தேவகிரி பக்கம் மட்டும் மிக்க அமைதியோடிருக்கிறது. அந்த யாதவ அரசன் தன் மீது படையெடுத்து வரவிருக்கும் தேஹளி அரசனை எதிர்க்க வடக்கு நோக்கிப் படையுடன் சென்று விட்டான். கணக்கர்கள் பள்ளியில் சேர்ந்திருந்த ஆராயிரம் அந்தணர்களும் கணக்கெழுதும் பயிற்சியில் தேர்ச்சியடைந்திருந்தார்கள்.”

உருத்திராம்பிகைக்குக் கடைசி சொற்களால் புன்னகை தோன்றியது. தமது வளர்ப்பு மகளான இந்த அந்தணக் கன்னிகைக்கு எத்தனை அந்தணர் பற்று! ஆயினும் இக விருப்பம் மிகுந்த போற்றரும் இறைநெறிதனில் ஈடுபாடுள்ளவருமான அமைச்சர் அன்னையாவை ஏது செய்தாளென்று அவள் எழுதவில்லை. அவள் அவரை விடுவித்திருக்க மாட்டாள். அந்தப் பெருமகனுர் குற்றமற்றவரென்று மனுமசித்தராலாகிலும் மெய்ப்பிக்க முடியுமோ, இயலாதோ! காகதீயப் பேரரசரைக் கவிழ்க்க முயன்ற மனும சித்தர்

கூறுவதை நம்புவதெங்ஙனம்! அவருக்குக் கோப்பெருஞ்சிங்கனின் மீதுள்ள பகைமையால் இந்தப் போரில் பங்கு கொண்டதால் மட்டும் அவரை நம்பலாமா? இவர் அம்ப தேவரின் படையில் சேர்ந்து இத்தனைப் பெரும் பணியைத் தம் பெயரைக் கூறிக் கொள்ளாமல் எவ்வாறு செய்து முடித்தார்? கேதன்னுவின் சொற்களால் அந்தப் "பால் வீரன்" மனுமசித்தர் தானென்று தெரிந்தவுடன், உருத்திராம்பிகை அவ்வீரனின் உரிமையை மறுத்து, படைத் தலைமைப் பொறுப்பை விட்டு நீக்கி, படை வீரர்களின் காவலில் வைத்தார். தாம் செய்த பணி ஐயந்திரிபற முறையென்றாயிற்று.

அதற்கிடையில் ஏதோ ஆவல் கதிர்கள் உருத்திராம்பிகையின் எண்ணத்தில் உதித்தன. உடனே வீரனை அழைப்பித்துப் பால் வீரனைத் தமது இருப்பிடத்திற்குக் கொண்டு வருமாறு ஆணையிட்டார். வீரர்கள் பால் வீரனைச் சிறைப்படுத்தி உருத்திராம்பிகையின் முன்னிலையில் நிறுத்தினார்கள்.

'பால் வீரன்' நலமடைந்திருந்தான். ஆனால் அவன் இன்னும் வலிமையடையவில்லை. அவன் முப்பத்தைந்து வயதுக்கு மேலான வனாக இருப்பதாகத் தெரியவில்லை. அவனுடைய உடல் முழுமையும் கைகளும் ஒரு சிறந்த செல்வத்துடன் விளங்கின. அவை இரண்டும் நீண்டு உருண்டு திரண்டுவலிமை மிகுந்து திறனுள்ளனவாகி இவன் நீண்ட கரங்களுடையவனெனக் காணும் பொழுதே தெரிந்தது. அவனுடைய தோற்றமும் முகமும் மிகவும் உளங்கவரக் கூடியவை. கண்கள் பரந்தவை. ஆனால் அவனுடைய தோற்றத்தில் சற்று நாணமோ, பரிவோ, ஏக்கமோ—ஏதோ குறையுள்ளது. அதனை இன்னதென்று உணரவியலாது!

உருத்திராம்பிகையின் முன்னிலையில் நிற்க வைத்ததும் பால் வீரன் தலை குனிந்தான். அவன் உருத்திரதேவப்பேரரசரைக் கண்ணெடுத்தும் பாராமல் தனது நீண்ட கரங்களிரண்டையும் ஓர்முறை மேலுயர்த்தித் தலை மீது வைத்துக் கூப்பி வணங்கினான். அக்கரங்கள் இரண்டு துதிக்கைகளைப் போலவே காணப்பட்டு ஒளி வீசின. காவலர்களை அகன்று செல்லுமாறு குறிப்புணர்த்தியதால் அவர்கள் வெளியேறினார்கள். உருத்திரமாதேவி வினவவும் அவன் அதற்குப் பணிவுடன் விடை கொடுத்துக் கொண்டிருந்தான்.

"உன் பெயர் என்ன?"

"பால் வீரன் பேரரசே!"

"ஊர்?"

"வெற்றி வீரச் சிங்கமான தங்களுக்கு என்னவென்று தெரிவித்துக் கொள்வேன்?"

"நீ இந்தப் படைக்கு எவ்வாறு தலைவனானாய்?"

"அம்ப தேவரின் அருளால் பேரரசே!"

"உன்னைச் சிறையிலடைத்ததற்குக் காரணம் என்னவென்று அறிவாயல்லவா?"

"தங்கள் அருள் தான், பேரரசரே!"

"நீ அமைச்சர் அன்னையாவுக்குக் கடிதங்கள் எழுதினுயல்லவா?"

"இல்லை பேரரசரே!"

"திக்கன சோமயாஜிக்கு?"

"அவர் எங்கிருக்கிருரென்றும் தெரியாது பேரரசரே! அப்பெருமகஞர் நலமுடன் இருக்கிருரா?"

"மாறனுக்கு நீ எழுதிய கடிதம் நினைவிருக்கிறதா?"

"மாறன் யார், பேரரசரே?"

"நல்லது. நீ சார்த்தவாகர்களின் வழியாக எத்தனை அமைச்சர்க்குக் கடிதங்கள் (ஏகசிலா நகரத்திற்கு) எழுதினுயென நினைவுபடுத்துவாயா?"

"எப்பொழுது பேரரசரே!"

"கூறுவோம். அவைபனைத்தையும் உனக்குக் காட்டியே சொல்கிருேம். ஏகசிலா நகரத்தில் உன்னை முழுவதுமாகக் கேட்டறிகிருேம்!"

"பெரும்பேறு, பேரரசரே!"

"நீ இதற்கு முன் ஏது செய்திருப்பினும் ஏகாதசியன்று போரில் செய்த அரசாங்க பணிக்கென மகிழ்வடைகிருேம். அதனுல் உன்னைச் சற்றுக் கருணையுடன் வினவக் கருதினேம். நீ வேண்டுவது ஏதேனும் இருப்பின் நினைத்துப்பார்!"

"பேரரசர் முற்றிலுமாக என்னைக் கேட்டறிவது தான் நான் வேண்டிக் கொள்வதாகும்! ஆயினும் நான் இப்போதைக்குக் கேட்டுக் கொள்வதொன்றுண்டு. அந்தப் பாற் குதிரையை என்னுடன் சிறையிலிருக்கச் செய்யவேண்டும்."

உருத்திராம்பிகை வியப்படைந்தாள்.

"மூவறிவுடைய அந்தக் குதிரை மீது உனக்கு அத்தனைப் பற்று ஏன்?"

"முற் பிறவித் தொடர்பு! அது எனது தாய்! நான் அதன் குழந்தை—."

பால் வீரனின் குரல் கம்பியது. கண்களில் நீர் விரைந்து தளும்பியது.

"உன் கோருதலைத் தீர்ப்போம்!"

இவ்வாறு கூறி அவனை அழைத்துச் செல்ல வீரர்களுக்குக் கட்டளையிட அவர்களும் அவ்வாறே செய்தார்கள்!"

* * * *

கோப்பெருஞ்சிங்கனும் நலமடைந்தார். அவருடைய விசாரணை வேறு ஒரு வகையில் மறுநாள் நடந்தது.

உருத்திரமாதேவி தாட்சாராம வீமேசுவரனின் திருக்கோயில் பிரகாரத்தில் கொலு வீற்றிருந்தார். ஜன்னிகரும் பல படைத் தலைவர்களும் அமைச்சர்களும் சிற்றரசர்களும் பேரரசரை வணங்கிச் சூழ்ந்திருந்தார்கள். கற்றறிருந்தவர்களும் அந்தணர்களும் வாழ்த்துரை வழங்க அங்கு வந்திருந்தார்கள். அவர்களில் கேதன்னு வும் இருந்தார்.

அப்பெரும் அவையினுள், வீரர்கள் காவலிலிருந்த கோப்பெருஞ் சிங்கனையும், அவருடைய முதன்மைப் படைத்தலைவர்களையும் கொண்டு வந்து நிறுத்தினார்கள். அவர்கள் அனைவருக்கும் தலையில் நீண்ட மயிர் இருந்தது.

அவர்களை விசாரணை செய்ய நெடுநேரமாகவில்லை. அவர்கள் இகழ்வான பகைவர்களாகி ஆந்திர நிலப்பகுதியில் காரணமின்றி படையெடுத்து வந்தார்கள், அவர்களின் துணிவால் ஆந்திர வீரர்கள் பலர் வீர சொர்க்கமடைந்தார்கள். அரசாங்கக் கருவூலத் திலிருந்து செல்வம் மிகுதியாக எடுக்க நேர்ந்தது. அவர்களுக்கு என்ன தண்டனை அளிப்பதென்பதுதான் கேள்வி!

திரு உருத்திர தேவப் பேரரசர் கோப்பெருஞ்சிங்கனையே வினவினார்!

"உனக்கு நாம் எத்தகைய தண்டனையளிப்போம் என்று அறிவாயா?"

கோப்பெருஞ்சிங்கன் அச்சமற்று பதிலுரை கூறினார். அவர் நின்ற வாகு அந்த அவை முழுமையும் கவர்ந்தது.

"பேரரசரே உம்மால் நாம் காவலில் வைக்கப்பட்டோம். அதனிலும் வேறு தண்டனை எமக்கேது `இருக்கக் கூடும்? எங்கள் உயிர் உமது உடைமை!"

அவை முழுமையும் அமைதியுற்றது. இத்தகையோருக்கு என்ன தண்டனையளிக்க முடியும்? தண்டனையளிக்காமலிருப்பின் மற்றவர்களுக்கு அச்சமிருப்பதெவ்வாறு?

உருத்திரதேவப் பேரரசர் ஆணையால் அவர்கள் அனைவரையும் தலைமொட்டையடித்துக் குளிப்பாட்டி வீரர்கள் அவர்களை மீண்டும்

அவையில் கொண்டு வந்து நிறுத்தினர்கள். பேரரசர் கோப்பெருஞ் சிங்கனிடம் இவ்வாறு கூறினர்.

"காகதீய அரசர்களுக்கு வாழ்நாட்காலமுழுமையும் சிற்றரசராக உள்ளோமென்று இறைவன் சான்ருக நீ உறுதிமொழி செய்தாயாகில் நீயும் உன் படைத்தலைவர்களும் உயிருடன் செல்லலாம்!"

"அவ்வாறே, பேரரசரே!"

உடனே கோப்பெருஞ்சிங்கனின் விருப்ப தெய்வமான கனக சபாதிச் சிலையைக் கோப்பெருஞ்சிங்கனின் புரோகிதன் கரங்களாலேயே கொண்டு வரச்செய்து தாட்சாராமம் வீமேசுவர இலிங்கத்தின் உட்பிரகாரத்திற்குள் வைத்தார்கள்.

கோப்பெருஞ்சிங்கன் மூன்று முறை மகாதேவனை வலம் வந்து, இறைவன் முன்னிலையில், அந்தணர்கள் முன்னிலையில், காகதீய கணபதி தேவரின் திருவடி வணங்கும் பணிவரசனுக இருப்பாரென்று உறுதிமொழி செய்து உருத்திர தேவப் பேரரசரின் திருவடிகளில் வீழ்ந்து சிரம் பதித்து வணங்கினர். மேலும் அந்த அவைக் கூடத்தில் வீமேசுவரப்பெருமானுக்கு அவர் ஓர் பொன் விமானம் காணிக்கை செலுத்தி, திருக்கோயிலில் பகலவனும் நிலவும் உடுக்களும் சான்ருக! காகதீய கணபதி திருவடிகளில் விழுந்து கிடக்கும் அடிமையான இராஜசிம்மன் எனும் ஓர் பதிவெழுத்து (சாசனம்) செய்து வைத்தார்கள்.

இத்தனைக் காடவர் படைத்தலைவர்களும் சிறைபிடிக்கப்பட்ட வீரர்களும் என்ன ஆவது? அவர்கள் அனைவரையும் ஒரு சேரத் தமது நாட்டிற்குச் செல்ல விடுதல் கவனிக்காது அவர்களை வழியில் விடுதலும் நல்லதன்று. அனைவரையும் நாட்டின் எல்லைக்கப்பால் செல்லும் வரைக்கும் காவலிருந்து அனுப்புதல் மிக்க செலவும் உழைப்பும் மிகுந்த வேலையாகும். அங்கு சிறைப்பட்ட வீரர்களில் சிலர் வழிவழியாக போரிட்டுப் பழக்கமானவர்கள். அத்தகையோரை உருத்திராம்பிகை தமது படையில் சேர்த்துக் கொள்ள ஒப்புக்கொண்ட பொழுது அவர்களும் அதற்கு மகிழ்ச்சியோடு ஏற்றுக் கொண்டார்கள். மிகுதியான பலர் போரிடப் பழக்க மற்றவர்கள். அவர்கள் பெரும்பாலும் பயிர்த் தொழில் புரிபவர்கள். பொருளாசையால் அவர்கள் கோப்பெருஞ்சிங்கனின் படைகளில் சேர்ந்துப் போர்க்கலை பயிலலானர்கள். ஆனல் அவர்களுடைய கரங்களில், வாட்கள் வாட்களாக வல்லாமல், கலப்பைகளாகப் பயன்பட்டிருந்தன. அத்தகையவர்களை கோதாவரிக் கரைகளிலும் கிருஷ்ண நதிக்கரைகளிலும் உழுதுப் பயிரிடச் சிறு சிறு நிலப்பகுதிகளை அளிக்க உருத்திரதேவப் பேரரசர் ஏற்பாடுகள் செய்தார். அவர்கள் ஆந்திர மண்ணில் அரவ ஊர்களை அமைத்

தார்கள். அவர்களின் வீட்டுப்பெயர்கள் 'அரவவாரு' என நிலையாயிற்று.

கோப்பெருஞ்சிங்கன் தம்முடன் பல தமிழ் நடிகர்களை அழைத்து வந்திருந்தார். அவர்கள் அனைவரும் தமது குடும்பங்களுடன் தொடர்ந்து பிழைப்புக்கென வந்தார்கள்! ஏறத்தாழ இருநூறு குடும்பங்கள் இருந்தன. கோப்பெருஞ்சிங்கன் பாசறையைப் பிடித்துக் கொண்ட பொழுது அந்த நடிகர்களையும் ஜன்னிகர் படைகள் சிறை பிடிக்கவில்லை. எனவே அவர்களுக்குப் பிழைப்பு இல்லாமற் போயிற்று. துவாதசி நாளிலிருந்து நரசாபுரத்திற்கு அண்மையிலுள்ள அந்தணர் ஊர்களுக்குப் புறத்திலிருந்த சத்திரங்களில் அவர்கள் வாழ்ந்து எவ்வாறோ காலங்கழித்து வந்தார்கள். சிராத சமார்த்த வேதியர்கள் அனைவரும் தமது குடும்பங்களுடன் இன்னல்கள் படுவது கோதாவரிக்கரை அந்தணர்களுக்கு நன்றாக இல்லை. அவர்கள் மட்டும் எத்தனைக் குடும்பங்களை எவ்வளவு காலத்திற்குக் காப்பாற்றுவார்கள்?

வெற்றி விழாக்கள் நடந்து கொண்டிருக்கும் பொழுது, அந்தத் தமிழ்ப் பெரியோர்களை உடன் அழைத்துச் சென்று கோதவரிப் புலவர்கள் பலர் உருத்திரதேவப் பேரரசரைக் கண்டார்கள். அவர்களில் கேதன்னாவும் இருந்தார். கேதன்னாதான் இவற்றுக்கெல்லாம் காரகர். கேதன்னா அந்தத் தமிழ் மறையவர்கள் வீடற்ற இடங்களில் அலைவதைப் பேரரசருக்குத் தெரிவித்தார்.

''கற்றறிந்தோர், வேள்வியிற் சிறந்தோர் ஆகிய அந்தணர் அனைவரும் நிற்க நிழலின்றித் துயரடைந்திருப்பது இந் நாட்டிற்கும் அதன் ஆட்சியாளருக்கும் நலம் தராது!''

இந்த ஆசுகவி அத்தகைய சொற்களையும் கூறி வைத்தார். உருத்திரதேவப் பேரரசர் சினமடைவாரென்று மற்றனைவரும் அச்சமடைந்தனர்.

ஆனால் பேரரசர் சினமடையவில்லை. நிலைய அலுவலர்களானவர்களிடம் அவர்களுக்கு இருப்பிடம் எங்கு தோற்றுவிக்க முடியுமென்று உடனே கேட்டறிந்தார். முடிவில் பலவகைகளில் பயனுள்ளவாறிருந்தமையால் அந்தத் தமிழ் மறையோருக்கு உருத்திரதேவப் பேரரசர் தமது வெற்றிப் புறப்பாட்டிற்கு நினைவுச் சின்னமாக 'காகரப் பறை' ஊரைத் தோற்றுவித்து வழங்கக் கருதினார். வந்திருந்த தமிழக அந்தணர்களுக்குக் கேதன்னா முதல் மற்ற கோதாவரி அந்தணர்கள் அனைவரும் உருத்திர தேவப் பேரரசரை 'வெற்றிப் பெருஞ் செல்வம் யாவும் பெருக' என வாழ்த்தி விடைபெற்றனர். அத்துடன் அந்தத் தமிழக அந்தணர்களுக்குத் தமது வீடற்ற சூழ்நிலையில் அலையும் கடுந் துயர் நீங்கியது. நிலையான இடங்கள் ஏற்பட்டு விட்டன. ஆனால் கோதாவரி அந்தணர்களின்

வாயினுல் மட்டும் அவர்களுக்கு 'ஆராமத் தமிழர்கள்' எனும் பெயர் நிலையாகி விட்டது.

* * * *

அதன் பிறகு இரண்டு இரவுகள் நெடுநேரம் ஆகும் வரை உருத்திர தேவப் பேரரசர் தமது முதன்மைப் படைத் தலைவர்களுடன் தனிப்பட்ட முறையில் கலந்துரை நிகழ்த்திஞர். அவர்களில் ஜன்னிகரும் ஆதிதம்மருமிருந்தனர். கொலனி உருத்திரரும் பித்தாபுரத்திலிருந்துத் தனிப்பட்ட முறையில் அழைக்கப்பட்டிருந்தார்.

அந்தத்தனிப்பெரும் அவையில் ஏகசிலா நகரத்திலிருந்து வந்த செய்திகள், கொண்டூரிலிருந்து அம்ப தேவரும் மேட்டுப்பள்ளியிலிருந்த திரிபுராந்தகரும் அனுப்பிய செய்திகளைப் பற்றி—உரையாடினர். அவற்றில் ஒருவர்க்கொருவர் மாறுபாடும் சற்று காணப்பட்டது. ஆயினும் அச் செய்திகள் உண்மையல்லாமலிருப்பதற்கு வழியில்லை. அவை முடிவில் உருத்திராம்பிகை இவ்வாறு முடிவு செய்தார்.

''ஜன்னிகர் உடனே பெருஞ் சேனையைக் கடத்திச் சென்று சுந்தர பாண்டியனின் படைகளை எதிர்க்க வேண்டும். கொலனி உருத்திரர் உடனே கலிங்கப் படையினரைத் தாக்க வேண்டும். அப்பொழுதே கோரங்கியிலிருந்து பெரும் நாவாய்ப் படைகள் புறப்பட்டுக் கலிங்கரின் நாவாய்ப் படையை அவர்களுடைய துறைமுகப் பட்டினங்களிலேயே முற்றுகையிட வேண்டும். திக்க சமூபதி தென் கிழக்கிலிருந்து வரும் சோழர் படைகளையும், கோன கன்ன ரெட்டி தென் மேற்கிலிருந்து வரும் பல்லவர், கர்னுடகர் படைகளையும், இரு பெருஞ்சேனைகளுடன் உடனே சென்று எதிர்த்துப் போரிட ஆணைகளை ஏகசிலா நகரத்திற்கு விரைவுச்செய்தியாளர்கள் வழியே அனுப்பப் பட வேண்டும்!''

இந்த முடிவுகளுக்குச் சற்று ஐயத்தைக் குறிப்புணர்த்தியவர் கொலனி உருத்திரர் தான். ஓரங்கலிலிருந்து முதன்மையான படைகள் அனைத்தும் விட்டுச் சென்ருல் தலைநகரப் பாதுகாப்பு ஏது? தேவகிரியிலிருந்து யாதவ மன்னன் படை எடுத்து வந்தால் என்ன வழி ?

அந்த அச்சம் இல்லை. யாதவர்கள் தமது நாட்டின் மீது நெருக்கி வரும் முகம்மதியர்களின் படைகளுக்குத் தமது நாட்டை விட்டு ஓரங்கல்லுக்கு வருவார்களா? ஓரங்கல்லிலேயே இந்தப் புதிய மதத்தவர்கள் மெதுவாக நுழைந்து கொண்டிருந்தார்கள். வாழ்க்கை வசதியற்ற ஏழைகளைப் போன்றும் அன்ருட வாழ்க்கை நடத்தும் ஆண்டிகளைப் போன்றும் (ఫక్కీరులు) இப்பொழுது பலர் ஏக சிலா நகரில் உள்ளார்கள். அவர்களை ஒற்றர்கள் கண்டு பிடிக்க வேண்டுமேயன்றிப் பேரரசர் எவ்வாறு தமது நாட்டிற்குள் வர விடா

மல் தடுக்க இயலும்? அத்தகையோர் மிக்க அண்மையிலுள்ள தேவகிரியின் மீதுத் தமது பார்வையை நோக்கிக் குறி வைத்திருப்பது இயல்பாகும். தேவகிரியும் ஏகசிலா புரமும் ஒன்றிணைந்திருந்தாலன்றி, எப்பொழுதாகிலும் அந்த அச்சம் இவ்விருவருக்கும் தப்பாது!

இவ்வகைகளில் கொலனி உருத்திரரின் ஐயங்களை மற்றவர்கள் தீர்த்துக் கொண்டிருந்தார்கள். எதுவானால் என்ன? முடிவு செய்யப்பட்டு விட்டது! அரசரின் ஆணைகள் நிறைவேற்றப் படலாயின!

• • • *

கொலனி உருத்திரர் அறிவிப்பு முரசுகள் கொட்டி அன்று மறு நாள் மாலை கோதூளி ஓரையில் பெரும் படையுடன் கலிங்கர்கள் மீது விரைந்து செல்லலானார். இலக்கணப் பேரறிஞரான அவருடைய போர் முரசு புதுமையுடன் ஒலித்துச் சுற்றுப் புறங்களில் உள்ள கற்றறிந்த மக்களை மகிழ்ச்சிப் பெருக்கில் ஆழ்த்தலானது.

"அயிஉண் | | உருயிக் | | ஏஒங் | | ஐஔச் | | ஹயவரட் | | லண் | | ஞமஙணனம் | | ஜ்ஜபஞ் | | ஷடதஷ் | | ஜபகடதஸ் | | கபசடத சடதவ் | | கபய் | | ஸஷஸர் | | ஹல் | |"

உருத்தரின் போர் முரசும், மாலை நடனங்கள் புரிந்து மகாருத்திரர் தமது உடுக்கையைப் பதினான்கு முறை அடித்த ஒலியே மேற் கேட்டவாறு ஒலித்தது.

கோரங்கி நாவாய்கள் உள்ளங்கவரும் இசையுடன் நகர்ந்தன.

ஜன்னிகரின் படைகள் மறுநாள் விடியற் காலையில் புறப்பட்டுச் சென்றன!

வெற்றி விழாக்கள் நிறைவேற்றி உருத்திர தேவப் பேரரசர் தமது பரிவாரங்களுடன் வழியில் குடிமக்கள் நலங்களைக்கேட்டறிந்து ஓரங்கல்லுக்குத் திரும்பிப் புறப்படலானார்.

42

யதாவாக்கு அன்னமையர் சினத்துக்கு ஆளான வைணவத் தலைவன் கண்கள் இழந்து அன்னமேசுவரரின் கோவில் முன்னிலையில் விழுந்து விட்டானல்லவா? அவன் பின்னால் வந்த வைணவக்

குழுவினர் ஓடி விட்டனர். கீழே விழுந்துவிட்டவரிடம் செல்வ தற்கு அன்ன.மேசுவரின் கோவிலின் முன்னிருந்த சிவனடியார் களும் துணியவில்லை. அன்னமையர் சிறிது நேரம் திகைத்து இரண்டு கண்களையும் மூடிக் கொண்டு சிவநிந்தனை செய்தவரின் திசைக்குப் பின்னால் இதுவரை நின்றிருந்தவர், மீண்டும் சிவனை நோக்கித் திரும்பி பக்திப் பெருக்கால் வணங்கி உருத்திரநீராட்டு விழாவைத் தொடர்ந்து செய்தார்.

இச்செய்தி நகரமுழுவதும் பரவி விட்டது.பலர் அப்புதுமையைக் காண வந்தனர். மக்கள் திரள் நிலையாக இருக்கும் அப்பகுதியில், மேலும் நிறைய மக்கள் சேர்ந்தனர். அத்தனை மக்கள் கூடினும் அவர்களில் எவரும் கண்கள் இழந்து வீழ்ந்த அந்த வைணவனை நெருங்கவில்லை.

அவர்களுக்கு அவ்வாறு செல்ல அச்சம். அச்சமென்பது எவ்வாறிருப்பினும், கண்கள் இழந்து விழுந்து விட்டானே என்று பரிவு காட்டுபவர்களும் அங்கில்லை. மேலும் சிவ சிந்தனை செய்த வனுக்கு ஏற்ற தண்டனை கிடைத்தது என்றனர் அனைவரும்! குற்ற வாளிகள் தண்டனை நுகரும் பொழுது அவர்கள் மீது பரிவு காட்டும் இரக்க நிலையில் இல்லை அன்றைய ஏகசிலா நகர மக்கள்! வைண வர்களுக்கு அங்கு வருவதற்கும் முகமில்லை.

ஆனால் அவன் பின் அத்தனை வைணவர்கள் வந்திருந்தார் களே! அவனும் வைணவனைப் போலவே இருந்தானே! இச் செய்தி ஏகசிலா நகரத்தில் தெருத் தெருவாகவும் வாடை வாடை யாகவும் பரவி விட்டதே! அவனினத்தவர் யாரும் வரவில்லையா? ஏன் அவனுக்கு மனைவி, மக்கள் இல்லையா? தாயும் தந்தையும் இல் லையோ? அண்ணன், தம்பி, அக்கா, தங்கை முதலியோர் யாரு மில்லையோ? எவருமே இல்லையோ? அவன் உண்மையிலேயே வைண வன் தானா ?

* * * *

அன்று இரண்டு யாமங்களுக்குச் சற்று முன்பாக மாசல தேவி தனது தோழியுடனும், சில பணியாட்களுடனும், கேசவப் பெருமாளைக் காணும் பேறடைய வந்தாள். அப்பெருமாளைத் தொழுது முடித்தாள். மகிழ்ச்சிப் பெருக்குடன் ஒரு பாடலை அதற் கேற்ற நடனமுடன் பெருமானுக்குப் பாடிக்காணிக்கைகளைச்செலுத் தினாள். பின்னர் அவள் சுயம்பு தேவரையும் காணும் பேறடைந்து காணிக்கைகள் செலுத்தி கோவில் திருச் சுற்றில் சற்று ஓய்வெடுத் தாள்.

அப்பொழுது மண்டபத்திலிருந்து திக்கன சோமயாஜி மாபாரத உரையாக்கத்தை அவ்வேளையில் முடித்து மாறனும், குருநாதனும் சேர்ந்து செல்வதைக் கண்டு அவள் பணிவுடன் எழுந்து, அவரை

வணங்கி, அவருடைய அன்புப் பெருக்கின் படையலைப் பெற்ருள். அவ்வாறு அவள் அங்கிருந்து வீடு நோக்கித் திரும்பிச் செல்லும் பொழுது, ஒரு பக்கலில் அன்னமேசுவரரின் திருக்கோயிலில் சிவ நிந்தனை செய்த வைணவனொருவன் கண்ணிழந்து விழுந்து விட்ட செய்தியைக் கேட்டாள். போய்ப் பார்க்க வேண்டுமென்ற ஆவல் மாசல தேவிக்குத் தோன்றியது.

அவள் தனது தோழியுடன் போய்ப்பார்க்கவும் உடனே அவன் வைணவன் அல்லன் என்று அறிந்தாள். முன்னர் விஜயதசமி யன்று நிலா விழிப்பு விழா நாளன்று அவளில்லத்தில் சற்று நேரம் சூதாடி சற்று நேரம் பருவத நாயகருடன் வாட்போர் புரிந்த புது மைத் துறவியே அவனென அவளுக்குத் தெரிந்து விட்டது.தோழியும் அவ்வாறே குறிப்பிட்டாள். தோழியின் கண்கள் அவ்வாறு குறிப் பிட்டதும் வியப்பு மிகுதியால் இரு மடங்கு விரிய, மாசல தேவியை நோக்கித் திரும்பி, "அக்கா", என்று அவள் கூறத் தொடங் கினுள். ஆனுல், உடனே மாசல தேவி பேச வேண்டாமெனச் செய்த கண்ணசைவைத் தெரிந்து கொண்டு அவள் தன் வாயைப் பொத்திக் கொண்டாள்.

என்ன அது ? அவனுக்கு ஏன் இந்த மாற்று உரு? பெருந் துறவியாயின் இந்த சிவநிந்தை ஏன், இத்தண்டனை ஏன்? இம் மனிதனின் பொய்த் தோற்றங்களால், இத்தனை உலக அறிவுள்ள அவளே ஏமாந்து விட்டாளா? இவனிடம் எக்குறை இருந்தாலும் காம வாயிலில் அகப்படும் குறையில்லை. ஆனுல் எத்தகைய பெரு மகனுரையும் காம வயப்படுத்துவது அவளுக்கு இயன்றதாகும். காமத்தைத் துறந்த அத் துறவியிடம், அவளுக்கு அதனுல் சிறப் பான மதிப்புத் தோன்றியது. அன்றிரவு கோபத்துடன் பருவத நாயகர் கைப்பற்றியதால் அவனுடைய கைகளில் வந்த முடி மயிர் போலியானது. அந்தச் செயற்கை முடிமயிர் ஒருவகையாக இருந் தது. மேலும் இன்று இவர் தரித்திருந்தது கர்னுடக வைணவர்களின் திருமுடிக்கட்டு போன்றே இருந்தது. முடிமயிர் மட்டுமென்ன? அவனுடைய போலித் தோற்றம் முழுமையும் அவ்வாறே இருந்தது. என்ன இந்தப் பன்னிரண்டு திருநாமங்கள்? வைணவர்களும் தமது தோற்றத்துடன் அவர்களில் ஒருவன் என்று நம்புமாறு இருந் தது இந்தத் தோற்றம்! இவன் யாரோ எத்தனுக இருக்க வேண் டும். இவனை அறிந்தது போல் பார்ப்பது அபாயமானதாகும்.

இந்த எண்ணங்கள் யாவும் மாசலதேவியின் உள்ளத்தில் பரவியது. உடனே தோழியின்புறம் திரும்பி, " தங்கையே, இறை வன் நிந்தனைப் பயனைக் கண்டாயல்லவா? என்று அவளைத் துணை கொண்டு மாசலதேவி அகன்று சென்ருள்.

* * * *

மாலை மூன்று யாமம் ஆனது. அங்குக் காண வந்த மக்கள் திரள் குறைந்து விட்டது. பொல்லனின் மனைவி மங்கை, தனது மகள் பாட்டிமையுடன் அங்கு வந்தாள். அப்பொழுதும் அந்த கண் களிழந்த ஒற்றன் தனிமையாக அங்கேயே விழுந்து கிடந்தான். நண்பர்களெவரும் அங்கு வந்ததாக இல்லை.

விழுந்து கிடக்கும் அவனைக் கண்டதும் மங்கைக்கு வருத்தம் பீறிட்டு வந்தது. அவளுக்கு அவன் மீது தந்தையின் மேலிருக்கும் பற்றைப் போன்று மதிப்புடன் பணிவும் பற்றுமிருந்தன.

முன்பொரு முறை அவன் வீட்டில் அவள் தொடர்ந்து மூன்று நாட்களாக உணவின்றி இருந்தாள். அவர்களுடைய உறவினர்களும் அவளிடம் செல்ல விரும்பாதிருந்தார்கள். அவள் உதவி நாடச் சென்றால் அவளுக்குரியவர்களே வெறுப்பு முகங் காட்டினார்கள். பிச்சைக்குச் செல்ல அவள் உளம் விரும்பவில்லை. அதில் மகள் பாட்டிமைக்குக் காய்ச்சலும் வந்து விட்டது. பிதற்றலும் கதறலும்! தந்தையே அந்த இக்கட்டிலும் பிதற்றலானாள். மங்கைக்குக் கால் கள் அசையவில்லை.

மூன்றும் நாள் மாலையில்அவள் ஒரு முடிவுக்கு வந்திருந்தாள். மறுநாள் அவள் கூலிக்கோ பிச்சைக்கோ செல்ல வேண்டும். பிச் சையா? கூலிக்குச் செல்வதா? கற்கோட்டை கட்டுவதற்குக் கூலிகள் எத்தனை பேராயினும் தேவையிருந்தது. ஆனால் பெண் கள் அந்த வேலையில் மிகுந்ததில்லை. ஒரு முறை அந்தப் பணியில் இறங்கி விட்டால், அரசாங்கப் படைகள் வேலை முடியும் வரையில் விடமாட்டார்கள். கோட்டை முழுமையடையும் வரையில் ஒருவிதக் கட்டுப்பாடு தான். ஆனால் அது எத்தனை நாட்களில் நிறைவடை யுமோ? அதுவரை அவள் அந்த வேலையில் சிக்கிக் கொள்வதெவ் வாறு? மேலும் இந்தப் பசிக்கொடுமையைத் தாளுவது எங்ஙனம்? தன்னையும் தனது மகளையும் காப்பாற்றிக் கொள்வது எப்படி?

அவ்வாறு எண்ணமிட்டபொழுது மறைந்து விட்ட பிறகு எவனோ முன்பின் தெரியாத மனிதன் வந்து, "நீ இன்றிரவு தூங் காதே. நலமடைவாய்!" என்று மட்டும் கூறி, வேறேதும் பேசாது காணமற் போனார்.

என்ன இது? யார் அவர்? ஒரு பக்கம் பாட்டிமைக்கு வந்த காய்ச்சல் அப்படியே இருக்கிறது. மங்கையின் உள்ளம் உலகம் முழுமையும் திரியத் தொடங்கியது. பொல்லன் எங்குள்ளான்? இந் தப் பரந்த உலகில் எங்குள்ளானோ? தன்னையும் தன் மகளையும் மறந்து விட்டானோ? அரசாங்கப் படைகளிடம் சிக்குண்டு என்ன துயரங்களை அடைகின்றானோ?

அவன் சிறைச்சாலைக்குக் கொண்டு செல்லப்பட்டதும் அவனை யாரோ தப்பிக்கச் செய்தது மட்டும் தான் அவளுக்குத் தெரியும்.

அதற்கு மேல் ஒன்றும் அறிய மாட்டாள். அவ்வாறு தப்பித்துக் கொண்டவன் தன்னை வந்து பார்க்கவும் இல்லையே! அவனுக்குத் தன் மீது இரக்கம் பிறந்து விட்டதா! அதனால் தனது கணவன் பொல்லன் தான் மறைமுகமாக வருவானோ?

அன்றிரவு கண்களின் இமை கொட்டாமல் தூங்காது விழித்துக் கொண்டிருந்தாள். நள்ளிரவு கடந்தது. ஏதுமில்லை. ஆவல் குன்றியது. என்ன தடை செய்தாலும் விடாது தூக்கம் வருகின்றது. முயற்சி செய்து விழித்துக் கொண்டிருந்தாள்.

அமர்ந்து கொண்டிருக்கும் போதே ஓர் கனவு தோன்றியது. விழித்துக் கொண்டிருப்பவர்களுக்குக் கனவு வருமா? அவளுக்கு உறக்கம் வந்து விட்டிருக்கும். ஒரு கண நேரம் இமை மூடினாலும் போதும். அந்தச் சிறு பொழுதிலும் மற்றொரு வாழ்நாள் முழுமையும் கனவில் கடந்து செல்லலாம். ஆனால் மங்கைக்கு வந்தது சிறு கனவு தானா? வெள்ளைப் பேயைப் போன்று சடைகளை விரித்து விட்டுக் கொண்டுள்ள ஒரு தோற்றம் கண்களின் முன் காணப்பட்டது. அதற்கு எத்தனையோ கரங்கள். அந்தக் கைகளிலெல்லாம் வாட்கள் இருந்தன. அவையனைத்தும் ஒரே யிடத்தில் சேர்ந்தன. சேர்ந்திருந்த அந்த வாட்களைப் பார்த்தால் ஓர் உயர்ந்த தோற்றமாக மாறியது. அதற்கிடையில் ஒரு பெரிய பாறையாக மாறியது. அது அந்தக் கத்திகள் அனைத்தும் கிழித்த பாறையா?

அடித்தாற் போன்று மங்கைக்கு உணர்வு வந்தது. முன்கூறப்பட்ட இரவு காலத் துறவி தனது பறையை அறையும் ஓசை அது! அவன் அவ்வோசை செய்து திரிந்த திரிதல் அனைத்தையும் அக்கரையுடன் கேட்டாள். இந்த அச்சந்தரும் ஒலியின் வாயிலாக அவளுக்கு அன்று நலம் கிடைக்கப் போகிறதா? என்னவோ!

மீளவும் மீளவும் அந்த ஓசை தனது குடிசைப்புறமாக வந்து நின்றது. அப்பொழுது தான் மங்கை மிக்க ஆவலுடன் கதவைத் திறந்தாள் அந்தப் பிச்சைக்காரனைக் கண்டதும் மங்கைக்கு ஆவல் குன்றி வெறுப்புத் தோன்றியது. அந்தப் பிச்சைக்காரனால் தனக்கென்ன பயன் உண்டாகும்? அவனுடைய வாழ்த்தைப் பெறுவதற்காவது, பிச்சையிட ஒரு மணி கூடத் தனது வீட்டிலில்லை. என்ன செய்வாள் ?

முடிவில் அந்தப் பிச்சைக்காரனே அவளுக்கு நற்செய்தி கூறினான். கூறியவுடன் சும்மா இராமல் கை நிறையப் பொற்காசுகளைக் கொடுத்தான். அந்தப்பொற்காசுகள் அவனுக்கு எவ்வாறு கிடைத்தன? வானத்திலிருந்து அவன் அழைத்ததும் எவனோ யட்சன் அந்தக் காசுகளைக் கைகளில் கொட்டினாற் போன்றிருந்ததே. அவற்றை அவன் தனக்குத் தரும் பொழுது அது உண்மையென்று அவளுக்கு முதலில் நம்பிக்கை தோன்றவில்லை. வாங்கிக் கொண்

டாள். உண்மையில் நன்மை அவளுக்கு அன்றிரவு வந்து விட்டது. அதன் பிறகு அவள் உள்ளக் கிடக்கையால் அன்றிரவு உறக்கம் பிடிக்கவில்லை.

அதன் பிறகு அவளுக்கு வறுமை அகன்று விட்டது. அன்று முதல் சிக்கனமாக அந்தப் பொற்காசுகளைப் பயன் படுத்தி வாழ்ந்து வந்தாள். பாட்டிமைக்கு மற்றிரண்டு நாட்களில் காய்ச்சல் குறைந்து விட்டது.

தன்னை அவ்வாறு காத்தருளிய பெருமகன் இன்று இவ்வாறு நடுத் தெருவில் திக்கில்லாமல் கண்களிழந்து விழுந்துள்ளான். தனக்கு உதவியது போல் இவன் இன்னும் எத்தனை பேருக்கு உதவி யிருப்பானோ? அவர்களில் ஒருவரும் அப்பொழுது இங்கு வரவில்லை. அவனை விட்டுச் செல்லாமல் அருகில் அமர்ந்து மங்கை பெருங்குர லில் அழத் தொடங்கினாள். அதற்குக் காரணம் தெரிந்து விட்டது. பாட்டிமை அவளுடைய மேலாடையை இழுத்து வீட்டுக்குச் செல்ல லாமென்று வற்புறுத்திக் கொண்டிருந்தாள்.

மாலைப் பொழுதாயிற்று. விளக்குகள் தேவாலயங்களில் ஏற்றப் பட்டன. திக்கன சோமயாஜி மாறன் குரு நாதருடன் சேர்ந்து சிவபெருமான் கோவில் மண்டபத்திலிருந்து அமைச்சர் அன்னையா வீட்டிற்குச் சேர்வதற்குப் புறப்பட்டு அவ்வழியாக சென்று கொண் டிருந்தனர். மங்கை தொலைவில் சோமயாஜியைக் கண்டதும் அந்தப் பெருமகனாரைக் காத்தருளும் என்று வேண்டிக் கொள்ள வேண்டுமென்று ஆவல் பிறந்தது. அவள் எதிரில் சென்று சோம யாஜியின் இருகால்களையும் பிடித்துக் கொண்டு விடாமல் விக்கி விக்கி அழத் தொடங்கினாள்.

சோமயாஜிக்கு வியப்புடன் கூடிய இரக்கம் தோன்றியது. மென்மையாக அனாதை போன்று ஒரு மங்கையின் நிலைமையைக் கண்டால் யாருக்குத் தான் இரக்கம் தோன்றாது? அதனினும் இரக்கமே உருவானவருக்குக் கருணை தோன்றாதா?

திக்கன சோமயாஜிக்கு அன்று விடியற் காலை நடந்த கதை மேலோட்டமாகத் தெரிந்ததேயன்றி நன்கு தெரியாது. என்னென்று கேட்டறிந்ததில் அங்கிருந்த மக்கள் அன்று காலை நடந்ததைக் கூறினர். அனைத்தையும் கேட்டு சோமயாஜி, "என்னை என்ன செய்யச் சொல்கிறாய்?" என்று மங்கையைக் கேட்டார்.

"காப்பாற்றுங்கள் சுவாமி, அவர் கண்களைக் காப்பாற்றுங்கள், சுவாமி! உங்களுக்குப் புண்ணியமாகும்."

"அவன் உனக்கு என்ன உறவு?" சோமயாஜியின் வினா.

"அவர் எனது தந்தை, சுவாமி! என்னைப் போன்ற திக்கற்ற பறவைகளுக்குத் தந்தை போன்றவர், சுவாமி!"

சோமயாஜி சற்று வழிபடத் தொடங்கினர். "அம்மா! இவன் சிவ நிந்தனையால் இந்த நிலைமைக்கு வந்து விட்டான். அன்ன மேசரை வணங்கிக் கொண்டு அந்தக் கோவிலிலுள்ள யதாவாக்கு அன்னமையரை மன்னித்தருளுமாறு வேண்டிக் கொள். எல்லாம் நலமாகும்!"

உடனே மங்கை அவருடைய திருவடிகளை வணங்கி விட்டு அன்னமேசரின் திருக்கோவில் முன்பு நின்று கொண்டிருந்த அன்னம ஆரத்தியர் திருவடிகளில் விழுந்து வணங்கிப் பலவாறு வேண்டிக் கொண்டாள். சற்று நேரம் அன்னமையருக்கு இரக்கம் தோன்றியது. சிவலிங்க அர்ச்சனை முடித்த திரு விளங்கும் ஒளி விளக்கை அங்கு விழுந்து கிடந்தவனின் கண்களில் பரவச் செய்தார். அங்கு விழுந்து கிடந்தவன் கண்களைப் பிசைந்து கொண்டு எழுந்தான்.

மங்கை அன்னம ஆராத்தியருக்கு வணக்கஞ் செலுத்தி "அப்பா, எழுந்தீர்களா?" என்று அந்த வைணவத் தோற்றத்தவரை நெருங்கினாள். அவன் கண்களைத் திறந்தான். மங்கையை அவள் அடையாளம் கண்டு கொண்டதாகத் தோன்றவில்லை. அவள் யாரென்று அறிந்ததாகவே அவன் நடந்து கொள்ளவில்லை. நகரத்தில் அந்த மூலை, இந்த மூலைகளில் இரும்புத்தொழில் புரியும் வேலைக்காரர்கள் "அப்பா, அப்பா, அப்பா" என்று எதிர் பாராதவாறு வந்து அவனை எங்கோ அழைத்துச் சென்றார்கள்.

அது வரைக்கும் மேசய்ய நாயகர் தமது வீரர்களுடன் அந்தச் சுற்றுப்புறத் தெருக்கள் அனைத்தையும் சுற்றித் தாமாகவே அங்கு காவலிருந்தனர். அந்த வீரர்கள் அனைவரும் கண் விழித்து, மேசய்யாவும் கண் விழித்து அங்கு வந்த மனிதர்கள் அவரிடம் தப்பித்துக் கொண்டு அழைத்துச் சென்றார்கள். மங்கை தனது மகளுடன் அங்கேயே நின்று விட்டாள். மேசய்யாவுக்கு வியப்பாகி விட்டது. அவர் மங்கையையும் பாட்டிமையையும் ஏது செய்ய விரும்பவில்லை. அச்சத்துடன் நடுங்கிக்கொண்டிருந்த மங்கையை வீட்டுக்குச்செல்ல அனுமதி அளித்தார்.

* * * *

ஆனால் அவன் யார்? தன் பெயர் அரங்கநாதன் என்று அவன் கூறியிருந்தான். இரங்கநாத இராமாயணம் இயற்றி வரும் அரங்க நாதனா? அல்லவேயல்ல? அரங்கநாத இராமாயணம் ஆசிரியர் அரங்கநாதனால் அவன் சிவ சிந்தை செய்தல் இருக்கவே இருக்காது. அந்த அரங்கநாதர் சிவ வழிபாட்டில் தலையாயவர்!

மற்றுயார் இந்த வைணவன்? அவன் வைணவனே அல்ல. அவன் இஸ்லாம் மதப் பிரசாரகன்! நால்வகை இனத்தைச் சேர்ந்த மக்களில் ஒருவனல்லன்!

அவனை அறிந்த வைணவர்களிடையில் முணுமுணுப்புகள் தோன்றின.

"ஐயோ! இவன் எனக்கு நீர் படையல்கள் அளித்தானே!"

"ஐயோ! இவன் என் படையலில் பாதியை உண்டானே!"

"என்ன ஏமாற்றம் அடைந்தோம்!"

"எங்கள் பெருமாள் புனிதத்தன்மை இழந்து விட்டார். புனிக் காப்பு செய்ய வேண்டும்?"

"செய்த குற்றத்திற்கு மறு வழி காண வேண்டும்."

43

"அதோ, உடுத்தார்கள் நகரின் நடுப் பகுதியில் சிங்கங்கொடி, இதோ, கட்டினார்கள் எலுமிச்ச இலைத்தளிர் மாந்தளிர்த் தோரணங் கள்.

இதோ பலவகை உற்சவங்கள் நிறையவும், வீதிவிடங்கர்களும்

அதோ நின்றவர்கள் நிறைகுடம் அலங்காரங்களுடன்...

திரு உருத்திரதேவப் பேரரசர் தாட்சாராம வீமேசுவரத் திலிருந்து அனுப்பிய ஆணைகளைப் பின்பற்றி ஏகசிலா நகரத்தில் வெற்றி விழாக்கள் பெருஞ் சிறப்புடனும் கோலாகலமாக நடந்து கொண்டிருந்தன. இவை மேட்டுப் பள்ளியைத் திரிபுராந்தகர் வெற்றி பெற்ற பொழுது நடத்திய விழாக்கள் எல்லாவற்றையும் விட மிஞ்சியிருந்தன. இப்பொழுது கோப்பெருஞ் சிங்கன் முற்றிலும் தோல்வியடைந்தார். கொண்டூர் மண்டலத் தலைவனான நாக தேவன் கொல்லப்பட்டான். அவனுடைய நண்பர்கள் அனைவரும் சிறைப்பட்டனர். மோசலப் பட்டினம் வசமாயிற்று. சோழ நாவாய் கள் அனைத்தும் சிதறிச் சிதைந்தன. பெரும் விழா நடவாதிருப்பது எங்ஙனம்?

மேலும் பேரரசர் ஆணையிட்டவாறு ஓரங்கல்லிலிருந்து ஒரு பெருஞ் சேனையைத் திரட்டி வந்து திக்க சமூபதி இதன் கிழக்கி லிருந்து வருகின்றார்என்று தெரிந்ததும் சோழர்களை எதிர்த்துப் போரிடச் சென்றார். கோன கன்னா ரெட்டி தென்மேற்குமூலை

யிலிருந்து வருவதாகத் தெரிய வந்ததும் கர்னுடகப் படைகளை எதிர் கொள்ள மற்றொரு பெருஞ் சேனையுடன் கடந்து சென்ருர். இப் பொழுது பார்த்தால் ஓரங்கல் வெறும் பாதுகாப்பற்றதாக இருப்பது போல் காணப்பட்டது.

அரசாங்கப் பிரதிநிதியாக அரசவைப் பணிகள் அனைத்தையும் முதலிலிருந்து பார்த்து வரும் உருவாம்பிகையே இந்த அரசாங்க ஆணைகள் அனைத்தையும் வெளியிடலானுள். அந்த ஆணைகள் உருவாம்பிகை அனுப்பிய செய்திகளுக்கேற்ப உருத்திராம்பிகை அனுப்பியதாகத் தெளிவாயின. அதற்கு உருவாம்பிகைக்கும் முதலில் எவ்வளவோ மகிழ்ச்சியாயிற்று.எத்தனைப்பாச மிகுந்ததாயினும் தான் குறிப்பிட்ட செயல்கள் தாய்க்கும் ஏற்றதாகித் தனது குறிப்புக்களின் படி ஆணைகளை வெளியிடச் செய்தால் எந்தப் பெண்ணுக்குத் தான் மகிழ்ச்சி உண்டாகாது?

திக்க சமூபதியும் கோன கன்னுரெட்டியும் படைகளுடன் செல்லுகையில் உருவாம்பிகைக்கும் மகிழ்ச்சியே பெருகலானது.

* * * *

ஆனுல் அந்தப் படைகள் கடந்து சென்று மூன்று நாட்களாயின. அதற்கிடையில் எதிர்பாராத வகையில் உருவாம்பிகையின் இதயத்தில் பெருஞ் சுமை ஏற்பட்டது போலாகி விட்டது. உள்ளம் முழுமையும் வெறுமையானது போல் காணப்பட்டது. இப்பொழுது ஏகசிலா நகரத்திற்கு வலிமை மிக்க பாதுகாப்பில்லை. கல் மதிற் சுவர் முழுதுமாக எழவில்லை. மண் கோட்டை பாதுகாப்பு போதாது. ஆயினும் அச்சமென்ன இருக்கிறது? வரத் தகுந்த பகைவர் எவர்? தேவகிரி மன்னன் வடதிசை நோக்கி தேஹளி அரசனின்படைகளை எதிர்த்துப் போரிடச் சென்ருனல்லவா? அச்சமெதற்கு?

"அது ஏமாற்றமானுல்?

உருவாம்பிகையின் இதயத்தில் கல் விழுந்தது போலானது. இப்பொழுது அவள் எவரிடம் கலந்துரை நிகழ்த்துவாள்? பேரமைச்சர்களான கோவிந்த நாயகரும் பய்யன நாயகரும் வேலையை விட்டு விட்டார்கள். இத்தனை நாட்களாக திக்க சமூபதி தமக்கு மிகுந்த உதவி புரிந்து வந்தார். அவர் இப்பொழுது படையெடுக்கச் சென்று விட்டார். இப்பொழுது எவரைக் கேட்க வல்லவர்? தமக்கு நம்பிக்கைக்குரியவராக அமைச்சு புரியும் பெரியவர் யார்?

நள்ளிரவாயிற்று. ஆனுல் வெற்றி விழாக் குறிகள் காதுகளில் தொலைவிலிருந்து விழுந்து கொண்டிருந்தன.

"அகலங்க நிலை சீதுபா ருசுலையா அந்த சாது உள் மகிழ்ந்து, அகரர், அம்மகரர், அமக்கரர், அது கல்லானு அஞ்ச்சுபாயகதப் பட்டிகனுர் தள்ள தாளங்களும் நிறைந்தொலிக்க ஜீக ஜீம் ஜீக ஜீம்

ஜீக ஜீம் ஜீக ஜீம் எனும் ஒலி எழுந்து கடும் வாத்தியங்கள் எழுப்பும்.''

என்று கிரீடாராம கவிஞர் விவரித்தவாறு தப்பட்டிகளும் தாரைகளும் தாளங்களும் கேட்கலாயின. அவ்வொலிகள் கேட்கும் ஒரு பகுதியும் உருவாம்பிகைக்கு உணர்ச்சி மிகுதியடையலானது. அமைதியான நள்ளிரவுப் பொழுதில் தொலைவிலிருந்து கேட்கும் அவ்விசைக் கருவிகள் புதுமையான அதிர்ச்சியைத் தோற்றுவிக்கும். அவ்வொலிகள் அன்று உருவாம்பிகையின் இதயத்தைக் கடகட வென்று அதிரச் செய்து கொண்டிருந்தன.

உடனே அவன் தேவகிரிப் பக்கத்திலிருந்து தனக்குச் செய்தியாளர்கள் அனுப்பிய செய்திகள் அனைத்தும் பெற்றுப் பரிசீலனை செய்தாள். அதனில் ஐயப்படவேண்டியவைஇல்லையென இதயத்தை திடப்படுத்திக் கொண்டு மஞ்சத்தில்'படுத்து உருவாம்பிகை உறங்க முயன்றாள். தூக்கம் வரவில்லை. தொலைவிலிருந்து, "ஜிக ஜிம் ஜிம், ஜிக ஜிம் ஜிம், ஜிக ஜிம் ஜிம்'' என்று தாரை தப்பட்டைகள் முழங்கும் ஓசை இதயத்தைக் கலக்கச் செய்தது. உறக்கம் வரவில்லை.

''எனக்கு இப்பொழுதுத் தகுந்த அமைச்சு புரிபவர் யார்?'' உருவாம்பிகையின் எண்ணம் பலவேறு வகைகளில் சென்றது. வயது மிகுந்த கணபதி தேவர் ஏதும் அரசாங்கப் பணிகளில் பற்றுக் கொள்ளவில்லை. உருத்திராம்பிகை வந்த பிறகு தான் தீர்த்த யாத்திரை செய்ய வேண்டுமென்று கணபதி தேவர் நினைத்திருந்தார். அவரைக் கேட்டுப் பயனில்லை. ஜாயப நாயகர் சேபுரோலு சென்றிருந்தார். மகாதேவராயர் முற்றிலும் அக்கரையற்று இருந்தார்? காமசானி அந்தப்புர நிகழ்ச்சிகள் தவிர்த்து மற்றவற்றை அறிய மாட்டாள். எவர் இப்பொழுது அவளுக்கு ஏற்ற அமைச்சாலோசனை கூறுபவர்கள்? பேரரசுப் பொறுப்பு எத்தனை கடுமையானது!

உருவாம்பிகைக்கு உலகமே வெற்றிடமாகக் காணப்பட்டது. இந்த உலகத்தில் எவருமே இல்லையெனச் சற்று நேரம் அவளுக்குத் தோன்றியது. இதற்கிடையில் எதிர்பாராதவாறு அவளுடைய இதயத்தில் வலிமையாக ஒரு ஆண் மகனுரின் தோற்றம் காணப்பட்டது. அவருடைய உயர்ந்த நெற்றி, நாசிகள், பசுமையான நிறமுள்ள அவருடைய உருவத் தோற்றம், பரந்த கண்களுடன் உருவாம்பிகையின் உள்ளத்தில் நிறைந்து விட்டது. காரணப் பிறவியரான அமைச்சர் அன்னையா உருவாம்பிகைக்குத் தோற்றமளித்தார்.

''அமைச்சர் அன்னையா ஏது கூறுவாரோ இந்தத் தருணத்தில் உதவி கேட்டால்?''

அவள் முதலில் அமைச்சர் அன்னையாவிடம் பேசுவாளா? மற்ற ஆண்கள் எவரைக் கண்டாலும் உருவாம்பிகைக்கு வெட்கமில்லை. ஆனால் அமைச்சர் அன்னையாவைப் பார்த்ததும் அவள் வாயடைத்துப் போவாள். அறிவில் ஓர் வகையான பணிவான எண்ணம் மிகும். கண்கள் நீர்த் துளிர்க்கும். என்னவென்று அவரை அவள் கேட்பாள்? அதிலும் அவர் அரசாங்கத் துரோகியென்று ஐயமேற்பட்டுக் காவலில் உள்ளவராவார்! அத்தகையவரைத்தான் இந்தச் சிக்கலான சமயத்தில் அமைச்சு புரியக்கேட்பதா? அவர் ஒருக்கால் தவறாக அமைச்சு புரிந்தால் இந்த நாட்டிற்கு என்ன நேரும்? அமைச்சர் அன்னையா தவறான மந்திரம் உரைப்பார்?

"அவரைப்பற்றித் தொடர்புள்ள ஏடுகள் எவை?" இவ்வாறு கூறி மஞ்சத்திலிருந்து எழுந்துத் தனக்கு அருகிலிருந்த அந்த ஏடுகள் தொகுப்பு இருந்த கட்டினை அவிழ்த்துப் பார்த்தாள். அந்த ஏடுகளை அவள் முன்பு பலமுறைகள் பார்த்தாராய்ந்திருக்கின்றாள். ஏதாகிலும் அவற்றில் குறைபாடுகளைக் கண்டு அமைச்சர் அன்னையாவைக் குற்றமற்றவர் என்று உறுதிப் படுத்த முடிவு செய்து எவ்வளவோ முயன்றிருந்தாள். ஆனால் பயன் ஏதும் இல்லாமற் போனது! இன்று மீண்டும் அவற்றைப் பார்த்து ஆராய்ந்தாள். மீண்டும் பயனற்றுப் போனது. அமைச்சர் அன்னையா குற்றவாளி (துரோகி) யல்லனென இயலவில்லை.

"எத்தகைய சொல்! அமைச்சர் அன்னையா துரோகியா? இல்லை! இல்லை!!"

இவ்வாறு உருவாம்பிகையின் இதயம் கூறியது. தனது தாய் உருத்திராம்பிகைக்கும் அஃதே முடிவாகும்!

அமைச்சர் அன்னையாவை விடுவித்து அந்த நிலைமைகளை அவருடன் கலந்து பேசட்டுமா?

அதற்கிடையில் உருவாம்பிகைக்கு ஐயம் தோன்றியது. தனக்குள்ள பற்றினால் அரசியல் துரோகியை விடுவித்து அவருடைய அறிவுரையின் படி அரசாங்கச் செயல் நடத்தப் பார்ப்பதா?

"சீ! எத்தனை அபாயம்!"

தொலைவில் ஒலிக்கும் தப்பட்டிகள் உருவாம்பிகைக்கு இதயத்தில் ஜீக ஜீம் ஜீக ஜீம் ஜீக ஜீம் ஜீம் என்று எதிரொலித்தது.

44

கணக்கர் பள்ளிகளில் ஆறாயிரம் அந்தணர்கள் முற்றிலும் கணக்கர் கல்வி பயின்று இருந்தார்கள். அவர்களின் ஆசிரியர்கள் அவர்களைப் பலவகைகளில் சோதனை செய்து உளநிறைவடைந்தார்கள். ஆனால் ஒரு பேரவையில் அவர்களை சோதனை செய்து பட்டங்கள் அளிக்கா விட்டால் கல்வியில் தேர்ந்தவர்கள் என்று உறுதிப்படுத்துவதெங்ஙனம்? அதனால் ஆசிரியர்கள் உருத்திர தேவப் பேரரசர் முன்னிலையில் அறிஞர் குழுக் கூட்ட முடிவு செய்தார்கள். ஆனால் பேரரசர் கோதாவரிக் கரைக்குச் சென்றிருந்தார். அவர் திரும்பி வர எத்தனை காலம் பிடிக்குமோ! முடிவில் மாணவர்களும் ஆசிரியர்களும் கலந்து பேசி, திக்கன சோமயாஜியைச் சோதனைத் தலைவராக அமைத்துக் கொண்டு கணக்கர் கல்விக் குழுவின் கூட்டந் தொடங்க முடிவு செய்தார்கள். அதற்கு நாள் கிழமைகள் ஓரை முதலியன குறிப்பிடப்பட்டன. திக்கன சோமயாஜி அந்த அவையமைப்பிற்கு ஒப்புதல் தெரிவித்தார்.

விடிந்ததும் அந்தப் பேரவை நடக்க வேண்டியிருந்தது. அதற்கான அரண்மனைப் பேரில்லத்திற்கு முன்னிருந்த பரந்த இடத்தில் பேரவை மன்றமொன்று அமைக்கப்பட்டது. அது அழகாக வாழை மரங்களாலும் பசுந்தழைகளாலும் தோரணங்களாலும் அழகு படுத்தப்பட்டிருந்தது. எல்லா முயற்சிகளும் எத்தனை முன்னதாகவே செய்தும் கடைசிக் கணம் வரையிலும் ஏதோ ஓர் குறையாகவே இருந்தாற் போலிருக்கும். இதிலும் அவ்வாறே இருந்தன. மாணவர்களுக்கும் ஆசிரியர்களுக்கும் அன்று நள்ளிரவு ஆகும் வரையிலும் ஓலைகளால் பெருமன்றத்தை அழகு படுத்திக் கொண்டு அங்கேயே இருந்தார்கள். முடிவில் பலர் தத்தமது இல்லங்களுக்குச் செல்லாமல் அங்கேயே உறங்கினர்.

கணக்கர் பகுதி தொடங்கிய புதிதில் அவற்றுக்குப் பல இன்னல்களை விளைவிக்கச் சமயக் கணக்கர்கள் முயன்று வந்தார்கள். அவை அனைத்தும் அரசாங்க வீரர்களின் கடுமையான பாதுகாப்பில் சரிசெய்யப்பட்டன. அதன் பிறகு அரசாங்க வீரர்களின் பாதுகாப்புக்கே தேவையில்லாமற் போயிற்று. அத்தப் பள்ளிகளுக்காகிலும் அவற்றின் மாணவர்களுக்காகிலும் இப்பொழுது எத்தகைய குழப்பங்களும் தோன்றுவதில்லை.

விடியவிருக்கிறது. அந்த மண்டபத்திற்கு மேற்குப் பகுதியில் கதிரவன் தோன்றியது போன்ற ஒளிப்பிழம்பு தோன்றியது. கண்களைக் கசக்கியவாறு ஒரு மாணவன் எழுந்து பகலவன் தோன்றி

விட்டானென்று அனைவரையும் எழுந்திருக்குமாறு செய்தான். மேற்கில் சூரியன் முளைப்பதாவது ஏனென்று அவனை விரட்டி அவர்கள் எழுந்து பார்த்தனர். பார்த்ததும் உண்மையில் மேல் திசையில் அருணன் உதிக்கும் கதிர்கள் காணப்படலாயின. அதைக் கண்டு அவர்கள் தூக்கக் கண்களுடன் திகைப்படையலானார்கள்.

அதற்குள் வடதிசையைப் பார்க்க, அங்கும் தினகரனின் ஒளிப் பிழம்புகள் பரவின. அவர்கள் வியப்படைந்து கொண்டிருக்கும் பொழுதே தெற்கிலும் கிழக்கிலும் கூட ஞாயிற்றொளி பரவியது. பார்த்துக் கொண்டிருக்கும் பொழுதே அந்த பானுக் கிரணங்கள் அந்த மன்றத்தை விழுங்கிக் கொண்டிருந்தன. அந்த மன்றத்தைப் பெருந் தீ சூழ்ந்து பற்றி எரிந்து கொண்டிருந்தது. அதில் உறங்கிக் கொண்டிருந்த மாணவர்களும் ஆசிரியர்களும் மட்டும் உயிருடன் வெளியில் வந்து சேர்ந்தார்கள். விடியும் பொழுது அந்தப் பெரிய அரங்கில் ஒரு ஈர்க்குக் குச்சியும் மிகவில்லை.

அரசாங்க வீரர்கள் வந்தார்கள். அவர்கள் ஏது செய்வார்கள்? மக்கள் கூடத் தொடங்கினார்கள். அவர்கள் இந்தக் காட்சியைக் கண்டு அயர்ந்து போனார்கள். எவர் இதற்குக் காரகர்கள்? சமணக் கணக்கர்கள்! அல்ல. இந்த வைதிகக்கணக்கர்களே சமணர்கள் மீது பழி சுமத்தி அவர்களைத் தண்டனைக்குட்படுத்தி அவர்கள் அலுவல்களைத் தாம் பெற்றுக் கொள்ளச் செய்த சூழ்ச்சி இது! இத்தனை மாணவர்கள் ஆசிரியர்கள் இங்கேயே விடியும் வரை இருந்தார்கள் அல்லவா! அவர்களுக்குத் தெரியாமல் இத்தகைய விபத்து எவ்வாறு நிகழும்? இல்லையில்லை! இது சமணர்களின் ஏவல் தான்! சமண சித்தர் சிரவண பெல கோலாவிலிருந்துத் திரும்பி வந்துத் தமது கடுமையான பார்வையை இப்படித் திருப்பினார்களாம்! அவருடைய கோபக்கனலுக்கு இந்த அரங்கம் சாம்பராகியது! யதாவாக்கு அன்னமையர் பார்வையால் அந்த யவனனின் கண்கள் குருடாகவில்லையா? எவருக்கு எது தோன்றியதோ அதைக் கூறினர்.

அமைச்சர் அன்னையாவின் பேரில்லத்திற்குச் சென்று பெரியவர்கள் அனைவரும் திக்கனசோமயாஜியுடன் செய்வதென்னவென்று ஆராய்ந்தனர். குறிப்பிட்ட ஓரையில் அந்தப் பகுதியிலேயே அந்தப்பேரவை கூட வேண்டியதென்று திக்கன சோமயாஜி முடிவு செய்தார்! தாம் சொல் தவர இயலாதென்று சொற்பிழைக் குற்றம் நேருமெனவும் அவர் கூறி விடையளித்தார்.

அன்று நடுப்பகற் பொழுது அந்த அவை தொடங்கியது. கொடியோர் வைத்த தீக்கிரையாகிச் சாம்பராகிச் சற்று அணைந்தும் சற்று அணையாமலுமிருந்த அந்தப் பெரு மன்றத்திலேயே குறிப்பிட்ட நேரத்தில் அந்தப் பேரவை தொடங்கியது.

வேள்வியின் இறுதியில் வேள்விக் கூடத்தை வேள்வி நிகழ்த்துவோர்க்கு அளிப்பது முறையல்லவா? இந்த அந்தணர்கள் தொடங்கிய கணக்குக் கலை வேள்வி நிறைவடைந்தது. இனி இந்தப் பெருமன்றம் தமது தான் என்று வேள்வி புரிந்தவரே தமது உரிமையை இவ்வாறு வெளிப்படுத்தி தீக்கிரையாக்கினரோ என எண்ணுமாறு இருந்தது அந்தப் பெருங் கூடம்!

திக்கன சோமயாஜிக்கு அந்தத் தீக்கிரையான பெருமன்றத்தைப் பார்த்ததும் என்ன தோன்றியதோ ! அந்தப்பெருமகனார் வைர ஒளி மிகுந்த உடலுறுப்பை வளைத்து அந்தச் சாம்பரைக் கைகளால் எடுத்துத் திருநீறு அணியும் வகையில் மந்திரங்கூறி உடலில் பூசிக் கொண்டார். அதைக் கண்டவுடன் அருகிலிருந்த குருநாதரும் மாறனும் அவ்வாறே செய்தனர். அவர்களைக் கண்டு அவையினர் அனைவரும் மிக்க உவகையுடன் அவ்வாறே பூசிக் கொள்ளலாயினர். திரயம்பக மந்திரம் உச்சரிக்கப்பட்டது! சிவபெருமானின் தீக்கனலால் சாம்பரான காமன் தாயாரின்கருணையால் சாக்காடற்ற வனாகி இந்தத் தோற்றத்துடன் தான் காணப்பட்டானோ என்னுமாறு அந்தப் பேரவை விளங்கியது.

அந்தத் தேர்வுக் கூடத்திற்கு நெடு நேரம் ஆகவில்லை. மூன்று நாழிகைப் பொழுதில் எல்லாம் முடிவடைந்தது. எவரை எந்தக் கேள்வி கேட்டாலும் அவர்கள் வேத பாடங்களை ஒப்புவிப்பது போல உடனே விடைகள் அளிக்கலானார்கள். எனவே அவர்களுக்கு வெற்றிப் பட்டங்கள் தர வேண்டாமா? பட்டங்கள் அனைத்தும் அப்பொழுது எழுதப் பெற்றுத் தயாராக இருந்தன. திக்கன சோமயாஜி கையொப்பமிடுதல் தான் மிகுதி!

ஆனால் திக்கன சோமயாஜி ஒப்பமிட மறுத்தார். சோமயாஜிக்கு உள நிறைவு ஆகவில்லை!

"நீங்கள் அனைவரும் வாள், சூலம், வில் - இவற்றில் ஒரு போர்க்கருவியைப் பயன்படுத்துவதிலாகிலும் தேர்ந்தவர்களாக வேண்டும்."

சோமயாஜியின் ஆணை அது! அழைப்பித்த பெரியோர்கள் முடிவை மறுப்பதற்குப் பழக்கப் படவில்லை அன்றைய மக்கள்! அந்தணர்கள் அனைவரும் சோமயாஜின் ஆணைக்குத் தலை வணங்கினர். ஒரு திங்கள் நாட்கள் இடைக்காலம் வேண்டுமெனக் கோரினர். குருநாதரும் நெல்லூரிலிருந்து வந்த கணக்கர்களும் இந்தக் கலையைக் கற்றுத் தர ஈடுபடலாயினர்!

ஒரேயடியாக அவர்களுடைய கல்விக் கூடங்கள் கரடி கற்கும் கூடங்களாக மாறி விட்டன.

45

மஹா சிவராத்திரி நெருங்கி விட்டது!

ஒரு நாள் நள்ளிரவுப் பொழுதில் தொலைவில் இருந்து உரத்து முரசொலிப்பது போன்று, புதுமையான ஓசை ஓரங்கள் மக்களுக் குக் கேட்டது. ஓரங்கல் ஆடவர்களுக்குமட்டுமின்றி ஓரங்கல் சுற்றிலும் நெடுந் தொலைவிலுள்ள ஊர்களிலும் நகரங்களிலும் அந்த ஒலி கேட்டது! என்ன இந்த ஒலி! மக்கள் அனைவரும் தூங்கிக் கொண்டிருந்தவர்கள் பக்கலில் விழித்திருந்தவர்கள் எல்லாம்எழுந்து உட்கார்ந்து கொண்டு அச்சம் மிகுந்தவர்களாகி அந்த ஓசையைக் கேட்கத் தொடங்கினார்கள். மனிதர்கள் மட்டுமல்ல. ஆநிரை களும் காதுகளை நீட்டிமெய்சிலிர்த்து அச்சம் சூழ்ந்தனவாகி அதைக் கேட்டு நின்றன. பறவைகளும் அவற்றின் கூடுகளிலிருந்து கீச் சிட்டுக் கொண்டு வெளியில் வந்து மரங்களின் மீது அலையத் தொடங்கின. புழு பூச்சிகளும் ஊர்வனவும் அனைத்துமே அவற்றின் வளைகளிலிருந்தும் மற்ற வாழிடங்களிலிருந்தும் ஊர்ந்து வெளியில் வந்து திரியவும் நிலம் ஈன்று விட்டதா என்னுமாறிருந்தது.

அவ்வோசை என்ன? பேய்கள் புடை சூழ வருகின்றனவா? வானம் இடிந்து மேலே விழுகின்றதா? கடல் கரை கடந்து புரண்டு நிலப்பாகத்தை மூழ்கடிக்கத் தொடங்கி விட்டதா? ஆதிசேஷனின் கடுஞ்சினமா?

குறுகிய காலத்திலேயே அதன் தோற்றம் நிலைப்பட்டது. காற் றுக் கடவுள் தனக்குரிய புறப்பாட்டைத் தொடங்கி விட்டார்! அவர் உலகத்துக்கே உயிர் தான்; ஆனால் சினங் கொண்டு விட்டால் உலகமனைத்தையும் புனிதமாக்கும் அந்த வாயுவே இடையிடையே புயலாகவுமாவார். அனைத்தும் அழிக்கும் வல்லமை தனக்குள்ள தென்று அவருக்குச் செருக்கு!

அத்தகைய வளி இப்பொழுது சினங் கொண்டு விட்டார். முன் னர் பெரு மூச்செறிந்த ஓசை இப்பொழுது சூறாவளியாக மாறி விட் டது. ஆனால் காற்று எங்கிருந்து வீசுகின்றதென்று மட்டும் தெளி வாகவில்லை. சற்று நேரம் கிழக்கிலிருந்தும், சிறு பொழுது மேற்கி லிருந்தும், மற்றுஞ் சில பொழுது தெற்கிலிருந்தும், இன்னொரு தரம் வடக்கிலிருந்தும் வருவதாகத் தெரிந்தது. அஃதோ அச்சந்தரும் புயற்காற்று! காற்றுக் குண்டம்!

அந்த வாயுவுடன் நாற்புறத்திலிருந்தும் கருமேகங்கள் குமுறிக் கொண்டு வந்தன. அந்த மேகங்களைக் காற்றுத் தாக்கிப் பஞ்சு பஞ்சாகத் திரிக்கச் செய்தன. என்னவாயினும் வைகறையாமத்தில் மழை தொடங்கியது. அதுவும் குடம் குடமாகக் கொட்டியது !

அக்காற்றுக்கும் மழைக்கும் ஒரு கல் சுற்றுப்புறம் அனைத்தும் கடகடவென்று திரிந்து விட்டன. தலைமறைவுக்குரிய வீடுகள் உள்ளவர்களே நிற்கவியலாமற் போயினர். இன்னும் அத்தகைய குடில்கள் இல்லாதவர்கள் தாளவியலாமற் போனூர்கள். இறை பணிகளும் அரசன் செயல்களும் மனிதன் தொழில்களும் அனைத்தும் தடைபட்டு விட்டன. விநாடி ஓர் யாமமாக, யாமம் ஒரு நாளாக, நாள் ஓர் ஆண்டாகக் கழிந்து கொண்டிருந்தன.

இந்த மாசித் திங்களில் இத்தப் பருவமற்ற பெரு மழை!

அவ்வாறு மூன்று இரவுகள் மூன்று பகல்கள் காற்றும் மழையும் ஒருகல் சுற்றுப்புறத்தைக் கலகலக்கச் செய்தன. வயது மிகுந்த வர்கள் இத்தகைய காற்றையும் மழையையும் தமது வாழ் நாளில் பார்க்கவில்லை யென்றூர்கள். பெரிய பெரிய இல்லங்களும் சில விழுந்து விட்டன. கூரைக் குடில்கள் பறந்தோடின. விழுந்த மரங்கள் கணக்கிலடங்கா. நாடு முழுவதும் தண்ணீர் மயமாகக் காட்சியளித்தது. ஆநிறைகளும் பறவைகளும் கலைந்து குலைந் தன.

நாளை மகா சிவராத்திரி, அன்று வெளி வாங்கியது! கதிரவப் பெருமான் காட்சி புரிந்தார். குடிமக்கள் ஒருவர் முகத்தை ஒருவர் பார்க்க வெளி வந்தனர். ஆபத்துக்குள்ளான மக்களைக் கண்ட றிந்து பரிவுறை கூறுதலும், ஓடிப் போன பசுக்களைத் தேடிப்பிடித் தலும், விழுந்த சுவர்களையும் வீடுகளையும் திரும்பக் கட்டிக்கொள்ள மக்கள் தொடங்கினர். தமது தொழுவத்தின் மரத்தின் மீது காக்கை கள் கூடு கட்டித் தொல்லை புரிந்து கொண்டிருக்கும் பொழுது அந்த வீட்டுக்குரியவன் சினந்து அந்தக் கூடுகளைப் பிரித்தெறியவும் அந்தக்காக்கைகள் கரைந்து, பிரித்தெடுத்த குச்சிகளை மீண்டும் ஒவ் வொன்ருகப் பொறுக்கி அலகுகளால் கவ்விக் கொண்டு வந்து மரத் தில் வைக்கும் வகையில் அவர்களுடைய செயல்கள் ஒப்பாகக் காணப்பட்டன. களைந்தெரிந்த எறும்புப்புற்றிலிருந்து வெளிப்பட்டு வரிசை வரிசையாக ஆயிரமாயிரமாகச் சேர்ந்து மீண்டும் அவற்றின் வேலையில் ஈடுபடும் எறும்புகளின் திறனைப் போன்று அந்த ஓரங்கல் குடிமக்களின் ஆத்திரம் நினைவுக்குக் கொண்டு வந்தது.

முன் வந்த செய்திகளுக்கேற்ப உருத்திர தேவப் பேரரசன் மகாசிவராத்திரியன்று விடியற்காலையில் நகரத்திற்கு வருவதா யிருந்தார். ஆனல் இந்தக் காற்று மழை எல்லா முயற்சிகளையும்

தலைகீழாகச் செய்து விட்டது. பேரரசர் எதுவரை வந்துள்ளார்கள் என்றும் செய்தி வரவில்லை.

செய்தியாளர்கள் மட்டும் மனிதர்கள் தான் அல்லவா! அவர்கள் வரவில்லையென்று சினமடைந்து பயனில்லை.

உடனே பேரரசனின் நல்வார்த்தைக் கென்று ஒற்றர்களை அனுப்பி ஏகசிலா நகரத்தின் சூழ்நிலையைச் செப்பனிடும் முயற்சியில் ஈடுபடலானார்.

முதன்மையாகக் கற்கோட்டைச் சுவர் நிறுவனத்தில் ஈடுபட்ட சிற்பிகளும் பணியாட்களும் இந்த மூன்று நாட்களும் எமவேதனையை அனுபவித்தார்கள். கோன கன்னு ரெட்டி பெரும் படையுடன் பல்லாலர், கர்னடகர் படையை எதிர்க்கச் சென்றது தொடங்கி, கற்சுவர் நிறுவனப் பணிமுறைகள் யாவும் மேசய்ய நாயகரின் மருமகனுன நாகதேவ நாயகர் மீது விழுந்து விட்டன. அவர் உடனே பணியாட்களை அழைத்துக் கொண்டு பணிக்குத் தடையாக வடிகால்களில் நின்ற நீரை வாரி இறைத்துக் கொட்டி, அவர்களுக்குத் தேவையான எல்லாவகை உதவிகளையும் அளிக்கச் செய்தார்.

மேசய்ய நாயகர் தாமாகவே நகரம் முழுமையும் சுற்றித் திரிந்து ஆடவர்கள் அனைவர்க்கும் தமது வீரர்கள் எல்லா வகைகளிலும் உதவியாக இருக்குமாறு ஆணையிட்டிருந்தார்.

சமண மடத்தில் மகா சிவராத்திரியன்று நேமிநாதரின் சிலை நிறுவுவதில் நடைபெற விருந்ததல்லவா! காற்று மழைக்கு முன்னரே அதன் முயற்சிகள் அனைத்தும் முடிவுற்றிருந்தன. ஆனல் அங்கு விழாவைக்காண வரும் ஏராளமான மக்களுக்குத் தங்கு மிடத்திற்கும் குடியிருப்புக்கும் நிறுவப்பட்ட பந்தல்களும் கொட்டகைகளும் சாய்ந்து விட்டன. திறமை மிக்க சிற்பிகள் உடனே அவற்றையெல்லாம் சீரமைக்கத் தொடங்கினர்கள். அப்பொழுது நிறுவனத்துக்கான முன்னமைப்புக்கான மந்திரங்களும் தந்திரங்களும் குறைவற்று நடந்து கொண்டிருந்தன

அரசாங்கக் கருவூலத்திலிருந்து பெரியோர்கள் வேண்டிக் கேட்டுக் கொண்ட இலட்சம் பொற்காசுகளும் முன்னதாகவே அனுப்பப்பட்டிருந்தன. செல்வந்தர்களான சமண பக்தர்கள் பலர் மிகுந்த அளவில் அந்த நிறுவனத்துக்கென பொருளுதவி புரிந்திருந்தார்கள். நகரத்தில் பெரியோர்கள் அனைவருக்கும் மடத்திலிருந்து அழைப்பிதழ்கள் வந்திருந்தன. அரசவைப் பேரில்லந்துக்கும் தனிப்பட்ட முறையில் அழைப்பு மிக்க மதிப்புடன் சென்றிருந்தது. உருத்திர தேவப் பேரரசர் அவர்களே பிரதாபருத்திர குமாரருடன் வந்திருந்து அந்தப் பெரு விழாவைக் கண்டு களிக்க

வேண்டுமென்று அவர்கள் மீண்டும் மீண்டும் வேண்டிக் கொண் டிருந்தார்கள். ஆனால் உருத்திர தேவப் பேரரசர் காற்று மழை யால் வழியில் தங்க நேர்ந்ததென்று அப் பெரியோர்கள் கேட்டு உவகை குன்றலானார்கள். ''இலட்சம் பொற்காசுகள் அளித்து அருள் புரிந்த பேரரசர் வரும் பேறு தமக்குக் கிடைக்கவில்லை. மகா தேவராயர் பிரதாபருத்திர குமாரருடன் அங்கு அருள் கூர்ந்தால் சற்று நற்பேறடைந்தவராவோம்''. இவ்வாறு மடத்துப் பெரியோர் கள் வேண்டிக் கொண்டார்கள். மகாதேவராயர் மிகவும் களிப் படைந்து அதற்கு இசைந்தார். பிரதாபருத்திர குமாரரும் சென்று காண விருப்பமுறலானார்.

மகா சிவராத்திரி வந்தது. சுயம்பு தேவாலயத்தில் வைதிக சைவ விழாக் கோலத்துடன் திருமஞ்சன வழிபாடுகள் நடந்து கொண்டிருந்தன. கணக்கர்கள் பள்ளியில் போர்க்கருவி கலை பயிலும் அந்தணர்கள் அனைவரும் தத்தமது புதுக் கருவிகளுடன் திருக் கோவில் பிரகாரத்தில் ஒன்று சேரலாயினர். அவர்கள் நூறு உருத்திர மாலையையும் பெரும் உருத்திரக் கணக்காக வழிபாடு செய்யத் தீர்மானித்து மகா தேவனின் புருஷ சூக்தத்துடன் தொழ லானார்கள். இறைவன் பேருருக் கொண்டு அவர்களிதயங்களில் புகலானார். அவர்கள் அதனால் அப்பெருமானை நூறு ருத்திர மாலை களால் மீண்டும் மீண்டும் பாடி வழிபடத் தொடங்கினார்கள். காலை யிலே அவர்கள் அதற்கு முனையலானார்கள். நூறு ருத்திர மாலையை நூற்றறுபத்தொரு முறைகள் பாடுதல் அவர்களுக்கு எப்பொழுது முடிவுறும்? அதற்கிடையில் வரும் நடுப் பகலும் மாலைப் பொழு துங் கூட முனைந்து பாடவேண்டும். இலிங்க வழிபாடு முடிவுறும் பொழுதுக்கன்றி அவர்கள் கருதிய வழிபாடு முழுமையடையாது! இறைவனை எண்ணி வழிபடுபவர்களுக்கு எண்ணமெல்லாம் செயல் கூடுதல் இயலுமாயின் போர்க்கருவிக்கலையை ஒரு பொருட்டாகப் பிரித்துக் கூறுவதேன்?

மேலும் சிவனடியார்கள் பல வகைகளில் சிவனை ஏத்திப் பாடிக் கொண்டிருந்தார்கள்.

சமண மடத்தில் வைகறை யாமத்திலிருந்து ஒரு சேர கண்டா மணியோசை ஒலித்துக் கொண்டிருந்தது. பெரிய பெரிய சடை முடிகள் தரித்துச் சமண பக்தர்கள் ஆயிரமாயிரமாக மடத்துக்கு வந்து கொண்டிருந்தார்கள். இரவு எட்டு யாமத்திற் கல்லாமல் கருவறையில் உருவச் சிலை நிறுவனச் சிறப்பு முடிவுறுது. அது வரை இடையிடையில் நிறுவன உறுப்பாகக்கொண்டு செல்லப்பட்ட பொருள்களை அந்தப் பெருங் கூட்டத்தினர் கண்ணுற்று வெற்றி முழக்கம் புரிந்து கொண்டிருந்தனர். கருவறைக்கு முன்னர் சிறு முக மண்டபம் உள்ளது. அதனில் சமணத் துறவிகள் பலர்

அமர்ந்திருந்தனர். அதற்கு முன்புறம் பெரும் அரங்கம் ஒன்று அப்போதைக் கென்று அமைக்கப் பட்டிருந்தது. விழாவைக் காண்பதற்கு வந்திருந்த பெரியோர்கள் அனைவர்க்கும் அங்கு இருக்கை முதலான ஓம்பும் பணிகள் நடந்து கொண்டிருந்தன. சிலையமைத்தல் நிறைவேறிய பிறகு முதலில் மடத்தின் தலைமையடியாரான சித்த நந்தி அடிகளார் முதல் வழிபாட்டைப் புரிவார். அதன் பிறகு பெரியோர் அனைவரும் ஒவ்வொருவராக முக மண்டபத்திற்குள் வந்து புதிதாக அமைக்கப்படும் நேமிநாதச் சிலையைக் கண்ணாரக் கண்டு படையல்களைப் பெற்றுக் கொண்டு செல்லலாம்.

அலுவலர்களில் அங்கு இரேசர்ல காமி ரெட்டி, நாமி ரெட்டி, மல்லைய ரெட்டி, கணிபி ரெட்டி, மரி ரெட்டி ஆகியோர் நண் பகலிலேயே வந்திருந்தனர். இருள் சூழும் பொழுது நாக தேவ நாயகர் வந்து திருக்காட்சிக்கு இன்னும் பொழுதுள்ளதென்று அறிந்து மீள வருவதாகக் கூறிச் சென்று விட்டார்.

மகாதேவராயர் மாலையில் மூன்று யாமத்தில் புறப்பட்டு பிரதாப ருத்திர குமாரரை அழைத்துக் கொண்டு வருமாறு அந்தப்புரத்திலுள்ளவர்களுக்குச் செய்தியனுப்பினார். அந்தப்புரத்திலிருந்து இதோ அதோ என்று சற்று நேரத்தில் செய்திகள் வந்தன. மகாதேவராயர் வெளியில் அவசரப்பட்டுக் கொண்டிருந்தார். பிரதாப ருத்திர குமாரர் புறப்பட மிக்க ஆர்வத்துடனிருந்தார். அவருடைய தாய் மும்முடையம்மை அவருடைய புறப்பாட்டுக்குரிய ஏற்பாடுகளைச் செய்து கொண்டிருந்தாள். அதற்குள் காமசானி நாணத்துடன் அவ்வம்மையாரிடம் வந்து, உருத்திர தேவப் பேரரசர் மீண்டும் திரும்பி வரும் வரையில் பிரதாப ருத்திர குமாரரை எந்தச் சூழ்நிலையிலும் அந்தப்புரத்தை விட்டு வெளியிற் செல்ல விட வேண்டாமென்று கட்டளையிட்டிருப்பதை நினைவு படுத்தித் தடுத்தாள். காமசானி அந்தப்புரக்காவலர்க்குத் தலைவியாவாள்! அதனால் அவள் பேரரசரின் தெளிவான ஆணையை நினைவுக்குக் கொண்டு வந்தாள். அதனை மீறி மகனை அனுப்புவது ஏற்புடையதல்ல, கடுமையாகக் காமசானி தடுத்த பொழுது அரசகுமாரியான அவளும் எதிர் உரைக்கவில்லை. காமசானி பிடிவாதக் காரி. அத்தனை முதியவளாயினும் அவளுடைய தீவிரம் ஏதும் குறையவில்லை.மேலும் பிரதாப ருத்திர குமாரரின் ஆவல் கிளர்ச்சியையும் மகாதேவராயரின் வேண்டுகோளையும் அவள் மீறுவதெங்ஙனம்? பாவம் மும்முடையம்மை காமசானியை இரங்கலுடன் நோக்கினாள். அவள் முகம் அமைதியுடன், பொலிவுடன் இருந்தது. பயனில்லையென்று முடிவு செய்து பிரதாப 'ருத்திர குமாரர் வரவில்லையென்று பணிவன்புடன் மகாதேவராயருக்குச் செய்தியனுப்பினாள். அதைக் கேட்டுக் கோபக்கனல் மிகுந்த மகாதேவராயர் புறப்பட்டுத் தனிமையில் இருள் சூழ்ந்த பிறகு மடத்திற்குப் போய்ச் சேர்ந்தார். அங்

கிருந்த பெரியோர்கள் அவரை மிகவும் பெருமையுடன் சிறப்பித்து பிரதாபருத்திர குமாரர் வரவில்லையே ஏன் என்று மீண்டும் மீண்டும் வினவினார்கள். என்னவென்று சொல்லுவார்? உள்ளத்தில் வெகுளி பற்றி எரிந்து கொண்டிருந்தது. அந்தப்புர மக்கள் தடுத்த தினால் அவர் தமது மகனையும் தம்முடன் அழைத்து வரவியலவில்லை என்று கூறுவாரா? முகஞ் சுளித்துக் கொண்டு அப்படியே அவர் கூட்டத்தில் அமர்ந்தார். பெரிய வீட்டில் பெண் கட்டின மரு மகளின் நிலைமையில் அவரிருந்தார்.

மேலும் அந்தக் கூட்டத்திற்கு புரோலரவுது பிரசாத ஆதித்திய நாயகர் உருத்திர நாயகர் போன்ற உயர்ந்த அலுவலர்கள் வந்தி ருந்தார்கள். நேமி நாதரின் காட்சி தரும் பொழுதுக்கு நாக தேவ நாயகரும் மேசய்ய நாயகரும் வந்திருந்தார்கள்.

பெரியோர்கள் காட்சியைக் காண முகமண்டபத்திற்கு வரலா மென்றுணர்ந்தும் உளங்கவரும் மணியோசை மோதியடித்தது. அஃதோர் அபூர்வமான மணி! முகமண்டபத்திற் கிடையிலுள்ள இருவாயில்களில் ஒருபக்கவில் இருந்த கதவு திறக்கப்பட்டது. நெடு நேரமாகி விட்டது. அனைவரும் விரைந்து இறைவன் காட்சியைக் கண்டு திரும்பிச்செல்லவேண்டுமென்று அவசரப் பட்டுக் கொண் டிருந்தனர். உள்ளே செல்லும் வாயில் சிறியதாகும்.

அரசரின் உறவினர்களில் தலையாயவரான மகாதேவராயர் முத லில் புறப்பட்டு முக மண்டபத்திற்குள் சென்றார். அங்குச் சமணத் துறவிகள் நிறைந்திருந்தார்கள். அவர்கள் மிகவும் ஆவலுடன் அவருக்குக் கருவில்லத்தில் குடியேறியிருக்கும் நேமிநாதக்கடவுளின் திருக்காட்சி செய்வித்துச் சிறந்த படையல்களைக் கொடுத்தார்கள். அவர் வந்த வழியே செல்லத் திரும்பிப் பார்த்தால், மற்றொருவர் அங்கு நுழைந்து கொண்டிருந்தார். அவ்வாறு வந்தவரை அவர் தள்ளிக் கொண்டு செல்வாரா? அதனால் மிக்க மதிப்புடன் அங் கிருந்தோர் மகாதேவராயரை முக மண்டபத்தின் தெற்கிலிருந்த மற்றோர் வாயிலில் அழைத்துச் சென்றனர்.

மகா தேவராயரின் பின் பிரசாத ஆதித்த நாயகரும் உருத்திரம நாயகரும் புரோலரவுதுவும் நாக தேவ நாயகரும் வல்ல நாயகரும் மேசய்ய நாயகரும் உள்ளே சென்றனர். அவர்கள் அனைவர்க்கும் இறைவன் காட்சியைக் காட்டுவித்துப் படையல்களை அளித்து அவ் வாறே ஒவ்வொருவராகப் பக்கத்து வாயிலுக்கு அனுப்பினர். கரு வறையில் சித்த நந்தியடிகளார் இல்லாமை மேசய்ய நாயகருக்கு வியப்பாகி அவர் எங்கேயென்று கேட்டார். அவர் அந்தப் பக்கம் உள்ளாரென்று தெற்கு வாயிலைக் காட்டி அங்கு அவரை அனுப் பினர். மேசய்யாவுக்கு ஏதோ ஐயம் தோன்றியது. ஆனால் ஐயத் துடன் அவர் தெற்கு வாயிலில் நுழைந்தார்.

அதன் பிறகு பில்லல மரி ரெட்டி —ரேசர்ல காமி ரெட்டி, நாமி ரெட்டி, மல்லைய ரெட்டி, கணிபி ரெட்டி, மரி ரெட்டி — நண் பகலிலிருந்து வந்து காத்திருந்தவர்கள், இறைவன் காட்சிக் கெனச் சென்றார்கள். அவர்கள் அனைவரும் படையல் அளிப்பித்து, வடக்கிலிருந்த மற்றொரு வாயில் வழியாக அப்புறம் அனுப்பினர்.

இவ்வாறு பொழுது முடியும் வரையில் நகரத்துப் பெரியோர்கள் இறைவன் காட்சிக்கென்று முக மண்டபத்தின் உள் சென்றவாறிருந்தார்கள். அங்கிருந்து அவர்களில் சிலரைத் தெற்கு வாயில் வழியாகவும், மற்றுஞ் சிலரை வடக்கு வாயில் வழியாக ஓர் புறம் அனுப்பிக் கொண்டிருந்தார்கள்.

பொழுதாக ஆக இறைவன் காட்சிக்கென்று பொது மக்களின் இறைச்சல் மிகுதியானது. முக மண்டபத்திற்கும் அவை மண்டபத்துக்கும் இடையிலிருந்த வாயில் அந்தக் கூட்டத்தின் நெருக்கலுக்கு அகன்று பொது மக்களுக்கு வழி விட்டது. மிகுந்த கோலாகலமாக அங்கு இறைவன் திருக்காட்சி நடந்து கொண்டிருந்தது. வாயிற்புறத்தில் நின்று கொண்டிருந்த பொது மக்கள் தத்தமது தலைவர்கள் எந்த நிலையில் உள்ளனரென்றும் அறியாமல் ஊர்திகளுடன் திகைப்புற்றிருந்தார்கள்.

46

மாசல தேவி இல்லத்தில் குழுவுக்கு வந்திருந்த இளங் கவிஞனை கோவிந்தசர்மாவும் கணக்கர் பள்ளியில் சேர்ந்து கல்வி பயின்றிருந்தான். போர்க் கருவிப் பயன்படுத்தலில் அவனுக்கு முன்னதாகவே பயிற்சியிருந்ததால் அந்த ஒரு திங்கள் முழுவதும் விளையாட்டு விடுமுறையாகவே இருந்தது. அவன் உடனிருந்த அந்தணர்களில் பெரும்பாலோர் மகா சிவராத்திரியன்றுப் போர்க்கருவிகளுடன் சுயம்பு தேவாலயத்தில் நூறு ருத்திரப் பாடல்களைப் பாடிக் கொண்டிருந்தார்கள். அவன் இதைத் தலைகீழாகப் பயின்றவனாதலின் ஒரு நிலையில் அங்கு நிற்கவியலாமற் போனான். மகா சிவராத்திரி விழாவைப் பார்த்து ஓரங்கல் தெருக்களிலும் வாடைகளிலும் திரிந்துவர அவன் புறப்பட்டுச் சென்றான்.

வழியில் அவன் கர்நாடக அந்தணர்களுடன் உரையாடி, ஏழை அந்தணர்கள் சாணி உருண்டைகளை உருட்டுவதைக் கண்டு, சம்பங்கி எண்ணெய் விற்கும் கலாக்கர் மகளிரின் குயிலோசையைக் கேட்டு, முலுகு நாட்டு தெளிவான கிளிகளின் கொஞ்சு மொழி

எழில் விழிப்புக்களைக் கண்டுளங் குலுங்கி சிலை செய்வோர் வாடையில் தையற்காரர்களைக் கண்டு ஒரு இடத்தில் பல நாட்டு வீரரின் கதையைக் கேட்டான்.

அவர் அதற்கிடையில் காகதீய அம்மைக்குத் துணை தெய்வமான ஏக வீரனைக் கண்டு அந்த தெய்வத்தின் எதிரில் பரசுராமனின் கதைகளனைத்தையும் பாடிப் பேருலக மன்னனைக் கூறிக் கொண்டிருந்தான். வழியில் குடி மக்களான ஜக்கர்களின் புரந்தரனைக் கண்டும், மகப் பேறு விரும்பும் ஒரு தலைவி அக்காக்கைகளுக்கு வைப்பதைக் கண்ணுற்றான். வைரவன் கோயில், சாமுண்டீசுவரி சக்திக் கோயில், வீர பத்திர ஆலயம், புத்தர் கோயில், முசானம்மைக் கோவில், குமாரசுவாமி ஆலயம், பாண்டவர் கோயில் முதலியவற்றையும் பார்த்து.விட்டுச் சென்று, அவன் நடுப்பகலுக்கு அந்தணர் வ.ாடைக்குஞ் சென்று, அங்கு ஒருக் காசு கொடுத்து அறுசுவை உண்டியும் குளிர்ந்த கோதுமை மாப் பலகாரமும் சுவை மிக்க சர்க்கரையும் புதிதாகக் காய்ச்சிய பசு நெய்யும் பச்சைப் பயிறும் கொடி திராட்சைக் கனி முதல் ஐவகைப் பழங்களுடன், கட்டித் தயிரும் சேர்த்து உண்டு சற்று அயர்ந்து மீண்டும் நகரஞ் சுற்றப் புறப்படலானான்.

பயிற்சியின் விளைவால் அவன் கால்கள் கூடல் மகளிர் வாடையை நோக்கிச் செல்லலாயின. வழியில் கோழிப் பந்தயங்கள், முயற் போர் முதலியன பார்க்கவும் பொழுது கழித்து இருள் சூழ்ந்தது. பரத்தையர் வாடைக்கருகில் சிலர் சூதாடுவதை அவன் கண்ணுற்றான். மாசல தேவியின் முகத்தைக் காணும் ஆவலுடன் உந்தப்பெற்றது கூட மிஞ்சி அவனை அந்த யட்சர்களின் பறையோசை நிற்கச் செய்தது.

அந்தச் சூதாட்டக்காரர்கள் கோவிந்த சருமனுக்கு முன் தெரிந்தவர்களல்லர். அவர்களுடைய தோற்றங்களும் பேச்சுக்களும் அந்தப் பகுதியைச் சேர்ந்தவர்களுடையதென்று காணப்படவில்லை. ஆயினும் சூதாட்டத்தில் புதியவர் பழையவர் என்ற நிமித்தம் இல்லையல்லவா? பொழுது போகும் வரை அவர்களுடன் கோவிந்த சருமன் சூதாடினான்' ஆனால் இடையிடையில் அவர்கள் பணயங் கட்டும் பொழுது நம்புதற்கியலாமல், "இதோ மேசயரின் தலையுடன் பணயம்!" "இதோ மகாதேவராயன்!" "இதோ பிரதாபருத்திரன்!" "உருத்திர தேவப் பேரரசரே இந்த பணயத்துக்குச் சாட்சி!" இத்தகைய சொற்களை அவன் கேட்டுக் குழப்பமடையலானான். சூதர்களின் உரையாடலில் தவறு சரியாகலாம், சாக்குப் பேச்சுக்கள், இகழ்ச்சிக் குறிப்புகள், பொருளற்ற பேச்சுக்கள், சூளுரைகள், குறிப்புணர் சொற்கள் முதலியவை அவனுக்கு முன்னதாகவே தெரிந்தவைதாம். ஆனால் இன்று அவர்கள் அவ்வாறு பேசியன அவனுக்கு ஏதோ அச்சத்தைத் தோற்றுவித்தன.

அதற்கிடையில் தொலைவில் சமண மடத்தில் இருந்து ஒரு மணியோசை நடுக்குறும் வண்ணம் கேட்டது. அதைக் கேட்ட பொழுதே அந்தச் சமணர் கோவிலுட்புறத்திலிருந்து ஒரு சமண அடியார் வந்து கை உயர்த்தினர். அனைவரும் ஒரேயடியாக மயக் குற்றவர்களைப் போன்று ஆடுவதை நிறுத்தி எழுந்து நின்றார்கள். அந்த அடியார் கோவிந்த சருமனைக்கடுமையான பார்வை செலுத்தி "இவன் யார் ?" என்று அங்கிருந்தவர்களைக் கேட்டார். இன்று அந்தச் சொற்களைக் கேட்டதுமே அந்தக் குரல் முன்பு கேட்டது தானென்று அவன் உணர்ந்து கொண்டான். அது மாசல தேவி யின் பேரில்லத்தில் சூதாடிப் போரிட்ட மாற்றுரு தரித்த அடிகளா ருடையது! அவன் அவருடைய குரலைக் கேட்டுணர்ந்ததும் உடனே பக்கத்திலிருந்தவர்கள் அவனைக் கைப்பற்றிக் கொள்ளவிருக்கிறார் களென்று உணர்ந்தான். உடனே சருமன் தெருவுக்கு ஓடத் தொடங்கினன். பின் தொடர்ந்தவர்களில் ஒருவன் மட்டும் அவனைப் பார்த்துப் பிடித்துக் கொள்ளத் தாவினன். கோவிந்த சருமன் முன்னர் பயிற்சி பெற்றிருந்த மற்போர்த்திறமையால் அவனை மூன்று பிடிக்குத்துதலால் கீழே விழச் செய்து தப்பித்துக் கொண்டு போய் பரத்தையர் வாடைக்குள் வந்து மாசலதேவி இல்லத்துக்குள் ஓடினன்.

மாசல தேவி அவனைத் தடுமாறிக் கண்டு எதிர்பார்த்த வகை யில், "என்ன செய்தி, இளங்கவிஞரே?" என்று கேட்டாள்.

"குடி மூழ்கி விட்டது!"

"நீங்கள் இன்று கூறிய பாடலில் அதிபங்கம் ஏற்பட்டு விட் டதா?"

"நமக்கு அந்த அச்சமில்லை. அதிபங்கம் போரின் ஆந்திரப் பாடலையும் கர்னடக மரபென்று கூறித் தப்பித்துக் கொள்வேன்."

"ஆனல் கருத்துப் பங்கம் நேரிட்டால்?"

"அது உனக்குத் தெரியாது, வடமொழி என்பேன்!"

"உங்களுடலுக்கு ஏதோ இந்த மகா சிவராத்திரிப் பொழுது சாப்பாடு கிடைத்து விட்டது போலுள்ளதே!"

"சாப்பாடு மட்டுமல்ல, உடலையே தூய்மையாக்கி விட்டிருப் பார்கள், தப்பித்துக் கொண்டேன்!"

"எவளுடைய வீட்டில்?"

"அப்படியிருந்தாலும் இன்பமிருக்குமே, சூதர்களின் வீட்டில்."

"தோற்றுப் போய் ஏமாற்றி விட்டு வந்தீர்களா? நான் அவர் களுக்கு உங்களைப் பிடித்துக் கொடுக்க வேண்டி வரும்."

"அந்த அச்சமில்லை!"

இந்தப் பேச்சுக்களுடன் கோவிந்த சருமன் தெளிவடைந்து மாசல தேவிக்குத் தனிப்பட்ட முறையில் நடந்ததனைத்தையும் தெரிவித்தான்.

கோவிந்த சருமனின் பேச்சுக்களைக் கேட்டதும் மாசல தேவிக்கும் அச்சமாகி விட்டது. சில காலமாகவே அந்த அடியாரின் நிலைமைகளை நினைக்கும் பொழுதெல்லாம் மிகுந்த அச்சத்துடன் அவள் நடுங்கிப் போகலானாள். அரசரையும் நகரத்தவர்களையும் குறித்து அத்தகைய எளிதாகப் பேசுதலும், அவர்களுடைய தலைகளின் மீது நகைப்புக்காகிலும் பணையங்கள் வைப்பதும் எளியவர்களின் செய்கையாக மாட்டா. சமண மடத்தில் நேமிநாதச் சிலை நிறுவனத்திற்கு நகரத்தின் பெரியோர்களனைவரும் சென்றிருந்தார்கள், அங்குள்ள மணிக்கும் அங்கிருந்த அடியார் சூதாட்டத்தை நிறுத்துவதற்கும் ஏதோ தொடர்பு இருந்திருக்க வேண்டும். ஏதோ பெரும் அபாயம் நேர்ந்திருக்க வேண்டும்!

இவ்வாறு நினைத்துக் கொண்டிருக்கும் பொழுதிற்குள் சமண மடத்துக்குத் தமது அரசவைப் பெரு மக்கள் பின் சென்ற பணியாட்கள் தமது தலைவர்கள் காணாமையால் பரத்தையர் வாடைக்கு வந்தனரோ என்று தெரிந்து கொள்ள அங்கு வந்தார்கள். மேசய்ய நாயகரின் பணியாட்கள் வந்து மாசல தேவியை வணங்கி, ''எங்கள் பெருமகனார் இந்தப் பக்கமாக வந்தார்களா?'' என்று கேட்டார்கள்.

மாசல தேவி: இல்லை. என்ன நடந்தது?

''எங்கள் பெருமகனார் நேமி நாதரின் காட்சிக்கு உள்ளே சென்றார். மீண்டும் காணப்படவில்லை.''

''அவ்வளவு தானா? மற்றொரு வழியாக வீட்டிற்குச் சென்றாரோ என்னவோ!''

''இல்லை. மகாதேவராயரும் காணப்படவில்லையென்று அவர்களுடைய பணியாட்களும் தேடுகின்றார்கள்.''

''ஆ! என்ன?''

''அது மட்டுமல்ல! பிரசாத ஆதித்த நாயகரும் உருத்திரம நாயகர், புரோலரவுது நாக தேவ நாயகர்!''

''விரைவில் சென்று நீங்கள் வெறுப்புடன் அவர்கள் வழக்கமாகச் செல்லும் இடங்களில் போய்த் தேடுங்கள்!''

இவ்வாறுரைத்தவாறு மாசலதேவி ஆழ்ந்து எண்ணத் தொடங்கினாள். விரைவில் ஒரு முடிவுக்கு வந்தாள். உள்ளே சென்று ஒரு அரை நாழிகையில் ஆண்மகன் மாற்றுடை தரித்து வாளைக் கையிலேந்தி கோவிந்த சருமனுக்கும் கவசம் உடலுறைகளைத்

தரிக்கச் செய்து வாளைக் கையில் கொடுத்துத் தன்னுடன் வருமாறு தோட்டத்து வாயில் வழியாக அவனுடன் சேர்ந்து புறப்பட்டாள்.

மாசலதேவி அவ்வாறு சென்று சென்று அமைச்சர் அன்னையா வின் அரண்மனைக்குச் சென்று அங்குக் காவலிருந்த வீரன் வாயி லாகத் திக்கன சோமயாஜிக்கு உங்களிடம் சரண்புகுந்தவர்கள் இருவர் வந்துள்ளார்களென்று செய்தி யனுப்பினுள். அச்சொற் களுக்கு உடனே திக்கன சோமயாஜி உள்ளே வருமாறு அனுமதி யளிக்கவும், வீரன் அவர்களை உள்ளே அழைத்துச் சென்றுர்.

மாசல தேவி கோவிந்த சருமன் பின்னுல் சென்று சோமயா ஜிக்கு அவனுடன் சேர்ந்து வணங்கினுள். அவ்விருவரும் நடந்த தனைத்தையும் சோமயாஜிக்குத் தெரிவித்தனர். அனைத்தையும் கேட்டு சோமயாஜி அவர்களின் முகங்களை ஆழ்ந்து ஆராய்ந்து பார்த்தார். ஏமாற்றம் தோன்றவில்லை. அதன் பிறகு அவர் அவர் களை இவ்வாறு கேட்டார்.

"என்னுல் உங்களுக்குத் தேவையான செயல் யாது? இந்த நள்ளிரவில் உங்கள் பேச்சுக்களை நம்புவது யார்?"

"உங்களிடம் உருத்திர தேவப் பேரரசரின் அபய பத்திரம் உள்ளது. நீங்கள் எப்பொழுது வேண்டினும் எங்கும் செல்வதற்கு உரிமையுள்ளது. அரசரின் பேரில்லத்தில் நுழைந்து அபாயச் செய்தியை அரசாங்கப் பிரதிநிதிகளுக்குத் தெரிவித்து மாற்று வழி காண வேண்டும்."

சோமயாஜி மற்றொரு கணம் எண்ணமிட்டார். இதனை நினைக் கவோ காலங்கடத்தவோ உரிய பொழுதன்று. குருநாதனுக்கும் மாறனுக்கும் அலுவலக வீரர்களுடன் எச்சரிக்கையாகிக் காத்திருக்க வேண்டுமென்று கூறி ஒப்படைத்து கோவிந்த சருமனையும் மாசல தேவியையும் தம்முடன் அழைத்துக் கொண்டு அரண்மனைக்குப் புறப்பட்டார்.

நகருக்கு வெளியில் காவலிருக்கும் வீரர்கள் முதலில் அவர்களை தடை செய்தார்கள். அதன் பிறகு சோமயாஜி காட்டிய காப்பேட் டினைக் கண்டு, கண்களில் ஒற்றிக் கொண்டு அச்சமும் பக்தியும் மிக வழி விட்டார்கள். ஆனுல் அவர்கள் பின் மாசல தேவி, கோவிந்த சருமன் போக விடவில்லை.

சோமயாஜியின் வேண்டுகோளின்படி வீரர்கள் வழி விட்டு மிக்க மதிப்புடன் உருவாம்பிகை வாயிலின் முன் அழைத்துச்சென்று அவர்களுடைய வருகையை அவருக்குத் தெரிவித்தார்கள்.

47

உருவாம்பிகை இன்னும் உறங்கவில்லை. உருத்திராம்பிகை வெளியில் செல்லுகையில் அந்தப் பெண்ணின் மீது வைத்துச் சென்ற சுமை மிகுதியாயிற்று. உருத்திராம்பிகையின் ஐயம் என்னவாயினும் ஆகலாம். ஆனால் அது உருவாம்பிகை தாள முடியாமலிருந்தது. அதனினும் அன்று நள்ளிரவில் தப்பட்டைகளின் ஜுக ஜும் ஜும் எனும் ஓசையைக்கேட்டுக்கொண்டே தேவகிரி மன்னன் படையெடுத்து வந்தால் கோட்டையைப் பாதுகாப்பது எங்ஙனம்? எனும் அச்சம் உண்டானதிலிருந்து அப்பெண்ணுக்கு ஊன் உறக்கமில்லை. அதை நினைத்து முதலில் எல்லாப் பணிகளையும் நிறுத்தி அரசரின் பேரில்லத்தைச் சுற்றிலும் கல் மதிற் சுவர் மட்டிலும் விரைவாகக் கட்டி முடிக்குமாறு செய்வித்தாள். ஆனால் அதற்கிடையில் என்னாகும்? என்னவாயினும் மண் கோட்டையைக் காப்பதற்காகினும் தேவையான படை வீரர்கள் இல்லையே!

முதலிலே உறக்கம் பிடிக்காத உருவாம்பிகைக்கு, உருத்திராம்பிகையிடமிருந்து காற்று, மழை வந்த பிறகு செய்திகளே வராமற் போனமையால், இன்று உள்ளம், காய்ச்சல் துயருடன் கூட வருத்தம் மேலிட்டிருந்தது. எல்லாவற்றிற்கும் துணையாக இன்று திக்க சமூபதி இடமிருந்தும், கோன கன்னு ரெட்டியிடமிருந்தும் செய்திகள் வந்தன. இந்தப் பக்கலில் சோழர் படையாகிலும், அப்பக்கலில் கர்நாடகப் படையாகிலும் படையெடுத்து வரும் செய்திகள் உண்மையல்ல. அவ்விரு திசைகளிலும் எத்தகைய குழப்பமுமில்லை. அவ்விரு பெருஞ்சேனைகளும் வீணாக ஓரங்கல்லிலிருந்து புறப்பாடு செய்யப்பட்டன. ஐயோ! எத்தகைய ஆபத்து நேர்ந்தது? அவளுக்கு வகை வகையான செய்திகள் வந்திருந்தனவே! அவையனைத்தும் பொய்யுரைகள் தாமோ? அவ்வாறுயின் தேவகிரிமன்னன் தேஹளிப் படைகளுடன் எதிர்க்கச் சென்ற செய்தி உண்மையாகுமா? உருவாம்பிகைக்கு அந்த மாத சிவராத்திரியன்று கால்கள் அசையவில்லை. எவருடன் கலந்துரையாற்றுவாள்? நகரத்துப் பெரியோர்களை அவள் அழைப்பித்தாள்.

மகாதேவராயர் சமண மடத்திலிருந்து வரவில்லையாம்! மேசய்யாவும் வரவில்லையாம்! அவருடைய மருமான் நாகதேவ நாயகரும் வரவில்லையாம். புரோலரவுதும் வரவில்லையாம். பிரசாத ஆதித்த நாயகரும் உருந்திரம நாயகரும், வல்ல நாயகரும் கூட திரும்பி வரவில்லையாம். அவர்கள் எங்கிருந்தார்களோ என்பதும் தொடர்ந்து சென்ற பணியாட்களுக்கும் தெரியவில்லையாம். நேமிநாதப் பெரு

மான் திருக்காட்டுக்கென உள்ளே சென்ற பிறகு, அவர்களைக்கண்டவர்கள் எவரும் காணப்படவில்லை. ஒருவரோடொருவர் தமக்குத் தெரியாதென்று கூறினார்கள். பல உயர்ந்த அலுவலர்களின் கதையும் இவ்வாறிருந்தது. இது என்ன புதுமை?

உருவாம்பிகைக்கு இச் செய்தியைக் கேட்கவே பித்துப் பிடித்தது போலாயிற்று. எவரை என்னவென்று கேட்பாள்? அத்தருவாயில் திக்கன சோமயாஜி அவளுக்கென வந்தாரென்று பணியாள் கூறியவுடன் கண்கண்ட பரமசிவனே அவளுக்கு அருள் புரிய அத் தோற்றத்தில் கண் முன்னிலையில் வந்ததாக அவளுக்குத் தோன்றியது. உடனே அங்கு வருகின்ற சோமயாஜியின் எதிரில் வந்து அவர் திருவடியில் விழுந்து வணங்கினாள்.

''விரைவிலேயே திருமணமாகுக.''

மகா தேவர் என்னை இவ்வாறு ஆசி கூறுகின்றார். அத்தனை துயரிலும் கூட அந்தச் சிறியவளின் முகம் வெட்கத்தால் சிவந்தது.

அதற்குப்பிறகு அவள் சோமயாஜியின் வந்த வேலை என்னவென்று வினவவில்லை. தன்னைக் காத்தருள்வதற்குத் தனது தந்தை வந்ததாகவே கருதி, உடனே மறைக்காமல் தனது துயரங்கள் அனைத்தையும் சோமயாஜிக்கு அவ்விள மங்கை தெரிவித்துக் கொண்டாள். சோமயாஜி அக்கறையுடன் கேட்டு, அக நகர் வாயிலில் காத்திருந்த மாசல தேவி கோவிந்த சருமனை உள்ளே உருவாம்பிகையின் அனுமதியுடன் வரச் செய்தார். கோவிந்த சருமன் தான் சூதர் கூட்டத்தில் கேட்ட சொற்களையும் முடிவில் நடந்த நிகழ்ச்சிகளையும் தெரிவித்தான். மாசல தேவி மாற்றுடை புனைந்ததை விளக்கி மேசய்ய நாயகர் முதலானோர்க்கென அவர்களுடைய பணியாட்கள் நகரமெங்கும் தேடுவதைத் தெரிவித்தாள். உருவாம்பிகைக்கு அந்தச் செய்தி இன்னொரு வகையாகத் தெரிந்திருந்தமையால் ஐயங்கள் யாவும் சமண மடத்தின் மீது விழுந்தன. இன்று அவர்கள் பிரதாப உருத்திர குமாரரையும் விழாவுக்கு வருமாறு எத்தனை வகைகளில் பணிவன்புடன் வற்புறுத்தினார்கள். அதில் தீய நோக்கம் இருக்கத் தான் வேண்டும். காமசானியின் அசைவற்ற முடிவு பிரதாப ருத்திர குமாரருக்கு எத்தகைய விபத்தை வராமல் காப்பாற்றியது. ஆனால் இத்தனை தலைவர்களுக்கும் ஆபத்து ஏதோ செய்யத் துணிந்தவர்கள் அத்துடன் நின்று விடுவார்களா? இன்றிரவு விடிவதற்குள்ளே எத்தனை விபத்துக்கள் நடக்க விருக்குமோ?

எல்லாச் சுமைகளையும் தன் மீது சுமந்து கொண்டு காகதீயப் பேரரசை அகாலப் பிரளயத்திலிருந்து காத்தருள வேண்டுமென்று சோமயாஜியாரை வணங்கி வேண்டிக் கொண்டு உருவாம்பிகை

அவருடைய திருவடிகளில் சிறு குழந்தையைப் போன்று விழுந் தாள்.

சோமயாஜி பரிவுடன் அவளை எழுப்பிவித்தார்.

"நான் அமைச்சுப் பணியை விட்டு நெடுங்காலமானது. இவ் விடத்து அரசியல் தந்திரங்கள் எனக்குப் பழக்கமானவையுமல்ல. உடனே அமைச்சர் அன்னையாவைக் காவலிலிருந்து விடுவித்துச் சுமை முழுமையும் அவர் மீது வைத்து விடு! எல்லாம் நன்மை யாகும்!"

திக்கன சோமயாஜியின் ஆணையை உருவாம்பிகை சிரமேற் கொண்டு எழுந்தாள். அவள் மறுவுரை கூருமல் தனக்கு முதலில் உருத்திரதேவப் பேரரசர் அளித்த அனுமதிப் பத்திரத்தைச் சான் ருகக்கொண்டு, உடனே அமைச்சர் அன்னையாவைக் காவலிலிருந்து விடுவித்துப் பத்திரம் எழுதி, மற்ருேர் பத்திரத்தில் திரு உருத்திர தேவப் பேரரசர் திரும்பி வரும் வரையில் அவருக்குப் பிரதிநிதியாக இருந்து செயலாற்றுவதற்குத் தமக்களித்த உரிமைகள் அனைத்தை யும் அமைச்சர் அன்னையாவுக்கே ஒப்புவித்து, அந்தப் பத்திரங்கள் இரண்டையும் இலச்சினையிட்டு சோமயாஜியாரிடம் காட்டினுள். சோமயாஜி ஒப்புதலுணர்த்துவது போன்று தலையை அசைத்தார்.

மறுகணத்தில் தூதுவன் சென்று ஒரு நாழிகைப் பொழுதில் அமைச்சர் அன்னையாவுடன் திரும்பி வந்தான்.

அமைச்சர் அன்னையா மலர்ந்த புன்னகையுடன் அங்கு வந் தார். அவரும் அன்று அத்யாயன மில்லாமையால் மகாருத்திர வழிபாடியற்றி, மகா சிவராத்திரி முழுமையும் கண் விழிக்கக் கருதி, எவ்வாறு பொழுது போக்குவதென்று எண்ணமிட்டுக்கொண்டிருந்த தற்கிடையில் அவருக்கு இந்த அழைப்பு வந்தது. அவர் வந்ததும் சோமயாஜியாருக்கு விளக்கங் கூறி அவருடைய வாழ்த்துக்களைப் பெற்ருர்.

அமைச்சர் அன்னையாவைக் கண்டதிலிருந்து உருவாம்பி கைக்கு வாயிற் சொற்கள் வரவில்லை. அவள் என்ன முயன்றும் ஏதுங் கூற இயலாதவளானுள். அதனைச் சோமயாஜி உடனே கண்டறிந்து அனைத்தையும் நுணுக்கமாக அமைச்சர் அன்னையா வுக்கு விளக்கினுர். அனைத்தையும் கேட்டும் கேட்காதவர் போலவே அவர் வினவினுர்.

"கணக்கர் பள்ளியின் மாணவர்கள் கணக்குக் கலை பயின்று விட்டார்களா?"

சோமயாஜி: கணக்குக்கலை பயின்ருர்களாயினும் போர்க் கலை பயிலவில்லையென்று நான் பட்டங்கள் வழங்க மறுத்து விட்டேன்.

அன்னயா : இப்பொழுது போர்க்கலே எதுவரைக் கற்றனர்?

கோவிந்த சருமன் கூறினன்.

"ஒவ்வொருவரும் ஒவ்வொரு போர்க்கலே பயின்று இன்று பயன் தரும் வகையில் மகாருத்திர வழிபாடியற்றிக் கொண்டிருக்கிருர் கள்."

அன்னயா : எங்கே?

கோவிந்த : சுயம்பு தேவாலயத்தில் அமைச்சரே!

அன்னயா : நீ உடனே சென்று, மீண்டும் என்னிடம் இருந்து செய்தி வரும் வரை, சுயம்பு தேவாலயத்திலேயே அவர்கள் அனே வரையும்; அசையாதிருக்குமாறு என் சொல்லே அவர்களிடம் கூற வும்!

"அவ்வாறே" என்று கோவிந்த சருமன் அகன்று சென்ருன். உருவாம்பிகை அமைச்சர் அன்னயாவிடம் சுமையாவும் வைத்து வணங்கி, தனிப் பேரில்லத்திற்கு மாசல தேவியுடன் சேர்ந்து சென்று விட்டாள்.

அமைச்சர் அன்னயா சோமயாஜியை நோக்கித் திரும்பி "இன்றிரவு நீங்கள் எனக்கு நரனுக்கு நாரணனேப் போன்று அண் மையிலிருக்க வேண்டு" மென்று இறைஞ்சினர்.

அதன் பிறகு அமைச்சர் ஒரு கணப் பொழுது எண்ணமிட்டார். உடனே அவருள்ளத்தில் தாம் காவலில் வைக்கப்படுவதற்கு முன் னர் ஆடல் மலேயில் கேட்ட சுவர் அமைப்பு விவரங்கள் அனேத்தை யும் உருவப் படுத்திக் கண்களெதிரில் இருப்பதாகக் காணலானர். ஆனல் அவற்றில் எதுவரைக்கும் இப்போதைய செயல் உருவடைந் ததோ அவருக்குத் தெரியாது.

உடனே அவர் சோமயாஜியைத் துணே கொண்டு, வீரர்கள் கை விளக்குகளே உடன் கொண்டு வர அரண்மனேயைச் சுற்றிலும் கட்டப்பட்ட கற் சுற்றுச் சுவரைச் சுற்றி வந்தார். அது முதலில் குறிப்பிட்ட வகையில் பெரும்பான்மை முடிவடைந்து விட்டது. அடுத்த கணத்தில் அவருடைய மனதில் பெரு வேகத்துடன் சில கணக்குகள் தோன்றி வகுக்கலாயின.

உடனே அவர்கள் விரைவாகச் சுயம்பு தேவாலயத்துக்குச் சென்ருர்கள். இங்கு கணக்குப் பயின்ற மாணவர்கள் அனேவரும் மகாருத்திர வழிபாடு முடித்து விட்டு, தமது கருவிகளுடன் கண் விருப்பிருக்கத் தொடங்கி இருந்தனர்.

அங்கு அந்த நேரத்தில் சோமயாஜியும் அமைச்சர் அன்னே யாவும் வரக் கண்டு, அவர்களுக்கு நர நாராயணரும் ஆதி மூலமுமே அந்தத் தோற்றத்தில் கண்முன் தோன்றினதாகக் காணப்பட்டு

எழுந்து அங்கம் முழுமையும் நிலத்திற் படிய விழுந்து வணங்கினார்கள்.

உடனே அவர்களுக்கு அமைச்சர் அன்னையா ஆணைகளிடத் தொடங்கினார்.

"நீங்கள் வில்களுடைய போர்க் கருவிகளுக்கு வணங்கி அவற்றை ஏந்தி வரிசையாக நில்லுங்கள்."

மறுவுரை கூறாமல் அந்த அந்தணர்கள் அவ்வாறு செய்து நிற்கலானார்கள்.

"உங்களில் விற் பயிற்சி புரிந்தவர்கள் வலது புறமாக நில்லுங்கள்!"

அந்தணர் கணக்கர்கள் அவ்வாறே செய்தார்கள்.

"சூலப் பயிற்சி செய்தவர்கள் அப்படி நில்லுங்கள்!"

அவர்கள் அவ்வாறு செய்தார்கள்.

"வாள் போர் பயின்றவர்கள் இங்கிருங்கள்!"

அவ்வாறு அவர் வெவ்வேறு போர்க்கருவி பயிற்சி புரிந்தவர்களை வெவ்வேறாக நிற்கச் செய்தார்.

போர்க் கருவிகளைத் தரிக்க வேண்டி வந்த அந்தணர்கள் அனைவரையும் பார்க்கவே சோமயாஜிக்கு ஒரு புறம் துயரமும், ஒரு புறம் மகிழ்ச்சியும் தோன்றி கண்களில் நீர் நிறைந்தது.

அமைச்சர் அன்னையா அவர்கள் அனைவரிடமும் இவ்வாறு உறையாற்றினார்.

"நீங்கள் அனைவரும் பிருகு வழித் தோன்றலான பரசுராமனை ஒரு முறை எண்ணிக் கொள்ளுங்கள். உங்கள் போர்க் கருவிகளுக்கு இன்றிரவே தேர்வு நடக்க இருக்கின்றது. வினாக்களை எழுப்பாமல் சொன்ன வகையில் ஆணைகளைப்பின்பற்ற வேண்டும்!" அதற்கு உடன்படும் வகையில் அந்தணர்கள் அனைவரும் ஓங்காரம் உரைத்தனர். அந்தப் பிரணவ நாதம் அனைத்துலகிலும் நிறைந்து விட்டது.

அமைச்சர் அன்னையா அற்கிடையில் தாம் முன் செய்த கணக்குப்படி பலவகைப் போர்க்கருவிகளை அணிந்த அந்தப் புதிய படையினரில் ஈராயிரம் பேர்களை அரண்மனையைச் சுற்றிலும் உள்ள சுற்று மதில் மீது குறிப்பிடப்பட்ட இடங்களில் காவலிருத்தினார். ஈராயிரம் வீரர்களைச் சுயம்பு தேவாலயத்தில் விழிப்புடனிருந்து தேவைப்பட்டு அழைத்த பொழுது வருவதற்கு தயார் நிலையிலிருக்கும் அடிப்படைத் தளமாக அமைத்தார். மிகுந்தவரில் ஒரு நூறு வீரர்களுடன் கோவிந்த சருமனை அனுப்பி அவன் சூதாடிய

சூதரங்கத்திலுள்ளோர் அனைவரையும் இரக்கமேற் காட்டாது சிறைப் படுத்தவும் எதிர்ப்பவர்களைத் துணித் தெறியவும் கட்டளை இட்டார். மேலும் தலைமை அலுவலங்களில் காவலாக இருக்க ஒரு நூறு வீரர் களுக்கு ஆணையிட்டு அனுப்பினர். அவ்வாறு அனுப்பிய ஒவ்வொரு தளத்துக்கும், தலைவர்களையும் துணைத் தலைவர்களையும் உடனே அறிவுறுத்தலானர்.

இவ்வாறு ஆணைகளை வெளியிட்டுத் தாம் சுமந்து கொண்ட சுமைக்கென்று ஒரு நாழிகைப் பொழுது சிந்தனை செய்தார். அதற் கிடையில் தாம் முனைந்த செயலில் வீரசைவர்களின் உதவியின்றி இதைப் புரிவது அரிது என்று அவருக்குப் புரிந்தது. அப்பொழுதே சுயம்பு தேவாலயத்தில் அந்தணர் அனைவரும் போர்க்கருவிகளை அணிந்தவர்களாகக் கண்ணுற்று சிவனடியார் அனைவருக்கும் வீர உணர்ச்சி பெருகியது. அவர்களுக்கு ஏதோ மகா ருத்திர செயல் செய்து முடிக்க வேண்டிய தருணம் வந்து விட்டதென்று உள் ளுணர்வுரைத்தது. அவர்கள் அனைவரும் கைக்குக் கிடைத்த கருவிகளை, கழிகள், கட்டைகள், கொடுவாள், கோடரி, அரிவாள், பாறைகள் - ஆகியவற்றை அணிந்து அமைச்சர் அன்னயாவின் ஆணைகளுக்கென்று காத்திருந்தனர்.

அமைச்சர் அன்னயா அவர்கள் அனைவரையும் தளங் களாகப் பிரித்து தலைவர்களையும் துணைத்தலைவர்களை நிறுவி வரிசைப்படுத்தினர். அதற்கிடையில் இரண்டு இளைஞர்கள் குதிரைமீதேறிவந்து அமைச்சர் அன்னயாவுக்கு ஒரு கவசத்தையும் தலையுறையையும் வாள் முதலானகருவி களைக் கொடுத்து, ஒரு குதிரையரசைக் கொடுத்து அவருக்கு மெய்க்காவலராக இருக்க அனுமதி வேண்டினர்கள். அமைச் சர் அன்னயாவும் கவசங்களை அணிந்து சோமயாஜியை வணங்கி விடை பெற்றுக் கொண்டு அந்தப் புதிய படையுடன் புறப் பட்டார்.

திக்கன சோமயாஜியார் சுயம்பு தேவாலயத்திலேயே தங்கி விட்டார்.

அமைச்சர் அன்னயாவின் படைகள் அரை நாழிகைக் கடப் பதற்குள் சென்று பெரும் ஆரவாரத்துடன் சமண மடத்தை முற் றுகையிட்டன. அங்குள்ள பெருஞ் சேனையொன்று அவர்களைக் கடுமையான பகைமை உணர்வுடன் எதிர்த்தது.

48

காகதீய அரசர்களுக்குப் பாகாலா அருகில் படைகளின் பாசறை ஒன்று உள்ளது. அங்கு பரந்ததோர் ஏரியும் உண்டு. அதற்குக் கிழக்கில் காததொலைவில் கின்னரசானி எனும் ஒரு மலைச் சரிவுடன், காடுகளிலுள்ள நீர் தேக்கம் பெருக்கெடுத்து பத்ராசலம் அருகில் கோதாவரி ஆற்றில் கலக்கின்றது. கின்னரசானி யாற்றைக் குறித்த கதைகள் பல உள்ளன. அதன் பெயரே உள்ளங்கவரக் கூடியது. பத்ராசலத்தின் அண்மையில் உள்ள காடுகளில் பயணம் செய்பவர்களுக்கு அவற்றின் சூழல் மிகவும் கவரக் கூடியது. கவிஞர்கள் அதைக் குறித்து உளம் பூரித்துப் போவதில் வியப்பேது?

இராஜ மகேந்திர வரத்தில் கோப்பெருஞ்சிங்கன் தன் நாட்டிற்குத் திரும்பிச் செல்ல உருத்திரதேவப் பேரரசரிடம் விடை பெற்றுக் கொண்டு, தமது பரிவாரங்கள் புடைசூழப் புறப்பட்டு, தானிய கடக வழியைப்பற்றி, காடவ நாட்டிற்குச் சென்றார்.

உருத்திராம்பிகை திரும்பி வரும் வழியில் கின்னரசானி ஏரி வந்து சேர்ந்தார். அதனைக் கண்டதும், உருத்திராம்பிகைக்கு அதனை விட்டு வர மனம் வரவில்லை. அதன் பெயரைக் கேட்டதும் அதன் மீது மிகுந்த பற்று தெலுங்கரசிக்கு மேலிடலாயிற்று. மேலும் அதன் கதையைக் கேட்ட பிறகு உருத்திராம்பிகை உளம் கரைந்து போனார். இந்த கின்னரசானி கணவன் மீது காதல் பெருக் கெடுத்து ஆருகப்பாய்ந்து கற்கள் புற்களின் மீது ஓடி காட்டுக் குளங்களில் திசைகள் தோன்றாமல் பல வயல்வழிகளில் பெருகிச் சென்று கொண்டுள்ளது. ஆனால் அங்காகிலும் அதன் எழில் பெருக்கை அது விட வில்லை.

அவர் தெலுங்கரசி! அவர் கணவன் அவருக்கு ஆகாதவராகி விட்டார். அவர் இவ்வாறு தனிமையில் நாடு முழுமையும் சுற்றிக் கொண்டிருக்கிறார். அயினும்அவர் ஒருத்தர்தானே! அவருடைய படைத்தலைவர்கள் பகைவர்களை அடக்கி ஒடுக்குகின்றார்கள். ஆயினும் அவருக்கு வெற்றிக் களிப்பு இல்லை! இந்தக் கின்னரசானி யைப் போன்றே, அவரும் தனிமையில் காடுகளில் திரிந்தும் முடிவில் கோதாவரிக் கருவில் கலந்து விட்டால் எவ்வளவு நன்றா யிருக்கும்! ஒரு நாள் மாலையில் கின்னரசானியாற்றங்கரை யோரத்தில் பணியாட்களுக்குத் தொலைவாகத் தனிமையில் சென்ற வாறு உருத்திராம்பிகை இவ்வாறு நினைத்துக் கொண்டிருந்தார்.

உருத்திரமதேவி 383

அந்தத் தருணத்தில் அவருக்குச் சற்றுத் தொலேவில் மக்கள் ஆரவாரிக்கும் சிரிப்பொலி கேட்டது. அவர்களில் ஒருவன் தேவகிரியாதவ அரசனுன மகாதேவராயனின் புகழை இன்னிசை யுடன் பாடிக் கொண்டிருந்தான்.

"அயம்சிசுஸ்திரீசரணுகதானும்
ஹந்தா மஹா தேவந்ரு ஹானஜாது சித்தம் வினிஸ்
சித்ய ததோபிபீதை ரந்திரை:
புரந்தரீ நிஹிதாந்ருபத்வே."

அது வரையிலும் குழப்பமடைந்தவரைப் போன்று உருத் திராம்பிகை அந்தச் சொற்களைக் கேட்டு, வால் மிதிபட்ட பெரிய பாம்பைப் போன்று சரேலென்று எழுந்தார். அந்த ஒலிவரும் பக்கலில் உன்னிப்பாகப் பார்த்தார். பார்த்தால் அங்கு பலர் இருப்பதாகத் தெரிகிறது. அங்கு அந்தப் பாடலைப் பாடியவன் தலையை வெட்டி வீழ்த்த வேண்டுமென்று, முதலில் உண்டான உள்ளக் கிளர்ச்சியைக் கட்டுப் படுத்திக் கொண்டார். அதற்குள் மீண்டும் தேவகிரிப் பேரரசனைப் புகழும் பாடல் கேட்டது.

"தில்லிங்கக்ஷிதி பால தூல நிசயப்ரக்ஷேப சண்டானில."

இதைக் கேட்டதும் அவர் செவி மடுத்தயிலாமற் போனுர். அதற்குள் மேலும் இவ்வாறு கேட்டது:

"தில்லிங்காதிபதே: பசோர்விசசனம் ருத்ரஸ்ய ரௌத் ராக்ருதே: கிருத்வா பூருஷ மேதயக்ஞ விதினுலபதஸ்திரிலோகீ ஜய":

இச் சொற்களுக்கு உருத்திராம்பிகைக்கு கண்களில் நீர் வந்து விட்டது. அவருடைய மூத்த பாட்டனுர் உருத்திரதேவர், யாத வர்களுடன் போரிலேயே உயிரிழந்து விட்டிருந்தார். அவருடைய பாட்டனுரும் அவ்வாறே யாதவர்களுடன் போர் புரிந்திறந்தார். தமது தந்தை கணபதி தேவரும் இளமையில் நெடுங்காலம் அவர் களுடைய சிறைக்கூடத்திலேயிருந்தார். பிறகு தமது தந்தையார் யாதவர்களுக்கு ஏற்ற ஈடு செய்திருந்தாராம்! எந்த காலத்துப் பேச்சு! இப்பொழுதைக்கு அது நடந்து எழுபதாண்டுகளாகியிருக் கும். ஆயினும் தேவகிரியரசர்கள் தமது புகழை அந்தப் பழைமைச் சொற்களுடன் புகழ்ந்து கொள்கின்றுர்கள். ஆனல் இப்பொழுது அவர்களுடைய புகழுக்கு அஞ்சி, குழந்தைகளையும் பெண்களையும் அடிபணிந்தவர்களையும் கொல்லாதிருக்கும் நோன்பு அவர்களிட முள்ளதென்று அறிந்து, ஆந்திரர்கள் பெண்ணைத் தமது நாட்டிற்கு முடிசூட்டுவித்தார்கள் என்று அவர்களுடைய செருக்குப் பாடல்கள்.

உருத்திராம்பிகைக்குச் சினம் பொங்கி வந்தது, வாளை உருவினர். அங்கு பாடிக் கொண்டிருந்த பாடகனை நோக்கி நான் கடிகள் எடுத்து வைத்தார். அதற்குள் தாம் தனிமையிலிருக்கிறோம் என்பது நினைவுக்கு வந்தது. தொலைவிலிருந்து அவருடைய நடப்பினைக் கண்காணித்து வந்த அவரின் மெய்க்காவலர் பர்வத நாயகரும் அந்த பாடல்களின் பகுதிகளைக் கேட்டிருக்கிறார் போலுள்ளது. அந்தக் கூட்டத்தினரை நோக்கிச் சென்ற உருத்திராம்பிகையைப் பார்த்தார். உடனே அவர் எதிரில் சென்று வணங்கிக் குறுக்கே நின்று இங்குத் தனிமையில் திரிவது அபாயந் தரக் கூடியதாகுமென்றுணர்த்தி பாசறைக்கு அவரை விரைவில் உடனழைத்துச் சென்றார்.

இச்செய்தி எட்டியவுடன் தமது பாசறை முழுமையும் எப் போதையும் விட மிகுந்த எச்சரிக்கையுடன் இருக்க ஆணையிட்டார். அவர் பின்னுல் ஐயாயிரம் படைகளுக்கு மேல் இல்லை. பகைவர் படை எவ்வளவு உள்ளதோ? அதனுல் அவர் உடனிருந்த படைத் தலைவர்கள் உடன் வேறொரு வழியாக நோக்கிப் புறப்படல் நல மெனக் கருதினர்கள். ஆனல் உருத்திராம்பிகை அதற்கு ஒப்புக் கொள்ளவில்லை, "செருக்குப் பாடல்களைக் கேட்டு துயரடைந்து நாம் ஓடிவிடுவதா!— அந்தச் செருக்குப் பாடல் பாடும் வாயாடி களை ஒறுக்காமல் செல்லலாகாது."

ஒற்றர்கள் செய்தியைச் சேர்ப்பதற்கென எல்லா திசைகளிலும் சென்றார்கள்.

ஆனல் அன்றிரவே நடுக்கும் வண்ணம் காற்று மழை தொடங் கியது. மூன்று இரவும் மூன்று பகலும் இடைவிடாத காற்று மிக்க கடுமையாக வீசிக் கொண்டிருந்தது; மேகங்கள் தாரை தாரையாக பொழிந்து கொண்டிருந்தன.

எதிர்பாராத வகையில் கின்னரசானி தனதிடமிருந்த இரக்கத்தை இழந்து விட்டது. அச்சம் மிகுந்த பெரு வெள்ளமாகி விட்டது. அந்தப் பெருங் காட்டில் நிறைந்து வீசுகின்ற சூராவளி வேகத்துடன் கின்னரசானியின் வெள்ளத்தின் வேகம் மீறி விட்டது. கின்னரசானியின் பொங்கும் வெள்ளத்தைக் கண்ட கவிஞர் களுக்குத்தான் அதனை விவரிக்க இயலும்!

பெரும் புயல் மழைக்கு கூடாரங்கள் தாங்குமா? எத்தனை மரங்களைக் கட்டியிருப்பினும் மாருதம் அதனைச் சிதற அடித்துச் சென்றது. மேலும் ஓங்கிய மரங்களும் அந்தக் காற்றுக்கு ஆணி வேர்களுடன் பெயர்த்தெறியப்பட்டன. எந்த மரம் எவர் மீது விழுமோ? அந்தப் பேரிடுக்கண் நேரத்தில் பேரரசருக்கும் எளிய படைவீரர்களுக்குமிடையில் வேற்றுமை இல்லாது போயிற்று.

திரு உருத்திர தேவப் பேரரசருக்குப் பசி தீருவது கடின மாயிற்று. சமையல் செய்வது எங்கு? எவ்வாறு? நான் கொண்டு வந்திருக்கும் ஆநிறைகளும் ஆட்டு மந்தைகளுக்கும் நிற்க நிழலில் லாமலிருக்கிறது. அவை பாலாகிலும் எப்படித் தரவியலும்? அண்மையிலுள்ள சிற்றூர்களுக்குச் சென்றால் சற்று இயலக்கூடும். ஆனால் மனிதர்களால் அந்தக் காற்றிலும் மழையிலும் எவ்வாறு அசையக் கூடும்?

உருத்திரதேவப் பேரரசரின்பாசறைக் கூடாரங்கள் அனைத்தும் கிழிந்துக் காற்றுப் பட்டங்களாகி விட்டன. அந்தக் காற்றையும் மழையையும் பார்க்கவே உருத்திராம்பிகையின் உள்ளம் ஏனோ மகிழ்ச்சியால் துள்ளலாயிற்று. எதிரில் கின்னரசானியாறு பொங்கிச் செல்வதைக் காண நேர்ந்ததும், அவ்வம்மையின் இதயத்தின் பொங்குதல் இருமடங்காகப் பெருகியது. அந்தத் தருணத்தில் அவ்வம்மையார் தில்லிங்க அரசனின் சொல் மறந்து போகலானார். வெறும் மனிதன்தானே எனும் உணர்வு அவருக்கு மிகலாயிற்று. அவன் எவனோ யாதவ அரசனின் பெருமையை மாண்புறக் கூறிய பாடலின் அடிகள் மீண்டும் மீண்டும் அவருக்கு இப்பொழுது நினைவுக்கு வந்தது, புதுமையானதோர் அமைதியை அளித்துக் கொண்டிருந்தது.

"தில்லிங்கக்ஷிதி பாலதூல நிசயப்ரக்ஷேப சண்டானில:"

"தில்லிங்கக்ஷிதி பாலதூல நிசயப்ரக்ஷேப சண்டானில :"
"உண்மையில் இந்தச் சண்டாளிக்கு முன்னர் இந்தத் தெலுங்கு நாட்டுக்கெல்லாம் அரசியான நான் என்ன! உலகிலுள்ள அரசர்கள் அனைவரும் சேர்ந்த போதிலும் என்ன!"

அந்தக் காட்டில் மூன்று நாட்களும் மூன்று யுகங்களாகக் கழிந்தன. உருத்திராம்பிகையின் சேர்ந்தவரும் பரிவாரங்களும் சிதைந்து சிதறிப் போயின. உடனிருந்த புரவிகளும் களிறுகளும் செடிக் கொன்றாகவும் புதருக் கொன்றாகவும் போய்ச் சிக்கிக் கொண்டன. உடன் சிறை செய்யப்பட்டு வந்திருந்த மனும சித்தரைக் காவலர்கள் விட்டு விட்டார்கள். அவரை மட்டும் அவருடைய குதிரை விட்டுச் செல்லவில்லை. அவர் பாசறையை விட்டு ஓடி விடவில்லை. புயல் தணிந்ததும் முதலில் உருத்திராம்பிகையைக் கண்டதும் மனுமசித்தர்தான்!

காற்று மழை குறைந்து விட்டதாயினும் பரிவாரத்தினர் ஒன்று சேரவியலாமற் போனது. பலர் அவரவர்களுக்குத் தோன்றிய வழியில் பாகாலாவுக்குப் புறப்படலாயினர். அவர்கள் பதுங்கியிருந்த இடங்களிலிருந்து மீண்டும் பாசறையுள்ள இடத்தைக் குறிப்பிடுவதற்கே வெகு பேருக்கு இயலாது போயிற்று.

செய்தியாளர்களும் ஒழுங்காகக் கிடைக்கவில்லை. கின்னரசானி இன்னும் அச்சந்தரும் வகையில் பெருக்கெடுத்தோடுவதால், ஒற்றர்கள் அக்கரையிலிருந்த படைகளின் குறிப்பையும் கொண்டு வரவியலாமற் போனார்கள். ஐயாயிரம் வீரர்களிலும் நூறு பேர் மட்டுந்தான் உருத்திராம்பிகையை அன்று மாலையில் சுற்றிச் சூழலாயினர். பருவத நாயகர் விரைவில் பாகாலா போய்ச் சேர்வது சிறந்ததென்று உரைத்தார். மனுசித்தரும் அதற்காக வற்புறுத்தலானார். ஆனால் உருத்திராம்பிகை அவர்களின் பேச்சை செவிமடுக்கவில்லை.

மகாசிவராத்திரி வந்தது. அன்று விடியற்காலையில் மேலும் இரு நூறு வீரர்கள் உருத்திரமாதேவியிடம் சேர்ந்தார்கள். இருபத்தைந்து குதிரைகளும் ஐந்து யானைகள் மட்டும் அவருடன் இருந்தன.

கின்னரசானி வெள்ளம் குறையும் முகமாக இருந்தது. யானை ஒன்றினைக் கடக்குமாறு உருத்திராம்பிகை கட்டளையிட்டார். அந்த யானை சற்றுத் தொலைவு சென்று மேலும் போகமுடியாமல் திரும்பி வந்தது. மீண்டும் எத்தனைதான் குத்தினாலும் அந்த யானை நீரில் அடியெடுத்து வைக்கத் துணிய வில்லை. கின்னர வெள்ளம் அவ்வாறிருந்த வரையிலும், எத்தனை படைகள் அக்கரையிலிருப்பினும் அவருக்கு அச்சம் இல்லையென்று உருத்திரமாதேவியின் நம்பிக்கை!

ஆனால் உருத்திராம்பிகை பிழை செய்து விட்டார். மகாசிவராத்திரிக்கு மறுநாள் தெளிவாகக் கின்னரசானி வெள்ளப் பெருக்கின் வேகம் மிகவும் குறைந்தது. அந்தக்கரையில் யாதவர் படைகள் ஐயாயிரத்துக்கும் குறையாதிருக்குமென்றும் அதில் ஐம்பது யானைகள் உள்ளனவென்றும் ஒற்றர்கள் விடியும் பொழுது செய்தி கொண்டு வந்தார்கள்.

உடனே உருத்திராம்பிகை தமது பரிவாரங்களைப் புறப்படுமாறு ஆணைகளிடலானார். முதலில் ஐந்து குதிரை வீரர்களைப் பாகாலாவுக்கு அனுப்பிப் பெருஞ்சேனையை அவருக்காக எதிரில் வர வேண்டுமென்று கட்டளையிட்டுத் தமது சிறு பரிவாரத்துடன் மிகவும் விழிப்புடன் செல்லலானார். அந்தக் காட்டு வழியறிந்த கோய துரைகள் அவருக்கு வழி காட்டி வந்தார்கள்.

அவருடைய படை மிகவும் சிறியது. எனவே அது பகைவர் கண்களில் படக்கூடாது. ஆகவே விடியற்காலையும் நண்பகலும் மாலைப் பொழுதும் பேரார்வத்துடன் ஐம்பேரொலிக்கருவிகள் முழங்குமாறு உருத்திராம்பிகை ஆணையிட்டார். படைகளையும், உரத்து பேரிறைச்சல் புரிந்து செல்லுமாறு செய்வித்தார். தம்மிடமிருந்த ஐந்து யானைகளையும் கின்னரசானிக்கருகில் சென்று பகைவர் படைகளுக்குக் காணும் வண்ணம் செய்தார்.

விரைந்து செல்லும் புறப்பாட்டினுல், இவ்வாறு ஒரு நாள் கழிந்து விட்டது. மற்ருெரு நாள் இவ்வாறே பயணஞ்செய்தால் அவர் பாகாலா போய்ச் சேர்ந்து விடுவார்.

அடுத்த நாள் காலேயில் தமக்கு வரவிருந்த அபாயம் தொலேந்து விட்டதெனும் ஆவலுடன், உவகையோடு உருத்திராம்பிகை சென்று கொண்டிருந்தார். கின்னரசானியும் இப்பொழுது தொலே வாகி விட்டது. உருத்திரமாதேவி தம் குதிரை மீதிருந்தார். அவருக்கு இருபுறத்திலும் குதிரைகள் மீது பர்வத நாயகரும் மனும சித்தரும் இருந்தார்கள். துன்ப காலத்தில் மனுமசித்தர் காட்டிய மெய்ப்பாட்டுணர்ச்சியால் உருத்திரமாதேவிக்கு அவர் மீது சற்று கருணை பிறந்தது. அத்துடன் தம்முடன் சிறைபட்டவர்களேக் காவலிருக்கவும் படைவீரர்கள் அப்பொழுது இல்லே. எனவே என்ன வாயினும் அவரை நம்பாமல் இயலாது. அம்மூவர் தவிர்த்து இருபது குதிரை வீரர்கள் மட்டுமே இருந்தார்கள்.

நடுப்பகலில் ஓய்வெடுத்து மிகுந்துவரும் துணிவுடன் தமது சிறு படையினரைக் கொண்டு உருத்திரமாதேவி புறப்பட்டார். சிறிது தொலேவு செல்லவும் பின்னுலிருந்து குதிரை வீரர்கள் பலர் வரும் ஓசை தெளிவாகக் கேட்கலாயிற்று. இப்பொழுது அவர்கள் காட்டு வழியைக் கடந்து வந்து விட்டார்கள். அரை நாழிகைக் குள் அவர்களே குதிரைப்படை ஒன்று வந்து தாக்கியது. அதில் ஐந்நூறு குதிரை வீரர்களுக்குக் குறைவாக இரா.

உடனே உருத்திரமாதேவியின் ஆணேயுடன் ஆந்திரக் களிறு கள் ஐந்தும் அந்தக் குதிரைவீரர்களேத் தாக்கின. அவை முன் வரிசையிலிருந்த ஐம்பது குதிரைகளேயும் செண்டாடிவிட்டன. ஆனுல் அவற்றின் மீதிருந்த பாகர்களும் வீரர்களும் உயிரிழந்தார் கள். தில்லிங்க நாட்டரசனின் பக்கலில் அந்த ஐந்து மதக்கரி களும் பகைவர் வசமாயின.

அதன் பிறகு அக்குதிரை வீரர்கள் உருத்திரமாதேவியின் ஐம் பேரொலி எழுப்புங் கருவிகளிசைக்கும் படையினரையும் அவர் களுடைய காளேகளேயும் சேர்த்துக் கைப்பற்றி, அந்த ஐம் பேரொ லிக் கருவிகளேயும் அழித்தார்கள்.

ஆந்திரக் காலாட்படையினர் அதற்கிடையில் உருத்திராம் பிகையின் ஆணேயின் பேரில் அப் புரவிப் படையை எதிர்த்தார்கள் ஆனுல் அவர்கள் எவ்வளவு நேரம் எதிர் நிற்க இயலும்? ஆயினும் தம்முடனிருந்த குதிரைப்படை வீரர்களுடன் மிக்க விரைவாக உருத்திராம்பிகைக்கு முன் செல்ல இயன்றவரானுர். அதன் பிறகு எப்படியாகிலும் உருத்திரமாதேவியைப் பாகாலாவிற்குப் பாதுகாப் புடன் கொண்டு போய்ச் சேர்ப்பதே அவர்களுடைய பெரு முயற்சி

யானது. நுறைத்துக் கக்க அவர்கள் அக் குதிரைகளை விரட்டிச் செலுத்திக் கொண்டிருந்தார்கள்.

ஒரு புறத்தில் குதிரை வீரர் ஐம்பதின்மர் காலாட் படையின ரிடம் போரை நிறுத்தி விரைந்து முன் சென்றவர்களைத் துரத்தி வர லாயினர். பர்வத நாயகரின் ஆணையுடன் பின் தொடர்ந்து வரும் குதிரை வீரர்கள் ஐம்பதின்மரையும் எதிர்த்துப் போரிடப் பின் தங்கி னுர்கள். ஓர் அரை நாழிகைக்கு மேல் அவர்கள் அந்த ஐம்பதின் மரை நிறுத்தவியலாமற் போனுர்கள். பின் தொடர்ந்து வந்த குதிரை வீரர்களில் இருபத்தைந்து பேர் அவர்களைக் கடந்து வந்து, உருத் திராம்பிகையைக் கவர்ந்து கொள்ளத் தமது குதிரைகளில் விரைந் தோடிக் கொண்டிருந்தனர்.

மனும சித்தர் தமது குதிரையை மற்றிருப்பவர்களுடன் கூடிப் போகச் செய்வதற்குக் கச்சை கட்டிக் கொண்டு தடையாக இருக்க வேண்டி வந்து கொண்டிருந்தது. அவர் அதனை உருத்திராம்பி கைக்குக் காட்டி இவ்வாறு வேண்டிக் கொண்டார்.

"பேரரசரே! நீங்கள் இந்தப் பால் குதிரை மீதேறினுல் பாது காப்புடன் பாகாலா போய்ச் சேருவீர்கள். கருணை கூர்ந்து இதன் மீதேறிக் கொள்ளுங்கள்!"

முதலில் உருத்திராம்பிகை அதற்கு உடன் படவில்லை. ஆனுல் அனைவரும் வேண்டிக் கொண்டமையால் முடிவில் ஒப்புக் கொண் டார். ஒரு வளைவில் திரும்பியதும் உருத்திராம்பிகையும் மனும சித்தரும் குதிரைகளை மாற்றிக் கொண்டனர்.

இப்பொழுது உருத்திர தேவப்பேரரசர் ஏறிய பாற் குதிரையின் சேணத்தைத் தளர்த்தினுர். அது மிகுந்திருந்த பன்னிரண்டு குதிரைகளையும் கடந்து சென்றுக் காற்று விரைவில் பறந்தோடிக் கொண்டிருந்தது. அது முன்னேடி விட்டது.

மற்ற குதிரைப் படைகளும் கலந்து கொண்டு, பின்னுலிருந்து துரத்தி வந்து கொண்டிருந்த குதிரைப் படை வந்து தாக்கியது. மனும சித்தர் குதிரையைப் பார்த்து உருத்திராம்பிகையின் குதிரை எனும் எண்ணத்துடன் அவர்கள் அனைவரும் முதலில் அவர் மீதே பாய்ந்தார்கள். பன்னிரண்டு வீரர்கள் இருபத்தைந்து வீரர்களுடன் இணையாய் போரிட வல்லவரா? மனும சித்தர் அடிபட்டுக் குதிரை யின் மீதிருக்க இயலாமல் கீழே விழுந்து விட்டார். பர்வத நாயகரும் அவ்வாறே விழுந்து விட்டார்.

அங்கு வந்து சேர்ந்த குதிரை வீரர்களின் தலைவன் கீழே விழுந்த மனும சித்தர் மீது குதித்துத் தலைக் கவசத்தை அகற்றிப் பார்த்தான். உருத்திராம்பிகையல்லள்.

மின்னல் மின்னியது போன்று அந்தத்தலைவன் தனது உயர்ந்த புரவியின் மீது ஏறினான். ஒரு கணம் நிலத்தின் மீது குதிரை அடிச் சுவடிகளின் அடையாளங்களுக்கென நாற்புறமும் பார்த்தான். உருத்திராம்பிகை ஏறியபின் குதிரை சென்ற குறிப்பைக்கண்டறிந்து அதன் பின்னால் ஓடினான். அவனும் மிக விரைவாகச் சென்றான். அவனுடைய பாரசீகக் குதிரை விரைவில் உருத்திராம்பிகையை நெருங்கிக் கொண்டிருந்தது.

உருத்திராம்பிகை இமைக்கு இமைப் பின்னால் திரும்பிப்பார்த்துச் சென்று கொண்டிருந்தார். பாவம் தமது பரிவாரம் என்ன ஆயிற்று?

பார்த்தால் அவருக்குத் தமது பரிவாரம் கண்ணில் படவில்லை. தனிமையில் குதிரை வீரன் ஒருவன் தான் தம் பின்னால் ஓடி வந்து கொண்டிருக்கின்றான். தாம் இதுவரைத் தமது உயிரைக் காப்பதற்கென ஓடி வருவதற்கு வெட்கமாயிருந்தது அவருக்கு! ஒரு கணம் அவர் எண்ணமிட்டார். அடுத்த கணம் அவர் உள்ளத்தைஉறுதிப் படுத்திக் கொண்டார். தமது குதிரையின் வேகத்தைக் குறைத்தார். அதைப் பின்னால் திருப்பினார். தம்மை பின் தொடர்ந்து வந்துக் கொண்டிருக்கும் அந்தக் குதிரை வீரனை இமைப்பொழுதில் உருத்திராம்பிகை எதிர்க்கலானார்.

அப்பொழுது அவ்விருவருக்கும் மிக்க அச்சம் தரும் வகையில் வாட்போர் நடக்கலாயிற்று. இருவரும் குதிரையேற்றத் தேர்ச்சியுள்ளவர்கள் தாம்! இருவரும் சூலம் வாள் போரில் தேர்ந்தவர்கள் தாம்!

அவ்விருவரும் ஒவ்வொருவரின் சூலத்தின் தாக்குதலால் தாம் ஏறியிருந்த குதிரைகளிலிருந்து கீழே விழுந்து விட்டார்கள். இருவரும் மென்மையாக அடிபடாமல் தப்பித்துக் கொண்டு உறைகளிலிருந்து வாட்களை உருவி ஒருவரோடு ஒருவர் மோதலாயினர்.

அவ்விருவரும் வாட்போரில் ஒருவரை ஒருவர் பின்வாங்கவில்லை. உருத்திராம்பிகை மாகாளியைப் போல முழங்கினாலும், அவ்வீரனும் வீரபத்திரனைப் போன்று அட்டகாசம் புரிந்தான்.

உருத்திராம்பிகை உண்மை நெறி முறையின் படி ஆந்திர நாட்டு மரபுக்கேற்ற வகையில் வாள் வீச்சுக்களை வீசிக் கொண்டிருந்தார். அந்த வீரனின் வாள் வீச்சுக்கள் சற்றுப் புதுமையாகக் காணப்பட்டன. அவை ஆந்திர நாட்டதாகக் காணவில்லை. அவை அயல் நாட்டு முறைகளைப் பின்பற்றினதாகவிருந்தன. ஆதலின் உருத்திராம்பிகைக்கு மிக நுண்மையான விழிப்புணர்வு தேவையாகியிருந்தது. உருத்திராம்பிகை விழிப்புடனிருக்கத் தொடங்கியதும் அந்த வீரனின் சுறுசுறுப்பு அதிகமாயிற்று. அந்த வீரனின் அடிகளை எளிதாக உருத்திராம்பிகை தமது கேடயத்தால் காத்துக்

கொண்டிருந்தார். அவர் காக்கக்காக்க அவ்வீரனின் துணிவுத் தன்மையும் தன்னம்பிக்கையும் அதிகமாகி வந்தது. அவனுடைய உயிர்ப்பாதுகாப்பு குறைந்து விட்டது.

அவ்விடைப்பொழுதை ஒருமுறை உருத்திராம்பிகை உற்று நோக்கினூர். ஆனுல் உடனே வாளால் வீசி விடவில்லை. மற்ருேர் வாய்ப்பில் உடல் பாதுகாப்பாக்கிக் கொண்டு தமது வலிமை குன்றிய பக்கமாகச் செய்து விடுவாரா!

மற்றும் இரண்டாம் முறையும் வாய்ப்புக்கு உற்று நோக்கினுர்! இம்முறையும் தவறி விட்டார்!

மூன்ரும் முறையும் வாய்ப்பு கிடைத்தது! இம்முறை உருத்தி ராம்பிகை தவறவில்லை. அந்த வீரனின் வலக் கரத்தில் வாளைப் பாய்ச்சினுர். அவ்வீரன் உயிர் பிழைத்தாலும் மீண்டும் இப்பிறவி யில் போர் புரிய மாட்டான்!

அவ்வீரன் விழுந்து விட்டான். உருத்திராம்பிகை இப்பொழுது தமது குதிரையேறிச் சென்று உயிரைப் பாதுகாத்துக் கொள்ளலா மாயினும் அந்த வீரனின் போர்முறை அவ்வம்மையாருக்கு முன்னர் அறிந்தது போல் உணர்த்தியது. இவனுடன் முன்னர் போர் புரிந் தது போலிருந்தது. எப்பொழுது! — எப்பொழுது! — எப்பொழுது!— எப்பொழுது?

உருத்திராம்பிகை உணர்ச்சிப் பெருக்குடன் அவனுடைய தலைக்கவசத்தை எடுத்து முகத்தைப் பார்த்தால் அவர் வீரபத்தி ரேசர் தான்! தமது கணவனுர் வீரபத்திரேசரே! தமது முதன்மை யான பகைவர் வீரபத்திரேசரே! அவர் இப்பொழுது வலக்கரத்தில் புண்பட்டு நினைவிழந்து கீழே விழுந்திருக்கிருர்.

அதற்கிடையில் குதிரைப் படையொன்று அங்கு வந்து சேர்ந் தது.

49

மகா சிவராத்திரி யன்றிரவு நேமிநாதரின் திருக்காட்சியைக் கண்டு மகாதேவராயரைப் பக்கத்திலிருந்த அறை வாயில் வழியாக அனுப்பினுர்கள் அல்லவா? அந்தப் பக்க அறையுள் பணியாட்கள் பலர் இருந்தனர். மகாதேவராயர் அந்த அறைக்குள் வந்ததும் அவர்கள் அனைவரும் பணிவும் வணக்கமும் மிக எழுந்து வணங்கி

மிக்க மதிப்புடன் வழிகாட்டி ஒரு சிறு வாயிலருகில் அழைத்துச் சென்று அதைத் திறந்தனர்.

அந்த வாயிலின் கதவுக்கப்பால் காரிருளாக இருந்தது. அந்த வாயிலின் வழியே வெளியே செல்வதற்குச் சற்று ஐயம் கொண்டுத் தயங்கி மகாதேவராயர் ஒரு கணப் பொழுது உள்ளே நின்றார். பின்னாலிருந்தோர்கள் "என்ன, பெரியோரே, இருளாக இருக்கிறதா? வெளிச்சம் தரட்டுங்களா?" என்று கேட்டார்கள்.

மகா தேவராயர் தம்மை அவர்கள் அச்சமடைவதாகக் கருது வார்களென்று தோன்றியது. அதற்கு அவர் பரிவுடன் கூறினார். "வெளிச்சம் ஏன் ? தேவையில்லை!" என்று அவர் அவ்வாயிலைக் கடந்து இருளில் இரண்டடி எடுத்து வைத்தார்.

இரண்டடி அல்ல, ஓரடி தான்! அந்த ஓரடிக்கே அவர் முன் விழுந்து விட்டார். எவ்வளவு ஆழத்தில் போய் விழுந்தாரோ அவர் அறியார். விழுந்தாலும் அவர் ஒரு சிறிதும் கூச்சலிடவில்லை. மகாதேவராயர் அபாய நிலையிலாகிலும் சற்று கூச்சலிடுவாரா!

அவர் விழுந்த பகுதியில் எதிர் நோக்காத வகையில் நீர் இருந் தது. ஆனால் ஆழமாக இல்லை. விழுந்த வீழ்ச்சியில் அவர் திண றிப் போய் விட்டார். ஒரு கணத்தில் நினைவு வந்தது. கடுஞ் சினத்தால் அவர் அந்த நீரில் மேலெழும்பி வரமுயன்றார். அஃதோர் பரந்த மரக்கல்லாலமைந்த அறையாகும். சுவர்கள் வழவழப்பாக இருந்து மேலேறுவதற்கு எங்கும் எத்தகைய பிடிப்பும் கிடைக்க வில்லை. மேலேறப் பல முறை முயன்றும் இயலாமல் சருக்கி நீரில் விழுந்து கொண்டிருந்தார்.

அதற்கிடையில் மீண்டும் தாம் விழுந்து விட்ட வாயிற் கதவு திறக்கும் அரவம் கேட்டது மீண்டும் வெளியில் ஏதோ பேச்சுக் கேட்டது. அடுத்த கணம் மற்றொருவரின் உடல் நீரில் விழுந்தது மகாதேவராயர் செவியில் விழுந்தது.

மகா தேவராயர் அத்தகைய அபாய நிலையிலிருந்ததற்கு எத் தகைய அச்சமும் அடையவில்லை. உயிர் நீப்பதற்கும் பின் வாங்காத வீர மரபினர் வழியில் பிறந்தவராவார் அவர்! பேரரசரின் மரு மகனான அவர் இந்த இழி நிலையில் நீரில் நீந்திக் கொண்டிருக்கும் துணையற்ற நிலைமைக்கு மிகவும் குன்றியவரானார். இந்த நிலைமை யில் தாமிருப்பதை மற்றொருவர் பார்ப்பாரேயெனும் வெட்கத்தால் அவருடைய உயிரே போய் விடும் போலிருந்தது. அதனால் அவர் எத்தகைய அரவமும் செய்யாமல் அங்கு விழுந்த மனிதனுக்குத் தொலைவாக இருந்தார்.

அவ்வாறு விழுந்த இரண்டாம் நபர் பிரசாத ஆதித்த நாயக ராவார். அவருடைய அனுபவமும் மகாதேவராயருடையது

போன்றே யிருந்தது. திணறி விழுந்தவர் எழுந்து சுவர்களைப் பிடித்துக் கொண்டு மேல் ஏறுவதற்கு முயற்சித்தார். அவ்வாறு முயன்று விழுவதில் அவருக்குத் தம்முடன் மற்றோர் நபர் அதிலிருப்பது போன்று தோன்றியது.

"யார்?"

மகாதேவராயர் பேசவில்லை. வெட்கத்துடன் அவருடைய உடலுறுப்புக்கள் யாவும் குன்றிப்போயின. அவர் பேசாமலிருக்க வே எவனோ பகைவன் என்று ஐயம் கொண்டு பிரசாத ஆதித்த நாயகருக்குத் தோன்றியது. உடனே அவர் தமது உறையிலிருந்த வாளினை வாங்கி குத்தித் தள்ளத் தயாராக இருந்து, கடுஞ்சினம் மிகப் பேசினார். தம்மை வஞ்சித்தவர் மீதிருந்த வெஞ்சினம் யாவும் இவ்வாறு உருவெடுத்தது.

" யார்? உடனே கூருவிடில் குத்திக்கிழித்திடுவேன். இந்தச் சொல் மகாதேவராயருக்குக் குரலை உணரச் செய்தது. இந்த நிலைமையில் தமக்கு நட்பினரான பிரசாத ஆதித்த நாயகருடன் போரிடுவதா? நாணத்துடன் குழறும் குரலுடன் மகாதேவராயர் பேசினார்.

"நாயகரே, நான்!"

பிரசாத ஆதித்த நாயகர் அக்குரலைக் கேட்டு ஒரு கணம் திகைத்தார். குரல் உணர்ந்தார். அவருடைய வெஞ்சினம் அடங்கி விட்டது. கத்தி உறைக்குள் சென்றது.

"மன்னிக்கவும், மகாதேவராயா? உங்களுக்கும் இந்த நிலைமை வந்து விட்டதா!"

அவர்கள் பேசுவதற்கு வாய்ப்பில்லை. மேலும் மேலை வாயில் திறக்கும் ஒலி! மீண்டும் பேச்சு! மீள ஓர் ஆள் கிழே விழுந்தான். மீளவும் வாயில் மூடிக்கொண்டது.

இம்முறை அங்கு விழுந்து விட்ட நபர் எழுந்துச் சுவரைத் தடவ முயற்சிக்கவும் தேவையில்லாமல் போயிற்று. அவர் விழுந்தவுடனே பிரசாத ஆதித்த நாயகரும் மகாதேவராயரும் அருகில் சென்று எழுப்பி அவரைப் பரிவுடன் கேட்டனர். இம் முறை அவ்வாறு விழுந்தார் உருத்திரம நாயகர்.

கதவு மீளவும் மீளவும் திறக்கலானது. புரோலரவுது விழுந்து விட்டார். நாகதேவ நாயகர் விழுந்தார். வல்ல நாயகர் விழலானார். மீண்டும் மேற்புறம் கதவு திறந்தது. இப்பொழுது வெளியிலிருந்த நபர் அருகிலிருந்தவர்களுடன் இறைச்சலிட்டார் அதற்கிடையில் அங்கு சிறு போராட்டம் நடந்தது போலிருந்தது பலர் சேர்ந்து அந்த நபரைக் கட்டாயமாக உள்ளே தள்ளி விட்டனர் இப்பொழுது மேசய்ய நாயகராவார்!

மேசய்ய நாயகர் விழுந்தவுடன் அதில் எவர் உள்ளனர் என்று அறிந்து கொண்டார். அதற்குள் அவர் அவ்விருட்டில் கூடுமான வரையில் அந்த அறையின் தன்மைகளைத் தெரிந்து கொள்வதற்கு முயன்றார்.

அந்த அறை மூன்று துலாக்கோல் ஆழமிருக்கிறது. அதனில் நீர் இருந்தாலும் அது கிணறு அல்ல. இதற்கிடையில் காற்று மழையால் பொழிந்த அதிக மழையினால் இடுப்பளவுக்கு நீர் ஊற்றெடுத்திருக்கிறது. அந்த நீரே இல்லாதிருந்தால் அவர்கள் யாருமே உயிருடனிருக்க இயலாது. இதில் விழுந்தவர்கள் உயிருடன் இருப்பார்களென்று மேலுள்ளவர்கள் கருத மாட்டார்கள். "அதனால் நாமனைவரும் உயிருடன் உள்ளோமெனும் ஐயத்தை மேலிருப்பவர்களுக்கு உண்டாக்கக் கூடாது."

சற்று நேரம் ஒருவர் பின் ஒருவராக மேலிருந்து மனிதர்கள் விழுந்தவாறிருந்தார்கள். ஏகசிலா நகரத்தில் தலைமையானவர்கள் அனைவரும் நீர் ஊற்றெடுத்திருந்த இந்த இருண்ட அறைக்குள்ளே விழுந்து கிடந்தனர். மேற்கதவும் மூடிக்கொண்டது. எத்தனை நாழிகையாயினும் மீண்டும் அது திறக்கவில்லை. அது மீண்டும் திறக்கப்போவதில்லை யென்றும் தெரிந்து விட்டது.

அப்பொழுது மேசய்ய நாயகரும் அதிலிருந்த பெரியோர் அனைவரையும் வணங்கித் தமது முடிவைத் தெரிவித்தார்.

"நாம் இப்பொழுது இதிலிருந்து உயிருடன் வெளிப்படுவோமென்று ஆவலடைய முடியாது. நகரத்தில் பேரபாயங்கள் ஏதோ இப்பொழுது நடந்து கொண்டிருக்க வேண்டும். ஏகசிலா நகரத்திற்கு இப்பொழுது ஏற்ற பாதுகாப்பில்லை. எங்களுக்குச் செய்திகள் கொண்டு வந்தவர்களில் பலரும் வஞ்சகர்கள் என்று தெளிவாகி விட்டது. சமணக்கணக்கர்கள் அரசாங்கத்தில் பின்னிப் பிணைந்து கொண்டிருப்பதால் தான் எந்தச் செய்தியை நம்புவதென்றும் எந்தச் செய்தி நம்புதற்கரியதென்றும் இயலாமல் இருக்கிறது. ஆண்டவன் கணபதி தேவரையும் பிரதாபருத்திர குமாரரையும் இன்றிரவு காப்பாற்றுவாராகுக!"

தாம் விழுந்து கிடக்கும் இம் மேல் வாயிலுக்கு மூன்று துலாக்கோல் ஆழத்திலுள்ளதென்று மேசய்ய நாயகர் நமது பார்வையால் உணர்ந்தார். ஆனால் அது இருட்டில் கண்டது! ஆகவே அதனை உறுதிப்படுத்த எண்ணிச் சுவரை ஊன்றி ஒருவர் தோளில் ஒருவர் நிற்கச் செய்து அவர்களின் மன்னிப்பைக் கோரிக்கொண்டு, மேசய்யா தாமாகவே அதன் மேலிருந்தவர் தோளின் மீதேறிப் பார்த்தார். அவருக்கு அப்பொழுது வாயில் எட்டியது. அதனை அவர் முன் தள்ளிப் பார்த்தார். ஏதும் சந்து கொடுக்கவில்லை. பின்புறம் திறப்பது போன்றுதான் இருந்தது. இருளில் கைகளால்

தடவிப்பார்த்து, அதன் விளிம்பைக் கண்டு பிடித்துச் சற்று மெது வாக அதனை அசைத்துப் பார்த்தார். அது சற்று பின்னேக்கி வந்து நின்று விட்டது. வெளியில் தாழிடப்பட்டுள்ளதென்று அவர் முடிவு செய்தார். இந்த வழி இப்போதைக்குப் பயனில்லை. மெதுவாக அவர் மீண்டும் நீரினுள் இறங்கி விட்டார்.

அந்த வாயில் மட்டுமின்றி மற்றுமோர் வழி ஏதாகிலும் உள்ளதோ என்று அவர் சுவர் முழுமையும் ஆராய்ந்து பார்த்தார். ஏதும் அகப்பட வில்லை. ஆனல் அந்தச் சுவர்களைக் கட்டிய பணி யாட்கள் பரணைக்கட்டுவதற்கென்று சுவர்களில் வைத்த சந்துகளை (కంతలు) மட்டும் புதைக்க வில்லை. அந்தத் துளைகளிலிருந்து தான் மென்மையாகத் தண்ணீர் அந்த அறைக்குள் கசிந்து கொண்டிருந் தது. மேசய்யாவுக்கு ஐயம் தோன்றியது. அந்த அறை நீரால் நிரம்பி விட்டால்?

"இங்கு அனைவருக்கும் நீச்சல் நன்கு தெரியுமா?"

"தெரியும்-தெரியும்-தெரியும்" என்று மெதுவான குரல் அரவம் கேட்டது. தெரியாதென்ற ஒலி வரவில்லை. அத்துடன் மேசய்யா வுக்குத் துணிவு பிறந்தது. அந்தத் துளைகளைக் குத்தி வழி கண்டு பிடிக்க அவர் முயன்று கொண்டிருக்கையில் ஏதாகிலும் வெள்ளம் பெருகி உள்ளே வந்து விட்டால் என்னுவது? இப்பொழுது அந்த அச்சமில்லை.

இங்கு அவர்கள் அப்படியே எத்தனைக் காலம் இருப்பார்கள்? தலை நிமிர்ந்து ஆராய்ந்தார். கண்களில் ஆங்காங்கு விண்மீன்கள் கண்முன் மின்னலாயின. மூச்சுவிடுவது சற்று கடினமாக இருந் தது. ஆனல் காற்றுக்கு வழியில்லாமற் போகவில்லை. உள்ளே யிருப்பவர்களில் தேவையெனில் அந்தத் துளைகள் அளிப்பதற் கென்று கருதி நிறுவப்பட்டவையாகும். அவர்கள் உயிருட னுள்ளார்களா. இல்லையா என உற்றுப்பார்க்கவும் அவை பயன் படக்கூடும்.

எங்காவது ஏதாவது ஒலி வருமோவென அவர் உற்றுக் கேட்க லானர். ஒலியேதுமில்லை. அவர் செய்யும் ஒவ்வொரு சிறு செயலி லும் அவருடைய மருமகனை நாகதேவ நாயகர் அவருக்கு உதவி யாக இருந்தார். மகாதேவராயர் இடை இடையில் சினத்துடன் பற்களை நறநறவென்று கடித்துக் கொண்டிருந்தார்.

பொழுது மிகவும் கடந்தது. அவர்களுடைய உடல் முழுமை யும் களைத்து விட்டன. தூக்க அழுத்தம் மிகுதியாயிற்று. அங்கிருந் தவர்கள் அனைவரும் அவரின் மீது சாய்ந்து உறங்கலாயினர். உறக் கத்தில் ஒவ்வொரு முறை நீரில் சருக்கி விழுந்து உடலனைத்தும் நனைந்துபோய் உரக்க நிலைமையில் மீண்டும் எழுந்திருந்தார்கள். ஆகவே இந்நிலையில் எவரும் உறங்கவில்லை.

இரவு மூன்று யாமங்கள் ஆகியிருக்கும். அப்பொழுது அவர்களுக்கு ஏதோ நிலம் அதிரும் ஒலியைப் போன்று கேட்கலானது. அது மேலும் மேலும் அதிகமாயிற்று. மேலே ஏதோ பெரும்போர் நடந்து கொண்டிருக்க வேண்டும்! திரு உருத்திரதேவப் பேரரசரின் படைகளுக்கு வெற்றியை வேண்டி அந்தப் பாதாள அறையிலுள்ள நாயகர்கள் இறைவனைத் தொழுது கொண்டிருந்தார்கள். ஆனால் உருத்திரதேவப் பேரரசருக்காகப் போரிடப் பெருஞ்சேனைகள் நகரத்தில் இல்லை. இரேசர்ல அரசரின் படைகள் உள்ளன. அவர் அரசரிடம் பற்றுடையவரானால் அவர்களும் இந்தப் பாதாள அறையில் இருக்க வேண்டியதுதான். இல்லையாகலின் அவரை நம்பியிருக்க இயலாது. முதலில் கணபதிதேவர் தேவகிரிச் சிறைக் கூடத்திலிருந்த பொழுது, காகதீயப் பேரரசைக் காப்பாற்றிக் 'காகதீயப் பேரரசினைக் காத்தோர்' எனும் புகழ்ப் பெயர் பெற்றிருந்த இரேசர்ல உருத்திரசேனர் வமிசத்தில் எத்தகைய அரச துரோகி இப்பொழுது தோன்றியிருக்கிறார்?

அவ்வளவுக்கவ்வளவு போர்நடுக்குறும் வகையிலிருந்தது போலும். அந்தப் பகுதியில் கடகடவென்று அதிரும் ஒலி தவிர்த்து மற்றேதும் வரவில்லை.

அதற்கிடையில் அவர்கள் இதில் விழுவதற்கு முன்னர் இருந்த அறையில் பலருடைய காலடிச் சத்தம் கேட்கலாயிற்று. யாரோ வாயிலைத் திறந்தார். உள்ளே வரவும் அவர் அவர்களுடன் விழுந்தார்கள். அவ்வாறு விழுந்து அந்த நபர் கதறும் குரலில் கூறினார். "ஐயோ, அன்ன—" அஃதோர் பெண் குரலாக மேசய்யாவுக்குக் கேட்டது. முன்னெப்போதோ கேட்டகுரல் போன்றும் அவருக்குத் தோன்றியது. யார் என்று கேட்டுத் தேருதல் கூற அருகில் சென்றார். அவர் ஓர் இளம் வீரர்!

மேசய்யாவின் அருகில் வந்ததுமே அந்த இளம் வீரருக்கு அளவு கடந்த அச்சமுண்டாயிற்று. எதிர் பார்த்தவாறு அவ்வாறு அவர் கிணற்றில் விழுந்ததும் அங்குத் தம்மை ஓர் நபர் பிடித்துக் கொண்டதும், எவருக்கு அச்சம் விளைக்காது! அவ்வாறு தம்மைப் பிடித்துக் கொண்டது பேயா, பிசாசா? பூதம், பேய், பிசாசுகள் உள்ளனவென்று நாம் நம்பமாட்டோம்,என்று வீராய்ப்புப் பேசுபவர்களே, தனிமையாக இருக்கையில் புதுமையான அரவங்கேட்டால், அஃதென்னவோ பிசாசு என்று அச்சுறுவார்கள். மேலும் அவை உள்ளன என நம்புபவர்களுக்கு எப்படி இருக்கும்!

இன்னும் சிலர் உள்ளே விழுந்திருப்பார்கள். எவரோ ஒருவர் அங்கிருந்த தோரை அந்த வாயில் வழியாகப் போக வேண்டாமென்று தடுத்துக் கொண்டிருந்தார். சற்று நேரத்துக்கெல்லாம் மேலே தீவட்டிகள் காணப்பட்டன.

மேசய்யாவுக்குத் தாம் காப்பாற்றப்பட்டோமெனும் தென் புண்டாயிற்று. முதலில் முயன்ற வகையில் ஒருவர் மீது ஒருவராக நிற்கச் செய்து அவர்களின் தோள்களின் மீதிருந்து மேசய்ய நாயகர் அங்குத் திறக்கப்பட்ட வாயிற்படியைத் தாவிப் பிடித்து விரைவில் மேலே ஏறினர்.

அங்கு அவருக்குத் தெரிந்த அமைச்சர் அன்னயா காணப் பட்டார். கவசமணிந்திருந்த அவ்வமைச்சர்கள் தலைக்கவசத்தைக் கழற்றி அந்த அறைக்குள் எவராகிலும் உள்ளனரோ என்று தெரிந்து கொள்ளத் தீவட்டி ஒளியுடன் முயன்று கொண்டிருந்தார். அங்கு ஏறிய மேசய்யாவை அவர்தான் கை கொடுத்துக் காப்பாற்றினர்.

மேசய்யா அயர்ந்து போனர். தம்மால் சிறைப்படுத்தப்பட்ட அமைச்சர் அன்னயா இங்கிருப்பது ஏன்? அவர் என்ன செய்கிறர்? அரசாங்க துரோகிகளின் தலைவர் இவர்தானு? அதுவே வேறொரு வராஞல் மேசய்ய நாயகர் உடனே போரிடத் தலையிட்டிருப்பார். பேரமைச்சரான அன்னயாவின் பொலிவு மேசய்ய நாயகரையும் மயங்கச் செய்தது. அமைச்சர் அன்னயா அமைதியாகக் கேட்டார்.

"இன்னும் யார் உள்ளே இருக்கிறர்கள்?"

மேசய்யாவின் ஐயம் இமைப் பொழுதுதான்! அடுத்த கணம் அவர் கூறினர். நீரில் நனைந்திருந்த மேசய்யாவை உடனே உபசாரம் செய்ய வீரர்களுக்கு ஆணையிட்டு, அமைச்சர் அன்னயா மற்றவர்களையும் மேலேற்றுவதற்கு முயற்சிகள் செய்தார். வீரர் களின் ஆடைகளையும் அங்கிகளையும் எடுத்துப் போட்டு உடனே கயிருகத் திரித்து வலிமை மிகுந்த வீரர்கள் பிடித்துக் கொண்டு உள்ளே இறக்கினர்கள். அதனுதவியால் ஒவ்வொருவராக மேலேறி வந்தனர்.

முதலில் வெளியில் வந்தது இளம் வீரராவர். கீழேயிருந்தவர் களும் மேலிருந்தவர்களும் என்னதான் வேண்டிக் கொண்டும் உள்ளிருந்தவர்கள் அனைவரும் வெளியேறும் வரைக்கும் மகாதேவ ராயர் மேலே வரவில்லை. அனைவரும் வெளியேறிவிட்டார்கள் என்று உறுதியான பிறகுதான் அவர் மேலேறி வந்தார்.

மகாதேவராயருக்கு மகிழ்ச்சியை விட வெட்கம் மிகுதியாயிருந் தது. அதைத் தீவர்த்தி ஒளியில் உற்று நோக்கிய அமைச்சர் அன்னயா தமதிரு கரங்களை நீட்டி அவரைப் பரிவுடன் மேலே ஏற்றினர்.

மகிழ்ச்சி தாங்காத மகாதேவராயர், "நீ தானு! அன்னயா?" என்று இறுகத் தழுவிக் கொண்டார். மகாதேவராயர் பாதுகாப்புட னிருந்தமையால் அமைச்சர் அன்னயாவுக்கு இன்பக் கண்ணீரே உகுத்தது.

உருத்திரமதேவி 397

அவ்வாறு எல்லா தலைவர்களுக்கும் அவரே தலைவரானவர் போன்று அமைச்சர் அன்னையா அன்புடன் ஆணைகளை யிட்டார்.

"உங்களனைவருக்கும் இயலாத பணியுள்ளது. ஆனால் இத்தனை வருத்தத்தில் இப்போதும் செய்ய இயலீர். நீங்கள் உடனே வீரர்களின் துணையுடன் உங்கள் வீடுகளுக்குச் சென்று ஓய்வெடுத்துக் கொண்டு யாமப் பொழுதானவுடன் சுயம்பு தேவாலயத்தில் என்னிடம் வந்து சேருங்கள்! இப்பொழுது எனக்குத் தீராத வேலையிருக்கிறது! நல்லது!'

கட்டுண்டவர்களைப் போல அனைவரும் குறிப்பிடப்பட்டபடி வீரர்களின் பாதுகாப்புடன் தத்தமது பேரில்லங்கள் போய்ச் சேர்ந்தனர்.

* * *

ஆனால் இவையனைத்தும் எவ்வாறு நடந்தன? அன்றிரவு அமைச்சர் அன்னையா சுயம்பு தேவாலயத்தில் திக்கன சோமயாஜி யாரிடம் விடை பெற்றுக் கொண்டு புதிய அந்தண வீரர்களுடனும் சைவ வீரர்களுடனும் சமண மடத்திற்குப் புறப்பட்டாரல்லவா! அவர்களை அங்கு ஒரு படை எதிர்த்ததல்லவா! அவ்வாறு எதிர்த்த படைகளுக்குத் தலைவர்கள் இரேசர்லகாமையா, நாமையா, மல்லையா, கணிபிரெட்டி, மரிரெட்டி ஆவர். இரேசர்ல உருத்திர தேவரின் வழிவந்தவர்களான அவர்களைக் கண்டதும் ஒரு கணம் அமைச்சர் அன்னையாவுக்குக் கைகால்கள் ஆடவில்லை. திரு உருத்திரதேவர் பேரரசரின் முடிசூட்டு விழாவை மறுதளித்து ஹரிஹர தேவருக்கு முடிசூட்ட வழக்காடியதுடன் இவர்கள் நின்று விடவில்லை! உடனே தமது படைகளுக்கு அமைச்சர் அன்னையா அவர்களுடன் போரிட ஆணையிட்டார்.

இத்தகைய போருக்கு முன் பயிற்சி பெற்றதல்ல அவருடனிருந்த படை! ஆனால் அமைச்சர் அன்னையா அவர்களுக்குத் தலைமையாயிருந்தமையால் அப்படையினர்க்குப் பெருந்துணிவு வந்து விட்டது. சமண மடத்தைச் சுற்றியிருந்த படை அத்தனை பெரிதல்ல. இத்தனை எதிர் பார்த்த வகையில் இத்தனை பேர் மடத்தின் மீது படையெடுப்பரென்று இரேசர்லாக்காரர்கள் நினைக்கவுமில்லை.

சைவ வீரர்களின் முதல் தாக்குதலே மடத்தைச் சுற்றியிருந்த வீரர்களைத் திணரச் செய்தது. அதுவுமொரு காற்று மழைத் தாக்குதலாகவே இருந்தது. அடர்ந்த காட்டின் பெருவெள்ளத் தைப் போன்றே அந்தப்படை மடத்தை முற்றுகையிட்டுக் கைப் பற்றியது. ஒரு நாழிகை ஆவதற்குள் இரேசர்ல காமிரெட்டியும், நாமிரெட்டியும் கொல்லப்பட்டனர். மல்லைய ரெட்டி, மரி ரெட்டி

புண்பட்டுச் சிறையாயினர். மடம் அமைச்சர் அன்னையா வச மாயிற்று.

வீர உணர்ச்சியுடன் சைவவீரர்கள் மடத்தை உடைத்தெறியத் தொடங்கினுர்கள். சில பக்கங்களில் அதற்கு அவர்கள் தீ வைத் தார்கள். அமைச்சர் அன்னையா மிக்க சிரமத்தின் மீது அவர் களுடைய உணர்ச்சிப் பெருக்கை அடக்கி அந்தத் தீயை அணைப் பித்தார்.

"மடத்தில் நகரத் தலைவர்கள் உள்ளார்களென்ருகிலும் நீங்கள் மறக்கக் கூடாது!" அத்தனைத் தெளிவாக அறிவிக்கும் வரையில் அந்தச் சைவ வீரர்கள் நிற்கவில்லை.

அன்னையா அதற்கிடையில் மடம் முழுமையும் தேடச் செய் தார். அதில் ஒரு சமண அடியாரும் காணப்படவில்லை. புதிதாக அமைக்கப்பட்டிருந்த நேமிநாத சிலைக்குப் பின்னிருந்த சிறு அறை யில் மடத்துக்குப் பெயரளவில் தலைமையான சித்த நந்தி அடிகளார் ஒருவர் மட்டும் மூச்சுப் பேச்சற்று விழுந்து கிடந்தார். அவர் வாயில் துணி துருத்தப்பட்டிருந்தது. சில நாட்களாக உணவு உட்கொண்டவராகவும் தெரியவில்லை. அவருக்கு முதலில் உதவி செய்யத் தம்முடன் வந்திருந்த இளம் வீரர்களில் இளையோனை ஒருவனிடம் ஒப்படைத்து, இன்னுமொருவனுடன் நகரத்தலைவர் களை ஒப்படைத்து விட்டு அமைச்சர் அன்னையா புறப்பட்டுச் சென்ருர்.

ஒரு பக்கலில் அவர்கள் மடத்துக் கணக்குக் கூடத்தைப் பார்த்தார்கள். அப்பொழுது அதற்குச் சற்று நேரம் முன்னதாக அங்குக் கணக்கர்கள் எழுதிக் கொண்டிருந்த அடையாளங்கள் காணப்பட்டன. ஆனல் கணக்கர்கள் இல்லை. அவர்கள் செல்லும் பொழுது சில ஏடுகளை ஒரு மூலையில் கிழித்தெறிந்து தீ மூட்டி விட்டார்கள் போன்றிருந்தது. அந்த நெருப்பு இன்னும் தணல் விட்டுக் கொண்டிருந்தது. அவற்றை உடனே அணைத்து அந்த அறைக்கு அந்தணவீரர்களைக் காவல் வைத்து அன்னையா விரை வில் இன்னெரு இளம் வீரனுடன் நாயகர்களைத் தேடிக் கொண்டு மடத்தை விட்டுச் சென்ருர்.

நேமிநாத சிலைக்குத் தெற்கிலுள்ள அறைக்கு அவர்கள் நுழைந் தார்கள். அங்கிருந்து பாதாள அறைக்குச் செல்லும் வழியைப் பற்றுக் கொண்டு, அந்த இளம் வீரன் தாழ்ப்பாளைத் திறந்து, விரைந்து திறக்கவும் முன்னுல் அடியெடுத்து வைத்து விழுந்து விட்டான்.

இளம் வீரன் செய்த உபசாரத்தால் சித்தநந்தியடிகளார் சற்றுத் தேர்ந்தார். மடத்து உணவுக் கட்டடத்திலிருந்து பசும்

பால் கொண்டு வந்து, சித்தநந்தியடிகளாருக்கு ஊட்டினுன். சற்றுத் தென்பு வந்ததும் சித்த நந்தி அடிகளார் "எங்கிருந்தேன்?" என்று கேட்டார். இளம் வீரன் அமைதியாக "மடத்தில்தான் இருந்தீர்கள். அந்தக் கொடியவர்கள் அனைவரும் ஓடிவிட்டார்கள்." என்ருன்.

சித்தநந்தியடிகளார் பெருமூச்செறிந்தார்.

சமணமடம் தம் வசமான பிறகு, சைவவீரர்கள் அதனைத் தரை மட்ட மாக்காமலிருக்க இயலாமலிருந்தது. அவர்களுடைய மரபில் சமணமடங்களைத் தரைமட்டமாக்குதல் ஒரு நற்செயலாகும்! பால் குருக்கி சோமநாதர் பண்டிதாராத்தியர் வரலாற்றில் சைவ பக்தர் கள் எத்தனைச்சமண மடங்களை இடித்துத் தகர்த்தியதாக வருணிக்க வில்லை! பண்டைய சிவனடியார்களைத் தாமும் பின்பற்ற வேண்டு மென்று அவர்களும் வெறியுணர்ச்சியடைவதில் வியப்பேது? ஆனால் அமைச்சர் அன்னையாவின் ஆணைகளை மறுக்க அவர்களு க்கு வழியின்றிக் கட்டுப்பட்டுச் செல்ல வேண்டியவர்களாயினர்.

50

ஏகசிலா நகரம் முழுமையும் அந்த மகாசிவாராத்திரியன்று எத்தனையோ இடங்களில் கலவரங்கள் கிளர்ந்தெழுந்தன.

பலர் கூட்டம் கூட்டமாக நகரத்துச் செயலகங்களில் குழப்பங் கள் விளைவித்தனர். ஆங்காங்கு காவலிருந்த குறைந்த எண்ணிக் கை உள்ள வீரர்கள் அந்த மோதல்களை மிக்க சிரமத்துடன் சமாளித்தார்கள்.

ஒரு கூட்டம் அமைச்சர் அன்னையாவின் பேரில்லத்தைச் சூழ்ந்து கொண்டது. ஆனால் அங்கு குருநாதரும் மாறனும் பரி வாரம் அனைத்தையும் தயாராக இருக்கச் செய்து எதிர்த்ததால் அவர்கள் அகன்று சென்ருர்கள்.

அரசாங்கப் பேரில்லத்தைச் சுற்றிலும் சிலர் சிலம்பாடுவதாகக் கண்டு அங்குள்ள படைவீரர்கள் விழிப்புடனிருந்து அவர்களை விரட்டியடித்தார்கள்.

ஒரு கூட்டம் பரத்தையர் வாடையை நோக்கிச் சென்று, அதனுள் மாசல தேவியின் பேரில்லத்திற்குள் நுழைந்து விலை யுயர்ந்த பொருள்களை உடைத்தெறிந்து, செல்வத்தைக் கவர்ந்து செல்ல முயன்றனர். உற்ற தருணத்தில் கோவிந்தசருமன் தனது

நூறு அந்தண வீரர்களுடன் வந்து அந்தக் கொள்ளைக்காரர்களை விரட்டியடித்தான்.

கோவிந்தசருமன் அமைச்சர் அன்னையாவின் ஆணையின் படி தனது வீரர்களுடன் சூதர்கள் கூடத்திற்குச் சென்றானாயினும் அங்கு எவருமில்லை. அதன் பிறகு அவர்கள் மாசல தேவியின் பேரில்லத்திற்குச் சென்றிருப்பார்களென்று நினைத்து அந்தப்பக்க மாகச் சென்றும் அவர்கள் எவரும் அங்கில்லை. ஆயினும் மாசல தேவியின் இல்லத்தைக் கொள்ளையிட்ட முன் கூறப்பட்ட கூட்டத் தினரை மட்டும் விரட்டியடிக்கலானான்.

அவன் அதற்குள் சூதர்களைக் காண பட்டணத்தில் கலகங்கள் விளைந்து கொண்டிருந்த இடங்கள் எங்கும் தேடினான். ஆனால் காணப்படவில்லை.

முடிவில் ஆடல் மலைக்கு அருகில் பெரிய கூட்டம் கூடியுள்ள தென்று கேட்டு அவன் அங்கு சென்றான். அப்பொழுதுதான் அக்கூட்டம் அங்கிருந்த வீரர்களை வதைத்து ஆடல் மலை மீதேறிக் கொண்டிருந்தது. அங்கு ஏறுபவர்களும் ஆடல் மலையுச்சிக்குப் பெருஞ்சுமைகளாக வைக்கோல் குப்பை கூளங்களைச் சேர்த்துக் கொண்டிருந்தார்கள். அதைக் காணவே கோவிந்த சருமனுக்கு முதலில் புதுமையாகத் தோன்றியது. இவர்களுடைய நோக்கம் என்ன?

அதற்கிடையில் உலக இயல்பறிந்த அந்த இளங்கவிஞனுக்கு மின்னல் மின்னியது போன்று கவிதை உணர்வைப் போன்று விளங்கியது.

"தொலைவில் இருப்பவர்கள் யாருக்கோ இவர்கள் குறிப் புணர்த்தும் செய்தியைத் தெரிவிக்கத் தொடங்கியுள்ளார்கள்!"

உடனே கோவிந்த சருமன் தன்னுடன் இருந்த வீரர்களுடன் ஆடல் மலை மீதேறி அங்கிருந்தவர்களுடன் போரிட்டான். அவர் களில் சூதர்கள் கூட்டத்தில் காணப்பட்டவர்களுமிருந்தார்கள். அங்கு உள்ளேயிருந்து வந்த சமண அடியார் மாற்றுடைதரித்த வனும் இருந்தான்!

இருதரத்தாருக்கும் போர் நடந்தது. மேலுச்சிப் பகுதியில் சேர்க்கப்பட்ட கூளத்தில் அந்த மாற்றுடை அணிந்தவன் தானே போய் தீ வைத்தான். சருமன் என்றுமே முன்னர் கேட்டறியாத சொற்களை ஏதோ மொழியில் உச்சரித்தவாறு, அந்த மாற்றுடை தரித்தவன் அந்தக் கூளத்தைச் சுற்றித் திரிந்தும் தீ வைத்துக் கொண்டிருந்தான். அந்தக் கூளமும் தீப்பற்றி எரியத் தொடங் கியது.

இந்த மலையுச்சிக்குச் சென்றவர்கள் வந்த வழியிலாகிலும் பின் திரும்பி வரவில்லை. அந்தப் பக்கலில் மலைக்கற்பாறை வழவழப்புடன் நெடிதுயர்ந்து நிற்கிறது. மனிதர்கள் மட்டும் அங்கு விழுந்து உயிருடன் இருக்க முடியாது. ஏறத்தாழ மிகவும் அடியிலுள்ள சுயம்பு தேவாலயத் திருக்குளத்திலே போய் விழுவார்கள்! ஆகவே மேலிருந்தவர்கள் கோவிந்த சருமனுடன் வந்த வீரர்களுடன் போரிடாமல் தப்ப முடியாது. ஆனால் அவர்கள் அனைவரும் கருணையற்ற வகையில் துணிக்கப் பட்டார்கள். மாற்றுடையில் வந்தவன் மட்டும் மலையுச்சியிலிருந்து இரண்டு மூன்று நெடுங்கயிறு ஆழமுள்ள சுயம்புத் திருக்குளத்தினுள் தலைகீழாக விழுந்து காணமற் போனான்.

கோவிந்த சருமன் என்னதான் முயன்றும் அங்கெரியும் தீயை அணைக்கவியலாமற் போனான். அங்கிருந்த சிறுமலைச் சுனையிலிருந்த நீர் தவிர்த்து வேறு தண்ணீர் அங்கில்லை. அந்த நீர் முழுமையும் ஊற்றியும் தீயணைய வில்லை. விடியும் வரையும் அந்த ஏகசிலா சிகரம் அவ்வாறே எரிந்து கொண்டிருந்தது. தொலைவாக இரண்டு மூன்று காதங்களுக்கு அது தெரிந்து ஏகசிலா நகரமே பற்றித் தீக்கிரையாவதைப் போன்ற எண்ணத்தைத் தோற்றுவித்தது.

* * * *

மடத்திலிருந்துச் சுயம்பு தேவாலயத்தை நோக்கி வந்து கொண்டிருந்த அமைச்சர் அன்னையா அதைக் கண்ணுற்றார். ஆனால் ஏது செய்வார்?

அமைச்சர் இப்பொழுது எங்கு செல்ல வேண்டும்? ஒரு கணப் பொழுது அவர் எண்ணமிட்டார். அவருக்குத் தமது வீடு செல்லும் ஆவல் உண்டாகவில்லை; வழக்கமாகத் தாம் இத்தனை நாட்களிருந்த சிறைக் கூடத்திற்கே திரும்பிச் சென்றார்.

பொழுது விடியப்போகிறது. அமைச்சர் அன்னையா நீராடி வழிபாடுகளைச் செய்தார். அதற்கு முன்னால் முழுமையும் அவர் உண்ணா நோன்பிருந்தார். இரவு முழுமையும் கண் விழித்துக் களைத்துப் போயிருந்தார். ஏதாகிலும் உண்ண வேண்டுமெனும் ஆவல் பிறந்தது. ஆனால் இன்று அமாவாசை. அமாவாசைப்பொழுதில் மூத்தோர்க் கடன் வழிபாடுகள் செய்யாமல் அவர் ஏதும் கொள்ளலாகாது.

யாமப் பொழுதானவுடன் முன்னேற்பாடு செய்தவாறு சுயம்பு தேவாலய உட்பகுதியில் நாயகர்கள் அனைவரையும் கலந்து சில வார்த்தைகளையும் இரவு நடந்த நிகழ்ச்சிகளையும் அவர்களிடம் அவர் விவரித்தார். புதிதாக வந்த செய்திகளையும் கேட்டார். ஏகசிலையின் மீது அவர்கள் எரித்த தீப்பிழம்பு எவருக்கோ குறிப்புணர்த்

தலாகும்! எவருக்கு? எவருக்காயினும் என்ன? கோட்டையை எல்லா வகைகளிலும் பாதுகாப்பதற்கு உடனே முனைய வேண்டும். நம்பிக்கைக் குரியவர்களைக் கண்டறிந்து அவர்களுக்குப் பணிகளை ஒப்படைக்க வேண்டும்.

எல்லாவற்றுக்கும் மேலாக உருத்திர தேவப் பேரரசர் நலம் பற்றிய செய்திகளை அறிய வேண்டும் உடனே திக்க சமூபதி, கோன கன்னு ரெட்டி ஆகியவரைத் தமது பெருஞ் சேனைகளுடன் விரைந்து திருப்பி வந்து ஏகசிலா நகரத்தை அடையுமாறு செய்ய வேண்டும். அம்பதேவருக்கும் கூடுமான வரையில் கிடைத்த படையுடன் ஏகசிலா நகரத்துக்கு வரவேண்டுமெனச் செய்தியனுப்ப வேண்டும்! அந்தக் கூட்டத்தில் ஒருமித்த சொற்களேயன்றி இரண்டாவது பேச்சில்லை.

அந்தக் கூட்டம் முடிந்தவுடன் அமைச்சர் அன்னையா தமது சிறைச் சாலைக்குச் சென்று அமாவாசை நோன்புகளைச் செய்து முடித்து உணவு உட்கொண்டார். உணவு முடிந்தவுடன் திக்கன சோமயாஜியாரின் ஆணையால் அவருடைய குதிரைப் படை வீரனு பவரி நீடு அமைச்சர் அன்னையாவின் காம்போஜக் குதிரையைக் கொண்டு வந்தான். அதன் மீதேறி அன்னையா ஏகசிலா நகரம் முழுமையும் சுற்றித் திரிந்தார். அவர் அவ்வாறு பொழுது போக்குக்கெனச் சுற்றித் திரியவில்லை.

அவர் செல்லும் பகுதிகள் யாவும் அவர் உள்ளத்தில் நச்சுண்டவர் போன்ற துயரமுண்டாக்கிக் கொண்டிருந்தன. கற்சுவர் அமைக்கும் பணி, எந்நிலைமையில் உள்ளது? மண் கோட்டை எவ்வாறுள்ளது? எவரெவர் எங்கெங்கு இருக்கிறார்கள்? அவ்வாறு அவருடைய மனதில் பல கணக்கும் புரியலானார். இந்தக் கோட்டைப் பாதுகாப்பிற்கு எத்தனை வீரர்கள் தேவைப்படுகிறார்கள்? எத்தகைய வீரர்கள் தேவை? அவர் மீண்டும் தமது காவற் கூட்டத்திற்கு வந்த பொழுது உவகையுடன் காணப்படவில்லை!

முதலில் அவர் மிகுந்த அளவுக்கு உணவுப்பொருள்களை அரண்மனைக்குக் கொண்டு வந்து சேர்த்து, அங்குள்ள நீர்த்தேக்கங்கள் அனைத்தையும் நிரப்புமாறு செய்தார். மண் கோட்டையைக்காக்கத் தகுந்த வீரர்கள் இப்பொழுது இல்லை. கற்கோட்டை மதில் முடிவடையவில்லை. அரண்மனை அக நகர் சுற்றிலும் உயர்ந்த மதிற் சுற்றுச் சுவர் மட்டுந்தான் தலையாய பாதுகாப்பிடமாக அவருக்குத் தோன்றியது. அங்கேயே பெரும் படைகளின் உதவி கிடைக்கும் வரை பகைவர் படைகளைத் தடுத்து நிறுத்த இயலக்கூடும்! இதற்கிடையில் மூன்றும் நாள் உருத்திரதேவப் பேரரசர் பாதுகாப்புடன் பாகாலா பாசறைக்கு வந்து சேர்ந்து விட்டார் என்னும் செய்தி வந்தது.

* * * *

உருத்திரமதேவி 403

வீரபத்திரேசரைப் புண்ணுக்கி உருத்திர தேவப் பேரரசர் உணர்ந்த பொழுது அங்கு வந்திருந்த குதிரை வீரர்கள் பாகாலா விலிருந்து உதவிக்கு வந்திருந்த படை வீரர்களாவார்கள், அவர்கள் உருத்திர தேவரின் ஆணையால் வீரபத்திரேசரைப் பாதுகாப்புடன் சிகிச்சைக்கு மருத்துவர்களிடம் பாகாலா கொண்டு வந்து சேர்த் தார்கள்.

அந்தக் குதிரை வீரர்கள் உருத்திர தேவரை அந்த நிலையில் பார்த்ததால் உள்ளக் கிளர்ச்சியும் மகிழ்ச்சியும் அடைந்து பாகாலா வுக்கு வருகை தர வேண்டிக் கொண்டார்கள். ஆனுல் பேரரசர் அதற்கு ஏற்புரைக்காமல் அந்தக் குதிரைப் படையை அழைத்துக் கொண்டு தாம் வந்த வழியாய் மீண்டும் திரும்பிப் புறப்படலானுர். முதலில் அவருக்கு மனும சித்தரும் பர்வத நாயகரும் காணப்பட் டார்கள். அந்தப் பன்னிரெண்டு பேர்களில் உயிருடன் இருந்தவர் கள் அவ்விருவர் மட்டுந்தான். அவர்களும் பெரும் புண்பட்டு வேதனை பட்டுக் கொண்டிருந்தார்கள். உடனே உருத்திராம் பிகை அவர்களுக்கு உபகாரம் செய்துவித்து மருத்துவர்களிடம் சிகிச்சைக்குக் கொண்டு போய்ச் சேர்ப்பிக்கச் செய்தார்கள்.

இன்னும் சற்றுத் தொலைவு செல்லவும் முதலில் பின் தொடர்ந்து வந்த குதிரை வீரர்களை எதிர்த்துப் பத்து வீரர்களின் உடல்களும் காணப்பட்டன.

உருத்திர தேவப் பேரரசர் கண்ணீருடன் அவர்களுக்குத் தர்ப் பணஞ் செய்து, அவர்களுடைய உடல்களை முறைப்படி அடக்கம் செய்விக்குமாறு ஆணையிட்டார்.

மேலும் பின்னுல் சென்று குதிரை வீரர்களைத் துணிவாற்ற லுடன் தமது காலாட் படைகள் எதிர்த்த பகுதியைப் போய்ச் சேர்ந்தார். அவர்களில் பலர் வீர மஞ்சத்தை அலங்கரித்தனர். ஆனுல் நூறு பேர் மட்டும் புண்பட்டும் உயிருடன் இருந்தனர். அவர் கள் அனைவருக்கும் சிகிச்சைக்கும் மருத்துவத்துக்கும் ஏற்பாடுகள் செய்து மீண்டும் அந்தக் குதிரை வீரர்களுடன் தம்மைப் பின் தொடர்ந்த குதிரைப் படையினைக் கண்டு பிடித்துப் பின்பற்றிப் போரிடத் தொடங்கினுர். ஆனுல் அவர்கள் காணப்படவில்லை. அவருடைய அடையாளம் இல்லை!

என்ன முயன்றும் அந்தப் பகைவர் படை அழித்த தமது ஐந்து யானைகளும், ஐம்பேரொலிக் கருவிகளும் உருத்திர தேவப் பேர ரசுக்கு மீண்டும் கிடைக்கவில்லை.

முடிவில் ஆவல் குன்றி அன்றிரவு பேரரசர் பாகாலா போய்ச் சேர்ந்து ஓய்வெடுத்து ஏகசிலா நகரத்திற்குச் செய்தியனுப்பினுர். அங்கிருந்து பேரரசர் மறுநாள் விடியற் காலையில் புறப்பட்டு இரவு ஏகசிலா நகரம் வந்து சேர்ந்தார்.

பேரரசர் வெற்றிப் புறப்பாடு செய்து திரும்பி வந்திருந்தமையால் பெரு விழா நடத்த வேண்டியிருந்தது. ஆனால் அவ்வாறு ஏதும் நிகழவில்லை. உருத்திர தேவப் பேரரசரை மீண்டும் காணக் கிடைத்ததற்கு நாயகர்கள் அனைவரும் மகிழ்ச்சிப் பெருக்குற்றிருந்தனர். ஆனால் அவர் மீது இப்பொழுது அரிய பொறுப்பு விழுந்து விட்டது! ஏகசிலா நகரத்திற்கு கணபதி தேவரையும், பிரதாபருத்திர குமாரர் மட்டுமின்றி உருத்திர பேரரசர் தம்மையும் விருக்கும் ஆபத்திலிருந்து காத்துக் கொள்ள வேண்டிய பொறுப்பு அவருக்கு இப்பொழுது இருக்கிறது. தேவகிரி யாதவர் படைகள் நடுங்கி வரும் செய்தி இப்பொழுது மறை பொருளல்ல. அது அனைவருக்கும் தெரிந்தது. அந்தப் புறத்திற்கு உருத்திர தேவர் சென்று முதலில் கணபதி தேவரைக் கண்டு வணங்கித் தமது பேரில்லம் போய்ச் சேர்ந்தார். காமசானி வந்து ஆரத்தி எடுத்தாள். குபுஜா பிரதாபருத்திர குமாரரை அழைத்து வந்தாள். மும்முடையம்மை வந்து வணங்கினாள். மகாதேவராயர் வணக்கங் கூறினார்.

உருவாம்பிகை மட்டும் வரவில்லை! தாம் பிரதி நிதியாக அமர்த்தி விட்டுச் சென்ற உருவாம்பிகை, உருத்திராம்பிகைக்குக் காணப்படவில்லை! புதுமை! உடல் நலமற்றிருக்கிறாளா? எவரும் ஏதும் கூறவில்லை; கேட்பதற்கும் உருத்ராம்பிகைக்கு முடியவில்லை!

இதற்கிடையில் நடந்த நிகழ்ச்சிகளனைத்தையும் எண்ணிக் கொண்டு அன்றிரவு உருத்திராம்பிகை பொழுதாகியும் உறங்கவில்லை. உறங்கி ஆறு நாழிகையாகவில்லை.

அதற்குள் தொலைவில் அச்சந்தருமாறு முரசொலி முழக்கம் கேட்கலானது. அதனை முன்னதாகவே உருவாம்பிகை கேட்டது விழாவிற்குரிய முரசின் ஜீக, ஜீம், ஜிம் ஓசையல்ல! இது போர் முரசு! போர்ப் பறை!

விடியற் காலையில் பார்த்தால் தேவகிரி யாதவப் படையின் முதற் படைத் தளங்கள் ஏகசிலா நகர மதிற் கோட்டையைத் தகர்த்து அக நகர் நுழைவதற்கு ஏற்ற இடங்களை நிலைப்படுத்திக் கொண்டிருந்தன! பின்னாலிருந்து பெரும் படை வெள்ளமே வந்து கொண்டிருந்தது!

51

தேவகிரி யாதவப் படைகள் தாம் தம்மை மகாராட்டிரர்கள் என்று சொல்லிக் கொள்வதுண்டு. மகாராட்டிரத்தில் ஒரு பகுதியைச் சார்ந்தவர்கள் தேவகிரி யாதவர்கள். யாதவப் படைகள் ஏகசிலா நகரத்தில் முற்றுகையிடுவரென முன்னதாகவே அமைச்சர் அன்னையா உணர்ந்திருந்தார். அவரும் மண் கோட்டையைச் சுற்றி இருந்த அகழியை நீரால் நிரப்பியிருந்தார். மண் கோட்டைச் சுவர்களின் மீது இயன்ற அளவுக்குப் பாதுகாப்புப் படைகள் காவலிருந்தார்கள். ஆனல் மண் கோட்டையை நெடுங்காலம் காப்பாற்றுதல் இயலாது.

மண் கோட்டைச் சுவர் நீளம் நான்கு புறமும்சேர்த்து ஏறத்தாழ இரண்டு காத தொலைவிருக்கும். கோட்டையைக்காக்கத்தயாராக நின்ற வீரர்கள் ஐயாயிரத்துக்கு மேல் இருக்கமாட்டார்கள். அவர்களுக்கு இப்பொழுது புதிதாக போர்க் கருவிகள் பயிலத் தெரிந்தவர்களான ஆராயிரம் வீரர்கள் தாம் துணை இருந்தார்கள். ஆனல் அவர்கள் எதுவரைக்கும் போராடுவார்களோ? குருதி இறைச்சியுடன் அறுவறுக்கத் தோன்றும் போர்க்களத்தில், அவர்கள் பழக்கப்படுவார்களோ? மாட்டார்களோ? அவர்கள் மட்டுமின்றி ஏழெட்டாயிரம் பேர் வீர சைவர்களும் இப்பொழுது போர் வீரர்களாக ஒப்புக் கொண்டார்கள். ஆனல் அவர்கள் பலரும் கோட்டையைப் பெறுவதற்கு வந்தார்கள். அவர்களுக்கு மண் வெட்டிகள், கோடாரிகள், கடப்பாறைகள், சுத்திகள், சம்மட்டிகள், உளிகள், சாணைக் கற்கள் முதலியன பிடிப்பதில் தேர்ச்சியுள்ளவர்களாயினும் போர்க்கருவிகள் ஏந்த அவர்கள் புதியவர்கள். மேலும் அவர்கள் உணர்ச்சி வயப்பட்டவர்கள்! ஆணைகளைச் செம்மையாக ஏற்ற வகையில் நிறைவேற்றும் பயிற்சியில் அவர்கள் இன்னும் பழக்கப்பட வேண்டி இருந்தார்கள். இத்தகைய படையில் சிறந்த பயிற்சி பெற்றவர்களான மகாராட்டிரப்படை மூன்று இலட்சத்துக்கும் குறைவிருக்காது. அதனை நடத்திச் செல்ல யாதவ மன்னன் மகாதேவனே வந்திருக்கிறுன். எத்தனை ஏற்பாடுகள் இல்லாமல் அவனே புறப்பட்டு வருவான்?

மண் கோட்டையைக் காப்பதில் மற்ருேர் அபாயமும் இருக்கின்றது. மண் கோட்டைக்கும் எழுப்பி வரும் கற் கோட்டைக்கும் இடையில் தான் சமணர்களின் இல்லங்கள் உள்ளன. அங்கு தான் அன்னியர்களான கர்நாடகர்கள், யவனர்கள், மகாராட்டிரர்கள்,

கலிங்கர்கள் ஆகியோருடைய வாழிடங்கள் உள்ளன. அத்தகைய ஜயப்பாட்டிற்குரியவர்களை உள்ளே இருக்கச் செய்துக் கோட்டைச் சுவர்களைக் காப்பதற்கு முயல்வது எத்தகைய அபாயமான செயலாகும் !

ஆயினும் அமைச்சர் அன்னையா அவ்வாறு முடிவு செய்தார். நன்கு பயின்ற படைகள் மண் கோட்டையை முதலில் காக்க வேண்டும். இடைவெளிகள் தோன்ற முழுமையடையாமலிருக்கும் கற் கோட்டைச் சுவர்களில் எவ்வாறேனு இடைவெளிகளை அடைத்து வீர சைவ வீரர்களைக் கொண்டு காப்புச் செய்ய வேண்டும். அரசரின் அரண்மனையைச் சுற்றிலும் உள்ள கல்லாலான மதிற்சுவரை அந் தண வீரர்கள் காக்க வேண்டும். மண்கோட்டையைக் காக்க இயலாத போது அதை விட்டு விட்டு இங்குள்ள வீரர்கள் கல் சுற்றுச் சுவரை அடைய வேண்டும். அதையும் காக்க இயலாத பொழுது அவர் களும் வீரசைவ வீரர்களுடன் சேர்ந்து அரண்மனையைப் போய்ச் சேர வேண்டும். இவ்வாறு அரண்மனை சேரினும் ஒரு மாத காலம் காக்கப்பட்டால் அச்சமில்லை. அப்பொழுது தமது படைகளின் உதவி தவருமல் கைக் கெட்டி விடும். ஆனுல் இத்தனை நாட்கள் இந்தக் கோட்டையைக் காப்பது கடினமான செயலாகும் !அதுதான் அமைச்சர் அன்னையாவுக்குள்ள கவலை !

மகாராட்டிரப்படைகள் ஒருநாள் மட்டும் இருப்பிடங்களை யமைத்துக் கொண்டு போரில் இறங்காமல் இருந்தன. ஆனுல் மறுநாள் காலையில் இருள் சூழ்ந்திருக்கும் பொழுதே அவர்கள் கோட்டையைப் பற்றிக் கொள்ளத் தலைப்பட்டனர். கோட்டைச் சுவர் மீது வீரர்கள் வரிசை வரிசையாயிருந்ததை அவர்கள் கண்டறிந் தார்கள். அதனுல் அவருக்குக் கிடைத்த செய்திகள் உறுதியடைந் தன. முதல் நாள் மாலையில் அவர்கள் பல இடங்களில் கந்தகங் களைப் புதைத்து விட்டு, கோட்டைச் சுவர்களைத் தகர்ப்பதற்கு வழி யேற்படுத்திக் கொண்டார்கள். மறுநாள் விடியும் பொழுது அவர் கள் அவ்வழிகளை வலிமைப் படுத்திஞர்கள்.

நாக தேவ நாயகரும், பிரசாத ஆதித்த நாயகரும் தமக்கு உதவியாக, அமைச்சர் அன்னையா தாமே கோட்டைச் சுவர்களைக் கண்டு ஆராய்ந்து பகைவர் படைகளின் திறனையும் ஆற்றலையும் பார்த்துத் தெரிந்து கொண்டிருந்தார். அன்னையா இரு நோக்குடன் அவற்றை உற்று நோக்கிக் கொண்டிருந்தார். இப்போதைக்கு அவர்களைத் தடுப்பதெங்ஙனம் ? பிறகு ஏற்ற படைகள் வந்த பிறகு அவர்களை வெல்வதெங்ஙனம் ? அன்னையாவுக்கு இளம் வீரர்கள் இருவர் தோள் வலியாக மெய்க் காவலரிடமிருந்து அவருடைய குறிப்புக்கேற்ப நடந்து கொண்டிருந்தனர்.

ஐந்தாம் நாள் மண்கோட்டையைப்பாதுகாப்பது இயலாதென்று உறுதியானது. அன்றிரவு மண் கோட்டைச் சுவர்களின் மீது அன்னையாவின் ஆணையின் படி மிகுந்த ஆர்ப்பாட்டங்களை வீரர்கள் செய்யத் தொடங்கினர்கள். இஃதென்னவென்று ஐயுற்று மகாராட்டிரர்கள் பின்னுலிருந்து மிகுந்த படைகள் வரும்வரையில் சுவர்களின் மீதேறத் துணியவில்லை! அந்த இடைக்காலத்தில் இருட்டுப்பொழுதில் ஆந்திரப் படைகள் மண்கோட்டையை விட்டு விட்டுக் கல்லாலான சுற்று மதிலுக்குப் பின்னுல் போய்ச் சேர்ந்து வீரசைவ வீரர்களுடன் சேர்ந்து கொண்டார்கள். இத்தனை எதிர் பாராத வகையில் ஆந்திரப் படைகள் மண் கோட்டையை விட்டுச் சென்றது பெரும் படையினர்க்கு வியப்பாகி விட்டது. இதில் ஏதோ உட்பொருள் உள்ளதென்று ஐயந்தோன்றி அவர்கள் பின்னுல் சுவர்களின் மீதேறிக் கைப்பற்றித் துணியவில்லை. அவ்வாறு அவர்கள் கைக்கெட்டிய மண் கோட்டைச் சுவர்களை இரண்டு நாட்கள் வரையில் அவர்கள் தம்வயப்படுத்திக் கொள்ளவில்லை. எங்கு படுகுழிகள் தோண்டியுள்ளனவோ என்று மிக்க எச்சரிப்புடன் அவர்கள் முன்னேறத் தொடங்கினர்கள்.

மண் கோட்டைக்கும் கற் கோட்டைச் சுவருக்கும் இடையிலுள்ள பகுதியைத் தம் வயப்படுத்திக் கொண்டு அதனில் போர் புரிதற் கியைந்தார் போன்றுத் தமது படைகளை நிறுவ மகாராட்டிரர்களுக்கு மேலும் இரண்டு நாட்கள் பிடித்தன. அதன் பிறகு புத்துணர்ச்சியுடன் அவர்கள் முற்றுப் பெருத கற் கோட்டைச் சுவரை முற்றுகை இட்டார்கள்.

இந்தக் கற்கோட்டைச் சுவர்களில் இடைவெளிகள் இருந்தன. அந்த இடைவெளிகளில் நிறுத்தியிருந்த குறுக்குத் தடைகள் வலிமையானவையல்ல. மதிற் சுவரும் சில இடங்களில் மேலெழும்பாமலிருந்தது. அத்தகைய இடங்களில் அதனை உயர்த்துவதற்கெனப் பயன்படுத்திய துணைக் கருவிகள் வலிமையானவையல்ல. ஆயினும் என்ன? இந்தக் கற் சுற்றுச் சுவர் இருந்த அறைக்குத் தீங்கற்றதாகியது. மண் கோட்டையை விட உயரங்குறைவு. இதனைக்காக்கும் வீரர்களின் எண்ணிக்கை அதிகம். அனைத்தையும் விட வீரசைவப் படையினரின் கொந்தளிப்பு அதிகமாக இருக்கிறது. எளிய படையினர்க்குக் கற்ற பயிற்சியிலிருக்குமேயன்றி இத்தனை கொதிப்பான போர் உணர்ச்சியிராது. ஆந்திர வீரர்களின் 'கோட்டைச் சுவர்களின் மீது இருந்து குறி தவருமல் கணைகளை ஏவி யாதவ வீரர்களில் பலரைக் குத்தி வீழ்த்திக் கொண்டிருந்தார்கள். அவர்களுக்கண்மையில் வந்தவர்கள் மீது சைவ வீரர்கள் கல் மழை பொழிந்து கொண்டிருந்தார்கள். அவ்வாறு பொழிவதற்கேற்ற கற்கள் அனைத்தும் இப்பொழுது பகைவர் படை மீது விழுவதற்கு இயைபாக இருந்தது. முற்றுப் பெருமலிருந்த சுற்றுச் சுவர் இடுக்கு

களில் யாதவர்கள் தம்து யானைப் படையை ஏவிக் கொண்டிருந்தார் கள். அந்தக் கரிகளின் மீது கோட்டைச் சுவர்களின் மீதிருந்து கொதிக்கக் கொதிக்கக் காய்ச்சிய நீரையும் எண்ணெயையும் வீரர் கள் ஊற்றி நோவச் செய்து கொண்டிருந்தார்கள்.

கற்சுவர் அருகில் நடந்த போரில் ஒரு புதுச் சிக்கல் வந்தது. மண் கோட்டையருகில் போர் நிகழ்ந்து கொண்டிருக்கும் பொழுது இரு சுற்றுப் பகுதிக்குமிடையில் குடியிருந்து கொண்டிருந்த அன்னி யர்களுடனும் சமணர்களிடையும் கலவரங்கள் தொடங்கலாயிற்று. இப்பொழுது அது வீறு கொண்டெழுந்தது. அஃதோர் பெரு வெள் ளத்தை யொத்திருந்தது. சமண மடத்தை மகா சிவராத்திரியன்று அமைச்சர் அன்னையா கைப்பற்றிக் கொண்ட பொழுது அங்கு சித்த நந்தியடிகளார் தவிர்த்து மூவரும் இல்லையல்லவா? அதற்கடுத்த நாளே சித்தநந்தியடிகளாரை வீரர்கள் மதிப்புடன் அரண்மனைக்கு அழைத்துச் சென்றிருந்தார்கள். மண்கோட்டையைக் கை விடு வதற்கு முன்னர், அரசவைப் படையினர் அன்னையாவின் ஆணை யுடன் மடத்துச் செயலகத்தில் தீயிடப் படாமல் எஞ்சியிருந்த பத்தி ரங்களை அரசவையில் சேர்ப்பித்துச் செயலாளரான தாமனுமாத்தியர் செயலகத்தில் பாதுகாப்பாக வைத்தார்கள். அது சமணர்களில் புரட்சிக்காரர்களுக்கு வங்கையாகி விட்டது.

"அரசவை வீரர்கள் சமண மடத்தின் மீது படையெடுத்து மடத்தைத் தீ வைத்தார்கள். பெரு மகனுரான சித்த நந்தியடிகளா ரையும் சிறை செய்து விட்டார்கள். இப்பொழுது மடத்தின் பத்தி ரங்களையும் பொருள்களையும் அழித்து விட்டார்கள். இந்த அரசை நாம் துகள்களாக்க வேண்டும்! வெற்றி ஹரிஹரதேவ அரசருக்கு! வெற்றி மகாராஷ்டிர மஹாதேவராஜருக்கே!"

இவ்வாறு புரட்சிக்காரர்களான சமணர்கள் பிரச்சாரம் செய்தார் கள். அவர்களில் முதன்மையானவன் நாகாச்சாரி. எளிய சமணர் கள் பலர் இந்த பிரசாரத்திற்கு இரையாகி, பெண்கள், சிறுவர், கிழவர், என்றும் பாராமல், கைக்குக் கிடைத்த கருவிகளை ஏந்திக் கொண்டு கற்சுவர் மீது பொங்கி எழலானுர்கள். மகாராஷ்டிரர்களும் அந்த வாய்ப்பைக் கண்டறிந்து அபாயத்துக்குரிய இடங்களிலெல் லாம் அவர்களை முன்னிறுத்தி போர் துவக்கம் புரிந்தார்கள். இதனுல் மகாராஷ்டிரப் படைக்கு இழப்பு குறையலானது.

ஆனுல் சமணர்கள் அனைவரும் இந்தப் புரட்சிக்கு இரையாக வில்லை. அவர்களில் பலர் காகதீய அரசாங்கத்தின் காப்பில் வழிவழியாக இந்த நாட்டில் குடியிருந்து வருகின்றனர். அவர் களுக்கு அரசியலில் ஈடுபாடில்லை. இன்பத்துடன் அவரவர்கள் குடும்ப வாழ்க்கையை அவரவர்கள் நடத்துவது தான் அவர்களு டைய முதலாய பணியாகும். "எவர் என்ன கூறினுலும் சமணர்

களானவர்களுக்கு எத்துணையும் அரசவைப் படைகள் எவருக்கும் முறையற்றன செய்ததில்லை. தீச்செயல் புரிந்தவர்களை அரசாங்க வீரர்கள் தண்டிக்காமலிரும்பார்களா? நகரத்தின் தலைவர்கள் அனைவரையும் கொல்வதற்குக் குற்றஞ் செய்த மடத்தலைவர்களை எந்த அரசாங்கம் தான் விட்டு வைக்கும்?'' இவ்வாறு அவர்கள் நினைத்துக் கொண்டு அந்தக் கலகத்தில் பங்கு கொள்ளாமல் இருந்தார்கள். ஆனால் அவர்களுக்கு அங்கு தங்குவதற்கியலாமலிருந்தது. அவர்களில் சிலர் நகரத்தை விட்டுச் சுற்றுப் பக்கங்களில் தமது உறவினர்களுள்ள இடங்களுக்குத் தப்பிச் செல்லலாயினர். ஆனால் அனைவருக்கும் அத்தகைய சுற்றத்தினர் இல்லை. அத்தகையோர்கள் மதிற் சுவருக்குள் வர விடுமாறு அரசாங்க வீரர்களை வேண்டிக் கொண்டிருந்தனர். என்ன செய்வது? நம்புவதா? இவர்களை நம்பாமலிருப்பதா? இவ்வாறு தஞ்சமென வந்தவர்களில் வீரபல்லட தேசிகரும் இருந்தார். வீரபல்லட தேசிகர் பெயர் பெற்ற வராகவே உடனே அவர் உள்ளே வர அனுமதி வந்தது. ஆனால் பலர் நிலை குலைந்து போனார்கள். அவ்வாறு உள்ளே வர அனுமதி கிடைக்காதவர்கள் ஆந்திர அரசரை வைது தொலைவாகச் சென்று கொண்டிருந்தனர். ஹரிஹர தேவ மன்னனுக்கு வெற்றி வெற்றி என்று ஒலி எழுப்பினார்கள்.

கற்சுவர் பகுதி மேலும் இரண்டு நாட்களுக்கும் மேலான பொழுது மகாராஷ்டிரர்களின் தாக்குதலுக்கு நிற்கவில்லை. தமது சுற்றுச்சுவர் பாதுகாப்பு வீரர்கள் பின் வாங்கி அரண்மனைக்குச்சுற்றியிருந்த மதிற்சுவர் பாதுகாப்புக்கு அங்கிருந்த அந்தண வீரர்களுடன் போய்ச் சேர்ந்தார்கள். இரு மதில்களைக் கடந்த பிறகு மகாராஷ்டிரப் படைகளுக்கு மகிழ்ச்சி மேலிடலாயிற்று. ஆந்திர வீரர்களுக்கு இதயங்கள் சரிந்தன. இப்பொழுது சுயம்பு தேவாலயத்தையும் எத்தகைய பாதுகாப்புமின்றிக் கைவிட நேர்ந்தது.

அரண்மனையைச் சுற்றிலுமுள்ள சுவர் மிகவும் சிறியது. அதற்குள் இப்பொழுது பேரமைச்சர் நகரத் தலைவர்கள் ஆகியோரின் குடும்பங்களையும் சேர்ப்பிக்க வேண்டி வந்தது. அவர்களுடன் அமைச்சர் அன்னையாவின் தாய் கௌராம்பிகை, மனைவியார்பார்வதி, இலட்சுமி, மகள் பாலா ஆகியோர் அரசரின் பேரில்லத்தைச்சேர்ந்தனர். திக்கன சோமயாஜி சோமியம்மையுடன் அங்கு போய்ச் சேர்ந்தார். குருநாதரும் மாறனும் அந்தண வீரர்களுக்குப்பயிற்சியளிப்பதால் ஓய்வின்றி இருந்தனர். அமைச்சர் அன்னையா மட்டும் தமது காவற் கூடத்தை விட்டுச் செல்லவில்லை. அதுவே இப்பொழுது அவருடைய செயலகம்! அவர் உருத்திர தேவப் பேரரசரையும் காணமல், தம் மீது சுமந்த செயல் பொறுப்பை முடித்த பிறகுகாணுவோம் என்று எழுத்து வாயிலாகச் செய்தி தெரிவித்துக் கொண்டார். பேரரசர் அதற்கு ஒப்புதல் தெரிவித்தார்.

பேரரண்மனை சுற்றிலும் அச்சந்தரும் வகையில் போர் நடக்கிறது. இரவு பகல் ஓய்வு ஒழிச்சலின்றி ஆடவர் பெண்டிர் அனைவரும் ஏதோ ஒரு வகையில் போரிட்டுக் கொண்டிருக்கும் வீரர்களுக்கு உதவி புரிந்து கொண்டிருந்தனர். அரண்மனையுட்புறமும் வெளிப்புறமும் பெருங்கொந்தளிப்பு கேட்டுக் கொண்டு இருந்தது. மகாராஷ்டிரப் படைகள் உடனுக்குடன் ஹரிஹர நாதனுக்கு வெற்றி முழக்கமிட்டுக் கொண்டிருந்தமையால் அந்தப் படையில் உருத்திர மாதேவியின் சககளத்திரத்தின் மகன் ஹரிஹரன் உள்ளானென்று உணரலானார்.

அப்பொழுது சில காலமாகவே கௌராம்பிகை திக்கன சோமயாஜியை வேண்டிக் கொண்டு அவர் இயற்றி வரும் ஆந்திர மகா பாரதத்தைக் கேட்டு வந்தனர். வழிபாட்டிற்குரிய அவ்வகையார் சொற்படி அரண்மனையிலிருந்த பெண்டிர் அனைவருக்கும் மகாபாரதம் இயற்றுதல் தெரிந்து விட்டது. மகாபாரதம் கற்பகத் தருவாகும் ! அஃதோர் அறநூல் ; நீதி நூல் ! அஃதோ உயர் கலை! உருத்திர தேவப் பேரரசரும் அந்த இயற்றுதல் பற்றிக்கேட்க நேர்ந்தது. அன்றொரு நாள் சுயம்பு தேவாலயத்தில் திக்கனசோமயாஜியின் பாரதத்தின் பகுதியைக் கேட்டதிலிருந்து அவருக்கு அந்நனவாகவே இருந்தது. கற்பகத் தருவைக் கேட்டால் எந்தக் கோரிக்கை நிறைவேறாது?'' அரசியல் நெறிச் சிறப்புகள் எவை? பகை வேந்தர்களை வெல்லும் தரம் என்ன ? இந்த வினாக்களுக்கு மகாபாரதத்தில் விடைகளிருக்குமா ?'' என்று உருத்திர தேவப் பேரரசருக்கு ஆவல் பிறந்தது. அன்றிரவே வேலைகளெல்லாம் முடித்துக் கொண்டு ஓய்வு பெற்று உருத்திரமதேவி, கௌராம்பிகையுடன் தமது தனிப் பேரில்லத்துக்குச் சென்று சோமயாஜியாரை அத்தகைய பகுதியிருப்பின் செவி மடுத்துமாறு வேண்டினார்.

சோமயாஜி புன்னகை புரிந்து, ''அம்மையே, இன்று தான் அப்பகுதியை எழுதினேன். கேட்பாயாக!'' என்று இவ்வாறு பாடினார். உருத்திராம்பிகை வியப்புடன் கேட்கலானார்.

'திருதராஷ்டிரன் தருமனுக்கு அரசியல் நெறியைக் கூறுதல்...'
பாடலைக்கேட்டார் உருத்திராம்பிகை.

அவ்வாறு கேட்கச் செய்யவும், அதைக் கேட்டு கூந்தல் வழிபாடியற்றிப் பொன் அட்சதைகளைத் திக்கன சோமயாஜியாரின் திருக்கால்களிலிருத்தி,பக்தியுடன் உருத்திர தேவப் பேரரசர் சிரசில் ஏற்று விடை பெற்றுக் கொண்டுத் தமது தனிப்பேரில்லத்திற்குச் சென்றார்.

* * * *

அங்கு அப்பொழுது தான் கொலனி உருத்திரர் அனுப்பிய வெற்றிச் செய்தி வந்திருந்தது இலக்கணப் படைப்போனின்

உருத்திரமதேவி 411

படைகளின் முதல் தாக்குதலிலேயே கலிங்கர்களின் படைகள் சிதறியோடின. அவர்களுடனிருந்த முராரிதேவன் மட்டும் துணிந்து போராடி தலையறுபட்டான். ஆந்திரப் படைகள் கலிங்கப்படைகளை சிம்மாசலம் தாண்டி நான்கு காதத் தொலைவுக்கு விரட்டியடித்தன. விரைவில் உருத்திரதேவப் பேரரசரின் திருக்காட்சிக்கென வெற்றிப் பூரிப்புடன் கொலனி ருத்திரர் வந்து கொண்டு இருக்கிறார்.

அந்தச் செய்தியைக் கேட்டதும் உருத்திரமதேவிக்குப் பெரு மகிழ்ச்சியானது. அது திக்கன சோமயாஜியின்வாழ்த்துரைக்குக் கண் கண்ட பயனாக அவருக்குத் தோன்றியது. அத்தகைய வழிபடற் குரியவரின் சொற்கள் இணையற்றவை.

உருத்திராம்பிகை ஒருகணப்பொழுது நினைப்பிலாழ்ந்தார். அந்த பக்கமாக மகாராஷ்டிரப் படைகள், "வெற்றி, ஹரிஹரதேவ ராயருக்கு வெற்றி!" என்று செய்யும் வெற்றி முழக்கம் அவர் செவி களில் விழுந்தன. "இந்தக் கலகம் ஏன்? இந்த மக்களழிவு ஏன்? இது குலக் கலகம்! பங்காளிகள் கலகம்! அரசின் போட்டிகாகத் தோன்றிய கலகம்!"

அதற்குள் அவருக்குத் திக்கன சோமயாஜியாரின் உருவம் உள்ளத்தில் தோன்றியது. குரு பாண்டவர் சமரின் போது வியாசப் பெருமான் சிந்தனையற்று அதனைக் கண்கொண்டு பார்த்தாரல்லவா! இன்று திக்கன சோமயாஜியார் தாம் எழுதிய ஆந்திர மகாபாரதப் பகுதியைக் கேட்கச் செய்தார். "அதை அவர் இன்று தான் எழுதி னாம்! இந்த பெருஞ் சமர்ப் பொழுதில் அவருக்கு உள்ளக் கிளர்ச்சி எவ்வாறு பிறந்ததோ? வியாசப் பெருமானின் அமைப்பு தவறாமல் திக்கன சோமயாஜியாரிடம் உள்ளது!" அதற்கிடையில் உருத்திர மாதேவிக்குத் திக்கன சோமயாஜியார் செவி மடுத்த இறுதிச் சொற் றொடர் நினைவுக்கு வந்தது.

"தகையற்ற புகழ்பெற்ற அரசருக்குற்றது காமதேனு
வல்லவே!"

"கா ம தே னு! இந்த உருவத்தினர் எனக்குக் காமதேனு அல்லவா?" இவ்வாறு அவர் நினைவிலாழ்ந்திருக்கையில் வியாசப் பெருமான்தான்! திக்கனசோமயாஜியாரின் உருவத்தில்தம்மை யன்று வாழ்த்தியருளியதாகத் தோன்றியது.

"எனக்கு இவ்வுருவம் காமதேனுவாகத் தொடங்கியிருக் கிறது!" இவ்வாறுரைத்துக் கொலனிருத்திரரின் வெற்றிச் செய்தி யைப் பேரரசர் திக்கன சோமயாஜியாருக்கு முன்னதாகத் தெரியச் செய்து, உடனே அரண்மனையுட் பகுதியிலும் கோட்டைச் சுவர்களின் மீதும் பறைசாற்றச் செய்தார்.

ஆந்திரப் படைவீரர்கள், அந்தணவீரர்கள். வீரசைவ வீரர்கள் உதவியுடன் இப்பொழுது இருநாட்களாக அரண்மனையைக் காத்து நிற்கிறார்கள். அதன் சுவர்கள் உயர்ந்தவையாயினும் வலிமை மிக்கவையல்ல. இடையில் செங்கற்களால் கட்டப்பட்டு இருந்தன. அவை அடியில் கரையாமலிருப்பதற்கென இருபுறங்களிலும் கருங் கற்பலகைகள் பொருத்தி யிருந்தார்கள். அந்த செங்கற்கள் மிக வும் கடினமானவையாயினும் இலேசானவை. பளுவிருக்காது. நீரி லிட்டாலும் இவை மூழ்காமல் மிதக்கும் காகதீயச் சிற்பிகள் அந்தச் செங்கற்சுவர் நிறுவுவதற்கு மிகுந்த திறமையைக் காட்டினார்கள்! ஆனால் அச்சுவர்கள் பெரும் போரைச் சமாளிக்கும் நோக்கத்துடன் நிறுவப்பட்டனவல்ல. அரண்மனைக்கு எளிமையான காப்பிற் கெனவே அவை எழுப்பப்பட்டன. அந்தச் சுவர்களைச் சார்ந்து இப்பொழுது கடும் போர் புரிய நேர்ந்தது! அதன் உள்ளிருந்த இடம் சிறியது. அந்தச் சிறு இடத்தில் இத்தனை பெரும் மக்கள் கூட்டம் இருப்பது மிகவும் கடினமாக இருக்கிறது. மிகுந்த உணவும் தண்ணீரும் உள்ளன. ஆனால் மேலும் இரண்டு நாட்கள் இவ்வாறே யிருப்பின் பெரியம்மை போன்ற தொற்றுநோய் ஏதாவது பரவுவது உறுதி! கணத்துக்குக் கணம் வீரர்களின் ஆற்றல் குன்றிக் குறைந்து வருகிறது. அத்தருணத்தில் கொலனி ருத்திரரின் வெற்றி முழக்கம் அவர்களுக்கோர் ஆற்றலை உண்டாக்கியது. ஆவல் கதிர்கள் தளிர்க்கலாயின.

மறுநாள் விடியற்காலையில் மகாராஷ்டிர வீரர்கள் அளவு கடந்த துணிவாற்றல் புரிந்து மதிற் சுவர்களின் மீது ஏறிக்குதிக்கலானார்கள். அவர்கள் ஹரிஹர தேவனுக்கு ஆந்திரப் பேரரசைப் பட்டஞ்சூட் டியவர்களைப் போன்றே, "வெற்றி, ஹரிஹர தேவராயருக்கு வெற்றி!" என்று பெருமுழக்கஞ்செய்து கொண்டிருந்தார்கள். அவர் களுடைய யானைகளும் குதிரைகளும், வீறுகொண்டு அரண்மனை மதிலைத்தகர்த்து வீழ்த்தத்தொடங்கின. ஒவ்வொரு தகர்த்தலுக்கு மிடையில் ஹரிஹரதேவராயருக்கு வெற்றி என முழக்கம் வானைப் பிளந்தது. ஹரிஹரதேவனே அந்தத்தகர்ப்பினை நடத்தினான் போலும்!

அந்தத்தகர்த்தல் வேலை முதலில் அரண்மனையின் அந்தப் புரத் தின் முன்பக்கலில் மிகவும் கடுமையானதாயிற்று. அங்குதான் ஹரிஹரனின் வெற்றியோசை மிகலானது. அந்த அரண்மனைச் சுவர் இடிவதற்கு முன்னர் விரிசல்கள் விட்டன. மகாராஷ்டிரவீரர் கள் அந்த இடுக்குகளிலிருந்து உள்ளேவரலானார்கள்.

காமசானி அதனை முன்னதாகவே உற்றுப்பார்த்து விட்டாள் உடனே அவள் பிரதாபருத்திரகுமாரனை குபுஜாவிடம் ஒப்படைத்துப் பரிவாரங்களுடன் நிலத்தின் உள்ளிருந்த ஒரு சுரங்கவாயில் வழி யாகக் கோட்டையைக் கடக்க ஏற்பாடுகள் செய்தாள். அவ்வேலை

யை முடித்ததும், அவள் அந்தப்புரப் பரிவாரங்களை அழைத்துக் கொண்டு அப்பொழுதுதான் அந்தப்பக்கமாக வரும் மகாராஷ்டிரப் படையினரை எதிர்த்தாள்.

காமசானி எண்பது வயதுக்கிழவி. கூன் விழுந்த தனது முதுகை முயற்சி செய்து நிமிர்த்தினாள். நடுங்குங் கரங்களை அவள் திடப்படுத்திக் கொண்டாள். இடதுகரத்தில் கேடயத்தைப் பிடித்தாள், வலது கரத்தில் வாளேந்தினாள். அவள் பின்னிருந்த பரிவாரத்தில் சிலர் பெண்டிர், சிலர் விதவைகள். அவர்களை மகாராஷ்டிரவீரர்கள் "வெற்றி, ஹரிஹரதேவராயருக்கு வெற்றி!" எனக் கூறி நடுக்குறும் வண்ணம் தாக்கினார்கள். சினம் மிகுந்து அந்த வெற்றிக் கூச்சல் செவியில் விழுந்ததும் காமசானிகாலிலிருந்து தலைவரையிலும் சிலிர்த்தது. அவளுக்குப் பொங்கும் உணர்ச்சி யடங்கவில்லை. அவ்வாறு வெற்றிக் குரலெழுப்பிய முதல்வனை அவள் வாள் முனையால் குத்தி விட்டாள்; இரண்டாமவனின் தலை யைச் சீவினாள். நெடுங்காலமாக அவளுக்கு வாட்பயிற்சியிருந்த மையால், வலிமைகுன்றி நடுங்கும் அவளுடைய கரங்களில் முயற்சி இல்லாதது போன்று முகப்புடன் விளங்கிக் கொண்டிருந்தது. அதற்கண்மையிலேயே நிலத்தினுள் சுரங்கம் உள்ளதென்று அறிந் வர்கள் தான் அவ்வாறு வருவதாக அவளுக்குத் தோன்றியது. இவர்களில் ஹரிஹரனும் இருக்கலாம். ஆனால் கவசமணிந்தவ களாகித் தலையுறையணிந்தவர்களைக் கண்டறிவ தெங்ஙனம்?

அதற்குள் காமசானிக்கு ஹரிஹரனே எதிரில் வந்தான். அவனுடைய முகம் காண விட்டால் என்ன? அவனுடைய அசை வும் நடப்பும் அவளுக்கு நெடுங்காலப் பழக்கம்! காமசானி கடுஞ் சினத்துடன் "அடேய் பாவி?" என்று கூறி அவன் மீது பாய்ந்தாள்.

ஆனால் அவளுக்கு உள்ளத்தில் இருந்த திறன் உடலில் இல்லை. இப்பொழுது அவள் சோரலானாள். கண்கள் மூடிக் கொண்டு சென்றன. நெய் யாகிவிட்ட விளக்குச்சுடர் போன்றுள்ளது அவள் நிலை! அவளாக ஹரிஹரராயனுடன் போரிட இயலுமா? அவனுடைய முதல் தாக்குக்கு அவளுடைய வாள் தொலைவில் போய் விழுந்தது. இரண்டாவது தாக்கு அவளுடைய இதயத்தில் இறங்கியது அந்தப்புரப்பாதுகாப்பிற்கென முதலில் உயிர் துறந்தாள் காமசானி! அக்கிழவியாரின் உயிரை வதைத்த பெரும் வீரச்செயலுடன் ஹரிஹரதேவன் அரண்மனைக்குள் அடி யெடுத்து வைத்தான்.

அந்தப்புரக் காவலர்க்கும் அவன் ஹரிஹரன் என்று தெரிந்து விட்டது. சுரங்கத்தை நெருங்குவதற்கென அவர்கள் அவ்வாறு மோதுகின்றார்களென்று அவர்கள் உணர்ந்தார்கள். இடையில் இன்னும் இரண்டு வாயில்கள் தடையாயுள்ளன. அவர்கள் அவ்

விருவாயிலையும் மூடி முன்னால் வந்து, வருகின்ற வீரர்களுடன் வீறு கொண்டார்கள்.

அவர்கள் பெண்டிரும் பேடிகளுமேயாயினும் மிக்க அச்சந் தருபவர்கள்! அதனினும் அந்தப் பேடிகள் ஆண்மையறியாதவர் கள். ஆயினும் என்ன? ஹரிஹ்ரனின் பின்னால் மகாராஷ்டிர வீரர் கணத்துக்குக் கணம் மிகுந்தவராகி உள்ளே புகுவதற்கு முயன்ற னர். அவர்களைத் தடுத்து நிறுத்த அங்குள்ள வீரர்களுக்கு இயல்வதாக இல்லை!

அதற்கு முன்னிரவுதான் அமைச்சர் அன்னையா சுற்றுப்புறஞ் சென்று வந்ததில் அந்தப் பக்கத்துச் சுவர் வலுவற்றுள்ளதென்று கண்டிருந்தார். அந்தப்பகுதி எப்பொழுது விரிவடைந்தாலும் அடுத்த கணமே அங்கு போய்ச் சேர ஐந்நூறு அந்தண வீரர்களை யும் குறிப்புணர்த்தித் தயாராக வைத்திருந்தார். அவர்களில் நூறு பேருக்கு கோவிந்தராமன் தலைவன்! அந்த இளஞ்கவிஞன் அந்தப் போரில் மிகுந்த திறமுடன் காணப்பட்டு அமைச்சர் அன்னையாவின் பாராட்டுதலைப்பெற்றிருந்தான்.

அமைச்சர் அன்னையாவின் இருபுற மெய்க்காவலர்களான இரு இளம் வீரர்களில் பெரியவன் கோவிந்தராமனுடன் வேடிக்கை செய்து கொண்டிருப்பான்.

"கோவிந்த சர்மா, உங்கள் வாக்குப்புலமையைப் பயன்படுத்து வதை விட, உங்கள் தோள்களைப் போர்க்களத்தில் திறமையாகச் செயல்படுத்துவீரய்யா!"

ஆனால் இப்பொழுது வேடிக்கை பேசுவதற்குச் சமயமில்லை. அந்த ஐந்நூறு அந்தணவீரர்களுக்குத் தலைவராய் இப்பொழுது அமைச்சர் அன்னையாவே வந்தார். அந்த அந்தணவீரர்களின் வருகையால் மகாராஷ்டிர வீரர்களின் திறமை சிறிதளவு பின் தங்கியது.

ஹரிஹரதேவன் அமைச்சர் அன்னையாவையும் அமைச்சர் அன்னையா ஹரிஹ்ரதேவனையும் உற்று நோக்கினார்கள்! அவ்விரு வரும் ஒருவரோடொருவர் தலையிடலானார்கள்! பொலிவு மிகுந்தவர் களான அவர்கள் போரிடவும் ஏனையோர் கட்டுண்டு மயங்கிய வராகி ஓரிரு கணங்கள் கண்ணிமைக்காமல் செயலற்று அவர் களுடைய சமரைப் பார்த்துக் கண்களை அகல விரித்து நின்றார் கள்.

அவர்கள் தலையிட்டது முதல் ஹரிஹரன் அமைச்சர் அன்னை யாவைக் கொல்ல வேண்டும் என்று துணிந்திருந்தான். அமைச்சர் அன்னையா உள்ளத்தைத் திடம் செய்து கொண்டு ஹரிஹரனைப் போர்க்கருவியற்றவராகச் செய்யவே முயன்று கொண்டிருந்தார். ஆனால் என்ன முயன்றும் அமைச்சர் அன்னையாவுக்கு இயலாமற்

போயிற்று. ஹ்ரிஹரனின் வீறு கொண்ட எழுச்சி மிகுதியாயிற்று. பல முறைகள் அமைச்சர் அன்னயாவின் இதயபாகம் காப்பின்றி யிருப்பது போன்று பார்ப்பவர்க்குத் தெரிந்தது.

இம்முறை தெளிவாக அமைச்சர் அன்னயாவின் பரந்த மார் பகம் மிகவும் விம்மிப்புடைத்திருந்தது. மின்னல் மின்னிஞற் ஓங்கிய வீச்சுடன் ஹரிஹரனின் வாள் மறுபக்கம் வந்தது. அமைச்சர் அன்னயா ஹ்ரிஹ்ரனின் கைகளில் வதையாக இருந் தார். அதைக்காணப் பொறுக்காமல் அந்தண வீரர்கள் அனைவரும் ஹரிஹரா என்றிறைத்துக் கண்களை மூடிக் கொண்டனர். ஏக சிலா நகரத்தில் இரு ஓசையும் திசைகளைப் பிளந்தன. இவ்விரு ஓசைகளே!

ஹரிஹரனின் வாள் அமைச்சர் அன்னயாவின் இதயத்தைச் சுவைப்பதற்கு முன்னரே அவருடைய உடல் தடையாக இருந்தது. வலிமையாக வீசிய ஹரிஹரனின் தாக்குதலில் அவனுடைய வாள் அமைச்சரின் கேடயத்தில் இறங்கிவிட்டது. அதை அவன் பின்னல் எடுக்கும் வாய்ப்படைவதற்குள் அமைச்சரின் வாள் ஹரிஹ்ரதேவனின் சிரம் அறுந்து, விழுந்து கிடந்த காமசானியின் கால்களுக்கு முன் விழுந்து, குருதிப் பெருக்குடன் மஞ்சனம் செய்தது!

இவையனைத்தும் ஒரு கண்ணிமைப் பொழுதில் நடந்து விட்டது. அதன் பிறகு இரு படைகளும் மோதலாயின. ஹரிஹர னின் மெய்க்காவலர்களிருவரும் அன்னயாவின் மீது பாய்ந்தனர். இப்பொழுது அமைச்சர் அயர்ந்தவரானர். அந்தக் களைப்பு அவருடைய உடலைவிட உள்ளத்தைப் பற்றிக் கொண்டது போல வும் உருத்திரதேவப்பேரரசின் பட்டஞ்சூட்டுவதற்கு முன்னர், காக தீயப் பேரரசுக்கு அரசராவார் என்று அனைவரும் நினைத்திருந்த அந்த ஹரிஹரதேவன், தமது கைகளால் இவ்வாறு தலையறுபட்டு விழுந்து கிடப்பது காண, எவருக்கு வருத்தமுண்டாகாது? அந்த வருத்தத்துடன் அன்னயாவுக்கு உவகை பிறந்தது.

அமைச்சர் அன்னயா உள்ளத்தில் அந்தக் கணத்தில் தோன்றிய வேதனைகளால் ஹரிஹ்ரனின் மெய்க்காவலர்களின் வாட்களுக்குத் தமது உயிரை அர்ப்பித்துக் கொண்டிருந்திருப்பார்! ஆனல் அவருடைய மெய்க்காவலராகிய இளம் வீரர்கள் இருவரும் அவர்களைக் கொன்று வீழ்த்தி அன்னயாவின் உயிரை அக்கணத்தி லேயே காப்பாற்றினர்.

அமைச்சர் அன்னயாவின் உள்ளம் அடுத்த கணத்தில் குளிர்ந் தது. அரண்மனைக்குள் திருட்டுத்தனமாக நுழைந்த மகாராஷ்டிர வீரர்களின் மீது தம்முடனிருந்த அந்தண வீரர்களுக்கு உவகை யூட்டி அவர் வீறு கொண்டெழுந்தார். அவ்வந்தண வீரர்களும்

போர்ப்பழக்கமற்றவராயினும் நல்ல பயிற்சி பெற்றவர்களைப் போன்று நடந்து கொண்டது அமைச்சர் அன்னையாவுக்கே வியப்பாகக் காணப்பட்டது.

இஃதிவ்வாறிருக்க, அந்தப் பக்கலில் ஓரில்லத்தில் கௌராம்பிகை தம்மிரு மருமகளுடனும் பெயர்த்தியான பாலாவுடனும் உரையாடிக் கொண்டிருக்கின்றாள். அவர்களுக்கு அரண்மனையின் வடபுறம் பகை வீரர்கள் நுழைந்திருந்தசெய்தி இன்னும் தெரியாது. அவ்வறைக்குள் போர்க்கருவி தாங்கிய மகாராஷ்டிர வீரர்கள் இருவர் நுழைந்தனர். இதைக் கண்டு அந்தப்புரத்திற்குள் பிற ஆடவர்கள் நுழைந்தனர் எனும் எண்ணத்துடன் கௌராம்பிகை அவர்கள் மீது சினத்துடன் கனல் கக்கும் பார்வையுடன் நோக்கி, "எவரடா அது?" என்று கேட்டார். அவளுடைய வீர உறுமலுக்கு அவ்வீரர்களிருவரும் நடுங்கி விழுந்து ஓரடி பின்னிட்டார்கள். அவர்கள் தெளிந்து முன்னேக்கி வரவும் கோவிந்தராமன் அவர்களிருவரையும் தன் கையிலிருந்த சூலத்துடன் சுவற்றில் குத்தித் தள்ளினன். அவன் பின்னிருந்த அந்தண வீரர்கள் அந்தச்சவங்களை அப்புறப்படுத்தினர்கள். வாயிலைஅடைத்துத் தயாராக இருக்குமாறு அங்கிருந்தவர்களை நோக்கிக் கூறி, கோவிந்தராமன் ஐந்து வீரர்களை வெளியில் காவல் வைத்து அகன்று சென்றன்.

அந்தப்புரம் பக்கலில் உடைந்து விட்ட மதிற் சுவருக்குள் நுழைந்த மகாராஷ்டிரர்களுடன் அந்தண வீரர்கள் நண்பகல் வரைப் போரிட்ட பிறகு, அதுவரைக்கும் உள்ளே நுழைந்தவர்கள் அனைவரையும் அவர்கள் கொன்று அந்த வழியைத் தடுக்கச் செய்தார்கள்.

ஆனல் உயிரற்ற கற்கோட்டை செய்ய வேண்டிய தடுப்பு, உயிருள்ள மனிதர்களால் வைக்கப்பட்ட சுவர் எத்தனை பொழுது தடுக்க வியலும்? அங்கு வழியுண்டாயிற்றென்று தெரிந்ததும் மகாராஷ்டிரப் படைவெள்ளம் அந்தப் பக்கலுக்குத்திரும்பியது. உடனே அமைச்சர் அன்னையா சூலந்தரித்தவர்களான ஆறுயிரம் அந்தண வீரர்களையும் அந்தப்புரப் பாதுகாப்புக்கென அங்கு உயிர்தடுப்புச் சுவராகச் செய்து காவலிருக்கச் செய்தனர்.

மூன்று யாமங்களாயின. என்ன காரணமோ, புதுமையாக, மகாராஷ்டிரப்படைகளின் வீரச் செருக்கு குறைந்து விட்டது. அதைக் காண நகரத் தலைவர்களுக்கே வியப்பானது. நகரப்பாதுகாப்புக்கென இன்று இத்தனை அந்தணர் குருதி சிந்தியது, அந்தக் குருதிச் சொட்டுக்களிலிருந்து பகைவர் பழிகளான மானிடயியல் பலாதனராகிலும் உண்டாகி மகாராஷ்டிரப்படைகளை அவ்வாறு மாறு கொண்டிருக்கின்றனவா? முன்னிருந்த படைகள் முன்னிருந்தன; ஆனல் பின்னுலிருந்து மகாராஷ்டிரப் படைகள் முன் வரவில்லை!

மாலைப்பொழுதாகின்றது! அன்றிரவு அரண்மனையைப் பகைவர்கள் தாக்குதலிலிருந்து காப்பது இயலாததென்று நகரத் தலைவர்கள் முடிவு செய்தார்கள். எவரெவரை எந்தெந்த மறைவழிகளின் வழியாகப் பாதுகாப்பான இடங்களுக்குச் சேர்ப்பிக்க வேண்டுமெனவும், எவரெவர் முடிவுவரை நின்று போரிடுதல் என்றும் முடிவாயிற்று. உருத்திரதேவப் பேரரசர் என்ன கூறியும் கேட்காமல், தமது நகரத் தலைவர்களுடன் இறுதிவரை போரிடுபவர்களுடன் இருப்பதற்கே முடிவு செய்தார். அவர் உயிர் காப்புக்கென ஓடிச் செல்ல விரும்பவில்லை. அபாயம் மிகுதியாகி வரவும் அவர்களுடைய வீர உணர்ச்சியும் மிகுதியாகி வருகின்றது!

மாலைப் பொழுதாயிற்று. மகாராஷ்டிரப்படைகள் பின்னுலே குறைகின்றன! என்ன இந்த மாயம்! கண்கட்டியாக இருக்கிறதே!

இரவு யாமப் பொழுதாயிற்று! மகாராஷ்டிரப்படைகள் கல் மதிற்சுவருக்குப் பின்னுல் சென்றது. அரண்மனைக்கும் கல் மதிற்சுவருக்கும் நடுவில் ஒரு யாதவ வீரனும் இல்லை! என்ன இது!

நள்ளிரவாயிற்று! மகாராஷ்டிரப்படைகள் மண்கோட்டைக்கு வெளியில் போய்ச் சேர்ந்தன. என்ன இந்த அற்புதம்! கோட்டையிலுள்ளவர்களை நடுக்குறச் செய்து வெளியில் வரச் செய்து ஒரேயடியாக வீறு கொண்டு தாக்க எடுத்துக் கொண்ட சூழ்ச்சியா?

பொழுது புலர்ந்தது. மகாராஷ்டிரப்படைகள் தமது பாசறைகள் அனைத்தையும் எடுத்துக் கட்டி மூட்டை கட்டத் தொடங்கினுர்கள்.

என்ன இது? பொழுது விடியும் வரையும் கோட்டையில் இருந்தவர்களுக்குக் காரணம் தெரியவில்லை. இரண்டு மூன்று நாட்களாக இருந்து வெளியிலிருந்து எந்தச் செய்தியும் வராமல் பகைவர்கள் அடங்கிக் கிடந்தார்கள். தாம் முற்றுகையிட்ட படைகள் காரணமின்றி இத்தனை எதிர்பாராத வகையில் பின் வாங்கிச் செல்லுதல், கோட்டையினுள்ளிருந்தவர்களுக்கு ஏமாற்றமாகத் தோன்றியது. அவ்வெண்ணத்துடன் அரண்மனையை எவரும் விட்டுச் செல்லலாகாதென்று பேரரசர் ஆணையிட்டார். ஒற்றர்கள் மட்டும் மறைவழிகளில் உண்மையை ஆராய வெளியேறினுர்கள்.

பொழுது புலர்கின்ற பொழுது ஒற்றர்கள் உண்மைச் செய்தி கொண்டு வந்தார்கள் "நாம் காப்பாற்றப்பட்டோம்!"

அச்சொற்கள் அரண்மனையில் எல்லாப்பகுதியிலும் எதிரொலித்தன. ஓடிச் சென்றவர்களின் முகங்களில் இரத்தம் வழிந்தது. "காப்பாற்றப்பட்டோம்! காப்பாற்றப்பட்டோம்!"

எவ்வாறு?

அந்தப் பக்கத்தில் திக்கசமூபதியும் கோன கன்ன ரெட்டியும் தமது குதிரைப் படைகளுடன் இருபுறங்களிலுமிருந்து மகாராஷ்டிரப் படைகளின் பாசறையைத் தாக்கிச் சூறையாடுகிறார்கள். இரவு முழுமையும் அச்சந்தரும் வகையில் போர் நடந்தது. விடியும் பொழுது அவர்களின் காலாட்படைகள் ஒன்று சேர்ந்து விடலாம்! அம்பதேவரும் சிறுபடையை அனுப்பினர். அதுவும் நெருங்கி வந்தது!

அன்று பகலவன் தோன்றியதுடன் ஏகசிலா நகரத்தில் ஆற்றல் கதிரவனும் ஒளிரலானான். செய்திகள் உறுதியாயின. அத்துடன் சூலந்தரித்தவர்களான ஆறுயிரம் அந்தண வீரர்களுக்குத் தலைவராகி அமைச்சர் அன்னயா நகரவாயிலை விட்டு வெளியேறி மகாராஷ்டிரப் படைகளைத் தாக்கினர். பெரும்படையுடன் உருத்திராம்பிகையும் அவர் பின்னால் துணையாகச் சென்றார்.

அவ்விரு சாராருக்கும் வீரசைவப்படையும் உதவியாக இருந்து, பேருவகையுடன் புறப்பட்டது.

52

தோட்டத்தில் காக்கை மீண்டும் மீண்டும் கரைகின்றது! இதற்கிடையில் பொழிந்த காற்று மழையுடனும் பெரும் போருடனும் ஏகசிலா நகரத்திலிருந்த வெளிப்பாளையம் முதன்மையாக மிகுந்த அடி வாங்கியது. பொல்லன் வீட்டின் மீது வேய்ந்திருந்த கீற்றுகள் அனைத்தும் கிளம்பி விட்டன. தடையேதுமின்றி இப்பொழுது ஆதவனிடமிருந்து ஒளி வீட்டிற்குள் விழுந்தது முதல் அந்தி வரையில் நுழைந்து போக்குவரவு செய்யத் தொடங்கியிருந்தது. அதற்கிடையில் காக்கைகள் திரிதலும் கட்டுப்பட்டிருந்தது. இன்று காக்கையொன்று மீண்டும் மீண்டும் அவள் தோட்டத்தில் கரைந்து கொண்டிருப்பதால் மங்கைக்கு ஏதோ ஓரிடத்தில் சற்று எண்ணந் தளிர்த்தது.

“யார் வருவது, காக்கம்மா!”

இந்தச் சொற்களைக் கேட்டு உவகையுடன் பாட்டிமை கலந்து கொண்டாள். தெலுங்கு மண்ணின் மீது தெலுங்கு பிறந்ததிலிருந்து உள்ள பாட்டு பாடத் தொடங்கினாள் :

“காக்கம்மா, காக்கம்மா கரார் காக்கம்மா!
சுற்றம் வந்தால் கண்டு போ,
புகைவர் வந்தால் பறந்து போ,

உன் காலுக்குச் சிலங்கு கட்டுகிறேன்,
உன் மகளுக்கு வெண்ணெய் வைக்கிறேன்,
எங்கப்பன் வந்தால் காலெடுத்துக்
கத்து,—ஒரே கத்து!''

அந்தக் காக்கையும் புதுமையாக உரத்துக் கரைந்தது. பாட்டிமையின் முகம் சிரிப்பால் மலர்ந்தது. மங்கை தனக்கு வயிற்றில் பொங்கி வரும் துயரம் எவ்வாறே வெளியில் காண விடாமல் அடக்கிக் கொண்டு, 'உன் தந்தை வருகிருராம்மா!' என்ருள்.

பாட்டிமையின் நினைப்புகள் நீண்டு பின்னிக் கொண்டு சென்றன.

''என் அப்பா எனக்கு என்ன எடுத்து வருவார் அம்மா?''

மங்கைக்குக் கண்களிலிருந்து நீர் பொங்கி வருகின்றது. பாட்டிமைக்குப் பொருள் விளங்கவில்லை.

''அப்பா வந்தால் இப்படி அழுகிருயே ஏன்?''

காக்கைக் கரைதலின் மீது பாட்டிமைக்குள்ள நம்பிக்கை தாய்க்கேது! முற்றத்தில் பளுவான அடிச்சுவடோசை கேட்டது. ''அப்பா வந்து விட்டார்! என்று கூறித்துள்ளிய பாட்டிமை வாசலுக்குப் பறந்தாள். அவள் பின்னுலேயே மங்கையும் மெதுவாக நடந்தாள்.

வாயிலுக்குள் சென்றதும் பாட்டிமைக்கு ஆவல் குன்றி விட்டது! முற்றிலும் உடலுறை அணிந்திருந்த உடல்களையுடைய இருவீரர்கள் அவளுக்குக் காணப்பட்டார்கள். அவ்விருவரும் முகத்தை மறைக்கும் பட்டயங்களை மேலுயர்த்திப் புன்னகையுடன் அவள் பக்கமாகப் பார்த்திருந்தார்கள். அவளுடைய தந்தை வராமைக்குச் சோர்ந்த முகமிட்டுக் கொண்டு பாட்டிமை வெறிச்சேறி நின்று மேலும் கீழுமாக அவர்களைப் பார்க்கத் தொடங்கிளுள். அவளுக்கு மகிழ்ச்சி குறைந்து அழுகையும் வருகின்றது. அங்கு வந்த வீரர்கள் இருவரும் குபீலெனச் சிரித்து உரிமையுடன் முன்னேக்கி வந்தனர். அவர்களில் ஒருவன் அன்புப் பெருக்குடன் பாட்டிமையைத் தன்கையிலேந்திக் கொண்டான். பாட்டிமை ஏக்கத்துடன் முகத்தை மறுபுறம் திருப்பித்தப்பித்துக் கொள்ள வேண்டுமென்று முயற்சி செய்தாள்.

இம்முறை புன்னகை புரிந்தாள் மங்கை! அவளுடைய கண்ணீர் முழுவதும் அவள் துடைத்துக் கொண்டு மகிழ்ச்சியே உருவானவளானுள்.

''என்னடீ, அப்பாவையும் மாமாவையும் தெரியவில்லையா?''

''யார்?—அப்பாவா?—மாமாவா?—''

பாட்டிமையை எடுத்துக் கொண்ட வீரன் அவளை இறக்கித் தலையுறைக் கவசத்தை முற்றிலும் அகற்றி விட்டுப் பாட்டிமைக்குத் தன்முகத்தைக் காட்டினுன். அவள் உடனே "அப்பா!" என்று அவனைக் கட்டித் தழுவிக் கொண்டாள்.

மங்கை உள்ளே சென்று இருவருக்கும் கால் அலம்ப, தண்ணீர் கொண்டு வந்தாள்.

சற்று உரையாடல் நிகழ்ந்த பிறகு பொல்லனுக்கு வியப்பாகி முதலில் மனைவியைக் கேட்டது அந்த வீட்டைப்பற்றித்தான்!

"நான் அனுப்பிய பொற்காசுகள் உனக்குச் சேரவில்லையா?—அத்துடன் பெரிய வீடே நீ கட்டியிருக்கலாமே!"

மங்கைக்கு வியப்பாகிவிட்டது!

"நீ பொற்காசு அனுப்பினுயா? பாவம் பெருமகனுன ஒரு பிச்சைக்காரன் என் மீது கருணை கொண்டு கைநிறைய பொற்காசு கொடுத்தான். பிறகு கணக்குப் பார்த்ததில் ஐம்பத்துமூன்றிருத்தது. அவற்றைப் பத்திரமாக இதுவரைக்கும் பயன்படுத்தி வருகிறேன். இன்னும் முப்பது மீதியிருக்கிறது!— இதோ!" என்று மங்கை உள்ளே சென்று கொண்டு வந்து பொல்லனுக்குக் காட்டினுள்!

அதைப் பார்த்தவாறு பொல்லன் எரிந்து விழுந்தான். மங்கை நடுங்கி விழுந்தாள். பாட்டிமை அழவே அழுதாள்.

"அவன் பெரிய மனிதனு? திருடன்! ஐம்பது காசுகள் உனக்கு பிச்சை கொடுத்தானு!"

மங்கையும் வியப்படைந்து பொல்லனைப் பார்க்கலானுள்.

"நான் ஆயிரங்காசுகள் அனுப்பினேன்!—"

அவனுடன் வந்த கண்டன் புன்னகை பூத்து, "போகட்டும். பாவியின் செல்வத்தின் பண்பே, அவ்வளவுதான்! என்று பொல்லனைத் தேற்றினுன்.

"அந்தத் திருடன் இப்பொழுது எங்கு இருக்கிருன்? மறுபடி காணப்பட்டனு?"

மங்கை அமைதியாயிருந்தாள். சுயம்பு தேவாலயத்திற்கு அருகில் நடந்த விளைவு நிகழ்ச்சி நினைவுக்கு வந்தது. பொல்லனுக் கருகிலிருந்த கண்டன் புறமாகத் திரும்பி, "கண்டா, எத்தனை நாளாயிற்றுப் பார்த்து! கால் கழுவிக் கொள்ளவில்லையே ஏன்?" என்று கேட்டாள்.

"நான் இன்னும் வீட்டுக்குப்போகவில்லை. உன் கணவனை உன்னிடம் ஒப்படைத்து விட்டுச் செல்லலாம் என்று வந்தேன். இதோ!— மறந்து விடாதே, பொல்லா? நடுப்பகல் சரியாக நாம் மேசய்ய நாயகரைப் பார்க்க வேண்டும்! - பாட்டிமை, உன்

அப்பா உனக்கு என்னென்ன வாங்கி வந்தார். கேள்! பெரிய செல்வந்தராகி விட்டாரே அவரவர்களைக் கொள்ளையடித்துக் கொண்டுரில்!''

இவ்வாறு கூறிக் கண்டன் தன் வீட்டுக்குப் புறப்பட்டான்.

* * * *

ஏகசிலா நகரமனைத்தும் இப்பொழுது 'சுடுகாடு' போன்றிருந்தது. முன் வந்த அச்சந்தரும் காற்று மழை! அதன் தாக்குதலைச் சீரமைத்துக் கொள்வதற்கு முன்னரே மேல் விழுந்த மராட்டியப் படை! அவ்வப்பொழுது இரு படைகளும் இறந்தவர்களின் சடலங்களுக்கு இறுதிக் கடன்களைச் செய்து கொண்டிருந்தன. ஆனால் பிணங்கள் மூலை முடுக்குகளில் மிகுந்திருந்தன. எந்தப்புதர்மருங்கிலும் எந்தப் பாழடைந்த வீட்டிலும் ஒன்றிருந்தது. புண்பட்ட வீரர்கள் உயிர் காப்பிற்கோ, வேட்கை தணிப்பதற்கோ, பசியைப் போக்குவதற்கோ, மருத்துவத்துக்கோ அலைந்து போய் எங்கேயோ உயிர் விட்டிருந்தார்கள். எங்கிருந்தாலென்ன? அங்கு உயிர் வாழ்ந்து கொண்டிருக்கையில் கண்களிருக்கும் சுற்றத்தினருக்கும் அவர் காணுமற் போயிருக்கலாம். இப்பொழுது உயிர் விட்ட பிறகு அந்த உடலிலிருந்து வரும் கொடிய நாற்றம் மட்டும் பகைவரையும் நட்பினரையும் வேறுபாடற்று அனைவருக்கும் தாங்க வொண்ணுதாகி அதன் இருப்பினைக் குறிப்புணர்த்தும் அதைக் காண்பவர்களுக்கு மயான உறுதி துளிர்ப்பதில் சிறப்பேதுமில்லை.

மானிடர் அனைவரும் ஒரு முழுமையாக வலியுறுத்திய சாக்காடடைதல் காக்கைகளுக்கும் கழுகுகளுக்கும் பருந்துகளுக்கும் நரிகளுக்கும் நாய்களுக்கும் பெரும் பண்டிகை! அவை உயிரற்ற பிணங்களை மட்டுமின்றி உயிர்தத்தளிக்கும் அவற்றைத் தடுப்பதற்கு மியலாத நிலையிலுள்ளவர்களையும் கொத்தவும் கிழிக்கவும் பின் வாங்கவில்லை. பயிற்சியின் விளைவால் அவற்றுக்கு ஒருவகைத் துணிவும் பிறந்தது. தனிமையில் தூங்குபவர்களையும் அவை அப்பொழுது வதைக்கலாயின. இத்தனை காகங்கள், கழுகுகள், பருந்துகள், நரிகள், குக்கல்கள் எங்கிருந்து வந்தனவோ!

இந்தச் சவங்கள் அனைத்தையும் அப்புறப்படுத்தவேண்டும். விழுந்து விட்ட வீடுகளைச் செப்பனிட வேண்டும். குலைந்த கிணறுகளையும் குளங்களையும் சீரமைக்க வேண்டும். மதகுகள் உடைந்த கால்வாய்களைச் செம்மையுறச் செய்ய வேண்டும். தூய்மையற்ற இடங்களைத் தூய்மைப்படுத்த வேண்டும். கெட்டழிந்த அரசபாட்டைகளை நன்கமைக்க வேண்டும். இடிந்து போன நகரச் சுவர்களை மீள எழுப்ப வேண்டும். இவையனைத்தையும் நகரக் காப்பில் எத்தகைய அயர்வுமின்றி செய்யவேண்டியிருந்தது. மூலை முடுக்குகளில் மறைந்து கிடக்கும் உட்பகைவர்களையும் வெளிப்

பகைவர்களையும் தேடிப்பிடித்துத் தகுந்த தண்டனைகள் அளிக்க வேண்டும். இந்தச் செயல் முறைகள் அனைத்துக்கும் மேசய்ய நாயகர் ஈடுபடலானார். அவருக்கு நாகய்ய நாயகர் மிகவும் உதவி புரிந்து துணையாக இருந்தார். அம்பதேவர் அனுப்பிய படை இப்பொழுது நகரப் பாதுகாப்புக்கு நிறுவப்பட்டது.

முன்பு குறிப்பிட்ட வகையில் அன்று நடுப்பகலே கண்டன் பொல்லனை அழைத்துக்கொண்டு மேசய்ய நாயகரைக் கண்டான். அவ்விருவரும் தளபதிகள் தோற்றத்தில் வருவது நாயகருக்கு முதலில் வியப்பாகித் தலை நிமிர்ந்து ஐயத்துடன் அவர்களை உற்று நோக்கினார். உடனே கண்டன் அம்பதேவர் அனுப்பிய பத்திரங்களை மேசய்யாவிடம் ஒப்படைத்தான். அவற்றைப் படித்தவுடன் மேசய்யா வியப்பை வெளிப்படுத்தினார். "பொல்லன் செய்த முறையற்ற செயல்கள் சிலவே. அதிலும் அவன் இரக்கத்திற்குரியவனாகி அரசாங்க துரோகிகளைப் பிடிப்பதில் இதற்கிடையில் காட்டிய நம்பிக்கையால் அவனுடைய குற்றங்கள் மன்னிக்கத் தகுந்தவை. அவனுடைய நற்பணிக்குக் கண்டனையே ஏற்றவனாக இருக்கச் செய்து, கண்டனுக்கு அவன் உதவி புரிபவனாக இருக்கச் செய்யலாம்."

அம்பதேவரின் ஒத்தவரின் கருத்தெதுவாயினும் அது மேசய்யாவுக்குச் சிறந்ததாகும்.

"பொல்லா, உனக்கு நகரத்தில் வேலை நிறைய வரும். முதலில் அந்தத்துறவி உருவத்தினனான யவனனை எமக்குப் பிடித்துத் தர வேண்டும்!"

"சுவாமி, அவ்வாறே! எனக்கும் அதில்தான் உள்ளமும் மிகவும் அவசரப்படுகிறது. அதன் பிறகு நாகாச்சாரியைப் பிடிக்கவேண்டும்!"

"பொல்லா, நீ ஒவ்வொரு கனமும் எச்சரிப்புடன் இருக்க வேண்டுமப்பா! அந்த வெளிப்பாளையத்தில் உன் குடும்பம் இருக்க எமக்கு விருப்பமில்லை! கண்டா, உனக்கும்!"

அவ்விருவருக்கும் கற்சுவருக்குட் புறத்தின் ஒன்றுக்கருகில் ஒரு வீட்டைக் குறிப்பிட்டு அதில் அவர்கள் இருக்க மேசய்யா ஏற்பாடு செய்தார். அன்று மாலைக்குள் அவ்விருவரும் தம் குடும்பங்களுடன் புதிய இல்லத்திற்கு வந்து சேர்ந்தார்கள். அன்றிரவே பொல்லனுக்கு எதிர்பாராத செல்வம் கிடைத்தது!

பொல்லன் அன்றிரவு பிச்சைக்காரன் மாற்றுருவத்தில் நகரத்தைச் சுற்றிக் கொண்டிருந்தான். அவன் திரிந்து கொண்டிருந்தவை நகரமனைத்தும் புதுமையான அறுவறுப்பான இடங்களாகும். இத்தனை பெரும் அற்புதமான நகரத்திலும் கூட

உருத்திரமதேவி 423

இத்தனை கேவலமான அடங்களிருக்குமா என்று புதிதாகப் பார்ப்பவர்க்குத் தோன்றும். இடிந்தழிந்த பேரில்லங்கள், குலைந்தழிந்த சுவர்கள், புதர்கள், புற்றுகள் வளர்ந்து கொடிய விலங்குகளுக்கு ஏற்ற இடங்களாகிவிட்ட பாழான தோட்டங்களும், பாழடைந்த கிணறுகளும்! இவை அனைத்தும் கூட ஆந்திர அரசர்களின் தலை நகரத்தினுள்ளேயேயா? ஒளவால்களின் நாற்றம், நரிகளின் ஊளைகள், அவற்றைவிட அச்சுறும் மக்களின் முணுமுணுப்புகள். அப்பகுதியில் பிச்சைக்காரனுக்கு எங்கிருந்து பிச்சை கிடைக்கும்? எங்காகிலும் திருடர்கள், காதகர்கள் பதுங்கியிருக்கலாம். ஆனால் பிச்சைக்காரர்கள் போகாத இடமேது?

பொல்லன் இப்பொழுது ஒரு சுடுகாட்டுப் பகுதியை நெருங்கினான். அங்கிருந்து கேட்கும் அறற்றல்கள் பாடல்கள் வசைமொழிகள் தீய சொற்கள் அவனைக் கவர்ந்தன. அங்கு குடித்தவர்களும் மனம் போன போக்கில் குலம் இனம் அற்ற சமயக் கொடியவர்களுக்குரிய ஏழு நிலங்களும் மயானமாய் ஒவ்வொன்ருகக் காணப்பட்டன. அத்தகையவர்கள் மதுவினால் உண்டான இன்பத்தையும் ஏழுவகைகளில் விவரித்தார்கள். தொடக்கம், இயக்கம் இளமை, ஆண்மை, ஆண்மை முடிவு, உன்மத்தம், முடிவுறுநிலை ான இன்பங்கள் வரிசையில் ஏழு நிலங்களில் அவற்றில் ஆண்மை மகிழ்ச்சியை விவரித்தது அந்தப்பாடல்.

'பீத்வா, பீத்வா புன: பீத்வா யாவத் பததீ பூதலே
உத்தாயச புன: பீத்வா புனர்ஜன்ம நவித்யதே ||
யத்சுகம் குல நிஷ்டானும் குலத்ரவ்ய நிஷேவணுத்
தத்ஸௌக்ய மேவ மோக்ஷம் ஸ்யாத் சத்ய மேவ நசைம்
சய ||'

என்று வருணித்தது. அந்தப்பாடலில் கூறிய வீடு பேற்றுக்குரியவர்கள் பலர் அந்த மயானக் குழுவில் இருந்தனர்.

அவ்வாறு வீடு பேறடையாமல் தொடக்க, பயிற்சி, வழக்க நிலைகளில் உள்ளவர்கள் சூதாடிக் கொண்டிருந்தார்கள். அவர்களில் தொடக்க நிலையில் இருந்தவர்களில் ஒருவன் உடனே பக்கத்திலிருந்தவனுடைய கைகளைப் பிடித்துக் கொண்டு அவன் செய்த ஏமாற்றலை வெளிப்படுத்தினன். உடனே அன்று மாலையிலிருந்து அவனுடன் ஆடிச் செல்வமிழந்தவர்கள் அனைவரும் அந்த ஏமாற்றக்காரன் மீது பாய்ந்தனர். அவன் என்னதான் ஓடிப்போக முயன்றும் மற்ற குடிகாரர்கள் போக விடாமல் அவனைக் கவர்ந்து கொண்டனர். தலைவர்களைக் கூப்பிடவும் அண்மையிலிருந்தவர்களில் இருவர் வந்தார்கள்.

அடுத்த கணத்தில் அங்கு ஒரு தீர்ப்பு மன்றம் ஏற்பட்டது. அந்தத் தீர்ப்பு மன்றம் அரசரால் நிறுவப்பட்டதன்று. அங்கிருந்த

குடியர்களே அதில் பெரியவர்கள். அவர்களே நேர்மையைக் கேட்டறிந்து தண்டனையளிப்பார்கள். அதனைத் தலையாரிகள் முறைப்படி செய்ய வேண்டியது தான்! அவ்வாறே சாரர்களில் வழக்குகள் ஏற்பட்டால் சாரர்களின் தீர்ப்பையளிப்பார்கள். கிதவ (குடியர்களின்) அற மன்றங்கள் சாரர்களின் அறமன்றங் களில் வழக்கு தீர்த்தல் அந்த சாரர்களின் இடையில் வெகு வழக்க மானது!

அவ்வாறு முதலில் கைபிடித்துக் கொண்டவன் இரண்டாவது குடியன் செய்த ஏமாற்றுதலை விவரித்தான். அட்ச முகத்தின் கண் களுக்கு முன்னர் தனக்கு அனுகூலமாகத் தெளிவாகத் தெரிந்தது. அதற்குள் அந்த ஏயத்தவனின் கைகள் அந்தப்பக்கமாக நீண்டன. அப்படியே கண்களுக்கு முன் மாறி விட்டது. உடனே அவனுடைய கைகளைப் பிடித்துக் கொண்டான்.

அதற்குப் பழியேற்ற கிதவன் (குடிகாரன்) அவன் சொன்ன தெல்லாம் பொய்யென்று வழக்காடினன். அந்தப்பழிகாரன் அயல் நாட்டு வர்த்தகனைப் போன்றிருந்தான். அவன் விலை மதிப்புள்ள ஆடைகள் அணிகள் அணிந்திருந்தான். அவனுடைய சொற் களும் அமைதியாகிக் குற்றமற்றவனகவே அனைவருக்கும் காணப் பட்டன. பாவம் ஏதோ குறைபாடு நடந்திருக்க வேண்டும், அல்லாமல் முதல்வன்தான் ஏமாற்றியவனே!

அன்று செல்வம் இழந்தவர்கள் அனைவரும் அவ்வாறே சான்றுகள் கூறினர். அனைவரும் அவனுடைய கைத்திறமையை உற்று நோக்கியவர்கள்தாம். ஆனல் கேவலம் அட்சத்தைத் தொட்டானென்று சொல்லக்கூடியவர்கள் எவரும் இல்லை. மொத்தத்தில் அவனுக்கு கைநீட்டும் கலை ஏதோ பயிற்சியுள்ள தென்று அவர்கள் முடிவு செய்தார்கள். ஆனல் இல்லாவிடில் சரியாக அவ்வேளையில் இப்படிப்பட்ட கைத்திறம் எவ்வாறு நடந் திருக்க வேண்டும்?

கோவிந்த சருமன் அவ்வழியில் சென்று இங்கு இந்த வழக்கு மன்றம் தீர்த்தது என்னவென்று கேட்டான். வழக்குத்தீர்த்த பெரி யோர்கள் செய்தியைக் கூறி, கோவிந்த சருமனை என்ன செய் வது ஏற்றதென்று கேட்டார்கள். கோவிந்த சருமன் உடனே பதி லுரைத்தான்.

“இத்தனை அட்ச விதிகள்' கூடினுர்கள். இதற்கு ஆறு மாத எண்ணம் எதற்கு? சூதாட்டத்தில் கைத்திறன் புரிந்தவர்களுக்குக் கரத்தைத் துணிப்பதுதான்!”

உடனே வழக்கு மன்றம் கூட்டிய பெரியோர்கள் கோவிந்த சருமனின் அறிவுரையை ஒப்புக் கொண்டு தீர்ப்பு வழங்கினுர்கள். “கரந்துணித்தல்!” தலையாரிகள் அந்த வர்த்தகனைப் பிடித்துச்

செல்லும் பொழுது அவன் விரைந்து ஓடத் தொடங்கினான். அப்பொழுதே பொல்லன் எதிர்ப்பட்டு அவனைக் கடுமையாகப் பிடித்து 'இவன் திருடன்! என் தொள்ளாயிரத்தைம்பது காசுகளைக் கவர்ந்து விட்டான்.' பிச்சைக்காரன் அந்தச் சொற்களைச் சொல்லவே அனைவருக்கும் சிரிப்பு வந்தது.

அதற்குள் சுற்றுப்புறங்களிலிருந்து முன்பின் அறியாததோர் மொழியில் ஏதோ பேசிக் கொண்டு, அந்தக் குற்றவாளியைத் தப்பிக்கச் செய்ய இருபத்தைந்து பேர்கள் அங்கிருந்தவர்கள் மீது மோதினார்கள். உடனே கண்டனின் பரிவாரம் அந்தக் கொள்ளைக் கூட்டத்தினரை அத்தக் குடியனுடன் சேர்த்துச் சிறை பிடித்து மேசய்ய நாயகரிடம் ஒப்படைத்தது. கண்டன் படையுடன் பொல்லனைப் பின் தொடர்ந்து கொண்டிருந்தான்.

இவ்வாறு மேசய்யாவின் கண்களைக் கட்டி அவ்வப்பொழுது மாறுவேடம் அணிந்து தப்பித்துக் கொண்டிருந்த புதுமையான துறவி பொல்லனின் எச்சரிக்கையால் இன்று கிடைக்கலானான்.

* * * *

பொல்லனின், கண்டனின் எதிர்பார்த்த வாய்ப்பு அத்துடன் நின்று விட வில்லை. அன்று அவர்கள் நள்ளிரவு வரை நகரத்தைச் சுற்றி வந்து சமண மடத்தைப் போயடைந்து, பாழாகிக் கிடந்த அதில் ஓர் அறைக்குள் தூங்கினார்கள். அது முதலில் சமணத் துறவியிருந்த அறை! அவர்கள் தூங்குவதாகப் பாசாங்கு செய்தனரேயன்றி உறங்கவில்லை. அதற்கிடையில் அந்த அறைச் சுவர் ஒன்று அசைந்தது. அதிலிருந்து ஒரு பேர்வழி அறைக்குள் மெதுவாக அடியெடுத்து வைத்து, வழி தெரியாமல் தன்கையிலிருந்த வாளைக் கீழே வைத்து, ஒளியுண்டு பண்ணச் சக்கி முக்கிக்கல்லைத் தீட்டினான். அப்பொழுது எச்சரிக்கையுடன் இருந்த கண்டனும் பொல்லனும் விரைந்தெழுந்தனர். கண்டன் கீழே வைத்திருந்த வாளை எடுத்துக் கொண்டான். பொல்லன் அந்தப் பேர் வழியைப் பிடித்துக் கொண்டான். ஒளியுண்டாக்கி ஆராய்ந்ததில் அவன் நாகாச்சாரி! அவனிடம் அரசரின் முத்திரைகள் பல கிடைத்தன.

திக்கசமூபதியும் கோனகன்னரெட்டியும் பெருஞ்சேனையுடன் சென்று அந்தப் பகுதியிலிருந்து, பகைவர் படை வரவில்லையென்று தெரிந்ததிலிருந்து மேசய்யாவுக்கு வெளியே பொய்ச் செய்தி நம்புவதற்கேற்ப அனுப்புகின்றார் என்று ஐயம் தோன்றியது. தேவகிரி பக்கத்திலிருந்து எத்தகைய குழப்பங்களும் இல்லையென்று செய்தி மேல் செய்தி வருவதும், அங்கிருந்து பெரும்படை திரண்டு படையெடுப்பதும் அவருடைய ஐயத்தை உறுதிப்படுத்தியது. நவராத்திரி யன்று பேரவையில் பங்கு கொண்டு தமது பதவிகளை இழந்துவிட்ட கணக்கர்கள் தாம் அதற்குக் காரகர்களாகியிருக்கலாம் என்று அவருக்குத் தோன்றியது.சமண மடத்தைக் கைப்பற்றிய

வுடன் கிடைத்த பத்திரங்களை ஆராய்ந்ததிலிருந்து அவருக்கு அவ்வெண்ணம் உண்மையென்று உறுதியாயிற்று.

அனைத்திற்கும் அடிப்படைக் காரணம் நாகாச்சாரிt அவன் காணப்படவில்லை. ஆனால் அவன் நகரத்தை விட்டுச் செல்ல வில்லை. இன்று மேசய்யா மடத்துக்கு மீண்டும் சில பத்திரங்களைச் சேர்ப்பித்ததாக நடிப்புகள் புரிந்தான். அங்கு எத்தகைய பாது காப்புப் படைகளும் காவல் இல்லாதவாறு செய்து, கண்டனையும் பொல்லனையும் நள்ளிரவில் அங்கு அனுப்பினர். மேசய்யாவின் முயற்சி பயனடைந்தது.

• • • •

உருத்திர தேவப் பேரரசர் மகாராஷ்டிரப்படைகளை விரட்டி யடித்துக் கொண்டு நகருக்கு அருகில் வந்த ஐந்து நாட்களில் ஏக சிலா நகரம் பழைய நிலைமைக்கு வந்தது. பதினைந்து நாட்களாக அந்தப் பட்டணம் தடைபடுத்தப்பட்டிருந்தது. அதில் சில நாட் கள் மகாராஷ்டிரப்படைகள் நகரத்தின் நடுவிலேயே இருந்தன. ஆந்திரப்படைகளுக்கும் மகாராஷ்டிரப் படைகளுக்கும் நெடுஞ்சமர் தோன்றியது. ஆனால் அதிலும் ஒரு சிறப்பு! ஏகசிலா நகரத் திலுள்ள எல்லாத் திருக்கோவில்களில் நாள் தோறும் வழி பாட்டிற்கு ஒருநாளும் குறைபாடு உண்டாகவில்லை! ஆனால் மதில் சுவருக்கும் அரண்மனைச் சுற்று மதிலுக்கும் இடையில் ஒரு பெரிய அரச பாட்டை தான் உள்ளது. அந்த அரச பாட்டையனைத்திலும் போர் கடுமையாக நடக்கிறது. மகாராஷ்டிர வேந்தனான மகா தேவராயன், கேசவ சுயம்பு நிகேதனங்களுள்ளே தன்னுடன் வந்த அந்தணர்களை அனுப்பி ஆராயச் செய்து அங்கு எங்கும் வீரர்கள் எவரும் இல்லையென நன்கறிந்து, அந்தக் கோயில்களின் வாயில்களில் மட்டும் காவல் வைத்தான். மகாராஷ்டிரவேந்தனே அந்தக் கோவிலுக்குள் தமது கோத்திரப் பெயர்களுடன் வழிபாடு கள் நடத்த அந்தணர்களை நியமித்தான். அவனுடைய சிற்றரசர் களும் படைத்தலைவர்களும் வழிபாடுகள் நடத்தினார்கள்.

அவ்வாறே அன்னமேசரின் கோயிலுக்கும் சிறிதளவும் குறை பாடு தோன்றவில்லை. யதாவாக்கு அன்னமையாவின் பெரும் மாட்சிமை மகாராஷ்டிரப் படையினரிடையில் கதைகளாகப் பரவின அதனால் அவர்கள் மிக்க அச்சம் பக்தியுடனும் அவரை வணங்கித் தாம் கேட்ட அவருடைய பெருமாட்சிகளை ஒருவருடன் ஒருவர் கூறிக் கொண்டு ஆயிரம் வாய்களால் புகழலானார்கள். தனிப்பட்ட வகையில் இப்பொழுது அன்னமையாவுக்கு சர்வேசுவர சதகத்தி லிருந்து இந்தப் பாடல் சரளமாக வாய் வழியாக வெளிப்பட்டுக் கொண்டிருந்தது.

"குல மலைமகள் பிளந்து திசைகளின் பலவும் குலைந்தும்,
நீர் மடுக்களில் கைப்பற்றி சரியாக நிலைத்திறக்கி"
.... பாடல்.

அன்னமையா இருக்கும் பகுதிக்கு மிக்க அண்மையிலேயே சித்தநந்தியடிகளாரைக் காவலர்கள் கொண்டு போய்ச் சேர்த்தார்கள். சமண மடாலயத்தில் நடந்த கடுஞ்செயல்களுக்கும் அந்தப் பெருமகனாருக்கும் எந்தகைய தொடர்பும் இலதென அரசாங்கத் தலைமகனார் அனைவருக்கும் தெரியும். மேலும் அவர் வாயில் துணி திணிக்கப்பட்டு உயிருக்கு ஊசலாடிக் கொண்டிருந்த நிலைமையில் பார்த்தவர்களுக்கு மடத்துச் செயலாளர்களின் கடுஞ்செயல்களை அவர் தடுத்திருக்க வேண்டுமென்றும் தெளிவாயிற்று. அரசாங்கப் பெருமக்கள் அவரை மதிப்புடனும் அரசாங்கப் பேரில்லத்திற்குக் கொண்டு போய்ச் சேர்த்து எல்லா உபசாரங்களும் செய்தனர்.

அரண்மனை போய்ச்சேர்ந்ததிலிருந்து அவரிடம் ஒரு மாற்றம் பிறந்தது! மடத்தில் கடுஞ்செயல்களனைத்தையும் அவர் பார்த்திருந்தார். மடத்துச் செயலாளர்கள் துரோகியான வீரபத்திரேசன் தான் சமணத் துறவி உருவில் மடத்தில் முன்கூறிய மாயங்களைச் செய்தார். மேலும் அங்கிருந்தவர்கள் தீயசெயல்களனைத்தையும் அவர் கண்ணாரக் கண்டிருந்தார். அதனாலேயே அந்த மாற்றம் வந்ததோ அல்லது முன் கொல் விளைவாகப் பிறந்ததோ, அல்லது வழக்கமாக யதாவாக்கு அன்னமையரை கண்முன் கண்டதனால் ஏற்பட்டதோ காரணம் எதுவாயினும் இவ்வகை மாற்றம் சித்த நந்தியடிகளாருக்கு வந்தது. அவருடைய இதயத்தில் ஏதோ ஒரு பொறுமையுணர்வு மிகுந்தது. அவர் நெடுங்காலமாகச் சிறந்த பக்தியுடன் சமண சமயத்தைக் கடை பிடித்து வந்தவர்.

"செயலிறு நிலை சாம்பரானவருக்கு ஆணவம் தளிர்க்காது. அது மட்டுமின்றி உலகில் நிலையானவனை பரம்பொருள் ஒருவன் உள்ளான் என்பது அறிவீனச் செயலாகும்!" இவ்வாறு அவர் நம்பிக் கடைப்பிடித்து வந்தார். ஆனால் இன்று சித்தநந்தியடிகளாருக்கு இதயத்தில் பெருக்கெடுத்த வெறுமைபுணர்ச்சி கடுமையானது. கடவுள் சிலை நிறுத்தப்படாத வெறுங் கோவிலைப் போன்று அவருக்குத் தம் மிதயத்தில் தோன்றியது. எதிரில் சிவ வழிபாட்டில் இயைந்து இன்பப் பொலிவுடன் தோன்ற விளங்கும், அன்னமையாவின் உருவம் அவரைக் கவர்ந்தது. உடனே சித்த நந்தி புறப்படலானார்!

அவர் திகம்பரர்! வழியில் எறும்புகள் முதலானவற்றுக்குத் தீங்கு விளைக்காமல் தமது கரத்திலுள்ள மயிற்பீலியை அசைத்துக் கொண்டே முன் செல்லலானார், உள் மூச்சு வெளிமூச்சுக்களில் சுற்றிலுமுள்ள உயிர் அணுக்களுக்குத் தீங்கு விளைக்காமலிருக்க

மெல்லிய ஆடையைத் தொங்க விட்டுக் கொண்டு அவர் புறப் பட்டிருந்தார். தோளில் வடிகட்டும் துணியிருந்தது. அவர் சென்று அன்னமேசரின் திருக்கோவில் முன்பு நின்ருர். அன்ன மையா வழிபாட்டை நிறுத்தித் தம்மைக் கண் கண்ட சிவபெரு மானே பின் அழைத்தவரைப் போன்று வந்தார். உணர்ச்சியுடன் அவர் இவ்வாறு சித்தநந்தியுருவத்தில் சிவ பெருமானைக் காண லானுர்.

எண்ணுறுப் புத்தவ இயக்கத்தில் நிறைதேர்வடைந்திருந்த சித்த நந்தியடிகளாருக்கு அது அற்புதமாகத் தோன்றியது. அடுத்த கணத்தில் அவர் தமக்கு சிவ தீட்சையளிக்குமாறு அன்னம ஆராத்தியரை வேண்டிக் கொண்டார். உடனே யதா வாக்கு அன்னமையர் அவருக்கு ஐந்தெழுத்து மந்திரத்தை உணர் வித்து நாள் வழிபாட்டிற்கெனப் பிராணலிங்கத்தை வழங்கினுர்.

சித்த நந்தியடிகளார் ஜங்கமரான செய்தி ஏகசிலா நகரத்தி லும், சுற்றுப் பக்கங்களில் பரவியவுடன் நூருயிரங்களாகச் சமணர் கள் அன்னமையாவை அணுகி, அவருடைய அருளினுல் இலிங்க தாரணம் செய்து கொண்டு ஜங்கமர்களானுர்கள்.

அஃதோர் வியத்தகு வெறியுணர்ச்சியாக ஒளிர்ந்தது. அவர் களில் பலர் சித்தநந்தியடிகளார் மாற்றமடைந்தாரெனக் கேட்டு நம்பாமல் பார்க்க வந்தவர்கள் தாம்! பார்த்த பிறகு அவர்களுக்கும் மாற்றம் வந்தது. இவ்வாறு எத்தனையோ சமணக்குடும்பத்தார் "சிவதீட்சை" பெற்ருர்கள்.

* * * *

ஆனுல் மகாராஷ்டிர மகாதேவராயர் யாதவப் படைகளைத் துரத்திச் சென்ற ஆந்திரப்படைகள் என்ன செய்தன? அந்தப் புறப்பாட்டில் உருத்திரதேவப்பேரரசர் ஏது செய்தார்? சூலம் அணிந்தவர்களான ஆருயிரம் அந்தண வீரர்களைத் திரட்டிச் சென்று அமைச்சர் அன்னையா என்ன செய்ததறிந்தார்? ஏகசிலா நகரம் சிக்கலான நிலைமையிலிருக்க மகிழ்ச்சியுடன் துணை புரிந்த வீரசைவ வீரர்கள் எவ்வாறு வீரஞ்செறிந்தார்கள்? கோனகன்னு ரெட்டியும் அவருடைய படைத்தலைவர்களும் படைகளும் என்ன செய்தன? திக்க சமூபதி கடைப்பிடித்த சிறப்புச் செயல் யாது?

இவையனைத்தும் ஒவ்வொன்றும் ஒரு பெருங்கதையாகும். ஒவ்வொன்றும் ஒவ்வொரு ஆந்திரக் கவிஞர் தனிப்பட்டதாக விவரித்து விளக்கிப் பாடலியற்றத் தகுந்த வீரக்காதை! அக் காலத்திய கவிஞர்கள் அவற்றைப் பாடலிசைக்கலானுர்கள். அந்தச் சமரில் ஆந்திர வீரர்கள் காட்டிய வீரச் செருக்குச் செயல்கள், அமைச்சர் அன்னையாவின் ஒளிரும் மாண்பு, கோன கன்னுரெட்டி யின் வீறு கொண்ட செயற்றிறம், திக்க சமூபதியின் அரும்புகழ்,

வீர உருத்திரப் பேரரசரின் பன்முகப் பேராற்றல்,— அந்தக் காலத்துக் கவிஞர்கள் பலவகையில் பாடல்கள் இயற்றினர்கள். அவை அறுபதாண்டுகளாக ஆந்திர நாட்டில் திருமலை திருப்பதியிலிருந்து சிம்மாசலம் வரைக்கும், கல்யாண கடக ஸ்ரீ சைலத்திலிருந்து கிழக்குக் கடல் வரையிலும் எதிரொலித்தன. அத்துடன் மட்டுமல்ல! அந்தச் சமரில் பங்கு கொண்ட இரண்டு லட்சத்து ஐம்பதாயிரம் வீரர்களின் வீடுவீடாக ஒவ்வொரு வீரனின் அரும் வீரக்காதையும் நாள்தோறும் பாடப்பெற்று வந்தது. இளைஞர்கள், மங்கையர், பெயரர்கள் பெயர்த்திகள்— அந்த வீரர்களின் வாயிலாக அந்த நூல்களைக் கேட்டு உணர்ந்தனர். அவ்வாறு எழுபதாண்டுகள் எதிரொலித்த ஆந்திர வீரர்களின் வெற்றி முழக்கம், அந்த எழுபதாண்டுகளுக்கும் மூழ்கடித்து வந்த பெருங்கடல் வெள்ளத்தில் போய்ச் சேர்ந்து மறையத் தொடங்கியது. மக்கள் மறந்து விட்டனர்!

* * * *

ஆனல் அந்தப் பெரும் போரைக் கண்ணுரக் கண்ட கோதாவரியாறும், மஞ்சிரை நதியும் அதன் சுற்றுப் புறங்களிலுள்ள மலைகளும் காடுகளும் மட்டும் இப்பொழுதும் அதனை மறக்கவில்லை! மஞ்சிரை நதி மஞ்சு சூழ் மஞ்ச சஞ்சிதமான மரங்கள் அந்தக் கதைகளைக் கூறும். கோதாவரியாறும் ஆந்திர கம்பீரக் குரலிசையில் அக்காதைகளை இசைக்கும். அவ்விரு ஆறுகளுக்கும் ஆந்திரர்களும் மகாராஷ்டிரர்களும் ஒன்றே! அவ்விரு நாட்டவர்களும் ஒருவரோடு ஒருவர் கலகம் விளைவித்தது இவ்விரு ஆறுகளுக்கும் விருப்பமில்லை. அவர்கள் ஒருவர் மீது ஒருவர் படையெடுக்காமலிருக்க அந்த ஆறுகள் பலகாலமாகத் தடுத்து வந்தன. அந்த ஆறுகளின் ஆணைகளை எவர் எப்பொழுது மீறினலும் அவ்வாறு மீறியவர்களை அந்த ஆறுகள் தண்டித்து வந்தன. அவ்வாறு தண்டிப்பதற்கென அவ்விரு ஆறுகளும் வெள்ளப் பெருக்கெடுத்தோடும். தமது பிள்ளைகள் ஒருவரோடொருவர் கலகஞ் செய்வது எந்தத் தாய்க்குத்தான் விருப்பமாகும்?

மகாராஷ்டிரர்களுக்கும் ஆந்திரர்களுக்கும் தாயாகளான மஞ்சிரை கோதாவரியாறுகளில் வெள்ளப் பெருக்கு உண்டாக நாம் மட்டும் செய்வதென்! வெறும் ஏட்டு வரலாற்றுக்காரர்கள் சொல்லும் வகையில் அந்தப் போர்க் காதைகளைக் கேட்போமாக!

மகாராஷ்டிரப் படைகள் பின்னல் திரும்பிச் சென்று மஞ்சிரையாறு கோதாவரியுடன் சேறுமிடத்தில் நின்றன. அதுவரை ஆந்திரப்படைகள் அவற்றைப்பின் தொடர்ந்து விடாமல் விரட்டியடித்தன. மகாராஷ்டிரப்படைகள் தம்மை விரட்டும் ஆந்திரப் படைகளை எதிர்த்துப் போரிடாமல் தப்ப முடியவில்லை. மகா

ராஷ்டிரர்கள் மூன்று லட்சம் பேரிருந்தனர். ஆந்திரர்களிலும் இரண்டு இலட்சத்தைம்பதாயிரம் பேரிருந்தனர். இரு நாட்டரசர் களும் இரு படைகளையும் நடத்திச் சென்றார்கள். இவ்விரு படை களிலும் ஆற்றல் மிக்கவரான படைத்தலைவர்கள் உள்ளனர். இரு படையிலும் பெருவீரர்கள் இருக்கிறார்கள். இரு படைகளும் பேரச்சம் தருமாறு ஒருநாள் முழுமையும் போராடின. இரவு வரை யும் போரிட்டன. இருபடைகளிலும் பல வீரர்கள் உயிரிழந்தார்கள். அன்றிரவு மகாராஷ்டிரமகாதேவராயருக்கு மனவருத்தம் உண்டானது.

“முறையற்று எல்லையைக் கடந்து சென்றது நான்தானே!”

பக்கத்தில் பொங்கியோடும் மஞ்சிரையாறு ஆமென்றது. அந்த ஓங்காரத்துடன் கோதாவரி தொலைவில் எதிரொலித்தது!

ஆயினும் என்ன? மறுநாள் போர் இருதரப்புப் படையினருக் கும் மிகவும் அஞ்சுமாறு நடந்தது. அதுவரையில் ஒருவரை மிஞ்சி ஒருவர் போர் புரிந்து கொண்டிருக்கிறார்கள். இருதரப்பு போர் முறைகளும் ஒன்றே! இருவருடைய படைகளும் ஏறத்தாழ ஒன்று தான்! அன்று நண்பகலில் கொலனிருத்திரர் கலிங்கப்படைகளை விரட்டியடித்த வெற்றிச் செருக்குடன் ஒரு பெரும்படை உடனே வந்து கோதாவரியின் அக்கரையைச் சேர்ந்து மகாராஷ்டிரப் படை களைப் பின்புறமாகத் தாக்கினார். அன்று மாலையில் சில வீரர்களை, கோதாவரியைக் கடக்கச் செய்து மஞ்சிரையாற்றுக் கரையோரத் துறைகளையும் அவர் தாக்கலானார்!

மகாராஷ்டிர மகாதேவராயனுக்கும் உடனே உடன்பாடு செய்து கொள்வது சிறந்ததென்று தோன்றியது. இன்னும் ஆட்கள் இழப்பு நேரிட்ட பிறகு இறுதி என்னவாகுமோ! அவர் உருத்திர தேவப் பேரரசருக்குத் தூது அனுப்பினார்.

“மகாராஷ்டிரர்களும் ஆந்திரர்களும் ஒரு தாயின் பிள்ளைகள். நாம் இவ்வாறு கலகம் செய்தல் நல்லதன்று. வடநாட்டில் இரு வருக்கும் பகைவர்கள் கிளர்ந்தெழுகின்றார்கள். நாங்கள் எல்லை யைக் கடந்து மீறி வந்த அவசரத்தின் இழப்பிற்கீடாகக் கோடிப் பொற்காசுகள் அளிக்கின்றோம்!”

இவ்வாறு மகாராஷ்டிர அரசர் அனுப்பிய தூதுச் செய்திகளை உருத்திரதேவப் பேரரசர் பேரவைக் கூட்டி கேட்கலானார். அவர் தமது அமைச்சர் இளவரசர் படைத்தலைவர்களைத் தமக்குச் சிறந்த தெனப்பட்டதைக் கூறுமாறு கேட்டார். அவர்களும் பற்பல வகை களில் தத்தமது கருத்துகளைத் தெரிவித்தார்கள், அனைத்தையும் பேரரசர் அக்கறையுடன் கேட்டார். திக்கன சோமயாஜியாரின் ஆந்திர மகாபாரதத்திலிருந்து பாடல்களில் ஒன்று பேரரசரின் காதுகளில் எதிரொலித்தது.

அங்குக் குழுமியிருந்த மக்களின் விருப்பத்துக்கேற்ப உருத்திர தேவப் பேரரசர் அந்த உடன்பாட்டுக்கு உடன்படலானார். தேவ கிரியாதவப்பேரரசரிடம் கோடி பொற்காசுகளைப் பெற்றுக்கொண்டு, உருத்திரதேவப் பேரரசர் கோதாவரி மஞ்சிரையாற்றங்கரைகளில் தமது வெற்றித்தூண்களை அமைத்து வெற்றி மகிழ்ச்சியுடன் தமது சிற்றரசர், அமைச்சர் சூழ்ப் பெரும் விழாவாகத் திரும்பிப் புறப்படலானார். முன்னர் மகாராஷ்டிரர்களால் தாம் பெற்ற கோடி பொற்காசுகளுடன் திக்கச மூபதியைத் தலைநகருக்கு அனுப்பி, பேரரசில், விரைந்து வரும் வசந்த நவராத்திரி விழாக்களை நடத்தும் ஏற்பாட்டுடன் வந்து கொண்டிருந்தார்.

இந்தப்போரின் மாறன் கடுமையாக அடிபட்டான். அவனைப் பல்லக்கில் ஏற்றி அறுவை மருத்துவர் சூழ திக்கச மூபதி படை வீரர்களுடன் அனுப்பி வைத்தார்.

மகாராஷ்டிரர்களை விரட்டிச் செல்லும் பொழுது மட்டும் ஒரு துயரந்தரும் நிகழ்ச்சி நடந்தது. ஆந்திர நாட்டில் மகாராஷ்டிரப் படைகளுக்கு முப்பத்தாறு சிற்றூர்களில் இடமளித்திருந்தனர். அவற்றில் பெரும்பாலும் சமணர்கள் வாழ்ந்து வந்தனர். மகா ராஷ்டிரர் அந்தக்குடியிருப்புகளிலிருந்து விரட்டியடித்த பொழுது ஆந்திரப்படைகள் அவர்கள் மீது கடுஞ்செயல்புரிந்தன. அந்த ஊர்களிலுள்ள பெரியார்களையும் தளபதிகளையும் அழைத்துக் கடுமையாகத் தண்டனையளித்தார்கள். அன்றிரவே அந்த முப் பத்தியாறு ஊர்களும் தீக்கிரையாயின. சமணர்கள் தமது இலக் கியங்களில் மத வெறியால் சைவர்கள் இந்த அரக்கச் செயல்களைப் புரிந்தார்கள், என்றெழுதினார்கள். பாவம் ஆந்திரப்படையுடன் வரும் வீரசைவர்கள் தாமேதும் அறிய மாட்டோமென்று, 'சிவ சிந்தனை' செய்பவர்களையும் சிவனின் கொடுஞ்சினமே தகித்துச் சாம்பராக்கும் எனக் கூறிக் கொண்டார்கள். அந்த ஊர்களில் அலையும் மக்களையும் இளைஞர்களையும் வயதுமிக்கோரையும் பெண்டி ரையும் காப்பதற்கு ஆந்திரப் படைகள் மிகவும் பாடுபட்டன.

ஆனால் இந்தப் பழிச்சொல் மட்டும் அவர்களை விட்டு நீங்க வில்லை.

* * *

ஆந்திரப்படையினர் பெரும் பேறடைந்தனர். உருத்திரதேவப் பேரரசரை, ஏகசிலா நகரத்துக் குடிமக்கள் பேருவகையுடன் எதிர் கொண்டு வாழ்த்தி அன்புடன் வழிபடலாயினர். இது வரைக்கும் பேரரசரின் படைகள் அனைத்துக்கும் தலைமை வகித்த அமைச்சர் அன்னையா இப்பொழுது எல்லா பொறுப்புக்களையும் துறந்து மீண்டும் தம்மைப் பேரரசர் அமைத்து வைத்த சிறைக் கூடத்திற் குச் சென்று அதனுள் முன்னைய நிலைமையிலேயே மறைநூல்

ஓதுதலும் மறைபொருள் மறைபொருளுறுப்புக் கேட்டலில் ஆழ்ந்தார்.

* * * *

உருத்திரதேவப் பேரரசர் அந்தப்புரம் போய்ச் சேர்ந்ததும் குபுஜா மங்கள ஆரத்தி எடுத்தாள். அவள் பின்னாலே பிரதாப ருத்திரகுமாரன் வந்து திருவடி வீழ்ந்து வணங்கினார். உருத்திரமாதேவி அவரை வாழ்த்துரை கூறிக்கைகளில் ஏந்திக் கொண்டார். முன்போல எதிர் கொண்டு வர வயது மிகுந்த காமசானி இன்று இல்லை.

உடனே உருத்திராம்பிகை காமசானி அந்தப்புரப்பாதுகாப்பு அளித்து உயிரை அர்ப்பணித்த அறைக்குப் புறப்பட்டுச் சென்றார். உருத்திரமாதேவியின் வளர்ப்பு மயில் தோகை விரித்து ஆடியவாறு அவர் எதிரில் வந்தது. பொற்கூண்டில் பைங்கிளி "வெற்றி உருத்திரருக்கு வெற்றி உருத்திரருக்கு!" என்று வாய்மொழிந்தது.

காமசானி உயிர் விட்ட இடத்துக்கு அண்மையிலுள்ள சுவரில் வீரபத்திரபடம் தொங்கிக் கொண்டிருந்தது. அந்தப்படம் உருத்திரும்பிகை தாமாகவே தீட்டியதாகும். தட்சனை வெஞ்சமரில் வென்ற வீரபத்திர திரு அவதாரத்தை அதில் அவர் தீட்டியிருந்தார்.

அந்த அறைக்குள் செல்லவும் உருத்திராம்பிகைக்கு உருவாம்பிகை எதிர் தோன்றினாள். கோதாவரி பயணம் செய்து வத்தது முதல் இதுவரை உருந்திராம்பிகைக்கு உருவாம்பிகை கண்களில் படவில்லை. அவளைக்காண உருத்திராம்பிகை ஆர்வம் மிகுந்தவரா யிருந்தார். அந்தத் தாயும் சேயும் ஒருவரையொருவர் இறுகத் தழுவிக் கொண்டனர்.

காமசானி அந்தப்புரப்பாதுகாப்பிற்கு உயிரிழந்த அவ்வறை அவ்வம்மையின் வழிபாட்டில்லமாக மாறிற்று.

53

பின் பனிக்காலம் கழிந்தது. இளவேனில் பருவம் தொடங்கியது. ஏகசிலா நகரத்தில் வசந்தத் திருவிழா பெருங்கோலாகலமாகத் தொடங்கியது.

வசந்த விழாவிற்கு அறிகுறியான மரங்கள் தளிர்த்தன. அவை மலர்ந்தன. காய்கள் காய்த்தன. அவை செம்மையாயும் வெண்

மையாயும் பசுமையாயும் தோன்றிப் பார்ப்பவர்களைக் கவர்ந்தன. தேனீக்கள் அவற்றை மொய்த்தன. தும்பிகள் ரீங்காரமிட்டு அவற்றைச் சுற்றித் திரிந்து கொண்டிருந்தன. குயில்களுடன் உரையாடிப்பாடின. ஆறுகளிலும் குளங்களிலும் தண்ணீர் தெளிவாகி நீராடவும் பருகவும் இன்பமாயிருந்தது.

ஆயினும் மாரிப்பருவத்தைப் போன்று இளவேனிற் பருவமும் உயிர்களுக்கு அபாயமான காலமாகும்.

எமனின் கடுங்கொடுமை மிகுந்தவரும்,
காணப்படும் வசந்தமும் மாரிக்காலமும்
பயப்படுதற்குரிய நோய் வாய்ச் சாக்காடுகளுக்கு
காரணமாகிப் பல துன்பங்களான காலமாகும்.

எல்லாவுயிர்க்கும் மிகுந்த பயமும் பக்தியும்
அறிவுடையவர்கள் காரணமறிந்து
சண்டிகைக்குப் பூசைகள் செய்து நல்ல செய
லாற்றும் தருணமிது.

இவ்வாறு ஸ்ரீ தேவி பாகவதம் அறி வுரைக்கின்றது. அந்த அறிவுரை மக்களுக்கும் குடிமக்கள் தலைவர்களுக்கும் அறுதியாக உள்ளத்தில் ஊன்றியிருந்த நல்லதோர் காலமாகும். அஃது வசந்த விழா, வசந்த நவராத்திரி நோன்புடன் தொடங்கும்.

அரசரோ பெரியார்களுக்கும் அழைப்புகள் அனுப்பினார். ஜன்னிகர் குருவான சாந்தசிவதேசிகரும் வருகை தந்தார்.

நகரம் முழுமையும் 'பன்றிக்கொடிகள்' மென்காற்றில் அசைந்தாடி கண்களுக்குப் பெருவிருந்தளித்தன. இனிமையாக உலகக் கோலத்தைந் தனது கோரைப்பல் முனையில் சுமந்து காத்த வேள்விக்குரிய வராகமுகத்தோன் உருவத்தோற்றந்தில் தொன்று தொட்டே இந்த நடுநாட்டு நிலத்தின் அரசர்களுக்கு இறையாக இருந்து வந்தது. அரச இலச்சினையாகவும் இருந்தது. அவர்களுடைய கொடிகள் வராகக்கொடிகள். அவர்களின் பொற்காசுகள் வராகச் சின்னமிடப்பட்டு வழங்கின. பண்டைக்காலத்தவர் கூற்றின் படி வராகம் என்பது வராகம் (விராகன்) நாணயம் என்றாயிற்று.

திரு உருத்திரதேவப் பேரரசர் முறைப்படியாக நோன்பிருந்து வசந்தகால ஒன்பது நாள் வழிபாட்டினைச் செய்து கொண்டிருக்கிறார். திரு விசுவேசுவரசம்பு தேசிகர் பேரரசின் வலப்புறத்தில் உயர்ந்த இருக்கையை அழகுபடுத்தி யமர்ந்து எல்லாவற்றையும் நடத்துகின்றார். நவராத்திரி வழிபாட்டில் வைகறைப் பொழுதுகளில் குமரி வழிபாடும், மாலைப்பொழுதுகளில் சுவாகினி வழிபாடும், பெருந்திருவிழாவாக நடக்கின்றன. அத்தகைய விழாவில்

28

பேரரசர் அக்கரையுடன் தொழுது கொண்டிருக்கும் பொழுது ஆயிரத்தெட்டு பெயர்களைச் சொல்வித்து முழுப்பயன் நிறைவேற்றப் படுகின்றது. ஒவ்வொரு சுவாசினிக்கும் ஒவ்வொரு பெயருடன் வழிபாடு நடக்கிறது. இவ்வாறு ஆயிரந்திருப்பெயர்களுக்கும் ஆயிரங்குமரிகளும் சுவாசினிகளும் கிடைக்கப் பெற்றார்கள்.

அரண்மனையில் அரச விழாவாக இவ்வாறு வழிபாடுகள் நடக்கையில் ஏகசிலா நகரத்தில் சிறியோர் பெரியோரனைவரும் வசந்த விழா நடத்துகின்றனர். சிறு தெய்வங்களின் திருக்கோவில்கள் முதல் கேசவச்சுயம்பு தேவப்பெருமான் ஆலயம் ஈறாக விழா நடக்கின்றன. இத்தனை தெய்வங்கள் எங்கு உள்ளன? இந்தப் பட்டணத்தில் வீட்டுக்கொரு தெய்வம் உள்ளதா? முப்பத்து முக் கோடி தேவர்களும் விண்ணுலகிலிருந்து நவராத்திரி விழாவைக் காண இறங்கி வந்துள்ளார்களா? எனுமாறு புதியவர்களுக்குத் தோன்றும்!

இளங்கவிஞரான கோவிந்தசருமனுடன் சென்று தெருவை உற்று நோக்கி அவருடைய கவிதை விளக்கத்தைக் கேட்போமாக!

' அதோ பல நாட்டு வீரப்பெருமகனுன, பர தெய்வமான சிவ லிங்கத் திருகோவில் பகுதியில் ஒரு வனிதை இருபதக்காவியத் திலிருந்து அவருடைய வீரகாதையை இயற்றுகையில் வீரர்கள் சிலர் வீர நடனம் செய்யவும்; சிலர் அபிநயம் பிடிக்கத் தொடங்கினார்கள். ஒருவன் ஈச்சையடிக்க ஒருவன் குதிரையை விரட்டி யடித்துக் கொண்டிருந்தான்.

இனி இரேணுகை உருவமான ஏகவீரமகாதேவி ஆலயச் சுற்றுப்பகுதியில்? பவனீடு பரசு ராமனின் இசையைப் பாடிக் கொண்டிருக்கையில் மக்கள் திரள் என்ன செய்கிறது? கோவிந்த சருமனின் வீரகாதை கேட்போம்!

அந்த வைரவர் கோயிலைப் பாருங்கள்! கோவிந்த சருமன் வைரவரை விவரித்துப்பாடிக் கொண்டிருந்தான்.

இந்தப் பெருவிழாவில் எத்தனை தெய்வங்களையும் அடிகளார் களையும் பார்க்க இயல்கிறோம். அங்குள்ளது பௌத்த தேவரின் திருக்கோவில்! முத்தம்மை, மைசானம்மை கோவில்கள் அதோ! குமாரசுவாமி திருவாயிலும் அதோ! அதற்கு அப்பால் பாண்டவர் கோவில் உள்ளதே! அனைத்துக்கும் அப்பால், நமது கண்களை இழுப்பதற்குப்பயனாக அவ்விருபெருங் கோவில் கோபுரங்களையும் காண்கிறீர்களா?

ஊர் வலம் வருகின்றது. அப்படிப் பார்ப்போம்! அஃதென்ன?

'கிண்கிண் என ஒலிக்கும் கிண்கிணியோசையும்
தாளமும் மேளமும் ஒலித்திடும் ஒலியும்

இசையுடன் இயைந்த பண்ணும் பாடலும்
எங்கும் ஒலிக்க, எங்கும் தொனிக்க...'-பாடல்.

அது மயிலேறும் வீரனின் இறைச்சலாகும். அவர்கள் அனைவருக்கும் பொல்லன் நடுநாயகமாய்த் தமது தளபதி உடையைக் கழற்றி விட்டு மயிலேறும் வீரத்தோற்றத்துடன் சென்று கொண்டிருந்தான். இன்று அவனுக்குப் 'பெண்வாடை' அச்சமில்லை. அந்த விழாவில் இப்பொழுது பெண்டிரும் இருந்தனர். அங்கு ஆடும் கரகப் பெண்ணை என்ன சொல்கிறுன், கோவிந்த சருமன்!

'முன்பின் வளைந்து, நெளிந்து ஆடிடும் பெண்டிரும்,
...........' —பாடல்.

அதோ! அவருக்குக்காக தீய வீரர்கள் எதிர் வந்தனரா? அவர்களுக்கு இன்று கண்டன் தலைவனுவான்! இவர்களுக்கும் அவர்களுக்கும் இன்று போர் மீண்டும் விளையுமா? விளையாது! காகதீய வீரர்களும் சற்றுத் தொலைவு ஊர்வலமாகச் சென்று அவரவர் வழிகளில் அவரவர் செல்லலானுர்கள். இப்பெருவிழாவில் எத்தனை தெய்வங்கள், எத்தனை பக்தர்கள்! அதோ புத்ததேவரின் கோவில்! முசானம்மை கோவில் இதோ! குமாரசாமி ஆலயம்! பாண்டவர் சிலைகள்! நம் கண்முன் இரு பெருங்கோபுரங்கள் அதோ!

அவற்றின் உச்சிக் காட்சியுடன் பிறவிகள் புனிதமடைந்தன. அந்தத் திருக் கோவில் பிரகாரத்தில் கணக்குக்கலை பயின்ற ஆருயிரம் அந்தணர்களும், மற்ற வேதியர்களும் கூடி வேதம் ஒப்புவித்துக் கொண்டிருக்கின்றனர்.

தெருக்களைச் சுற்றிவருவதால், கோவிந்த சருமன் தாம் தூய்மை யற்றிருப்பதாகக் கருதவே, ஆலயத்துக்குத் தொலைவாகச் சென்றுன். அவனுக்குப் பூக்காவடி எதிரில் வந்தது.

அவர் உள்ளத்தினூடே, பாடல் ஒன்றைக்கேட்டவாறே, எண்ணந்தோன்றியது. அதனுல் மனமுருக்கும் வகையில் அவர் சிந்தனை செய்தார். அதன் பிறகு சோகத்துடன் கோவிந்த சருமன் கவிதை பாடுகின்றுன்.

அப்பாடலைக் கேட்டு அவன் பழக்கத்தின் விளைவாய் ஆடல் மகளிரின் வாடகைக்குள் நுழைந்து மாசல தேவியின் இல்லத்தை நெருங்கினுன். அங்கு,

சந்தணத்தின் இன்பங்கவர்ந்த நீரைத் தெளித்தனர்-
கோலமிட்டனர்...........
காச்மீர அலங்கார இருக்கைகளிட்டிருந்
தனர். அழகிய தோரணங்களைக் கட்டி
அலங்கரித்திருந்தனர்.

கோவிந்த சருமனைக் கண்டவுடன் அன்னத்தூவியின் மீது அமர்ந்திருந்த எழிலொழுகு நடைபயிலும் வனமயில் மாசல தேவி எழுந்து,

'சதங்கை குலுங்க, கணீர் கணீரென
ஒலிக்குமினிய குரலோசையுடன் 'ஐயனே,
வருக, உமக்கு என் வாழ்த்துக்கள்'
என்று வணங்கி வாழ்த்தினாள்.

"கவிஞரே, நீங்கள் காட்சி கொடுத்து எத்தனை நாட்களாயின? விடிந்ததிலிருந்து உங்களுக்கென்று பணிப்பெண் மேல் பணிப்பெண்ணாக அனுப்பினேன். உங்களைக் காண முடியவில்லை. உரிய காலத்தில் அருள் புரிந்தீர்கள்!"

"என்ன வேலையோ?" இவ்வாறுரைத்துத் தமது கரத்திலிருந்த தாழம்பூக் கொத்தை மாசலதேவியிடம் அளிக்கவும் அவள் பெரும் அன்பளிப்பென்று ஏற்றுக் கொண்டு இவ்வாறு கூறினாள்.

"சொல்கிறேன் சுவையுணர்வோரான நீங்கள் இல்லாமை இந்த விழா இதுவரைக்கும் களை தட்டவில்லை!"

"என்ன விழா?—அரசாங்கச் செயல்களாகி விட்டனவா?"

"பெண்டிர்க்கு செயல் என்ன இருக்கிறது? துறவி வேடந்தரித்தாரின் ஏமாற்றலால் நேர்ந்த அபாயத்திலிருந்து தப்பித்துக் கொள்ள செய்த பணி! இன்று வசந்த விழாத் தொடக்கமாக புதிய சித்திரக்கூடம் குடி புகுந்துள்ளேன்! இந்தச் சித்திரக் கூடத்தில் ஓவியங்களை நீங்கள் பார்க்காமல் உனக்கு உள நிறைவு தராது!"

அப்பொழுது தான் நகரத்தின் தலைமகனார் பலர் அந்த ஓவியங்களைப் பார்த்துக் கொண்டிருந்தனர். கோவிந்த சருமன் ஓவியங்களைப் பார்த்து மாசல தேவியுடன் இவ்வாறு கூறினான்.

"ஓவியனின் திறன் காட்டும் ஓவியக்கூடம்!"

மாசலதேவி புன்னகை புரிந்து கோவிந்த சருமனுக்குப் பணிந்து கூறினாள்.

"நீங்கள் மாதரசியை அறிவீர்களல்லவா, அவள் அமைச்சர் அன்னையாவின் இல்லத்தில் நடனம் புரியத்தொடர்ந்து சொல்வாள்! அவள் அரசரின்செயலளாகி அம்பதேவரின்படைகளை உற்றாய்ந்து, கொண்டூரில் ஜகன்னாத சுவாமி திருக்கோவிலில் பகைவர்க்கிடையில் நடமாடி இன்புறச் செய்து காகதீய படைகளுக்கு மிகுந்த உதவி புரிந்தாள். அவளுக்கு மதன ரேகை எனும் அழகிய தங்கையிருந்தாள். அவளை நான் வளர்த்தேன். அவளுக்கு இன்று அரங்கேற்றம் நடத்த வேண்டியுள்ளது!"

கோவிந்த : இடையில் நான் எதற்கு?

மாசலதேவி : இளங்கவிஞரே, உமக்கு அன்றோர் இரகசியம் கூறினேன். எங்கள் வீட்டவற்குத் தொன்று தொட்டுக் காகதீய அரசகுடும்பத்துடன் தொடர்பு இணைந்து கொண்டிருந்தது. பெரிய புரோல அரசர் காலந் தொட்டு எங்கள் முன்னோர் இங்கேயே இருந்து அரசர்களின் அருள் பெற்றிருந்தார்கள். நான் திரு கணபதி தேவப் பேரரசரின் அருளால் பிறந்தவளென்பார்கள்! என் வாழ் நாள் இவ்வாறு பயனற்று அழிகின்றது. அரசவழி வந்தவர்களைத் தவிர்த்து எங்கள் வழி வந்தவர்கள் பிறரிடம் தொடர்பு கொள்ள மாட்டார்கள். காகதிய வழித் தோன்றலான திரு பிரதாபருத்திர குமாரர் வளர்ந்து வருகின்றார். அவரை இன்புறுத்த வல்லவளாக இந்த மதன ரேகை இருக்க வேண்டு மென்பது எனது ஆவல்!

கோவிந்த : அதற்கும் அரங்கேற்றத்துக்கும் என்ன தொடர்பு?

மாசலதேவி : எங்கள் குலத்தவர்க்குக் கண்ணாடிதான் திரு மகள் போன்றது. மேலும்,

'புண்ணிய வரலாற்றுக் கண் கொண்ட நிலம் அல்லவா
கண்ணாடி விளக்க வழக்கர்களுக்கெல்லாம்!'

கோவிந்த : ஓ! மிக நல்லவளே! திரு வித்யா சங்கர பாரதி யதீந்திரரின் தட்சணாமூர்த்தித் தோத்திரம் பாடினாயா? "உலகம் கண்ணாடியின் தோற்றமாயின் உன் திறமையும் தெளிவாகத் தோன்றும்.... ...." பெரியோர் கூற்று, உன் வாயால் வேறொரு வகையில் பொருள் படுகின்றது!

மாசலதேவி : மன்னிக்கவும்! என்மகள் மதனரேகை உமக்கு மகள் போன்றவள்! மறைநூல் அறிஞரான நீங்கள் உங்கள் கையா லேயே அவளுக்கு இப்பொழுது திருக்கண்ணாடி காட்டி வாழ்த்த வேண்டும்! உரிய ஓரை வந்து விட்டது. பிற்பகல் ஆகி விட்டது. எங்கள் குலத்தாரனைவரும் சேர்ந்து பார்த்துக் கொண்டுள்ளார்கள். அதோ!

கோவிந்த சருமன் புன்னகையுடன் ஒப்புக் கொண்டார். ஜாயப நாயகர் பெத்தன்னாவுடன் வந்தார். மேலும் நகரத்துப் பெரியவர்கள் பலர் வந்தனர். மாசலதேவி விரைந்து சென்று, அவர்களுக்கு வரவேற்புகள் செய்தாள். ஜாயபர் செய்தி தெரிந் தது.

தம்குலத்தவர்களும் நகரப் பெரியோர்களும் சூழ்ந்திருக்க, கோவிந்த சருமனை உயர்ந்த இருக்கையில் அமரச் செய்து மாசல தேவி வழிபடலானாள். அதன் பிறகு பணிப்பெண்கள் மதனரேகை யை நன்கு அழகு படுத்தி எதிரில் அழைத்து வந்து, அதற்கு முன்னரே அங்கு வைக்கப்பட்டிருந்த இரத்தினம் பதித்த முகக் கண்ணாடியைக் கோவிந்த சருமன் கையில் கொடுத்தார்கள்.

கோவிந்த சருமன் மதனரேகையைப் பெண்பாற்குரிய இடமான தனது வலது தொடை மீது அமர்த்திக் கொண்டு அன்புடன் அவளைப் பார்த்துக் கொள்வதற்கென அந்தத் திருமுகக் கண்ணுடியைக் கையில் கொடுத்தான், அவள் கோவிந்த சருமனையும் கண்ணுடியையும் வீழ்ந்து வணங்கி, கையில் கண்ணுடியை எடுத்துப் பார்த்தாள்.

கோவிந்த சருமன் உடனே அவளுடைய காதுகளில் ''ஸ்ரீ வர்த்தஸ்வ'' மந்திரத்தைக் கூறித் தலையில் அட்சதைகளை இறைத்து, வாழ்த்தி அவள் கையில் பதினுறு பொற்காசுகளை வைத்து, மேலும் இவ்வாறு எல்லாரும் கேட்குமாறு வாழ்த்தினர்.

'திரு பிரதாபருத்திர அரசருடைய பெருங்குழுவினரிடம் சேர்ந்து நிலைபெறச் செய்யும் மகளைவிரைவாகப் பெற்று நற்பேறடைவாயாகுக!

அவளுக்கு மாசலதேவியின் பெயர் வைக்க வேண்டுல்!''

மதனரேகை வெட்கத்துடன் தலை குனிந்தாள். அங்கிருந்த குழுவினரிடமிருந்து பலவகை வரிசைகள் வந்து சேர்ந்தன. மாசல தேவி அனைவரையும் சந்தனம், மலர், பழங்கள், வெற்றிலைப்பாக்கு, ஆடைகள் முதலியன வழங்கித் தொழுதாள்.

குளிர்ச்சியடைகின்றது. எதிரில் இளமாஞ்செடி தளிர்த்து மலர்ந்து காய்காய்த்து வயது மிகுந்தவரான ஜாயப நாயகரின் பார்வையைக் கவர்ந்தது. அதற்கிடையில் மேசய்ய நாயகர் வந்தார். அவர் வந்தவாறே மாசல தேவியை உற்று நோக்கி,

''நீ நற்பேறுடையவள். உன்னைச் சில காலமாகச் சிறைக் கூடத்திற்கு அனுப்ப வேண்டுமென்று நினைத்துக் கொண்டிருக்கிறேன். இன்றே துறவி உருவத்திலுள்ள அந்த யவன ஒற்றன் மீது கொண்டுவரும் குற்றச்சாட்டில் உன்னை முதல் சான்ருக இருக்க முடிவு செய்கிறேன். நீ சாட்சியம் கூறுவதற்கு அலுவலகத்திற்கு வர வேண்டியிருக்கும்''

ஜாயபர் : எப்பொழுது?

மேசய்யா : நாளைக்கு!

ஜாயபர் தப்பிக்கச் செய்ததால் இப்பொழுது எனக்கு இவ்விழாவில் ஈடுபட்டிருக்க நேர்ந்தது. அதற்குத் தடையேதுமிராதல்லவா! அம்மம்ம!

இவ்வாறு கூறி எதிரிலிருந்த இளமாஞ்செடியை அவர் காட்டினுர். உடனே அங்குக் குழுமி இருந்த நகரத்தவர்கள் இடையில் மகிழ்ச்சி மிகுந்தது. அங்கிருந்த பெண்டிரும் ஆடவரும் வரிசை வரிசையாக நின்றனர். மாசல தேவி வசந்தப் பண்ணிசைக்கத் தொடங்கினுள். அதனுல் அனைவரும் அதற்கேற்ப அடியெடுத்த

உருத்திரமதேவி 439

சைந்து அந்த மாஞ்செடியைச் சுற்றி வரலாயினர். மும்முறை வலம் வந்த பிறகு, வளையம் போன்று அதனைச் சுற்றி நிற்கலாயினர். வசந்தப் பண்ணில் இசை நடந்து கொண்டிருந்தது !

பண்ணுக்கேற்ற ஆடல் பிழையாமல் ஒவ்வொருவராக முன்னால் நிழலுக்குள் சென்று துள்ளி வாயினால் அதன் பிஞ்சுகளைக் கவர முனைந்தனர். இவ்வாறு கவரும் பொழுது கைகளிரண்டும் அழகுற அபிநயம் பிடித்தன. அவர்கள் வாயுடன் பிஞ்சுகளைப் பறிக்க வேண்டும். ஆடல் பிழைபடக் கூடாது!

ஒரு சிலருக்கு மட்டுமேயன்றி வாய்க்குப்பிஞ்சுகள் எட்டவில்லை. சிலருக்குத் தளிர்த்த தளிர்களே வாய்க்கெட்டின. பலருக்கு அவ்வாறு துள்ளி எழும்பிய தாக்குதலுக்கு இறைந்த மாமலர்களின் தளிர்கள் கண்களில் விழுந்தன. வயோதிகரான ஜாயபருக்கு மிகவும் தேர்ச்சியிருந்தது. பெத்தன்னாவுக்கு எவ்வளவோ நெறி முறைகள் தெரியும். மேசய்யாவுக்குத் தெரியாத தேதுமில்லை. கோவிந்த சருமன் உலகமறிந்தவர். மாசல தேவி நகரத்தில் சிறந்த மாதாவாள். ஆயினும் அவர்கள் அனைவருக்கும் அந்த மாமரம் கண்களில் மலர்த்துகளை இறைத்தன. அடிபட்டுத் தேர்ந்த பர்வத நாயகரும் வந்து சேர்ந்தார். கும்ப கருணனைப் போன்று உயர்ந்த அவருடைய உடல் உதவியுடன் அவர் துள்ளி எழும்பாமலே ஒவ்வொரு முறையும் மாங்காய்களை எளிதில் வாயினால் கவர்ந்தார் !

மாசல தேவியின் இல்லத்தில் இவ்வாறு நல்ல இளவேனிற் பருவ விழா தொடங்கியது. நடனங்களுடனும் நாட்டியங்களுடனும், இன்னிசைகளுடனும் கவிஞர்கள் கற்றார்களுடனும் விழா நடந்து கொண்டிருந்தது. அங்கு இது சித்திரைத் திங்கள் முழு நிலா வரைக்கும் நடைபெறும்.

ஒருநாள் அசோகத் திருவிழா எனும் பண்டிகை நடத்துவர். அது எட்டாம் நாளன்று நடக்கும். அசோகத் தளிர்களை அன்று உட்கொண்டு அசோக மலர்களுடன் வண்ண வண்ணமாகத் தலையில் அணிகள் சூடி அழகுடன் ஒப்பனை புரிந்து கொள்வர். மற்றொரு நாள் "சூதலிகை" எனும் விழா அவ்வாறே மாமலர்களுடனும் கொடிகளுடனும் செய்வார்கள்.

ஒன்பதாம் நாள் 'கபந்தசமர்கள்' செய்வர். பரத்தையர் வரிசை வரிசையாக நின்று கபந்த மலர்களைக் கொத்துகளாகக் கட்டி வில்லம்புகளுடன், ஈட்டிகளுடனும், கரங்களாலும் ஒருவரோடொருவர் எறிந்து போர் புரிவர்.

பன்னிரண்டாம் நாள் தவன பஞ்சிகை நடைபெறும். நல் வாழ்க்கைக்காக அன்று நகரத்து மகளிர் ஒருவ்ரையொருவர் கவனத்துடன் தொழுது கொள்வார்கள்.

மேலும் வளர்பிறைப் பதினுன்காம் நாள் மாறன் விழா நடை பெறும். அன்று மாறன் வழிபாடு செய்வர். அரன் நெற்றிக் கண் தீயாற் சாம்பரான காமனின் நிலை பெற்ற வரலாற்றை அன்று இன்னிசை நடனங்களுடன் காட்சி செய்து வழிபடுவர்.

வசந்தத் திருவிழா முழு நிலாவன்று வசந்தமும் மஞ்சள் நீர் இறைத்துக் கொள்வதுடன் பரத்தையர் வாடையில் நிறைவுறும். நமக்கு அதுவரைக்கும் இந்த விழாக்களைப் பார்த்திருக்க ஓய்விருக்கிறதா ?

* * * *

சித்திரைத் திங்கள் வளர்பிறை ஐந்தாம் நாள் கேசவச் சுயம்பு தேவாலயங்களில் பெருஞ்சிறப்புடன் அந்தணர் அனைவரும் மரபுச் சிறப்புக்களுடன் கலைமகள் வழிபாடியற்றினர். வழிபாட்டிறுதியில் பேரவை கூடியது. அந்தப் பேரவைக்குத் திக்கன சோமயாஜி வரவேற்கப்பட்டு வந்திருந்தார். கேதன்னுவும் அப்பொழுது ஏக சிலா நகரம் வந்து சேர்ந்தமையால் அங்கு வருகை தந்திருந்தார்.

அந்தப் பேரவை முன்னில் கணக்கர் கலை பயின்ற ஆராயிரம் அந்தணர்களின் பட்டங்களில் தமது கையொப்பமிட்டு திக்கன சோமயாஜியார் தாமாகவே அவர்களுக்கு வழங்கினர். அவர்களுக்கு இன்று மீளவும் தேர்வு நடத்தவில்லை.கல்வித் தேர்வுமுன்னதாகவே நடந்திருந்தது. இதற்கிடையில் போர்க் கருவித் தேர்வும் பெரும்போர் வாயிலாக நடந்து விட்டது. அந்தப் பத்திரங்களின் மீது குருநாதரும் கேதன்னுவும் ஒப்பமிட்டனர். அவ்வாறுயிரம் அந்தணர்களும் அந்தப் பத்திரங்களைத் தமது இறை வழிபாட்டுப் பெட்டிகளில் பாதுகாப்புடன் வைத்துக் கொண்டார்கள்.

பேரவை தொடங்கியதிலிருந்து திக்க சமூபதி அங்கேயே இருந்தார். மாறனுடைய புண் ஆறி நலமுற்று, திக்கன சோமயாஜியாரின் அருகில் இருந்தான். அவை முடிவில் திக்க சமூபதி மாறனை உற்று நோக்கித் தமது மகனை மீண்டும் ஒப்புவிக்குமாறு திக்கன சோமயாஜியை வேண்டிக் கொண்டார்.

என்ன இது ? திக்கன சோமயாஜியாருக்குப் புதிராக இருந்தது. பத்தாண்டுகளிக்கு முன் விக்கிரம சிம்மபுரத்தில் எல்லா அணிகலன்களுடனிருக்கும் பொழுது கள்வர்கள் கவர்ந்து சென்று அணிகலன்களைக் கழற்றிக் கொண்டு உயிர்க்கு அரிய நிலையிலிருக்கும் பொழுது, அவருடைய ஒரே மகனைப் பெண்ணையாற்றங்கரையில் விட்டெறிந்தார்கள், திக்கசமூபதி தேடித்தேடிப் பயனில்லாமற் போய் ஆவல் குன்றித் தமது பட்டணம் போய்ச் சேர்ந்தார்கள்.

அந்தச் சிறுவனைக் கண்டு காப்பாற்றிய அறநெறியாளர்கள் அவனை என்ன கேட்டும் பதில் கூறவில்லை. பத்து நாட்களுக்

குப் பிறகு பேச்சு வந்து 'என் தந்தை திக்கன மாத்தியர், என்று அவன் கூறினன். அவர்கள் அத்துடன் அந்தச் சிறுவனை திக்கன மாத்தியர் வீடு கொண்டு போய்ச் சேர்ந்தார்கள். திக்கன மாத்தியருக்குப் பிள்ளைகள் இல்லாமையால் அவ்வந்தணச் சிறுவனைத் தமது மகப்பேறின்மையால் தமதென்று ஏற்று, உபநயனம் போன்ற யாவற்றையும் செய்வித்துக் கல்வி பயிற்று வந்தார். அவனுடைய வலப்புறத்தில் பிறப்புடன் தோன்றிய பெரிய கருமச்சம் இருந்தது. இதற்கிடையில் போரில்புண்பட்ட மாறனை மருத்துவர்கள் ஆராய்ந்த பொழுது, திக்க சமூபதி அதனை உற்று நோக்கி அவன் தமது மகனென்று உணர்ந்தார். பிறகு கேட்டறிந்து மாறனின் முன் வரலாற்றையறிந்து கொண்டு தமது மகன்தானென்று உண்மையறிந்தார்.

அந்த வரலாற்றைக் கேட்டு திக்கன சோமயாஜி மாறனை உற்று நோக்கினர். மாறன் அவ்விரு திக்கனரையும் அன்புப் பார்வை செலுத்த, வெற்றிட அந்தணர் வாழிடத்துக் கேதன்ன விளக்கஞ் செய்தார்.

“ இவர் திக்கன மாத்தியர், திக்கன சோமயாஜியின் சீடர் !”

மாறன் திக்க சமூபதிக்கு வணக்கங் கூறினர். திக்க சமூபதி பேரின்பக் கண்ணீருடன் பத்து ஆண்டுகளாக இழந்திருந்த தமது ஒரே மகனுன மாறனை சோமயாஜியின் அருளால் மீண்டும் பெற நேர்ந்த மகனை எழுப்பி இன்பக் கண்ணீரில் நீராட்டி தழுத் தழுத்த குரலில் வாழ்த்தினர்.

கோன கன்னரெட்டிக்கு மாற்றுடை தரித்து யவன ஒற்றனையும் நாகாச்சாரியையும், மற்ற ஒற்றர்களையும் சமண மடத்தில் நகரத் தலைவர்களை அழிக்க முயன்ற செயல் புரிந்தவர்களையும், சாரவாகர்களுடன் சேர்ந்து கொண்ட ஒற்றர்களையும், திக்கன சோமயாஜியைத் தெருவில் அடிக்க முயன்ற கொடியவர்களையும், வழக்குத் தீர்க்கச் சிறப்புப் பொறுப்புக்கள் அளிக்கப்பட்டார். அவர்கள் மீது குற்றச் சாட்டுகள் பல ஏடுகள் வாயிலாகவும், சான்றுகளாலும், மெய்ப்பிக்கப்பட்டன. அவர்கள் அனைவருக்கும் சிறைக் கூடத்தில் கழுவேற்றிக் கொல்லுமாறு தண்டனைகள் அளிக்கப்பட்டன.

அந்தத் தீர்ப்புரைச்செயல்களில் அமைச்சர் அன்னையா முற்றிலும் குற்றமற்றவர் என்ற செய்தியும் மெய்ப்பிக்கப்பட்டது. அதனைத் கன்னரெட்டி பேரரசருக்குத் தெரியப்படுத்தினர்.

54

“ யஸ்யோத்துங்க தரங்க தாடித வியத்ஸப் தார்ண வீயம் ஜலம்
பாதாங்குஷ்ட நகாக்ரதக்ன ம பவத்பூமண்லோத்தாரணே
தன்ஷ்ட்ரா கோடி குடீரகோடரகதம் த்ரை லோக்ய மப்பின்துவத்
பிரஹ்மாண்ட இவ ரோம கந்தனிகரோ வந்தே வராஹம் ஹரிம்.”

வசந்த நவராத்திரியை உண்ணாமை நோன்புடன் திரு உருத்திர தேவப் பேரரசர் நடத்தினார். இத்தனை நாட்களும் அமைச்சர் அன்னையாவின் தாயான கௌராம்பிகையும், மனைவியாரான பார்வதியும், இலட்சுமியும்,மகளான பாலாவும் அரண்மனையிலேயே மிக்க மதிப்புடன் நடத்தப்பட்டு வந்தனர். அவர்களுக்கு உருவாம்பிகை எல்லாவகைகளிலும் உபசாரம் புரிந்தாள். அமைச்சர் அன்னையா மட்டும் சிறைக்கூடத்தை விட்டு வரவில்லை.

பத்தாம் நாளன்று காலையிலும், மாலையிலும் பேரரசர் திருவோலக்க மண்டபம் அலங்கரிக்க வேண்டியிருந்தார். அன்று விடியற்காலை அவைக்கு வரு முன்னர், உருத்திரமாதேவி உருவாம்பிகையை உடன் அழைத்துக் கொண்டு அமைச்சர் அன்னையா குடும்பத்திற்கென அளித்திருந்த தனிப்பெரும் இல்லத்திற்குச் சென்றார். உருவாம்பிகை கௌராம்பிகையை வணங்கவும், அவர் ‘ விரைவில் திருமணப் பேறடைவாயாக ’ என்று வாழ்த்தினார்.

உடனே உருத்திரமாதேவி கூறினார்.

“ அம்மா, இவள் என் அன்பு மகள் ; இவளை உங்கள் மருமகளாக ஏற்றுக் கொள்ள வேண்டுமென்று என் வேண்டுகோள் !”

கௌராம்பிகை அமைதியாக ‘அத்தனை பெரும் வாய்ப்பா ? தவறுமல் !” என்றார்.

உடனே உருத்திரமாதேவி கூறினார்.

“ காகதீயப் பேரரசின் படகைத் துயருற்ற பொழுது மூழ்கி விடாமல் நிலைபெறச் செய்த உமது மகனார் மீண்டும் சிறைக் கூடத்திற்குச்சென்று இருக்கும் காரணம் இப்பொழுது தெரிகின்றதா?

கௌராம்பிகை : பிறவித் தோன்றலான எங்கள் அன்னையாவுக்குச் சிறைக்கூடம் என்ன ? அவனுக்கும் பிறவியே சிறைக் கூடம் !

உருத்திர : பெரியவரான உங்களுக்குத் தெரியாததன்று. அவை யனைத்தும் எமது மருமகனாரின் பிடிவாதம் ! வேண்டாம் என்றும், சிறைக் கூடத்திற்குச் சென்று அமர்ந்து கொண்டு வேதம் ஓதிக் கொண்டிருக்கிறார். இப்பொழுதே தக்க மதிப்புடன் கொலுமண்டபத் திற்கு வரவழைக்கின்றேன்.

இவ்வாறு கூறி மகிழ்ச்சியுடன் உருத்திரமதேவி ஒரு கணம் அங்கிருந்தார். கடந்த ஒன்பது நாட்களும் குமரி வழிபாடு பெற்று வரும் அத்தணச் சிறுமிகள் பலர் அங்கு அருகில் 'நீர்க்குழல்' எனும் ஆடல் புரிந்து கொண்டிருந்தனர். நவராத்திரி நோன்பு முடிந்தது. எனவே, இன்று பீச்சாங்குழல் போன்ற கருவிகளுடன் அவர்கள் ஒருவர் மீது ஒருவர் மஞ்சள் நீர் இறைத்துக் கொண்டிருந்தார்கள். அவர்களுடன் பாலாவும் இருந்தாள்.

பாலா உருத்திரமதேவியை அவளிருக்கும் ஓரில்லத்தில் கண் டாள். மஞ்சள் நீருடன் நிரம்பிய நீர்க்குழல் அவள் கையிலிருந்தது. அத்துடன் அவள் மெதுவாக வந்து உருத்திராம்பிகையை நெருங் கினாள். பிறர் தடுப்பதற்குரிய தருணமன்று. அந்த மஞ்சள் நீரை பாலா உருத்திராம்பிகை மீது இறைத்தாள். உடனே உருவாம் பிகையின் மீதும் இறைத்தாள்.

அதைக்கண்டு பார்வதியம்மையும் இலட்சுமியும் 'இதென்ன வேடிக்கையம்மா !' என்று விரைந்து தடுக்க வந்தனர்.

உருவாம்பிகை புன்னகை புரிந்தாள். உருத்திராம்பிகைக்குச் சிரிப்பு வரவில்லை. உள்ளத்தில் ஓர் ஏக்கம் தோன்றியது. கண்கள் கலங்கினவேயன்றி சினம் தோன்றவில்லை. உடனே உருத்திராம் பிகை பாலாவைக் கையில் பிடித்துக் கொண்டார்.

பார்வதி : அம்மா, தவறல்லவா, பாலா !

இலட்சுமி : எப்பொழுதும் தொந்தரவு செய்யமாட்டாய்; இன்று இவ்வாறு செய்தாயே ஏனம்மா !

பாலா வெளிறிப் போனாள். ஆடல் விழாவென்று அவள் செய்து விட்டாள். தாய்மாரும் எப்பொழுதும் சினம் அடையமாட்டார்கள். இவ்வாறு இன்று பேசினதால் எதிர்பாராதவாறு அவளுடைய உள் ளம் புண்ணடைந்தது. பாட்டியைப் பார்த்தாள்.

கௌராம்பிகை அமைதியாக இருந்தார்.

உருத்திராம்பிகை பாலாவைத் தம் கரங்களால் அன்புடன் அணைத்துக் கொண்டார்.

"உனக்கு இதற்காகத் தண்டனையளிக்காமல் முடியாது. இந்தச் பெண்ணை உடனே கட்டிப் போட வேண்டும் !

பார்வதியும் இலட்சுமியும் மிரண்டு பார்த்தனர்.

“பாவம், சிறுமி. தெரியாமல் குறும்பு செய்து தொந்தரவு கொடுத்து விட்டாளம்மா !”

உருவாம்பிகை கூறலானாள்.

“ அம்மா, உனக்கு இந்தத் தடவை மஞ்சள் நீராட்டிய பாலாவுக்குப் பரிசில் அளிக்காமல் தண்டனையா அம்மா ? ”

உருத்திராம்பிகை : கட்டிப் போடுவது தண்டனையல்லவா ?

கௌராம்பிகை : யாருக்கு நெருக்கிக் கட்டிப் போடப்போகிறுயம்மா ?

அந்த உரையாடலுடன் உருத்திராம்பிகை வேடிக்கை செய்கிருரென்று அனைவருக்கும் தெரிந்து விட்டது. “இத்தனை குறும்புக்காரியைத் தகுந்த ஒருவனுக்குத் தான். பொறுத்துக் கொள்பவனுக இருக்க வேண்டாமா ?”

அந்தப் பேரில்லம் அந்தப் பெண்டிரின் சிரிப்பொலியால், சின்னஞ்சிறு மணியோசை போன்று நிறைந்து எதிரொலித்தது.

கௌராம்பிகை : உமது பெயர்த்திக்கு அப்பொழுதே தொடர்பு பற்றி ஆராய்ந்திருந்தீர்கள் போலும் ?

உருத்திராம்பிகை : அந்தத் திக்க சமூபதியின் மகன் யார் ?

அனைவரும் திகைத்து விட்டனர்.

‘திக்கசமூபதியின் மகன் யார் ?’

உருவாம்பிகை : “மாறன்!”—இவ்வாறு அவன் வரலாற்றைக் கூறினாள்.

கௌராம்பிகை : முதல் தடவை அவனைப் பார்த்ததிலிருந்து எனக்கு அந்த எண்ணந்தான் தோன்றியது. அவன் திக்கசமூபதி மகன் என்று தெரிந்ததால் மேலும் மகிழ்ச்சியாய் விட்டது !

“ என்னே இந்த வீட்டின் போக்கு ! ” அந்தப் பக்கம் வீட்டுத் தலைவரான அமைச்சர் அன்னையா சிறைக்கூடத்தில் உள்ளார் ! அவருக்கும் அவருடைய மகளுக்கும் கூட அவருடைய தாயார் திருமணத் தொடர்புகளை முடிவு செய்திருக்கிருர்.

பாலா தெளித்த மஞ்சள் நீருடன், கறைகள் தோன்றிய ஆடைகளுடன் உருத்திரதேவப் பேரரசர் அன்று கொலு மண்டபத்திற்குச் சென்ருர்.

கட்டியங் கூறுவோர் அறிவித்தனர். அங்கு உயர்ந்ததோர் இருக்கையில் அமர்ந்திருந்த அரசகுரு அவர்களுக்கும், கணபதி தேவப் பேரரசருக்கும் வணக்கஞ் செய்து உருத்திர தேவப்பேரரசர் அரியணை ஏறியமர்ந்தார்.

அரசகுரு அவர்களும், கணபதி தேவரும் நீங்கலாக அந்த அவையிலிருந்த மற்றனைவருக்கும், இளையோர்க்கும் முதியோர்க்கும் ஆடைகளின் மீது மஞ்சள் நீர் தெளித்த குறிகள் சிறிதும் பெரிதுமாக இருந்தன. இன்றைய திருவிழாவில் மக்களுக்கு அந்த உரிமை யுண்டு. அதனிலும், ஆந்திர அரசர் இவ்வாண்டு வெற்றிக் கொடி யும் நாட்டியிருக்கிறார்! வழியில் தலைவர்களனைவருக்கும், புரவி களின் மீது வந்தாலும், வேழங்களின் மீது வரினும், பல்லக்குகளில் வரினும் மஞ்சள் நீருடன் வசந்த வரவேற்புகள் நடந்தன. மகா தேவராயர் தம்மீது மஞ்சள் நீர் இறைத்தவர்களைச் சினந்து நோக்கி யதால், அனைவருமாகப் பத்துப் பன்னிரண்டு பேர் அவரை மஞ்சள் நீரில் மூழ்கடிக்கச் செய்தனர். அவருடைய சிரம் முதல், கால்கள் ஈறுக மஞ்சள் நீர் நிரம்பி வழிந்தது.

அவை தொடங்குவதற்கு முன்னரே, பேரரசர் மேசய்யாவை அழைத்து, அமைச்சர் அன்னயா குற்றவாளி என்ற ஐயந்தோன்றக் காரணங்களைக் கூறுமாறு கேட்க, அவர் குற்றமற்றவர் என்று முதலில் விளக்கினார். பிறகு செயலாளரான தாமனுமாத்தியர் அரசரின் ஆணையை வெளிப்படுத்தினார். பிறகு முன்னைய விட மிக்க மதிப்புடன் அவரைப் பேரவை முன் அழைத்து வருமாறு, பேரரசர் மேசய்ய நாயகருக்குப்பணித்தார். அன்னயாவும் மேசய்யா வுடன் அவையின்கண் வரலானார். எவ்வாறு?

'ஐந்து நிறக் கொற்றக்குடை நிழலில், ஆயுதங்கள் பலவேந்தி வெண்கவரி வீசும் ஏவலர்கள் கட்டியங் கூற, வேதநூல் ஓதுதற் கென தனிக்குடில் வதிந்து வந்த அன்னமய்யா அரசரின் புறநகர்ப் போந்தார்.'

* * * *

* மூவுலகு நாநிலத்தும் நற்புகழ்
* பெற்றோங்கி, நன்மறைகள் பயின்றிட்ட
* சீலமிகு அந்தணர்க்குத் திலகமென
* விளங்கும், ஆலமர் பெருமானின் அருள்
* நெறி பரப்பில், இந்து லூரன்னமய்யத்
* தேவர், "உடல் வலிமையில் வாயு குமரனாகவும்,
* வீரத்தில் நர நாராயணனாகவும், கலியுகத்து
* வீமனெனவும் புகழ் ஓங்கும் சீரமைச்
* செல்வன் இந்து லூரந்தணனன்னமையன்."

(சிவயோகசாரம்)

இத்தனைப் பெருஞ்சிறப்புடன் கட்டியங்காரர்கள் கட்டியங் கூறி வர, அமைச்சர் அன்னயா பேரவையின்கண் வரினும், அவருக்கும் மஞ்சள் நீராட்டும் சிறப்புத் தவறவில்லை. வழி நெடுகிலும் சிறியோர் பெரியோர் அனைவரும் அவர் மீது மஞ்சள் நீர் தெளித்தனர். அதனை

யாவும் அவர் அன்புடன் தலை வணங்கி ஏற்றுக் கொண்டார். அவர் தலை முதல் கால் வரை மஞ்சள் நீரால் நனைந்து, கண்கண்ட வசந்த பெருமானெனவே, அவைக்குள் நுழைந்தார். அவை நடுவில் அவருக்கு அன்று நடந்த சிறப்புக்களை விளக்கப் போனால் பெரு நூலாகி விடும்.

செயலாளர் அன்று பேரரசரிடம் குற்றத்துக்குத் தண்டனை அளிக்க வேண்டிய குற்றவாளிகளைப் பற்றிக் கூறுவார் என்றார். கைகளிலும், கால்களிலும் தோள்களிலும் பிணைக்கப்பட்டிருந்த இரேசர்ல மல்லைய ரெட்டியை வீரர்கள் பேரரசரின் முன் நிறுத்தினார்கள். இவன் காகதீய அரசினைக் காத்த வீரனெனும் இரேசர்ல உருத்திர சேனனின் வழிவந்தவன். நகரத்துப் பெரியோர்களைச் சிறைப்படுத்த மடத்தவர்களுக்குப் பெருஞ்சேனையுடன் இப்பொழுது உதவி புரிந்த வஞ்சகர்கள். இத்தகையவர்களைத் தண்டனைக்குட் படுத்துவதெவ்வாறு ? அவர்களுக்கு அன்றிரவு போரில் உண்டான வெட்டுக் காயங்கள் இன்னும் நலமாகவில்லை. அத்தகைய நற்குலத்தின் வழிவந்தவர்களுக்கு இந்த இழிவான நிலையில் நுழையச் செய்வதே, அவர்களுக்குத் தலையை வெட்டி வீழ்த்துவததனினும், மேலான தண்டனையாயிருந்தது. அவர்கள் இருவரும் தலை குனிந்தனர்.

“ இங்கே நிற்க வைப்பதை விட வஞ்சகம் புரிந்த எங்கள் சிரம் கொய்யுமாறு வேண்டுகின்றோம் !”

அவ்விருவரும் அவ்வாறு வேண்டியது, அவையோருக்கு வருத்தமளித்தது. அறிவுடையோரும் ஒவ்வொரு பொழுது மயக்குறு நிலையடைவர்.

செயலாளர் அவர்கள் புரிந்த வஞ்சகங்களைக் கூறினர். அவர்கள் அனைத்தையும் ஒப்புக் கொண்டார்கள். உருத்திர தேவப் பேரரசர் தந்தையாரை உற்று நோக்கினர். கணபதி தேவர் பேசவில்லையாயினும் அவர்கள் வைப்பில் கருணை தோன்ற நோக்கினர். பேரரசர் தீர்ப்பளித்தார்.

“இவர்கள் இருவருடைய விலங்குகளை உடனே அகற்றுங்கள். இவர்களுடைய பொருள்களனைத்தும் அரசாங்கத்தைச் சாரும். இவர்களுக்குரிய பதவிகளும், சிறப்புக்களும் பறிக்கப்பட ஆணையிடுகிறேன். எமது அவையை வேண்டிக் கொண்டால், இவர்களுக்கு ஏதேனும் வழிகாட்டாமற் போகோம். இவருடைய தந்தையார் இப்பேரரசிற்கு ஆற்றிய பேருதவியை மறக்கிலோம் !”

உடனே அவர்களுடைய தளைகளை வீரர்கள் அகற்றினார்கள். அவர்களும் பணிவுடையவராகி “பேரரசரின் பணியேந்தி எங்கள் குற்றங்களுக்கு மாற்றுகாண முடிவு செய்துள்ளோம் !” என்று

தெரிவித்தனர். பேரரசர் விரைவில் தெரிவிப்பதாகக் கூறி, அவர்களை அவையிலிருந்து அனுப்பி விட்டார்.

செயலாளர் அதன் பிறகு அரசருக்கு உறவினரான கோட்டை கேதராயனைப் பேரரசர் முன்னிலையில் நிற்குமாறு கோரினர். அவ்வாறு செய்கையில் பேரரசர் இவ்வாறு கூறினர்.

நீங்கள் பகைவர்களுடன் கூட்டுடன்பாடு செய்தீர்கள். ஆனல் நடைமுறையில் எந்தச் செயலும் புரியவில்லை. பகைவர் முயற்சிகளை எமக்குத் தெரிவிக்காமலிருந்தது எளிய குற்றமன்று ; நீங்கள் எமக்கு ஏதும் தெரிவிக்க வேண்டிய தேவையில்லை. உமக்கு இனி அரசமரபினர்க்கேற்ற சிறப்புக்கள் இனி இராதென்று தெரிந்து கொள்க !

கோட்டை அரசர் தலை வணங்கித் தொழுதார். செயலாளரும் ஆணை கொந்தியரசரான இராம தேவராயர் ஓடிவிட்டாரென்று தெரிவித்தார். அவர் கிடைத்த பிறகு அவர்க்குரிய தண்டனை பற்றி நினைப்போம் என்று பேரரசர் விடையளித்தார்.

அதற்கிடையில் வாயிற்காப்போன் வந்து வீரபத்திரேசர் வருகிருரெனப் பேரரசருக்குத் தெரிவித்துஅவருடைய விருப்புக்கிணங்க அவரை உள்ளே விட்டான்.

வீரபத்திரேசர் வலது கரத்தில் புண் பட்டிருந்தது. எனவே அந்தக் கை வலிமை குன்றி அசைவற்றிருந்தது. வாயிற்காப்போன் கூறிய இவர் சாளுக்கிய வீர பத்திரேசர் தான் என்று அவையினில் பலருக்குத் தெரிந்திருக்காது. அவர் பலவகைகளிலும் மெலிவடைந்திருந்தார். அவர் நுழையும் பொழுது அவை அமைதியாயிற்று

வீரபத்திரேசர் உள்ளே வந்து அரச குருவுக்கும் கணபதி தேவருக்கும் உருத்திர தேவப் பேரரசருக்கும் தலை வணங்கித் தொழுது நின்ருர். அடுத்த கணத்தில் அவருக்கு எளியதோர் இருக்கையளித்து அமரச் செய்ய அனுமதி கிட்டியதும் அவர் அவ்வாறு அமர்ந்தார்.

உருத்திரதேவப் பேரரசின் செயலாளர் பேரரசரின் முன்னிலையில் விளக்கினுர்.

"கடந்த ஐப்பசி வளர்பிறைப் பத்தாம் நாளன்று திரு சாளுக்கிய வீரபத்திரேசர் தமக்கு அளிக்கப்பட்டிருந்த விருதுகள் அனைத்தையும் பேரரசருக்கு அனுப்பி விட்டு அவர் வெறுப்படைந்துத் துறவு பூணும் எண்ணத்துடன் இருப்பதாகச் செய்தியனுப்பினுர். துறவு கொள்வதற்கு முன் பேரவையின் ஒப்புதல் தேவையென்று அவருக்குத் தெரிந்திருக்கும் என்று கருதுகிறேம். அவர் ஏது கூறுகிருர் ?

வீரபத்திரர் ஆமென்று ஒப்புக் கொண்டார். தாமனுமாத்தியர்; இப்பொழுதும் அவருக்கு இவ்விருப்பம் இருக்குமாயின் இப்பேரவை யின் முன் ஒப்புதல் வேண்டிக் கொள்ளலாம்.

வீரபத்திரேசர் : நான் மனம் நொந்தவன். நான் துறவு கொள்ள இப்பேரவையின் ஒப்புதல் வேண்டுகின்றேன் !

உடனே அறநூல் அறிஞர்கள், 'க்ஷத்திரியர்கள் துரிய நிலை யடைவதை நூல்கள் ஒப்புக் கொள்ளமாட்டா !'' என்று மறுப்புரை கூறினர்.

வீர பல்லட தேசிகர் இவ்வாறு கூறினர்.

''சமண சமயத்தைத்தழுவியவர் எவராயினும் துறவு பூண்டால் நாம் அதை ஒப்புக் கொள்வோம்.''

பல சமண அறிஞர்கள் அதனை ஒப்புக் கொண்டனர். தாமனு மாத்தியர் ; வீரபத்திரேசர் அவர்களே தாம் சமண சமயத்தைச் சார்ந்திருக்கின்ருரோ என விடை கூறுவார்.

வீரபத்திரேசர் : இல்லை !

அரச குரு பேச நினைத்தவர் போன்று உணர்த்தினர். அனை வரும் அமைதியுடன் இருந்தனர்.

''சமார்த்த அறிஞர்கள் முடிவுக்குக் குறையேதேனும் இருக்க லாமாயினும், முதலில் வீரபத்திரேசர் வெறுப்படைந்தாரோ அல் லரோ என்பதை முடிவு செய்தல் சாலச் சிறந்தது. அவர் வெறுப் புற்ருரென விஜயதசமியன்று தெரிவித்துக் கொண்டார். இவ் ஆறு மாதங்களும் அவர் செய்த செயல்கள் துறந்தவர் புரிந்தனவாக உள்ளனவா ? அன்று இவர் கொல்லாமை நோன்பு கொண்டிருந் தால் இப்பொழுது என்ன நிலையிலிருப்பார் ?''

எதிருரை கூறவியலாத அரச குருவின் உரைக்கு அந்தப் பேரவை உணர்ச்சி வயப்பட்டது. வீரபத்திரேசர் தலை குனிந்து மறுவுரை கூறினர்.

''அப்பொழுதைய நிலை வேறு. அப்பொழுது அழுக்காறு போன்ற தீய எண்ணங்கள் அவ்வாறு வெளிப்பட்டன. இன்று துறவறந்தவிர்த்து வேறு வழியில்லை !''

அரச குரு : ''நீங்கள் அன்று பொறுப்பேதும் இல்லாமல் அனுப் பிய வேண்டுகோளும் அறக்கடவுள் மற்ருேர் உருவத்தில் இத்தனைக் கடுமையாக உமக்குக் கருணை புரிந்திருக்காது. நீங்கள் காடுறை வாழ்வேற்க ஏற்ற நிலைமையை அடைந்தீர்கள் என்று உமது ''செய லால் மெய்ப்பிக்க இப் பேரவை ஆறு திங்கள் கெடுவளிக்குமாக !''

அறிஞர்கள்: ''அவ்வாறே !'' என்றனர்.

வீரபத்திரேசர், "பெறும் பேறடைந்தேன்," என்றார். மீண்டும் விசுவேசுவர சம்பு தேசிகர் விடையளித்தார்.

"உமக்கு இப்பொழுது பிள்ளைகள் இல்லை. உமது பெயரான திரு பிரதாபருத்திர குமாரரை உமது வளர்ப்பு மகனாக ஏற்றுக் கொள்ள ஒப்புதலளிப்பின், இப்பொழுது நீங்கள் காடுறை வாழ்வு மேற்கொள்ளும் வாய்ப்பு பெற உண்மையில் முயற்சிக்கின்றீரென்று இந்தப் பேரவை சற்று நம்பிக்கையடையும்."

உடனே வீரபத்திரேசர் பணிவுடன் பேரவையின் ஒப்புதலுக்குத் தலை வணங்கி நின்றார். மங்கள இசைக்கருவிகள் முழங்கின. வைரங்கள் பதித்த பொன்னணிகளுடன் ஒப்பனை செய்யப்பட்டு திரு பிரதாப உருத்திர குமாரரை, மாசல தேவி முன் வர, பெண்டிர்கள் பேரவைக்குள் அழைத்து வந்தார்கள். கணபதி தேவப் பேரரசர் இன்பப் பெருக்குடன் வாய்ச் சொல்லேதும் கூறாது பார்த்தவாறிருந்தார். அவையின் அமைதியுடன் மகாதேவராயர் எழுந்து பிரதாப ருத்திரரைக் கையில் ஏந்திக்கொண்டு வெற்றிலைப்பாக்குத்தட்டுடன் அவரை வீரபத்திரேசரின் கரங்களில் அமர்த்த, அவர் ஏற்றுக் கொண்டார். வெற்றி முழக்கம் முழங்கியது. அந்தணர்களின் வாழ்த்துக்கள் ஒலித்தன. ஆசிரியர் வித்யா நாதர் என்பவர் வாழ்த்துப் பாடலானார். திரு உருத்திர தேவப் பேரரசர் பிரதாப ருத்திர குமாரரைத் தமது மார்புடன் தழுவிக் கொண்டார். பெரியோர்கள் அனைவரும் வாழ்த்துரைகளுடன் அட்சதைகளைக் குமாரரின் தலை மீது தெளித்தனர். வீரபல்லட தேசிகரும் வீரபத்திரேசரும் தமது அட்சதைகளைக் குமாரர் தலையில் அக்கறையுடன் தெளித்தனர்.

இது வரைக்கும் அமைதியாக இருந்த கணபதி தேவப்பேரரசர் இப்பொழுது மிக்க மகிழ்ச்சியுடன் கணீரென்ற குரலில் பேசினார்.

"பிறகு நாம் திரு அரச குருவின் ஆணையைச் சிவனின் ஆணையெனச் சிரம் தாழ்த்தி திரு உருத்திர தேவப் பேரரசரின் இளவரசுக்குப் பட்டஞ் சூட்ட முடிவு செய்த பொழுது அந்த முடிவை அறம் தவறியதெனக் கருதியவரின் ஐயங்கள் இப்பொழுது தீர்ந்து விட்டதெனக் கருதலாமல்லவா!" இவ்வாறு கூறிப்பேரரசர் தமது பார்வையை வீர பல்லட தேசிகர் மீது செலுத்தினார்.

உடனே வீர பல்லட தேசிகர் அவையில் எழுந்து உளம் நிறைந்த தமது ஒப்புதலைத் தெரிவித்தார். அறமுணர்ந்தவரான அவருக்கு முன்னர் தோன்றியது அறத்தின் ஐயமேயன்றி மாறுபட்ட செயலன்று. அவரும் அவருடன் கூட பல சமண அறிஞர்களும் அரசரின் பகைவர்களுடைய செயல்களுக்கு எத்தகைய தொடர்பும்

உண்டாக்கிக் கொள்ளவில்லை. அவர்களுக்கு அரசரின் படைகளும் எத்தகைய இன்னலும் விளைவிக்கவில்லை.

பேரரசர் வேண்டுகோள் புரியும் நோக்கமுடன் அவையை உற்று நோக்கினர். அதற்கிடையில் அவையின் வெளிப்புறத்தில் உரத்த குரலில் வெற்றி முழக்கம் கேட்டது. வாயிற்காப்போன் உடனே பேரரசருக்கு இவ்வாறு அறிவித்தான். 'ஜன்னிக தேவர், ஜடாவர்ம சுந்தர பாண்டியனை விக்கிரம சிம்மபுரத்திலிருந்து விரட்டியடித்த வெற்றிச் செய்தியைக் கொண்டு வந்து, திரிபுராந்தகரும் அம்பதேவரும் அவைக்குள் வெற்றி முழக்கத்துடன் வர விரும்பினர்.' அவை முழுவதும் மலர்ச்சியடைந்தது. அவர்கள் உடனே வர அனுமதி தரப்பட்டது.

'எங்கும் வெற்றியாகுக, உருத்திர தேவப் பேரரசரே !' என்றவாறு திரிபுராந்தகரும் அம்ப தேவரும் மகிழ்ச்சிப் பெருக்குடன் அவைக்குள் நுழைந்து, பேரரசரை வணங்கி வெற்றி முழக்கம் புரிந்தனர்.

கட்டியங் கூறுபவன் உருத்திர தேவப் பேரரசரின் திசைகள் தோறும் பெற்ற வெற்றிப் புறப்பாடுகளை விவரித்தான். பல்லவ கோப்பெருஞ் சிங்கன் தோற்று விட்டார். மகாராஷ்டிர அரசன் மகாதேவன் புற முதுகு காட்டி ஓடினன். கலிங்கப்படைகள் அகதிகளாக ஓடின. சுந்தர பாண்டியன் விரட்டியடிக்கப்பட்டான். சோழ சிற்றரசர்கள் தண்டனைக்குள்ளாயினர்.கர்னுடகர்கள் அசையவியலாதவரராயினர். ஆறு திங்களில் காகதீயப் பேரரசு திரு உருத்திர தேவப் பேரரசின் கொடிக்கம்பங்களை ஏந்தி நல்லதோர் நிலைமையடைந்தது.

பெருமகிழ்ச்சியுடன் அன்றைய வைகறைப் பொழுது பேரவை முடிவடைந்தது.

மீண்டும் மாலைப் பொழுதில் வெற்றிப் பேரவை தொடங்கியது. அவர்களுக்கு விஜயதசமியன்று அவர்கள் பெற்ற பெயர் ஏடுகளை தமது மார்பகங்களில் அழகுபடுத்திக் கொண்டு பேரரசர், அமைச்சர், படைத்தலைவர்களுடைய முன்னிலையில் வந்தார்கள்.

திரிபுராந்தகர் சித்தைய தேவச் சோடனின் பெயரட்டை அணிந்திருந்தார். அம்ப தேவர் எருவ மல்லிச் சோடன், கேசவ தேவன், சோமி தேவன்,அல்லி கங்கன், மல்லிகார்ஜுனன்,தாமோதரன், நாகதேவன் ஆகியோரின் பெயர்களைப் பொறித்த ஏடுகளை அணிந்து ஏடுகள் நிறைந்தவராகக் காணப்பட்டார். இலக்கணப் படைப்போரான கொலனி உருத்திரர் கலிங்க மன்னன் முராரி தேவனின் பெயர் ஏட்டை அணிந்திருந்தார். அன்னையா ஹரிஹர தேவனின் ஏட்டை அணிந்திருந்தார். ஜன்னிக தேவர்

அவைக்கு வராததால் அவருடைய குருவான சாந்த சிவ தேசிகர் அவர் பெற்ற கோப்பெருஞ் சிங்கன் சுந்தர பாண்டியன் ஆகியவரின் பெயர் ஏடுகளைத் தாம் அருகிலிருந்த கலசத்தின் மீது வைத்திருந் தார்.

திரு உருத்திர தேவப் பேரரசர் தாமாகவே வீரபத்திரரின் பெயர் பொறித்த ஏட்டினையும் மகாராஷ்டிர மகாதேவனின் பெயர் பொறித்த ஏட்டினையும் அணிந்திருந்தார். இன்று மாலைக் கொலு வுக்குச் சாளுக்கிய வீரபத்திரேசர் வரவில்லை. உயிருடன் இனி இங்கு எதற்கு வர வேண்டும்?

செயலாளரான தாமனுமாத்தியர் எழுந்திருந்து திரு உருத்தி தேவப் பேரரசரே மகாராஷ்டிர வேந்தனிடமிருந்து அபராதமாய் பெற்று வந்த ஒரு கோடி பொற்காசுகளில் ஐம்பது இலட்சம் பொற் காசுகளை அந்தப் போரில் பங்கு கொண்ட படையினர்க்குப் பரிசில் களாகக் கொடுக்கக் கருதினாரென்று ஏற்ற வகையில் அறிவித்தார். அதனில் வீர சைவ வீரர்களுக்கு இலட்சம் பொற்காசுகள் வரை யறுக்கப்பட்டது.

அதன் பிறகு திக்கன சோமயாஜி, பேரரசர் அனுப்பிய பல்லக் கின் மீது பேரவைக் கூட்டத்திற்கு வந்து சேர்ந்தார். அவர் பின் கேதன்னாவும் குரு நாதனும் மாறனும் மட்டுமின்றி கோவிந்த சரும னும் மேலும் கணக்கர்க் கலையில் தேர்ந்த வேத முணர்ந்தோர் பலரும் வந்து சேர்ந்தனர். அவர்கள் அனைவருக்கும் தகுந்த இருக் கைகள் அளிக்கப்பட்டன.

முதலாவதாகச் செயலாளர் கிருஷ்ணா கோதாவரி மண்டலங் களினிடையிலும் கொண்டூர் மண்டலத்தினிடையிலும் — அதாவது வெல நாட்டில் — கணக்கர்கள் நம்பற்குரியவராக இல்லாமையால் அவர்களுக்கு மேற்காப்பாக மற்றொரு கணக்கரையும் ஒவ்வொரு ஊரிலும் நியமிக்க பேரரசர் கருதியுள்ளாரென்று தெரிவித்தார்.

அதுவரையில் அதிகம் கலந்து கொள்ளாத ஜாயபர் இப்பொழுது இவ்வாறு கூறினார்.

" நமது பத்திரய பாலர் — நான் உரிமையால் அவரை பெத் தன்னா என்பேன்! — இந்தத் தருணத்தில் ஒரு பாடல் பாடினார். அவர் முனிவர் போன்றவர். அவர் உரைக்கும் அறம் நன் மதி யுடையவரனைவரும் ஏற்கத் தகுந்தது. எங்கே பெத்தன்னா, பேரரசர் உன் உரை கேட்கச் செய்க!"

புன்னகையுடன் பேரரசர் அனுமதியளித்தார். வெட்கத்தால் பெத்தன்னாவுக்கு உயிர் போவது போன்றாகி விட்டது. ஆயினும் என்ன செய்வார்? அரசரின் ஆணையாயிற்றே! அவர் ஒரு பாடலைப் பாடினார். அந்த பாடலை அவையினர் அனைவரும் புகழ்ந்

தனர். பேரரசருடன் செயலாளர் கலந்து பேசிப் பேரரசரின் முடிவை இவ்வாறு தெரியச் செய்தார்.

“சிறப்பாக வெல நாட்டிலும் மேலும் பிற ஊர்களிலும் இப் போதைக்கு நம்பிக்கைக்குரியவரல்லாத கணக்கர்கள் அனைவரையும் நீக்கி அவர்களின் இடங்களில் இந்த அந்தணக் கணக்கர்களை அமைக்க முடிவு செய்துள்ளோம். ஊர்களில் இந்தப் பேரரசின் கருவூலக் காப்புப் பொறுப்பனைத்தும் இனிமேல் இந்த அந்தணப் பெரியோர்களே ஏற்பார்களாகுக !”

அதன் பிறகு, பேரரசர் திக்கனசோமயாஜியாரிடம் உரையாடி அவர்களை, குரு காணிக்கை ஏற்றுக் கொள்ளுமாறு வேண்டிக் கொண்டார் ! “பிறகு எமது பேரமைச்சர், குற்றரசர், படைத் தலைவர்களின் காணிக்கையை ஏற்றுக் கொள்ளுமாறு வேண்டவும் பயிற்சியின் முடிவில் அளிப்பதல்லவா குரு காணிக்கை என்று கூறி னார். எமது அமைச்சர், சிற்றரசர் படைத்தலைவர்களுக்கு குருவான தாங்கள் எமக்கும் குரு போன்றவர் தாம் !”

திக்கன சோமயாஜி பதிலுரை கூறினார்.

“எமது மருமகன் மனும சித்தர் செய்த குற்றங்கள் ஏதேனு மிருப்பின் மன்னித்து அவருக்கு மீண்டும் விக்கிரம சிம்மபுர அரசை அளிப்பது தான் நாம் வேண்டும் காணிக்கையாகும்.”

அவையிலிருந்த மனும சித்தர் எழுந்து உருத்திர தேவப் பேர ரசருக்குத் தலை வணங்கினார்.

பேரரசர் : அது முன்னதாகவே முடிவு செய்யப்பட்டு விட் டது ! நீங்கள் வேண்டிடுவது தேவையில்லை ! வேறேதாகினும் வேண்டிக் கொள்ளுங்கள் !

திக்கன சோமயாஜி புன்னகையுடன் இவ்வாறு கூறினார்:

“எமது அமைச்சர் அன்னையாவுக்கு உமது வளர்ப்பு மகளான உருவாம்பிகையை அளித்து, திருமணம் புரிய வேண்டுகின்றேன். அவள் இளம் வீரனின் மாற்றுடையில் போரில் மிகவும் துணை புரிந் தாள் !”

பேரரசர் : அதுவும் முன்னதாகவே முடிவு செய்யப்பட்டது. எங்கள் சம்பந்தியிடம் கூறி ஒப்புக் கொள்ளச் செய்தோம். வேறே ஏதாவது வேண்டுங்கள் !

திக்கன : அவ்வாறுயின் அமைச்சர் அன்னையாரின் மகளான பாலாவை எங்கள் மாறனுக்கு அளிக்க வேண்டும் !

பேரரசர் : அதுவும் இன்று காலையில் தான் போற்றற்குரிய கௌரியம்மையால் முடிவு செய்யப்பட்டிருககிறது. மாற்றேதாகினும் கேளுங்கள் !

திக்கன : அவ்வாருனல் கேட்பதற்கு என்னிடம் ஏதுமில்லை.

விசுவேசுவர சம்பு தேசிகர் : திரு திக்கன சோமயாஜியார் சிவ வழிபாடுடையவர் !

அதற்கிடையில் ஆந்திர இளஞ் சிறுவர் சிறுமியர் சிறு விற்களை யும் கணைகளையும் ஏந்திக் கொண்டு மலர்ந்த முகத்துடன் சீக்கை யடித்துக் கொண்டு அவைக் கூட்டத்திற்குள் வந்தனர். அவர் களுக்குத் தான் எத்தனை துணிவு

"பெரும் மகிழ்ச்சியடைந்தோம். திரு உருத்திர தேவப் பேர ரசின் திசைதோறும் கொண்ட வெற்றிச் செய்தியால் மகிழ்ச்சி மேலிடலாயிற்று. மேலும் எம்மைப் போன்றவரான திரு பிரதாப ருத்திர குமாரரை நீங்கள் வளர்ப்பு மகனுக ஏற்று எதிர்கால அரச ராக முடிவு செய்தீர்களெனும் செய்தி தெருத்தெருவாகப் பொங்கி வழிகிறது. எங்கள் துணிவுக்கு மன்னிக்கவும்."

அவர்களின் தலைவன் இவ்வாறு கூறினுன். அதன் பிறகு சிறுவரும் சிறுமியரும் திரு விசுவேசுவர சம்பு தேசிகருக்கும் திக்கன சோமயாஜி திருவடிகளுக்கும், மற்ற அவையிண்ணிருந்த அனைவர் உடல் முழுமைக்கும் நறுமணப் பொடிகளுடன் பூசிச் சிறப்புச் செய்தனர். வயது மிகுந்த கணபதி தேவப் பேரரசர் ஒரு கணப்பொழுது அந்த மணப்பொடியுடன் இளைஞுகவே காட்சி யளித்தார். உருத்திர தேவப் பேரரசர் நிலையான இளைஞர் போன்று பொலிவுற்றிருந்தார்.

அதன் பிறகு அந்தச் சிருரும் சிறுமியரும் ஆந்திர நிலத்தில் நெடுங்கால மரபு நிலையாக வரும் இந்தப் பாடலுடன் சிற்றரசர், அமைச்சர், படைத்தலைவர், கற்றறிந்தோர் போன்ற அனைவரும் புடை சூழ்ந்திருந்த உருத்திர தேவப் பேரரசரை இவ்வாறு வாழ்த் தினர்:

பரந்த நிலமே அரியணையாம்
விரிந்த வானே வெண்குடையாம்.
சிறந்த தேவர் பணியாள் - நின்
சீரே முழங்கும் வேதங்கள் !
பெரிதாம் அண்டம் உன்உருவம்
பிரமன் உனது மகனுக,

திருவே நினது நாயகியாய்
செல்வி கங்கை திருமகளாய்
அரச வரிசை இவைபெற்ருய்
அரியே வாழ்க வாழியவே. —நாராயணு !

ஏறத்தாழ அப்பொழுதே உருத்திர தேவப் பேரரசருக்கு சுயம்பு நாத அடிகளாராகி கம்போடிய வேந்தன் அனுப்பிய காணிக்கைகளை அரசரின் தூதர்கள் கொண்டு வந்து அளித்தார்கள்.

அதன் பிறகு பேரரசர் திக்கன சோமயாஜியை நோக்கி, அவர்கள் இயற்றி வரும் ஆந்திர மகாபாரதத்திலிருந்துத் தமக்கு அரசாங்க இயல் முறைக்கு அறிவுரையாக இருக்கத் தகுந்த பகுதி ஒன்றை கேட்பிக்க வேண்டினர். அவையினரும் அரவம் ஏதுமின்றி அமைதியடைந்தனர். ஒரு கணப்பொழுது மோனத்திருந்து சோமயாஜி மாறனிடமிருந்த நூலைப் பெற்று, நூலை வழிபட்டுத் தமது இனிய குரலுடன் இவ்வாறு பாடினர்:

“ஜனகப் பேரரசருக்கும் ஓர் அந்தணருக்கும் தோன்றிய உரையாடலைக் கூறுகின்றோம் கேளுங்கள்; ஜனகர், கண்ணெதிரே தவறு இழைத்த அந்தணரை நோக்கி, ‘நீ இந்த நாட்டில் வாழ வேண்டாம்’ என்று வெளியேற்ற அந்தணர், ‘நான் பரலோகத்திற்கும் போவேன், தாங்கள் வழி சொன்னல்’ என்றார். இதைக் கேட்ட அரசர் வாயடைத்துப் போனர். பின்னர் தெளிந்து, “என் முன்னோர்கள் ஆண்ட அரசு இது. எனக்கு இதன் மீது பற்று இல்லை. மிதிலையிலே நான் வாழ்ந்தாலும் இது “எனது” என்னான கூறலாகாது. ஆயினும் அப்படி நான் கூறிவிட்ட துயரத்தினுல் முதலில் வாயடைத்துப் போனேன்.’ என்றார். அரசரின் பற்றற்ற தன்மையை விளக்குமாறு அந்தணர் வேண்ட, அரசர், மேலும், இவை நிலையற்றவை - நுகர்வதற்கு மட்டுமே பயன்படும் நறுமணம் போல, இதை உணர்வதாலேயே நான் பற்றற்று இருக்கிறேன்’ என்றார். அந்தணர் புன்கையுடன், “உங்கள் மனத்தை அறிவதற்கே வந்தேன்” என்று கூறி, இந்த விவேகம் என்றும் அரசரிடம் விளங்கும்படி ஆசி வழங்கினர்.”